நவீனகால இந்தியா

பிபன் சந்திரா

தமிழாக்கம்:

இரா. சிசுபாலன்

நியூ செஞ்சுரி புக் ஹவுஸ் (பி) லிட்.,

41-பி, சிட்கோ இண்டஸ்டிரியல் எஸ்டேட்,

அம்பத்தூர், சென்னை- 600 050.

☎: 044 - 26251968, 26258410, 48601884

Language : Tamil
Naveena Kaala India
Author : Bipan Chandra
Translated by : R. Sisubalan
First Edition: January, 2010
Sixth Edition: December, 2021
Seventh Edition: November, 2022
Copyright: Author
No. of Pages: vi + 512 = 518
Publisher:
New Century Book House Pvt. Ltd.,
41-B, SIDCO Industrial Estate,
Ambattur, Chennai - 600 050.
Tamilnadu State, India.
Email : info@ncbh.in
Online: www.ncbhpublisher.in

ISBN: 978 - 81 - 2341 - 704 - 2
Code No. A 2089
₹ 650/-

| Original English Title: Modern India |
| Published by: NCERT |

Branches
Ambattur (H.O.) 044 - 26359906 **Spenzer Plaza (Chennai)** 044-28490027
Trichy 0431-2700885 **Pudukkottai** 04322- 227773 **Thanjavur** 04362-231371
Tirunelveli 0462-4210990, 2323990 **Madurai** 0452 2344106, 4374106
Dindigul 0451-2432172 **Coimbatore** 0422-2380554 **Erode** 0424-2256667
Salem 0427-2450817 **Hosur** 04344-245726 **Krishnagiri** 04343-234387
Ooty 0423 2441743 **Vellore** 0416-2234495 **Villupuram** 04146-227800
Pondicherry 0413-2280101 **Nagercoil** 04652-234990

நவீனகால இந்தியா
ஆசிரியர்: **பிபன் சந்திரா**
தமிழாக்கம்: **இரா.சிசுபாலன்**
முதல் பதிப்பு: ஜனவரி, 2010
ஆறாம் பதிப்பு: டிசம்பர், 2021
ஏழாம் பதிப்பு: நவம்பர், 2022

அச்சிட்டோர்: **பாவை பிரிண்டர்ஸ் (பி) லிட்.,**
16 (142), ஜானி ஜான் கான் சாலை, இராயப்பேட்டை, சென்னை - 14
☎: 044-28482441

All rights reserved. No part of this book may be reprinted or reproduced or utilised in any form or by any electronic, mechanical, or other means, now known or hereafter invented, including photocopying and recording, or in any information storage or retrieval system, without permission in writing from the publishers.

பதிப்புரை

சமகால இந்தியாவில் அரசியல், பொருளாதார, சமூக சிக்கல்கள் பற்றிய பல்வேறு கேள்விகள் எழுகின்றன; இச்சிக்கல்கள் தீவிர விவாதப் பொருளாக உருவெடுக்கின்றன. எந்தவோர் அரசியல், பொருளாதார, சமூக சிக்கலையும், அதன் வரலாற்றினை அறிந்தாலன்றி சிறப்பாக விளங்கிக்கொள்ள முடியாது. அதிலும் நவீனகால இந்திய வரலாறு பற்றிய புரிதல் மிக இன்றியமையாத் தேவை.

பிபன் சந்திரா நன்கு அறியப்பட்ட நவீனகால இந்திய வரலாற்றின் தலைசிறந்த ஆசிரியர்; சிறந்த மார்க்சிய வரலாற்றியலாளர். அவர் இந்தியாவின் நவீனகால வரலாற்றை தலைவர்களின் வரலாறாக அணுகவில்லை; வரலாற்றை உருமாற்றும் சக்திகளான மக்கள் இயக்கங்களின் மீது கவனத்தைக் குவித்துள்ளார்.

இந்தியா காலனியாக அடிமைப்படுத்தப்பட்டதற்கான சமூக-பொருளாதார காரணிகள், காலனியாட்சியாளர்களின் கொள்ளை களுக்கான கொள்கைகள், அவற்றின் எதிர் விளைவுகள், இந்திய சமூகத்தின் மறுமலர்ச்சி, தேசிய இயக்கத்தின் எழுச்சி, மக்கள் இயக்கங்களின் போக்குகள் ஆகியவற்றினை உலக வரலாற்றுப் போக்கின் பகைப்புலத்தில் பிபன் சந்திரா விவரித்துள்ளார்.

-பதிப்பகத்தார்

பொருளடக்கம்

		பக்கம்
1.	பதினெட்டாம் நூற்றாண்டில் இந்தியா!	1
2.	ஐரோப்பிய ஊடுருவலும், இந்தியாவை பிரிட்டீசார் வெற்றி கொண்டதும்!	69
3.	அரசாங்கக் கட்டமைப்பும், இந்தியாவில் ஆங்கிலேயப் பேரரசின் பொருளாதாரக் கொள்கைகளும்! (1757 –1857)	117
4.	நிர்வாக அமைப்பும், சமூகப் பண்பாட்டுக் கொள்கையும்!	153
5.	19-ம் நூற்றாண்டின் முதல் பாதியில் சமூகப் பண்பாட்டு எழுச்சி	184
6.	1857–புரட்சி!	204
7.	1858-க்குப் பிறகு நிர்வாக மாற்றங்கள்!	234
8.	பிரிட்டீஷ் ஆட்சியின் பொருளாதாரத் தாக்கம்!	271
9.	புதிய இந்தியாவின் வளர்ச்சி, தேசிய இயக்கம்! (1858 –1905)	300
10.	புதிய இந்தியாவின் வளர்ச்சி, 1858-க்குப் பிறகு மத, சமூக சீர்திருத்தம்!	332
11.	தேசிய இயக்கம் (1905 –1918)	370
12.	விடுதலைப் போராட்டம்–முதல் கட்டம் (1919-1927)	422
13.	விடுதலைப் போராட்டம்–இரண்டாம் கட்டம் (1927 - 1947)	458

1

பதினெட்டாம் நூற்றாண்டில் இந்தியா!

முகலாயப் பேரரசின் வீழ்ச்சி :

இரண்டு நூற்றாண்டு காலம் சம காலத்தவர்களால் பொறாமை கொள்ளத்தக்க வகையில் ஆட்சி புரிந்து வந்த மாபெரும் முகலாயப் பேரரசு பதினெட்டாம் நூற்றாண்டின் முதல் பாதியில் பலவீனமடைந்து வீழ்ச்சியுற்றது. முகலாயப் பேரரசர்கள் தமது ஆட்சியதிகாரத்தையும், மாட்சிமை யையும் இழந்து நின்றனர். டெல்லியை ஒட்டிச் சில சதுர மைல் சுற்றளவுக்குள்ளாக பேரரசு சுருங்கியது. இறுதியில் 1803-ம் ஆண்டு டெல்லியையும் பிரிட்டிஷ் படைகள் கைப் பற்றின. மகத்துவம் வாய்ந்த முகலாயப் பேரரசு, அன்னிய ஆட்சியாளர்களிடம் ஒய்வூதியம் பெறும் நிலைக்குத் தரம் தாழ்ந்துபோனது.

ஔரங்கசீப்பின் நீண்ட கால, செல்வாக்கு மிக்க ஆட்சிக் கட்டத்தில் பேரரசின் ஒற்றுமையும், ஸ்திரத்தன்மையும் பாதிப் புக்கு உள்ளானது. அவரது கொள்கைகள் பலவும் பாதகம் இழைக்கக் கூடியவைகளாக இருந்தபோதிலும், 1707-ம் ஆண்டு அவர் மறைந்தபொழுது முகலாயப் பேரரசு நிர்வாகம் திறம் பட்ட நிலையிலும், அவர்களது இராணுவம் பலம் வாய்ந்த தாகவும் இருந்து வந்தது. முகலாய வம்சத்தின் செல்வாக்கு நாட்டில் தொடர்ந்தது.

ஔரங்கசீப்பின் மறைவைத் தொடர்ந்து அவரது மூன்று மகன்களும் அரியாசனத்துக்காக ஒருவரையொருவர் சண்டை யிட்டுக் கொண்டிருந்தனர். 65 வயதான பகதூர் ஷா அதில் வெற்றி பெற்றார். அவர் கற்றறிந்த, உன்னதமான நபர் ஆவார். ஔரங்கசீப் பின்பற்றி வந்த சில குறுகிய எண்ணம் கொண்ட கொள்கைகளையும், நடவடிக்கைகளையும் அவர் மாற்றி யமைப்பதற்கான அறிகுறிகள் தென்பட்டன. இந்து மதத் தலைவர்களுடனும் மன்னர்களுடனும் சகிப்புத்தன்மையைப் பெரிதும் வெளிப்படுத்தினார். அவரது ஆட்சிக் காலத்தில் ஆலயங்கள் எதுவும் இடிக்கப்படவில்லை. தொடக்கத்தில் ரஜபுத்திர அரசுகளான ஆம்பர், மார்வார் ஆகியவற்றின் மீது தனது கட்டுப்பாட்டை நிலைநாட்டும் முயற்சியில் அவர் இறங்கினார். தனது மூத்த சகோதரர் விஜயசிங்கைக் கொண்டு ஆம்பரில் ஜெய்சிங்கை ஆட்சியிலிருந்து அகற்றினார். மார்வாரில் ஆட்சியிலிருந்த அஜித்சிங் முகலாய ஆட்சியாளர் களிடம் சரணடைய நிர்ப்பந்திக்கப்பட்டார். ஆம்பர், ஜோத்பூர் ஆகிய நகரங்களைச் சுற்றி படைகளை நிறுத்தும் முயற்சி யிலும் அவர் ஈடுபட்டார். இத்தகைய முயற்சியினால் கடும் எதிர்ப்பை எதிர்கொள்ள நேரிட்டது. அவரது செயல் முட்டாள்தனமானது என்பதை உணர்ந்து கொண்டதால், இரண்டு அரசுகளுடனும் விரைவில் ஒரு உடன்பாட்டுக்கு வந்தார்.

ஜெய்சிங், அஜித்சிங் ஆகியோரை மீண்டும் மன்னர் களாகப் பதவியில் அமர்த்த ஒப்புக்கொண்ட அதே சமயம், 'மன்சப்தார்' போன்ற உயர் பதவிகளை அளிக்கவும், மால்வா, குஜராத் போன்ற முக்கியப் பிரதேசங்களில் 'சுபேதார்' பதவி களை அளிக்கவும் அவர் ஒப்புக்கொள்ளவில்லை. மராட்டிய சர்தார்களுடன் (தலைவர்கள்) சமாதானத்தில் ஈடுபடக்கூடிய தாகவே அவரது கொள்கைகள் இருந்தன. தக்காணப் பிரதேசத்தில் அவர்களுக்கு 'சர்தேஷ்முகி' வரி வசூலிக்கும் உரிமையை அளிக்க முன்வந்த போதிலும், 'சாத்' உரிமை வழங்க முன் வராததால் அவர்களை முழுமையாகத் திருப்திப் படுத்த இயலவில்லை. 'ஷாகுவை' ஒரு உரிமையுள்ள மராட்டிய மன்னராக அவர் அங்கீகரிக்கவில்லை. இதன்மூலம் மராட்டிய

அரசின் மீது தங்களது மேலாண்மையை நிலைநாட்ட தாராபாய்க்கும், ஷாகுவுக்கும் இடையில் மோதலை உருவாக்கினார். இதன் விளைவாக ஷாகுவும், மராட்டிய சர்தார்களும் அதிருப்தியில் இருந்தனர். தக்காணப் பிரதேசம் சீர்குலைவுக்கு உள்ளானது. மராட்டிய சர்தார்கள் தங்களுக்குள்ளும், முகலாய மன்னர்களை எதிர்த்தும் போரிட்டுக் கொண்டிருந்ததால் அமைதியும், இயல்பு நிலையும் திரும்பவில்லை.

குரு கோவிந்தசிங்குடன் சமாதான உடன்படிக்கை மேற்கொண்டு அவருக்கு உயர்ந்த 'மன்சப்தார்' பதவி அளித்தன் மூலம் போராடும் சீக்கியர்களைச் சமாதானப்படுத்தும் முயற்சியில் பகதூர் ஷா இறங்கினார். ஆனால், குருவின் மறைவுக்குப் பிறகு பந்தா பகதூரின் தலைமையின் கீழ் பஞ்சாபில் சீக்கியர்கள் மீண்டும் கலகக் கொடி உயர்த்தினர். பேரரசர் தீவிர நடவடிக்கைகளை மேற்கொண்டு கலகக்காரர்களுக்கு எதிரான இயக்கத்தைத் தாமே தலைமையேற்று வழி நடத்தினார். சட்லஜ் நதிக்கும், யமுனைக்கும் இடைப்பட்ட பகுதி முழுவதையும் தனது கட்டுப்பாட்டின் கீழ் கொண்டு வந்தார். டெல்லியின் எல்லைவரை அவர் சென்றார். இமயமலையின் அடிவாரத்தில் வட கிழக்கு அம்பாலாவில் குரு கோவிந்தசிங்கினால் கட்டப்பட்ட லால்கர் கோட்டையையும், பிற வலுவான சீக்கிய தலங்களையும் வெற்றிகரமாகக் கைப்பற்றிய போதிலும் அவரால் சீக்கியர்களை முழுமையாக ஒடுக்க இயலவில்லை. 1712-ல் அவர்கள் லால்கர் கோட்டையை மீட்டெடுத்தனர்.

புந்தேலா தலைவர் சதர்காலுடன் பகதூர்ஷா சமாதான உடன்பாடு கண்டார். அதைத் தொடர்ந்து அவர் நில பிரபுத்துவ விசுவாசத்துடன் செயல்படத் தொடங்கினார். ஜாட் தலைவர் சௌரமானுடன் ஏற்படுத்திக் கொண்ட உடன்பாட்டின்படி, பந்தா பகதூருக்கு எதிரான இயக்கத்தில் அவர் தன்னையும் இணைத்துக் கொண்டார்.

பகதூர் ஷாவின் ஆட்சியில் நிர்வாகம் மேலும் சீர்குலைந்தது. ஜாகீர்தாரர்களுக்கு அளித்து வந்த வீண் மானியம்

காரணமாக அரசின் நிதிநிலை மோசமடைந்தது. 1707-ம் ஆண்டு சுமார் ரூ.13 கோடியாக இருந்த அரசாங்க கஜானா அவரது ஆட்சிக் காலத்தில் முழுமையாகத் தீர்ந்துபோனது.

பேரரசைச் சூழ்ந்திருந்த பிரச்சினைகளுக்குத் தீர்வு காணும் முயற்சியில் பகதூர் ஷா ஈடுபட்டிருந்தார். நேரம் வாய்த்திருந்தால் அவர் பேரரசின் செல்வாக்கை மீட்டெடுத் திருக்கலாம். 1712-ல் அவர் மறைந்ததைத் தொடர்ந்து துரதிருஷ்டவசமாக பேரரசு மீண்டும் ஒருமுறை உள்நாட்டுப் போரில் சிக்கிக் கொண்டது.

அவரது மறைவைத் தொடர்ந்து நடைபெற்ற பதவிச் சண்டையில் முகலாய அரசியலில் ஒரு புதிய சக்தி நுழைந்தது. தொடக்கத்தில் அதிகாரத்துக்கான போட்டி இளவரசர் களுக்கு இடையிலானதாகவே இருந்தது. பிரபுக்கள், ஆட்சிக்கு வருபவர்களுக்கு உதவி மட்டுமே செய்து வந்தனர். தற்பொழுது பேராசை கொண்ட பிரபுக்கள் அதிகாரத்துக் கான நேரடிப் போட்டியில் இறங்கினர். ஆட்சியைக் கைப் பற்றுவதற்கு உதவி செய்பவர்களாகவே அவர்கள் இளவர சர்களைப் பயன்படுத்திக் கொண்டனர். பகதூர் ஷாவின் மறைவைத் தொடர்ந்து ஏற்பட்ட உள்நாட்டுப் போரில் அவரது மகன்களில் ஒருவரான ஜஹாந்தர் ஷா வெற்றி பெற்றார். மிகவும் செல்வாக்கு மிக்க பிரபுவான ஜுல்பிகர்கான் அவரை ஆதரித்ததே இதற்குக் காரணமாகும்.

ஜஹாந்தர் ஷா ஒரு பலவீனமான, முழுமையாக சுக போகத்தில் சிக்கிச் சீரழிந்த இளவரசராவார். சிறந்த பண்புகள், கௌரவம், ஒழுக்கம் ஏதுவும் அவரிடத்தில் இல்லை.

ஜஹாந்தர் ஷாவின் ஆட்சிக்காலத்தில் நிர்வாகம் முழுமை யாக தீவிர செயல்திறனும், சுறுசுறுப்பும் கொண்ட ஜுல்பிகர் கானிடம் சென்றுவிட்டது. இவர் அவரது அமைச்சராக மாறி னார். ரஜபுத்திர மன்னர்களிடையிலும், மராட்டிய சர்தார் களிடையிலும் நட்புறவைப் பராமரிக்க வேண்டியது அவசிய மென ஜுல்பிகர்கான் கருதினார். ஆட்சியதிகாரத்தில் தனது நிலையை வலுப்படுத்திக் கொள்ளவும், பேரரசைப் பாது காக்கவும் இந்து மதத் தலைவர்களுடன் சமாதானத்துடன்

இருப்பது அவசியம் எனவும் அவர் கருதினார். ஆகவே, ஔரங்கசீப்பின் கொள்கைகளை அவர் தீவிரமாக மாற்றி யமைத்தார். வெறுக்கத்தக்க 'ஜிசியா' வரி நீக்கப்பட்டது. ஆம்பரைச் சேர்ந்த ஜெய்சிங், மிர்ஜா ராஜா சவாய் எனப் பட்டம் சூட்டப்பட்டு மால்வாவின் ஆளுநராக நியமிக்கப் பட்டார்.

மார்வாரின் அஜித்சிங் மகாராஜா என அழைக்கப்பட்டு குஜராத் ஆளுநராக நியமிக்கப்பட்டார். தக்காணத்தைச் சேர்ந்த தனது தளபதி தாவுத்கான் பாணி மராட்டிய மன்னர் ஷாகுவுடன் 1711-ம் ஆண்டு செய்துகொண்ட முந்திய தனிப்பட்ட உடன்பாட்டை ஜுல்பிகர்கான் உறுதிப்படுத்தி னார். இந்த ஏற்பாட்டின்படி, தக்காணத்தில் சௌத் மற்றும் சர்தேஷ்முகி வரி வசூல் செய்யும் உரிமை மராட்டிய ஆட்சி யாளர்களுக்கு வழங்கப்பட்டது. முகலாய அதிகாரிகளால் இத்தகைய வரி வசூல் செய்யப்பட்டு, மராட்டிய அதிகாரி களிடம் ஒப்படைக்கப்பட வேண்டும் என்பது இதிலுள்ள நிபந்தனையாகும். சௌரமான் ஜாட், சாதர்சால் புந்தேலா ஆகியோருடனும் ஜுல்பிகர்கான் நட்புறவு கொண்டார். பந்தாவுடனும், சீக்கியர்களுடனும் மட்டுமே அவர் தனது பழைய ஒடுக்குமுறைக் கொள்கையைத் தொடர்ந்து பின்பற்றி வந்தார்.

ஜாகீர்களின் பெரும் வளர்ச்சியைத் தடுத்து நிறுத்து வதன் மூலம் பேரரசின் நிதியாதாரத்தை மேம்படுத்தும் முயற்சியில் ஜுல்பிகர்கான் ஈடுபட்டார். மன்சப்தார்கள் (பிரபுக்கள்) தமது படைகளைத் தொடர்ந்து பராமரித்து வர வேண்டுமென நிர்ப்பந்திக்கும் முயற்சியிலும் அவர் ஈடுபட்டு வந்தார். இஜாரா அல்லது நிலச்சுவான்தார் முறையை அவர் ஊக்குவித்து வந்தது ஒரு மோசமான செயலாகும். அதாவது தோடர்மால் நிலவருவாய் ஒப்பந்தத்தின்படி, ஒரு நிர்ண யிக்கப்பட்ட வரி வசூலிப்பதற்குப் பதிலாக அரசாங்கம், நிலச்சுவான்தார்களிடமும், இடைத்தரகர்களிடமும் ஒரு குறிப்பிட்ட தொகையை மொத்தமாகப் பெற்றுக்கொள்ளும் வகையில் ஒப்பந்தம் செய்து கொள்வது. அவர்கள், விவசாயி

களிடத்தில் தங்கள் விருப்பத்துக்கு ஏற்ப வரி வசூல் செய்ய அனுமதிப்பது. இத்தகைய செயல் விவசாயிகளின் மீதான ஒடுக்குமுறையை அதிகரிப்பதற்கு இட்டுச் சென்றது.

பொறாமை கொண்ட பிரபுக்கள் பலர் ஜுல்பிகர்கானுக்கு எதிராக இரகசியமாகச் செயல்பட்டு வந்தனர். பேரரசரும் அவரை நம்பாமல் முழு ஒத்துழைப்பு நல்காமல் இருந்தது அதைவிட மோசமாகும். ஜுல்பிகர்கானுக்கு எதிரான சிலர் பேரரசரின் செவிகளில் நச்சுக் கருத்துகளைப் பரப்பி வந்தனர். அவரது அமைச்சர் பெருமளவில் பலம்பெற்று வருவதாகவும், பேராசை கொண்ட அவர் பேரரசையே தூக்கி எறிந்து விடுவார் எனவும் அவரிடம் கூறி வந்தனர். செல்வாக்கு மிக்க அமைச்சரைப் பதவி நீக்கம் செய்யுமளவிற்கு பேரரசருக்குத் துணிவு இல்லை. அவருக்கு எதிராக இரகசிய சதியில் ஈடுபட்டார். சிறந்த நிர்வாகத்தைச் சீர்குலைப்பதற்கு இதைவிட மோசமாக வேறெதுவும் செய்ய முடியாது.

தனது சகோதரியின் மகன் பரூக்சியாரினால் ஜஹாந்தர் ஷா 1713-ம் ஆண்டு ஜனவரியில் ஆக்ராவில் தோற்கடிக்கப்பட்டதைத் தொடர்ந்து அவரது இழிவான ஆட்சி முடிவுக்கு வந்தது.

பரூக்சியாரின் இத்தகைய வெற்றிக்கு சையது சகோதரர்களான அப்துல்லாகானும், ஜுசைன் அலிகான் பாராஹவும் காரணமாக இருந்தனர். ஆகவே, அவர்கள் முறையே தலைமை அமைச்சர், மீர் பாக்ஷி ஆகிய பதவிகளில் அமர்த்தப்பட்டனர். இச்சகோதரர்கள் இருவரும் அரசின் விவகாரங்கள் முழுவதையும் விரைவில் தமது கட்டுப்பாட்டின் கீழ் கொண்டு வந்தனர். பரூக்சியாரிடம் ஆளும் திறன் இல்லை. அவர் ஒரு கோழை, கொடூரமானவர், நம்பிக்கையற்றவர், நாணயமில்லாதவர். உபயோகமற்ற பேர்வழிகளும், துதிபாடிகளும் அவரைச் சூழ்ந்துகொண்டு கெடுத்தனர்.

பலவீனங்கள் இருப்பினும் சையது சகோதரர்கள் தமது விருப்பத்துக்கேற்ப செயல்படுவதற்கு பரூக்சியார் அனுமதிக்கத் தயாரில்லை. தன்னுடைய தனிப்பட்ட அதிகாரத்தை நிலை

நாட்ட முயன்றார். மறுபுறம், நிர்வாகம் முறையாகச் செயல் படுவதும், அழிவிலிருந்து பேரரசு தடுத்து நிறுத்தப்படு வதும், அவர்களது சொந்த நிலை பாதுகாக்கப்படுவதும், அவர்கள் உண்மையான அதிகாரம் செலுத்தும்பொழுதும், பேரரசர் அதிகாரமின்றி வெறுமனே ஆட்சியில் இருக்கும் பொழுதுதான் சாத்தியம் என சையது சகோதரர்கள் கருதினர். இதனால் பேரரசர் பரூக்சியாருக்கும், அவரது தலைமை அமைச்சர் மற்றும் மீர் பாக்ஷிக்கும் இடையில் அதிகாரத் துக்கான போராட்டம் தொடர்ந்து நடைபெற்று வந்தது. இவ்விரு சகோதரர்களையும் தூக்கியெறிய நன்றிகெட்ட பேரரசர் ஒவ்வோராண்டும் சதிச்செயலில் ஈடுபட்டு வந்தார். ஒவ்வோராண்டும் அவர் தோல்வியையே தழுவினார். இறுதி யில் 1719-ல் சையது சகோதரர்கள் அவரைச் சிம்மாசனத்தி லிருந்து அகற்றி படுகொலை செய்தனர். அவரைத் தொடர்ந்து அவரது இடத்தில் இரண்டு இளவரசர்களை அரியாசனம் ஏற்றினர். அவர்கள் இருவரும் உடல்நலம் குன்றி இறந்தனர். அதைத் தொடர்ந்து 18 வயது நிரம்பிய முகமது ஷாவை இந்தியாவின் பேரரசராக சையது சகோதரர்கள் உருவாக் கினர். பரூக்சியாரியின் மறைவுக்குப் பின் வந்த இம்மூவரும் சையது சகோதரர்களின் கைப்பாவைகளாக விளங்கினர். மக்களைச் சந்திப்பது, நகர்வலம் வருவது போன்ற அவர் களது தனிப்பட்ட உரிமைகளும்கூட கட்டுப்படுத்தப் பட்டன. 1713-க்கும் 1720-க்கும் இடைப்பட்ட காலத்தில் அவர்கள் தூக்கி எறியப்படும் வரை நிர்வாகத்தை முழுமை யாகக் கட்டுப்படுத்தி வந்தனர்.

சையது சகோதரர்கள் மதச் சகிப்புத் தன்மையைக் கடைப் பிடித்தனர். இந்து மதத் தலைவர்களும், பிரபுக்களும், முஸ்லீம் பிரபுக்களும் நாட்டை ஆளுவதில் ஒருங்கிணைந்து இருப் பதன் மூலம் மட்டுமே இந்தியாவில் நல்லிணக்கத்துடன் ஆட்சி நடைபெறும் என அவர்கள் நம்பினர். மறுபடியும் ரஜபுத்திரர்கள், மராட்டியர்கள், ஜாட்டுகள். ஆகியோரைச் சமாதானப்படுத்தி பரூக்சியாருக்கு எதிராகவும், போட்டி யாளர்களான பிரபுக்களுக்கு எதிராகவும் பயன்படுத்தும் முயற்சியில் அவர்கள் ஈடுபட்டனர்.

பரூக்சியார் அரியாசனத்தில் அமர்ந்தவுடன் உடனடியாக 'ஜிசியா' வரியை ஒழித்தார். அதேபோல பல இடங்களில் புனித ஸ்தலங்களுக்கான வரி ஒழிக்கப்பட்டது. மார்வாரின் அஜித்சிங், ஆம்பரின் ஜெய்சிங் மற்றும் பல ரஜபுத்திர இளவரசர்களுக்கு நிர்வாகத்தில் செல்வாக்கு மிக்க உயர் பொறுப்புகளை அளித்து அவர்களைத் தமது பக்கம் ஈர்த்துக் கொண்டனர். ஜாட் தலைவர் சௌரமானுடன் அவர்கள் அணி சேர்ந்து நின்றனர். அவர்களது ஆட்சியின் இறுதிக் காலத்தில் ஷாகு மன்னருக்கு சுயராஜ்ஜியமும், தக்காணத்தில் ஐந்து மாகாணங்களில் சாத், சர்தேஷ்முகி வரி வசூல் செய்து கொள்ளும் உரிமையும் வழங்கி அவருடன் உடன்பாடு கண்டனர். அதற்கு பிரதிபலனாக தக்காணப் பிரதேசத்தில் தமது 15 ஆயிரம் குதிரைப்படை வீரர்களுடன் அவர்களுக்கு ஆதரவளிப்பதாக ஷாகு ஒப்புக்கொண்டார்.

கலகக்காரர்களை ஒடுக்கவும், நிர்வாகச் சீர்குலைவி லிருந்து பேரரசைக் காக்கவும் சையது சகோதரர்கள் தீவிர முயற்சிகளை மேற்கொண்டனர். நிரந்தர அரசியல் போட்டி, போர்கள், அரசவையில் நடைபெற்ற சதிச்செயல்கள் போன்ற வற்றால் அவர்களால் இக்கடமையை நிறைவேற்ற இயல வில்லை. ஆளும் வட்டாரத்தில் இருந்து வந்த இத்தகைய தொடர்ச்சியான பிளவு அனைத்து மட்டங்களிலும் நிர்வா கத்தைச் சீர்குலைத்து வந்தது. எல்லா இடங்களிலும் சட்டம், ஒழுங்கு சீர்கெட்டது. ஜமீன்தார்களும், கலகக்காரர்களும் நில வருவாயைச் செலுத்த மறுத்து வந்ததாலும், அரசு வருவாயை அதிகாரிகள் துஷ்பிரயோகம் செய்து வந்ததாலும் அரசின் நிதிநிலை வெகுவாகப் பாதிக்கப்பட்டது. நிலச் சுவான்தார் முறை பரவி வந்ததன் காரணமாக மத்திய வருவாய் குறைந்து வந்தது. இதன் விளைவாக அதிகாரிகளுக்கும், படைவீரர்களுக்கும் முறையாக சம்பளம் வழங்க இயல வில்லை. இதனால் படைவீரர்கள் ஒழுக்கக் கேடுகளுக்கு உள்ளாகி கலகத்திலும் இறங்கத் தொடங்கினர்.

அனைத்துத் தரப்பு பிரபுக்களுடனும் நட்புறவுடன் செயல்பட்டு அவர்களுடன் பேச்சுவார்த்தையில் ஈடுபட

ஸைய்து சகோதரர்கள் தீவிரமாக முயன்றபோதிலும், நிஜாம் உல்முல்க் மற்றும் அவரது தந்தையின் உறவினரான முகமது அமீன்கான் ஆகியோர் தலைமையிலான வலுவான பிரபுக்கள் அவர்களுக்கு எதிரான சதி நடவடிக்கைகளில் இறங்கினர். சையது சகோதரர்களின் செல்வாக்கு பெருகி வந்ததைக் கண்டு இப்பிரபுக்கள் பொறாமை கொண்டனர். பரூக்சியார் அதிகாரத்திலிருந்து அகற்றப்பட்டு, கொலை செய்யப்பட்ட செயல், அவர்களில் பலருக்கு அச்சத்தை விளைவித்தது, பேரரசரே கொல்லப்பட்டதால் சையது சகோதரர்களுக்கு எதிராக மக்களிடையே கோப அலை வீசியது.

உண்ட வீட்டுக்கு இரண்டகம் இழைத்த துரோகிகளாக மக்கள் முன்பாக அவர்கள் காட்சியளித்தனர். ரஜபுத்திரர்களுடனும், மராட்டிய தலைவர்களுடனும் சையது சகோதரர்கள் அணி சேர்ந்ததையும், இந்துக்களுடனான சமரசப் போக்கையும் ஔரங்கசீப் ஆட்சிக்கால பிரபுக்கள் பலர் வெறுத்தனர். முகலாய எதிர்ப்பு, இஸ்லாமிய எதிர்ப்புக் கொள்கைகளை சையது சகோதரர்கள் பின்பற்றி வருவதாக அவர்கள் குறிப்பிட்டனர். சையது சகோதரர்களுக்கு எதிராக வெறிப்பிடித்த முஸ்லீம் பிரபுக்களைக் கிளப்பிவிட அவர்கள் முயற்சி செய்தனர். இச்சகோதரர்களின் கட்டுப்பாட்டிலிருந்து விடுபட்டு சுதந்தரமாக இயங்க விரும்பிய பேரரசர் முகமது ஷா, சையது எதிர்ப்பு பிரபுக்களுக்கு ஆதரவளித்தார். 1720-ல் அவர்கள் இச்சகோதரர்களில் இளையவரான ஹுசைன் அலிகானைக் கொடூரமாகக் கொலை செய்தனர். அப்துல்லா கான் போராடி மீண்டு வர முயற்சித்தார். ஆனால், ஆக்ராவுக்கு அருகில் அவர் தோற்கடிக்கப்பட்டார். இவ்வாறு இந்திய வரலாற்றை 'ஆட்டிப் படைத்தவர்களாகக்' கருதப்பட்டு வந்த முகலாயப் பேரரசில் சையது சகோதரர்களின் மேலாதிக்கம் முடிவுக்கு வந்தது.

முகமது ஷாவின் முப்பதாண்டு கால நீண்ட ஆட்சி (1719 - 48) பேரரசைக் காப்பதற்கான கடைசி வாய்ப்பாக இருந்தது. 1707-20-களில் நிகழ்ந்ததைப் போல பேரரசு அதிகாரத்தில் திடீர் மாற்றங்கள் எதுவும் ஏற்பட்டு

விடவில்லை. அவரது ஆட்சியின் தொடக்கத்தில் முகலாயர்களின் கௌரவம் மக்களிடையே தொடர்ந்து செல்வாக்கு செலுத்தி வந்த முக்கிய அரசியல் அம்சமாக இருந்து வந்தது. முகலாயப் படை, குறிப்பாக முகலாய பீரங்கிப்படை தொடர்ந்து ஒரு முக்கிய சக்தியாக விளங்கி வந்தது. வட இந்திய நிர்வாகம் வீழ்ச்சியுற்று வந்த அதே சமயம் முழுமையாக நாசமடைந்துவிடவில்லை. மராட்டிய சர்தார்கள் தென்னிந்தியாவோடு கட்டுப்படுத்தப்பட்டிருந்தனர். அத்தோடு ரஜபுத்திர மன்னர்கள் முகலாய ஆட்சிக்குத் தொடர்ந்து விசுவாசமாக இருந்து வந்தனர். பிரபுக்களின் ஆதரவைப் பெற்று வந்த ஒரு வலுவான, தொலைநோக்கு கொண்ட ஆட்சியாளர்களால் தமக்கிருந்த பெரும் ஆபத்தை உணர்ந்து, அவற்றிலிருந்து காப்பாற்றிக் கொள்வதற்கான வாய்ப்பு இருந்தது. முகமது ஷா அக்காரியத்தை நிறைவேற்றும் தகுதி வாய்ந்தவராக இல்லை. அவர் பலவீனமானவராகவும், சுக போக வாழ்க்கை அற்பத்தனங்களில் மூழ்கித் திளைப்பவராகவும் இருந்தார். அரசு விவகாரங்களை அவர் புறக்கணித்து வந்தார். நிஜாம் உல் முல்க் போன்ற திறமை வாய்ந்த அமைச்சர்களுக்கு முழு ஆதரவு அளிப்பதற்கு மாறாக, ஊழல் பேர்வழிகள், லாயக்கற்ற துதிபாடிகள், தமது சொந்த அமைச்சர்களுக்கே எதிராக சதி செய்தவர்கள் போன்றோரின் செல்வாக்குகளுக்கு அவர் ஆட்பட்டிருந்தார். தமது புகழ்பாடிகளின் கையூட்டில் தானும் பங்குபெற்று வந்தார்.

உறுதியான நிலையில்லாத, சந்தேக இயல்புகொண்ட பேரரசர் வெறுப்புக்கு ஆளாகி தொடர்ந்து சண்டையிட்டுக் கொண்டிருந்த நிலையில், அச்சமயம் மிகவும் வலுவான பிரபுவாக விளங்கிய நிஜாம் உல்முல்க் தனது சொந்த விருப்பத்தைச் செயல்படுத்த முனைந்தார். 1722-ல் அவர் தலைமை அமைச்சராக ஆனார். நிர்வாகத்தைச் சீர்திருதத தீவிர முயற்சிகளை மேற்கொண்டார். அதைத் தொடர்ந்து அவர் பேரரசரையும், பேரரசையும் அதன் போக்கில் விட்டுவிட்டு சொந்தமாகக் களமிறங்கத் தொடங்கினார். 1724-ம் ஆண்டு அவர் தனது பதவியைவிட்டு வெளியேறினார். தக்காணத்தில் ஐதராபாத் அரசை உருவாக்க தெற்கு நோக்கிப்

பயணமானார். அவரது விலகல், விசுவாசமும், நற்குணங் களும் பேரரசிலிருந்து விலகுவதற்கான ஒரு அடையாளமாகத் தோன்றியது. முகலாயப் பேரரசின் நடைமுறை வீழ்ச்சி தொடங்கியது.

மற்ற வலுவான, பேராசை கொண்ட பிரபுக்களும் தங் களின் சக்தியைப் பயன்படுத்தி, அரை - சுதந்திர அரசுகளை உருவாக்கும் முயற்சிகளைத் துவக்கினர். டெல்லிப் பேரர சருக்கு தங்களது பெயரளவுக்கான விசுவாசத்தைக் காட்டி வந்த மரபு வழிப்பட்ட நவாபுகள் வங்காளம், ஐதராபாத், அவாத், பஞ்சாப், ஆகிய நாட்டின் பல பகுதிகளில் எழுச்சி யுற்றனர். குட்டி ஜமீன்தார்களும், மன்னர்களும், நவாபு களும் பல இடங்களில் விடுதலைக்காக கலகக் கொடி உயர்த்தினர். மராட்டிய சர்தார்கள் மால்வா, குஜராத், பண்டல்கண்டு ஆகிய பகுதிகளைக் கைப்பற்றி, அதற்கு அப்பாலும் தங்களது வடக்கு நோக்கிய விரிவாக்கத்தை மேற்கொண்டனர். அதைத் தொடர்ந்து 1738-ல் பெர்ஷிய (ஈரான்) ஆட்சியாளர் நாதிர்ஷா வடஇந்தியாவின் சமவெளிப் பகுதியில் தாக்குதல் தொடுத்தார். இத்தாக்குதலில் பேரரசு வீழ்ச்சியுற்றது.

எக்காலத்திலும் புகழ் மணக்கும் இந்தியாவின் பிரமிக்கத் தக்க செல்வ வளங்களினால் நாதிர்ஷா ஈர்க்கப்பட்டார். தொடர்ச்சியான போர்களால் பெர்ஷியா திவாலானது. அவரது இராணுவத்தைப் பராமரிக்க பணம் மிகவும் அவசிய மாக இருந்தது. அதற்கு இந்தியாவிலிருந்து கொள்ளை யடிப்பது ஒரு வழி. முகலாயப் பேரரசர்களின் பலவீனத்தால் அவ்வாறு கொள்ளையடிப்பது சாத்தியமாக இருந்தது. 1738-ம் ஆண்டு இறுதியில் இந்திய எல்லைக்குள் எவ்வித எதிர்ப்பு மின்றி அவர் நுழைந்தார். பல்லாண்டு காலம் வடமேற்கு எல்லைப் பகுதியில் பாதுகாப்பு புறக்கணிக்கப்பட்டு வந்தது. எதிரிகள் லாகூரைக் கைப்பற்றும் வரை இந்த ஆபத்து முழுமையாக உணர்ந்து கொள்ளப்படவில்லை.

அதைத் தொடர்ந்து டெல்லியைப் பாதுகாக்க அவசர ஏற்பாடுகள் செய்யப்பட்டன. ஆனால் எதிரிகள் கண்முன்னே

தோன்றிய பின்னரும் பிளவுண்டிருந்த பிரபுக்கள் ஒன்றுபட மறுத்தனர். ஒரு குறிப்பிட்ட பாதுகாப்பு திட்டத்தையோ அல்லது தற்காப்புப் படைகளின் தளபதிகளையோ அவர்கள் ஏற்கத் தயாரில்லை. ஒற்றுமையின்மை, மோசமான தலைமை, பரஸ்பர பொறாமை, நம்பகத்தன்மை இல்லாமை போன்றவை தோல்விக்கே இட்டுச் செல்லும். இரு படைகளும் 1739-ம் ஆண்டு பிப்ரவரி 13 அன்று கர்னாலில் சந்தித்தன. அங்கு அன்னியப் படையெடுப்பாளர்கள் முகலாயப் படைகளை படுதோல்வியடையச் செய்தனர். பேரரசர் முகமது ஷா கைதியாகப் பிடித்துச் செல்லப்பட்டார். நாதிர்ஷா டெல்லியை நோக்கி முன்னேறினார். நாதிர்ஷாவின் படைவீரர்கள் சிலர் படுகொலை செய்யப்பட்டதற்கு பதிலடியாக பேரரசின் தலைநகரில் குடிமக்கள் பலரைக் கொடூரமாகப் படுகொலை செய்ய நாதிர்ஷா உத்தரவிட்டார். பேராசை கொண்ட படையெடுப்பாளர்கள் அரசு கஜானாவையும், அரசரின் பிற சொத்துக்களையும் கைப்பற்றினர். முன்னணி பிரபுக்கள் மீது கப்பம் விதித்தனர். டெல்லியின் செல்வ வளங்களைக் கொள்ளையடித்தனர். அவர்கள் கொள்ளையடித்த மொத்தத் தொகை ரூ.70 கோடிக்கு மேல் இருக்கும். எவ்வித வரியும் விதிக்காமல் மூன்றாண்டு காலம் ஆட்சி நடத்துவதற்கு அது நாதிர்ஷாவுக்குப் போதுமானதாக இருந்தது. புகழ்பெற்ற கோஹினூர் வைரத்தையும், ஷாஜகானின் ஆபரணங்கள் பதிக்கப்பட்டிருந்த மயிலாசனத்தையும் எடுத்துச் சென்றனர். சிந்து நதியின் மேற்கு பகுதியில் இருந்த பேரரசுப் பிரதேசங்கள் முழுவதையும் அவர்களுக்கு விட்டுத்தர ஒத்துக்கொள்ள முகமது ஷா நிர்ப்பந்திக்கப்பட்டார்.

நாதிர்ஷாவின் படையெடுப்பு முகலாயப் பேரரசின் மீது மிக மோசமான பாதிப்பை ஏற்படுத்தியது. அவர்களது கௌரவத்துக்கு ஈடு செய்ய முடியாத இழப்பை ஏற்படுத்தியது. மராட்டிய சர்தார்களிடமும், அன்னிய வர்த்தக நிறுவனங்களிடமும் பேரரசுக்கு இருந்த மறைமுகமான பலவீனத்தை வெளிப்படுத்துவதாக அது இருந்தது. மத்திய நிர்வாகம் முழுமையாகச் செயலிழந்து போனது. பேரரசின்

நிதியாதாரம் படையெடுப்பினால் சீரழிக்கப்பட்டதால் நாட்டு மக்களின் பொருளாதார வாழ்வு மோசமாகப் பாதிக்கப் பட்டது. தரித்திர நிலைக்கு ஆளான பிரபுக்கள் குத்தகையை அதிகப்படுத்தினர். தங்களது இழந்த சொத்துக்களை மீட்பதற்காக விவசாயிகளை மேலும் மோசமாக ஒடுக்கினர். வளமான ஜாகீருக்காகவும், உயர் பதவிகளுக்காகவும் முன் எப்போதும் இல்லாத வகையில் அவர்கள் ஒருவரையொருவர் சண்டையிட்டுக் கொண்டிருந்தனர். காபூலையும், சிந்து நதியின் மேற்குப் பகுதிகளையும் இழந்ததால் வடமேற்குப் பிரதேசத்துக்குள் மீண்டும் ஒரு முறை படையெடுப்பு நிகழ் வதற்கான அபாயம் இருந்து வந்தது. பாதுகாப்பு அரண் இல்லாமல் போனது.

பேரரசின் கட்டுப்பாட்டிலுள்ள பகுதிகள் பெருமளவில் சுருங்கி வந்துள்ள நிலையிலும், நாதிர்ஷா திரும்பிச் சென்ற பிறகு தனது செல்வாக்கைக் கொண்டு ஒரு பகுதியை மீட்டெடுத்தது உண்மையில் ஆச்சரியப்படத்தக்க ஒன்றாகும். ஆனால் இத்தகைய மீட்சி ஏமாற்றமளிக்கக் கூடியதாகவும், மேலோட்டமானதாகவும் இருந்தது. 1748-ல் முகமது ஷா மறைந்த பிறகு, பதவி வெறி பிடித்த பிரபுக்களுக்கிடையில் மோசமான சண்டைகளும், உள்நாட்டுப் போரும் வெடித்தது. வடமேற்கில் பாதுகாப்பு பலவீனமடைந்ததன் விளைவாக நாதிர்ஷாவின் தளபதிகளில் ஒருவரான அகமது ஷா அப்தலி பேரரசின் மீது தொடர்ந்து படையெடுத்தார். தனது எஜ மானரின் மறைவுக்குப் பிறகு அகமது ஷா அப்தலி ஆப் கானிஸ்தான் மீது தனது முழு அதிகாரத்தையும் செலுத்து வதில் வெற்றிபெற்றார். 1748-க்கும் 1767-க்கும் இடைப் பட்ட காலத்தில் டெல்லி முதல் மதுரா வரை அப்தலி பல முறை படையெடுப்பு நடத்தி வட இந்தியாவைக் கொள்ளை யடித்தார். மூன்றாம் பானிபட்டுப் போரில் அவர் மராட்டி யர்களைத் தோற்கடித்தார். முகலாயப் பேரரசைக் கட்டுப் படுத்தவும், அதன் மூலம் நாட்டை ஆதிக்கம் செலுத்த வுமான விருப்பத்துக்கு அது பெரும் பாதிப்பை ஏற்படுத் தியது. இந்தியாவில் ஒரு புதிய ஆப்கன் அரசை அவர் ஏற்படுத்தவில்லை. தான் வெற்றி பெற்ற பஞ்சாபையும்

அவரால் தக்க வைத்துக்கொள்ள இயலவில்லை. சீக்கிய படைத் தலைவர்களிடம் விரைவில் அதனை அவர் இழந்தார்.

நாதிர்ஷா, அப்தலி ஆகியோரின் படையெடுப்புகளாலும் முகலாயப் பிரபுக்களிடையே இருந்து வந்த மோசமான உள் குரோதங்களாலும் ஒரு அகில இந்திய அளவிலான பேரரசு என்ற நிலையிலிருந்து 1761-ம் ஆண்டு முகலாயப் பேரரசு நடைமுறையில் வீழ்ச்சியுற்றது. டெல்லி அரசாக மட்டும் அது தொடர்ந்து நீடித்தது. டெல்லியிலும் அன்றாடம் 'கலகங்களும், கூக்குரல்களும்' கேட்ட வண்ணம் இருந்தன. முகலாய வம்சத்தினர் இந்தியப் பேரரசுக்கான போராட்டத்தில் தீவிரமாகப் பங்கேற்கவில்லை. அவர்களது பெயரைச் சிலர் அரசியல் ரீதியாகப் பயன்படுத்திக்கொண்டு அதிகாரம் செலுத்தி வந்தனர். இதனால் டெல்லி சிம்மாசனத்தில் முகலாயர் ஆட்சி வெகுகாலம் நீடிப்பதற்கான வாய்ப்பு ஏற்பட்டது.

1759-ம் ஆண்டு அரியாசனம் ஏறிய இரண்டாம் ஷா ஆலம் தொடக்கக் காலங்களில் ஒரு பேரரசர் என்ற வகையில் அவரது சொந்த அமைச்சர்களாலேயே அவரது உயிருக்கு ஆபத்து இருப்பதாகக் கருதிய அவர் தலைநகரிலிருந்து வெகு தொலைவில் இங்குமங்கும் அலைந்துகொண்டிருந்தார். அவர் பல்வேறு திறமைகளும், துணிவும் கொண்ட நபராவார். ஆனால் பேரரசு தற்பொழுது சரிசெய்ய முடியாத அளவுக்குச் சீரழிந்துவிட்டது. 1764-ம் ஆண்டு அவர் வங்காளத்தைச் சேர்ந்த மீர்காசிமுடனும், அவாதின் செளஜா உத் தெலிலாவுடனும் இணைந்து நின்று ஆங்கிலேயக் கிழக்கிந்தியக் கம்பெனிக்கு எதிராகப் போர்ப் பிரகடனம் செய்தார். பக்ஸார் போரில் ஆங்கிலேயர்களால் தோற்கடிக்கப்பட்ட அவர், கிழக்கிந்தியக் கம்பெனியின் கைதியாக அலகாபாத்தில் பல் ஆண்டுகள் வாழ்ந்து வந்தார். 1722-ம் ஆண்டு அவர் பிரிட்டீசார் வசமிருந்து தப்பிச் சென்று மராட்டியர்களின் தற்காப்புக் படைகளின் கீழ் டெல்லி திரும்பினார். 1803-ம் ஆண்டு பிரிட்டீசார் டெல்லியைக் கைப்பற்றினர். அன்று தொடங்கி முகலாய சாம்ராஜ்யம் முழுமையாக மறையும் வரை அவர்கள் ஆங்கிலேயர்களின் அரசியல் முன்னணியாகவே சேவை

புரிந்து வந்தனர். உண்மையில், 1759-க்குப் பிறகு இராணுவ அதிகாரத்தைக் கைவிட்டு முகலாயச் சக்கரவர்த்திகளின் ஆட்சி தொடர்ந்ததற்கு, நாட்டில் அரசியல் ஒற்றுமையின் சின்னமாக முகலாய ஆட்சிக்கு மக்கள் மனதில் வலுவான செல்வாக்கு இருந்ததே காரணமாகும்.

முகலாயப் பேரரசின் வீழ்ச்சியினால் ஏற்பட்ட மிகவும் முக்கியமான விளைவு பிரிட்டீஷ் ஆட்சியின் வெற்றிக்கு வழிகோலியதே ஆகும். மாபெரும் முகலாயர்களின் மரபைச் சார்ந்தவர்கள் எனக் கூறிக்கொண்டு இந்திய ஆட்சியாளர்கள் எவரும் எழுச்சியுறவில்லை. பேரரசை அழிக்கும் அளவுக்கு அவர்கள் வலிமையுடன் இருந்தனர். ஆனால், அதனை ஒருங்கிணைக்கும் வகையிலோ அல்லது அதனிடத்தில் புதிதாக ஒன்றைத் தோற்றுவிக்கும் வகையிலோ வலுவுடன் இல்லை. மேற்கிலிருந்து வந்த புதிய எதிரியைத் தடுத்து நிறுத்தும் வகையில் புதிய சமூக முறைமை எதனையும் அவர்கள் உருவாக்கவில்லை. முகலாயர்கள் பின்பற்றி வந்த அதே சீரழிந்த சமூக முறைமையையே அவர்கள் அனைவரும் தொடர்ந்தனர். மாபெரும் முகலாயப் பேரரசின் அழிவுக்குக் காரணமான அதே பலவீனத்தால் அவர்கள் அனைவரும் பாதிக்கப்பட்டனர். மறுபுறத்தில், ஒரு மேலான பொருளாதார முறையாக வளர்ச்சியுற்ற, அறிவியலிலும், தொழில் நுட்பத்திலும் மிகவும் முன்னேறிய சமுதாயங்களிலிருந்து கிடைத்து வந்த ஆதாயத்தோடு ஐரோப்பியர்கள் இந்தியாவின் கதவைத் தட்டி வந்தனர். தமது சொந்த நலன்களுக்காக, நூற்றாண்டுக்கணக்கில் தொன்மைவாய்ந்த நாட்டின் சமூகப் பொருளாதார அரசியல் அமைப்பைக் காலனியக் கட்டமைப்பினால் மாற்றியமைத்து, அன்னியர்களிடம் ஆட்சியை ஒப்படைத்ததுதான் முகலாயப் பேரரசு வீழ்ச்சியின் சோக முடிவாகும்.

இந்திய அரசுகளும், சமூகமும் :

முகலாயப் பேரரசு படிப்படியாக பலவீனமடைந்து, வீழ்ச்சியுறத் தொடங்கியபொழுது உள்ளூர் மற்றும் பிராந்திய

அரசியல், பொருளாதார சக்திகள் எழுச்சியுறத் தொடங்கின. 17-ம் நூற்றாண்டின் இறுதியில் தொடங்கி அரசியலில் பெரும் மாற்றங்கள் ஏற்பட்டன. 18-ம் நூற்றாண்டில் முகலாயப் பேரரசு மற்றும் அதன் அரசியல் அமைப்பு முறையின் இடிபாடுகளிலிருந்து வங்காளம், அவாத், ஐதராபாத், மைசூர், மராட்டிய அரசுகள் போன்ற ஏராளமான சுதந்திர, அரைச் சுதந்திர ஆட்சிகள் எழுச்சியுற்றன. பிரிட்டீசார் தமது மேலாண்மையை இந்தியாவில் நிலை நாட்டிய பொழுது இத்தகைய ஆட்சிகளைத்தான் எதிர்கொள்ள வேண்டியிருந்தது.

இவற்றில் வங்காளம், அவாத், ஐதராபாத் போன்ற சில அரசுகளை 'வாரிசுரிமை அரசுகள்' என வகைப்படுத்தலாம். மத்திய ஆட்சி வீழ்ச்சியுறத் தொடங்கியபொழுது முகலாய ஆட்சிப் பிரதேசங்களில் இருந்த ஆளுநர்கள் சுதந்தரப் பிரகடனம் வெளியிட்டதால் இத்தகைய அரசுகள் தோன்றின. மராட்டியம், ஆப்கன், ஜாட், பஞ்சாப் போன்ற அரசுகள் முகலாய ஆட்சியாளர்களை எதிர்த்து உள்ளூர் தளபதிகள், ஜமீன்தார்கள், விவசாயிகள் ஆகியோரது போராட்டத்தின் விளைவாக உருவானவைகளாகும். இத்தகைய இரண்டு வகையான அரசுகளுக்கிடையில் அல்லது பிரதேசங்களுக் கிடையில் அரசியல் நடத்துவதில் மட்டுமல்லாமல் உள்ளூர் நிலைமைகள் காரணமாகவும் வேறுபாடுகள் நிலவி வந்தன. இருப்பினும் அவைகளுக்கிடையில் அரசியல், நிர்வாக அமைப்பு முறையானது கிட்டத்தட்ட ஒரே மாதிரியாக இருந்தது. ஆச்சரியப்படத் தக்கதல்ல. முகலாயர்களின் செல்வாக்குக்கு எவ்விதத்திலும் ஆட்படாத தென்மேற்கு, வடமேற்கு கடற் கரைப் பகுதிகளும் வடகிழக்கு இந்தியாவும் அடங்கிய மூன்றாவது பிரதேசமும் நாட்டில் இருந்து வந்தது.

18-ம் நூற்றாண்டில் பிரதேச ஆட்சியாளர்கள் அனை வரும் முகலாயப் பேரரசின் மேலாண்மையை ஏற்றுக் கொண்டு பேரரசின் பிரதிநிதிகளாகத் தாங்கள் இருப்ப தற்கான அனுமதியை வேண்டி நிற்பதன் மூலம் தமது நிலையை உறுதிப்படுத்தும் முயற்சியில் ஈடுபட்டு வந்தனர்.

கிட்டத்தட்ட அவர்கள் அனைவருமே முகலாய நிர்வாகத்தின் வழிமுறைகளையும், உறுதியையும் ஏற்றுச் செயல்பட்டனர். வாரிசுரிமை அடிப்படையிலான முதல் வகை அரசுகள் முகலாய நிர்வாக அமைப்பையும், நிறுவனங்களின் செயல்பாட்டையும் மரபுரிமையாகப் பெற்றிருந்தனர். மற்றவர்கள் முகலாய வருவாய் அமைப்பு முறை உள்ளிட்ட பல்வேறு கட்டமைப்பு மற்றும் நிறுவனங்களை ஏற்றுச் செயல்பட முயன்று வந்தனர். பல்வேறு மட்டங்களில் அவற்றை அமுலாக்கி வந்தனர்.

இந்த ஆட்சியாளர்கள் சட்டம், ஒழுங்கையும், நம்பகமான பொருளாதார மற்றும் நிர்வாகக் கட்டமைப்பையும் ஏற்படுத்தி இருந்தனர். விவசாயிகளின் உபரி உற்பத்திப் பொருட்களைக் கட்டுப்படுத்துவதில் உயரதிகாரிகளுடன் தொடர்ந்து போராடி வந்த கீழ்நிலை அதிகாரிகள், குட்டித் தலைவர்கள், ஜமீன்தார்கள், உள்ளூர் அதிகார மையங்களை ஏற்படுத்துவதில் வெற்றிபெற்றவர்கள் போன்றோரை பல வழிகளில் அவர்கள் ஒடுக்கி வந்தனர். இத்தகைய உள்ளூர் குறுநில மன்னர்களிடமும், ஜமீன்தார்களிடமும் தாங்கள் விரும்பிய அமைதியையும், சட்டம், ஒழுங்கையும் நிலைநாட்ட அவர்களுடன் சமாதான உடன்பாடு கண்டு அவர்களையும் ஒருங்கிணைத்து வந்தனர். பொதுவாக, குறுநில மன்னர்கள், ஜாகீர்தார்கள், ஜமீன்தார்கள் ஆகியோருக்கு பெரும்பாலான அரசுகளில் அரசியல் அதிகாரம் பரவலாக்கப்பட்டதால் அவர்களது பொருளாதார, அரசியல் அதிகாரம் அதிகரித்தது. இந்த அரசுகளின் அரசியல், வகுப்புவாதத்தன்மை அற்றதாக அல்லது மதச்சார்பற்றதாக இருந்தது. பொருளாதார, அரசியல் விவகாரங்களில் ஆட்சியாளர்களின் நோக்கம் ஒரே மாதிரியாக இருந்தது. இந்த ஆட்சியாளர்கள் அரசாங்க வேலை வாய்ப்புகளில் பொது நிர்வாகம் அல்லது இராணுவத் துறையில் பாகுபாடு காட்டவில்லை. அவர்களுடைய அதிகாரத்துக்கு எதிராகப் போராடிய கலகக்காரர்களும், ஆட்சியாளர்களின் மதத்தின் மீது பெரிதும் கவனம் செலுத்தவில்லை. முகலாயப் பேரரசின் வீழ்ச்சியைத் தொடர்ந்து இந்தியாவின் பல பகுதிகளில் 'குழப்பங்களும்' 'சட்டம் ஒழுங்கு சீர்குலைவும்'

ஏற்படும் என்ற நம்பிக்கைக்கு அடிப்படை ஏதுமில்லை. உண்மையில், 18-ம் நூற்றாண்டில் நிர்வாகத்திலும், பொருளாதாரத்திலும் நிலவிய குழப்பங்கள் ஆங்கிலேயர்களின் போரினாலும், அவர்கள் இந்திய அரசுகளின் உள் விவகாரங்களிலும் தலையிட்டதாலும் ஏற்பட்ட விளைவே ஆகும்.

17-ம் நூற்றாண்டில் ஏற்பட்ட பொருளாதார நெருக்கடியைத் தடுத்து நிறுத்த எந்த அரசாலும் இயலவில்லை. அடிப்படையில் அவை அனைத்தும் வரி வசூலிக்கும் அரசுகளாகவே இருந்து வந்தன. ஜமீன்தார்கள், ஜாகீர்தார்களின் எண்ணிக்கையும், அரசியல் செல்வாக்கும் தொடர்ந்து அதிகரித்து வந்தது. வேளாண்மையிலிருந்து கிடைக்கும் வருவாய்க்காகப் போராடி வந்தனர். அதே சமயம், விவசாயிகளின் நிலை தொடர்ந்து திவாலாகி வந்தது. இவ்வரசுகள் உள்நாட்டு வர்த்தகத்தில் எவ்வித வீச்சியும் ஏற்படாமல் தடுத்து வந்தன. வெளிநாட்டு வர்த்தகத்தை ஊக்குவிக்க முயற்சித்து வந்தன. அடிப்படையான தொழில், வர்த்தகக் கட்டமைப்பை நவீனப்படுத்த அவர்கள் எதுவும் செய்யவில்லை. இது அவர்கள் தங்களை ஒன்று திரட்டுவதில் ஏற்பட்ட தோல்வி அல்லது வெளியுலகத் தாக்குதலைத் தடுத்து நிறுத்த இயலாத நிலையைக் காட்டுகிறது.

ஐதராபாத்தும், கருநாடகமும் :

1724-ம் ஆண்டு நிஜாம் உல் முல்க் ஆசப் ஜா என்பவரால் ஐதராபாத் அரசு தோற்றுவிக்கப்பட்டது. அவர், ஔரங்கசீப்புக்குப் பிந்திய காலகட்டத்தில் வாழ்ந்த ஒரு முன்னணி பிரபு ஆவார். சையது சகோதரர்களைத் தூக்கியெறிவதில் அவர் முன்னணிப் பாத்திரம் வகித்துள்ளார். அதனால் அவருக்கு தக்காணத்தின் ராஜ்ஜியப் பிரதிநிதிப் பட்டம் அளிக்கப்பட்டது. தனது ராஜ்ஜியத்துக்கு உட்பட்ட அனைத்து எதிரிகளையும் ஒடுக்கி 1720-1722 காலகட்டத்தில் தக்காணத்தின் மீதான தனது பிடியை வலுப்படுத்தி, திறம்பட நிர்வாகம் நடத்தி வந்தார். 1722-ம் ஆண்டிலிருந்து 1724-ம்

ஆண்டு வரை அவர் பேரரசின் தலைமை அமைச்சராக விளங்கினார். நிர்வாகத்தைச் சீர்திருத்த அவர் மேற்கொண்ட முயற்சிகளுக்கு பேரரசர் முகமது ஷா ஒத்துழைக்காததால் வெறுப்புக்கு ஆளானார். ஆகவே, தன்து மேலாண்மையை சிறந்த முறையில் செயல்படுத்த வாய்ப்புள்ள தக்காணத்துக்கு மீண்டும் திரும்ப அவர் முடிவு செய்தார். அங்கு அவர் வலுவாக ஆட்சி செய்து ஐதராபாத் அரசுக்கு அடிக்கல் நாட்டினார். மத்திய அரசிலிருந்து துண்டித்துக்கொண்டு சுதந்தர அரசாக செயல்படுவதாக ஒருபோதும் அவர் வெளிப்படையர்க அறிவிக்கவில்லை. நடைமுறையில் அவர் ஒரு சுதந்தர ஆட்சி யாளராகவே செயல்பட்டு வந்தார். டெல்லியின் அனுமதி எதுவும் இன்றியே அவர் போர்களை நடத்தினார், அனுமதி உடன்பாடு கண்டார், பட்டங்களை வழங்கினார், ஜாகீர் களையும், பதவிகளையும் அளித்தார். இந்துக்களிடம் அவர் சகிப்புத்தன்மையை வெளிப்படுத்தினார். சான்றாக, பூரணச் சந்திரன் என்ற இந்துவைத் தனது திவானாக வைத்தி ருந்தார். முகலாய மாதிரியில் ஜாகீர்தாரி அமைப்பு முறையின் அடிப்படையில் தக்காணத்தில் நிர்வாகத்தை ஏற்படுத்தி யதன் மூலம் அவர் தனது அதிகாரத்தை வலுப்படுத்திக் கொண்டார். தனது அதிகாரத்துக்குக் கீழ்ப்படியாத பெரும் ஜமீன்தார்களை அவர் நிர்ப்பந்தப்படுத்தினார். செல்வாக்கு மிக்க மராட்டியர்களைத் தனது எல்லைக்கு அப்பால் நிறுத்தி னார். வருவாய்த் துறையில் இருந்த ஊழலைக் களையவும் அவர் முயற்சிகளை மேற்கொண்டார். ஆனால், 1748-ம் ஆண்டு அவர் மறைந்த பிறகு டெல்லியில் செயல்படுவதைப் போன்ற அதே சீர்குலைவு சக்திகளின் கரங்களில் ஐதராபாத் வீழ்ச்சியுற்றது.

நிஜாமின் ஐதராபாத் இருந்ததைப் போல, முகலாய தக்காணத்தின் ஒரு ராஜ்ஜியமாக (சுபா) கருநாடகா இருந்து வந்தது. ஆனால் நடைமுறையில் டெல்லியிலிருந்து சுதந்தர மானவராக இருந்தார். அதுபோல, கருநாடக நவாப் என அழைக்கப்பட்ட கருநாடக துணை ஆளுநரும் தக்காண ராஜ்ஜியப் பிரதிநிதியுடன் கட்டுப்பாட்டிலிருந்து தன்னை முழுமையாக விடுவித்துக்கொண்டார். தனது பதவியை மரபு

வழிப்பட்டதாக உருவாக்கினார். ஆகவே, கருநாடக நவாபான சாதுல்லா கான் மேல்மட்டத்தில் நிஜாமின் ஒப்புதல் இன்றியே தனது சகோதரியின் மகன் தோஸ்த் அலியைத் தனக்கு அடுத்த வாரிசாக உருவாக்கினார். பிற்காலத்தில் 1740-க்குப் பிறகு நவாப் பதவிக்கென அடிக்கடி நிகழ்ந்து வந்த போராட்டங்களால் கருநாடகம் வீழ்ச்சியுற்றது. ஐரோப்பிய வர்த்தக நிறுவனங்கள் இந்திய அரசியலில் நேரடியாக நுழைவதற்கு இது வாய்ப்பை ஏற்படுத்தித் தந்தது.

வங்காளம் :

மத்திய ஆட்சி பலவீனமடைந்து வந்ததை வாய்ப்பாகப் பயன்படுத்திக் கொண்டு அபாரத் திறமை வாய்ந்த முர்ஷித் குலிகான், அலிவர்திகான் ஆகிய இருவரும் வங்காளத்தைச் சுதந்தரப் பிரகடனம் செய்யும் நிலைக்குக் கொண்டு சென்றனர். முர்ஷித்குலிகான் 1717-ம் ஆண்டு பிற்பகுதியில் வங்காள ஆளுநராக ஆனபோதிலும், 1700-ல் அதன் திவானாக நியமிக்கப்பட்ட காலத்திலிருந்தே அவர் அப்பகுதியைத் திறம்பட ஆட்சி புரிந்து வந்தார். விரைவில் அவர் மத்திய ஆட்சியின் கட்டுப்பாட்டிலிருந்து விலகியபோதிலும், பேரரசுக்குப் பெருமளவில் கப்பம் கட்டி வந்துள்ளார். வங்காளத்தை உள்நாட்டு, வெளிநாட்டு ஆபத்துகளிலிருந்து பாதுகாத்து அமைதியை நிலைநாட்டினார். ஜமீன்தார்களின் எழுச்சியும் ஓரளவுக்கு அடங்கியிருந்தது. அவரது ஆட்சிக் காலத்தில் சீதாராம்ராய், உதய்நாராயண், குலாம் முகமது ஆகியோரின் தலைமையிலான மூன்று பெரும் எழுச்சிகளும், அதைத் தொடர்ந்து சுஜத்கான், நஜத்கான் ஆகியோரது தலைமையிலான எழுச்சிகளும் மட்டுமே நடைபெற்றன. அவர்களை முறியடித்த பிறகு முர்ஷித் குலிகான் அவர்களது ஜமீன்களை தனக்கு நெருக்கமானவரான ராம்ஜீவனுக்கு அளித்தார். முர்ஷித் குலிகான் 1727-ல் மறைந்தார். அவரது மருமகன் சுஜாவுத்தீன் 1739-வரை வங்காளத்தை ஆட்சி புரிந்தார். அவ்வாண்டு சுஜாவுத்தீனின் மகன் சர்ஃபராஜ்கானை ஆட்சியிலிருந்து அகற்றிக்

கொலை செய்துவிட்டு அலிவர்திகான் தன்னைத்தானே நவாபாக அறிவித்துக் கொண்டார்.

இம்மூன்று நவாபுகளும் வங்காளத்தில் நீண்ட காலம் அமைதியை நிலைநாட்டி, முறையான நிர்வாகம் நடத்தி வந்தனர். அதன் வர்த்தகத்தையும், தொழிலையும் மேம்படுத் தினர். முர்ஷித்குலிகான் நிர்வாகத்தின் வருமானத்தை உயர்த்தினார். புதிய வருவாய் உடன்பாட்டின்படியும், நிலச் சுவான்தார் முறையை அறிமுகப்படுத்துவதன் மூலமும் பெரும் பாலான ஜாகீர் நிலங்களை 'காலிஷா' நிலங்களாக மாற்றி வங்காளத்தின் நிலவரி முறையைத் திருத்தி அமைத்தார். நிலச்சுவான்தார்களையும், அதிகாரிகளையும் உள்ளூர் ஜமீன் தார்கள் மற்றும் வணிக வங்கியாளர்களிடமிருந்து அவர் நியமனம் செய்தார். ஏழை விவசாயிகள் துயரங்களிலிருந்து விடுபடவும், உரிய காலத்தில் நிலவரி செலுத்த உதவும் வகையிலும் அவர் வேளாண் கடன்களை (தக்காவி)யும் வழங்கினார். இதன்மூலம் அவரால் வங்காள அரசாங்கத்தின் நிதி மூலாதாரத்தை அதிகரிக்க முடிந்தது. ஆனால் நிலச் சுவான்தார் முறையினால் ஜமீன்தார்கள் மீதும் விவசாயிகள் மீதும் பொருளாதாரச் சுமை கூடியது. புதிது புதிதாக வரி விதிக்காமல் நிர்ணயிக்கப்பட்ட வரியை மட்டுமே அவர் கோரிய போதிலும், ஜமீன்தார்களிடமிருந்தும், விவசாயிகளிட மிருந்தும் அவ்வரியை மிகவும் கொடூரமான முறையில் அவர் வசூலித்தார். பழைய ஜமீன்தார்கள் பலர் நிலத்தைவிட்டு ஓடியதும், அவ்விடங்கள் நிலச்சுவான்தார்களால் எடுத்துக் கொள்ளப்பட்டதும் அவரது சீர்திருத்தத்தின் மற்றொரு விளைவாகும்.

முர்ஷித் குலிகானும், அவரைத் தொடர்ந்து வந்த நவாபு களும், இந்துக்களுக்கும், முஸ்லீம்களுக்கும் வேலைவாய்ப் பில் சம உரிமை வழங்கினர். அரசின் உயர் பதவிகளிலும், இராணுவப் பதவிகளிலும் வங்காளிகளை, அதாவது பெரும் பாலும் இந்துக்களை அமர்த்தினர். முர்ஷித் குலிகான் நிலச்சுவான்தார்களைத் தேர்வு செய்யும்பொழுது உள்ளூர் ஜமீன்தார்களுக்கும், பெரும்பாலும் இந்துக்களாக இருந்த மகாஜன்களுக்கும் (கந்துவட்டிக்காரர்கள்) முன்னுரிமை

அளித்தார். இதன் மூலம் அவர் வங்காளத்தில் ஒரு புதிய நிலவுடைமை முறைக்கு அடிக்கல் நாட்டினார்.

வர்த்தக விரிவாக்கம் மக்களுக்கும், அரசாங்கத்துக்கும் நன்மை பயப்பதாக மூன்று நவாபுகளும் கருதினர். ஆக, உள்நாட்டு வெளிநாட்டு வியாபாரிகள் அனைவருக்கும் அவர்கள் ஆதரவு அளித்தனர். தானா (காவல்துறை) மற்றும் சௌகிகளை ஏற்படுத்துவதன் மூலம் திருடர்களிடமிருந்தும், கொள்ளைக்காரர்களிடமிருந்தும் சாலைகள், ஆறுகளின் வழியான பாதுகாப்பான போக்குவரத்துக்கு அவர்கள் வகை செய்தனர். அதிகாரிகளின் தனிப்பட்ட வர்த்தகத்தைத் தடை செய்தனர். சுங்க வரி வசூல் நிர்வாகத்தில் நடைபெற்று வந்த முறைகேடுகளைத் தடுத்து நிறுத்தினர். அன்னிய வர்த்த நிறுவனங்களும், அவர்களது ஊழியர்களும் தங்களுக்கு அளிக்கப்பட்ட வாய்ப்புகளை முறைகேடாகப் பயன்படுத்து வதைத் தடுத்து நிறுத்தி அவர்கள் மீது உறுதியான கட்டுப் பாட்டை நிலைநாட்டினர். கிழக்கிந்தியக் கம்பெனி ஊழியர் கள் இம்மண்ணின் சட்டங்களுக்குக் கீழ்படிந்து நடந்து கொள்ள வேண்டுமெனவும், பிற வணிகர்கள் செலுத்து வதைப் போன்ற அதே சுங்க வரிகளைச் செலுத்த வேண்டு மெனவும் நிர்ப்பந்திக்கப்பட்டனர். ஆங்கிலேயர்களும், பிரெஞ் சுக்காரர்களும் தங்களது தொழிற்சாலைகளை கல்கத்தா விலும், சந்திரநாகூரிலும் நிறுவுவதை அலிவர்திகான் அனு மதிக்கவில்லை. இருப்பினும் ஒரு அம்சத்தில் வங்காள நவாபுகள் தொலைநோக்குப் பார்வை இல்லாதவர்களாக இருந்தனர். 1707-ம் ஆண்டுக்குப் பிறகு, தமது கோரிக்கை களை ஏற்க வலியுறுத்தி ஆங்கிலேயக் கிழக்கிந்தியக் கம்பெனி இராணுவ பலத்தைப் பயன்படுத்தியதை அல்லது பயன்படுத்தப் போவதாக அச்சுறுத்தியதை எதிர்த்து அவர்கள் உறுதியாக நிற்கவில்லை. கம்பெனியின் அச்சுறுத்தலை எதிர்கொள்ளும் வல்லமை அவர்களிடம் இருந்தது. ஒரு சாதாரண வர்த்தகக் கம்பெனியினால் அவர்களது அதிகா ரத்துக்கு அச்சுறுத்தலை ஏற்படுத்திவிட முடியாது என அவர்கள் தொடர்ந்து நம்பி வந்தனர். ஆங்கிலேயக் கம்பெனி என்பது வெறும் வர்த்தகக் கம்பெனி மட்டுமல்ல, அவர்கள் அக்கால

கட்டத்தின் மிகவும் தீவிரமான, ஆக்கிரமிப்புத்தன்மை கொண்ட காலனியத்தின் பிரதிநிதிகள் என்பதை நவாபுகள் காணத்தவறிவிட்டனர். அவர்களது அறியாமையும், வெளி யுலகத் தொடர்பற்ற நிலையும் அரசுக்குப் பெரும் பாதிப்பை ஏற்படுத்தின. அவ்வாறு இல்லையெனில் மேற்கத்திய வர்த்தகக் கம்பெனிகளால் ஆப்பிரிக்கா, தென்கிழக்காசியா, இலத்தீன் அமெரிக்கா ஆகிய நாடுகளில் ஏற்பட்ட பாதிப்பை அவர்கள் உணர்ந்திருக்க முடியும்.

ஒரு வலிமை மிக்க படையை உருவாக்குவதையும், அதற்குப் பெரும் விலை தர வேண்டியிருந்ததையும் வங்காள நவாபுகள் நிராகரித்தனர். உதாரணமாக, முர்ஷித் குலிகானின் படையில், 2000 குதிரைப்படை வீரர்களும், 4000 காலாட் படை வீரர்களும் மட்டுமே இருந்து வந்தனர். அலிவர்த்தி கான் மராட்டியர்களின் தொடர்ச்சியான படையெடுப்பு களுக்கு இலக்காகி வந்தார். இறுதியில் ஒரிசாவின் பெரும் பகுதியை அவர்களிடம் இழந்தார். 1756-57-ம் ஆண்டில் அலிவர்திகானைத் தொடர்ந்து ஆட்சிக்கு வந்த சிராஜ் உத் தெலிலா மீது ஆங்கிலேயக் கிழக்கிந்தியக் கம்பெனி போர்ப்பிரகடனம் செய்தபொழுது அவரிடம் வலுவான ட்டை இல்லாததால், அது அன்னியரின் வெற்றிக்குக் காரணமாக அமைந்தது. தமது அதிகாரிகளிடம் அதிகரித்து வந்த ஊழலை நவாபுகளால் கட்டுப்படுத்த இயலவில்லை. குவாஸி, மஃபி போன்ற நீதித்துறை அலுவலர்கள்கூட கையூட்டு பெற்று வந்தனர். அதிகாரப்பூர்வ சட்ட திட்டங்களையும், கொள்கை களையும் புறக்கணித்துச் செயல்படுவதற்கு அன்னியக் கம்பெனிகள் இத்தகைய பலவீனங்களைப் பயன்படுத்திக் கொண்டன.

அவாத் :

அவாத் சுயாட்சி சாம்ராஜ்ஜியத்தின் நிறுவனரான சாதத்கான் புர்கான். உல்முல்க் 1722-ம் ஆண்டு அவாத்தின் ஆளுநராக நியமிக்கப்பட்டார். அவர் தீவிர, மனோதிடம்

கொண்ட, சுறுசுறுப்பான, இரும்பு போன்ற உறுதி படைத்த அறிவில் சிறந்த நபராவார். அவரது நியமனத்தை எதிர்த்து அப்பிரதேசத்தில் ஜமீன்தார்கள் பலர் கலகக் கொடி உயர்த்தினர். அவர்கள் நிலவரி செலுத்த மறுத்தனர். சொந்தப் படைகளை உருவாக்கிக் கொண்டனர். கோட்டைகளை எழுப்பினர். பேரரசின் அரசாங்கத்தைப் புறக்கணித்தனர். சாதத்கான் அவர்கள் மீது பல ஆண்டுகள் போர் தொடுத்தார். சட்டமீறலை ஒடுக்குவதிலும், பெரும் ஜமீன்தார்களை நெறிப்படுத்துவதிலும் அவர் வெற்றிகண்டார். இதன்மூலம் அரசாங்கத்தின் நிதி வருவாய் அதிகரித்தது. பல்வேறு சலுகைகளை அளித்து தளபதிகளையும், ஜமீன்தார்களையும் தமது பக்கம் வென்றெடுத்தார். தோற்கடிக்கப்பட்ட ஜமீன்தார்களும் அப்புறப்படுத்தப்படவில்லை. அவர்கள் நில வரியை முறையாகச் செலுத்த ஒப்புக்கொண்டதை அடுத்து அவர்களது நிலப் பகுதிகளிலேயே வழக்கம்போல தொடர்ந்து செயல்பட அனுமதிக்கப்பட்டனர்.

1723-ம் ஆண்டு சாதத்கான் ஒரு புதிய வரி முறையையும் நடைமுறைப்படுத்தினார். விவசாயிகளின் மீது சமச்சீரான நிலவரி விதித்து, பெரும் ஜமீன்தார்களிடமிருந்து அவர்களைப் பாதுகாத்திட பேருதவி புரிந்தார்.

வங்காள நவாபுகளைப்போல அவரும் இந்துக்களுக்கும், முஸ்லீம்களுக்கும் இடையில் எவ்வித பாகுபாட்டையும் உருவாக்கவில்லை. அவரது தளபதிகளிலும், உயர் அதிகாரிகளிலும் பலர் இந்துக்கள் ஆவர். மத வேறுபாடுகளுக்கு அப்பாற்பட்டு அவர் ஜமீன்தார்களையும், குறுநில மன்னர்களையும் பிரபுக்களையும் ஒடுக்கி வந்தார். அவரது படைகளுக்குச் சிறந்த சம்பளம் அளிக்கப்பட்டு வந்தது. சிறந்த படைக் கருவிகளையும், பயிற்சிகளையும் பெற்று விளங்கியது. அவரது நிர்வாகம் திறம்பட்டதாக இருந்தது. அவரும் ஜாகீர் முறையைத் தொடர்ந்து அமுலாக்கி வந்தார். 1739-ம் ஆண்டு அவர் மரணமடைவதற்கு முன்பு அம்மாகாணத்தை முழுமையான சுதந்தரம் பெற்றதாகவும் வாரிசுரிமை கொண்டதாகவும் மாற்றினார். அவரைத் தொடர்ந்து அவரது சகோதரியின்

மகன் சஃப்தர்ஜங் பொறுப்புக்கு வந்தார். அவர் 1748-ம் ஆண்டு பேரரசின் தலைமை அமைச்சராகவும் செயல்பட்டு வந்தார். அலகாபாத் மாகாணமும் அவருக்குக் கூடுதலாக அளிக்கப்பட்டது.

1754-ம் ஆண்டு மறையும்வரை சப்தர்ஜங் வெகுகாலம் அவாத்திலும், அலகாபாத்திலும் மக்களுக்கு அமைதியான ஆட்சியை நடத்தி வந்தார். கலகத்தில் ஈடுபட்டு வந்த ஜமீன் தார்களை ஒடுக்கியும், பிறரை வென்றெடுத்தும், மராட்டிய சர்தார்களுடன் அணி சேர்ந்து நின்றும் படையெடுப்பு களிலிருந்து தமது மேலாண்மையை நிலைநாட்டி வந்தார். ரஜபுத்திர தளபதிகளின் விசுவாசத்தை வென்றெடுக்கும் திறன் வாய்ந்தவராக விளங்கினார். ரோகில்லர்களுக்கும், பங்காஷ்பதன்களுக்கும் எதிராகப் போரில் ஈடுபட்டார். 1750 - 51-களில் பங்காஷ் பதன்களுக்கு எதிரான போரில் மராட்டிய இராணுவத்துக்கு ஊதியமாக ரூ.25 ஆயிரமும், ஜாட்டுகளின் உதவிபெற ரூ.15 ஆயிரமும் தினசரி அளித்து அவர்களது ஆதரவினைப் பெற்று வந்தார். பின்னாளில் அவர் பேஷ்வாக்குகளுடன் ஒரு உடன்பாட்டுக்கு வந்தார். அதன்படி, ‘அகமது ஷா அப்தலிக்கு எதிராக முகலாயப் பேரரசுக்கு பேஷ்வாக்கள் உதவுவது, இந்தியப் பதன்கள், ரஜபுத்திர மன்னர்கள் போன்ற உள்நாட்டுக் கலகப் பேர் வழிகளிடமிருந்து பாதுகாக்கவும், அதற்குப் பிரதிபலனாக பேஷ்வாக்களுக்கு நிதியாக ரூ.50 லட்சமும், பஞ்சாப், சிந்து மற்றும் வட இந்தியாவின் பல மாவட்டங்களில் சாத் வரி வசூலிக்கும் உரிமையும் வழங்குவது மற்றும் அஜ்மீர், ஆக்ரா ஆகியவற்றின் ஆளுநர் பதவிகளை அளிப்பது’ என்பது முடிவாகும். இருப்பினும், பேஷ்வாக்களுக்கு அவாத்திலும், அலாகாபாத்திலும் ஆளுநர் பதவி அளிப்பதாக டெல்லியைச் சேர்ந்த சப்தர்ஜங்கின் எதிரிகள் வாக்குறுதி அளித்ததால் மேற்கண்ட உடன்பாடு தோல்வி கண்டது.

சப்தர்ஜங் சமச்சீரான நீதியமைப்பு முறையையும் ஏற்படுத்தினார். வேலைவாய்ப்பில் இந்துக்களுக்கும், முஸ்லீம் களுக்கும் பாகுபாடற்ற கொள்கையைப் பின்பற்றலானார்.

அவரது அரசாங்கத்தின் உயர் பதவியில் மகாராஜா நவாப் ராய் என்ற இந்து அலங்கரித்து வந்தார்.

நவாபுகளின் ஆட்சியில் பிரபுக்களுக்கு நீடித்த அமைதியும் பொருளாதார வளமும் இருந்து வந்ததால் அவாத் நிர்வாகத்தில் தெளிவான லக்னோ பண்பாடு ஒன்று வளர்ச்சி பெற்று வந்தது. லக்னோ நீண்ட காலம் அவாத்தின் ஒரு முக்கிய நகரமாக விளங்கியது. 1775-க்குப் பிறகு அவாத் நவாபுகளின் தலைநகரமாக இருந்தது. கலை, இலக்கியத்துக்கு அளித்து வந்த ஆதரவு காரணமாக டெல்லியுடன் போட்டியிடும் அளவுக்கு அது தயாரானது. கைவினைப் பொருட்களின் முக்கிய மையமாகவும் அது வளர்ச்சியுற்றது. உள்ளூர் தலைவர்கள் மற்றும் ஜமீன்தார்களின் ஆதரவுடன், கலையும், பண்பாடும் நகரங்களுக்குள்ளும் ஊடுருவியது.

சப்தர்ஜங் தனது சொந்த வாழ்க்கையிலும் உயர்ந்த அற நெறிகளைப் பின்பற்றி வந்தார். தனது வாழ்நாள் முழுவதும் தனது ஒரே மனைவியுடன் வாழ்க்கை நடத்தி வந்தார். உண்மையில், ஐதராபாத், வங்காளம், அவாத் ஆகிய சுதந்தர ராஜ்ஜியங்களை அரசாண்டு வந்த நிஜாம் உல் முல்க், முர்ஷித் குலிகான் மற்றும் அலிவர்திகான், சாதத்கான், சப்தர்ஜங் ஆகிய அனைவருமே சொந்த வாழ்க்கையில் உயர்ந்த நெறிமுறைகளைப் பின்பற்றி வந்தனர். அவர்கள் அனைவரும் சிக்கனத்துடன் எளிய வாழ்க்கையை நடத்தினர். 18-ம் நூற்றாண்டில் வாழ்ந்த பிரபுக்கள் அனைவரும் மிகவும் ஊதாரித்தனமாகவும், ஆடம்பரமாகவும் வாழ்ந்து வந்த சமயத்தில் இவர்களது வாழ்க்கை நம்ப முடியாத அளவுக்கு எளிமையாக இருந்தது. மோசடிகளையும், சதிகளையம், துரோகங்களையும் அவர்கள் தமது பொதுவாழ்விலும், அரசியல் வாழ்க்கையிலும் மட்டுமே செய்து வந்தனர்.

மைசூர் :

ஐதராபாத்தை அடுத்து தென்னிந்தியாவில் மிகவும் முக்கியமான ஆட்சியாக உருப்பெற்றது ஐதர் அலி தலைமை

யிலான மைசூர் ஆகும். மைசூர் ராஜ்ஜியம் தனது நிச்சய மற்ற சுதந்தரத்தை, பெயரளவுக்கு மட்டுமே முகலாயப் பேரரசின் ஒரு அங்கமாகத் திகழ்ந்து வந்ததை விஜயநகரப் பேரரசின் இறுதியிலிருந்தே பாதுகாத்து வந்தது. 18-ம் நூற்றாண்டின் துவக்கத்தில் நஞ்சராஜ் (சர்வாதிகாரி), தேவ ராஜ் (தளவாய்) ஆகிய இரு அமைச்சர்களும் மைசூரில் ஆட்சியைப் கைப்பற்றி மன்னர் சிக்க கிருஷ்ணராஜை வெறும் கைப்பாவையாக மாற்றினர். 1721-ம் ஆண்டு ஒரு சாதாரணக் குடும்பத்தில் பிறந்த ஐதர் அலி மைசூர் இராணு வத்தில் ஒரு சிறிய அதிகாரியாக தனது வாழ்க்கையைத் தொடங்கினார். கல்வியறிவு இல்லாதவராக இருந்தபோதிலும் அவர் ஒரு சிறந்த அறிவாளியாகவும், பெரும் வல்லமையும், துணிவும், உறுதியும் கொண்டவராகவும் விளங்கி வந்தார். தேர்ந்த தளபதியாகவும், மதிநுட்பமுள்ள ராஜதந்திரியாகவும் திகழ்ந்தார்.

இருபதாண்டுகளுக்கு மேலாக நடைபெற்ற மைசூர் போரில் ஐதர்அலி தன்னை ஈடுபடுத்திக் கொண்டார். தனக்குக் கிடைத்த வாய்ப்புகளைத் திறமையாகப் பயன்படுத்திக் கொண்டு மைசூர் ராணுவத்தில் படிப்படியாக அவர் எழுச்சி யுற்றார். மேலைய இராணுவப் பயிற்சியின் மேன்மைகளைப் புரிந்துகொண்டு, அவற்றைத் தமது தலைமையிலான படை களுக்கு அளிக்கத் தொடங்கினார். பிரெஞ்சு நிபுணர்களின் உதவியுடன் 1755-ல் திண்டுக்கல்லில் நவீன ஆயுத உற்பத்தித் தொழிற்சாலையை நிறுவினார். 1761-ம் ஆண்டு அவர் நஞ்ச ராஜைத் தூக்கி எறிந்து மைசூர் அரசில் தனது அதிகாரத்தை நிலைநாட்டினார். கலகத்தில் ஈடுபட்ட பாளையக்காரர் களை (போர்ப்படை தளபதிகளும், ஜமீன்தார்களும்) முழுமை யாகப் கட்டுப்படுத்தி பிட்னூர், சுண்டா, சேரா, கனரா, மலபார் பிரதேசங்களை வெற்றிகொண்டார். இந்தியப் பெருங் கடலைப் பயன்படுத்தும் நோக்கமே அவர் மலபாரைக் கைப்பற்றியதற்கான முக்கியக் காரணமாகும். அவர் கல்வி யறிவற்றவராக இருந்தபோதிலும் சிறந்த நிர்வாகியாகத் திகழ்ந்தார். அவரது ஆட்சிப் பிரதேசத்தில் முகலாய நிர்வாக முறையையும், வரி முறையையும் நடைமுறைப்

படுத்தினார். ஆட்சிப் பொறுப்பேற்றபொழுது பலவீன மடைந்து பிளவுபட்டுக்கிடந்த மைசூரை விரைவில் இந்தியாவின் முன்னணி ஆட்சியாக மாற்றினார். மதச் சகிப்புத் தன்மையைப் பெரிதும் வெளிப்படுத்தினார். அவரது முதலாவது திவானும், அதிகாரிகள் பலரும் இந்துக்களாவர்.

கிட்டத்தட்ட அவர் ஆட்சிப் பொறுப்பேற்றதிலிருந்தே மராட்டிய சர்தார்களுடனும், நிஜாமுடனும், பிரிட்டீசாருடனும் போரில் ஈடுபட்டு வந்தார். 1769-ல் பிரிட்டீஷ் படைகளைத் தொடர்ந்து முறியடித்தார். சென்னையின் எல்லை வரை சென்றார். 1782-ம் ஆண்டு நடைபெற்ற இரண்டாவது ஆங்கிலேய-மைசூர் போரில் அவர் மரணமடைந்தார். அவரைத் தொடர்ந்து அவரது மகன் திப்புசுல்தான் ஆட்சிப் பொறுப்பேற்றார்.

மைசூரை ஆண்டு வந்த திப்புசுல்தான் 1799-ம் ஆண்டு பிரிட்டீசாரின் கரங்களில் மடியும்வரை ஒரு பன்முகப்பட்ட மனிதராக வாழ்ந்து வந்தார். அவர் ஒரு வகையில் புதுமையைப் புகுத்தியவர் ஆவார். புதிய காலண்டர் முறை, ஒரு புதிய நாணய அமைப்பு முறை, எடைகளையும், அளவீடுகளையும் மதிப்பிடுவதற்கான புதிய முறை போன்றவை அவரது காலத்தில் கொண்டு வரப்பட்ட மாற்றங்களுக்கான அடையாளங்களாகும். அவரது சொந்த நூலகத்தில் மதம், வரலாறு, இராணுவ அறிவியல், மருத்துவம், கணிதம் உள்ளிட்ட பல்வேறு தலைப்புகளிலான நூல்கள் இடம்பெற்றிருந்தன. பிரெஞ்சுப் புரட்சியில் அவர் பேரார்வம் காட்டினார். சீரங்கப் பட்டணத்தில் 'விடுதலை மரக்கன்றை' நடவு செய்தார். ஜாக்கோபின் கழகத்தில் உறுப்பினரானார். அப்பொழுது இந்திய இராணுவத்தினரிடையே பொதுவாக ஒழுக்கக்கேடுகள் நிலவி வந்தபொழுது, அவரது படைகள் ஒழுக்கம் மிக்கவையாகவும் விளங்கின. ஜாகீர் வழங்கும் முறையை அவர் கைவிட்டார். இதனால் அரசின் வருமானம் அதிகரித்தது. பாளையக்காரர்களின் பரம்பரைச் சொத்துக்களைக் குறைக்கும் முயற்சியிலும் அவர் ஈடுபட்டார். அரசுக்கும், சாகுபடியாளர்களுக்கும் இடையிலான இடைத்தரகர்களை ஒழிக்க முற்பட்டார். மற்ற

சமகால ஆட்சியாளர்களுடன் ஒப்பிடுகையில் இவரது ஆட்சியின் கீழ் நிலவரி மிகவும் அதிகமாக இருந்தது. அது விளைச்சலில் மூன்றில் ஒரு பங்கு வரை சென்றது. ஆனால் அவர் சட்டவிரோத வரிவசூலைத் தடுத்து நிறுத்தினார். நிவாரணம் அளிப்பதில் தாராளவாதியாக நடந்துகொண்டார்.

அவரது காலாட்படையினர் ஐரோப்பிய பாணியில் கத்தி பொருத்தப்பட்ட துப்பாக்கிகளைக் கொண்டிருந்தனர். அவை மைசூரிலிலேயே தயாரிக்கப்பட்டவைகளாகும். 1796-க்குப் பிறகு அவர் ஒரு நவீன கடற்படையை நிறுவும் முயற்சியில் ஈடுபட்டார். இதற்கென அவர் இரண்டு கப்பல் கட்டும் தளங்களை உருவாக்கினார். கப்பல்களுக்கான மாதிரிகளை சுல்தான் அளித்தார். சொந்த வாழ்வில் எளிமையானவராகவும் ஒரு தளபதி என்ற வகையில் துணிவும், மதிநுட்பமும் கொண்டவராகவும் விளங்கினார். 'வாழ்நாள் முழுவதும் செம்மறி ஆடு போல வாழ்வதைக் காட்டிலும் சிங்கமாக ஒரு நாள் வாழ்வது சிறந்தது' என அவர் குறிப்பிடுவார். சீரங்கப்பட்டணத்தின் நுழைவாயிலில் போர் புரிந்துகொண்டிருந்தபொழுது அவர் சந்தித்த வீரமரணம் இத்தகைய நம்பிக்கையை மெய்ப்பிப்பதாக இருந்தது. அவர் செயல்பாட்டில் ஒழுங்கில்லாதவராகவும், ஸ்திரமற்றவராகவும் விளங்கி வந்தார்.

18-ம் நூற்றாண்டில் இருந்த மற்ற இந்திய ஆட்சியாளர்களைக் காட்டிலும் அவர் ஒரு சிறந்த ராஜதந்திரி என்ற வகையில் தென்னிந்தியா மீதும், பிற இந்திய ஆட்சியாளர்கள் மீதும் ஆங்கிலேயப் படையெடுப்பின் ஆபத்தை நன்கு அறிந்திருந்தார். எழுச்சியுற்று வந்த ஆங்கிலேயே ஆட்சிக்கு எதிராக அவர் தீரமுடன் போராடினார். அதேபோல ஆங்கிலேயர்கள் அவரைத் தங்களது மிகவும் ஆபத்தான எதிரியாகக் கருதினார்.

பொருளாதாரப் பின்தங்கிய நிலையிலிருந்து விடுபடாத போதிலும் கடந்த காலத்துடன் அல்லது நாட்டின் பிற பகுதிகளுடன் ஒப்பிடுகையில் ஹைதர் அலி, திப்புசுல்தான் ஆகியோரது காலத்தில் மைசூர் பொருளாதார ரீதியாக செழிப்புடன் விளங்கியது. 1799-ல் பிரிட்டீசார் திப்புவைத்

தோற்கடித்து, கொலை செய்துவிட்டு மைசூரைக் கைப்பற்றிய பொழுது பிரிட்டீசாரின் ஆதிக்கத்திலிருந்த சென்னை விவசாயிகளைக் காட்டிலும், மைசூர் விவசாயிகள் மிகவும் செழிப்புடன் இருந்ததைக் கண்டு ஆச்சரியப்பட்டனர். 1793-முதல் 1798-வரை கவர்னர் ஜெனரலாக இருந்த சர்ஜான் ஷோர் பின்னாளில் எழுதுகையில், 'திப்புவின் ஆட்சிக்குட்பட்ட பிரதேசத்தில் விவசாயிகள் பாதுகாப்புடன் இருந்த தாகவும், தொழிலாளர்களுக்கு ஊக்கமளிக்கப்பட்ட தாகவும்' குறிப்பிட்டுள்ளார். திப்புவின் மைசூரைப் பற்றி மற்றொரு பிரிட்டீஷ் பார்வையாளர் எழுதும்பொழுது, 'நன்கு வேளாண்மை செய்து வந்த விவசாயிகளும், தொழிற் துறையைச் சார்ந்தோரும், புதிதாக உருவாக்கப்பட்ட நகரங்களும், வர்த்தக விரிவாக்கமும் இருந்து வந்ததாக'க் குறிப்பிட்டுள்ளார். நவீன வர்த்தகம் மற்றும் தொழிற்துறையின் முக்கியத்துவத்தைத் திப்புவும் நன்கு உணர்ந்திருந்தார். உண்மையில் இராணுவ வலிமைக்கு அடித்தளமாக விளங்கும் பொருளாதார வலிமையின் முக்கியத்துவத்தைப் புரிந்துகொண்ட ஒரே ஆட்சியாளராக அவர் விளங்கினார். இந்தியாவுக்கு வெளிநாட்டு நிபுணர்களைக் கொண்டு வருவதன் மூலமாக நவீனத் தொழிற்சாலைகளை உருவாக்க முன்முயற்சிகளை மேற்கொண்டார். தொழிற்சாலைகளுக்கு அரசுதவிகள் அளித்தார். அன்னிய வர்த்தகத்தை மேம்படுத்துவதற்காக பிரான்ஸ், துருக்கி, ஈரான், பர்மா ஆகிய நாடுகளுக்கு தூதுவர்களை அனுப்பி வைத்தார். சீனாவுடனும் அவர் வர்த்தகத்தில் ஈடுபட்டார். ஐரோப்பிய கம்பெனிகளைப் போல வர்த்தகக் கம்பெனிகளை நிறுவும் முயற்சியிலும் அவர் இறங்கினார். அதற்காக அவர்களது வர்த்தக நடைமுறைகளைப் பின்பற்ற முயற்சி செய்தார். துறைமுக நகரங்களில் அரசு வர்த்தக நிறுவனங்களை ஏற்படுத்துவதன் மூலம் ரஷ்யாவுடனும், அரேபியாவுடனும் வர்த்தகத்தில் ஈடுபட முயன்றார்.

திப்பு ஒரு மதவெறியர் எனச் சில பிரிட்டீஷ் வரலாற்றாசிரியர்கள் குறிப்பிடுகின்றனர். இது உண்மைக்குப் புறம்பானது. மத நம்பிக்கையில் அவர் ஒரு பழைமைவாதியாக இருந்தபோதிலும் பிற மதங்களின்பால் சகிப்புத்தன்மையை

வெளிப்படுத்தி வந்தார். சிருங்கேரி ஆலயத்தில் சாரதா தேவிக்கு சிலை வடிக்க பணம் அளித்து உதவினார். 1791-ல் அது மராட்டியக் குதிரை வீரர்களால் கொள்ளை அடிக்கப்பட்டது. இக் கோயிலுக்கும், மற்றக் கோயில்களுக்கும் அவர் தொடர்ந்து அன்பளிப்புகள் அளித்து வந்தார். அவரது அரண்மனையி லிருந்து நூறு கெஜம் தொலைவில் புகழ்பெற்ற ஸ்ரீரங்கநாதர் ஆலயம் உள்ளது. பெரும்பான்மையினரான இந்துக்களையும், கிறிஸ்தவர்களையும், அனுசரனையுடனும், சகிப்புதன்மை யுடனும் அணுகிய அதே சமயம் மைசூருக்கு எதிராக மறை முகமாகவோ, நேரடியாகவோ பிரிட்டீசாருக்கு உதவி வந்த இந்துக்களுக்கும், கிறிஸ்தவர்களுக்கும் எதிராக அவர் கண்டிப்புடன் விளங்கி வந்தார்.

கேரளா :

18-ம் நூற்றாண்டின் தொடக்கத்தில் கேரளா நிலபிரபுக் களுக்கிடையிலும், மன்னர்களுக்கிடையிலும் பிளவுண்டு கிடந்தது. ஜமோரின் ஆட்சியிலான கள்ளிக்கோட்டை, சிராக்கல், கொச்சி, திருவாங்கூர் ஆகிய நான்கு அரசுகளும் அவற்றில் முக்கியமானவையகளாகும். 18-ம் நூற்றாண்டில் முன்னணி ராஜதந்திரிகளில் ஒருவராக விளங்கிய மன்னர் மார்த்தாண்டவர்மன் 1729-ம் ஆண்டு ஆட்சி பொறுப்பேற்ற பிறகு திருவாங்கூர் ராஜ்யம் மிகவும் பிரபலமாயிற்று. தொலைநோக்குப் பார்வையும், சிறந்த உறுதியும் கொண்ட அவர் துணிவும், தைரியமும் கொண்டவராக விளங்கினார். அவர் நிலபிரபுக்களைத் தோற்கடித்தார். கொல்லத்தையும், ஈழயாடத்தையும் வெற்றிகொண்டார். டச்சுக்காரர்களை முறியடித்தார். இதன் மூலம் கேரளாவில் அவர்களது ஆட்சி யதிகாரம் முடிவுக்கு வந்தது. ஐரோப்பிய அதிகாரிகளின் உதவியுடன் மேற்கத்திய பாணியில் ஒரு வலுவான இராணு வத்தை உருவாக்கினார். இராணுவத்தை நவீன ஆயுதமாக்கி னார். ஒரு நவீன ஆயுதத் தொழிற்சாலையையும் அவர் ஏற்படுத் தினார். மார்த்தாண்ட வர்மன் தனது புதிய இராணுவத்தைக் கொண்டு திருவாங்கூரின் வட எல்லையை கன்னியாகுமரி

யிலிருந்து கொச்சி வரை விரிவுபடுத்தினார். பல்வேறு நீர்ப் பாசன திட்டங்களை அமுலாக்கினார். சாலைகளையும், போக்குவரத்துக் கால்வாய்களையும் அமைத்தார். வெளிநாட்டு வர்த்தகத்துக்குப் பேராதரவு அளித்தார்.

1736-ல் கேரளாவின் சிறிய அரசுகள் அனைத்தும் கொச்சி, திருவாங்கூர், கள்ளிக்கோட்டை ஆகிய மூன்று பெரும் அரசுகளுக்கு உட்பட்டே இருந்து வந்தன. ஹைதர் அலி 1766-ம் ஆண்டு கேரளா மீது தனது படையெடுப்பைத் தொடங்கினார். இறுதியில் ஜமோரின் கள்ளிக்கோட்டைப் பிரதேசங்கள் உள்ளிட்ட கொச்சி வரையிலான வட கேரளாவைக் கைப்பற்றினார்.

18-ம் நூற்றாண்டில் மலையாள இலக்கியத்தில் குறிப் பிடத்தக்க மறுமலர்ச்சி ஏற்பட்டது. கேரளாவின் மன்னர் களும், குறுநில மன்னர்களும் இலக்கியத்துக்குப் பேராதரவு அளிந்து வந்தது இதற்கு ஒரு முக்கியக் காரணமாகும். 18-ம் நூற்றாண்டின் பிற்பகுதியில் திருவாங்கூரின் தலை நகராக மாறிய திருவனந்தபுரம் புகழ்மிக்க சமஸ்கிருத மையமாகத் திகழ்ந்தது. மார்த்தாண்ட வர்மனைத் தொடர்ந்து ஆட்சி பொறுப்புக்கு வந்த ராமவர்மன் ஒரு கவிஞராக, அறிஞராக, இசையமைப்பாளராக, சிறந்த நடிகராக, உயர்ந்த பண்பாடு கொண்டவராக விளங்கினார். அவர் ஆங்கிலத்தில் நன்கு உரையாடக் கூடியவராகத் திகழ்ந்தார். ஐரோப்பிய விவகாரங்களில் பேரார்வம் காட்டினார். லண்டன், கல்கத்தா, சென்னை ஆகிய இடங்களில் வெளிவந்த பத்திரிகைகளையும் இதழ்களையும் தொடர்ந்து வாசித்து வந்தார்.

டெல்லியைச் சுற்றியுள்ள பகுதிகள்

ரஜபுத்திர அரசுகள் :

முகலாயப் பேரரசு பலவீனமடைந்து வந்ததைத் தொடர்ந்து, முக்கிய ரஜபுத்திர அரசுகள் மத்திய ஆட்சிக்

கட்டுப்பாட்டிலிருந்து விடுபட்டு அதிலிருந்து ஆதாய மடையத் தொடங்கின. அதேசமயம் பேரரசின் பிற பகுதி களில் தமது செல்வாக்கை அதிகரிக்கத் தொடங்கின. பரூக்சியார், முகமது ஷா ஆகியோரது ஆட்சிக் காலத்தில் ஆம்பர், மார்வார் பகுதிகளைச் சேர்ந்த ஆட்சியாளர்கள் ஆக்ரா, குஜராத், மால்வா போன்ற முக்கிய முகலாயப் பிரதேசங்களில் ஆளுநர்களாக நியமிக்கப்பட்டனர்.

ரஜபுத்திர அரசுகள் முன்பு இருந்ததைக் காட்டிலும் தொடர்ந்து பிளவுபட்டு வந்தன. பலவீனமானவர்களைத் தோற்கடித்து, பலம் பொருந்தியவர்கள் செல்வாக்கு பெற் றனர். பெரிய ரஜபுத்திர அரசுகள் சிறு சண்டைகளிலும், உள்நாட்டுப் போர்களிலும் தொடர்ந்து ஈடுபட்டு வந்தன. இத்தகைய அரசுகளின் உள் அரசியலில் ஊழலும், சதிகளும், முகலாய அரசவையில் இருந்து வந்ததைப் போன்ற மோசடி களும் தொடர்கதைகளாக இருந்தன. இத்தகைய நிலைமை யினால் மார்வாரின் அஜித்சிங் தனது சொந்த மகனாலேயே படுகொலை செய்யப்பட்டார்.

ஆம்பரைச் சேர்ந்த மன்னர் சவாய் ஜெய்சிங் (1681 - 1743) 18-ம் நூற்றாண்டின் மிகச் சிறந்த ரஜபுத்திர ஆட்சியாளராகத் திகழ்ந்தார். அவர் ஒரு புகழ்பெற்ற ராஜதந்திரியாக, சட்ட மேதையாக, சீர்திருத்தவாதியாக விளங்கினார். எல்லாவற் றிற்கும் மேலாக, இந்தியர்கள் அறிவியலைப் பற்றி ஒன்று மறியாத காலத்தில் அவர் ஒரு சிறந்த அறிவியல் மேதையாகச் செயல்பட்டார். அறிவியல் மற்றும் கலையின் மாபெரும் தலைநகராக அவர் ஜெய்ப்பூரை உருவாக்கினார். அறிவியல் கோட்பாடுகளின் படியும், முறையாகத் திட்டமிடப்பட்டும் ஜெய்ப்பூர் நகரம் உருவாக்கப்பட்டது. அதன் அகலமான வீதிகள் வரிசை வரிசையாக வடிமைக்கப்பட்டிருந்தன.

இவை எல்லாவற்றிற்கும் மேலாக ஜெய்சிங் ஒரு மாபெரும் வானியலாளராகத் திகழ்ந்தார். துல்லியமான, நவீனக் கருவிகளைக் கொண்டு வானியல் ஆய்வு மையங் களை நிறுவினார். டெல்லி, ஜெய்ப்பூர், உஜ்ஜையினி, வார ணாசி, மதுரா போன்ற இடங்களில் இருந்த கருவிகளில்

சில அவரது சொந்தக் கண்டுபிடிப்புகளாகும். அவரது வானியல் ஆய்வு குறிப்பிடத்தக்க அளவுக்குத் துல்லிய மானவை. ஜிஜ் முகமது ஷாகு எனப் பெயரிடப்பட்ட இரண்டு அட்டவணைகளைக் கொண்டு வானியல் நில வரத்தை மக்கள் அறியும் வகையில் அவர் வாய்ப்புகளை உருவாக்கினார். யூக்லிடின் 'ஜியோமெட்ரியின் கூறுகள்' என்ற நூலையும் முக்கோணவியல் குறித்த பல நூல்களையும், லாக்ரிதம் வடிவமைப்பது அவற்றைப் பயன்படுத்துவது குறித்த பல நூல்களையும் அவர் சமஸ்கிருதத்தில் மொழி பெயர்த்தார்.

ஜெய்சிங் ஒரு சமூகச் சீர்திருத்தவாதியும் ஆவார். சிசுக் கொலை என்ற தீமைக்கு வழிவகுத்த தமது பெண் பிள்ளை களின் திருமணங்களை ரஜபுத்திரர்கள் பெரும் செலவில் ஆடம்பரமாக நடத்தி வந்த நிலையில், அத்தகைய செலவினங் களைக் குறைப்பதற்கான சட்டத்தை இயற்றும் முயற்சி யில் அவர் ஈடுபட்டார். இவர் 1699-ம் ஆண்டு முதல் 1743-ம் ஆண்டு வரை சுமார் 44 ஆண்டுகள் ஜெய்ப்பூரை ஆண்டு வந்தார்.

ஜாட்டுகள் :

வேளாண் சமூகத்தைச் சார்ந்தவர்களான ஜாட்டுகள் டெல்லி, ஆக்ரா, மதுரா ஆகிய பகுதிகளைச் சுற்றி வாழ்ந்து வந்தனர். மதுராவைச் சுற்றியுள்ள ஜாட் விவசாயிகள், ஜாட் ஜமீன்தார்களின் தலைமையில் 1699-ம் ஆண்டிலும், மறுபடி யும் 1688-ம் ஆண்டிலும் கலகத்தில் ஈடுபட்டனர். இத்தகைய கலகங்கள் ஒடுக்கப்பட்டன. ஆனாலும் அப்பகுதிகளில் பாதிப்புகள் தொடர்ந்தன. ஔரங்சீப்பின் மறைவுக்குப் பிறகு டெல்லியைச் சுற்றிலும் அவர்கள் சிக்கல்களை ஏற்படுத் தினர். அடிப்படையில் விவசாயிகள் எழுச்சியான ஜமீன் தார்களால் வழி நடத்தப்பட்ட ஜாட் கிளர்ச்சி நடைமுறை யில் கொள்ளைக் கூட்டமாக மாறியது. ஏழை, பணக்காரன், ஜாகீர்தார், விவசாயி, இந்து, முஸ்லீம் என அனைவரையும் அவர்கள் கொள்ளையடித்தனர். அவர்கள் தமது சொந்த

நலனுக்காக அடிக்கடி நிலைகளை மாற்றிக்கொண்டு டெல்லி அரசவையில் தீவிரமாகப் பங்கேற்றனர். சௌரமான், பாதன்சிங் ஆகியோரால் ஜாட் அரசான பரத்பூர் உருவாக்கப் பட்டது. 1756-ம் ஆண்டு முதல் 1763 -ம் ஆண்டு வரை அரசாண்ட சூரஜ்மாலின் ஆட்சியின் கீழ் ஜாட் ஆட்சி மிகவுயர்ந்த செல்வாக்கான நிலைக்குச் சென்றது. அவர் மிகச் சிறந்த நிர்வாகியாகவும் படைவீரராகவும் அறிவில் சிறந்த ராஜதந்திரியாகவும் விளங்கினார். கிழக்கில் கங்கையிலிருந்து தெற்கில் சாம்பல் வரையிலும், மேற்கில் ஆக்ராவின் சுபாவி லிருந்து வடக்கில் டெல்லியின் சுபா வரையிலும் பெரும் பரப்பளவில் அவர் தனது அதிகாரத்தை விரிவுபடுத்தினார். அவரது அரசு பிற பகுதிகளோடு ஆக்ரா, மதுரா, மீரத், அலிகார் ஆகியவற்றின் மாவட்டங்களையும் உள்ளடக்கி இருந்தது. முகலாய வரி முறையை அமுலாக்குவதன் மூலம் நீடித்த அரசுக்கு அடிக்கல் நாட்ட முயன்றார். அவரைப் பற்றி ஒரு சமகால வரலாற்றாசிரியர் பின்வருமாறு குறிப்பிடுகிறார் :

“ஒரு விவசாயியைப் போன்று உடையணிந்து கொண்டு தனது சொந்த கிராமிய பாணியில் பேசி வந்த போதிலும் அவர் ஜாட் பழங்குடியினரின் பிளாட்டோவாக விளங்கி வந்தார். புத்திசாலித்தனத்திலும், திறனிலும், வரி வசூலிக்கும் முறையிலும், உள்ளூர் விவகாரங்களை கையாளுவதிலும் ஆசப்ஜா பகதூரைத் தவிர அவருக்கு இணையானவர் எவரும் இந்துஸ்தானத்தில் இல்லை” எனக் குறிப்பிட்டார்.

1763-ம் ஆண்டு அவர் மறைந்த பிறகு ஜாட் அரசு வீழ்ச்சியுறத் தொடங்கியது. கொள்ளையின் மூலம் வாழ்க்கை நடத்தி வந்த குட்டி ஜமீன்தார்களால் அது பங்கு போட்டுக் கொள்ளப்பட்டது.

பங்காஷ் பதன்களும், ரோகில்லர்களும் :

முகமதுகான் பங்காஷ் என்ற துணிவு மிக்க ஆப்கானியர், பரூக்சியார், முகமது ஷா ஆகியோரது ஆட்சியின்பொழுது அலிகாருக்கும், கான்பூருக்கும் இடையில் பரூக்காபாதைச்

சுற்றியுள்ள பிரதேசத்தில் தனது ஆளுமையை நிலைநாட்டினார். அதேபோல, நாதிர்ஷாவின் படையெடுப்பைத் தொடர்ந்து நிர்வாகம் சீர்குலைந்த பொழுது அலிமுகமது கான் இமயமலையின் அடிவாரத்தில் தெற்கில் கங்கைக்கும் வடக்கில் குமான் மலைக்கும் இடையில் ரோகில்கண்டு என்ற தனி அரசு ஒன்றை நிறுவினார். இதன் தலைநகரம் தொடக்கத்தில் பரேய்லியிலுள்ள ஆலனாகவும், பின்னர் ராம்பூராகவும் இருந்தன. ரோகில்லர்கள் அவாத் மற்றும் டெல்லியை ஆட்சி செய்தவர்களுடனும், ஜாட்டுகளுடனும் தொடர்ந்து போரிட்டு வந்தனர்.

சீக்கியர்கள் :

15-ம் நூற்றாண்டின் இறுதியில் குருநானக்கினால் தோற்றுவிக்கப்பட்ட சீக்கிய மதம் ஜாட் விவசாயிகள் மத்தியிலும், பஞ்சாபைச் சேர்ந்த பிற அடித்தட்டு மக்களிடையிலும் பரவியது. சீக்கியர்கள் குரு ஹர்கோவிந்த் (1606-45) காலத்திலிருந்தே தீவிர, போர்க் குணமிக்க சமுதாயமாகச் செயல் படத் தொடங்கினர். சீக்கியர்களின் பத்தாவதும், இறுதியான வருமான குரு கோவிந்த்சிங் (1666-1708) காலத்திலிருந்து தான் அவர்கள் அரசியல் மற்றும் ராணுவ சக்தியாக மாறினர். 1699-ம் ஆண்டிலிருந்து குரு கோவிந்த்சிங் ஔரங்கசீப்பின் இராணுவத்தையும் மலைப்பிரதேச மன்னர்களையும் எதிர்த்து தொடர்ந்து போராடி வந்தார். ஔரங்கசீப்பின் மறைவையடுத்து, 5,000 ஜாட்டுகளையும், 5,000 சாவர்களையும் கொண்ட ஒரு பிரபு என்ற வகையில் குரு கோவிந்த்சிங், பகதூர் ஷாவின் முகாமில் இணைந்தார். அவருடன் தக்காணம் வரை சென்றபொழுது அவரது பதன் ஊழியர் ஒருவரால் ராஜதுரோகம் இழைக்கப்பட்டு படுகொலை செய்யப்பட்டார்.

குரு கோவிந்த்சிங்கின் மறைவுக்குப் பிறகு குருபீடம் முடிவுக்கு வந்தது. சீக்கியர்களின் தலைமை அவரது நம்பிக்கைக்குரிய சீடரான பந்தா பகதூர் என்றழைக்கப்பட்ட பந்தா சிங்கிடம் சென்றது. விவசாயிகளையும், டெல்லியிலிருந்து

லாகூர் வரையுள்ள அடித்தட்டு பஞ்சாபியர்களையும் அணி திரட்டி முகலாயப் படைகளுக்கு எதிராக பந்தா எட்டு ஆண்டுகள் போராடினார். 1715-ம் ஆண்டு அவர் கைது செய்யப்பட்டுக் கொல்லப்பட்டார். அவரது தோல்விக்கு பல்வேறு காரணங்கள் இருந்தன. முகலாய அரசு இன்னமும் வலுவுடனேயே இருந்து வந்தது. அடித்தட்டு மக்களையும், ஏழை விவசாயிகளையும் பந்தா பகதூர் அணி திரட்டியதால் மேல் சாதியினரும் உயர் வர்க்கத்தினரும் அவருக்கு எதிராக ஒன்று திரண்டனர். அவரது மதப்பற்று காரணமாக, முகலாய் எதிர்ப்புச் சக்திகளை முழுமையாக ஒருங்கிணைக்க அவரால் இயலவில்லை.

நாதிர்ஷா, அகமது ஷா அப்தலி ஆகியோரின் படையெடுப்பும், பஞ்சாப் நிர்வாகக் குழப்பமும் சீக்கியர்கள் மீண்டும் ஒருமுறை எழுச்சியுறுவதற்கு அடிப்படைகளாக அமைந்தன. படையெடுப்பாளர்களின் இராணுவம் உள்ளே நுழைந்தபொழுது அவர்கள் எல்லாவற்றையும் கொள்ளையடித்து, செல்வ வளங்களையும், இராணுவ அதிகாரத்தையும் கைப்பற்றினர். பஞ்சாபிலிருந்து அப்தலி வாபசான பிறகு ஏற்பட்ட அரசியல் இடைவெளியை நிரப்ப சீக்கியர்கள் முன் வந்தனர். 1765-க்கும் 1800-க்கும் இடைப்பட்ட காலத்தில் பஞ்சாபையும், ஜம்முவையும் அவர்கள் தங்களது கட்டுப்பாட்டின் கீழ் கொண்டு வந்தனர். சீக்கியர்கள் அப்பிரதேசத்தின் பல்வேறு பாகங்களில் செயல்பட்டு வந்த 12 குழுக்களாக அணி திரண்டனர். இக்குழுக்கள் ஒவ்வொன்றும் முழுமையாக ஒத்துழைத்து வந்தன. குழுக்களின் விவகாரங்களைத் தீர்மானிப்பதிலும், அதன் தலைவர்களையும், பிற அலுவலர்களையும் தேர்ந்தெடுப்பதிலும் அனைத்து உறுப்பினர்களுக்கும் சம உரிமை என்ற சமத்துவக் கோட்பாட்டை அது அடிப்படையாகக் கொண்டிருந்தது. இக்குழுக்களின் ஜனநாயக, வெகுஜனத்தன்மை படிப்படியாகக் குறையத் தொடங்கியது. செல்வாக்கு மிக்க நிலபிரபுக்களும், ஜமீன்தார்களும் அவர்கள் மீது ஆதிக்கம் செலுத்தினர். கல்சாவுக்கு இடையிலான சகோதரத்துவமும், ஒற்றுமையும் மறைந்தன. அதன் தலைவர்கள் ஒருவரையொருவர் சண்டையிட்டுக்

கொண்டும், சுதந்திரத் தளபதிகளாகப் பிரகடனப்படுத்திக் கொண்டுமிருந்தனர்.

ரஞ்சித்சிங் தலைமையில் பஞ்சாப் :

18-ம் நூற்றாண்டின் இறுதியில் சுகர்சாக்கிய பிரிவினரின் தலைவரான ரஞ்சித் சிங் பிரபலமானவராக உருவெடுத்தார். வலிமையும், துணிவும் கொண்ட படைவீரராக, தலைசிறந்த நிர்வாகியாக, திறமையான ராஜதந்திரியாக, அவர் ஒரு தலைவராகவே பிறப்பெடுத்தவராவார். அவர் 1799-ம் ஆண்டு லாகூரையும், 1802-ம் ஆண்டு அமிர்தசரசையும் கைப்பற்றினார். சட்லஜ் நதிக்கு மேற்கிலுள்ள சீக்கியத் தலைவர்கள் அனைவரையும் விரைவில் அவர் தனது கட்டுப்பாட்டின்கீழ் கொண்டு வந்தார். பஞ்சாபில் தனது சொந்த சாம்ராஜ்ஜியத்தை நிறுவினார். பிறகு அவர் காஷ்மீர், பெஷாவர், முல்தான் ஆகிய பகுதிகளை வெற்றிக் கொண்டார். பழைய சீக்கியத் தலைவர்கள் பெரும் ஜமீன்தார்களாகவும், ஜாகீர்தார்களாகவும் மாறினர். தொடக்கத்தில் முகலாயர்களால் அறிமுகப்படுத்தப்பட்ட நிலவரி முறையில் எத்தகைய மாற்றத்தையும் அவர் ஏற்படுத்தவில்லை. மொத்த உற்பத்தியில் 50 சதவீதத்தை அடிப்படையாகக் கொண்டு நிலவரி கணக்கிடப்பட்டது.

ஐரோப்பியர்களின் உதவியுடன் மேலைய பாணியில் ஒரு வலுவான, கட்டுப்பாடு மிக்க, நன்கு ஆயத்தமான இராணுவத்தை ரஞ்சித்சிங் உருவாக்கினார். அவரது புதிய இராணுவத்தில் சீக்கியர்கள் மட்டுமல்லாமல் கூர்க்கர்கள், பீகாரிகள், ஒரியர்கள், பதன்கள், டோக்ராக்கள், பஞ்சாப் முஸ்லீம்கள் உள்ளிட்ட பல தரப்பட்டவர்களும் சேர்க்கப்பட்டனர். அவர் நவீன பீரங்கித் தொழிற்சாலைகளை லாகூரில் நிறுவினார். அவற்றை இயக்க முஸ்லீம்களைப் பணியில் அமர்த்தினார். ஆங்கிலேயக் கிழக்கிந்தியக் கம்பெனிக்கு அடுத்ததாக ஆசியாவிலேயே இரண்டாவது சிறந்த இராணுவத்தை அவர் கொண்டிருந்ததாகக் கூறப்படுகிறது.

தமது அமைச்சர்களையும், அதிகாரிகளையும் தேர்வு செய்வதில் ரஞ்சித்சிங் கைதேர்ந்தவராக விளங்கினார். அவரது அரசவையில் மிகச்சிறந்த திறமைசாலிகள் பலர் வீற்றிருந் தனர். மத விவகாரங்களில் அவர் சகிப்புத்தன்மையையும், தாராளப் போக்கையும் கொண்டிருந்தார். சீக்கியர்களுக்கு மட்டுமல்லாமல் முஸ்லீம், இந்துத் துறவிகளுக்கும் அவர் உதவிபுரிந்து வந்தார். ஒரு சீக்கிய பக்தராக இருந்தபோதிலும், 'அவர் தனது அரியாசனத்திலிருந்து இறங்கி வந்து முஸ்லீம் பக்கிரிகளின் பாதங்களில் இருந்த தூசுகளைத் தனது நீண்ட வெண்தாடியினால் அகற்றுவதற்கு அவர் தயாராக இருந்தார்.' அவரது முக்கிய அமைச்சர்களில் பலரும், தளபதிகளும் முஸ்லீம்களாகவும், இந்துக்களாகவும் இருந்தனர். மிகவும் பிரபலமான, அவரது நம்பிக்கைக்குரிய அமைச்சர்களாக அஜிஸுதீன் பக்கிரியும், நிதி அமைச்சராக திவான் தீனா நாத்தும் இருந்தனர். உண்மையில், ரஞ்சித்சிங் ஆட்சிபுரிந்த பஞ்சாப் ஒருபோதும் சீக்கிய அரசாக இருந்ததில்லை. சீக்கியர்களுக்காகப் பிரத்யேகமாக அரசியல் அதிகாரம் பயன் படுத்தப்படவில்லை. மறுபுறத்தில் இந்து, முஸ்லீம் விவசாயி களைப் போல சீக்கிய விவசாயிகளும் சீக்கிய பிரபுக்களால் ஒடுக்கப்பட்டனர். ரஞ்சித்சிங் தலைமையிலான பஞ்சாப் அரசுக் கட்டமைப்பு 18-ஆம் நூற்றாண்டில் இருந்து வந்த பிற இந்திய அரசுகளைப் போலவே விளங்கி வந்தது.

1809-ம் ஆண்டு ரஞ்சித்சிங் சட்லஜ் நதியைக் கடக்கும் பொழுது பிரிட்டீசார் அவரைத் தடுத்து நிறுத்தினர். நதிக்குக் கிழக்குப் பகுதியிலுள்ள சீக்கிய அரசைத் தமது பாதுகாப்பின் கீழ் கொண்டு வந்தனர். அப்பொழுது பிரிட்டீஷ் இராணுவ பலத்துக்குத் தமது இராணுவம் எவ்வகையிலும் இணையாகாது என்பதை உணர்ந்த அவர் எதுவும் செய்யவில்லை. இவ் வாறாகத் தனது ராஜதந்திரத்தின் மூலமும், இராணுவ வலிமை யைக் கொண்டும் தனது சாம்ராஜ்ஜியத்தை ஆங்கிலேயர் களிடமிருந்து தற்காலிகமாகப் பாதுகாத்து நின்றார். அன்னியர் ஆபத்தை அவர் முற்றாக அகற்றிவிடவில்லை. தமக்குப் பின்வந்தவர்களிடம் அப்பொறுப்பை விட்டுவிட்டார். அவரது மறைவுக்குப் பிறகு நடைபெற்ற ஆட்சியதிகாரத்துக்கான

தீவிர உள்மோதல் சூழலில் ஆங்கிலேயர்கள் நுழைந்து வெற்றி பெற்றனர்.

மராட்டிய ஆட்சியின் எழுச்சியும், வீழ்ச்சியும் :

வீழ்ச்சியுற்று வந்த முகலாயப் பேரரசுக்கு அதனைத் தொடர்ந்து வந்த அரசுகளில் மிகவும் வலுவான ஒன்றான மராட்டிய சாம்ராஜ்ஜியத்திடமிருந்து ஏற்பட்ட சவால் மிகவும் முக்கியமானதாகும். உண்மையில் முகலாயப் பேரரசு சிதைவுற்றதனால் ஏற்பட்ட அரசியல் வெற்றிடத்தைப் பூர்த்தி செய்யும் வலிமை அதனிடம் மட்டுமே இருந்தது. அக்கடமையை நிறைவேற்றுவதற்குத் தேவையான திறன் வாய்ந்த தளபதி களையும், ராஜதந்திரிகளையும் அது உருவாக்கியது. ஒரு அகில இந்தியப் பேரரசை உருவாக்குவதற்குத் தேவையான ஒற்றுமையும், பார்வையும், திட்டமும் மராட்டிய சர்தார் களிடம் இல்லை. ஆகையால் அவர்கள் முகலாயர்களை அகற்று வதில் தோல்வி கண்டனர். ஆயினும் அவர்கள் முகலாயப் பேரரசுக்கு எதிராகத் தொடர்ச்சியாகப் போராடி அதனை ஒழிப்பதில் வெற்றிகண்டனர்.

சிவாஜியின் பேரன் ஷாகு 1689-ம் ஆண்டிலிருந்து ஔரங்கசீப்பிடம் கைதியாக இருந்து வந்தார். அவரையும், அவரது தாயாரையும் ஔரங்கசீப் மிகுந்த மரியாதையுடனும், கௌரவத்துடனும், கனிவுடனும் அணுகி வந்தார். அவர்களது மத, சாதிய அம்சங்களிலும், அவர்களுடைய பிற தேவை களுக்கு ஏற்பவும் ஷாகுவுடன் ஒரு அரசியல் உடன்பாட்டுக்கு வரும்வரை முழு கவனம் செலுத்தி வந்தார். ஔரங்கசீப்பின் மறைவைத் தொடர்ந்து 1707-ம் ஆண்டு ஷாகு விடுதலை செய்யப்பட்டார். சதாராவிலிருந்த ஷாகுவுக்கும், கோல்கா பூரிலிருந்த அவரது அத்தை தாராபாய்க்கும் இடையில் உள் நாட்டுப் போர் மூண்டது. தாராபாய் தனது கணவர் ராஜாராம் மறைந்தபிறகு, மகன் இரண்டாம் சிவாஜியின் பெயரால் 1700-ம் ஆண்டிலிருந்து முகலாயர்களுக்கு எதிரான போரில் ஈடுபட்டு வந்தார். தமக்கு மட்டுமே விசுவாசம் காட்டும் பெரும்படை வீரர்களைக் கொண்ட மராட்டிய சர்தார்கள் ஒவ்வொரு

வரும் அதிகாரத்துக்கான போட்டியாளர்களில் ஏதாவது ஒரு பக்கம் நிற்கத் தொடங்கினர். அதிகாரத்துக்காக போட்டியிடும் இரு தரப்புக்கும் இடையில் பேரத்தின் மூலமாக தங்களது செல்வாக்கை அதிகரித்துக் கொள்ள இதனை ஒரு வாய்ப்பாக அவர்கள் பயன்படுத்திக் கொண்டனர். அவர்களில் சிலர் தக்காணத்தைச் சேர்ந்த முகலாயப் பிரதிநிதிகளுடன் சேர்ந்து கொண்டு சதிச்செயலிலும் இறங்கினர். ஷாகுவுக்கும், அவரது போட்டியாளருக்கும் இடையில் கோல்காபூரில் மோதல் வெடித்ததைத் தொடர்ந்து ஷாகு மன்னரின் பேஷ்வாவான பாலாஜி விஸ்வநாத் தலைமையில் மராட்டிய அரசாங்கத்தின் ஒரு புதிய அமைப்பு முறை உருவானது. மராட்டிய வரலாற்றின் இரண்டாம் கட்டத்தில் - பேஷ்வா மேலாதிக்கக் கட்டம் - ஏற்பட்ட மாற்றத்தையடுத்து மராட்டிய அரசு ஒரு பேரரசாக உருவெடுத்தது.

ஒரு சிறிய வருவாய்த்துறை அதிகாரியாக வாழ்க்கையைத் தொடங்கிய பிராமணரான பாலாஜி விஸ்வநாத் படிப்படியாக முன்னேறி வந்தார். எதிரிகளை ஒடுக்க ஷாகுவுக்கு உதவியதன் மூலம் அவரது விசுவாசத்தைப் பெற்றிருந்தார். ராஜதந்திரத்தில் கைதேர்ந்தவரான அவர் பெரும் மராட்டிய சர்தார்கள் பலரை ஷாகுவின் நலனுக்காக வென்றெடுத்தார். 1713-ம் ஆண்டு ஷாகு அவரை பேஷ்வா அல்லது முதன் மந்திரியாக ஆக்கினார். பாலாஜி விஸ்வநாத், ஷாகுவின் செல்வாக்கைப் படிப்படியாக தன்னுடையதாக்கிச் கொண்டார். மராட்டிய சர்தார்களையும், ராஜாராமனின் வம்சத்தினர் அரசாண்ட மகாராஷ்டிராவின் தென் பிராந்தியான கோல்காபூர் தவிர பிற பகுதிகளையும் வென்றெடுத்தார். பேஷ்வா, அதிகாரம் முழுவதையும் குவித்து வைத்துக்கொண்டு, பிற அமைச்சர்களையும், சர்தார்களையும் செயலற்றவர்களாக வைத்திருந்தார். உண்மையில் அவரும், அவரது மகன் முதலாம் பாஜிராவுமே மராட்டியப் பேரரசின் செயல்படும் தலைமையாக பேஷ்வாவை உருவாக்கினர்.

மராட்டிய அதிகாரத்தை நிலைநாட்டும் வகையில் முகலாய அதிகாரிகளுக்கிடையில் இருந்து வந்த உள்

முரண்பாடுகளை பாலாஜி விஸ்வநாத் தமக்குச் சாதகமாகப் பயன்படுத்திக் கொண்டார். தக்காணத்துக்கான சாத் மற்றும் சர்தேஷ்முகி வரிகளைக் கொடுக்க ஜுல்பிகர்கானை அவர் தூண்டினார். முடிவில் சையது சகோதரர்களுடன் அவர் ஒரு உடன்பாட்டுக்கு வந்தார். சிவாஜியின் சாம்ராஜ்ஜியத்தில் முன்பு இருந்து வந்த பிரதேசங்கள் அனைத்தும் ஷாகுவிடம் திரும்பவும் ஒப்படைக்கப்பட்டன. அத்தோடு தக்காணத் திலுள்ள ஆறு பிரதேசங்களில் சாத், சர்தேஷ்முகி வரி வசூலிக்கவும் அவருக்கு அனுமதி அளிக்கப்பட்டது. அதற்குப் பிரதிபலனாக, தக்காணத்தில் நடைபெறும் கலகத்தையும், கொள்ளையையும் தடுத்திட முகலாயப் பேரரசுக்கு 15 ஆயிரம் குதிரைப்படை வீரர்களை அளிக்கவும், ஆண்டுக்கு ரூ. 10 லட்சம் கப்பம் கட்டவும் ஷாகு ஒப்புக்கொண்டார். வெறுங் கால்களால் நடந்து சென்று 1714-ம் ஆண்டு குல்தாபாத்தி லுள்ள ஔரங்கசீப்பின் சமாதியில் அவர் அஞ்சலி செலுத்தி னார். 1719-ம் ஆண்டு பாலாஜி விஸ்வநாத் மராட்டியப் படைகளுக்குத் தலைமை ஏற்று, சையது உசேன் அலிகானுடன் இணைந்து டெல்லி சென்று பரூக்சியாரைத் தூக்கியெறிய சையது சகோதரர்களுக்கு உதவி புரிந்தார். அவரும், பிற மராட்டிய சர்தார்களும் டெல்லிப் பேரரசின் பலவீனத்தை முதன்முறையாக உணர்ந்ததால் வடக்கு நோக்கிய விரிவாக்க ஆசை ஏற்பட்டது.

மராட்டிய சர்தார்கள் தாம் வசூலிக்கும் வரியில் பெரும் பகுதியைச் செலவுக்கென வைத்துக்கொள்வதால் தக்கா ணத்தில் திறம்பட சாத், சர்தேஷ்முகி வரி வசூலிப்பதற்காக பாலாஜி விஸ்வநாத் அவர்களுக்கு ஒரு தனிப்பிரதேசத்தை ஒதுக்கி உடன்பாடு கண்டார். சாத், சந்தேஷ்முகி வசூலிப் பதற்கான முறையும் பேஷ்வாக்கள் தமது சொந்த அதிகா ரத்தை மேம்படுத்தவே உதவியது. பேராசை கொண்ட சர்தார் கள் பலர் அவரைச் சுற்றியே வலம் வந்தனர். நடைமுறை யில் மராட்டியப் பேரரசின் பலவீனத்துக்கு இதுவே மிகப் பெரும் காரணமானது. வாடன்கள், சரண்ஜாம்கள் (ஜாகீர்கள்) முறை, மராட்டிய சர்தார்களை ஏற்கெனவே வலுவும், சுய ராஜ்ஜியமும், மத்திய ஆட்சியின் மீது பொறாமை

கொண்டவர்களாக ஆக்கியிருந்தது. முகலாயப் பேரரசி லிருந்து தொலைதூரங்களில் அவர்கள் தமது கட்டுப்பாட்டை நிலைநாட்டத் தொடங்கி, படிப்படியாக கிட்டத்தட்ட சுயாட்சி மிக்க தலைவர்களாக உருவெடுத்தனர். ஆகவே, மராட்டியர்கள் தமது மூல சாம்ராஜ்ஜியத்துக்கு வெளியில் பெற்ற வெற்றியானது மராட்டிய மன்னர்களால் அல்லது பேஷ்வாக்களால் நேரடியாகக் கட்டுப்படுத்தப்படும் மையப் படுத்தப்பட்ட இராணுவத்தினால் பெறப்பட்டதல்ல. மாறாக, சர்தார்களின் சொந்த இராணுவத்தினால் பெறப்பட்டதாகும். வெற்றிக்கான போரில் இத்தகைய சர்தார்கள் தங்களுக்குள் அடிக்கடி மோதிக்கொண்டனர். மைய ஆட்சியாளர்கள் அவர்களை மிகவும் கண்டிப்புடன் கட்டுப்படுத்தத் தொடங்கிய பொழுது நிஜாம், முகலாயர்கள் அல்லது ஆங்கிலேயர்கள் போன்ற எந்தவொரு எதிரியுடனும் அவர்கள் கைகோர்க்கத் தயங்கவில்லை.

1720-ம் ஆண்டு பாலாஜி விஸ்வநாத் மரணமடைந்தார். அவரைத் தொடர்ந்து அவரது 20 வயது மகன் முதலாம் பாஜிராவ் பேஷ்வாவாகப் பொறுப்பேற்றார். பாஜிராவ் வயதில் இளையவராக இருந்தபோதிலும் திறமையும், துணிவும் கொண்ட தளபதியாகவும், பேராசையும், மதிநுட்பமும் கொண்ட ராஜதந்திரியாகவும் திகழ்ந்தார். 'சிவாஜிக்குப் பிறகு கொரில்லாப் போர்த்தந்திரத்தில் மாபெரும் திறமைசாலி' என அவர் போற்றப்பட்டார். பாஜிராவ் தலைமையிலான மராட்டியப் படைவீரர்கள் முகலாயப் பேரரசுக்கு எதிராகப் பல்வேறு போர்களில் ஈடுபட்டனர். பரந்துபட்ட பகுதிகளில் சாத்வரி வசூலிப்பதை முகலாய அதிகாரிகள் முதலில் கைவிட வேண்டும். அதைத் தொடர்ந்து அப்பகுதியை மராட்டிய ராஜ்ஜியத்திடம் ஒப்படைத்துவிட வேண்டும் என நிர்ப்பந் திக்க முயன்றனர். 1740-ம் ஆண்டு பாஜிராவ் மரணமடைந்த பொழுது மராட்டியர்கள் மால்வா, குஜராத் மற்றும் பண்டல் கண்டின் ஒரு பகுதியைத் தமது கட்டுப்பாட்டின்கீழ் கொண்டு வந்திருந்தனர். கெயிக்வாட், ஹோல்கர், சிந்தியா, போன்ஸ்லே ஆகிய மராட்டியக் குடும்பங்கள் இக்காலகட்டத்தில் மிகவும் பிரபலமாயின.

நிஜாம் உல் முல்க்கின் ஆட்சியதிகாரத்தைத் தக்காணத் துக்குள் கட்டுப்படுத்த பாஜிராவ் தனது வாழ்நாள் முழுவதும் போராடினார். மாறாக, நிஜாம் உல் முல்க் தனது பங்கிற்கு கோலாப்பூர் மன்னருடனும், மராட்டிய சர்தார்களுடனும், முகலாய அதிகாரிகளுடனும் இணைந்து நின்று பேஷ்வா வின் அதிகாரத்தைப் பலவீனப்படுத்தத் தொடர்ந்து சதிச் செயல்களில் ஈடுபட்டு வந்தார். இருவரும் இருமுறை போர்க் களத்தில் சந்தித்தனர். இருமுறையும் நிஜாம் மிகவும் மோசமான வகையில் தோற்கடிக்கப்பட்டு, தக்காணப் பிரதேசத் துக்காக மராட்டியர்களுக்கு சாத், சர்தேஷ்முகி வரி செலுத்த வேண்டிய நிர்ப்பந்தம் ஏற்பட்டது.

1733-ம் ஆண்டு பாஜிராவ் ஜஞ்சிராவின் சித்திகளுக்கு எதிரான நீண்ட போரில் ஈடுபட்டார். போரின் முடிவில் முக்கியப் பிரதேசங்களிலிருந்து அவர்கள் வெளியேற்றப் பட்டனர். அதே நேரத்தில் போர்த்துக்கீசியர்களுக்கு எதிரான போர் தொடங்கியது. இறுதியில் சால்சேட், பாசெய்ன் ஆகிய பகுதிகள் கைப்பற்றப்பட்டன. போர்த்துக்கீசியர்கள் மேற்குக் கரைப் பிரதேசங்களைத் தொடர்ந்து தமது கட்டுப்பாட்டில் வைத்திருந்தனர்.

1740-ம் ஆண்டு ஏப்ரலில் பாஜிராவ் மரணமடைந்தார். இருபதாண்டு குறுகிய காலத்துக்குள் அவர் மராட்டிய அரசில் பண்பு ரீதியான மாற்றத்தை ஏற்படுத்தினார். மகாராஷ்டிர ராஜ்யம் என்ற நிலையிலிருந்து இது வடக்கில் விரிவடைந்து பேரரசாக வடிவம் பெற்றது. ஆனாலும் அவர் பேரரசுக்கான அடித்தளத்தை அமைக்கத் தவறிவிட்டார். புதிய பிரதேசங் கள் வெற்றி கொள்ளப்பட்டு கைப்பற்றப்பட்டன. ஆனால் அவற்றின் நிர்வாகத்தில் போதிய கவனம் செலுத்தப்பட வில்லை. வெற்றி பெற்ற சர்தார்களின் முழுமுதற் கடமை வரிவசூலிப்பதாகவே இருந்தது.

பாஜிராவின் 18 வயது நிரம்பிய மகனான நானாசாஹிப் என்றழைக்கப்பட்ட பாலாஜி பாஜிராவ் 1740-ம் ஆண்டு முதல் 1761-ம் ஆண்டு வரை பேஷ்வாவாக இருந்தார். அவர் போதிய

சுறுசுறுப்பு இல்லாதவராக இருந்தபோதிலும் தந்தையைப் போல திறமைசாலியாக விளங்கினார். ஷாகு மன்னர் 1749-ம் ஆண்டு மறைந்தார். அவரது விருப்பத்தின் பேரிலேயே அரசின் நிர்வாக விவகாரங்கள் அனைத்தும் பேஷ்வாக்களின் கரங்களில் ஒப்படைக்கப்பட்டன. பேஷ்வா பதவி ஏற்கெனவே பரம்பரை வழியிலானதாக இருந்தது. பேஷ்வாக்கள்தான் அரசின் உண்மையான ஆட்சியாளர்களாக விளங்கினர். தற்பொழுது அவர் நிர்வாகத்தின் அதிகாரபூர்வ தலைவராக ஆனார். அதன் அடையாளமாக அவரது தலைமையிடமான பூனாவுக்கு அரசாங்கத்தை மாற்றினார்.

பாலாஜி பாஜிராவ் தனது தந்தையின் அடிச்சுவட்டைப் பின்பற்றி நடந்து வந்தார். பேரரசைப் பல முனைகளிலும் விரிவுபடுத்தி முகலாய ஆட்சியை உச்சத்துக் கொண்டு சென்றார். மராட்டிய படைகள் இந்தியா முழுமையிலும் பரவியிருந்தன. மால்வா, குஜராத், பண்டல்கண்டு ஆகிய பிரதேசங்களின் மீதான மராட்டியத்தின் கட்டுப்பாடு உறுதிப் படுத்தப்பட்டது. வங்காளம் தொடர்ந்து படையெடுப்புக்கு உள்ளானது. 1751-ம் ஆண்டு வங்காள நவாப் ஒரிசாவை விட்டு வெளியேற வேண்டியிருந்தது. தெற்கிலிருந்த மைசூர் அரசும், மற்ற சிறிய அரசுகளும் கப்பம் கட்ட நிர்ப்பந்திக்கப்பட்டன. 1760-ம் ஆண்டு ஐதராபாத் நிஜாம் உதயகிரியில் தோற்கடிக் கப்பட்டார். ஆண்டுக்கு ரூ. 62 லட்சம் வருவாய் அளிக்கும் பரந்த பிரதேசத்தைவிட்டு வெளியேற நிர்ப்பந்திக்கப் பட்டார். வடக்கில் முகலாய சிம்மாசனத்தின் பின்புலத்தில் விரைவில் மராட்டிய ஆட்சியதிகாரம் ஏற்பட்டது. கங்கைச் சமவெளி, ரஜபுதனத்தின் வழியாக அவர்கள் டெல்லியைச் சென்றடைந்தனர். 1752-ம் ஆண்டு இமாத் உல்முல்க் தலைமை அமைச்சராவதற்கு அவர்கள் உதவிபுரிந்தனர். இப்புதிய அமைச்சர் விரைவில் அவர்களது கைப்பாவை யானார். டெல்லியிலிருந்து பஞ்சாபுக்குச் சென்று அங்கு ஆட்சியிலிருந்த அகமது ஷா அப்தலியின் ஏஜென்டை அகற்றிவிட்டு அதனைத் தமது கட்டுப்பாட்டின்கீழ் கொண்டு வந்தனர். இது ஆப்கானிஸ்தானைச் சேர்ந்த வீரம்செறிந்த மன்னருடன் மோதலுக்கு இட்டுச் சென்றது. அவர் மீண்டும்

ஒருமுறை இந்தியாவில் நுழைந்து மராட்டிய ஆட்சியாளர்களுடன் கணக்கு தீர்க்கும் காரியத்தில் இறங்கினார்.

வட இந்தியாவின் மீது மேலாதிக்கம் செலுத்துவதற்கான ஒரு பெரும் மோதல் மீண்டும் தொடங்கியது. மராட்டிய சர்தார்களால் பாதிப்புக்குள்ளான ரோகில்கண்டைச் சேர்ந்த நஜீவ் உத்தௌலா, அவாத்தைச் சேர்ந்த சுஜா உத்தௌலா ஆகியோருடன் அகமது ஷா அப்தலி அணி சேர்ந்து நின்றார். ஏற்படவிருந்த போரின் முக்கியத்துவத்தை உணர்ந்த பேஷ்வா, உண்மையான தளபதி அதிகாரம் தனது சகோதரியின் மகன் சதாசிவ ராவ் பாவிடம் இருந்தபோதிலும் தனது இளம்வயது மகனின் தலைமையில் ஒரு வலுவான இராணுவத்தை வடக்கு நோக்கி அனுப்பி வைத்தார். ஐரோப்பிய பாணியிலான காலாட்படையும், இப்ராகிம் கான்கார்டி தலைமையிலான பீரங்கிப் படையும் இப்படையின் முக்கிய ஆயுதங்களாக இருந்தன. மராட்டியர்கள் பிற வடக்கத்திய ஆட்சியாளர்களுடன் அணி சேர முயற்சி செய்தனர். ஆனால் அவர்களது முந்திய நடத்தையும், அரசியல் ஆசைகளும் அனைத்து ஆட்சியாளர்களிடத்திலும் பகைமையை ஏற்படுத்தி இருந்தது. அவர்கள் ரஜபுத்திரர்களின் உள்விவகாரங்களில் தலையிட்டு அவர்கள் மீது பெருமளவுக்கு அபராதமும், கப்பமும் விதித்தனர். அவாத்தைச் சேர்ந்தவர்கள் பெரும் பிரதேசத்தையும், நிதியையும் அளிக்க வேண்டுமென அவர்கள் நிர்ப்பந்தித்தனர். பஞ்சாபில் அவர்களது நடத்தை சீக்கிய மதத்தலைவர்களை ஆத்திரமூட்டியது. அதேபோல, ஜாட் தலைவர்கள் மீதும் கடும் அபராதம் விதிக்கப்பட்டதால் அவர்களும் இவர்கள் மீது நம்பிக்கை கொள்ளவில்லை. பலவீனமான இமாத் உல் முல்க் தவிர வேறு யாரும் ஆதரவு தர முன்வராத நிலையில் அவர்கள் தனித்து நின்று எதிரிகளுடன் போரிட வேண்டியதாயிற்று. மூத்த மராட்டிய தளபதிகள் தொடர்ந்து தங்களுக்குள் சண்டையிட்டுக் கொண்டிருந்தனர்.

1761 ஜனவரி 14 அன்று இரு படைகளும் பானிப்பட்டில் சந்தித்தன. மராட்டிய படை முழுமையாகத் தோற்கடிக்கப் பட்டது. பேஷ்வாவின் மகன், விஸ்வாஸ்ராவ், சதாசிவராவ்

பாகு, ஏராளமான மராட்டிய படைத்தளபதிகள் மற்றும் 28 ஆயிரம் படைவீரர்கள் போரில் அழிந்தனர். தப்பித்து ஓடியவர்கள் ஆப்கன் குதிரைப் படையினரால் துரத்தப் பட்டனர். ஜாட்டுகள், அஹிர்கள், பானிப்பட் பிரதேசத்தைச் சேர்ந்த குஜார்கள் போன்றோர் திருட்டிலும், கொள்ளையிலும் ஈடுபட்டனர்.

தனது சகோதரியின் மகனுக்கு உதவிட வடக்கு நோக்கிச் சென்ற பேஷ்வா இந்தச் சோகச் சம்பவத்தைக் கேள்வியுற்று அதிர்ச்சிக்குள்ளானார். ஏற்கெனவே தீவிரமாக நோய்வாய்ப் பட்டிருந்த அவரது இறுதி நாட்கள் வேகமாக நெருங்கி வந்தன. 1761-ம் ஆண்டு ஜுன் மாதம் அவர் காலமானார்.

பானிப்பட்டில் மராட்டியர்களுக்கு ஏற்பட்ட தோல்வி அவர்களுக்குப் பெரும் நாசத்தை ஏற்படுத்தியது. படையின் மையப் பகுதியை அவர்கள் இழந்திருந்தனர். அவர்களது அரசியல் மரியாதை பெரிதும் பாதிக்கப்பட்டது. எல்லா வற்றைக் காட்டிலும், அவர்களுடைய தோல்வியானது ஆங்கி லேயக் கிழக்கிந்தியக் கம்பெனி வங்காளத்திலும், தென்னிந் தியாவிலும் தனது அதிகாரத்தை உறுதிப்படுத்திக் கொள் வதற்கு வாய்ப்பை ஏற்படுத்தித் தந்தது. அவர்களது வெற்றி யினால் ஆப்கானியர்களுக்கும் பலன் ஏதுமில்லை. அவர் களால் பஞ்சாபைக்கூட தக்கவைத்துக் கொள்ள இயல வில்லை. உண்மையில் மூன்றாம் பானிப்பட்டுப் போரானது இந்தியாவை யார் ஆட்சிபுரிவது என்பதைக் காட்டிலும் யார் ஆளக்கூடாது என்பதைத் தீர்மானிப்பதாகத்தான் அமைந்தி ருந்தது. அந்த நிலை இந்தியாவில் பிரிட்டீஷ் ஆட்சிக்கு வழிவகுத்தது.

1761-ம் ஆண்டு 17 வயது நிரம்பிய மாதவ்ராவ் பேஷ்வா ஆனார். அவர் ஒரு கைதேர்ந்த போர்வீரராகவும், ராஜ தந்திரியாகவும் விளங்கினார். 11 ஆண்டு குறுகிய காலத்துக்குள் மராட்டியப் பேரரசு இழந்த சொத்துக்களை மீட்டெடுத்தார். அவர் நிஜாமைத் தோற்கடித்தார். மைசூர் ஹைதர் அலியை கப்பம் கட்ட நிர்ப்பந்தித்தார். ரோகில்லர்களையும், ரஜபுத்திர அரசையும், ஜாட் தலைவர்களையும் தோற்கடித்து வட

இந்தியாவின் மீதான தமது கட்டுப்பாட்டை மீண்டும் நிலை நாட்டினார். 1771-ம் ஆண்டு மராட்டியர்களால் மீண்டும் டெல்லி பேரரசாக ஆக்கப்பட்ட ஷா ஆலம் தற்போது மராட்டியர்களின் ஒய்வூதியம் பெறுபவராக மாறினார். வடக்கில் மீண்டும் மராட்டியர்கள் எழுச்சியுற்று வந்தது போன்ற தோற்றத்தை அது ஏற்படுத்தியது.

1772-ம் ஆண்டு மாதவ்ராவ் மரணமடைந்தபிறகு மராட்டியர்கள் மறுபடியும் வீழ்ச்சியுற்றனர். மராட்டியப் பேரரசு குழப்பத்தில் ஆழ்ந்தது. பாலாஜி பாஜிராவின் இளைய சகோதரர் ரகுநாதராவுக்கும், மாதவராவின் இளைய சகோதரர் நாராயணராவுக்கும் இடையில் பூனாவில் அதிகாரத்துக்கான போர் மூண்டது. 1773-ம் ஆண்டு நாராயணராவ் கொல்லப் பட்டார். அவருக்குப் பிறகு தந்தையை இழந்த மகனான சவாய் மாதவராவ் பொறுப்புக்கு வந்தார். மன உளைச்சலால் பிரிட்டீஷ்காரர்களுடன் சேர்ந்து அவர்களது ஆதரவுடன் ஆட்சியதிகாரத்தைக் கைப்பற்றும் முயற்சியில் ஈடுபட்டார். இதன் விளைவாக ஆங்கிலேய-மராட்டியப் போர் மூண்டது.

பேஷ்வாக்களின் அதிகாரம் தேய்ந்து வந்தது. பூனாவில் நானாபதனிஸ் தலைமையிலான சவாய் மாதவராவின் ஆதர வாளர்களுக்கும், ரகுநாதராவின் ஆதரவாளர்களுக்கும் இடை யில் தொடர்ந்து சதிகள் நடைபெற்று வந்தன. இடைப்பட்ட காலத்தில் பெரும் மராட்டிய சர்தார்கள் வடக்கில் அரை-சுதந்திர அரசுகளை உருவாக்கினர். அவை அரிதாகவே ஒத்துழைப்பு நல்கி வந்தன. பரோடாவின் கெயிக்வாட், நாக்பூரின் போன்ஸ்லே, இந்தூரின் ஹோல்கர், குவாலியரின் சிந்தியா ஆகியோர் அவர்களில் முக்கியமானவர்கள் ஆவர். அவர்கள் முகலாய நிர்வாகத்தைப் போன்று முறையான நிர்வாகத்தை ஏற்படுத்தினர். தனிப்பட்ட இராணுவத்தைக் கொண்டிருந்தனர். பேஷ்வாக்களிடம் அவர்களது விசுவாசம் பெயரளவுக்கானதாக ஆகிவந்தது. மாறாக அவர்கள் பூனாவின் எதிர்த் தரப்பினருடன் இணைந்து நின்றனர். மராட்டியப் பேரரசின் எதிரிகளுடன் சேர்ந்துகொண்டு சதி செயலில் ஈடுபட்டனர்.

வடக்கிலிருந்த மராட்டிய ஆட்சியாளர்களில் மஹாஜி சிந்தியா மிகவும் முக்கியமானவர் ஆவார். அவர் பிரெஞ்சு மற்றும் போர்ச்சுக்கீசிய அதிகாரிகளின் உதவியுடன், இந்து, முஸ்லீம் படைவீரர்களைச் சமமாக உள்ளடக்கிய ஐரோப்பிய பாணியிலான ஒரு வலுவான இராணுவத்தை உருவாக்கினார். ஆக்ராவுக்கு அருகில் அவர் தனது சொந்த ஆயுதத் தொழிற்சாலையை நிறுவினார். 1784-ல் அவர் பேரரசர் ஷா ஆலமை தனது கட்டுப்பாட்டுக்குள் கொண்டு வந்தார். மஹாஜி, பேஷ்வாவின் சார்பில் செயல்பட வேண்டும் என்ற நிபந்தனையின் பேரில் பேஷ்வாவை பேரரசரின் பிரதிநிதியாக நியமிக்கும் உத்தரவை பேரரசரிடமிருந்து பெற்றார். அவர் தனது ஆற்றல் முழுவதையும் நானா பதனிசுக்கு எதிராக சதிச் செயல்புரிவதிலேயே கழித்தார். அத்தோடு அவர் இண்டூரின் ஹோல்கருக்குக் கடும் எதிரியாக இருந்து வந்தார். 1794-ம் ஆண்டு அவர் காலமானார். அவரும், 1800-ம் ஆண்டில் மறைந்த நானா பதனிசும், 18-ம் நூற்றாண்டில் மராட்டிய ஆட்சியை உயர்நிலைக்குக் கொண்டு சென்ற இறுதியான பெரும் போர்வீரர்களும், ராஜதந்திரிகளுமாவர்.

சவாய் மாதவராவ் 1795-ம் ஆண்டு மரணமடைந்தார். அவரைத் தொடர்ந்து ரகுநாதராவின் மகனான இரண்டாம் பாஜிராவ் பொறுப்புக்கு வந்தார். அச்சமயம் பிரிட்டீசார் இந்தியாவில் தமது மேலாண்மைக்குச் சவாலாக விளங்கும் மராட்டியர்களை முடிவுக்குக் கொண்டு வரத் தீர்மானித்தனர். பிரிட்டீசார் தமது புத்தி சாதுரியத்தால் பரஸ்பரம் போரில் ஈடுபட்டு வந்த மராட்டிய சர்தார்களிடையே பிளவை உண்டாக்கினர். 1803-05-ம் ஆண்டுகளில் நடைபெற்ற இரண்டாம் மராட்டிய போரிலும், 1816-19-ம் ஆண்டுகளில் நடைபெற்ற மூன்றாம் மராட்டிய போரிலும் அவர்களை வெற்றி கண்டனர். அதே சமயம் மற்ற மராட்டிய அரசுகள் துணை அரசுகளாகத் தொடர அனுமதிக்கப்பட்டன. பேஷ்வாக்களின் ஆதிக்கம் முடிவுக்கு வந்தது.

இவ்வாறாக, முகலாயப் பேரரசைக் கட்டுப்படுத்தி நாட்டின் மிகப்பரந்த பிரதேசத்தில் தமது சொந்தப் பேரரசை நிறுவுவது என்ற மராட்டியர்களின் கனவை நனவாக்க

இயலவில்லை. முகலாயப் பேரரசு பின்பற்றி வந்த அதே சீரழிந்த சமூக முறைமையையே மராட்டியப் பேரரசும் பின் பற்றி வந்ததே இதற்கு அடிப்படைக் காரணமாகும். அதனால் அதே பலவீனத்தால் இதுவும் பாதிக்கப்பட்டது. சரஞ்சமி முறை முகலாயர்களின் ஜாகிர் முறையை ஒத்திருந்தது போலவே, மராட்டியத் தலைவர்களும் பிற்கால முகலாயப் பிரபுக்களை ஒத்திருந்தனர். நீண்டகாலம் ஒரு வலுவான மத்திய ஆட்சி நீடித்தது. பொது எதிரியான முகலாயர்களுக்கு எதிராக பரஸ்பர ஒத்துழைப்பு தேவைப்படும் பொழுதும், வலிமைமிக்க மத்திய ஆட்சி இருந்தபொழுதும் அவர்கள் ஒன்றுபட்டிருந்தனர். வாய்ப்பு கிடைத்தவுடன் சுதந்திரப் பிரகடனத்தை வெளியிட அவர்கள் தயாராக இருந்தனர். முகலாயப் பிரபுக்களைக் காட்டிலும் நிர்வாகக் கட்டுக் கோப்பில் அவர்கள் குறைபாடுடையவர்களாகவே இருந்தனர். அதுமட்டுமின்றி மராட்டிய சர்தார்கள் ஒரு புதிய பொரு ளாதார முறையை வளர்க்க முயலவில்லை. அறிவியல், தொழில் நுட்பத்தை மேம்படுத்தத் தவறிவிட்டனர் அல்லது தொழில், வர்த்தகத்திலும் பேரார்வம் காட்டவில்லை. அவர் களது வருவாய்த்துறை அமைப்பும், நிர்வாகமும் முகலாயர் களைப் போலவே இருந்து வந்தன. முகலாயர்களைப் போல மராட்டியர்களும் நிராதரவான விவசாயிகளிடமிருந்தே தங்கள் வருமானத்தைப் பெருக்குவதிலேயே கண்ணும் கருத்து மாய் இருந்து வந்தனர். உதாரணமாக, அவர்களும் வேளாண் உற்பத்தியில் கிட்டதட்ட சரிபாதி அளவுக்கு வரியாக வசூலித்தனர். முகலாயர்களைப் போல அல்லாமல் மகாராஷ் டிராவுக்கு வெளியில் மக்களுக்கான சிறந்த நிர்வாகத்தை அளிக்கக்கூட அவர்கள் தவறிவிட்டனர். முகலாயர்களுக்குக் கிடைத்த அரசு விசுவாசத்தைக் காட்டிலும் இவர்களால் இந்திய மக்களிடமிருந்து கூடுதல் விசுவாசத்தைப் பெற இயல வில்லை. அவர்களுடைய ஆட்சி படையை - படை பலத்தை மட்டுமே - சார்ந்திருந்தது. எழுச்சியுற்று வந்த பிரிட்டீஷ் அதிகா ரத்தின் முன்பு மராட்டியர்கள் நிற்பதற்குத் தமது அரசை ஒரு நவீன அரசாக மாற்றியமைப்பது ஒன்றே அவர்களுக்கு இருந்த வழியாகும். அவ்வாறு செய்ய அவர்கள் தவறிவிட்டனர்.

மக்களின் சமூகப் பொருளாதார நிலை :

18-ம் நூற்றாண்டு இந்தியா சமூக, பொருளாதார, பண் பாட்டு ரீதியாக போதுமான அளவுக்கு முன்னேறவில்லை.

அரசின் அதிகரித்து வந்த நிதி தேவை, அதிகாரிகளின் ஒடுக்குமுறை, பிரபுக்கள், நிலச்சுவான்தார்கள், ஜமீன்தார் களின் பேராசை, போட்டிப் படைகளின் அணிவகுப்பு, எதிர் அணிவகுப்பு, நாடு முழுமையிலும் பெருமளவில் நடை பெற்று வந்த துணிகரக் கொள்ளைச் சம்பவங்கள் போன்ற வற்றால் மக்கள் மிகவும் பரிதாபகரமான நிலையில் வாழ்ந்து வந்தனர்.

அக்காலத்தில் இந்தியா பல்வேறு முரண்பாடுகள் கொண்ட நாடாக விளங்கி வந்தது. ஒருபுறம் கொடூரமான வறுமையும், மறுபுறம் செல்வச் செழிப்பும், ஆடம்பரமும் கோலோச்சின. ஒருபுறத்தில் செல்வந்தர்களும் செல்வாக்கு மிக்க பிரபுக்களும் ஆடம்பரத்திலும், வசதி வாய்ப்புகளிலும் ஊறித் திளைத்தனர். மறுபுறத்தில் பின்தங்கிய, ஒடுக்கப் பட்ட, தரித்திர நாராயணர்களான விவசாயிகள் வெறும் அடிப்படைத் தேவைகளுக்கே திண்டாடி வந்தனர். மக்கள் அனைத்து வகையான அநீதிகளையும், அசமத்துவங்களையும் தாங்கிக் கொள்ள வேண்டியிருந்தது. 19-ம் நூற்றாண்டின் இறுதியில், நூறாண்டு கால பிரிட்டீஷ் ஆட்சியில் இருந் ததைக் காட்டிலும் இந்திய மக்களின் வாழ்க்கை பொதுவாகச் சிறந்து விளங்கியது.

18-ம் நூற்றாண்டில் இந்திய வேளாண்மை தொழில்நுட்ப ரீதியில் பின்தங்கி, தேக்க நிலையில் இருந்தது. உற்பத்தித் தொழில்நுட்பம் பல நூற்றாண்டுகளாக தேக்க நிலையிலேய நீடித்தது. தொழில்நுட்ப ரீதியான பின்தங்கிய நிலையை ஈடுகட்ட விவசாயிகள் மிகக் கடுமையாக உழைத்தனர். உண்மையில் அவர்கள் உற்பத்தியில் அதிசயம் நிகழ்த்தினர். மேலும், அவர்கள் பொதுவாக நிலப்பற்றாக்குறையினால் பாதிக்கப்படவில்லை. துரதிருஷ்டவசமாக அவர்கள் தமது உழைப்பின் பலனை எப்பொழுதாவது ஒருமுறைதான்

அனுபவிக்க முடிந்தது. விவசாயி, உற்பத்தி செய்த பொருள் சமுதாயத்தின் பிற பகுதி மக்களுக்கு உதவிய போதிலும் அவனது சொந்த நிலைமை மோசமான பற்றாக்குறையுடனேயே நீடித்து வந்தது. அரசு, ஜமீன்தார்கள், ஜாகீர்தார்கள், நிலச் சுவான்தார்கள் போன்றோர் விவசாயிகளை ஒட்டச்சுரண்டி வந்தனர். முகலாய அரசிலும், மராட்டிய, சீக்கிய அல்லது முகலாய அரசைப் பின்தொடர்ந்து வந்த வேறெந்த அரசிலும் இதுவே நிலை.

இந்திய கிராமங்கள் பெரும்பாலும் சுயதேவையைப் பூர்த்தி செய்து கொள்ளக்கூடியவைகளாக இருந்தன. வெளி யிலிருந்து மிகக்குறைந்த அளவுக்கே இறக்குமதி செய்யும் தேவை ஏற்பட்டது. தகவல் தொடர்பு சாதனங்கள் பின்தங்கிய நிலையில் இருந்தன. ஆயினும் முகலாய ஆட்சியின்கீழ் உள் நாட்டிற்குள்ளும், இந்தியாவுக்கும், பிற ஆசிய, ஐரோப்பிய நாடுகளுக்கு இடையிலும் விரிவான வர்த்தகம் நடைபெற்று வந்தது. பெர்ஷிய வளைகுடாப் பகுதியிலிருந்து முத்து, கச்சாப்பட்டு, கம்பளி, பேரீட்சை, உலர்ந்த பழ வகைகள், பன்னீர், அரேபியாவிலிருந்து காபி, தங்கம், மருந்துகள், தேன், சீனாவிலிருந்து தேயிலை, சர்க்கரை, பீங்கான், பட்டு, திபெத்தி லிருந்து தங்கம், வாசனை திரவியங்கள், கம்பளித்துணிகள், சிங்கப்பூரிலிருந்து தகரம், இந்தோனேசியத் தீவுகளிலிருந்து நறுமணப் பொருட்கள், வாசனை திரவியங்கள், மதுபானம், சர்க்கரை, ஆப்பிரிக்காவிலிருந்து யானைத்தந்தம், மருந்துகள், ஐரோப்பாவிலிருந்து கம்பளித்துணிகள், தாமிரம், இரும்பு, துத்தநாகம், காகிதம் போன்றவற்றை இந்தியா இறக்குமதி செய்தது. ஜவுளியே இந்தியாவின் மிக முக்கிய ஏற்றுமதி ஆகும். இதன் தரம் காரணமாக உலகம் முழுவதும் புகழ்பெற்று விளங்கிய இதற்கு எல்லா இடங்களிலும் பெரும் கிராக்கி இருந்தது. கச்சாப்பட்டு, பட்டு நூல், இயந்திரங்கள், அவுரி, வெடியுப்பு, அபினி, அரிசி, கோதுமை, சர்க்கரை, மிளகு மற்றும் பிற நறுமணப் பொருட்கள், விலை உயர்ந்த கற்கள், மருந்துகள் போன்றவற்றையும் இந்தியா ஏற்றுமதி செய்தது.

கைத்தொழிலிலும், வேளாண் பொருள் உற்பத்தியிலும்

இந்தியா முழுமையாகச் சுயச்சார்புடன் விளங்கியதால் வெளி நாட்டுப் பொருட்களை பெருமளவுக்கு இறக்குமதி செய்ய வில்லை. மறுபுறத்தில் இதன் தொழிற்துறை மற்றும் வேளாண் உற்பத்தி பொருட்களுக்கு வெளிநாட்டில் வளமான சந்தை வாய்ப்புகள் கிடைத்து வந்தன. ஆகையால் இந்தியாவின் ஏற்றுமதி, இறக்குமதியைக் காட்டிலும் அதிகமாகும். வெள்ளி, தங்கம் ஆகியவற்றை இறக்குமதி செய்வதன் மூலம் வர்த்தக வேறுபாடுகள் ஈடுகட்டப்பட்டன. உண்மையில் இந்தியா வுக்குள் விலையுயர்ந்த உலோகங்கள் வந்து குவிந்த வண்ணம் இருந்தன.

18-ம் நூற்றாண்டில் காலனியத்துக்கு முந்திய கால கட்டத்தில் நிலவிய உள்நாட்டு, வெளிநாட்டு வர்த்தகத்தின் நிலைகுறித்து வரலாற்றாசிரியர்களிடையே கருத்து வேறுபாடு கள் நிலவுகின்றன. 18-ம் நூற்றாண்டில் நடைபெற்று வந்த தொடர்ச்சியான போரினாலும், சட்டம், ஒழுங்கு சீர்கேட்டி னாலும் நாட்டின் பல பகுதிகளில் உள்நாட்டு வர்த்தகம் பெரிதும் பாதிக்கப்பட்டதாக பெரும்பாலானோர் கருது கின்றனர். அதிகாரத்துக்கான போரில் ஈடுபட்டு வந்தவர் களாலும், அன்னிய படையெடுப்பாளர்களாலும் பல வர்த்தக மையங்கள் கொள்ளையடிக்கப்பட்டன. வர்த்தகப் பாதை களில் கொள்ளைக்காரர்கள் இடையூறு செய்து வந்தனர். வர்த்தகர்களும், அவர்களது வாகனங்களும் தொடர்ந்து கொள்ளையடிக்கப்பட்டு வந்தன. டெல்லி, ஆக்ரா ஆகிய இரண்டு பேரரசு நகரங்களுக்கு இடையிலான சாலைதட கொள்ளையர்களால் பாதுகாப்பற்று இருந்தது. சுயாட்சிப் பிரதேசங்களும், பெருமளவில் குறுநில மன்னர்களும் அதிகரித்து வந்ததால் சுங்கச்சாவடிகளும் அல்லது சௌகி களும் பெருகி வந்தன. ஒவ்வொரு சிறிய அல்லது பெரும் ஆட்சியாளரும் தமது எல்லையினுள் நுழையும் அல்லது வெளியேறும் பொருட்களுக்கு அதிகச் சுங்கவரி வசூலிப் பதன் மூலம் தமது வருமானத்தை அதிகரித்திட முயன்றனர். இத்தகைய அம்சங்கள் தொலைதூர வர்த்தகத்தைக் கடுமை யாகப் பாதித்தன. ஆடம்பரப் பொருட்களைப் பெரு மளவில் நுகர்ந்து வந்த பிரபுக்கள் வறுமை நிலைக்கு

உள்ளானதால் அதுவும் உள்நாட்டு வர்த்தகத்தைப் பாதித்தது. அரசியல் மாற்றங்களும், உள்நாட்டு வர்த்தகத்துக்கான போரும் ஏற்படுத்திய வியாபார பாதிப்பு பொதுவாக மிகைப்படுத்தப் பட்டதாக பிற வரலாற்றாசிரியர்கள் கருதுகின்றனர். அன்னிய வர்த்தகத்தின் மீதான தாக்கமும் சிக்கல் நிறைந்ததாகவும், பல்வேறு தன்மைகள் கொண்டதாகவும் இருந்தன. கடல்வழி வர்த்தகம் விரிவடைந்த அதே சமயம் ஆப்கானிஸ்தான், பெர்ஷியா வழியிலான தரைவழி வர்த்தகம் பாதிக்கப்பட்டது.

வர்த்தகத்தைப் பாதித்த அரசியல் அம்சங்கள் நகர்ப்புற தொழிலின் மீதும் எதிர்மறையான தாக்கத்தை ஏற்படுத்தின. வளமான நகரங்கள், வளர்ச்சி பெற்ற தொழில் மையங்கள் பல பாதிப்புக்கும், சீரழிவுக்கும் உள்ளாயின. நாதிர்ஷாவினால் டெல்லி கொள்ளையடிக்கப்பட்டது. லாகூர், டெல்லி, மதுரை ஆகிய நகரங்கள் அகமது ஷா அப்தலியினாலும், ஆக்ரா ஜாட்டுகளாலும், சூரத்தும், குஜராத்தின் பிற நகரங்களும், தக்காணமும் மராட்டியர்களாலும், சர்ஹிந்த் சீக்கியர்களாலும் கொள்ளையடிக்கப்பட்டன. அதேபோல சில இடங்களில் கைவினைஞர்கள் நிலபிரபுக்களுக்குத் தேவையானவற்றை அளித்து வந்தனர். புரவலர்களின் சொத்துக்கள் குறைந்து வந்ததால் அரசவை பாதிக்கப்பட்டது. அது ஆக்ரா, டெல்லி போன்ற நகரங்களின் வீழ்ச்சிக்கு இட்டுச் சென்றது. நாட்டின் சில பகுதிகளில் உள்நாட்டு, வெளிநாட்டு வர்த்தகத்தில் ஏற்பட்ட வீழ்ச்சியும் அவர்களை வெகுவாகப் பாதித்தது. ஐரோப்பாவுடன் வர்த்தகத்தை விரிவுபடுத்தி ஐரோப்பிய வர்த்தகநிறுவனங்களின் செயல்பாட்டுடன் கொண்ட தொடர்பு காரணமாக நாட்டின் பிற பகுதிகளில் இருந்த சில தொழிற் சாலைகள் இலாபமடைந்தன. மேலும் புதிய அரசவைகளும், உள்ளூர் பிரபுக்களும், ஜமீன்தார்களும் உருவாகி வந்ததன் மூலம் அது பைசாபாத், லக்னோ, வாரணாசி, பாட்னா போன்ற புதிய நகரங்களின் உருவாக்கத்துக்கு இட்டுச் சென்றது. அதன்மூலம் ஓரளவுக்குக் கைவினைப் பொருட்கள் உற்பத்தி செய்யப்பட்டு வந்தன.

இந்தியா விரிவான வகையில் உற்பத்தியில் ஈடுபட்டு வந்த நாடாக விளங்கியது. இந்தியக் கைவினைஞர்களுக்கு

அவர்களது திறமையின் காரணமாக உலகம் முழுவதும் புகழ் கிடைத்தது. இந்தியா பெருமளவில் பருத்தி, பட்டுநூல், சர்க்கரை, சணல், சாயப் பொருட்கள், கனிமங்கள், ஆயுதங்கள், உலோகச் சாதனங்கள், வெடியுப்பு, எண்ணெய் போன்றவற்றைப் பெருமளவு உற்பத்தி செய்த நாடாகத் திகழ்ந்து வந்தது. வங்காளத்தில் டாக்கா, முர்ஷிதாபாத், பீகாரில் பாட்னா, குஜராத்தில் சூரத், அகமதாபாத், பரோச், மத்தியப் பிரதேசத்தில் சந்தேரி, மகாராஷ்டிராவில் பர்ஹன்பூர், உத்திரப் பிரதேசத்தில் ஜான்பூர், வாரணாசி, லக்னோ, ஆக்ரா, பஞ்சாபில் லாகூர், ஆந்திரப் பிரதேசத்தில் மசூலிப் பட்டணம், ஔரங்காபாத், சிகாகோல், விசாகப்பட்டணம், கர்நாடகாவில் பெங்களூர், தமிழ்நாட்டில் கோயமுத்தூர், மதுரை ஆகியன ஜவுளித் தொழிலில் முக்கிய மையங்களாக விளங்கின. கம்பளிப் பொருள் உற்பத்தி மையமாகக் காஷ்மீர் திகழ்ந்தது. மகாராஷ்டிரா, ஆந்திரா, வங்காளம் ஆகிய பகுதிகளில் கப்பல் கட்டும் தொழில் கோலோச்சியது. இத்துறையில் இந்தியர்களின் மாபெரும் திறமையைப் பற்றிக் குறிப்பிட்ட ஆங்கிலேய எழுத்தாளர் ஒருவர், 'இந்தியர்கள் ஆங்கிலேயர்களிடமிருந்து கற்றதைக் காட்டிலும் கூடுதலாகக் கப்பல் கட்டும் தொழிலில் அவர்கள் ஆங்கிலேயர்களுக்குப் பயிற்றுவித்துள்ளனர்' என்கிறார். இந்தியாவில் உற்பத்தி செய்யப்பட்ட கப்பல்கள் பலவற்றை ஐரோப்பிய நிறுவனங்கள் தமது சொந்த உபயோகத்துக்காக விலைக்கு வாங்கின.

18-ம் நூற்றாண்டின் தொடக்கத்தில் உலக வர்த்தகம் மற்றும் தொழிற்துறையில் முக்கிய மையங்களில் ஒன்றாக இந்தியா திகழ்ந்தது. 'இந்திய வர்த்தகமே உலக வர்த்தகமாக உள்ளது என்பதை நினைவில் கொள்ளுங்கள்... அங்கு யாரால் ஆதிக்கம் செலுத்த முடியுமோ அவரே ஐரோப்பாவிலும் முழு ஆதிக்கம் செலுத்துவார்' என ரஷ்யாவின் மன்னர் பீட்டரே குறிப்பிட்டார்.

முகலாயப் பேரரசின் வீழ்ச்சியின் விளைவாகவும், பெருமளவில் சுயாட்சிப் பிரதேசங்கள் உருவானதாலும் ஒட்டுமொத்தமாகப் பொருளாதார வீழ்ச்சி ஏற்பட்டது அல்லது வர்த்தகம், வேளாண்மை மற்றும் கைத்தொழில் இந்தியாவின்

சில பகுதிகளில் தொடர்ந்து வளர்ச்சியுற்று வந்த நிலையில், மற்ற பகுதிகளில் வீழ்ச்சியுற்று பாதிப்புக்குள்ளாகி வந்ததால், ஒட்டுமொத்த வர்த்தகத்திலும், உற்பத்தியிலும் எத்தகைய பெரும் வீழ்ச்சியும் ஏற்படவில்லை என்பது குறித்து மீண்டும் வரலாற்றாசிரியர்களிடையே கருத்து வேறுபாடுகள் நிலவு கின்றன. சில இடங்களில் முன்னேற்றமும், சில இடங் களில் வீழ்ச்சியும் ஏற்பட்டன என்பதல்ல பிரச்சினை. அடிப் படைப் பொருளாதாரம் தேக்கத்துக்கு உள்ளாகி இருந்தது. இந்தியப் பொருளாதாரம் மிகவும் மந்த நிலையிலும், பொருளா தாரத்தில் உறுதியான தொடர்ச்சியும் இருந்து வந்தது. 17-ம் நூற்றாண்டைக் காட்டிலும், 18-ம் நூற்றாண்டில் பொரு ளாதார நடவடிக்கைகளில் பெரும் வீச்சு எதுவும் ஏற்பட வில்லை. மறுபுறம் வீழ்ச்சியை நோக்கிய ஒரு உறுதியான போக்கு நிலவியது. அதே சமயம், 18, 19-ம் நூற்றாண்டுகளில் பிரிட்டீஷ் காலனியாதிக்கத்தினால் ஏற்பட்ட பாதிப்பைக் காட்டிலும், 18-ம் நூற்றாண்டில் வேளாண்மையிலும், கைத் தொழில் உற்பத்தியிலும் ஏற்பட்ட வீழ்ச்சியினால் மிகக் குறைந்த பொருளாதாரப் பாதிப்புகளே ஏற்பட்டன என்பதே உண்மை.

கல்வி :

18-ம் நூற்றாண்டு இந்தியாவில் கல்வி முழுமையாகப் புறக்கணிக்கப்படவில்லை. ஆனால், ஒட்டுமொத்தக் குறைபாடு நிலவியது. இது மேற்கத்திய நாடுகளின் தீவிர வளர்ச்சி யுடன் எவ்விதத் தொடர்புமின்றி மரபு வழிப்பட்டதாகவே தொடர்ந்தது. இலக்கியம், மதம், தத்துவம், தர்க்கம் போன்றவை சார்ந்த அறிவே போதிக்கப்பட்டன. இயற்பியல், இயற்கை அறிவியல், தொழில்நுட்பம், புவியியல் போன்றவை பயிற்று விக்கப்படவில்லை. சமூகத்துக்கு அவசியமான புள்ளி விவரங்களும், பகுத்தறிவும் சார்ந்த அம்சங்களும் கவனத்தில் கொள்ளப்படவில்லை. அனைத்துத் துறைகளிலும் சுய சிந்தனைகள் தடை செய்யப்பட்டன. தொன்மையான பயிற்சி முறையையே சார்ந்திருந்தனர்.

உயர்கல்வி மையங்கள் நாடு முழுவதும் பரவியிருந்தன. பொதுவாக அவற்றுக்கு நவாபுகள், மன்னர்கள், வசதி படைத்த ஜமீன்தார்கள் போன்றோர் நிதியுதவி அளித்து வந்தனர். சமஸ்கிருதத்தின் அடிப்படையிலான உயர்கல்வி யானது இந்துக்களில் பெரும்பாலும் பிராமணர்களுக்கு மட்டுமே உரித்தானதாக இருந்தது. அச்சமயத்தில் ஆட்சி மொழியான பெர்ஷிய மொழிக்கல்வியே இந்துக்களிடை யிலும், முஸ்லீம்களிடையிலும் சமமாகப் பிரபலமாயிற்று.

ஆரம்பக்கல்வி பரவலாக இருந்தது. இந்துக்களுக்கு நகர்ப்புற, கிராமப்புற பள்ளிகள் மூலமும், முஸ்லீம்களுக்கு மசூதியிலிருந்த மௌலவிகள் மூலமும் கல்வி போதிக்கப்பட்டு வந்தது. இப்பள்ளிகளில் இளம் மாணவர்கள் படிக்கவும், எழுதவும், கணக்குப் போடவும் பயிற்றுவிக்கப்பட்டு வந்தனர். ஆரம்பக் கல்வியானது பிராமணர்கள், ரஜபுத்திரர்கள், வைசியர்கள் போன்ற உயர்சாதியினருக்காகவே பெரும் பாலும் இருந்தபோதிலும், தாழ்ந்த சாதிகளைச் சேர்ந்த சிலரும் இதனைப் பெற்று வந்தனர். பிற்காலத்தில் பிரிட்டீஷ் ஆட்சியின் கீழ் இருந்ததைக் காட்டிலும் இக்காலத்தில் சராசரி கல்வியறிவு ஒன்றும் குறைவாக இல்லை என்பது ஆர்வ மூட்டக்கூடிய ஒன்றாகும். 'படிப்பது, எழுதுவது, கணக்குப் போடுவது போன்ற கல்விச் செல்வத்தில் எந்தவொரு ஐரோப்பிய தேச மக்களைக் காட்டிலும் இந்தியர்கள் பொதுவாக மேலானவர்களாக இருந்தனர்' என 1813-ம் ஆண்டு வாரன்ஹேஸ்டிங்ஸ் எழுதினார். நவீன தரத்துக்கு ஏற்ப போதுமான அளவுக்கு ஆரம்பக் கல்வியின் தரம் இல்லையெனினும், அக்காலத்திய குறைந்தபட்சத் தேவைக் கேற்ப இருந்தது. அப்பொழுது சமூகத்தில் ஆசிரியர்களுக்கு மிகுந்த மரியாதை இருந்து வந்தது, அக்கால கல்வி முறையின் மிகவும் மகிழ்ச்சியான அம்சமாகும். மேட்டுக்குடியைச் சேர்ந்த சில பெண்கள் விதிவிலக்காக இருப்பினும் பொதுவாக பெண்களுக்குக் கல்வி என்பது அபூர்வமான ஒன்றாகவே இருந்து வந்தது மிக மோசமான அம்சமாகும்.

சமூக, பண்பாட்டு வாழ்க்கை முறை :

18-ம் நூற்றாண்டின் சமூக வாழ்வும், பண்பாடும் தேக்க நிலையிலும், கடந்த காலத்தைச் சார்ந்தும் இருந்து வந்தது. நூற்றாண்டுக்கணக்காக குறிப்பிடத்தக்க பண்பாட்டு ஒற்றுமை கட்டியமைக்கப்பட்டிருந்த போதிலும் நாடு முழுமையிலும் பண்பாட்டிலும், சமூக முறையிலும் எவ்வித ஒருமைப்பாடும் ஏற்படவில்லை. இந்துக்களும், முஸ்லீம்களும் இரண்டு வேறு பட்ட சமூகங்களை அமைத்துக் கொள்ளவில்லை. மதம், பிரதேசம், பழங்குடி, மொழி, சாதி என்ற அடிப்படையில் மக்கள் பிளவுபட்டிருந்தனர். மக்கள் தொகையில் மிகச் சிறுபான்மையாக உள்ள மேட்டுக்குடியினரின் சமூக வாழ்வும், பண்பாடும் அடித்தட்டு மக்களின் வாழ்க்கை மற்றும் பண்பாடு களிலிருந்து பல அம்சங்களில் வேறுபட்டிருந்தது.

இந்துக்களின் சமூக வாழ்வில் சாதி மையமான அம்ச மாகத் திகழ்ந்தது. நான்கு வருணங்களுக்கு அப்பால் இந்துக் கள் ஏராளமான சாதிகளாகப் பிளவுபட்டிருந்தனர். இடத் திற்கு இடம் அதன் இயல்பு வேறுபட்டிருந்தது. சாதிய முறை மக்களை மோசமாகப் பிளவுபடுத்தியது. சமூக வாழ்வில் அவர்களுக்கு நிரந்தர இடத்தை நிர்ணயம் செய்தது. பிராமணர் களின் தலைமையிலான உயர் சாதியினர் சமூகத்தின் அனைத்து கௌரவங்களையும், முன்னுரிமைகளையும் ஏகபோகமாக அனுபவித்து வந்தனர். சாதிய விதிமுறைகள் மிகவும் கடின மானவைகளாக இருந்தன. கலப்பு மணம் தடை செய்யப் பட்டிருந்தது. பல்வேறு சாதிகளைச் சேர்ந்தவர்கள் ஓரிடத்தில் அமர்ந்து உண்ணமுடியாத நிலை இருந்தது. சில இடங்களில் தாழ்ந்த சாதியைச் சேர்ந்தவர்கள் தொடும் உணவை உயர் சாதியினர் உண்ண மறுக்கும் நிலை இருந்தது.

பெருமளவில் விதிவிலக்குகள் இருப்பினும் சாதி தொழில் வாரிக் கடமைகளை நிர்ணயித்தது. உதாரணமாக, பிராமணர் கள் வர்த்தகத்திலும், அரசுப் பதவிகளிலும், ஜமீன்தார்களாக வும் இருந்தனர். அதேபோல இக வாழ்விலும், செல்வச் செழிப் பிலும் வெற்றி பெற்ற சூத்திரர்கள் பலர் அதனைப் பயன்படுத்தி

சமுதாயத்தில் உயர்சாதி அந்தஸ்தைப் பெறும் வகையில் உயர்ந்த சடங்குகளை மேற்கொண்டு வந்தனர். அதேபோல நாட்டின் பல பகுதிகளில் சாதி அந்தஸ்து மிகவும் நிலையற்ற தாக இருந்து வந்தது. சாதிச் சபைகள், பஞ்சாயத்துகள், சாதித் தலைவர்கள் மூலமாக சாதிய ஒடுக்கு முறைகள் கறாராகக் கடைப்பிடிக்கப்பட்டு வந்தன. அதனை மீறுவோருக்கு அபராதமும், பிராயச்சித்தம் தேடும் முறையும், சாதிய விலக்கமும் தண்டனைகளாக விதிக்கப்பட்டு வந்தன. 18-ம் நூற்றாண்டு இந்தியாவில் சாதி ஒரு முக்கியமான பிளவு சக்தியாகவும் பிரிவினைக்கு வித்திடுவதாகவும் இருந்து வந்தது. இது ஒரே கிராமத்தில் அல்லது பிராந்தியத்தில் வாழ்ந்து வந்த இந்துக் களை பல்வேறு சமூகக் கூறுகளாகப் பிளவுபடுத்தியது. 18-ம் நூற்றாண்டில் ஹோல்கர் குடும்பம் அனுபவித்து வந்ததைப் போல உயர் பதவிகள் அல்லது அதிகாரத்தில் இருந்தவர் களுக்கு சமூகத்தில் உயர்ந்த அந்தஸ்து கிடைத்து வந்தது. அரிதாக சில சமயங்களில் ஒட்டுமொத்த சாதி முழுமையும் உயர்சாதி அந்தஸ்து பெறுகின்ற அளவுக்குத் தம்மை உயர்த்திக் கொள்கின்றன.

முஸ்லீம்களுக்கு அவர்களது மதம் சமூக சமத்துவத்தை வழங்கியபோதிலும் அவர்களுக்குள்ளும் சாதி, இனம், பழங் குடி, அந்தஸ்து ஆகியவற்றின் அடிப்படையிலான பிளவுகள் உண்டு. ஷியா, சன்னி பிரிவு பிரபுக்கள் தங்களுக்கிடையிலான மத வேறுபாடுகள் காரணமாக சில சமயங்களில் சண்டை போட்டுக்கொள்வார்கள். ஈரான், ஆப்கன், இந்திய முஸ்லீம் பிரபுக்களும், அதிகாரிகளும் ஒருவரையொருவர் மாறுபாடு காட்டி வந்தனர். முஸ்லீம்களாக மதம் மாறும் இந்துக்கள் முன்புபோல கெடுபிடியாக இல்லாவிட்டாலும் தமது பழைய சாதிய வேறுபாடுகளை அங்கும் பின்பற்றி வருகின்றனர். உயர்சாதி இந்துக்கள் தாழ்ந்த சாதி இந்துக்களிடம் காட்டுகின்ற அதே மனோபாவத்தை பிரபுக்கள், அறிஞர்கள், மதகுருக்கள், இராணுவ அதிகாரிகள் போன்ற ஷரீப் முஸ்லீம்கள், தாழ்த்தப் பட்ட வகுப்பினரான அஜ்லப் முஸ்லீம்களிடம் காட்டி வருகின்றனர்.

18-ம் நூற்றாண்டில் இந்தியாவின் குடும்ப அமைப்பு முறை முதன்மையாக தந்தை வழிச் சமுதாயத்தை அடிப்படையாகக் கொண்டிருந்தது. அதாவது குடும்பத்தில் மூத்த ஆண்களே ஆதிக்கம் செலுத்தி வந்தனர். ஆண்கள் வழியாகவே சொத் துரிமைகள் இருந்து வந்தன. ஆயினும் கேரளாவில் குடும்பங் கள் தாய்வழிப்பட்டதாக இருந்தன. கேரளாவுக்கு வெளியில் பெண்கள் முழுமையாக ஆண்களின் கட்டுப்பாட்டிலேயே இருந்தனர். அவர்கள் அன்னையர்களாகவும், வாழ்க்கைத் துணைவியராகவும் மட்டுமே வாழ வேண்டும் என எதிர் பார்க்கப்பட்டனர். அதே சமயம் அவர்களிடத்தில் பெரும் மரியாதை காட்டப்பட்டு வந்தது. போர்க்காலங்களில்கூட பெண்கள் வெகு அரிதாகவே பாலியல் பலாத்காரத்துக்கு ஆட்படுத்தப்பட்டனர்.

'ஒரு இந்துப்பெண் மிகவும் நெரிசல் மிகுந்த இடங்கள் உட்பட எங்கு வேண்டுமானாலும் தனித்துச் செல்ல முடியும். துடுக்குத்தனங்களையும், கேலி, கிண்டல்களையும் நினைத்து அவள் ஒருபோதும் அஞ்சவேண்டியதில்லை. தனித்து வாழும் பெண்கள் உள்ள குடும்பம் ஒரு ஆலயம் போலக் கருதப் பட்டது. வக்கிரம் கொண்ட போக்கிரிகள் கூட அவர்களிடம் பாதகம் இழைக்கக் கனவு காண மாட்டார்கள்' என 19-ம் நூற்றாண்டின் துவக்கத்தில் ஐரோப்பிய யாத்ரீகர் ஜெ.ஏ. அபேடுபோயிஸ் என்பவர் குறிப்பிட்டார். அச்சமயத்தில் பெண்கள் மிகக்குறைந்த அளவிலேயே தனித்தன்மையைப் பெற்றிருந்தனர். அதற்காக இதில் விதிவிலக்கு இல்லை என்பது அர்த்தமல்ல. 1766 முதல் 1797 வரை அகிலாபாய் இந்தூரை வெற்றிகரமாக ஆட்சி புரிந்தார். 18-ம் நூற்றாண்டு அரசியலில் இந்து, முஸ்லீம் பெண்கள் பலர் முக்கியப் பாத்திரம் வகித்து வந்துள்ளனர். அதேசமயம் உயர்சாதிப் பெண்கள் வீட்டிற்கு வெளியில் பணிக்கு அனுப்பப்படவில்லை. விவசாயப் பெண்கள் பொதுவாக வயலில் வேலை செய்து வந்தனர். ஏழை, அடித்தட்டுப் பெண்கள் தமது குடும்ப வருமானத்துக்காக வெளியில் வேலைக்குச் சென்று வந்தனர். வடநாட்டில் உயர்சாதிப் பெண்களுக்கு மத்தியில் பர்தா அணியும் வழக்கம் இருந்தது. தென்னகத்தில் இத்தகைய நடைமுறை இல்லை.

மாணவ, மாணவியர் ஒருவரையொருவர் கலந்து பழக அனுமதிக்கப்படவில்லை. திருமணங்கள், குடும்பத்தலைவர் களாலேயே நிச்சயிக்கப்பட்டு வந்தன. பொதுவாக ஒருவனுக்கு ஒருத்தி என்ற நடைமுறையே நிலவியது. செல்வாக்கு படைத்த சிலர் ஒன்றுக்கு மேற்பட்ட மனைவியரைக் கொண்டிருந் தனர். மறுபுறத்தில் பெண்கள் தமது வாழ்நாளில் ஒரே ஒருமுறை மட்டுமே திருமணம் செய்து கொள்ள முடியும். இளம் வயது திருமண வழக்கங்கள் நாடு முழுவதும் நிலவி வந்தன. சில சமயங்களில் மூன்று, நான்கு வயதே நிரம்பிய குழந்தைகளுக்கும்கூட திருமணம் செய்து வைக்கப்பட்டது.

திருமணங்களில் பெருமளவில் செலவழிப்பது மணப் பெண்களுக்கு வரதட்சணை அளிப்பது போன்ற தீயபழக்க வழக்கங்கள் மேட்டுக்குடியினர் மத்தியில் பரவலாக இருந்தன. குறிப்பாக வங்காளத்திலும், ரஜபுதனத்திலும் தீய வழக்கமான வரதட்சணை பெருமளவில் இருந்தது. மகாராஷ்டிராவில் பேஷ்வாக்கள் மேற்கொண்ட தீவிர முயற்சியின் விளைவாக அது ஓரளவுக்குக் கட்டுப்படுத்தப்பட்டது.

18-ம் நூற்றாண்டில் சாதி முறைக்கு அப்பால் நிலவிய இரண்டு பெரும் சமூகத் தீமைகள் சதி வழக்கமும், விதவைப் பெண்களுக்கு விதிக்கப்பட்ட நிபந்தனைகளும் ஆகும். இறந்த கணவனின் உடலுடன் விதவை மனைவியையும் சேர்த்து எரிக்கும் சதி என்னும் உடன்கட்டை ஏறும் கொடிய வழக்கம் இந்து சமூகத்தில் நிலவியது. ரஜபுதனம், வங்காளம் மற்றும் வடஇந்தியாவின் பெரும்பாலான பகுதிகளில் இது பரவலாக இருந்தது. தென்னகத்தில் பொதுவாக இது இல்லை. மராட்டி யர்கள் இதனை ஊக்குவிக்கவில்லை. ரஜபுதனத்திலும், வங்காளத்திலும் கூட மன்னர்கள், மதத்தலைவர்கள், பெரும் ஜமீன்தார்கள் மற்றும் உயர்சாதியினரின் குடும்பங்களில் மட்டுமே இது கடைப்பிடிக்கப்பட்டு வந்தது. உயர்சாதி யினர், மேட்டுக்குடியினர் மத்தியில் விதவை மறுமணம் அனுமதிக்கப்படவில்லை. அதே சமயம் மகாராஷ்டிரா விலுள்ள பிராமணர் அல்லாதார், ஜாட்டுகள், வட இந்தி யாவின் மலைப் பிரதேசங்களில் வாழ்ந்து வந்த மக்களிடையே

விதவை மறுமணம் மிகவும் சாதாரணமாக நடைபெற்று வந்தது. இந்து விதவைப் பெண்களின் நிலை மிகவும் பரிதாப கரமாக இருந்தது. விதவைப் பெண்களின் உணவு, உடை, செயல்பாடுகள் என எல்லாவற்றிலும் கட்டுப்பாடுகள் விதிக்கப் பட்டன. பொதுவாக அவள் இப்புவியின் அனைத்து வகை யான இன்பங்களையும் இழந்து மீதமுள்ள தனது வாழ் நாளைக் கழிப்பதற்காக தான் சார்ந்துள்ள கணவனின் அல்லது சகோதரனின் குடும்பத்துக்கு தன்னலம் கருதாமல் உழைக்க வேண்டுமென எதிர்பார்க்கப்படுகிறாள். விதவைப் பெண்களின் கடினமும், துன்பமும் நிறைந்த வாழ்க்கை எதார்த்தத்தை மாற்ற நல்லெண்ணம் கொண்ட சிலர் அவ்வப் பொழுது முயன்று வந்துள்ளனர். ஆம்பரின் மன்னர் சவாய் ஜெய்சிங், மராட்டிய தளபதி பரசுராம் பாஹூ போன்றோர் விதவை மறுமணத்தை ஊக்குவிக்க முயன்று தோல்வியைத் தழுவினர்.

18-ம் நூற்றாண்டில் இந்தியா பண்பாட்டு ரீதியாகப் பின்னடைவு ஏற்பட்டதற்கான சில அறிகுறிகள் தென்பட்டன. ஆனால் 18-ம் நூற்றாண்டு இருண்ட காலம் அல்ல. மக்களின் படைப்பாக்கத்திறன் தொடர்ந்து வெளிப்பட்டு வந்தது. முந்திய நூற்றாண்டின் பண்பாட்டுத் தொடர்ச்சி பராமரிக்கப் பட்டது. உள்ளூர் மரபுகள் முன்னெடுத்துச் செல்லப் பட்டன. அதேசமயம் பண்பாடு முழுமையாக மரபுவழிப் பட்டதாகவே தொடர்ந்தது. அக்காலத்தில் பண்பாட்டு நடவடிக்கைகளுக்கு அரசவை, ஆட்சியாளர்கள், பிரபுக்கள், மதத்தலைவர்கள், ஜமீன்தார்கள் போன்றோர் பெருமளவில் நிதியுதவி அளித்து வந்தனர். அவர்களது நிலை நெருக்கடிக்கு உள்ளானபொழுது அவை படிப்படியாக புறக்கணிப்புக்கு உள்ளானது. மன்னர்களையும் இளவரசர்களையும் பிரபுக் களையும் சார்ந்திருந்த கலைத்துறை பெரிதும் வீழ்ச்சியுற்றது. பெரும்பாலான முகலாயக் கட்டிடக் கலைக்கும், ஓவியத் துக்கும் இதுவே உண்மை. முகலாயக் கலைக்கூடங்களில் இருந்து வந்த ஓவியர்கள் பல்வேறு பிரதேசங்களுக்குக் குடிபெயர்ந்து சென்றனர். ஐதராபாத், லக்னோ, காஷ்மீர், பாட்னா ஆகிய இடங்களில் அவர்கள் செழிப்புடன்

வாழ்ந்தனர். அதேசமயம் புதிய ஓவியக் கலைக்கூடங்கள் உருவாகி சாதனைகள் பல புரிந்தன. காங்கிரா, ரஜபுதனம் ஆகிய இடங்களில் இருந்து வந்த கலைக்கூடங்கள் புதிய தன்மையுடனும், எழிலுடனும் விளங்கின. கட்டிடக்கலைத் துறையில் லக்னோவில் இமாம்பராவில் இருந்தவை தொழில் நுட்ப ரீதியில் சிறந்தவைகளாகும். மறுபுறத்தில் ஜெய்ப் பூர் நகரமும், அதன் கட்டிடங்களும் பாரம்பரியத் தொடர்ச்சி யுடனும், புதிய நுட்பங்களுடனும் விளங்கின. இசைத்துறை தொடர்ந்து வளர்ச்சி பெற்று, 18-ம் நூற்றாண்டில் வடக் கிலும், தெற்கிலும் செழிப்புற்றிருந்தது. முகமது ஷாவின் ஆட்சியில் இத்துறையில் குறிப்பிடத்தக்க முன்னேற்றம் ஏற்பட்டது.

இந்தியாவின் அனைத்து மொழிகளிலும் பாடல்கள் கிட்டத்தட்ட தனது உயிர்ப்புத் தன்மையை இழந்து, ஆடம் பரமான, செயற்கைத் தனமான, இயந்திரத்தனமான, மரபு வழிப்பட்ட ஒன்றாக மாறிப்போனது. நம்பிக்கையின்மை மேலோங்கியது. அதேசமயம் இதற்கு ஆதரவு அளித்து வந்த புரவலர்கள், நிலபிரபுக்கள், மன்னர்கள் போன்றோரின் ஆன்மீக வாழ்வில் ஏற்பட்ட வீழ்ச்சியை இது பிரதிபலித்தது.

18-ம் நூற்றாண்டில் உருதுமொழி பரவியதும், உருது பாடல்களின் தீவிர வளர்ச்சியும் இலக்கிய வாழ்வில் குறிப் பிடத்தக்க அம்சமாகும். வடஇந்தியாவின் மேட்டுக்குடியினர் மத்தியில் உருது மொழி படிப்படியாகச் சமூகத் தொடர்புச் சாதனமாக மாறியது. இருப்பினும் சமகால இந்திய மொழி இலக்கியங்களில் இருந்து வந்த பலவீனங்கள் உருது செய்யுள் களிலும் இருந்தன. மீர், செளடா, நஜீர், 19-ம் நூற்றாண்டின் மாபெரும் ஞானியான மீர்சா காலிப் போன்ற புகழ்பெற்ற கவிஞர்கள் உருதுமொழியில் தோன்றினர். இந்நூற்றாண்டு முழுவதும் இந்தியும் வளர்ச்சி பெற்று வந்தது.

அதேபோல மலையாள இலக்கியத்திலும், குறிப்பாக திருவாங்கூரின் ஆட்சியாளர்களாக விளங்கிய மார்த்தாண்ட வர்மன், ராமவர்மன் போன்றோரின் உதவியினால் மறுமலர்ச்சி ஏற்பட்டது. கேரளாவின் மாபெரும் கவிஞர்களில் ஒருவரான

குஞ்சன் நம்பியார், அக்கால மக்களிடையே புழக்கத்தில் இருந்த மொழியில் புகழ்பெற்ற கவிதைகளை எழுதினார். 18-ம் நூற்றாண்டில் கேரளாவில் கதகளி இலக்கியம், நாடகம், நடனம் போன்றவையும் முழு வளர்ச்சி பெற்றன. கட்டிடக் கலையில் சிறந்து விளங்கிய பத்மநாபபுரம் அரண்மனை, கோயில் சிற்பங்கள் போன்றவையும் 18-ம் நூற்றாண்டில் வடிவமைக்கப்பட்டவைகளே ஆகும்.

தமிழில் சித்தர் பாடல்களில் மிகச்சிறந்த புலமை பெற்றவர்களில் ஒருவராக தாயுமானவர் (1706-44) விளங்கினார். மற்ற சித்தர்களைப் போலவே அவரும் கோயில் நிர்வாகத்தையும், சாதிய முறையையும் எதிர்த்துப் போராடினார். 18-ம் நூற்றாண்டின் முற்பகுதியில் தஞ்சாவூர் அரசவை ஆதரவுடன் இசை, பாடல், நடனம் போன்றவை புகழ்பெற்று விளங்கின. அசாமில் அஹோம் மன்னரின் ஆதரவின்கீழ் இலக்கியம் வளர்ச்சி பெற்றது. குஜராத்தில் மாபெரும் பாடலாசிரியர்களில் ஒருவராகத் திகழ்ந்த தயாராம், 18-ம் நூற்றாண்டின் பிற்பகுதியில் பாடல்கள் எழுதினார். பஞ்சாபியில் வெளிவந்த ஹூர்ரஞ்சா என்ற புகழ்பெற்ற கற்பனைக் காவியத்தை வாரிஸ் ஷா என்பவர் அச்சமயத்தில் எழுதினார். 18-ம் நூற்றாண்டில் சிந்தி இலக்கியம் சாதனைகள் பல புரிந்தது. ஷா அப்துல் லத்தீப் தமது புகழ்மிக்க கவிதைத் தொகுப்பான ரிசாலோவை வெளியிட்டார். சாச்சலும், சாமியும் அந்நூற்றாண்டின் மற்ற இரு மாபெரும் சிந்திக் கவிஞர்கள் ஆவர்.

இந்தியப் பண்பாட்டில் அறிவியில் துறையில் முக்கிய பலவீனம் இருந்து வந்தது. அறிவியல், தொழில்நுட்பத்தில் 18-ம் நூற்றாண்டு முழுவதும் மேற்கத்திய நாடுகளைக் காட்டிலும் இந்தியா மிகவும் பின்தங்கி இருந்தது. கடந்த இருநூறு ஆண்டுகளாக மேற்கு ஐரோப்பாவில் அறிவியலிலும், பொருளாதாரத்திலும் ஏற்பட்ட புரட்சி புதிய கருவிகளும், கண்டுபிடிப்புகளும் உருவாக வழிவகுத்தது. மேற்கத்திய மக்களின் மனங்களில் அறிவியல் பார்வை படிப்படியாக ஊடுருவி ஐரோப்பியர்களின் தத்துவார்த்த, அரசியல்,

பொருளாதாரப் பார்வையில் புரட்சிகர மாற்றத்தை ஏற்படுத்தியது. மறுபுறம், ஆரம்ப காலங்களில் கணிதத்திலும், இயற்கை அறிவியலிலும் குறிப்பிடத்தக்க பங்களிப்பாற்றிய இந்தியர்கள் பல நூற்றாண்டு காலம் அறிவியலைப் புறக் கணித்து வந்துள்ளனர். இந்தியர்களின் மனது இன்னமும் மரபுகளில் கட்டுண்டு கிடந்தது. பிரபுக்கள், பொதுமக்கள் என இரண்டு தரப்பினருமே மூட நம்பிக்கையில் பெரிதும் உழன்று வந்தனர்.

மேலை நாடுகள் அறிவியல், பண்பாடு, அரசியல், பொருளாதாரத் துறைகளில் அடைந்து வந்த சாதனைகளைப் பற்றி இந்தியர்கள் முழுமையாக அறியாத நிலையில் இருந்து வந்தனர். ஐரோப்பிய சவால்களை அவர்களால் எதிர் கொள்ள இயலவில்லை. போர்க்கருவிகள், இராணுவப் பயிற்சி தொழில்நுட்பம் தவிர பிற அம்சங்களில் மேலைய நாடு களைப் பற்றி போதிய அக்களை காட்டாத நிலையில் 18-ம் நூற்றாண்டு இந்திய ஆட்சியாளர்கள் இருந்தனர். திப்புவைத் தவிர மற்றவர்கள், முகலாயர்கள் மற்றும் 16, 17-ம் நூற்றாண்டு களில் ஆட்சிபுரிந்து வந்தவர்களின் சித்தாந்தத்தைப் பின்பற்று பவர்களாகவே விளங்கினர். அதேசமயம் அறிவுத் தேடல் களும் இருந்தன. எந்தவொரு மக்கள் பகுதியும், பண்பாடும் ஒட்டுமொத்தமாக நிலையானதாக இருக்க முடியாது. தொழில் நுட்பத்தில் சில மாற்றங்களும், முன்னேற்றங்களும் நிகழ்ந்தன. அது மிகவும் நிதானமாகவும், எல்லைக்குட்பட்டும் ஏற்பட்டன. மேலைய நாடுகளுடன் ஒப்பிடுகையில் அது ஒன்றுமில்லை. அறிவியல் முன்னேற்றத்தில் காணப்பட்ட இத்தகைய பல வீனமே அச்சமயத்தில் மிகவும் வளர்ந்த நாடுகள் இந்தியாவை வெற்றிகொள்ள பெரிதும் வாய்ப்பாக அமைந்தன.

ஆட்சியதிகாரத்துக்காகவும், சொத்துக்காகவும் நடை பெற்ற போராட்டம், பொருளாதார வீழ்ச்சி, பின்தங்கிய சமூக நிலை, பண்பாட்டுத் தேக்கம் போன்றவை இந்திய மக்களில் ஒரு குறிப்பிட்ட பகுதியினர் மத்தியில் தார்மீக நெறி யின் மீது மோசமான பாதிப்பை ஏற்படுத்தியது. குறிப்பாக, பிரபுக்கள் சொந்த வாழ்விலும், பொது வாழ்விலும் தரம்

தாழ்ந்து போயினர். விசுவாசம், நன்றி, கொடுத்த வாக்கைக் காப்பாற்றுவதில் உண்மை போன்ற நற்பண்புகள் மறைந்து சுயநலமே மேலோங்கி நின்றது. பிரபுக்கள் பலர் தீய பழக்க வழக்கங்களுக்கு ஆளாகி ஊதாரிச் செலவுகளில் ஈடுபட்டு வந்தனர். ஆனால் பொது மக்கள் எவ்வித சீரழிவுக்கும் ஆளாகாமல் இருந்தது ஆச்சரியமான ஒன்றாகும். அவர்கள் தொடர்ந்து தனிப்பட்டநேர்மையையும், தார்மீக நெறி யையும் பெரிதும் வெளிப்படுத்தி வந்தனர். உதாரணமாக, நன்கு பிரபலமான பிரிட்டீஷ் அதிகாரி ஜான் மால்கம் 1821-ம் ஆண்டு குறிப்பிடுகையில்,

'மாற்றங்களும், கொடுங்கோலாட்சியும் நடைபெற்று வந்த காலகட்டத்தில் இந்நாட்டில் பெரும்பாலான மக்கள் இந்த அளவு நற்பண்புகளுடனும், சிறந்த தரத்துடனும் இருந்ததைப் போன்ற உதாரணத்தை வேறெங்கும் நான் கண்டதில்லை' என்கிறார்.

குறிப்பாக, 'பொதுவில் நிலவுகின்ற திருடு, போதை, வன்முறை போன்றவை இல்லாத நிலையை' அவர் வெகுவாகப் புகழ்கிறார். அதேபோல கிரான்போர்டு என்ற மற்றொரு ஐரோப்பிய எழுத்தாளர் குறிப்பிடுகையில்,

'அறநெறி சார்ந்த அவர்களது விதிகள் பெரும்பாலும் தர்ம சிந்தனையின் அடிப்படையில் அமைந்திருந்தன. விருந்தோம் பலும், கருணையும் வலுவாகப் பதிந்திருந்தது மட்டுமல் லாமல், பொதுவாக இதனை நடைமுறைப்படுத்தியதில் இந்துக் களைப் போல வேறெங்கும் நான் கண்டதில்லை' என்கிறார்.

18-ம் நூற்றாண்டு இந்தியாவில் இந்துக்களுக்கும், முஸ்லீம் களுக்கும் இடையிலான நட்புறவு மிகவும் ஆரோக்கிய நிலை யில் இருந்தது. பிரபுக்களும், மதத்தலைவர்களும் ஒருவரை யொருவர் இடைவிடாமல் சண்டையிட்டுக் கொண்டிருந்த போதிலும் அவர்களது மோதலும், அணிசேர்க்கையும் மத வேறுபாடுகள் அடிப்படையில் இல்லை. வேறு வார்த்தைகளில் குறிப்பிட்டால் அடிப்படையில் அவர்களது அரசியல் மதச் சார்பற்றதாக இருந்தது. உண்மையில் வகுப்புவாதக் கசப்

புணர்வுகள் அல்லது மதச் சகிப்புத் தன்மையற்ற போக்கு மிகவும் குறைவாகவே இருந்தன. உயர்ந்தவர்கள் அல்லது தாழ்ந்தவர்கள் அனைவரும் ஒவ்வொருவரும் மற்றவர்களுடைய மதங்களுக்கு உரிய மரியாதை செலுத்தி வந்தனர். சகிப்புத் தன்மையும், நல்லிணக்கமும் மேலோங்கி இருந்தன. 'இந்துக் களுக்கும் முஸ்லீம்களுக்கும் இடையிலான பரஸ்பர உறவு சகோதரர்களுக்கு இடையிலான உறவைப் போல' இருந்து வந்தது. மத வேறுபாடுகளைக் கடந்து ஒவ்வொருவரும் மற்றவர்களது இன்ப, துன்பங்களில் பங்கேற்பது கிராமப் புறங்களிலும், நகர்ப்புறங்களிலும் வாழ்ந்து வந்த சாதாரண மக்களிடையில் பொதுவாக இருந்தது என்பது குறிப்பாக உண்மையாகும்.

சமூக வாழ்வு, பண்பாட்டு விவகாரங்கள் போன்ற மதம் சாராத தளங்களில் இந்துக்களுக்கும், முஸ்லீம்களுக்கும் இடையில் ஒத்துழைப்பு நிலவியது. உருப்பெற்று வந்த இந்து-முஸ்லீம் கூட்டுப் பண்பாடு அல்லது பொதுவான வழிமுறை களும், அணுகுமுறையும் தடையின்றி தொடர்ந்தது. இந்து மதத்தைச் சேர்ந்த எழுத்தாளர்கள் பெர்ஷிய மொழியில் எழுதி வந்தனர். அதே சமயம் முஸ்லீம் எழுத்தாளர்கள் இந்தி, வங்காளி மற்றும் பிற உள்ளூர் மொழிகளில் எழுதி வந்தனர். ராதையும் கிருஷ்ணனும், சீதையும் ராமனும், நளனும் தமயந்தி யும் போன்ற இந்து சமுதாய வாழ்க்கை மற்றும் மதங்கள் குறித்து அடிக்கடி குறிப்பிட்டு வந்தனர். உருதுமொழியும், இலக்கியமும் வளர்ச்சி பெற்றதன் மூலம் அது இந்துக் களுக்கும், முஸ்லீம்களுக்கும் இடையில் புதிய இணைப்புப் பாலமாக விளங்கியது.

இந்துக்களிடையே பக்தி இயக்கமும், முஸ்லீம்களிடையே சூஃபி இயக்கமும் பரவி வந்ததன் விளைவாக மத அம்சத் திலும் கடந்த சில நூற்றாண்டுகளாக பரஸ்பர செல்வாக்கும், மரியாதையும் வளர்ச்சி பெற்று வந்துள்ளன. ஏராளமான இந்துக்கள் முஸ்லீம் துறவிகளை வழிபட்டு வந்தனர். அதற்கு இணையாக முஸ்லீம்கள் பலர் இந்துக் கடவுள்களையும் ஞானிகளையும் வணங்கி வந்தனர். பல்வேறு உள்ளூர் வழிபாடு

களிலும், புண்ணிய ஸ்தலங்களிலும் இந்து, முஸ்லீம் என இரு தரப்பினரும் இருந்து வந்தனர். முகரம் ஊர்வலங்களில் இந்துக்கள் பங்கேற்பது, முஸ்லீம் விழாக்களுக்கு இந்து அதிகாரிகள், ஜமீன்தார்கள் தலைமையேற்பது போல, ஹோலி, தீபாவளி, துர்காபூஜை போன்ற விழாக்களில் முஸ்லீம் ஆட்சியாளர்களும், பிரபுக்களும், பொதுமக்களும் மகிழ்ச்சி யுடன் பங்கேற்றனர். ஆஜ்மீரில் இருந்த ஷேக் முய்னுதீன் சிஸ்டி புண்ணிய ஸ்தலத்துக்கு மராட்டியர்களும் நாகூரிலிருந்த ஷேக் சாகுல் அமீது தர்காவுக்கு தஞ்சாவூர் மன்னரும் ஆதரவளித்து வந்தனர். சிருங்கேரி கோயிலுக்கும், மற்றக் கோயில்களுக்கும் திப்பு ஆதரவளித்து வந்ததை நாம் ஏற்கெனவே கண்டோம். 19-ம் நூற்றாண்டின் முதல் பாதியில் வாழ்ந்த மாபெரும் மனிதரான ராஜாராம் மோகன்ராய் இந்து, இஸ்லாம் தத்துவ ஞான, மத அமைப்பு முறைகளில் சமமாகச் செல்வாக்கு செலுத்தி வந்துள்ளார் என்பது குறிப்பிடத்தக்கது.

மதத்தொடர்புகள் பண்பாடு மற்றும் சமூக வாழ்க்கை யிலிருந்து விலகிச் செல்வதற்கான முக்கிய அம்சம் என்பதும் குறிப்பிடத்தக்கதாகும். உயர்சாதி மற்றும் தாழ்ந்த சாதி இந்து அல்லது உயர்சாதி மற்றும் தாழ்ந்த சாதி முஸ்லீம்களுக் கிடையில் இருந்து வந்ததைக் காட்டிலும், உயர்சாதி இந்து மற்றும் முஸ்லீம்களின் வாழ்க்கை முறையில் கூடுதலான ஒத்திசைவு இருந்தது. அதேபோல பிரதேசங்களும், ராஜ்ஜி யங்களும் பிரிந்து செல்வதற்கான அம்சங்களாக இருந்தன. பல்வேறு பிரதேசங்களில் இருந்து வந்த ஒரே மதத்தைப் பின்பற்றிய மக்களைக் காட்டிலும், ஒரே பிரதேசத்தில் இருந்து வந்த மக்களுக்கிடையில் மத வேறுபாடுகளுக்கு அப்பால் மாபெரும் பண்பாட்டு ஒருங்கிணைப்பு நிலவியது. அதேபோல நகர்ப்புறங்களில் வாழ்ந்த மக்களைக் காட்டிலும் கிராமப் புறங்களில் வாழ்ந்து வந்த மக்களிடையே வேறுபட்ட சமூகப் பண்பாட்டு வாழ்க்கை முறை இருந்து வந்தது.

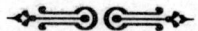

2

ஐரோப்பிய ஊடுருவலும், இந்தியாவை பிரிட்டிசார் வெற்றிகொண்டதும்

ஐரோப்பாவின் கிழக்கிந்திய வர்த்தகத்தில் ஒரு புதிய கட்டம் :

ஐரோப்பாவுடனான இந்திய வர்த்தக உறவு பண்டைய கால கிரேகத்திலிருந்து தொடங்குகிறது. மத்திய காலத்தில் ஐரோப்பா - இந்தியா - தென்கிழக்கு ஆசிய நாடுகளுக்கிடையிலான வர்த்தகம் பல்வேறு வழிகளில் நடைபெற்று வந்துள்ளது. ஆசியப் பகுதிகளில் வர்த்தகமானது பெரும்பாலும் அரேபிய வர்த்தகர்களாலும், மாலுமிகளாலும் மேற்கொள்ளப்பட்டது. அதேசமயம் மத்திய தரைக்கடல் மற்றும் ஐரோப்பியப் பகுதிகளில் வர்த்தகம் முழுமையாக இத்தாலியர்களின் ஏகபோகமாக விளங்கியது. ஆசியாவிலிருந்து ஐரோப்பாவுக்கு பல அரசுகள், பல நபர்கள் மூலமாகப் பொருட்கள் கொண்டு செல்லப்பட்டன. வர்த்தகம் நல்ல இலாபம் தரும் தொழிலாக இருந்தது.

கிழக்கிற்கும், மேற்கிற்கும் இடையிலான வர்த்தகப் பாதையானது ஆசியா மைனரை ஒட்டோமன் வெற்றி கொண்ட பிறகும், 1453-ம் ஆண்டு கான்ஸ்டாண்டி நோபில் கைப்பற்றப்பட்ட பிறகும் துருக்கியர்களின் கட்டுப்பாட்டின்கீழ் வந்தது. ஐரோப்பாவுக்கும், ஆசியாவுக்கும் இடையிலான வர்த்தகத்தில்

வெனீஸ் மற்றும் ஜெனோவா வர்த்தகர்கள் ஏகபோகம் செலுத்தினர். அவர்கள் மேற்கு ஐரோப்பாவின் புதிய தேசிய அரசுகளுடன் குறிப்பாக ஸ்பெயின், போர்ச்சுக்கல் ஆகிய நாடுகளுடன் பழைய பாதைகளில் எவ்வித வர்த்தகப் பங்கும் அளிக்க மறுத்துவிட்டனர். எனவே, மேற்கு ஐரோப்பிய அரசுகளும், வணிகர்களும் இந்தியா மற்றும் கிழக்கிந்தியத் தீவுகளுக்கு புதிய பாதுகாப்பான கடல் வழியைத் தேடத் தொடங்கினர். அரேபிய மற்றும் வெனீசிய வர்த்தக ஏகபோகத்தைத் தகர்க்க நினைத்த அவர்கள் துருக்கி உடனான விரோதத்தைக் கடந்து, கிழக்கு நாடுகளுடன் நேரடி வர்த்தக உறவை ஏற்படுத்த விரும்பினர். அவர்கள் கப்பல் கட்டும் தொழிலிலும், கடற்பயணத்திலும் 15-ம் நூற்றாண்டில் பெரும் முன்னேற்றத்தை அடைந்திருந்ததால் அவ்வாறு செய்வதற்கு நன்கு தயாராக இருந்தனர். மறுமலர்ச்சி இயக்கமானது மேற்கு ஐரோப்பிய மக்களிடையில் மாபெரும் துணிவை ஏற்படுத்தியிருந்தது.

போர்ச்சுக்கல் மற்றும் ஸ்பெயின் கடற்பயணிகள் அவர்களது அரசாங்கங்களின் ஆதரவுடனும், கட்டுப்பாட்டுடனும் மேற்கொண்ட முதல் முயற்சியின் மூலம் புவியியல் கண்டுபிடிப்பில் ஒரு மாபெரும் யுகம் துவங்கியது. 1494-ம் ஆண்டு ஸ்பெயின் நாட்டைச் சேர்ந்த கொலம்பஸ் இந்தியாவைக் கண்டறிய முயன்று இறுதியில் அமெரிக்காவைக் கண்டறிந்தார். 1498-ம் ஆண்டு, போர்ச்சுக்கல் நாட்டைச் சேர்ந்த வாஸ்கோடகாமா ஐரோப்பாவிலிருந்து இந்தியாவுக்கான ஒரு புதிய கடல் வழியைக் கண்டறிந்தார். அவர் ஆப்பிரிக்காவைச் சுற்றிச் சென்று நன்னம்பிக்கை முனை வழியாக கள்ளிக் கோட்டையை அடைந்தார். அவர் திரும்பிச் செல்லும்போது எடுத்துச்சென்ற சரக்கின் மூலம் கிடைத்த இலாபம் அவரது செலவைக் காட்டிலும் 60 மடங்கு அதிகமாகும். இதுவும், பிற கடற்பயணக் கண்டுபிடிப்புகளும் உலக வரலாற்றில் ஒரு புதிய கடற்பயணத்தைத் துவக்கி வைத்தன. 17,18-ம் நூற்றாண்டுகளில் உலக வர்த்தகத்தில் பெரும் வளர்ச்சி ஏற்பட்டது. புதிய, பரந்த கண்டமான அமெரிக்கா, ஐரோப்பாவுக்கென திறந்து விடப்பட்டது. ஐரோப்பாவுக்கும், ஆசியாவுக்கும் இடையிலான உறவு முற்றிலும் மாற்றியமைக்கப்பட்டது. 15-ம்

நூற்றாண்டின் மத்தியில் ஆப்பிரிக்காவில் ஐரோப்பிய நாடுகள் ஊடுருவியதானது அதன் ஆரம்பகால மூலதனக் குவியலுக்கான மற்றொரு முக்கிய ஆதாரமாகும். தொடக்கத்தில் ஆப்பிரிக்காவின் தங்கமும், யானைத் தந்தமும் வெளிநாட்டினரைக் கவர்ந்தன. ஆயினும் விரைவில் ஆப்பிரிக்க வர்த்தகம் அடிமைகளை மையப்படுத்தியதாக மாறியது. 16-ம் நூற்றாண்டில் இந்த வர்த்தகம் ஸ்பெயின் மற்றும் போர்ச்சுக்கல்லின் ஏகபோகமாக ஆனது. பின்னர் இதில் டச்சு, பிரான்ஸ், பிரிட்டீஷ் வணிகர்கள் மேலாதிக்கம் செலுத்தினர். ஒவ்வோராண்டும், குறிப்பாக 1650-லிருந்து ஆயிரக்கணக்கான ஆப்பிரிக்கர்கள் மேற்கிந்தியாவிலும், வட, தென் அமெரிக்காவிலும் அடிமைகளாக விற்கப்பட்டனர். அடிமைக் கப்பல்கள் உற்பத்திப் பொருட்களை ஐரோப்பாவிலிருந்து ஆப்பிரிக்காவுக்குக் கொண்டு செல்லும். அவை ஆப்பிரிக்கக் கடற்கரைப் பகுதிகளிலுள்ள நீக்ரோக்களுக்காகப் பரிமாற்றம் செய்து கொள்ளப்படும். அட்லாண்டிக் வழியாக இந்த அடிமைகள் ஏற்றிச் செல்லப்பட்டு காலனியத் தோட்டங்களில் அல்லது சுரங்கங்களில் உற்பத்தி செய்யப்பட்ட பொருட்களுடன் பரிமாற்றிக் கொள்ளப்படுவர். முடிவில் இப்பொருட்கள் மீண்டும் ஐரோப்பாவுக்குக் கொண்டு வரப்பட்டு விற்பனை செய்யப்படும். இந்த முக்கோண வர்த்தகம் பெரும் லாபம் ஈட்டியதன் அடிப்படையில் இங்கிலாந்து, பிரான்ஸ் ஆகிய நாடுகளின் வர்த்தக மேலாண்மை அமைந்திருந்தது. மேற்கு ஐரோப்பா மற்றும் வட அமெரிக்காவின் வளம் அடிமை வர்த்தகத்தையும் அடிமைகள் வேலை செய்த தோட்டங்களின் இலாபத்தின் மீதும் அமைந்திருந்தது. அடிமை வர்த்தகத்தினாலும், தோட்டங்களில் அடிமைகளின் உழைப்பினாலும் கிடைத்த இலாபம் 18, 19-ம் நூற்றாண்டுகளில் தொழில் புரட்சிக்கு நிதியுதவி அளித்த மூலதனத்தை உருவாக்க ஓரளவுக்கு உதவியது. பிற்காலத்தில் இந்தியாவிலிருந்து சுரண்டிச் செல்லப்பட்ட செல்வமும் இதே போன்ற பாத்திரத்தை வகித்தது.

16-ம் நூற்றாண்டில் ஐரோப்பிய வணிகர்களும், படை வீரர்களும் கூட முதலில் ஊடுருவுவது, பின்னர் நிலங்களைத்

தமது கட்டுப்பாட்டின் கீழ்கொண்டு வருவது ஆகிய நீண்ட நடவடிக்கைகளைத் துவக்கினர். பெரும் லாபம் ஈட்டிய கிழக்கத்திய வர்த்தகத்தில் சுமார் ஒரு நூற்றாண்டு காலம் போர்ச்சுக்கல் ஏகபோகம் செலுத்தியது. இந்தியாவில் கொச்சி, கோவா, டையூ, டாமன் ஆகிய இடங்களில் அது தனது வர்த்தகத்தை நிலைநாட்டியது. போர்ச்சுக்கீசியர்கள் தொடக்கத்திலிருந்தே வர்த்தகத்தையும், அதற்காகப் படையையும் பயன்படுத்தி வந்தனர். இதன்மூலம் ஆயுதக் கப்பல்களின் காரணமாக அவர்கள் கடலில் மேலாதிக்கம் செலுத்தினர். மிகச்சிறிய நாடான போர்ச்சுக்கீசிய படைவீரர்களும், மாலுமிகளும் அதைக் காட்டிலும் மிகப்பெரும் வல்லமை கொண்ட நிலப்பரப்புடைய இந்தியாவுக்கும் ஆசியாவுக்கும் எதிராகக் கடலில் தங்களது நிலையை உறுதிப்படுத்திக் கொள்ள முடிந்தது. முகலாயக் கப்பல்களை அச்சுறுத்துவதன் மூலம் முகலாயப் பேரரசர்களிடமிருந்து பல்வேறு வர்த்தகச் சலுகைகளைப் பெறுவதிலும் அவர்கள் வெற்றி பெற்று வந்தனர்.

1510-ல் போர்ச்சுக்கீசியர்கள் கோவாவைக் கைப்பற்றி அவர்களது பிரதிநிதி அல்போன்சோ டி அல் புகுரெ தலைமையில் பெர்ஷிய வளைகுடாவில் ஹோர்மசில் தொடங்கி, மலேசியாவில் மலாக்கா, இந்தோனேசியாவில் ஸ்பைஸ் தீவு வரை ஆசியக் கடற்கரைப் பிரதேசம் முழுவதும் தங்களது மேலாதிக்கத்தை நிறுவினர். இந்தியக் கடற்கரைப் பிரதேசங்களை அவர்கள் கைப்பற்றினர். அவர்களது வர்த்தகத்தையும் மேலாதிக்கத்தையும் நிலைநாட்டவும், ஐரோப்பியப் போட்டியாளர்களிடமிருந்து அவர்களது வர்த்தக நலனைப் பாதுகாத்துக் கொள்ளவும் தொடர்ச்சியான போரில் ஈடுபட்டனர். கடற்கொள்ளைக்கும், அபகரிப்புக்கும் அவர்கள் அஞ்சவில்லை. மனிதத்தன்மையற்றக் கொடூரங்களிலும், சட்டவிரோதக் காரியங்களிலும் கூட இறங்கினார்கள். காட்டுமிராண்டித்தனமான நடவடிக்கைகளில் ஈடுபட்டு வந்த போதிலும், கடல் பகுதிகளைத் தமது கட்டுப்பாட்டின் கீழ் வைத்திருந்ததாலும், அவர்களது படைவீரர்களும், நிர்வாகிகளும் உறுதியான ஒழுக்கத்தைக் கடைப்பிடித்து வந்ததாலும்,

இந்தியாவில் அவர்களது செல்வாக்கு ஒரு நூற்றாண்டு காலம் நீடித்தது. தென்னிந்தியா முகலாயர்களின் செல்வாக்கு மண்டலத்துக்கு வெளியில் இருந்ததால் முகலாயப் பேரரசின் வல்லமையை அவர்கள் எதிர்கொள்ள நேரிடவில்லை.

16-ம் நூற்றாண்டின் பிற்பகுதியில் இங்கிலாந்து, ஹாலந்து, பிற்காலத்தில் பிரான்ஸ் போன்ற வணிகத்திலும், கடற்படையிலும் வளர்ச்சி பெற்று வந்த நாடுகள் உலக வர்த்தகத்தில் ஏகபோகமாக விளங்கிய ஸ்பெயினையும், போர்ச்சுக்கலையும் எதிர்த்து பெரும் தாக்குதல் தொடுத்தன. இப்போரில் ஸ்பெயினும், போர்ச்சுக்கலும் வீழ்ந்தன. இந்நிலையில் பிரிட்டன் மற்றும் டச்சு நாட்டு வணிகர்கள் நன்னம்பிக்கை முனை வழியாக இந்தியாவுக்குள் நுழைந்து, கிழக்கு தேசத்தில் பேரரசுக்கான போட்டியில் தங்களையும் இணைத்துக் கொண்டனர். இறுதியில் இந்தோனேசியா மீது டச்சுவும், இந்தியா, இலங்கை, மலேசியா ஆகிய நாடுகளின் மீது பிரிட்டனும் தமது கட்டுப்பாட்டை நிலை நாட்டின.

1602-ம் ஆண்டு டச்சுக் கிழக்கிந்தியக் கம்பெனி நிறுவப்பட்டது. டச்சு நாடாளுமன்றம் போரில் ஈடுபடுவதற்கும், உடன்பாடுகளை எட்டுவதற்கும், பிரதேசங்களைக் கைப்பற்றவும், கோட்டைகளை எழுப்பவும் இக்கம்பெனிக்கு அதிகாரம் அளிக்கும் சாசனத்தை நிறைவேற்றியது. டச்சுவின் முக்கியமான ஆர்வம் இந்தியாவின் மீது இல்லை. மாறாக, நறுமணப் பொருட்கள் விளையும் இந்தோனேசியத் தீவுகளான ஜாவா, சுமத்திரா ஆகியவற்றின் மீதே இருந்தது. விரைவில் அவர்கள் மலேசியாவின் வளைகுடாவில் இருந்தும், இந்தோனேசியத் தீவுகளிலிருந்தும் போர்ச்சுக்கீசியர்களை வெளியேற்றினர். மேலும், பிரிட்டீசார் தங்களை நிலைநிறுத்திக் கொள்ள மேற்கொண்ட முயற்சியை 1623-ம் ஆண்டு முறியடித்தனர். மேற்கிந்தியாவில் சூரத், பரோச், காம்லே, குஜராத்தில் அகமதாபாத், கேரளாவில் கொச்சி, சென்னை மாகாணத்தில் நாகப்பட்டிணம், ஆந்திராவில் மசூலிப்பட்டிணம், வங்காளத்தில் சின்சுரா, பீகாரில் பாட்னா, உத்தரப்பிரதேசத்தில் ஆக்ரா ஆகிய இடங்களில் அவர்கள் வர்த்தகக் கிடங்குகளை

அமைத்தனர். 1658-ம் ஆண்டு அவர்கள் இலங்கையைப் போர்ச்சுக்கீசியர்களிடமிருந்து கைப்பற்றினர்.

பிரிட்டீஷ் வணிகர்களும் ஆசிய வர்த்தகத்தின் மீது பேராசை கொண்டனர். நறுமணப் பொருட்கள், பருத்தித் துணி, பட்டு, தங்கம், முத்து, மருந்து, பீங்கான், கருங்காலி மரம் போன்ற விலையுயர்ந்த சரக்குகளைக் கொண்டு சென்று போர்ச்சுக்கீசியர்கள் பெரும் இலாபமீட்டியது. பிரிட்டீஷ் வணிகர்களின் வயிற்றெரிச்சலைக் கிளப்பியது. பொறுமை யிழந்த அவர்கள் இத்தகைய இலாபம் தரும் வர்த்தகத்தில் தாமும் ஈடுபடலாயினர். துணிவுமிக்க வணிகர்கள் எனக் குறிப்பிடப்பட்ட வணிகக் குழுவினர் தலைமையில் 1599-ம் ஆண்டு கிழக்கில் வர்த்தகம் செய்வதற்காக ஒரு பிரிட்டீஷ் நிறுவனம் தோற்றுவிக்கப்பட்டது. கிழக்கிந்தியக் கம்பெனி எனப் பரவலாக அறியப்பட்ட இதற்கு அரசு அங்கீகாரம் அளிக்கப்பட்டது. கிழக்கில் வர்த்தகம் மேற்கொள்ள 1600-ம் ஆண்டு டிசம்பர் 31 அன்று எலிசபெத் ராணியின் பேரா தரவைப் பெற்றது. 1608-ம் ஆண்டு மேற்குக் கடற்கரைப் பகுதியான சூரத்தில் அக்கால வர்த்தகக் கிடங்கு ஒன்று தொடங்க முடிவு செய்யப்பட்டது. அரசு ஆதரவைப் பெறு வதற்காக ஜஹாங்கீர் அரசவைக்கு தளபதி ஹாக்கின்ஸ் அனுப்பி வைக்கப்பட்டார். உடனடியாக மேற்குக் கடற் கரைப் பகுதியில் பல்வேறு இடங்களில் கிடங்குகள் அமைக்க பிரிட்டீஷ் கம்பெனிக்கு அரசுப் பட்டயத்தின் மூலம் அனுமதி அளிக்கப்பட்டது.

இச்சலுகையின் மூலம் பிரிட்டீசார் திருப்தியடைந்து விடவில்லை. 1615-ம் ஆண்டு அவர்களது தூதுவர் சர் தாமஸ் ரோ முகலாயச் சபைக்கு விரைந்தார். அவர் முகலாயப் பேரரசு முழுவதும் வர்த்தகம் மேற்கொள்ளக் கிடங்கு களை நிறுவ பேரரசின் பட்டயத்தைப் பெறுவதில் வெற்றி பெற்றார். 1622-ம் ஆண்டு போர்ச்சுக்கீசிய இளவரசியை இங்கிலாந்து மன்னர் இரண்டாம் சார்லஸ் மணந்து கொண் டதற்காக வரதட்சணையாக பம்பாய் தீவைப் போர்ச்சுக் கீசியர்கள் அளித்தனர். இறுதியில், போர்ச்சுக்கீசியர்கள் கோவா, டையூ, டாமன் தவிர நாட்டில் தம் வசமிருந்த

அனைத்துப் பகுதிகளையும் இழந்தனர். இந்தோனேசியத் தீவில் நறுமணப் பொருட்களின் வர்த்தகத்தில் டச்சுக் கம்பெனிக்கும், பிரிட்டீஷ் கம்பெனிக்கும் பிளவு ஏற்பட்டது. இந்தியாவில் இவ்விரு நிறுவனங்களுக்கும் இடையில் 1654-ம் ஆண்டு தொடங்கிய போர் 1667-ம் ஆண்டுதான் முடிவுற்றது. இறுதியில் பிரிட்டீசார் இந்தோனேசியத் தீவை விட்டுத் தரவும், டச்சுக் கம்பெனி இந்தியாவை பிரிட்டீசாரிடம் விட்டுவிட்டு வெளியேறவும் உடன்பாடானது.

வர்த்தகத்திலும், செல்வாக்கிலும் கிழக்கிந்தியக் கம்பெனியின் வளர்ச்சி (1600-1714) :

பிரிட்டீஷ் கிழக்கிந்தியக் கம்பெனி மிகவும் நிதானமாக இந்தியாவில் தனது பணியைத் தொடங்கியது. 1623-ம் ஆண்டு அது சூரத், பரோச், அகமதாபாத், ஆக்ரா, மசூலிப்பட்டணம் ஆகிய இடங்களில் வணிகத் தலங்களை நிறுவியது. தொடக்கத்திலிருந்தே வர்த்தகத்தையும், போருடன் கூடிய ராஜதந்திரத்தையும், அவர்களது வணிகத் தலங்கள் அமைந்திருந்த இடத்தில் பிரதேசக் கட்டுப்பாட்டைக் கொண்டு ஒருங்கிணைக்கும் முயற்சியில் அது இறங்கியது.

தெற்கில் ஒரு வலுவான இந்திய அரசாங்கம் இல்லாததால் அதனை எதிர்கொள்ள வேண்டிய அவசியமின்றி பிரிட்டீசாருக்குச் சாதகமான சூழல் நிலவியது. மாபெரும் விஜயநகர சாம்ராஜ்ஜியம் 1565-ம் ஆண்டு தூக்கியெறியப்பட்டது. அதனிடத்தில் பல்வேறு சிறிய பலவீனமான அரசுகள் உருவாயின. அவர்களுடைய பேராசையைப் பயன்படுத்தி அல்லது ஆயுத பலத்தைக் காட்டி பயமுறுத்தி அவர்களைக் கவருவது எளிதாக இருந்தது. 1611-ம் ஆண்டு தெற்கில் மசூலிப்பட்டணத்தில் பிரிட்டீசார் தங்களது முதலாவது வணிகத்தைத் தொடங்கினர். ஆனால் விரைவில் 1639-ம் ஆண்டு உள்ளூர் மன்னரால் அவர்களுக்குக் குத்தகைக்கு விடப்பட்ட சென்னைக்குத் தங்களது செயல்பாட்டு மையத்தை மாற்றினர். அவ்விடத்தை வலுப்படுத்தவும், அதனை நிர்வகிக்கவும்,

துறைமுகத்தின் மூலம் கிடைக்கும் சுங்கவரியில் பாதியை மன்னருக்கு அளிப்பது என்ற நிபந்தனையின் பேரில் பணம் அச்சிடவும் மன்னர் அவர்களுக்கு அதிகாரம் அளித்தார். அங்கு பிரிட்டிசார் அவர்களது வணிகத் தலத்தைச் சுற்றி செயின்ட் ஜார்ஜ் கோட்டை எனப்படும் ஒரு சிறிய கோட்டையை எழுப்பினர்.

இந்தியர்களிடம் வரிவசூலித்தே இந்நாட்டை வெற்றி கொள்ள வேண்டுமென்பதில் இலாப நோக்கிலான வணிகர் களைக் கொண்ட கம்பெனி தொடக்கத்திலிருந்தே உறுதி யாக இருந்து வந்துள்ளது. உதாரணமாக, 1683-ம் ஆண்டு கம்பெனியின் நிர்வாகச் சபை இங்கிலாந்திலிருந்து சென்னை அதிகாரிகளுக்குப் பின்வருமாறு எழுதியது :

'நமது சென்னை நகரத்தையும், கோட்டையையும் இந்திய மன்னர்கள் அல்லது டச்சுக்காரர்களின் படையெடுப்பைச் சமாளிக்கும் வகையில் மிகவும் பலம் பொருந்தியதாக்க வேண்டும். அதே சமயம் உங்கள் வியாபாரத்தைத் தொடர்ந்து மேற்கொண்டு அதற்கான செலவு முழுவதையும் அந்நகரத்தி லிருந்தே வசூல் செய்துகொள்ள வேண்டும்' என எழுதினர்.

1668-ம் ஆண்டு போர்ச்சுக்கல் வசமிருந்து பம்பாய்த் தீவை கிழக்கிந்தியக் கம்பெனி கைப்பற்றியது. அதைத் தொடர்ந்து அது வலுப்படுத்தப்பட்டது. பம்பாயில் ஒரு பரந்த, பாதுகாப்பான துறைமுகத்தை பிரிட்டிசார் உரு வாக்கினர். எழுச்சியுற்று வந்த மராட்டிய ஆட்சியினால் பிரிட்டிஷ் வர்த்தகத்துக்கு அச்சுறுத்தல் இருந்ததால் விரைவில் கம்பெனியின் தலைமையிடம் சூரத்திலிருந்து பம்பாய்க்கு மாற்றப்பட்டது.

கிழக்கிந்தியாவில் பிரிட்டிஷ் கம்பெனி 1633-ம் ஆண்டு ஒரிசாவில் தனது முதலாவது வணிகத் தலத்தைத் தொடங் கியது. 1651-ம் ஆண்டு ஹூக்ளியில் வர்த்தகம் மேற்கொள்ள அதற்கு அனுமதியளிக்கப்பட்டது. அதைத் தொடர்ந்து அது பீகாரிலும், வங்காளத்திலும் பாட்னா, பலாசூர், டாக்கா ஆகிய இடங்களில் வணிகத்தலத்தைத் தொடங்கியது. வங்காளத்திலும் அது தனது தனிப்பட்ட குடியேற்றத்தை

உருவாக்க முயன்றது. அது இந்தியாவில் அரசியல் அதிகாரத்தை நிலைநாட்ட கனவு கண்டது. முகலாயர்களை நிர்ப்பந்தப்படுத்தி தாராள வர்த்தம் மேற்கொள்ளவும், இந்தியர்கள் தமது பொருட்களைக் குறைந்தவிலைக்கு விற்று, அதிக விலை கொடுத்து வாங்கவும், ஐரோப்பிய வர்த்தகப் போட்டியாளர்களை வெளியேற்றவும், இந்திய ஆட்சியாளர்களின் கொள்கைகளுக்கு அப்பாற்பட்டு சுதந்திரமாக வர்த்தகத்தில் ஈடுபடவும் அது கனவு கண்டது. இந்திய வருவாயைச் சுரண்டவும், அரசியல் அதிகார வாய்ப்புகளை ஏற்படுத்தி அதன்மூலம் இந்திய நாட்டின் வளங்களைக் கொண்டே இந்தியாவை வெற்றிக் கொள்ள முடியும் என்ற அடிப்படையில் இத்தகைய திட்டங்கள் தெளிவாக முன்வைக்கப்பட்டன. 1687-ம் ஆண்டு கம்பெனியின் இயக்குநர்கள் சென்னை ஆளுநருக்குப் பின்வருமாறு ஆலோசனை கூறினர் :

'இத்தகைய கொள்கையைக் கொண்டு சிவில் மற்றும் இராணுவ அதிகாரத்தை நிறுவ வேண்டும். காலாகாலத்துக்கும் இந்தியாவில் பிரிட்டீஷ் மேலாதிக்கத்தை நிலைநிறுத்தும் வகையில் பெருமளவில் வருவாயைத் தோற்றுவித்து, பராமரித்து வர வேண்டும்' எனக் குறிப்பிட்டனர்.

'நமது வர்த்தகத்தைப் போல வருவாயை அதிகரிப்பதும் நமக்கு அவசியமாகும். இருபது விபத்துகள் நமது வர்த்தகத்தைப் பாதித்தாலும் நாம் நமது படை வலிமையைப் பராமரித்து வர வேண்டும். அது இந்தியாவுக்குள் ஒரு தேசமாக நம்மை உருவாக்கும்' என 1689-ம் ஆண்டு அவர்கள் பிரகடனப் படுத்தினர்.

பேரரசின் மீது பிரிட்டீசார் போர்ப்பிரகடனம் செய்ததையடுத்து 1686-ம் ஆண்டு பிரிட்டீசாருக்கும், முகலாயர்களுக்கும் இடையில் போர் மூண்டது. ஆனால், பிரிட்டீசார் நிலைமையை மிகவும் தவறுதலாகக் கணித்துவிட்டனர். முகலாயப் படைபலத்தைக் குறைத்து மதிப்பிட்டுவிட்டனர். ஔரங்கசீப் தலைமையிலான முகலாயப் படை கிழக்கிந்தியக் கம்பெனியின் படைபலத்தைக் காட்டிலும் வலிமை மிக்கது. இப்போர் அவர்களுக்குப் பெரும் சேதத்தை ஏற்படுத்தியது.

வங்காளத்திலிருந்த வணிகத்தலங்களைவிட்டு அவர்கள் விரட்டப்பட்டனர். கங்கையின் வாயிலில் உள்ள சிறிய தீவு ஒன்றில் அவர்கள் அகதிகளாகத் தஞ்சம் புக நேரிட்டது. சூரத், மசூலிப்பட்டணம், விசாகப்பட்டணம் ஆகிய இடங்களிலிருந்த வணிகத்தலங்களும் கைப்பற்றப்பட்டன. பம்பாயிலிருந்த கோட்டையும் கைப்பற்றப்பட்டது. முகலாயப் பேரரசுடன் மோதும் அளவுக்கு போதிய வலிமை பெறவில்லை என்பதை உணர்ந்தவுடன் பிரிட்டீசார் மீண்டும் பணிவுடன் மனு அளிக்கும் நிலைக்கு ஆளாயினர். அவர்கள் இழைத்த மோசமான குற்றங்களைப் பொறுத்தருள வேண்டுமென மனு அளித்தனர். இந்திய ஆட்சியாளர்களின் பாதுகாப்பின்கீழ் வர்த்தகத்தில் ஈடுபட அவர்கள் சம்மதம் தெரிவித்தனர். உண்மையில் அவர்கள் தக்க பாடம் கற்றுக் கொண்டனர். துதிபாடுவதன் மூலமும், கெஞ்சிக் கூத்தாடுவதன் மூலமும் மீண்டும் ஒருமுறை அவர்கள் முகலாயர்களிடமிருந்து வர்த்தகச் சலுகைகளைப் பெற்றனர்.

அப்பாவிகளைப் போலத் தோற்றமளிக்கும் அன்னிய வர்த்தகர்களான அவர்கள் ஒரு காலத்தில் நாட்டுக்கே பெரும் அச்சுறுத்தலாக வருவார்கள் என்பதை அறியாத முகலாயர்கள் முட்டாள்தனமாக பிரிட்டீசாரை மன்னிக்கத் தயாராயினர். கம்பெனியினால் மேற்கொள்ளப்படும் அன்னிய வர்த்தகமானது இந்தியக் கைவினைஞர்களுக்கும், வணிகர்களுக்கும் நன்மை பயக்கும் எனவும், அதன்மூலம் அரசின் கஜானா நிரம்பும் எனவும் கருதினர். பிரிட்டீசார் நிலப்பகுதியில் பலவீனமானவர்களாக இருந்தபோதிலும், அவர்களது மேலான கப்பற்படை காரணமாக இந்திய வர்த்தகத்தை முழுமையாகச் சீரழிக்கவும், ஈரான், மேற்கு ஆசியா, வடக்கு மற்றும் கிழக்கு ஆப்பிரிக்கா, கிழக்காசியா ஆகிய நாடுகளுக்கு ஏற்றுமதி செய்யும் நிலையிலும் இருந்தனர். ரூ. 1.50 இலட்சம் இழப்பீடு அளித்துத் தமது வர்த்தகத்தைப் புணரமைக்க அவர்களுக்கு ஔரங்கசீப் அனுமதியளித்தார். 1698-ம் ஆண்டு சுதாநதி, காளிகட்டா, கோவிந்தபூர் ஆகிய மூன்று கிராமங்களிலிருந்த ஜமீன்தாரிகளைக் கம்பெனி அபகரித்தது. அங்கு அதன் வணிகத் தலத்தைச் சுற்றி வில்லியம் கோட்டையை எழுப்பியது.

இக்கிராமங்கள் விரைவில் வளர்ச்சி பெற்று கல்கத்தா என்ற நகரமாக உருப்பெற்றது. 1691-ம் ஆண்டு பேரரசர் பரூக்சி யாரிடமிருந்து பெறப்பட்ட பட்டயத்தைக் கம்பெனி 1717-ம் ஆண்டு உறுதிப்படுத்தி அதனை குஜராத்துக்கும், தக்காணத் துக்கும் விரிவுபடுத்தியது. ஆனால், 18-ம் நூற்றாண்டின் முதல் பாதியில் முர்ஷித் குலிகான், அலிவர்திகான் போன்ற வலிமையான நவாபுகளால் வங்காளம் ஆளப்பட்டது. பிரிட்டீஷ் வர்த்தகர்கள் மீது அவர்கள் உறுதியான கட்டுப் பாட்டை நிலைநாட்டினர். அவர்கள் தமது சலுகைகளை முறைகேடாகப் பயன்படுத்துவதைத் தடுத்து நிறுத்தினர். கல்கத்தாவில் தமது பாதுகாப்பு அரண்களை வலுப்படுத்தவோ அல்லது அவர்கள் அந்நகரைச் சுந்திரமாக ஆளவோ அனுமதிக் கப்படவில்லை. கிழக்கிந்தியக் கம்பெனி, நவாபுகளின் வெறும் ஜமீன்தாராக மட்டுமே அங்கு இருந்தது.

கம்பெனியின் அரசியல் அபிலாசைகள் வீணான போதிலும் அதன் வர்த்தக விவகாரம் முன்பிருந்ததைக் காட்டி லும் பிரகாசமாக இருந்தது. இந்தியாவிலிருந்து இங்கிலாந் துக்கு 1708-ம் ஆண்டு ஐந்து இலட்சம் பவுண்டாக இருந்த அதன் ஏற்றுமதி, 1740-ம் ஆண்டு 17.95 இலட்சம் பவுண்டாக அதிகரித்தது. சென்னை, பம்பாய், கல்கத்தா ஆகிய நகரங் களில் ஏற்பட்ட பிரிட்டீஷ் குடியேற்றத்தால் அந்நகரங்கள் செழிப்புற்று விளங்கின. ஏராளமான இந்திய வணிகர்களும், வங்கியாளர்களும் அந்நகரங்களை நோக்கி ஈர்க்கப்பட்டனர். இந்நகரங்களில் கிடைத்த புதிய வர்த்தக வாய்ப்புகளும், முகலாயப் பேரரசிடமிருந்து முறித்துக் கொண்டதால் வெளியில் நிலவிய ஒழுங்கற்ற நிலைமைகளும், பாதுகாப் பற்றத் தன்மையும் இருந்ததே அதற்குக் காரணமாகும். 18-ம் நூற்றாண்டின் மத்தியில் சென்னையில் மக்கள் தொகை 3 இலட்சமாக அதிகரித்தது. கல்கத்தாவில் 2 இலட்சமாகவும், பம்பாயில் 70 ஆயிரமாகவும் உயர்ந்தது.

நன்னம்பிக்கை முனையின் கிழக்குப் பகுதியில் 15 ஆண்டு களுக்கு வர்த்தகத்தில் ஈடுபட கிழக்கிந்தியக் கம்பெனிக்கு 1600-வது சாசனம் வாய்ப்பு வழங்கியது. கம்பெனியானது

முழுவதும் இரகசிய நிறுவனமாக அல்லது ஒரு ஏகபோகமாக விளங்கியது. இந்தியாவில் இக்கம்பெனியின் வணிகத்தலம் பொதுவாக ஒரு குறிப்பிட்ட பாதுகாப்பு அரணுக்கு உட்பட்டதாக இருந்தது. இதில் கிடங்கு, கம்பெனி ஊழியர்களின் அலுவலகங்கள், வீடுகள் போன்றவை உள்ளடங்கி இருந்தன. இந்தத் தொழிற்சாலைக்குள் (வணிகத்தலம்) எத்தகைய உற்பத்தியும் மேற்கொள்ளப்படவில்லை என்பது குறிப்பிடத்தக்கது.

கம்பெனி ஊழியர்களுக்கு மிகக் குறைவான சம்பளமே அளிக்கப்பட்டது. இந்தியாவுக்குள் வர்த்தகத்தில் ஈடுபடுவதன் மூலமே அவர்களுக்கு உண்மையான சம்பளம் கிடைத்து வந்தது. உள்நாட்டிற்குள் அவர்கள் வர்த்தகத்தில் ஈடுபட கம்பெனி அனுமதித்தது. அதே சமயம் இந்தியாவுக்கும், ஐரோப்பாவுக்கும் இடையிலான வர்த்தகம் கம்பெனிக்கு மட்டுமே சொந்தமானதாக இருந்தது.

தென்னிந்தியாவில் பிரிட்டீஷ் - பிரெஞ்சுப் போர் :

பிரதேசங்களை வெற்றி கொண்டு அரசியல் மேலாதிக்கம் புரியும் பிரிட்டீஷ் கிழக்கிந்தியக் கம்பெனியின் திட்டம். 17-ம் நூற்றாண்டின் இறுதியில் ஔரங்கசீப்பினால் முறியடிக்கப் பட்டது. முகலாயப் பேரரசு வீழ்ச்சியடைந்ததை அடுத்து 1740-ம் ஆண்டு அந்தத் திட்டம் மீண்டும் புணரமைக்கப் பட்டது. நாதிர்ஷாவின் படையெடுப்பானது மத்திய ஆட்சியதிகாரம் வீழ்ச்சியுற்றதை வெளிப்படுத்தியது. ஆனால் மேற்கிந்தியாவில் மராட்டியர்களின் வலுவான செல்வாக்கிற்கு உட்பட்ட பகுதிகளில் அன்னிய ஊடுருவலுக்கு உரிய சூழல் இல்லை. கிழக்கிந்தியாவை அலிவர்திகான் உறுதியான கட்டுப்பாட்டில் வைத்திருந்தார். ஆயினும் தென்னிந்தியாவில் நிலைமைகள் படிப்படியாக அன்னியப் படையெடுப்பாளர்களுக்குச் சாதகமாகிக் கொண்டு வந்தன. ஔரங்கசீப்பின் மறைவுக்குப் பிறகு மத்திய ஆட்சியதிகாரம் வீழ்ச்சியுற்றது. வலுவான செல்வாக்குடன் விளங்கிய நிஜாம் உல்முல்க்

ஆசப்ஜா-வும் 1748-ம் ஆண்டு மறைந்தார். மேலும், மராட்டிய மன்னர்கள் சாத்வரி வசூலிப்பதற்காக ஐதராபாத்திலும் மற்ற தெற்குப் பிரதேசங்களிலும் தொடர்ந்து படையெடுப்பில் ஈடுபட்டு வந்தனர். இத்தகைய படையெடுப்புகள் அரசியல் ஸ்திரமற்ற நிலைமையையும், நிர்வாகக் குளறுபடிகளையும் ஏற்படுத்தின. கருநாடகமானது வாரிசுரிமைப் போரில் ஈடுபட்டு குழப்பத்தில் ஆழ்ந்திருந்தது.

அன்னியர்கள் தென்னிந்திய அரசுகள்மீது தமது கட்டுப் பாட்டை நிலைநாட்டவும், அவர்களது அரசியல் செல்வாக்கை விரிவுபடுத்தவும் இத்தகைய நிலைமைகள் வாய்ப்பை ஏற் படுத்தித் தந்தன. ஆனால் ஆங்கிலேயர்கள் மட்டுமே வர்த்தக மற்றும் பொருளாதார உரிமை கொண்டாடவிலலை. அவ்வாறு செய்வதற்கு 17-ம் நூற்றாண்டின் இறுதியில் அவர்களது போட்டியாளர்களான போர்ச்சுக்கீசியர்களையும், டச்சுக் காரர்களையும் முறியடித்த வேளையில் பிரான்ஸ் புதிய போட்டியாளராக முன்னுக்கு வந்தது. இந்திய வர்க்கத்திலும், செல்வ வளத்திலும் பிரதேசங்களிலும் மேலாதிக்கம் செலுத்த 1744-ஆம் ஆண்டு முதல் 1763-ம் ஆண்டு வரை சுமார் 20 ஆண்டுகள் பிரான்சுக்கும், பிரிட்டனுக்கும் இடையே தீவிரப் போர் நடைபெற்றது.

1644-ம் ஆண்டு பிரெஞ்சு கிழக்கிந்தியக் கம்பெனி நிறுவப் பட்டது. கல்கத்தாவுக்கு அருகில் சந்திர நாகூரிலும், கிழக்கு கடற்கரையில் பாண்டிச்சேரியிலும் இதன் வணிகத்தலங்கள் உருவாக்கப்பட்டன. பாண்டிச்சேரி முழுமையான பாதுகாப்பு அரணாக விளங்கியது. கிழக்கு, மேற்குக் கடற்கரைப் பகுதி களில் பல்வேறு துறைமுகங்களில் பிரெஞ்சுக் கம்பெனி தனது வணிகத் தலங்களைக் கொண்டிருந்தது. இந்தியப் பெருங் கடலிலிருந்து யூனியன் மற்றும் மொரீசியஸ் தீவின் மீது அது தனது கட்டுப்பாட்டைக் கொண்டு வந்தது.

பிரெஞ்சுக் கிழக்கிந்தியக் கம்பெனி முழுமையாக பிரெஞ்சு அரசாங்கத்தைச் சார்ந்திருந்தது. நிதியுதவி, மானியங்கள், கடன்கள் போன்ற பல வழிகளில் அந்த அரசு இக்கம்பெனிக்கு உதவி புரிந்தது. அதன் காரணமாக 1723-ம் ஆண்டுக்குப் பிறகு

அந்த அரசாங்கம் நியமித்த இயக்குநர்கள் மூலமாக அது கம்பெனியை முழுமையாகக் கட்டுப்படுத்தி வந்தது. அரசுக் கட்டுப்பாடு கம்பெனியைப் பெரிதும் பாதித்தது. அச் சமயத்தில் பிரெஞ்சு அரசாங்கமானது எதேச்சதிகார, அரை நிலபிரபுத்துவ, ஊழல், திறமையின்மை, ஸ்திரத்தன்மையற்ற போக்குகளால் பாதிக்கப்பட்ட ஒன்றாகத் திகழ்ந்தது. எதிர் காலத்தைப் பற்றிய பார்வையின்றி வீழ்ச்சியுற்றது. மரபு களால் கட்டுண்டு, பொதுவாகக் காலத்துக்கு ஒவ்வாத அரசாக விளங்கியது. இத்தகைய அரசின் கட்டுப்பாடு-கம்பெனிக்குப் பாதகத்தை ஏற்படுத்தியது.

1742-ம் ஆண்டு பிரான்சுக்கும், இங்கிலாந்துக்கும் இடை யில் ஐரோப்பாவில் போர் மூண்டது. இப்போர் விரை வில் இந்தியாவுக்குப் பரவி அங்கு இரண்டு கிழக்கிந்தியக் கம்பெனிகளும் ஒன்றுடன் ஒன்று மோதிக்கொண்டன. 1748-ம் ஆண்டு இங்கிலாந்துக்கும், பிரான்சுக்கும் இடை யிலான போர் முடிவுக்கு வந்தது. போர் முடிவுற்ற போதிலும் வர்த்தகத்திலும், இந்தியப் பிரதேசங்களைக் கைப்பற்று வதிலும் ஏதோ ஒரு வழியில் முடிவு கிடைத்தாக வேண்டும் என்பதற்கான போட்டி தொடர்ந்தது.

அப்பொழுது பாண்டிச்சேரியில் பிரெஞ்சு கவர்னர் ஜெனரலாக இருந்த டூப்ளே நன்கு ஒழுங்கமைக்கப்பட்ட பிரெஞ்சு இராணுவத்தைக் கொண்டு, பரஸ்பரம் போரில் ஈடுபட்டு வந்த இந்திய மன்னர்களில் ஒருவரை ஆதரித்து மற்றவரை எதிர்க்கும் யுத்தத்தில் இறங்கினார். அதன்மூலம் வெற்றி பெற்றவரிடமிருந்து நிதியுதவி, வணிக அல்லது பிரதேச வாய்ப்புகள் அவருக்குக் கிடைத்தன. இந்த மூலா தாரங்களையும், உள்ளூர் மன்னர்கள், நவாபுகள் ஆகியோரது படைகளையும், தலைவர்களையும் வைத்து பிரெஞ்சுக் கம்பெனியின் நலனுக்குச் சேவை புரியவும், இந்தியாவி லிருந்து பிரிட்டீசாரை வெளியேற்றவும் அவர் திட்டமிட்டார். இத்தகைய அன்னியத் தலையீட்டை இந்திய ஆட்சியாளர்கள் ஏற்கவில்லை. அவரது யுக்தியின் வெற்றிக்கு இருந்த ஒரே தடை அதுவாகத்தான் இருந்திருக்கும். ஆனால் இந்திய

ஆட்சியாளர்கள் தேசபக்தியுடன் செயல்படாமல், சுயநல நோக்கம் கொண்ட குறுகிய எண்ணங்களுடனும், இலாப நோக்குடனும் செயல்பட்டனர். உள்ளூர் போட்டியாளர் களுடன் கணக்குத் தீர்க்க அன்னியரின் உதவியைக் கோரு வதற்கு அவர்கள் தயங்கவில்லை.

1748-ம் ஆண்டு கர்நாடகத்திலும், ஐதராபாத்திலும் டூப்ளேவின் சூழ்ச்சிக்கேற்ற நல்ல வாய்ப்புக் கிடைத்தது. கருநாடகத்தில் நவாபுக்கும், அன்வருதீனுக்கும் எதிரான சதி யில் சந்தாசாகிப் இறங்கினார். அதேசமயம் ஐதராபாத்தில் ஆசப்ஜா நிஜாம் உல்முல்க்கின் மறைவைத் தொடர்ந்து அவரது மகன் நசீர்ஜங்குக்கும், அவரது பேரன் முசாபர் ஜங்குக்கும் இடையில் உள்நாட்டுப் போர் மூண்டது. இத்தகைய வாய்ப்பை நன்கு பயன்படுத்திக் கொண்ட டூப்ளே, சந்தா சாகிப்புடனும், முசாபர் ஜங்குடனும் இரகசிய உடன் பாடு கண்டு, நன்கு பயிற்சி பெற்ற பிரெஞ்சு மற்றும் இந்தியப் படைகளை வைத்து அவர்களுக்கு உதவி புரிந்தார். 1749-ம் ஆண்டு இம்மூவர் கூட்டணி ஆம்பூரில் நடைபெற்ற போரில் அன்வருதீனைத் தோற்கடித்து படுகொலை செய்தது. அன்வரு தீனின் மகன் முகமது அலி திருச்சிராப்பள்ளிக்குத் தப்பி யோடினார். கருநாடகத்தின் எஞ்சிய பகுதி சந்தாசாகிப்பின் கீழ் வந்தது. அவர் பாண்டிச்சேரியைச் சுற்றியுள்ள 80 கிராமங்களை பிரான்சுக்கு அளித்தார்.

ஐதராபாத்திலும் பிரான்ஸ் வெற்றி பெற்றது. நசீர்ஜங் கொல்லப்பட்டு முசாபர்ஜங், நிஜாம் அல்லது தக்காணத்தின் வைஸ்ராய் ஆனார். புதிய நிஜாம் பாண்டிச்சேரியைச் சுற்றியுள்ள பிரதேசங்களையும், புகழ்மிக்க நகரமான மசூலிப் பட்டணத்தையும் பிரெஞ்சுக் கம்பெனிக்கு அளித்தார். கம்பெனிக்கு ரூ. 5 இலட்சமும், அதன் படைகளுக்கு ரூ. 5 இலட்சமும் அளித்தார். டூப்ளே பணமாக ரூ. 20 இலட்சமும், ஆண்டுக்கு ரூ. 1 இலட்சம் வருமானம் தரும் ஜாகீரையும் பெற்றார். அவர், கிழக்குக் கடற்கரைப் பகுதியில் கிருஷ்ணா ஆற்றிலிருந்து, கன்னியாகுமரி வரையுள்ள முகலாயப் பகுதி களுக்குச் சிறப்பு ஆளுநராக நியமிக்கப்பட்டார். டூப்ளே,

புஸ்ஸி என்ற மிகச்சிறந்த அதிகாரியை ஐதராபாத்திலுள்ள பிரெஞ்சுப் படையில் பணியமர்த்தினார். நிஜாமை எதிரிகளிட மிருந்து கர்ப்பதே நோக்கம் எனக் கூறிக்கொண்டாலும், அவரது சபையில் பிரெஞ்சு செல்வாக்கைத் தொடர்ந்து தக்க வைத்திருப்பதே இதன் உண்மையான நோக்கமாகும். முசாபர் ஜங் அவரது தலைநகரை நோக்கி அணிவகுத்துச் சென்றபொழுது எதேச்சையாகக் கொல்லப்பட்டார். புஸ்ஸி உடனடியாக நிஜாம் உல்முல்க்கின் மூன்றாவது மகன் சலாபத் துங்கை அரியாசனம் ஏற்றினார். புதிய நிஜாம் மீண்டும் முஸ்தபா நகர், எல்லூர், ராஜமுந்திரி, சிகாகோல் ஆகிய நான்கு மாவட்டங்களை உள்ளடக்கிய வடக்கு சர்க்கார் என்றழைக்கப்படும் ஆந்திராவின் பகுதிகளை பிரெஞ்சுக்கு அளித்தார்.

பிரெஞ்சு ஆதிக்கம் தென்னிந்தியாவில் கோலோச்சியது. டூப்ளேவின் திட்டம் அவரது எதிர்பார்ப்புகளுக்கு அப்பால் மாபெரும் வெற்றி பெற்றது. இந்திய அரசுப் படைகளைத் தமது நட்பின் மூலம் வென்றெடுக்கத் தொடங்கிய பிரெஞ்சு, இறுதியில் அவர்களைத் தமது துணையாட்களாக மாற்றிக் கொள்வதில் முடிவுற்றது.

போட்டியாளர்களின் வெற்றியை வெறுமனே வேடிக்கை பார்க்கும் நிலையில் பிரிட்டிசார் இல்லை. பிரெஞ்சு செல் வாக்கைத் தடுத்து நிறுத்தி, தமது செல்வாக்கை அதிகரித்துக் கொள்ள அவர்கள் நசீர்ஜங்குடனும், முகமது அலியுடனும் இணைந்து சதியில் இறங்கினர். 1750-ம் ஆண்டு அவர்கள் தங்களது பலம் முழுவதையும் திரட்டி முகமது அலியின் பின்னர் நின்றனர். கருநாடகத்தின் தலைநகரான ஆர்க் காட்டைத் தாக்குதல் மூலம் திருச்சிராப்பள்ளியில் முடங்கி யுள்ள முகமது அலி மீதான பிரெஞ்சு நெருக்கடியைக் குறைக்க முடியும் எனக் கம்பெனியின் இளம் எழுத்தரான ராபர்ட் கிளைவ் குறிப்பிட்டார். இந்த யோசனை ஏற்றுக் கொள்ளப் பட்டது. 200 பிரிட்டிசார் மற்றும் 300 இந்தியப் படைவீரர் களை மட்டுமே வைத்து ராபர்ட் கிளைவ் ஆர்க்காட்டைத் தாக்கிக் கைப்பற்றினார். எதிர்பார்த்தவாறே, சந்தாசாகிப்பும்,

பிரெஞ்சும் திருச்சிராப்பள்ளி முற்றுகையை விலக்க நேரிட்டது. பிரெஞ்சுப் படைகள் தொடர்ந்து முறியடிக்கப்பட்டன. விரைவில் சந்தாசாகிப் கைது செய்யப்பட்டு கொல்லப் பட்டார். பிரான்சின் செல்வாக்கு மிகவும் குறைந்து வந்தது. அவர்களது படையும், தளபதிகளும் எதிர்த்தரப்பு பிரிட்டீசாருக்கு இணையானவர்களாக இல்லை. முடிவில் பிரெஞ்சு அரசாங்கம் இந்தியப் போரினால் ஏற்பட்ட பெரும் செலவினால் தடுமாறியது. தனது அமெரிக்கக் காலனியை இழக்கும் அச்சத்துக்கு உள்ளானது. சமாதானப் பேச்சுவார்த்தையைத் தொடங்கி, இந்தியாவிலிருந்து டூப்ளேவைத் திருப்பி அழைக்க வேண்டும் என்ற பிரிட்டீசாரின் கோரிக்கையை 1754-ம் ஆண்டு பிரெஞ்சு ஏற்றுக்கொண்டது. இது இந்தியாவில் பிரெஞ்சுக் கம்பெனிக்கு பெரும் பாதிப்பை ஏற்படுத்தியது. 1756-ம் ஆண்டு இறுதியில் இரு கம்பெனிகளுக்கும் இடையில் போர் மூண்டதையடுத்து உடன்பாடு தற்காலிகமாக முடிவுக்கு வந்தது. போர் தொடங்கிய பொழுது பிரிட்டீசார் வங்காளத்தின் மீது தமது கட்டுப்பாட்டைப் பராமரித்து வந்தனர். இந்நிகழ்வுக்குப் பிறகு இந்தியாவில் பிரெஞ்சு ஆதிக்கத்துக்கான வாய்ப்பு ஏதுமில்லை. வங்காளத்தின் பெரும் மூல வளங்கள் பிரிட்டீசாரின் நலன்களுக்கு ஏற்றதாக மாறியது. வாண்டிவாஸ் என்ற இடத்தில் 1760-ம் ஆண்டு ஜனவரி 22 அன்று பிரிட்டீஷ் தளபதி ஐரேகூட் என்பவர் லல்லியைத் தோற்கடித்தது போரில் தீர்மானகரமான ஒன்றாகும். ஓராண்டு காலத்துக்குள் இந்தியாவில் தாம் வைத்திருந்த அனைத்துப் பிரதேசங்களையும பிரெஞ்சு இழந்தது. பாரீசில் உடன்பாடு கையெழுத்தானதைத் தொடர்ந்து போர் முடிவுக்கு வந்தது. இந்தியாவிலிருந்த பிரெஞ்சு வணிகத் தலங்கள் அனைத்தும் மீட்டெடுக்கப்பட்டன. ஆனால், அவை பாதுகாப்பு அரணுக்குள்ளோ, போதுமான பாதுகாப்புடனோ இல்லை, அவை வர்த்தக மையங்களாக மட்டுமே செயல்பட்டிருக்க முடியும். தற்பொழுது இந்தியாவில் வாழும் பிரெஞ்ச்காரர்கள் பிரிட்டனின் பாதுகாப்பின் கீழ் இருந்தனர். மறுபுறத்தில் பிரிட்டீசார் இந்திய கடல்களை ஆட்சி புரிந்தனர். அனைத்து ஐரோப்பிய போட்டியாளர்களையும் வீழ்த்திய அவர்கள்

இந்தியாவில் வெற்றிகொள்ளும் கடமையில் முழுமையாக ஈடுபட்டனர்.

பிரெஞ்சு மற்றும் அவர்களுடைய இந்திய கூட்டாளிகளை எதிர்த்து நடைபெற்ற போரில் பிரிட்டீசார் சில முக்கியமான அர்த்தமுள்ள படிப்பினைகளைப் பெற்றிருந்தனர். முதலாவதாக, நாட்டில் தேசிய இயக்கம் இல்லாத நிலையில் இந்திய ஆட்சியாளர்களுக்கிடையில் நிலவிய பரஸ்பர மோதல்களைச் சாதகமாகப் பயன்படுத்தி அவர்களால் அரசியல் ஆதாயம் பெற முடிந்தது. இரண்டாவதாக, மேலைய பயிற்சி பெற்ற காலாட்படையில் பணியாற்றிய ஐரோப்பியர்கள் அல்லது இந்தியர்கள் நவீன ஆயுதங்களையும் பீரங்கிகளையும் கொண்டு, பழைய பாணியில் போரிட்ட இந்திய படைகளைத் தோற்கடிப்பது எளிதாக இருந்தது. மூன்றாவதாக, இந்திய படை வீரர்களின் பயிற்சியும் ஐரோப்பிய பாணியில் ஆயுதம் தாங்கிப் போராடியதும், அவர்களை ஐரோப்பியர்களைப் போலவே சிறந்த படை வீரர்களாக ஆக்கியது. இந்திய படைவீரர்களிடம் தேசப் பக்த உணர்வு இன்னமும் உருவாகாத நிலையில் அவர்களுக்கு சிறந்த சம்பளம் வழங்கும் யாராக இருப்பினும் அவர்களை வாடகைக்கு எடுத்துப் பணியில் அமர்த்திக் கொள்ளலாம். சிப்பாய்கள் எனப்படும் இந்திய படைவீரர்களையும் பிரிட்டிஷ் அதிகாரிகளையும் கொண்ட ஒரு வலுவான இராணுவத்தை பிரிட்டீசார் உருவாக்கினர். இப்படையை முக்கிய கருவியாகக் கொண்டும் இந்திய வர்த்தகத்தின் மூலம் கிடைத்த மிகப் பரந்த வளங்களையும் பிரதேசங்களையும் தமது அதிகாரத்தின் கீழ் வைத்துக்கொண்டும் பிரிட்டீஷ் கிழக்கிந்திய கம்பெனி போர் மற்றும் பிரதேச விரிவாக்க காரியத்தில் இறங்கியது.

பிரிட்டீசார் வங்காளத்தைக் கைப்பற்றுதல் :

1757-ஆம் ஆண்டு பிளாசிப் போரில் பிரிட்டீஷ் கிழக்கிந்திய படைகள் வங்காள நவாப் சிராஜ் உத் தௌலாவைத் தோற்கடித்ததைத் தொடர்ந்து இந்தியாவின் மீது பிரிட்டனின்

அரசியல் ஆதிக்கம் தொடங்கியது. தென்னிந்தியாவில் பிரெஞ்சுக்காரர்களுடன் ஆரம்ப காலத்தில் பிரிட்டீசார் நடத்திய போர் ஒரு ஒத்திகையே. அதில் தாம் கற்ற பாடத்தை வங்களாத்தில் லாபகரமாக நடைமுறைப்படுத்தினர்.

வங்காளம் இந்திய மாநிலங்களிலேயே மிகவும் வளமான தாகும். இதன் தொழிலும் வர்த்தகமும் நன்கு வளர்ச்சிப் பெற்றிருந்தன. கிழக்கிந்திய கம்பெனியும் அதன் ஊழியர் களும் இம்மாநிலத்தில் உயர் லாபம் தரும் வர்த்தகத்தில் ஆர்வம் காட்டினர். 1717-ம் ஆண்டு முகலாயப் பேரரசின் அவையில் பட்டயங்கள் மூலம் கம்பெனி உயர் முன்னுரிமை களைப் பெற்றிருந்தது. வங்காளத்தில் வரி செலுத்தாமலேயே சரக்குகளை ஏற்றுமதி இறக்குமதி செய்யும் அதிகாரமும் அத்தகைய சரக்குகளின் போக்குவரத்துக்கு அனுமதிச்சீட்டு அல்லது தஸ்தக் அளிக்கும் உரிமையும் கம்பெனிக்கு வழங்கப் பட்டிருந்தது. கம்பெனியின் ஊழியர்களும் வர்த்தகம் செய்ய அனுமதிக்கப்பட்டனர். ஆனால் அவர்களுக்கு இத்தகைய பட்டய வாய்ப்பு இல்லை. இந்திய வர்த்தகர்கள் செலுத்தி வந்ததைப்போன்ற அதே வரியை அவர்களும் செலுத்த வேண்டி யிருந்தது. வங்காளத்தில் நவாப்களுக்கும் கம்பெனிக்கும் இடையிலான நிரந்தர மோதலுக்கு இந்தப் பட்டயம் அடிப் படையாக அமைந்தது. ஏனெனில் இதனால் வங்காள அரசாங்கத்துக்கு வருவாய் இழப்பு ஏற்பட்டது. இரண்டா வதாக கம்பெனி ஊழியர்கள், கம்பெனியின் பொருள்களுக்கு அனுமதி சீட்டு வழங்கும் அதிகாரத்தை தவறாகப் பயன் படுத்தி தங்களது தனிப்பட்ட வர்த்தகத்தில் வரி ஏய்ப்பு செய்தனர். முர்ஷித் குலிகானில் தொடங்கி அலிவர்திகான் வரை வங்காள நவாபுகள் அனைவருமே பிரிட்டீசார் 1717-ம் ஆண்டு மேற்கொண்ட இத்தகைய பட்டய முறையை ஆட் சேபித்திருக்கிறார்கள். அவர்களுடைய கஜானாவுக்கு கம்பெனி ஒட்டுமொத்தமாகப் பணம் செலுத்த வேண்டும் எனவும் பொருள்களுக்கு அனுமதி சீட்டு வழங்குவதில் நடைபெறும் முறைகேடுகளை உறுதியாக ஒடுக்க வேண்டும் எனவும் அவர்கள் வலியுறுத்தினர். நவாபுகளின் அதிகாரத்தை ஏற்கும் நிலையில் கம்பெனி இருந்தது. அதன் ஊழியர்கள் ஒவ்வொரு

தருணத்திலும் இத்தகைய அதிகாரத்தை மீறுவதிலும் ஏமாற்று வதிலும் குறியாக இருந்தனர்.

அலிவர்திகானைத் தொடர்ந்து இளைஞரும் முன்கோபக் காரருமான அவரது பேரன் சிராஜ் உத் தௌலா 1756-ம் ஆண்டு பொறுப்புக்கு வந்தபோது நிலைமைகள் தீவிர மாயின. அச்சமயத்தில் முர்ஷித் குலிகான் காலத்தில் மேற் கொண்ட வழிமுறைகளில் பிரிட்டீசார் வர்த்தகத்தில் ஈடுபட வேண்டுமென அவர் வலியுறுத்தினார். தென்னிந்தியாவில் பிரான்ஸை வெற்றிக்கொண்ட பிறகு தாம் வலிமையுடன் இருப்பதாக உணர்ந்த பிரிட்டீசார் இதனை ஏற்க மறுத்தனர். அவர்களுடைய பொருட்களுக்காக நவாபுக்கு வரி செலுத்த ஒப்புக்கொள்வதற்கு மாறாக தங்களது கட்டுப்பாட்டின் கீழ் இருந்த கல்கத்தாவுக்குள் வரும் இந்திய பொருட்களின் மீது கடும் வரியை விதித்தனர். அதனால் இளம் நவாபு இயல்பாக ஆத்திரத்திற்கும் கோபத்திற்கும் உள்ளானார். கம்பெனி யானது தமக்கு விரோதமாகவும் வங்காள அரியாசனத்திற்கு எதிராக தமது போட்டியாளருக்கு ஆதரவாகவும் செயல் படுவதாகச் சந்தேகப்பட்டார். அப்பொழுது சந்திர நாகூரி லிருந்த பிரெஞ்சுகாரர்கள் ஏற்படவிருந்த போரை எதிர் கொள்ள நவாபின் அனுமதியின்றியே கல்கத்தாவையும் சுற்றிலும் அரண் அமைக்கும் காரியத்தில் கம்பெனி இறங்கிய போது இரு தரப்புக்கும் இடையில் முறிவு ஏற்படத் தொடங் கியது. இத்தகைய நடவடிக்கையை தனது சுயாதிபத்தியத் துக்கு எதிரான தாக்குதலாக சிராஜ் மிக சரியாகக் கணித்தார். ஒரு தனியார் வர்த்தகக் கம்பெனி தனது நிலப்பகுதியில் கோட்டை எழுப்ப அல்லது தனிப்பட்ட வகையில் போரில் ஈடுபட, சுதந்திர ஆட்சியாளர் ஒருவரால் எவ்வாறு அனு மதிக்க இயலும்? வேறு வார்த்தைகளில் குறிப்பிட்டால் சிராஜ் ஐரோப்பியர்களை வியாபாரிகளாக இருக்க அனு மதிக்கத் தயாராக இருந்தாரே ஒழிய, எஜமானர்களாக அல்ல. பிரிட்டீசாரும் பிரெஞ்சுக்காரர்களும் கல்கத்தாவிலும் சந்திர நாகூரிலும் எழுப்பியுள்ள அரண்களைத் தகர்த்துவிட வேண்டும் எனவும், ஒருவரையொருவர் போரில் ஈடுபடு வதை நிறுத்திக்கொள்ள வேண்டும் எனவும் அவர் உத்தர

விட்டார். அவரது உத்தரவுக்கு பிரெஞ்ச் கம்பெனி அடி பணிந்த அதே சமயம் பிரிட்டீஷ் கம்பெனிக்கு கருநாடகத்தில் பெற்ற வெற்றியினால் அதன் தன்னம்பிக்கையும் ஆசையும் அதிகரித்திருந்ததால், அது உடன்பட மறுத்துவிட்டது. நவாபின் விருப்பத்திற்கு மாறாகவும்கூட வங்காளத்தில் தொடர்ந்து இருப்பதிலும் சொந்தமாக வர்த்தகத்தில் ஈடுபடு வதிலும் அது உறுதியாக இருந்தது. அதன் செயல்பாடுகள் அனைத்தையும் பிரிட்டீஷ் அரசாங்கம் தனது கட்டுப்பாட்டில் எடுத்துக் கொள்ளும் உரிமையை அது ஏற்றுக்கொண்டது. பிரிட்டீஷ் அரசாங்கம் பிரிட்டனில் அதன் வர்த்தகத்தின் மீது விதிக்கப்பட்ட கட்டுப்பாடுகளையும், அதிகாரத்தையும் அது அப்படியே ஏற்றுக்கொண்டது. 1693-ம் ஆண்டு அதன் சாசனம் வாபஸ் பெறப்பட்டதை அடுத்து கிழக்கில் அது வர்த்தகத் தில் ஈடுபடுவதற்கான உரிமையைப் பாராளுமன்றம் நிறுத்தி விட்டது. அது மன்னருக்கும், பாராளுமன்றத்துக்கும், பிரிட்டீஷ் அரசியல்வாதிகளுக்கும் பெரும் லஞ்சம் (ஓராண்டில் மட்டும் 80 ஆயிரம் பவுண்டு லஞ்சம் வழங்கப்பட்டது) வழங்கியது. இருந்தபோதிலும் வங்காளத்தில் நவாபுகளின் உத்தரவைப் பொருட்படுத்தாமல் பிரிட்டீஷ் கம்பெனி தாராள வர்த்தகத்தில் ஈடுபடுவதற்கு முழு உரிமை கோரி வந்தது. இது நாட்டின் சுயாதிபத்தியத்துக்கு எதிரான நேரடி சவாலாக விளங்கியது. எந்தவொரு ஆட்சியாளரும் இதனை ஏற்க மாட்டார்கள். பிரிட்டீசாரின் இத்தகைய செயல் நீண்டகால பாதிப்புகளை ஏற்படுத்தும் என்பதை சிராஜ் உத் தௌலா தனது ராஜதந்திரத்தின் மூலம் உணர்ந்திருந்தார். இம் மண்ணின் விதிகளுக்கு அவர்களைக் கீழ்படியச் செய்ய வேண்டுமென அவர் முடிவெடுத்தார்.

மாபெரும் ஆற்றலுடன், அதேசமயம் அதி வேகத்துடனும், போதிய தயாரிப்பு இன்றியும், சிராஜ் உத் தௌலா, காசிம் பஜாரில் இருந்த பிரிட்டீஷ் வணிகத்தலத்தைக் கைப்பற்றி னார். 1756-ம் ஆண்டு ஜுன் 20 அன்று கல்கத்தாவை நோக்கி முன்னேறிச் சென்று வில்லியம் கோட்டையை முற்றுகை யிட்டார். அதைத் தொடர்ந்து அவர் கல்கத்தாவிலிருந்து திரும்பி வந்து தனது எளிய வெற்றியைக் கொண்டாடினார்.

அச்சமயத்தில் பிரிட்டீசார் அவர்களது கப்பல்களில் தப்பி யோடினர். எதிரியின் பலத்தைக் குறைத்து மதிப்பிட்டது அவர்களுடைய தவறாகும்.

தங்களது கடற்படையின் மேலாண்மையின் கீழ் இருந்து வந்த பாதுகாக்கப்பட்ட கடல் பகுதிக்கு அருகில் ஃபுல்தா என்ற இடத்தில் பிரிட்டீஷ் அதிகாரிகள் தஞ்சம் புகுந்தனர். அங்கு அவர்கள் சென்னையிலிருந்து வரும் உதவிக்காகக் காத்திருந்தனர். இடைப்பட்ட காலத்தில், நவாபு அவையில் இருந்த சில முன்னணி பிரமுகர்களுடன் இணைந்து கொண்டு நம்பிக்கை துரோகத்திலும், சதியிலும் ஈடுபடத் தொடங்கினர். அவர்களில் முக்கியமானவர்களான மீர்ஜாபர், மீர்பாக்ஷி, கல்கத்தாவின் அதிகாரி பொறுப்பிலிருந்த மாணிக்சந்த், செல்வந்த வணிகரான அமிசந்த், வங்காளத்தின் பெரும் வங்கியாளரான ஜகத்சேட் காதிம்கான் ஆகியோர் நவாபின் படையில் பெரும் பகுதியைத் தமது கட்டுப்பாட்டின் கீழ் வைத்திருந்தனர். சென்னையிலிருந்து அட்மிரல் வாட்சன், தளபதி கிளைவ் ஆகியோர் தலைமையிலான வலுவான கடற் படையும், இராணுவமும் விரைந்தன. 1757-ம் ஆண்டு தொடக்கத்தில் கிளைவ் மீண்டும் கல்கத்தாவைக் கைப்பற்றி பிரிட்டீசாரின் கோரிக்கைகளை நவாபை ஏற்கச் செய்தார்.

ஆயினும், பிரிட்டீசார் திருப்தியடையவில்லை. அதைக் காட்டிலும் கூடுதலாக அவர்கள் எதிர்பார்த்தனர். சிராஜ் உத் தௌலாவின் இடத்தில் தங்களுக்கு மேலும் இசைவான ஒருவரை நியமிக்க வேண்டுமென அவர்கள் முடிவு செய்தனர். இளைய நவாபுக்கு எதிரான சதியில் ஈடுபட்டுள்ள அவரது எதிரிகளுடன் இணைந்து அவருக்குப் பதிலாக மீர்ஜாபரை வங்காளத்தில் அரியாசனம் ஏற்றுவதற்காக அவர்கள் இளைய நவாபிடம் சாத்தியமில்லாத கோரிக்கைகளை முன் வைத்தனர். அவர்களுக்கிடையிலான போராட்டத்தின் மூலமே போர் முடிவுக்கு வரும் என்பதை இரு தரப்பினரும் உணர்ந்திருந்தனர். 1757-ம் ஆண்டு ஜூன் மாதம் 23-அன்று முர்ஷிதாபாத்திலிருந்து சுமார் 30 கி.மீ தொலைவிலுள்ள பிளாசி என்னுமிடத்தில் அவர்களுக்கிடையில்

போர் மூண்டது. பிளாசிப் போரானது பெயரளவுக்கான போராகவே இருந்தது. மொத்தத்தில் பிரிட்டீசார் 29 பேரும், நவாப் தரப்பில் சுமார் 500 பேரும் இப்போரில் மாண்டனர். நவாபின் இராணுவத்தில் முக்கிய அங்கமாகத் திகழ்ந்த துரோகிகள் மீர்ஜாபர், ராய்துர்லாப் ஆகியோர் தலைமையிலான படைகளில் பெரும்பாலானவை இப்போரில் பங்கேற்கவில்லை. நவாபின் படையில் மீர்மதன், மோகன்லால் ஆகியோரது தலைமையிலான மிகச்சிறு குழுவினரே துணிவுடனும், நன்கும் போர் புரிந்தனர். நவாப் ஆட்சியிலிருந்து அகற்றப்பட்டு கைது செய்யப்பட்டார். பின்னர் மீர்ஜாபரின் மகன் மீரானால் கொலை செய்யப்பட்டார்.

வங்காளக் கவிஞர் நவீன் சந்திர சென்னின் வார்த்தைகளில் குறிப்பிட்டால் பிளாசிப் போரானது இந்தியாவை நிரந்தர இருளுக்குள் தள்ளியது. மீர்ஜாபரை வங்காள நவாபாக பிரிட்டீசார் பிரகடனப்படுத்தினர். கம்பெனி வங்காளம், பீகார், ஒரிசா ஆகிய இடங்களில் தாராள வர்த்தகத்தில் ஈடுபடுவதற்கான முழு உரிமையைப் பெற்றது. கல்கத்தாவிற்கு அருகில் 24-வது பர்கானாவில் ஜமீன்தாரியையும் அது பெற்றது. கல்கத்தாவைத் தாக்கியதற்காக, கம்பெனிக்கும், நகரில் உள்ள வர்த்தகர்களுக்கும் மீர்ஜாபர் ரூபாய் 1.77 கோடி இழப்பீடாக வழங்கினார். மேலும் கம்பெனியின் உயர் அதிகாரிகளுக்கு பெரும் பணத்தை அன்பளிப்பாக அல்லது கையூட்டாக அவர் அளித்தார். உதாரணமாக, கிளைவ் ரூ.20 லட்சமும் வாட்ஸ் ரூ.10 லட்சமும் பெற்றனர். கம்பெனியும் அதன் ஊழியர்களும் பொம்மை நவாபை உருவாக்க ரூ.3 கோடிக்கு மேல் வசூலிப்பதாக பின்னாளில் கிளைவ் மதிப்பீட்டார். பிரிட்டீஷ் வர்த்தகர்களும், அதிகாரிகளும் அவர்களுடைய சொந்த வர்த்தகத்துக்காக வரி ஏதும் செலுத்த வேண்டியதில்லை என்ற புரிதலும் இருந்தது.

பிளாசிப் போர் பெரும் வரலாற்று முக்கியத்துவம் வாய்ந்த ஒன்றாகும். அது வங்காளத்தையும், இறுதியில் இந்தியா முழுமையையும் பிரிட்டீசார் மேலாதிக்கம் செலுத்துவதற்கு வழி வகுத்தது. அது பிரிட்டீசாரின் கவுரவத்தை

உயர்த்தியது. ஒரே அடியில் இந்திய பேரரசுக்கான முக்கிய போட்டியாளர்களாக அவர்களுடைய தகுதியை உயர்த்தியது. வங்காளத்தின் வளமான வருவாயைக் கொண்டு அவர்கள் நாட்டின் எஞ்சிய பகுதியை வெற்றிக் கொள்வதற்காக வலிமையான இராணுவத்தை ஏற்படுத்தினர். வங்காளத்தின் மீதான கட்டுப்பாடு ஆங்கிலேய-பிரெஞ்சு போரில் குறிப்பிடத்தக்க பாத்திரத்தை வகித்தது. முடிவில் பிளாசிப் போரில் பெற்ற வெற்றியின் மூலம் கம்பெனியும் அதன் ஊழியர்களும் நிராதரவான வங்காள மக்களைப் பலியிட்டு ஏராளமான செல்வங்களைக் கொள்ளையடித்தனர். இதுகுறித்து பிரிட்டீஷ் வரலாற்று ஆசிரியர்கள் எட்வர்டு தாம்ஸன், ஜி.டி. காரட் ஆகியோர் பின்வருமாறு குறிப்பிட்டனர் :

'உலகில் அரசியல் மாற்றத்தை உண்டாக்குவது என்பது பெரும் லாபகரமான ஒரு விளையாட்டாகும். ஸ்பானியர்களுக்கும் பிசோரோக்குகளுக்கும் இருந்ததைப் போன்ற ஈடுயிணையற்ற செல்வ மோகம் ஆங்கிலேயர் மனதில் குடிகொண்டது. குறிப்பாக வங்காளம் முழுமையாகச் சுரண்டப்படும் வரை அங்கு அமைதி திரும்பவில்லை' என்றனர்.

மீர்ஜாபர் தனது பதவிக்காக கம்பெனிக்குக் கடன்பட்டு யிருப்பினும் விரைவில் அவர் தனது ஒப்பந்தத்தை நினைத்து வருத்தப்பட்டார். கம்பெனியின் அதிகாரிகளுக்கு அன்பளிப்புகளும், கையூட்டுகளும் வழங்கியே அவரது கஜானா எளிதில் காலியானது. கிளைவே பெருமளவில் இதனைச் செய்துள்ளார். மீர்ஜாபரைத் தங்கப்பையாகக் கருதி, தாங்கள் விரும்பும் பொழுதெல்லாம் அதில் கையைவிட்டு எடுத்துக்கொள்வது, அவற்றை மகிழ்ச்சியுடன் அனுபவிப்பது என்பது ஒன்றே கம்பெனியின் நோக்கமாக இருந்தது என தளபதி மல்லேசன் குறிப்பிடுகிறார். கம்பெனி மிதமிஞ்சிய பேராசைக்கு ஆட்பட்டிருந்தது. காமதேனுவைக் கண்டுபிடித்துள்ளதாகவும், வங்காளத்தில் செல்வம் அள்ள அள்ளக் குறையாது எனவும் அவர்கள் கருதினர். பம்பாய், சென்னை ஆகிய மாகாணங்களில் ஆகும் செலவுகளுக்கு வங்காளம் பணம் செலுத்த வேண்டும். இங்கிலாந்திலிருந்து இறக்குமதி செய்யப்படும்

கம்பெனியின் பொருட்களை வாங்க வேண்டும் எனக் கம்பெனியின் இயக்குநர்கள் உத்தரவிட்டனர். கம்பெனி இந்தியாவில் வெறுமனே வர்த்தகம் செய்யக்கூடியதாக மட்டும் இல்லை. செல்வ வளங்களை முழுமையாகச் சுரண்டுவதற்காக அது நவாபின் மீதுள்ள தனது கட்டுப்பாட்டைப் பயன் படுத்தியது.

கம்பெனி மற்றும் அதிகாரிகளின் முழு தேவைகளை யும் பூர்த்தி செய்வது சாத்தியமில்லை என்பதை மீர்ஜாபர் விரைவில் உணர்ந்தார். தங்களது எதிர்பார்ப்புகளைப் பூர்த்தி செய்யும் ஆற்றல் நவாபுக்கு இல்லையென அவர்கள் தரப்பில் விமர்சிக்கத் தொடங்கினர். ஆகவே, 1760-ம் ஆண்டு அக்டோ பரில் அவரது மருமகன் மீர்காசிமுக்கு ஆதரவாக நின்று அவர்கள் மீர்ஜாபரை வெளியேற்றினர். பர்துவான், மிதுனாபூர், சிட்டகாங் ஆகிய மாவட்டங்களின் ஜமீன்களை கம்பெனிக்கு மீர்காசிம் வழங்கினார். அத்தோடு ஆங்கிலேய உயர் அதிகாரி களுக்கு ரூ. 29 இலட்சம் பணமும் அளித்தார்.

ஆயினும், மீர்காசிம் பிரிட்டீசாரின் நம்பிக்கையைப் பொய்யாக்கினார். அவர்களது பதவிக்கும், வங்காளத்தில் அவர்களது திட்டத்துக்கும் ஒரு அச்சுறுத்தலாக மாறினார். அவர் ஒரு தகுதிவாய்ந்த, திறமையான ஆட்சியாளர் ஆவார். அன்னியர்களின் கட்டுப்பாட்டிலிருந்து தன்னை விடுவித்துக் கொள்வதில் உறுதியுடன் விளங்கினார். தனது சுதந்திரத்தைப் பராமரித்து வர பெரும் செல்வமும், திறம்பட்ட இராணு வமும் அவசியம் என்பதை அவர் உணர்ந்தார். எனவே அவர் பொது ஒழுங்கை நிலைநாட்டவும், வருவாய்த்துறையில் இருந்த ஊழலைக் களைத்து வருமானத்தை அதிகரித்திடவும், ஐரோப்பிய பாணியில் ஒரு நவீன, ஒழுங்கமைக்கப்பட்ட படையை உருவாக்கவும் முயற்சி செய்தார். அதனை பிரிட்டீசார் விரும்பவில்லை. எல்லாவற்றிற்கும் மேலாக, அவர்களுடைய பொருட்களுக்கு வரி எதுவும் விதிக்கக் கூடாதெனக் கூறி 1717-ம் ஆண்டு பட்டயத்தைக் கம்பெனி ஊழியர்கள் முறை கேடாகப் பயன்படுத்தியதைத் தடுத்திட நவாப் மேற்கொண்ட முயற்சி அவர்களுக்குப் பிடிக்கவில்லை.

பிரிட்டீசாருக்கு முழு விதிவிலக்களித்து, இந்திய வியாபாரிகள் மட்டும் வரி செலுத்த வேண்டியிருந்ததால் அவர்களை இது வெகுவாகப் பாதித்தது. மேலும், கம்பெனியின் ஊழியர்கள், நட்பு ரீதியான இந்திய வியாபாரிகளுக்கு சட்டவிரோதமாக இலவச அனுமதிச்சீட்டு வழங்கி வந்தனர். இதன் மூலம் அவர்கள் உள்நாட்டுச் சுங்கவரியை ஏமாற்றி வந்தனர். இத்தகைய முறைகேடுகளால் ஏற்பட்ட நியாயமற்ற போட்டி காரணமாக, நேர்மையான இந்திய வர்த்தகர்கள் கடுமையாகப் பாதிக்கப்பட்டனர். நவாபின் மிக முக்கிய வருவாய் ஆதாரம் பறிபோனது. அதற்கும் மேலாக, இந்திய அதிகாரிகளும், ஜமீன்தார்களும், கம்பெனிக்கும் அதன் ஊழியர்களுக்கும் அன்பளிப்புகளும், கையூட்டுகளும் அளிக்க வேண்டுமென நிர்ப்பந்திக்கப்பட்டனர். இந்தியக் கைவினைஞர்களும், விவசாயிகளும், வியாபாரிகளும் தங்களது சரக்குகளைக் குறைந்த விலைக்கு விற்கும் கம்பெனியிடமிருந்து அதிக விலை கொடுத்து அவற்றை வாங்க வேண்டும் என நிர்ப்பந்தப்படுத்தினர். இதனை ஏற்க மறுப்போருக்குக் கசையடி அல்லது சிறைத்தண்டனை கிடைத்தது. இத்தகைய காலகட்டம் பற்றிக் குறிப்பிட்ட சமீபத்திய பிரிட்டீஷ் வரலாற்றாசிரியர் பெர்சிவல் ஸ்பியர் 'இது வெளிப்படையான வெட்கங்கெட்ட கொள்ளைக் காலம்' என்றார். உண்மையில், வங்காளத்தின் புகழ் சார்ந்த செல்வ வளங்கள் அனைத்தும் படிப்படியாகச் சீரழிக்கப்பட்டன.

இத்தகைய முறைகேடுகள் தொடருமானால் வலிமையான வங்காளத்தை உருவாக்கவோ அல்லது கம்பெனியின் கட்டுப்பாட்டிலிருந்து தம்மை விடுத்துக்கொள்ளவோ இயலாது என்பதை மீர்காசிம் உணரலானார். எனவே, அவர் உள்நாட்டு வர்த்தகத்தின் மீதான அனைத்து வரிகளையும் அதிரடியாக நீக்கும் நடவடிக்கையில் இறங்கினார். அது, பிரிட்டீசார் படைபலம் மூலம் பெற்ற சலுகையாகும். அன்னிய வியாபாரிகள் தங்களுக்கும், இந்தியர்களுக்கும் இடையில் சமமாக வர்த்தகம் நடைபெறுவதைச் சகித்துக் கொள்ளத் தயாரில்லை. இந்திய வர்த்தகத்தின் மீது மீண்டும் வரிவிதிக்க வேண்டுமென அவர்கள் வலியுறுத்தினர். மீண்டும் போர் தொடங்கும் சூழல்

ஏற்பட்டது. வங்காளத்தில் இரண்டு எஜமானர்கள் இருக்க முடியாது என்பதே எதார்த்தமாகும். மீர்காசிம் தன்னை ஒரு சுதந்தர ஆட்சியாளராகக் கருதினார். அதேசமயம், பிரிட்டீசார் தங்களது கரத்திலுள்ள ஒரு கருவிபோல செயல் பட வேண்டும் எனக் கோரினர். அதற்காகத்தானே அவர்கள் அவரை ஆட்சியில் அமர்த்தினர்?

1763-ம் ஆண்டு நடைபெற்ற தொடர்ச்சியான போரில் மீர்காசிமும் தோற்கடிக்கப்பட்டு அவாத்துக்குத் தப்பியோடி னார். அங்கு அவர் அவாத்தின் நவாப் சுஜத் உத் தௌலா, தஞ்சமடைந்த முகலாயப் பேரரசர் இரண்டாம் ஷா ஆலம் ஆகியோருடன் கூட்டணி அமைத்தார். இம்மூவர் கூட்டணியும் கம்பெனிப் படைகளுடன் 1764-ம் ஆண்டு அக்டோபர் 22 அன்று பக்சார் என்னுமிடத்தில் போரில் ஈடுபட்டு படு தோல்வியைத் சந்தித்தது. இரண்டு பெரும் படைகளையும் ஒருங்கிணைந்த வகையில் எதிர்கொண்ட பிரிட்டீஷ் படையில் மேலாண்மையை நிரூபித்த இந்தப் போர் இந்திய வரலாற்றில் மிகவும் முக்கியத்துவம் வாய்ந்த ஒன்றாகும். இது பிரிட்டீ சாரை வங்காளம், பீகார், ஒரிசா ஆகியவற்றின் எஜமானர் களாக உறுதியுடன் நிலை நாட்டியது. அவாத்தை அவர்களது கருணையில் வாழும் ஒன்றாக மாற்றியது.

1765-ம் ஆண்டு வங்காளத்தின் ஆளுநரான கிளைவ் இங்கு ஆட்சியதிகாரத்தைக் கைப்பற்றும் வாய்ப்பைப் பயன் படுத்தி அரசாங்க அதிகாரத்தைப் படிப்படியாக நவாபிட மிருந்து கம்பெனியிடம் மாற்றுவதற்குத் தீர்மானித்தார். 1763-ம் ஆண்டு பிரிட்டன் மீர்ஜாபரை மீண்டும் நவாபாகப் பணியமர்த்தியது கம்பெனிக்காகவும், அதன் உயரதிகாரி களுக்காகவும் பெரும் தொகையை வசூலித்தது. மீர்ஜாபரின் மறைவையடுத்து அவரது இரண்டாவது மகன் நிஜாம் உத்தௌலாவை அவர்கள் அரியாசனம் ஏற்றினர். அவர் களுக்குச் சன்மானம் அளிப்பதற்கான புதிய ஒப்பந்தத்தில் 1765-ம் ஆண்டு பிப்ரவரி 20 அன்று அவரைக் கையொப்ப மிடச் செய்தனர். இந்த ஒப்பந்தத்தின்படி, நவாப் தனது இராணுவத்தில் பெரும்பகுதியைக் கலைத்துவிட வேண்டும்,

கம்பெனியினால் நியமிக்கப்படும் துணை சுபாதார் மூல மாகவே நிர்வாகத்தை நடத்த வேண்டும், கம்பெனியின் ஒப்புதல் இன்றி அவரைப் பதவி நீக்கம் செய்யமுடியாது. இதன் மூலம் கம்பெனி, வங்காள ஆட்சியின் மீது மேலா திக்கம் செலுத்தியது. கம்பெனியின் வங்காளக் குழு உறுப் பினர்கள் புதிய நவாபிடமிருந்து மீண்டும் ரூ. 15 இலட்சத்தைக் கறந்தனர்.

முகலாயப் பேரரசின் பெயரளவிலான தலைமையாக விளங்கி வந்த இரண்டாம் ஷா ஆலத்திடமிருந்து கம்பெனி பீகார், வங்காளம், ஒரிசா ஆகிய பிரதேசங்களிலிருந்து திவானி எனப்படும் வரி வசூலிக்கும் உரிமையைப் பெற்றது. இதன் மூலம் வங்காளத்தின் மீதான அதன் கட்டுப்பாடு சட்டப்பூர்வ மாக்கப்பட்டது. இந்தியாவின் மிகவும் வளமான மாகாணங் களிலிருந்து கிடைக்கும் வருவாய் அதன் கட்டுப்பாட்டுக்குள் சென்றது. மீண்டும் கம்பெனி அவருக்கு ரூ. 26 இலட்சம் மாணியம் வழங்கியது. கோவா, அலகாபாத் மாவட்டங்களை அவருக்காக மீட்டுத் தந்தது. பேரரசர் ஆறாண்டு காலம் அலகாபாத் கோட்டையில் பிரிட்டீசாரின் கண்காணிப்பில் இருந்து வந்தார்.

அவாத்தின் நவாப் சுஜா உத் தௌலா போருக்கான செலவுத் தொகையாக ரூ.50 இலட்சம் கம்பெனிக்கு வழங்க வேண்டிய நிர்ப்பந்தம் ஏற்பட்டது. மேலும், இரு தரப்பிலும் ஒரு கூட்டணி ஏற்பட்டது. இதன்படி, நவாபுக்கு எதிரான அன்னியத் தாக்குதலிலிருந்து அவரைக் காக்க அனுப்பப்படும் படைகளுக்கு அவர் கட்டணம் செலுத்த வேண்டியிருந்தது. இத்தகைய கூட்டணியின் மூலம் நவாப் கம்பெனியைச் சார்ந்திருக்கும் நிலை ஏற்பட்டது.

வங்காளத்தில் இரட்டை ஆட்சி முறை :

1765-ம் ஆண்டிலிருந்து கிழக்கிந்தியக் கம்பெனியே வங்காளத்தில் உண்மையான ஆட்சி செலுத்த தொடங்கியது. கம்பெனியின் படைகள் வங்காளத்தின் பாதுகாப்பைத் தனது

பாதுகாப்பின் கீழ் வைத்திருந்தன. உயர் அரசியல் அதிகாரம் அதன் கைகளிலேயே இருந்தது. நவாப் தனது உள்நாட்டு, வெளிநாட்டுப் பாதுகாப்புக்காக பிரிட்டீசாரைச் சார்ந்தி ருந்தார். திவான் என்ற வகையில் கம்பெனி நேரடியாக வரி வசூல் செய்தது. அதேபோல, துணைச் சுபாதாரை நியமிக்கும் உரிமையின் மூலம் நிஜாமை அல்லது போலீஸ் மற்றும் நீதித் துறையை அது கட்டுப்படுத்தியது. இத்தகைய ஏற்பாடு வரலாற்றில் இரட்டை ஆட்சி எனப்படுகிறது. இதன் மூலம் ஆங்கிலேயர்களுக்குப் பெரும் நன்மை கிட்டியது. எந்தப் பொறுப்பும் இல்லாத அதிகாரம் அவர்களிடம் இருந்தது. நவாபிடமும், அவரது அதிகாரிகளிடத்திலும் நிர்வாகப் பொறுப்பு இருந்தது. ஆனால் அதனைச் செயல்படுத்தும் அதிகாரம் இல்லை. அரசாங்கத்தின் பலவீனங்களுக்கு இந்தி யர்கள் மீது குற்றம் சுமத்தப்பட்டது. அதே சமயம் அதன் பலன்கள் பிரிட்டீசாருக்குச் சென்று சேர்ந்தது. இதன் விளைவுகள் வங்காள மக்களுக்கு விபரீதமாக இருந்தன. கம்பெனியோ, நவாபோ ஒருவரும் அவர்களது நலனைப் பற்றிக் கவலைப்படவில்லை.

தற்பொழுது கம்பெனி ஊழியர்களுக்கு வங்காளம் முழுவதும் அவர்களுடையதாக இருந்தது. மக்களுக்கு எதிரான அவர்களுடைய அடக்குமுறை பெரிதும் அதிகரித்தது. இதைப் பற்றி கிளைவே பின்வருமாறு குறிப்பிடுகிறார்:

'வங்காளத்தில் உள்ளதைப் போன்ற அராஜகம், குழப்பம், லஞ்சம், ஊழல், பலவந்த வசூல் ஆகிய காட்சிகளை வேறெங் கும் கண்டதும், கேட்டதும் இல்லை. இந்தளவுக்கு அநீதி யான, ஒடுக்குமுறை வழியில் சொத்து சேர்க்கவும் இல்லை என்பதை மட்டும் என்னால் உறுதியாகக் கூறமுடியும். சுபாஷியாக மீர்ஜாபர் பொறுப்பேற்றதிலிருந்து முழுமை யாகக் கம்பெனி ஊழியர்களின் நிர்வாகத்தின் கீழ் வங்காளம், பீகார், ஒரிசா ஆகிய மூன்று மாநிலங்களிலும் 30 இலட்சம் ஸ்டெர்லிங் அளவுக்கு வருவாய் கிடைத்தது. சிவில் மற்றும் இராணுவத்தில் இருந்த ஒவ்வொரு பதவியில் மீதும் நவாபி லிருந்து கீழ்மட்ட ஜமீன்தார் வரையுள்ள அனைவரிட மிருந்தும்.வசூலிக்கப்பட்டது' என்கிறார் கிளைவ்.

கம்பெனியின் அதிகாரிகள் அவர்கள் பங்குக்குக் கொடுத்த அறுவடையிலும், வங்காளத்தின் செல்வத்தைச் சுரண்டு வதிலும் ஈடுபட்டனர். இந்தியச் சரக்குகளை வாங்குவதற்கு இங்கிலாந்திலிருந்து பணம் அனுப்புவதை அவர்கள் நிறுத்தி விட்டனர். மாறாக வங்காளத்தில் கிடைத்த வருமானத்தைக் கொண்டு அந்தச் சரக்குகளை விலைக்கு வாங்கி அவற்றை வெளிநாடுகளில் விற்பனை செய்து வந்தனர். அதுவே கம்பெனி யின் முதலீடாகவும், அதன் இலாபத்தில் ஒரு பகுதியாகவும் இருந்து வந்தது. எல்லாவற்றிற்கும் மேலாக, பிரிட்டீஷ் அரசாங்கம் அதன் வருமானத்தில் ஒரு பகுதியைக் கோரியது. 1767-ம் ஆண்டு கம்பெனியானது ஆண்டுக்கு 4 இலட்சம் பவுண்டு வேண்டுமென அது உத்தரவிட்டது.

1766, 67, 68-ம் ஆண்டுகளில் மட்டும் சுமார் 57 இலட்சம் பவுண்ட் அளவுக்கு வங்காளத்திலிருந்து சுரண்டப்பட்டது. இரட்டை ஆட்சி முறைகேடுகளாலும், வளங்களைச் சுரண்டிய தாலும் இந்த துரதிருஷ்டவசமான மாநிலம் தரித்திர நிலைக்கு தள்ளப்பட்டது. 1770-ம் ஆண்டு பஞ்சத்தினால் வங்காளம் பெரும் பாதிப்புக்குள்ளானது. அது மனிதகுல வரலாற்றில் மிக மோசமான பஞ்சம் என்பதை அதன் விளைவு கள் காட்டின. இலட்சக்கணக்கில் மக்கள் மாண்டனர். வங்காள மக்களில் மூன்றில் ஒரு பங்கினர் இதில் பாதிக்கப் பட்டனர். மழை பொய்த்ததால் இப்பஞ்சம் ஏற்பட்ட போதிலும் கம்பெனியின் கொள்கைகளால் அதன் பாதிப்புகள் தீவிரமாயின.

வாரன்ஹேஸ்டிங்ஸ் (1772–85) காரன்வாலீஸ் (1786–93) தலைமையில் நடைபெற்ற போர்கள் :

1772- ம் ஆண்டு கிழக்கிந்தியக் கம்பெனி இந்தியாவில் முக்கிய அதிகாரம் செலுத்தத் தொடங்கியது. இங்கிலாந்தி லுள்ள அதன் இயக்குனர்களும், இந்தியாவிலிருந்து அதன் அதிகாரிகளும் புதிய வெற்றிகளைப் பெறத் தொடங்குவதற்கு முன், வங்காளத்தின் மீது தங்களது முழுக் கட்டுப்பாட்டையும்

நிலைநாட்ட முனைந்தனர். ஆயினும், இந்திய அரசுகளின் உள்நாட்டு விவகாரங்களில் தலையிடும் அதன் பழக்கவழக்கத் தாலும் , பிரதேசங்களையும் பணத்தையும் சேர்க்கும் பேராசை காரணமாகவும் அவர்கள் தொடர்ச்சியான போரில் ஈடுபடத் தொடங்கினர்.

1766-ம் ஆண்டு மைசூரில் ஹைதர் அலிக்கு எதிரான போரில் அவர்கள் ஐதராபாத் நிஜாமுடன் இணைந்து நின்றனர். ஆனால் ஹைதர் அலி அவரது நிபந்தனைக்கு உட்பட்டு சென்னை மாகாணத்தை நிர்ப்பந்தப்படுத்தி சமாதான உடன்படிக்கையில் கையெழுத்திடச் செய்தார். அதனைத் தொடர்ந்து 1775-ம் ஆண்டு பிரிட்டீசார் மராட்டியர்களுடன் போரில் ஈடுபட்டனர். நானா பதனீஸ் தலைமையிலான இளம் பேஷ்வா இரண்டாம் மாதவராவின் ஆதரவாளர்களுக்கும், ரகுநாதராவுக்கும் இடையில் மராட்டியர்களுக்கு மத்தியில் அச்சமயத்தில் அதிகாரத்துக்கான கடும்போர் நடைபெற்றுக் கொண்டிருந்தது. ரகுநாதராவின் சார்பில் பம்பாயிலிருந்த பிரிட்டீஷ் அதிகாரிகள் இதில் தலையிட முடிவு செய்தனர். சென்னையிலும், வங்காளத்திலும் மக்களைச் சுரண்டியதைப் போல இங்கும் நல்ல அறுவடையில் ஈடுபட்டு ஆதாய மடையலாம் என அவர்கள் கருதினர். அதனால் 1775-ம் ஆண்டு முதல் 1782-ம் ஆண்டு வரை நீண்ட காலம் நடைபெற்ற மராட்டியப் போரில் அவர்கள் பங்கேற்றனர்.

உண்மையில் அது இந்தியாவில் பிரிட்டீஷ் ஆட்சியாளர் களுக்கு ஒரு இருண்ட காலமாக இருந்தது. மராட்டிய தலைவர் கள் அனைவரும் பேஷ்வா மற்றும் அவரது தலைமை அமைச்சர் நானா பதனீசின் பின்னால் அணி திரண்டனர். பிரிட்டீசாரின் செல்வாக்கு பரவுவதைத் தென்னிந்திய ஆட்சியாளர்கள் வெகு காலமாக எதிர்த்து வந்துள்ளனர். கம்பெனிக்கு எதிராகப் போர் தொடுக்க ஹைதர் அலியும், நிஜாமும் இத்தருணத்தைத் தேர்ந்தெடுத்தனர். ஆக, மராட்டியர்கள், மைசூர், ஐதராபாத் ஆகிய முப்பெரும் வலுவான கூட்டணியை ஆங்கிலேயர்கள் எதிர்கொள்ள வேண்டியிருந்தது. 1776-ம் ஆண்டு அமெரிக்கக் காலனியில் மக்கள் கலகத்தில் ஈடுபட்டதால் அங்கு நடை பெற்ற போரிலும் தோல்வியுற்றனர். அவர்களது பழைய

போட்டியாளர்களான பிரெஞ்சுக்காரர்கள் இந்நெருக்கடியிலிருந்து ஆதாயம் பெற நினைக்கும் திட்டத்தையும் உறுதியுடன் எதிர்த்து முறியடிக்க வேண்டியிருந்தது.

அப்பொழுது ஆற்றலுடனும், அனுபவங்களுடனும் விளங்கிய கவர்னர் ஜெனரல் வாரன் ஹேஸ்டிங்ஸ் தலைமையில் பிரிட்டீசார் இந்தியாவில் செயல்பட்டனர். அவர் மிகுந்த உறுதியுடன் செயல்பட்டார். எத்தரப்பிலும் வெற்றியின்றி போரில் ஸ்தம்பிப்பு ஏற்பட்டது. ஏற்கெனவே உள்ளவாறே நிலைமையைப் பராமரிப்பது என்ற அடிப்படையில் 1782-ம் ஆண்டு சமாதானத்துக்கான சல்பாய் உடன்பாடு எட்டப்பட்டது. இந்திய ஆட்சியாளர்களின் ஒன்றுபட்ட எதிர்ப்பிலிருந்து இது பிரிட்டீசாரைக் காப்பாற்றியது.

வரலாற்றில் முதலாவது ஆங்கிலேய - மராட்டியப் போர் என்றழைக்கப்பட்ட இப்போர் எத்தரப்புக்கும் வெற்றியின்றி முடியவில்லை. மாறாக, அச்சமயத்தில் இந்தியாவின் வலுவான ஆட்சியாளர்களான மராட்டியர்களுடன் பிரிட்டீசார் இருபதாண்டு காலம் சமாதானத்துடன் வாழ இது வகை செய்தது. வங்காளத்தின் மீது தமது ஆட்சியை உறுதிபடுத்திக்கொள்ள பிரிட்டீசார் இக்காலகட்டத்தைப் பயன்படுத்திக் கொண்டனர். அதேசமயம், மராட்டியர்கள் தங்களுக்குள் நடைபெற்ற மோசமான பரஸ்பர மோதலில் தங்களது ஆற்றலை விரயம் செய்தனர். மேலும், ஹைதர் அலியிடமிருந்து தங்களுடைய பிரதேசங்களை மீட்டெடுக்க மராட்டியர்கள் உதவுவார்கள் என்ற அடிப்படையிலான சல்பாய் உடன்பாட்டின்படி பிரிட்டீசார் மைசூரின் மீது தங்களது நிர்ப்பந்தத்தைத் தொடுத்தனர். இந்திய ஆட்சியாளர்களைப் பிளவுபடுத்துவதில் பிரிட்டீசார் மீண்டும் வெற்றிபெற்றனர்.

அதேவேளையில், 1780-ம் ஆண்டு ஹைதர் அலியுடன் மீண்டும் போர் மூண்டது. முன்பு போலவே ஹைதர் அலி தீரத்துடன் போரில் ஈடுபட்டு கருநாடகத்தில் பிரிட்டீஷ் படைகளை ஒன்றன்பின் ஒன்றாகத் தோற்கடித்தார். பெருமளவில் அவர்களைச் சரணடையச் செய்தார். விரைவில் அவர் கருநாடகம் முழுவதையும் கைப்பற்றினார். மீண்டும்

ஒரு முறை பிரிட்டீஷ் ஆயுதங்களும், அவர்களது ராஜ தந்திரமும் அவர்களைக் காப்பாற்றியது. வாரன் ஹேஸ்டிங்ஸ் குண்டூர் மாவட்டத்தை நிஜாமுக்குக் கையூட்டாக அளித்து, அவரை பிரிட்டீஷ் எதிர்ப்புக் கூட்டணியிலிருந்து வெளியேறச் செய்தார். 1781-82-ம் ஆண்டுகளில் அவர் மராட்டியர்களுடன் சமாதானத்தை மேற்கொண்டார். அது அவரது பெரும் படையை மைசூருக்கு எதிராகப் பயன்படுத்துவதற்கு வாய்ப் பளித்தது. 1781-ம் ஆண்டு ஜூலையில் தளபதி அயர் தலைமை யிலான பிரிட்டீஷ் படை போர்டோ நோவாவில் ஹைதர் அலியைத் தோற்கடித்து சென்னையைக் கைப்பற்றியது. 1782-ம் ஆண்டு ஹைதர் அலி மரணமடைந்ததை அடுத்து அவரது மகன் திப்புசுல்தான் இப்போரினைத் தொடர்ந்தார். யாரொரு வராலும் மற்றவர் மீது மேலாதிக்கம் செலுத்த இயலாத நிலையில் 1784-ம் ஆண்டு மார்ச் மாதம் அவர்களுக்கிடையில் சமாதான உடன்பாடு ஏற்பட்டது. அதன்படி, இருதரப் பிலும் ஒருவரிடமிருந்து மற்றவர்கள் கைப்பற்றிய நிலப் பரப்பைத் திருப்பித் தந்துவிட்டனர். மராட்டியர்களை அல்லது மைசூரைத் தோற்கடிக்க இயலாத அளவுக்கு பிரிட்டீசார் மிகவும் பலவீனமாக இருந்த போதிலும் அவர் கள் இந்தியாவுக்குள் தங்களது செல்வாக்கைத் தக்க வைத்துக் கொள்ளும் அளவுக்கு திறனுடன் விளங்கினர்.

மைசூருடன் நடைபெற்ற மூன்றாவது போர் பிரிட்டீ சாருக்கு அவர்களுடைய கண்ணோட்டத்தில் மிகவும் பய னுள்ளதாக இருந்தது. 1784-ம் ஆண்டு ஏற்பட்ட சமாதா னத்தின் மூலம் திப்புவுக்கும், பிரிட்டீசாருக்கும் இடையிலான போருக்கான அடிப்படைகள் தகர்ந்துவிடவில்லை. இதன் மூலம் போர் தள்ளிப் போடப்பட்டது, அவ்வளவுதான். கிழக் கிந்தியக் கம்பெனியின் அதிகாரிகள் உண்மையில் திப்பு வுக்கு தீவிர எதிர்ப்புக் காட்டினர். தெற்கில் மிகவும் பயங்கர மான ஒரு போட்டியாளராகவும் தென்னிந்தியாவின் மீது முழுமையான மேலாதிக்கத்தை நிலைநாட்டுவதற்கு இருந்த முதன்மையான தடையாகவும் திப்புவை அவர்கள் கருதினர். திப்புவோ பிரிட்டீசாரை முழுமையாக வெறுத்தார். தனது தனிப்பட்ட சுதந்திரத்துக்கு எதிரான முதன்மையான ஆபத்

தாக அவர்கள் இருப்பதாகக் கருதினார். அவர்களை இந்தியா விலிருந்து வெளியேற்ற வேண்டுமென கங்கணம் கட்டி னார். இருதரப்புக்கும் இடையில் 1789-ம் ஆண்டு மீண்டும் போர் மூண்டு, 1792-ம் ஆண்டு திப்புவின் தோல்வியில் முடிவுற்றது. சீரங்கப்பட்டண உடன்பாட்டின்படி திப்பு தனது பிரதேசத்தில் சரிபாதியையும், இழப்பீட்டுத் தொகை யாக ரூ. 33 கோடியும் பிரிட்டீசாருக்கும், அவர்களுடைய கூட்டாளிகளுக்கும் அளிக்க ஒப்புக்கொண்டார்.

வெல்லெஸ்லி பிரபுவின் கீழ் விரிவாக்கம் (1798-1805) :

இந்தியாவில் பிரிட்டீசாரின் அடுத்தக்கட்ட பெரும் விரிவாக்கம் வெல்லெஸ்லி பிரபு காலத்தில் நிகழ்ந்தது. பிரிட்டீசார் உலகம் முழுவதும் பிரெஞ்சுக்காரர்களுடன் வாழ்வா? சாவா? போராட்டத்தில் ஈடுபட்டிருந்த சமயத்தில் 1798-ம் ஆண்டு கவர்னர் ஜெனரலாக அவர் இந்தியாவுக்கு வருகை புரிந்தார்.

அன்று வரை பிரிட்டீசார் இந்தியாவில் தாங்கள் பெற்ற ஆதாயங்களையும், மூலாதாரங்களையும் பலப்படுத்துவது, அன்றைய இந்திய ஆட்சியாளர்களிடம் முரண்பாடு ஏது மின்றி பாதுகாப்புடன் பிரதேச விரிவாக்கங்களை மேற் கொள்வது ஆகிய காரியங்களில் இறங்கினார். பெரும்பாலான இந்திய அரசுகளை பிரிட்டீஷ் ஆட்சியின் கீழ்க்கொண்டு வருவதற்கு இதுவே தக்க தருணமென வெல்லெஸ்லி பிரபு முடிவு செய்தார். 1797-ம் ஆண்டு இருபெரும் அரசுகளான மைசூரும், மராட்டியமும் அதிகார பலம் மிக்கவையாக இருந்தன. இந்தியாவின் அரசியல் நிலைமைகள் விரிவாக்கக் கொள்கைக்கு சாதகமாக இருந்தன. ஆக்கிரமிப்பு எளிதாகவும், லாபகரமானதாகவும் இருந்தது.

வெல்லெஸ்லி பிரபு தனது அரசியல் இலட்சியத்தை அடைய மூன்று வழிமுறைகளைப் பின்பற்றினார். துணைப் படைக் கொள்கை, முழுமையான போர், பிரிட்டீஷ் மேலாண் மையை ஏற்றுக்கொண்ட அரசுகளை பிரிட்டீஷ் அரசுடன்

இணைத்தல் ஆகியன அம்மூன்று கொள்கைகளாகும். பிரிட்டீஷ் படைகள் இந்திய ஆட்சியாளர்களுக்கு உதவும் அதே சமயம் வெல்லெஸ்லியின் காலத்தில்தான் அது ஒரு உறுதியான வடிவம் பெற்றது. இந்திய அரசுகளைக் கீழ்படியச் செய்திட கம்பெனியின் முழு அதிகாரத்துடன் அவர் இதனைப் பயன்படுத்தினார். துணைப் படைக் கொள்கையின் கீழ், இத்திட்டத்தில் சேரும் ஆட்சியாளர்கள் தமது பிரதேச எல்லைக்குள் பிரிட்டீஷ் படைகளை நிரந்தரமாக வைத்துக் கொள்வதற்குக் கட்டாயப்படுத்தப்பட்டனர். மேலும் அவற்றின் பராமரிப்புக்காக மானியம் அளிக்க வேண்டியிருந்தது. இவை அவர்களது பராமரிப்புக்காக எனக் கூறப்பட்டாலும் உண்மையில் அவை கம்பெனிக்குக் கப்பம் கட்டுவதற்கான ஒரு வடிவமே ஆகும். சில சமயங்களில் ஆண்டு மானியம் அளிப்பதற்கு பதிலாக ஆட்சியாளர்கள் தமது பிரதேசத்தின் ஒரு பகுதியை அளித்தனர். இந்திய ஆட்சியாளர்கள் தமது சபையில் பிரிட்டீஷ் பிரதிநிதி ஒருவரைப் பதவியில் அமர்த்த வேண்டும். அதாவது, பிரிட்டீசாரின் ஒப்புதலின்றி ஐரோப் பியர் எவரொருவரையும் அவர்கள் பதவியில் அமர்த்தக் கூடாது. மேலும் கவர்னர் ஜெனரலின் இசைவின்றி வேறெந்த இந்திய ஆட்சியாளர்களுடனும் அவர்கள் பேச்சுவார்த்தை யில் ஈடுபடக்கூடாது என்பன துணைப் படைக்கொள்கை யின் பொதுவான அம்சங்களாகும். பிரதிபலனாக, இந்திய ஆட்சியாளர்களை அவர்களுடைய எதிரிகளிடமிருந்து பாது காக்க பிரிட்டீசார் உதவினர். இத்திட்டத்தில் இணைந் துள்ளவர்களின் உள்விவகாரங்களில் தலையிடுவதில்லை எனவும் அவர்கள் வாக்குறுதி அளித்தனர். ஆனால், வெகு அரிதாகவே இந்த வாக்குறுதியைக் காப்பாற்றினர்.

எதார்த்தத்தில் துணைப் படைக்கொள்கையில் கையெழுத் திடுவதன் மூலம் இந்திய அரசு சுதந்திரத்தை விட்டுத் தரவே கையெழுத்திட்டுள்ளது என்பதே உண்மை. தற்காப்பு உரிமை, ராஜதந்திர உறவுகளைப் பராமரித்தல், அன்னிய நிபுணர்களைப் பணியமர்த்துதல், அண்டை நாடுகளைச் சேர்ந் தவர்களுடனான விவகாரங்களைத் தீர்த்து வைப்பது போன்ற அனைத்தையும் அது இழந்தது. உண்மையில் இந்திய ஆட்சி

யாளர்கள் வெளி விவகாரங்களில் சுயாதிபத்திய அடையாளங்கள் அனைத்தையும் இழந்தனர். அரசின் அன்றாட விவகாரங்களில் தலையிட்டு வரும் பிரிட்டீஷ் பிரதிநிதிக்கு அடிபணிந்து பணிபுரிபவர்களாக மாறிப் போயினர். இத்தகைய முறையானது பாதுகாக்கப்பட்ட அரசின் உள் அழிவைக் கொண்டு வந்தது. பிரிட்டீசாரின் துணைப் படைகளுக்கான செலவு மிகவும் அதிகமாக இருந்தது. உண்மையில் அரசினால் சமாளிக்க முடியாத அளவுக்கு இருந்தது. தன்னிச்சையாக நிர்ணயித்து செயற்கையாகப் பெருத்துப் போன மானியத்தினால் அரசின் பொருளாதாரம் பல வழிகளிலும் பாதிக்கப்பட்டது. மக்கள் வறுமை நிலைக்குத் தள்ளப்பட்டனர். துணைப் படைக்கொள்கை பாதுகாக்கப்பட்ட அரசுகளின் ராணுவத்தைக் கலைப்பதற்கும் இட்டுச் சென்றது. இலட்சக்கணக்கான படைவீரர்களும், அதிகாரிகளும் தங்களது அடிப்படையான வாழ்க்கைத் தேவைகளுக்கே திண்டாடினர். நாட்டில் வறுமையும் சீரழிவும் தலைவிரித்தாடின. பாதுகாக்கப்பட்ட அரசுகளின் ஆட்சியாளர்கள் தங்களது மக்களின் நலன்களைப் புறக்கணித்தனர். அவர்களிடம் எத்தகைய அச்சமும் இன்றி அவர்களை ஒதுக்கி வைத்தனர். உள்நாட்டு, வெளிநாட்டு எதிரிகளிடமிருந்து பிரிட்டீசாரால் முழுமையான பாதுகாப்பு கிட்டியதால் மக்களிடம் நற்பெயர் எடுக்க வேண்டுமென்ற அபிப்பிராயம் எதுவும் அவர்களிடம் இல்லை.

மறுபுறம், துணைப்படைக்கொள்கை பிரிட்டீசாருக்கு மிகவும் நன்மையளிப்பதாக இருந்தது. இந்திய அரசுகளின் செலவில் அவர்களால் ஒரு பெரும் படையைப் பராமரித்து வர முடிந்தது. இதன்மூலம் பிரிட்டீசார் நண்பர்கள் அல்லது எதிரிகளின் பிரதேசத்தில் எத்தகைய போர் நடந்தாலும் சொந்த மண்ணிலிருந்து வெகு தொலைவில் நடைபெறும் போரில் அவர்களால் ஈடுபட முடிந்தது. பாதுகாக்கப்பட்ட கூட்டாளிகளின் இராணுவத்தையும், வெளியுறவுக் கொள்கைகளையும் அவர்கள் கட்டுப்படுத்தினர். அவரது பிரதேசத்தின் முக்கியப் பகுதியில் அவர்களது வலுவான படையை வைத்திருந்தனர். ஆகவே, சமயம் வாய்க்கும்பொழுது அவரைத்

தூக்கி எறிந்துவிட்டு அவர் திறமையற்றவர் எனக்கூறி அவரது பிரதேசங்களை இணைத்துக் கொள்வது சாத்தியமானது. கூட்டணிகளைக் கொழுக்க வைக்கும் முறையின் மூலம் அவர்களை விழுங்கும் வரை நாங்கள் எருதுகளைப் போல கொழுத்துக் கொண்டிருந்தோம் என்ற ஆங்கில எழுத்தாளர் ஒருவரின் கூற்றிலிருந்து துணைப்படைக் கொள்கை குறித்து ஆங்கிலேயர்களின் அணுகுமுறை தெளிவாகிறது.

வெல்லெஸ்லி பிரபு ஐதராபாத் நிஜாமுடன் 1798, 1800-ம் ஆண்டுகளில் துணைப்படை உடன்பாட்டில் கையொப்பமிட்டார். துணைப் படைக்கு பணமாக சம்பளம் வழங்குவதற்கு பதிலாக நிஜாம் தனது பிரதேசத்தில் ஒரு பகுதியை கம்பெனிக்கு அளித்தார்.

அவாதின் நவாப் 1801-ம் ஆண்டு துணைப்படை உடன்பாட்டில் கையொப்பமிட நிர்ப்பந்திக்கப்பட்டார். ஒரு பெரும் துணைப்படைக்காக ரோகில்கண்டு மற்றும் கங்கைக்கும், யமுனைக்கும் இடையிலான பிரதேசம் ஆகியவற்றை உள்ளடக்கிய தனது சாம்ராஜ்ஜியத்தில் சரிபாதியை ஆங்கிலேயர்களுக்காக நவாப் விட்டுத் தந்தார். அவரது சொந்தப்படை உண்மையில் கலைக்கப்பட்டது. அவரது அரசின் எந்தவொரு பகுதியிலும் ஆங்கிலேயர்கள் தமது படைகளை நிறுத்தும் உரிமையைப் பெற்றனர்.

மைசூர், கருநாடகம், தஞ்சாவூர், சூரத் ஆகியவற்றை வெல்லெஸ்லி மேலும் கண்டிப்புடன் கையாண்டார். மைசூரை ஆண்டு வந்த திப்பு, துணைப்படைத் திட்டத்தை ஒரு போதும் ஏற்கவில்லை. மாறாக, 1792-ல் அவரது பிரதேசத்தின் சரிபாதியில் ஏற்பட்ட இழப்பினால் ஒரு போதும் அவர் இருந்த நிலைமையை ஏற்றுக்கொள்ள வில்லை. ஆங்கிலேயர்களுடனான தவிர்க்க இயலாத போருக்காக அவர் தனது படைகளை இடைவிடாமல் வலுப்படுத்தி வந்தார். புரட்சிகர பிரான்சுடன் கூட்டணி அமைப்பதற்கான பேச்சுவார்த்தையில் இறங்கினார். ஆங்கிலேய எதிர்ப்புக் கூட்டணி அமைப்பதற்காக ஆப்கானிஸ்தான், அரேபியா மற்றும் துருக்கிக்கு தூதுவர்களை அனுப்பினார்.

பிரான்சின் உதவி வந்து சேரும் முன் 1799-ம் ஆண்டு குறுகிய காலத்தில் அதே சமயம் தீவிரமாக நடைபெற்ற போரில் பிரிட்டீஷ் இராணுவம், திப்புவைத் தோற்கடித்தது. அப் பொழுதும் திப்பு அமைதியை நிலைநாட்ட கெஞ்சுவதற்கு தயாராக இல்லை. மன்னர்களையும், நவாபுகளையும் போல அவர்களது ஓய்வூதியம் பெறுவோர் பட்டியலில் சேர்ந்து கொண்டு துயர வாழ்க்கையை வாழ்வதைக் காட்டிலும் ஒரு போர் வீரனாக மடிவதே மேல் என அவர் கம்பீரமாக பிரகடனப்படுத்தினார். சீரங்கப்பட்டணத்தைக் காப்பதற்காக நடைபெற்ற போரில் 1799 மே 4-ம் தேதி அவர் வீரமரணம் எய்தினார். அவரது படைகள் அவரது வாழ்நாளின் இறுதி வரை அவருக்கு விசுவாசமாக இருந்தன.

திப்புவின் ஆட்சிப் பிரதேசத்தில் சரிபாதியை ஆங்கிலே யர்களும் அவர்களது கூட்டாளியான நிஜாமும் பங்கிட்டுக் கொண்டனர். மைசூரின் சுருக்கப்பட்ட சாம்ராஜ்யம் ஹைதர் அலி யாரிடமிருந்து கைப்பற்றினாரோ அந்த மன்னர்களின் வாரிசுகளிடம் சென்றது. புதிய மன்னரின் மீது துணைப் படையினால் ஒரு சிறப்பு உடன்பாடு திணிக்கப்பட்டது. அதன்படி, தேவை ஏற்படும்பொழுது அரசின் நிர்வா கத்தைக் கையகப்படுத்த கவர்னர் ஜெனரலுக்கு அதிகாரம் அளிக்கப்பட்டது. உண்மையில் மைசூர் அரசு கம்பெனியை முழுமையாகச் சார்ந்திருக்கும் நிலை உருவாக்கப்பட்டது.

கர்நாடகாவின் பொம்மை நவாபுக்கு ஓய்வூதியம் வழங்கு வதற்காக அவர் தனது ராஜ்ஜியத்தில் ஒரு பகுதியைக் கம்பெனிக்கு அளிக்க வேண்டும் என நிர்ப்பந்தப்படுத்தும் புதிய ஒப்பந்தம் ஒன்றை 1801-ம் ஆண்டு வெல்லெஸ்லி பிரபு திணித்தார். கருநாடகா, மலபார் உள்ளிட்ட மைசூரி லிருந்து கைப்பற்றப்பட்ட பிரதேசங்களை இணைத்து 1947-ம் ஆண்டு வரை இருந்து வந்த சென்னை மாகாணம் உருவாக் கப்பட்டது. அதே போல தஞ்சாவூர், சூரத் ஆட்சிப் பிர தேசங்களும் கைப்பற்றப்பட்டு, அந்த ஆட்சியாளர்களுக்கு ஓய்வூதியம் வழங்கப்பட்டது.

மராட்டியர்கள் மட்டுமே ஆங்கிலேயர்களின் பிடியில்

அகப்படாமல் இருந்த ஒரே முக்கிய இந்திய ஆட்சியாளர் ஆவர். தற்பொழுது வெல்லெஸ்லி அவர்கள் மீது தனது கவனத்தைத் திருப்பி அவர்களது உள்விவகாரங்களில் தீவிர மாகத் தலையிடத் துவங்கினார்.

அச்சமயத்தில் மராட்டியப் பேரரசு. பூனாவின் பேஷ்வா, பரோடாவின் கெய்க்வாட், குவாலியரின் சிந்தியா, இண்டூரின் ஹோல்கர், நாக்பூரின் போன்ஸ்லே ஆகிய ஐந்து தலைவர் களின் கூட்டமைப்பை உள்ளடக்கியதாக இருந்தது. பேஷ்வா இக்கூட்டமைப்பின் பெயரளவிலான தலைவராக இருந்தார். அன்னியர் தீவிரமாக முன்னேறி வருகின்ற உண்மையான இடத்தை அறியாமல் அவர்கள் அனைவரும் மோசமான சகோதரச் சண்டையில் ஈடுபட்டிருந்தனர்.

பேஷ்வாவும், சிந்தியாவும் துணைப்படை உடன்பாட்டில் சேர வேண்டும் என வெல்லெஸ்லி தொடர்ந்து வலியுறுத்தி வந்தார். ஆனால் தொலைநோக்குப் பார்வை கொண்ட நானாபதனிஸ் இந்த வலையில் விழ மறுத்து வந்தார். ஆயினும் 1802- அக்டோபர் 25-ம் தேதி தீபாவளி நாளன்று பேஷ்வா, சிந்தியா ஆகியோரது ஒன்றுபட்ட படையை ஹோல்கர் தோற்கடித்தார். கோஸ்டி பேஷ்வாவான இரண்டாம் யாசி ராவ் ஆங்கிலேயர்களின் பிடிக்குள் சென்றார். 1802-ம் ஆண்டின் இறுதி நாளன்று பேசினில் துணைப்படை உடன்பாடு கையொப்பமானது.

வெற்றி மிகவும் எளிதாக இருந்தபோதிலும் வெல் லெஸ்லி ஒரு அம்சத்தில் தவறிழைத்தார். பெருமைக்குரிய போராட்டமின்றி விட்டுத்தர தயாராக இல்லை. ஆயினும் அத்தகைய ஆபத்தான சமயத்திலும் அவர்களது பொது எதிரிக்கு எதிராக ஒன்றுபட அவர்கள் தயாராக இல்லை. இந்தியாவும், போன்ஸ்லேவும் ஆங்கிலேயர்களுக்கு எதிராகப் போராடிக் கொண்டிருந்தபொழுது, ஹோல்கர் ஒதுங்கி நின்றுகொண்டார். கெயிக்காக ஆங்கிலேயருக்கு ஆதர வளித்து வந்தார். ஹோல்கர் ஆயுதம் ஏந்தியபொழுது போன்ஸ் லேவும், சிந்தியாவும் தங்களது காயங்களுக்குச் சிகிச்சை அளித்துக் கொண்டிருந்தனர்.

தெற்கில் ஆர்தர் வெல்லெஸ்லி தலைமையிலான ஆங்கி லேயப் படைகள் சிந்தியா மற்றும் போன்ஸ்லேவின் கூட்டுப் படைகளை 1803-ம் ஆண்டு செப்டம்பரில் ஆஷே என்ற இடத்திலும், நவம்பரில் ஆர்கானிலும் தோற்கடித்தன. வடக்கில், நவம்பர் முதல் நாளன்று லாஸ்வரி என்ற இடத்தில் லேக பிரபு சிந்தியாவின் படைகளைத் தோற்கடித்து, அலிகார், டெல்லி, ஆக்ரா ஆகியவற்றைக் கைப்பற்றினார். மீண்டும் ஒருமுறை இந்தியாவின் பேரரசர், கம்பெனியின் ஓய்வூதியத் தாரராக ஆனார். மராட்டிய அணியினர் சமாதானத்தை வேண்டினர். சிந்தியாவும், போன்ஸ்லேவும் கம்பெனியின் துணைக் கூட்டாளிகளாக மாறினர். தங்களது பிரதேசத்தின் ஒரு பகுதியை ஆங்கிலேயருக்கு அளிக்கவும், தங்கள் சபை யில் ஆங்கிலேயப் பிரதிநிதி ஒருவரைப் பணியமர்த்தவும் ஒப்புக்கொண்டனர். ஆங்கிலேயர்களின் ஒப்புதல் இன்றி ஐரோப்பியர் யாரையும் வேலையில் நியமிப்பதில்லை என அவர்கள் வாக்குறுதி அளித்தனர். ஒரிசா கடற்கரை மற்றும் கங்கைக்கும் யமுனைக்கும் இடைப்பட்ட பிரதேசங்கள் மீது ஆங்கிலேயர்கள் முழுமையான கட்டுப்பாட்டை நிலை நாட்டினர். அவர்களது கரங்களில் பேஷ்வா திருப்தியற்ற பொம்மையாக திகழ்ந்தார்.

அதைத் தொடர்ந்து வெல்லெஸ்லியின் கவனம் ஹோல் கரின் பக்கம் திரும்பியது. ஆனால், யஷ்வந்த் ராவ் ஹோல்கர் ஆங்கிலேயர்களுக்கு சளைத்தவர் அல்ல என்பதை நிரூபிக்கும் வகையில் ஆங்கிலேய படைகளுடன் போராடி, அவற்றின் செயல்பாட்டை முடக்கினார். ஹோல்கரின் கூட்டணி, பரத்பூர் மன்னர், தனது கோட்டையை தாக்க முயன்று தோல்வி யுற்று லேக் பிரபு மீது பெரும் இழப்பீட்டைச் சுமத்தினார். மேலும், ஹோல்கர் குடும்பத்துடனான பழைமையான முரண்பாடுகளை முடிவுக்குக் கொண்டு வரும் வகையில் சிந்தியா, ஹோல்கருடன் கரம் கோர்ப்பதைப் பற்றிச் சிந்திக்கத் தொடங்கினார். மறுபுறத்தில், போரின் மூலமான விரிவாக்கக் கொள்கை வெகு செலவு பிடிக்கக் கூடியது. அதன் மூலம் அவர்களது லாபம் குறைகிறது எனக் கிழக்கிந்திய கம்பெனி யின் பங்குதாரர்கள் உணர்ந்தனர். கம்பெனியின் கடன்

1797-ம் ஆண்டு 1.7 கோடி பவுண்டாக இருந்தது. அது 1806-ம் ஆண்டு 3.1 கோடி பவுண்டாக அதிகரித்தது. மேலும் நெப்போலியன் ஐரோப்பாவுக்கு மீண்டும் ஒரு பேராபத்தாக உருவெடுத்தபொழுது, பிரிட்டனின் நிதிநிலை கடும் நெருக் கடிக்கு உள்ளாகி இருந்தது. மேலும் விரிவாக்கத்தைத் தடுத்து நிறுத்தி பெரும் செலவினத்துக்கு முடிவு கட்டி, இந்தியாவில் ஆங்கிலேயர்கள் சமீபத்தில் அடைந்த பலன்களைக் கெட்டிப் படுத்தி அவற்றை ஜீரணிக்க வேண்டும் என ஆங்கிலேய ராஜதந்திரிகளும், கம்பெனியின் இயக்குனர்களும் கருதினர். ஆகவே, வெல்லெஸ்லி இந்தியாவிலிருந்து திருப்பி அழைக் கப்பட்டார். ஹோல்கருக்கு அவரது பிரதேசத்தில் ஒரு பகுதியைத் திருப்பிக் கொடுத்து 1806-ம் ஆண்டு ஜனவரியில் அவருடன் கம்பெனி சமாதான உடன்பாடு கண்டது.

வெல்லெஸ்லியின் விரிவாக்கக் கொள்கை கிட்டத் தட்ட முடிவுக்கு வரும் நிலையில் தடுத்து நிறுத்தப்பட்டது. அதேசமயம், இதன் விளைவாக இந்தியாவில் கிழக்கிந்திய கம்பெனி மிகவும் வலுவான சக்தியாகிவிட்டது. கம்பெனியின் நீதித்துறை சேவையில் பணியாற்றிய இளம் அதிகாரி ஹென்றி ராபர் கிளா (சுமார் 1805-ல்) பின்வருமாறு எழுதினார் :

'இந்தியாவிலிருந்த ஆங்கிலேயர்கள் அடக்கி ஒடுக்கப் பட்ட, தோல்வியடைந்த மக்களிடையே தங்களை பெரும் வெற்றியாளர்களாக பெருமிதத்தோடு கருதிக் கொண்டனர். தங்களுக்குக் கீழிருந்து அனைவரும் கேவலமாகப் பார்த்தனர்' எனக் குறிப்பிட்டார்.

ஹேஸ்டிங்ஸ் பிரபு தலைமையின்கீழ் விரிவாக்கம் (1813 – 22) :

இரண்டாவது ஆங்கிலேய மராட்டிய போர், மராட்டிய தலைவர்களின் ஆட்சியை ஆட்டம் காண வைத்தது. ஆனால் அது அவர்களது மன உறுதியைக் குலைத்துவிடவில்லை. அவர்கள் 1817-ம் ஆண்டு தமது சுதந்திரத்தையும் பழைய கௌரவத்தையும் மீட்டெடுக்கும் இறுதி முயற்சியில் ஈடு

பட்டனர். பிரிட்டீஷ் பிரதேசத்தின் கீழ் சிரமப்பட்டுக் கொண்டிருந்த பேஷ்வா மராட்டிய தலைவர்களின் ஐக்கிய முன்னணியை உருவாக்கும் பணியை மேற்கொண்டார். 1817-நவம்பரில் பூனாவிலிருந்த ஆங்கிலேய குடியிருப்பை பேஷ்வா தாக்கினார். அப்பாசாகிப் நாக்பூரிலிருந்த குடியிருப்பைத் தாக்கினார். மாதவராவ் ஹோல்கர் போருக்கு ஆயத்தமானார்.

கவர்னர் ஜெனரல் ஹேஸ்டிங்ஸ் பிரபு தீவிர பலத்துடன் தாக்கத் தொடங்கினார். சிந்தியா ஆங்கிலேயர்களின் மேலாண்மையை ஏற்றுக்கொள்ள நிர்ப்பந்திக்கப்பட்டார். பேஷ்வா, போன்ஸ்லே மற்றும் ஹோல்கரின் படைகள் தோற்கடிக்கப்பட்டன. பேஷ்வா அரியாசனத்திலிருந்து அகற்றப்பட்டு கான்பூருக்கு அருகிலுள்ள பித்தூரில் ஓய்வூதியம் அளிக்கப்பட்டு வந்தார். அவரது பிரதேசங்கள் இணைக்கப் பட்டு, பரந்துப்பட்ட பாம்பே மாகாணம் உருவானது. ஹோல்கரும், போன்ஸ்லேவும் துணைப்படையை ஏற்றுக் கொண்டனர். மராட்டியப் பெருமைகளைத் திருப்திப் படுத்தும் வகையில் பேஷ்வா பிரதேசத்தில் சதாரா சிற்றரசு உருவாக்கப்பட்டது. அது சத்ரபதி சிவாஜியின் வாரிசு களிடம் அளிக்கப்பட்டது. அவர் அப்போது முதல் முழுமை யாக ஆங்கிலேயர்களைச் சார்ந்து ஆட்சி நடத்தினார். இந்திய அரசுகளின் மற்ற ஆட்சியாளர்களைப் போல, மராட்டிய தலைவர்களும் ஆங்கிலேயர்களின் கருணையில் வாழத் தொடங்கினர்.

சிந்தியாவும், ஹோல்கரும் ரஜபுதன அரசுகளை பல்லாண்டு காலம் மேலாதிக்கம் செலுத்தினர். மராட்டியர் களின் வீழ்ச்சியை அடுத்தவர்கள் தமது சுதந்திரத்தை வலி யுறுத்தும் ஆற்றலை இழந்தது. பிரிட்டீஷ் மேலாண்மையை ஏற்கத் தயாராயினர்.

1818-ல் பஞ்சாப், சிந்து மாகாணங்கள் தவிர இத் துணைக் கண்டம் முழுமையும் ஆங்கிலேயர்களின் கட்டுப் பாட்டின் கீழ் கொண்டு வரப்பட்டது. இவற்றில் ஒரு பகுதியில் ஆங்கிலேயர்கள் நேரடி ஆட்சி புரிந்தனர். பிற பகுதிகளில் இந்திய ஆட்சியாளர்களைக் கொண்டு ஆட்சி

நடத்தினர். அவர்கள் மீது ஆங்கிலேயர்கள் வலுவான செல்வாக்கு செலுத்தி வந்தனர். இத்தகைய அரசுகளிடம் சொந்தப் படைகள் ஏதுமில்லை. அவர்களிடம் சுதந்திர வெளி யுறவுக் கொள்கை ஏதுமில்லை. அவர்களைக் கட்டுப்படுத்து வதற்காக வைக்கப்பட்டிருந்த படைகளுக்காக அவர்கள் பெரு மளவில் பணம் செலுத்தி வர வேண்டியிருந்தது. உள்நாட்டு விவகாரங்களில் அவர்கள் சுதந்திரமானவர்கள். ஆனால் இந்த அம்சத்தில்கூட அவர்கள் பிரிட்டீஷ் பிரதிநிதிகள் மூலமான மேலாதிக்கத்தை ஏற்றுக்கொண்டிருந்தனர். அவர்கள் நிரந்தர மாகப் பயிற்சி காலத்திலேயே இருந்து வந்தனர்.

ஆங்கிலேய ஆட்சி வலுப்பெறுதல் 1818 – 57 :

1818 -ம் ஆண்டு முதல் 1857-ம் ஆண்டு வரையிலான காலகட்டத்தில் இந்தியா முழுவதையும் வெற்றிகொள்ளும் இலட்சியத்தை ஆங்கிலேயர்கள் பூர்த்தி செய்தனர். சிந்துவும், பஞ்சாபும் வெற்றி கொள்ளப்பட்டது. அவாத், மத்திய மாநிலங் கள் மற்றும் ஏராளமான பல சிற்றரசுகளும் இணைத்துக் கொள்ளப்பட்டன.

சிந்துவை வெற்றிகொள்ளல் :

ஐரோப்பாவிலும் ஆசியாவிலும் ஆங்கிலேயர்களுக்கும் - ரஷ்யர்களுக்கும் இடையில் அதிகரித்து வந்த போட்டி, இந்தியாவை ரஷ்யா, ஆப்கானிஸ்தான் அல்லது பெர்ஷியா மூலமாக நிச்சயம் தாக்கும் என ஆங்கிலேயர்களுக்கு இருந்த அச்சம் ஆகியவற்றின் விளைவாகவே சிந்துவின் வெற்றி சாத்தியமானது. ரஷ்யாவை எதிர்கொள்ள பிரிட்டீஷ் அரசு, ஆப்கானிஸ்தான் மற்றும் பெர்ஷியாவின் மீது தனது செல் வாக்கை அதிகரிக்க முடிவு செய்தது. சிந்துவை ஆங்கி லேயர்களின் கட்டுப்பாட்டின் கீழ் கொண்டுவருவதன் மூலமே இக்கொள்கையை வெற்றிகரமாக அமுலாக்க முடியும் என அது மேலும் கருதியது, சிந்து நதியின் மூலம் வியாபாரம்

செய்வதற்கான வாய்ப்பும் அதன் மீது கூடுதலான ஈர்ப்பை உண்டாக்கியது.

1832-ம் ஆண்டு உடன்பாட்டின் மூலம் சிந்துவின் சாலைகளும், நதிகளும் ஆங்கிலேய வர்த்தகத்துக்காகக் திறக்கப்பட்டன. அமீர்கள் என்றழைக்கப்பட்ட சிந்து தலைவர்கள் 1839-ம் ஆண்டு துணைப்படை உடன்பாட்டில் கையொப்பமிட்டனர். இறுதியாக அதன் எல்லைப் பிரதேசங்கள் மதிக்கப்படும் என்று முந்திய வாக்குறுதிகள் இருப்பினும், சர் சார்லஸ் நேப்பியரின் குறுகியகால போராட்டத்திற்குப் பிறகு 1843-ம் ஆண்டு சிந்து இணைத்துக் கொள்ளப்பட்டது. சிந்துவைக் கைப்பற்றுவதற்கு நமக்கு எவ்வித உரிமையும் கிடையாது. ஆயினும், நாம் அவ்வாறு செய்வது மிகவும் அனுகூலமான, பயனுள்ள, தரம் தாழ்ந்த நடவடிக்கையாகும் என சார்லஸ் நேப்பியர் முன்பு ஒருமுறை தனது நாட்குறிப்பில் எழுதியிருந்தார். இக்கடமையை முடிப்பதற்கு ஒரு லட்சம் ரூபாய் அவருக்கு பரிசாகத் தரப்பட்டது.

பஞ்சாபை வெற்றிகொள்ளல் :

1839-ம் ஆண்டு ஜூன் மாதம் மகாராஜா ரஞ்சித்சிங் காலமானதைத் தொடர்ந்து பஞ்சாபில் அரசியல் நிலையற்ற தன்மையும், அரசாங்கத்தில் தீவிர மாற்றங்களும் ஏற்பட்டது. சுயநல, ஊழல் பேர்வழிகள் முன்னுக்கு வந்தனர். இறுதியில், ஆட்சியதிகாரத் துணிவும், தேசபக்தியும் மிக்கவர்களின் கைகளுக்குச் சென்றது. ஆனால், அவர்களது படைகள் மிகவும் ஒழுங்கற்றவைகளாக இருந்தன. ஆங்கிலேயர்கள் ரஞ்சித் சிங்குடன் 1809-ம் ஆண்டு நிரந்தர நட்புறவுக்கான உடன்பாட்டில் கையெழுத்திட்டிருந்த போதிலும், சட்லஜ் நதியைக் கடந்து ஐந்து நதிகள் பாயும் நிலத்தின் மீது பேராசை கொள்வதற்கு இத்தகைய நிலைமைகள் வழிவகுத்தன.

ஆங்கிலேயர்கள் உருவாக்கிய போர்ச்சூழலும், பஞ்சாபின் ஊழல் தலைவர்களுடன் சேர்ந்துகொண்டு சதிச்செயலில் ஈடுபட்டதும் பஞ்சாப் படைகளை ஆத்திரம் கொள்ளச்

செய்தது. சட்லஜ் நதியைக் கடப்பதற்கு படகுகள் வடிவமைக் கப்பட்டு பம்பாயிலிருந்து பெரேஸ்பூருக்கு அனுப்பப்பட் டுள்ளதாகச் செய்தி பரவியது. கூடுதல் படைகள் தங்கு வதற்கான படைவீடுகள் எழுப்பப்பட்டன. கூடுதல் படை யணிகள் பஞ்சாப் நோக்கி அனுப்பி வைக்கப்பட்டன. பஞ்சாபைக் கைப்பற்ற ஆங்கிலேயப் படைகள் தயாராகி விட்டதை உணர்ந்த பஞ்சாப் படைகள் அதனை எதிர் கொள்ளத் தயாராயின தலைமைத் தளபதி சேனக் பிரபுவும், கவர்னர் ஜெனரல் ஹேஸ்டிங்ஸ் பிரபுவும் பெரேஸ்பூர் நோக்கி அணிவகுத்துச் செல்லத் துவங்கிய டிசம்பர் 13-ல் இரு தரப்புக்கும் இடையில் போர் மூண்டது. அன்னிய ஆபத்து காரணமாக இந்து, முஸ்லீம், சீக்கியர்கள் என அனைவரும் உடனடியாக ஐக்கியப்பட்டனர். பஞ்சாப் படைகள் பெரும் துணிவுடன், வீரம்செறிந்த முறையில் போரிட்டன. ஆனால், அதன் தலைவர்கள் சிலர் ஏற்கெனவே துரோகிகளாக மாறிப் போயினர். தலைமை அமைச்சர் ராஜாலால் சிங், தலைமைத் தளபதி மிசார் தேஜ்சிங் ஆகியோர் எதிரியுடன் இரகசியத் தொடர்பு கொண்டிருந்தனர். பஞ்சாப் படைகள் தோல்வி யடைந்தது. 1846 மார்ச் 8-ம் தேதி லாகூரில் அவமான கரமான உடன்பாட்டில் கையெழுத்திட நேரிட்டது. ஆங்கி லேயர்கள் ஜலந்தர் தியோபை இணைத்துக்கொண்டு மன்னர் குலாப்சிங் தோக்ராவுக்கு ரூபாய் 50 லட்சம் பணம் வாங்கிக் கொண்டு ஜம்மு, காஷ்மீரை ஒப்படைத்தனர். 20 ஆயிரம் காலாட்படைகளும், 12,000 குதிரைப்படைகளும் கொண் டதாக பஞ்சாப் படைகள் குறைக்கப்பட்டன. ஆங்கிலேயர் களின் வலுவான படை ஒன்று லாகூரில் நிறுத்தப்பட்டது.

அரசின் ஒவ்வொரு துறையிலும் அனைத்து அம்சங் களிலும் லாகூரில் இருந்து ஆங்கிலேயப் பிரதிநிதிக்கு அதிகாரம் வாங்கும் மற்றொரு உடன்பாடு 1846 டிசம்பரில் கையெழுத் தானது. மேலும் ஆங்கிலேயர்கள் தங்கள் படைகளை அரசின் எந்தப் பகுதியில் வேண்டுமென்றாலும் நிறுத்திக்கொள்ளலாம் என அனுமதி வழங்கப்பட்டது. அப்பொழுது துவங்கி ஆங்கிலேயப் பிரதிநிதியே பஞ்சாபின் உண்மையான ஆட்சி

யாளர் ஆனார். பஞ்சாப் தனது சுதந்தரத்தை இழந்து அடிமை அரசாக ஆனது.

ஆனால், ஆக்கிரமிப்பு தன்மைகளைக் கொண்ட பிரிட்டீஷ் அதிகாரிகளில் சிலருக்கு இன்னமும் திருப்தி ஏற்படவில்லை. பஞ்சாபின் மீது நேரடியாக ஆட்சி செலுத்த வேண்டுமென அவர்கள் விரும்பினர். 1848-ம் ஆண்டு பஞ்சாபின் சுதந்திர விரும்பிகள் பெருமளவில் உள்ளூர் கலகங்களில் ஈடுபட்டபொழுது ஆங்கிலேயர்களுக்கு அந்த வாய்ப்பு கிடைத்தது. முல்தானில், முல்ராஜ், லாகூருக்கு அருகில் சாத்தர்சிங் அத்தாரிவாலா ஆகியோர் தலைமையில் நடைபெற்ற கலகங்கள் மிகவும் பிரபலமானவை. இத்தகைய வாய்ப்பைப் பயன்படுத்தி டல்ஹௌசி பிரபு பஞ்சாபை இணைத்துக்கொண்டார். இவ்வாறு இந்தியாவினை கடைசி சுதந்திர அரசையும் ஒருங்கிணைத்து இந்தியாவில் ஆங்கிலேயப் பேரரசு உருவானது.

டல்ஹௌசியும் இணைப்புக் கொள்கையும் (1848–56) :

டல்ஹௌசி பிரபு 1848-ம் ஆண்டு கவர்னர் ஜெனரலாக இந்தியாவுக்கு வருகை புரிந்தார். இந்தியாவில் ஆங்கிலேய ஆட்சியை கூடுமானவரை விரிவுபடுத்துவதிலேயே ஆரம்பத்திலிருந்து குறியாக இருந்தார். இந்தியாவின் சொந்த அரசுகள் அனைத்தும் முடிவுக்கு வருவதற்கான காலம் நெருங்கிக் கொண்டிருந்தது என அவர் பிரகடனப்படுத்தினார். இக்கொள்கையில் உள்ளார்ந்துள்ள அம்சம் இந்தியாவில் பிரிட்டீஷ் ஏற்றுமதிப் பொருட்களுக்கான விரிவடைந்த வாய்ப்பே ஆகும். இந்திய ஆட்சியாளர்களின் தவறான ஆட்சிகளின் காரணமாகவே பிரிட்டீஷ் ஏற்றுமதி பொருட்களுக்கு இங்கு சரியான கிராக்கி இல்லை என மற்ற ஆக்கிரமிப்புத்தன்மை வாய்ந்த ஏகாதிபத்தியவாதிகளைப் போலவே டல்ஹௌசியும் நம்பினார். மேலும், ஆங்கிலேயர்கள் இந்தியாவை வெற்றிகொள்ள அவர்களது இந்தியக் கூட்டாளிகள் ஏற்கனவே, உதவிய போதும் அவர்களைக் கைவிட்டு வருவதால் பாதிப்பு ஏதுமில்லை என முடிவு செய்தனர்.

டல்ஹெளசி பிரபு இணைப்புக் கொள்கையை அமுலாக்கு வதற்கு முக்கியமாகப் பயன்படுத்திய கருவி வாரிசு இழப்புக் கோட்பாடு. கோட்பாட்டின்படி பாதுகாப்புக்குள்ளான அரசின் ஆட்சியாளர் வாரிசு ஒருவருமின்றி இறக்கும் நிலை யில் நாட்டின் பழங்கால மரபின்படி தத்து எடுத்துக் கொள்ளும் வாரிசுக்கு அவ்வரசு மாற்றக் கொடுக்கப்பட மாட்டாது. மாறாக ஆங்கிலேய ஆட்சியாளர்களால் முன்னரே இந்தத் தத்தெடுப்பு அங்கீகரிக்கப்பட்டிருந்தால் ஒழிய அது பிரிட்டீஷ் இந்தியாவுடன் இணைத்துக் கொள்ளப்படும். இக்கோட்பாட்டின் அடிப்படையில் 1848-ல் சதாரா, 1854-ல் நாக்பூர், ஜான்சி ஆகியவை உள்ளிட்ட பல்வேறு அரசுகள் இணைத்துக் கொள்ளப்பட்டன.

பல்வேறு முந்திய ஆட்சியாளர்களின் உரிமைகளை அல்லது அவர்களது ஓய்வூதியத்தை வழங்குவதை அங்கீகரிக் கவும் டல்ஹெளசி மறுத்துவிட்டார். ஆகவே, கர்நாடகா, சூரத் நவாபுகள் மற்றும் தஞ்சாவூர் மன்னரின் உரிமைகள் பறி போயின. அதேபோல டாத்தாரின் மன்னராக நியமிக்கப் பட்ட முன்னாள் பேஷ்வா இரண்டாம் பாஜிராவின் மறைவுக்குப் பிறகு, அவரது தத்துப்பிள்ளை நானாசாகிப் புக்கு அவரது சம்பளத்தையோ அல்லது ஓய்வூதியத்தையோ வழங்க டல்ஹெளசி மறுத்துவிட்டார்.

அவாத் சாம்ராஜ்ஜியத்தை இணைப்பதிலும் டல்ஹெளசி பிரபு ஆர்வம் காட்டினார். ஆனால் இதில் சில பிரச்சினை கள் இருந்தன. அவாதின் நவாப், பக்சார் போரிலிருந்து ஆங்கி லேயர்களின் கூட்டாளியாக இருந்து வருகிறார். மேலும், அவர்கள் கடந்த பல ஆண்டுகளாக ஆங்கிலேயர்களுக்கு மிகவும் விசுவாசமானவர்களாக உள்ளனர். அவாதின் நவாபுக்கு வாரிசுகள் பலர் இருந்ததால் வாரிசு இழப்புக் கோட்பாடு அவருக்குப் பொருந்தாது. அவரது பிரதேசங் களைப் பறிக்க வேறு காரணங்களைத் தேட வேண்டும். இறுதியாக அவாத் மக்களைத் துன்ப துயரங்களிலிருந்து விடுவிப்பது என்ற யோசனையை டல்ஹெளசி பிரபு முன் வைத்தார். நவாப் வாஜித் அலிஷா மோசமான ஆட்சி

நடத்துவதாகவும், சீர்திருத்தங்களை அமுலாக்க மறுப்பதாகவும் குற்றம் சாட்டப்பட்டது.

ஆகவே, அவரது அரசு 1856-ம் ஆண்டு இணைத்துக் கொள்ளப்பட்டது.

சந்தேகத்துக்கு இடமின்றி, அவாதின் நிர்வாகச் சீர்கேட்டினால் மக்கள் பெரும் துயரங்களை அனுபவித்து வந்தது எதார்த்தமாகும். அவாதின் நவாபும், அக்காலத்திய மற்ற இளவரசர்களைப் போலவே, மக்களின் நலனைக் கருத்தில் கொள்ளாத, சுயநல ஆட்சியாளராகவே திகழ்ந்தார். ஆனால் 1801-ம் ஆண்டிலிருந்து அவாதைக் கட்டுப்பாட்டுக்குள் வைத்து மறைமுகமாக ஆட்சி நடத்தி வந்த ஆங்கிலேயர்களுக்கு இத்தகைய நிலைக்கு ஓரளவுக்கு காரணமாவார். எதார்த்தத்தில் மான்செஸ்டரின் சரக்குகளுக்கான மிகச் சிறந்த சந்தையாக அவாத் விளங்கியது. இது டல்ஹௌசியின் பேராசையினால் ஈர்க்கப்பட்டு அவரது தரும சிந்தனையைத் தூண்டிவிட்டது. இதே காரணத்துக்காகவே பிரிட்டனில் அதிகரித்து வந்த கச்சாப் பருத்தியின் தேவையைப் பூர்த்தி செய்வதற்காக 1853-ம் ஆண்டு நிஜாமின் பருத்தி உற்பத்தி பிரதேசமான பேரா என்ற இடத்தை டல்ஹௌசி கைப்பற்றினார்.

பராமரிப்பது அல்லது உள்ளூர் அரசுகளை இணைப்பது போன்றவற்றுக்கு அக்காலத்தில் பெரும் முக்கியத்துவம் ஏதுமில்லை என்பதைத் தெளிவாகப் புரிந்துகொள்ள வேண்டும். உண்மையில், இந்திய அரசு எதுவும் அப்பொழுது நிலவவில்லை. கம்பெனி நேரடியாக ஆளும் பிரதேசங்களைப் போல பாதுகாக்கப்பட்ட உள்ளூர் அரசுகளும் ஆங்கிலேயப் பேரரசின் ஓர் அங்கமும் இந்த அரசுகளில் ஆங்கிலேய கட்டுப்பாட்டின் வடிவம் மாறும்பொழுது அதன் தேவைக்கேற்ப இதுவும் மாற வேண்டும். மக்களின் நலன்கள் பற்றிய அக்கறை இந்த மாற்றத்தில் ஏதுவுமில்லை.

3

அரசாங்கக் கட்டமைப்பும் இந்தியாவில் ஆங்கிலேயப் பேரரசின் பொருளாதாரக் கொள்கைகளும்! (1757-1857)

மிகப்பரந்த இந்தியப் பேரரசைக் கைப்பற்றிய கிழக்கிந்திய கம்பெனி அதனைக் கட்டுப்படுத்தவும், ஆட்சி புரியவும் பொருத்தமான வழிமுறைகளைக் கையாள வேண்டியிருந்தது. 1757 முதல் 1857 வரையிலான நீண்ட காலகட்டத்தில் கம்பெனியின் நிர்வாகக் கொள்கைகளில் அடிக்கடி பல்வேறு மாற்றங்கள் ஏற்பட்டு வந்தன. ஆயினும் கம்பெனியின் இலாபத்தை அதிகரிப்பது, இந்தியாவில் பிரிட்டனின் வசமுள்ள இடங்களிலிருந்து லாபத்தை மேம்படுத்துவது, இந்தியா முழுமையிலும் ஆங்கிலேயர்களின் செல்வாக்கை வலுப்படுத்துவது ஆகிய முக்கிய குறிக்கோள்களிலேயே அது குறியாக இருந்தது. மற்றவை அனைத்தும் இத்தகைய நோக்கங்களுக்குத் துணை நிற்பவையே. இந்தியாவின் நிர்வாக எந்திரம் இத்தகைய நோக்கங்களுக்கு உதவும் வகையில் வடிவமைக்கப்பட்டு, வளர்க்கப்பட்டது. இந்த வகையில் சட்ட ஒழுங்குக்கு பெரும் முக்கியத்துவம் அளிக்கப்பட்டது. இதன்மூலம் இடையூறு ஏதுமின்றி இந்தியாவுடன் வர்த்தகத்தை மேற்கொள்வதும், அதன் மூல வளங்களை சுரண்டுவதும் சாத்தியமானது.

அரசாங்கக் கட்டமைப்பு :

1765-ஆம் ஆண்டு கிழக்கிந்தியக் கம்பெனி அதிகாரிகள் வங்காளத்தைக் கைப்பற்றியபொழுது அதன் நிர்வாகத்தில் எத்தகைய புதுமையையும் மேற்கொள்வது அவர்களது நோக்க மாய் இருக்கவில்லை. இலாபகரமான வர்த்தகம் மேற்கொள் வதும், இங்கிலாந்துக்குச் செலுத்துவதற்காக வரி வசூலிப் பதையுமே அவர்கள் விரும்பினர். 1765 முதல் 1772 வரை யிலான இரட்டை ஆட்சி காலத்தில் இந்திய அதிகாரிகள் வழக்கம்போல செயல்பட அனுமதிக்கப்பட்டனர். ஆனால் ஆங்கிலேய ஆளுநர் மற்றும் அதிகாரிகளின் முழு கட்டுப் பாட்டின் கீழ் அவர்கள் செயல்பட வேண்டும். இந்திய அதிகாரிகளுக்குப் பொறுப்பு உண்டு. ஆனால் அதிகாரம் கிடையாது. கம்பெனியின் அதிகாரிகளுக்குத்தான் அத்தகைய பொறுப்பும், அதிகாரமும் இருந்தது. இரு தரப்பு அதிகாரி களுமே ஊழல் பேர்வழிகளாக இருந்தனர். 1772-ல் இரட்டை ஆட்சி முறைக்கு முடிவு கட்டி, தனது சொந்த ஊழியர்களைக் கொண்டு வங்காளத்தை நேரடி ஆட்சி செய்யும் நடவடிக்கையில் கம்பெனி ஈடுபட்டது. வர்த்த கத்தை மட்டுமே அடிப்படையாகக் கொண்டு, நாட்டின் நிர்வாகத்தை நடத்தும்போது ஏற்படும் உள்ளார்ந்த தீமைகள் வெளிச்சத்துக்கு வந்தன.

கிழக்கிந்தியக் கம்பெனி என்பது கிழக்குப் பிரதேசத்தில் வர்த்தகம் மேற்கொள்வதற்காக வடிவமைக்கப்பட்ட ஒரு நிறுவனமாகும். அதன் உயரதிகாரிகள் இந்தியாவிலிருந்து பல்லாயிரம் மைல்களுக்கு அப்பால் இங்கிலாந்தில் தங்கி யிருந்தனர். இருப்பினும் அது இலட்சோப லட்சம் மக்களின் மீது அரசியல் அதிகாரம் செலுத்தியது. இத்தகைய முரணான நிலை பிரிட்டீஷ் அரசாங்கத்திற்கு பல்வேறு பிரச்சனை களை ஏற்படுத்தியது. கிழக்கிந்தியக் கம்பெனிக்கும், அதன் சொத்துக்களுக்கும், பிரிட்டீஷ் அரசாங்கத்துக்குமான உறவு எத்தகையதாக இருக்க வேண்டும்? கம்பெனியின் நிர்வாகி யினர் பிரிட்டனில் இருந்துகொண்டு வெகு தொலைவிலுள்ள, இந்தியாவிலிருந்த பெரும் எண்ணிக்கையிலான அதிகாரி

களையும் படை வீரர்களையும் எவ்வாறு கட்டுப்படுத் தினர்? வங்காளம், சென்னை, பம்பாய், உள்ளிட்ட இந்தியா முழுமையிலும் இருந்த, தொலைதூர பிரதேசங்களைச் சார்ந்த ஆங்கிலேயர்களின் சொத்துக்களைக் கையாள ஒரு தனித்த மையத்தை உருவாக்குவது எவ்வாறு?

இப்பிரச்சினைகளில் முதலாவது மிகவும் அவசரமும், அவசியமும் மிக்கதாகும். இது பிரிட்டனின் கட்சி மற்றும் பாராளுமன்றப் போட்டிகள், ஆங்கிலேய ராஜதந்திரிகளின் அரசியல் அபிலாசைகள், ஆங்கிலேய வியாபாரிகளின் வர்த்தகப் பேராசை போன்றவற்றுடன் நெருக்கமான பிணைப்பைக் கொண்டிருந்தது. வங்காளத்தின் செல்வ வளங்கள் கம்பெனியின் வசம் சென்றது. அதன் இயக்குநர்கள் ஈவுத்தொகையை உடனடியாக, அதாவது 1767ல் 10 சதவீதமாக உயர்த்தினர். 1771-ல் 12 1/2 சதவீதமாக மேலும் உயர்த்தத் திட்டமிட்டனர். சட்ட விரோதமாகவும், சமச்சீரற்ற வர்த்தகத்தின் மூலமும் இந்தியத் தலைவர்களிடத்திலிருந்தும், ஜமீன்தார்களிடமிருந்தும் கட்டாயப்படுத்தி லஞ்சமும், அன்பளிப்பும் பெறுவதன் மூலம் கம்பெனியின் ஆங்கிலேய ஊழியர்கள் விரைவில் சொத்துக்களைச் சேர்த்து அவர்களது நிலையை உயர்த்திக் கொண்டனர். ஆண்டுக்கு 40 ஆயிரம் பவுண்டு விளைச்சல் தரக்கூடிய சொத்துக்களையும் செல்வத்தையும் எடுத்துக் கொண்டு கிளைவ் தனது 34-வது வயதில் இங்கிலாந்து திரும்பினார்.

கம்பெனியின் அதிகபட்ச ஈவுத்தொகையும், அதன் அதிகாரிகளால் கொண்டு செல்லப்பட்ட நம்பமுடியாத அளவுக்கான செல்வமும் பிரிட்டீஷ் சமுதாயத்தின் பேராசை பிடித்த மற்ற தரப்பினர் மத்தியில் பேராசையைத் தூண்டியது. கம்பெனியின் ஏகபோகத்தினால் கிழக்குப் பகுதியிலிருந்து வெளியேற்றப்பட்ட வணிகர்கள், பெருகி வந்த உற்பத்தியாளர்கள், பொதுவாகக் குறிப்பிட்டால், பிரிட்டனில் தாராள வர்த்தகத்தில் வளர்ச்சியுற்று வந்த சக்திகள், கம்பெனியும் அதன் ஊழியர்களும் மட்டுமே அனுபவித்து வந்த இந்தியாவின் செல்வ வளங்களிலும் இலாபம் தரும் இந்திய

வர்த்தகத்திலும் பங்கு பெற விரும்பினர். அவர்கள் கம்பெனியின் வர்த்தக ஏகபோகத்தை ஒழிக்க கடுமையாக உழைத்தார்கள். அதற்காக வங்காளத்திலிருந்த கம்பெனியின் நிர்வாகத்தைத் தாக்கினர். இந்தியாவிலிருந்து திரும்பிய கம்பெனியின் அதிகாரிகளை அவர்கள் முக்கியமாகக் குறிவைத்தனர். இத்தகைய அதிகாரிகளுக்கு 'நவாபு'கள் எனக் கேலியாகப் பெயர் சூட்டப்பட்டு பத்திரிகைகளிலும், மேடைகளிலும் அவர்கள் பரிகாசம் செய்யப்பட்டனர். மேட்டுக்குடியினரால் அவர்கள் புறக்கணிக்கப்பட்டனர். இந்திய மக்களைச் சுரண்டியவர்கள் எனவும், ஒடுக்கியவர்கள் எனவும் கூறி அவர்கள் கண்டனத்துக்கு உள்ளாயினர். கிளைவ், வாரன் ஹேஸ்டிங்ஸ் ஆகிய இருவரும் அவர்களது முக்கிய இலக்காயினர். இத்தகைய 'நவாபு'களைக் கண்டிப்பதன் மூலம் கம்பெனியின் எதிர்ப்பாளர்கள், கம்பெனியின் பெயரைக் கெடுத்துப் பிறகு அதனை அப்புறப்படுத்த நினைத்தனர்.

வங்காளத்தில் கைப்பற்றப்பட்ட பகுதியிலிருந்து ஆதாய மடைய அமைச்சர்கள் பலரும், பாராளுமன்ற உறுப்பினர் களும் ஆர்வமாக இருந்தனர். அவர்கள் மக்களின் ஆதரவைப் பெறுவதற்காக பிரிட்டீஷ் அரசாங்கத்துக்கு கம்பெனி கப்பம் கட்ட வேண்டுமென நிர்ப்பந்தித்தனர். ஆக, இந்திய வரு வாயைக் கொண்டு வரியைக் குறைக்க அல்லது இங்கிலாந்தின் அரசாங்கக் கடனை அடைக்க இயலும். பிரிட்டீஷ் கஜானா வுக்கு கம்பெனி ஆண்டுக்கு 4 லட்சம் பவுண்டு செலுத்த வேண்டுமென 1767-ல் பாராளுமன்றத்தில் சட்டமியற்றப் பட்டது. செல்வாக்குமிக்க கம்பெனியும், அதன் வளமான அதிகாரிகளும் ஆங்கிலேய தேசத்துக்கும், அதன் அரசியலுக்கும் களங்கம் ஏற்படுத்தி விடுவார்கள் என அஞ்சிய பிரிட்டனின் பல்வேறு அரசியல் சிந்தனையாளர்களும், ராஜதந்திரிகளும் கம்பெனியையும் அதன் ஊழியர்களையும் கட்டுப்படுத்த விரும்பினர். 18-ம் நூற்றாண்டின் இறுதியில் பிரிட்டனின் பாராளுமன்ற அரசியல் மிக மோசமான அளவிற்கு ஊழல் மயமாகி இருந்தது. கம்பெனியும் அதன் ஓய்வுபெற்ற அதிகாரி களும் அவர்களது ஏஜெண்டுகளாக பொதுச்சபையில் அங்கம் வகித்தனர். கம்பெனியும், அதன் ஊழியர்களும் இந்தி

யாவில் கொள்ளையடிக்கப்பட்ட சொத்துக்களைக் கொண்டு பிரிட்டன் அரசாங்கத்தில் தங்களது செல்வாக்கை நிலை நாட்டிக் கொள்வார்கள் என ஆங்கிலேய ராஜதந்திரிகள் பலர் கவலை கொண்டனர். கம்பெனியும், இந்தியாவில் மிகப்பரந்த பிரதேசத்திலுள்ள அதன் ஆதிக்கமும் கட்டுப்படுத்தப்பட வேண்டும் அல்லது இந்தியாவை மேலாதிக்கம் செலுத்தி வரக்கூடிய கம்பெனியை பிரிட்டீஷ் நிர்வாகம் தனது கட்டுப்பாட்டின் கீழ் உடனடியாகக் கொண்டு வர வேண்டும். இல்லையெனில் அது ஆங்கிலேயர்களின் சுதந்திரத்தை அழித்து விடும் என அவர்கள் எண்ணினர்.

கம்பெனி அனுபவித்து வரும் தனித்த முன்னுரிமை களையும் தாராள வர்த்தக உற்பத்தி சார்ந்த முதலாளித் துவத்தைப் பிரதிநிதித்துவப்படுத்தும் பொருளாதாரவாதிகள் தாக்கி வந்தனர். செவ்வியல் பொருளாதாரத்தின் நிறுவனரான ஆடம்ஸ்மித் தனது 'தேசங்களின் செல்வாதாரம்' என்ற புகழ்பெற்ற நூலில் தனித்த முன்னுரிமை பெற்ற கம்பெனி களைப் பின்வருமாறு கண்டனம் செய்கிறார்:

"அத்தகைய முன்னுரிமைகளைப் பெற்ற கம்பெனிகள் பல வழிகளிலும் இடையூறுகளை ஏற்படுத்தி வருகின்றன. தாங்கள் நிலைகொண்டுள்ள நாடுகளில் எப்பொழுதுமே அவை பிரச்சனைகளை ஏற்படுத்தி வருகின்றன. துரதிருஷ்ட வசமாக அவர்களது ஆட்சியின்கீழ் உள்ள நாடுகளுக்கு அவை அழிவை உண்டாக்கி வருகின்றன."

ஆகவே பிரிட்டீஷ் அரசுக்கும், கம்பெனியின் அதிகாரி களுக்கும் இடையிலான உறவை மறுவரையறை செய்வது அவசியமானது. கம்பெனி அரசாங்கத்திடம் 10 லட்சம் பவுண்டு கடன் கேட்ட சமயத்தில் இதற்கான வாய்ப்பு ஏற்பட்டது. ஆனால் கம்பெனிக்குப் பல்வேறு செல்வாக்கு மிக்க எதிரிகள் இருந்த அதே சமயம், பாராளுமன்றத்தில் செல்வாக்கு மிக்க நண்பர்களும் இருந்தனர். மேலும் மூன்றாம் ஜார்ஜ் மன்னர் அதன் புரவலராக இருந்தார். கம்பெனி தொடர்ந்து போராடியது. முடிவில் பாராளுமன்றம் ஒரு உடன்படிக்கைக்கு வந்தது. அதன்படி கம்பெனி மற்றும் பிரிட்டீஷ் சமுதாயத்தில்

பல்வேறு செல்வாக்குள்ள பகுதியினரின் நலன்களும் ஒழுங்குப் படுத்தப்பட்டன. கம்பெனியின் இந்திய நிர்வாகத்துக்கான அடிப்படைக் கொள்கைகளை பிரிட்டீஷ் அரசாங்கம் கட்டுப் படுத்துவதென முடிவு செய்யப்பட்டது. அதன் மூலம் பிரிட்டீஷ் மேல்தட்டு வர்க்கத்தினர் அனைவரின் நலனையும் இந்தியாவில் பிரிட்டீஷ் ஆட்சி பிரதிபலித்து வந்தது. அதே சமயம் கிழக்கத்திய வர்த்தகத்தில் கம்பெனி தனது ஏக போகத்தையும், இந்தியாவில் அதன் அதிகாரிகளை நியமனம் செய்யும் உரிமையையும் தக்க வைத்துக்கொண்டது. இந்திய நிர்வாக விவரங்களும் கம்பெனியின் இயக்குநர்கள் வசமே விட்டுவைக்கப்பட்டன.

கம்பெனியின் விவகாரங்களுக்கான 1773-ஆம் ஆண்டின் ஒழுங்குமுறைச் சட்டமே முதலாவது முக்கியமான பாராளு மன்றச் சட்டமாகும். கம்பெனியின் இயக்குநர்கள் சபையின் விதிகளைத் திருத்தவும், அவர்களது செயல்பாடுகளை பிரிட்டீஷ் அரசு மேற்பார்வையிடவும் இச்சட்டம் வழி வகுத்தது. ஒழுங்குமுறைச் சட்டம் நடைமுறையில் விரைவில் செயலிழந்தது. இதனால் பிரிட்டீஷ் அரசாங்கத்தைத் திறம்பட செயல்படுத்தவும், கம்பெனியின் மீது உறுதியான கட்டுப்பாட்டை மேற்கொள்ளவும் இயலவில்லை. கம்பெனிக் கும் அதற்கு எதிராக இங்கிலாந்தில் வலுவாக வளர்ச்சி பெற்ற வெளிப்படையான அதன் எதிரிகளுக்கும் இடை யிலான முரண்பாட்டைத் தீர்க்க இயலவில்லை. மேலும் இந்தியாவிலிருந்த கம்பெனியின் ஆட்சி ஊழல் மலிந்த, ஒடுக்குமுறை ஆட்சியாகவும், பொருளாதார ரீதியாகக் கேடு விளைவிக்க கூடியதாகவும் இருந்ததால் தொடர்ந்து அதன் எதிரிகளின் தீவிரத் தாக்குதலுக்கு உள்ளாகி வந்தது.

ஒழுங்குமுறைச் சட்டத்தில் இருந்த குறைபாடுகளைக் களையும் வகையிலும், பிரிட்டீஷ் அரசியலின் காரணமாக வும் 1784-ம் ஆண்டு பிட் இந்தியச் சட்டம் என மற்றொரு சட்டத்தை இயற்ற வேண்டிய அவசியம் எழுந்தது. கம்பெனி யின் விவகாரங்களையும், இந்தியாவில் அதன் நிர்வாகத்தை யும் கட்டுப்படுத்தும் மேலான அதிகாரத்தை பிரிட்டீஷ்

அரசாங்கத்துக்கு வழங்க இச்சட்டம் வழிவகுத்தது. இது இந்திய விவகாரங்களைக் கவனிப்பதற்காக இரண்டு கேபினட் அமைச்சர்கள் உள்ளிட்ட 6 பேர் கொண்ட மேற்பார்வை யாளர் குழு ஒன்றை உருவாக்கியது. இயக்குநர்கள் சபை மற்றும் இந்திய அரசாங்கத்தின் செயல்பாடுகளை மேற் பார்வையாளர் குழு கட்டுப்படுத்தி வழிகாட்டும். கவர்னர் ஜெனரல் மற்றும் மூவர் குழுவின் கட்டுப்பாட்டில் இந்திய அரசாங்கம் செயல்பட இச்சட்டம் வகை செய்தது. ஆக, கவர்னர் ஜெனரல் மூவர் குழுவில் ஒருவரது ஆதரவைப் பெற்று விட்டாலும்கூட அவர் தனது சொந்த வழியில் செயல்படலாம். போர், ராஜதந்திரம் வரி வருவாய் உள்ளிட்ட எல்லாப் பிரச்சனைகளிலும் வங்காளத்துக்கு பம்பாய், சென்னை மாகாணங்கள் தெளிவாகக் கீழ்ப்படிய இச்சட்டம் வழிவகுத்தது. இச்சட்டத்தின் மூலம் இந்திய வெற்றியில் ஆங்கிலேயர்களின் புதிய கட்டம் துவங்கியது. பிரிட்டனின் தேசியக் கொள்கைக்கு கிழக்கிந்தியக் கம்பெனி ஒரு கருவியாக மாறிய அதே வேளையில் பிரிட்டனின் ஆளும் வர்க்கத்தின் அனைத்துத் தரப்பினர் நலன்களுக்கும் சேவை புரியும் நிலைக்கு இந்தியா தள்ளப்பட்டது. இந்தியா மற்றும் சீனா வுடனான வர்த்தகத்தில் ஏகபோகத்தைத் தக்க வைத்துக் கொண்ட கம்பெனி திருப்திகரமாக இருந்தது. அதன் இயக்கு நர்கள் இந்தியாவில் பிரிட்டீஷ் அதிகாரிகளைப் பதவியில் அமர்த்தவும் பதவி நீக்கம் செய்யவுமான இலாபகரமான உரிமையைத் தக்க வைத்துக் கொண்டனர். இந்திய அரசாங்க மானது அவர்களது ஏஜென்சிகள் மூலமாக வழி நடத்தப்பட்டது.

பொதுவான வழிமுறைகளைக் கொண்ட பிட் இந்தியச் சட்டத்தின்படி இந்திய அரசாங்கம் 1857 வரை வழி நடத்தப் பட்ட அதே சமயம், பின்னர் மேற்கொள்ளப்பட்ட பல்வேறு முக்கியமான திருத்தங்கள் கம்பெனியின் அதிகாரங்களையும், முன்னுரிமைகளையும் படிப்படியாகக் குறைப்பனவாக அமைந்திருந்தன. பாதுகாப்பு, அமைதி அல்லது இந்தியாவின் அதன் பேரரசு நலனுக்குக் குந்தகம் விளைவிக்கும் அம்சங்

களில் தனது சபையை மீறி செயல்பட 1786-ம் ஆண்டு கவர்னர் ஜெனரலுக்கு அதிகாரம் வழங்கப்பட்டது.

1833-ம் ஆண்டின் சாசன சட்டத்தின்படி இந்தியாவில் கம்பெனியின் வர்த்தக ஏகபோகம் முடிவுக்கு வந்தது. இந்தியாவில் வர்த்தகம் செய்வது ஆங்கிலேயர்கள் அனைவருக்குமான அம்சமாகத் திறந்துவிடப்பட்டது. ஆனாலும், தேயிலை வர்த்தகமும், சீனாவுடனான வர்த்தகமும் இன்னமும் கம்பெனியின் வசமே இருந்தன. அரசாங்கமும், இந்தியாவின் வருவாயும் தொடர்ந்து கம்பெனியின் கைகளிலேயே இருந்து வந்தன. கம்பெனி தனது அதிகாரிகளை இந்தியாவில் நியமிப்பதும் தொடர்ந்தது. 1853-ம் ஆண்டின் சாசனச் சட்டம் தேயிலை வர்த்தகத்திலும், சீனாவுடனான வர்த்தகத்திலும் கம்பெனியின் ஏகபோகத்துக்கு முடிவு கட்டியது கம்பெனியின் கடன்களை இந்திய அரசாங்கம் ஏற்றுக்கொண்டது. அதன் மூலதனத்திலிருந்து 10 1/2 சதவீதம் ஈவுத்தொகையாக அதன் பங்குதாரர்களுக்கு வழங்கப்பட்டது. மேற்பார்வையாளர் குழுவின் உறுதியான கட்டுப்பாட்டின் கீழ் இந்திய அரசாங்கம் கம்பெனியினால் தொடர்ந்து வழிநடத்தப்பட்டது. மேலே விவாதிக்கப்பட்ட பல்வேறு பாராளுமன்றச் சட்டங்களின் மூலம் கம்பெனியும், அதன் இந்திய நிர்வாகமும் முழுமையாக பிரிட்டீஷ் அரசாங்கத்துக்கு உட்படுத்தப்பட்டன. அதே சமயம் 6 ஆயிரம் மைல்களுக்கு அப்பாலிருந்து இந்தியாவின் அன்றாட நிர்வாகத்தை நடத்தவோ அல்லது அவற்றைக் கண்காணிக்கவோ இயலாது என்பது ஏற்றுக்கொள்ளப்பட்டது. இந்தியாவில் உயர் அதிகாரம் கவர்னர் ஜெனரல் சபையிடம் விடப்பட்டது. முக்கியமான பிரச்சினைகளில் கவர்னர் ஜெனரல் தனது சபையை மீறி செயல்பட அதிகாரம் பெற்றிருந்ததால், அவரே உண்மையான இந்தியாவின் ஆட்சியாளராகச் செயல்பட்டார். அவர் பிரிட்டீஷ் அரசாங்கத்தின் மேற்பார்வை, கட்டுப்பாடு மற்றும் வழிகாட்டுதலின் கீழ் இயங்கி வந்தார்.

ஆங்கிலேயர்கள் இந்தியாவில் தங்களது நலனுக்கு சேவையாற்றக்கூடிய ஒரு புதிய நிர்வாக முறையை உருவாக்கினர்.

இந்த முறையின் அடிப்படை அம்சங்களைப் பற்றி விவாதிப் பதற்கு முன்பாக, அது எந்த நோக்கத்துக்காக வடிவமைக்கப் பட்டுள்ளது என்பதை முதலில் ஆய்வது சரியாக இருக்கும். ஒரு நாட்டின் நிர்வாக முறையின் முக்கியச் செயல்பாடு ஆட்சி யாளர்களின் நோக்கங்களுடனும், குறிக்கோள்களுடனும் ஒருங்கிணைந்து செல்வதாக இருக்க வேண்டும். கம்பெனியி லிருந்து லங்காஷையர் உற்பத்தியாளர்கள் வரை பல தரப் பட்டோரின் நலன்களுக்கு உரிய வகையில் இந்தியாவை பொருளாதார ரீதியாகச் சுரண்டுவதற்கு வழி செய்வதே பிரிட்டீசாரின் முதன்மையான நோக்கமாகும். 1793-ல் கவர்னர் ஜெனரல் காரன்வாலிஸ் பிரபு வங்காள அரசாங்கத்தின் இரண்டு அடிப்படையான குறிக்கோள்களை முன் வைத்தார். அதன்படி அது 'தனது அரசியல் பாதுகாப்பை உத்தரவாதப் படுத்த வேண்டும்', கிழக்கிந்தியக் கம்பெனிக்கும், பிரிட்ட னுக்கும் ஏற்ற வகையில் நாட்டின் சொத்துக்களைப் பரா மரித்து வர வேண்டும்.' அதேசமயம், இந்தியாவை வெற்றி கொண்டதற்கும், அந்நிய ஆட்சிக்கு'ஆகும் முழு செலவையும் இந்தியாவே ஏற்க வேண்டியிருந்தது. இந்தியாவில் பிரிட்டீ சாரின் பொருளாதாரக் கொள்கைகள் குறித்த ஆய்வு முதன்மை யான முக்கியத்துவம் வாய்ந்ததாகும்.

இந்தியாவில் ஆங்கிலேயர்களின் பொருளாதாரக் கொள்கைகள் (1757 - 1857), வணிகக் கொள்கை :

1600-லிருந்து 1757 வரை இந்தியாவில் கிழக்கிந்தியக் கம்பெனி ஒரு வர்த்தக நிறுவனம் என்ற வகையிலேயே இயங்கி வந்தது. அது, சரக்குகளை அல்லது விலை உயர்ந்த உலோகங்களை இந்தியாவுக்குள் கொண்டு வந்து இங்கிருந்த ஜவுளி மற்றும் நறுமணப் பொருட்கள் போன்றவற்றுடன் பரிமாற்றம் செய்து வெளிநாடுகளில் விற்பனை செய்தது. இந்திய சரக்குகளை வெளிநாடுகளில் விற்பதன் மூலமே அதற்கு முதன்மையான லாபம் கிடைத்தது. பிரிட்டனிலும் பிற நாடுகளிலும் இந்தியப் பொருட்களுக்கான புதிய சந்தையைத் தொடர்ந்து திறப்பதற்கு கம்பெனி முயன்று

வந்தது. அதன் மூலம் இந்தியப் பொருட்களின் ஏற்றுமதி அதிகரித்தது. அது அதன் உற்பத்தியை ஊக்குவித்தது. இந்தியாவில் கம்பெனியை ஆட்சியாளர்கள் சகித்துக்கொண்ட தற்கும், கம்பெனியின் வணிகத் தலங்களை நிறுவ ஆதரவு அளித்ததற்கும் இதுவே காரணமாகும்.

துவக்கத்திலிருந்தே, பிரிட்டனில் இந்தியாவின் ஜவுளி களுக்குப் பெரும் மவுசு ஏற்பட்டதை அறிந்த பிரிட்டன் உற்பத்தியாளர்கள் பொறாமை கொள்ளத் துவங்கினர். திடீரென உடைகளில் மாற்றம் ஏற்பட்டன. சொரசொரப் பான ஆங்கிலயேத் துணிகளுக்குப் பதிலாக மெல்லிய பருத்தி ஆடைகளை ஆங்கிலேயர் அணியத் துவங்கினர். இந்திய ஆடைகள் 'எங்களது வீடுகளிலும், படுக்கை அறைகளிலும் நுழைந்துவிட்டன. திரைகள், மெத்தைகள், நாற்காலிகள், படுக்கைகள் என எல்லாவற்றிலும் பருத்தித் துணிகள் அல்லது இந்தியப் பொருட்களைத் தவிர வேறொன்றும் இல்லை' என பிரபல நாவலாசிரியர் ராபின்சன் க்ருசோ குறிப்பிட்டார். இங்கிலாந்தில் இந்தியச் சரக்குகளின் விற்பனையைக் கட்டுப் படுத்தவும், தடுக்கவும் முன் வர வேண்டுமென பிரிட்டீஷ் உற்பத்தியாளர்கள் அவர்களது அரசாங்கத்தின் மீது நிர்ப் பந்தத்தை ஏற்படுத்தினர். சாயமிடப்பட்ட பருத்தித் துணி களை அணிவதைத் தடை செய்யும் சட்டம் 1720-ம் ஆண்டு நிறைவேற்றப்பட்டது. 1760-ம் ஆண்டு ஒரு பெண்மணி இறக்குமதி செய்யப்பட்ட கைக்குட்டையை வைத்திருந்த தற்காக 200 பவுண்டு அபராதம் செலுத்த நேரிட்டது! இறக்குமதி செய்யப்படும் துணிகள் மீது விதிக்கப்படும் வரிகள் கடுமையாக்கப்பட்டன. ஹாலந்து தவிர, பிற ஐரோப்பிய நாடுகள், இந்தியத் துணிகளின் இறக்குமதிக்குத் தடை விதித்தன அல்லது அவற்றின் மீது கடுமையான வரிகளை விதித்தன. இத்தகைய சட்டங்களுக்கு மத்தியிலும், 18-ஆம் நூற்றாண்டின் மத்தியில், புதிய முன்னேறிய தொழில் நுட்பத்தின் அடிப்படையில் ஆங்கிலேய ஜவுளித் தொழில் வளர்ச்சி பெறத் தொடங்கும் வரை இந்தியப் பட்டுக்கும், பருத்தித் துணிகளுக்கும் வெளிநாட்டில் சொந்தச் சந்தை தொடர்ந்து இருந்து வந்தது.

1757-ம் ஆண்டு நடைபெற்ற பிளாசிப் போருக்குப் பின் இந்தியாவுடனான கம்பெனியின் வர்த்தக உறவில் பண்பு ரீதியில் மாற்றம் ஏற்பட்டது. கம்பெனி வங்காளத்தின் மீதான தனது அரசியல் கட்டுப்பாட்டைப் பயன்படுத்தி, இந்திய வர்த்தகத்திலும், உற்பத்தியிலும் ஏகபோகத்தை நிலை நாட்டியது. மேலும் அது வங்காளத்தில் கிடைத்த வருவாயை, இந்திய சரக்குகளை ஏற்றுமதி செய்வதற்குப் பயன்படுத்தியது. 1750 - 57-ல் பிரிட்டனுக்கான இந்திய ஏற்றுமதி 15 லட்சம் பவுண்டாக இருந்தது. 1797-98-ல் அது 58 லட்சம் பவுண்டாக அதிகரித்தது. இது இந்திய உற்பத்தியாளர்களை ஊக்கு வித்திருக்க வேண்டும். ஆனால் அவ்வாறு நடைபெறவில்லை. கம்பெனி தனது அரசில் அதிகாரத்தைப் பயன்படுத்தி நிபந்தனைகள் விதித்து, வங்காள நெசவாளர்கள் தங்களது பொருட்களை அவர்கள் குறிப்பிடும் மிகக் குறைந்த விலைக்கு, இன்னும் சொல்லப்போனால், நஷ்டத்துக்கு விற்பனை செய்ய வேண்டுமென நிர்ப்பந்தப்படுத்தி வந்தது. அவர்களது உழைப்பு சுதந்திரமானதாக இல்லை. அவர்களில் பலர் கம்பெனிக்காக மிகக் குறைந்த கூலிக்கு உழைத்திட நிர்ப்பந்திக்கப்பட்டனர். இந்திய வியாபாரிகளுக்காக உழைப்பது தடை செய்யப் பட்டது. இந்திய மற்றும் வெளிநாட்டுப் போட்டி வர்த்தகர் களைக் கம்பெனி ஒழித்துக் கட்டியது. வங்காளக் கைவினை ஞர்களுக்கு அவர்கள் உயர்ந்த கூலியை அல்லது விலையைத் தருவது தடை செய்யப்பட்டது. கம்பெனி ஊழியர்கள் கச்சாப் பருத்தி விற்பனையில் ஏகபோகம் செலுத்தினர். அதற்காக வங்காள நெசவாளர்கள் பெரும் விலை தர வேண்டி யிருந்தது. இவ்வாறாக நெசவாளர்கள் வாங்குவோர் என்ற முறையிலும், விற்பனையில் ஈடுபடுவோர் என்ற வகையிலும் இரு முனையிலும் இழப்புக்கு ஆளாயினர். அதே சமயம் இந்திய ஜவுளித் துணிகள் இங்கிலாந்தில் நுழைவதற்குக் கடும் வரி செலுத்த வேண்டியிருந்தது. விலை குறைவான சிறந்த இந்தியப் பொருட்களுடன் போட்டியிடும் அளவுக்கு இன்னமும் தயாராகாத, வளர்ந்து வரும் இயந்திர உற்பத்தித் துறையைப் பாதுகாப்பதில் பிரிட்டீஷ் அரசு உறுதியுடன் இருந்தது. ஆயினும் இந்தியப் பொருட்களுக்கு அங்கு

ஓரளவு இடம் இருந்தது. 1813-ம் ஆண்டுக்குப் பிறகு கைத் தொழிலில் உண்மையான வீழ்ச்சி ஏற்பட்டது. அவை வெளி நாட்டுச் சந்தைகளை இழந்தது மட்டுமல்லாமல், இந்தியா விற்குள்ளேயே சந்தையை இழந்தது பெரும் முக்கியத்துவம் வாய்ந்த ஒன்றாகும்.

பிரிட்டனில் ஏற்பட்ட தொழிற்புரட்சி பிரிட்டீஷ் பொரு ளாதாரத்தையும், இந்தியாவுடனான அதன் பொருளாதார உறவுகளையும் முழுமையாக மாற்றியமைத்தது. 18-ஆம் நூற்றாண்டின் இரண்டாவது பாதியிலும், 19-ம் நூற்றாண்டின் முதலாவது சில பத்தாண்டுகளிலும் பிரிட்டன் ஏராளமான சமூகப் பொருளாதார மாற்றங்களுக்கு உள்ளானது. நவீன இயந்திரங்கள், தொழிற்சாலை முறை மற்றும் முதலாளித் துவத்தின் அடிப்படையில் பிரிட்டீஷ் தொழிற்துறையில் வளர்ச்சியும் தீவிர விரிவாக்கமும் ஏற்பட்டன. இத்தகைய வளர்ச்சிக்கு பல்வேறு காரணிகள் துணை புரிந்தன.

பிரிட்டனின் வெளிநாட்டு வர்த்தகம் முந்தைய நூற் றாண்டுகளில் மிகவும் பரந்துபட்ட அளவில் இருந்தது. போர் மற்றும் காலனியாதிக்கத்தின் மூலமாக பிரிட்டன் அந்நியச் சந்தைகளைக் கைப்பற்றி அவற்றில் ஏகபோகம் செலுத்தியது. இத்தங்கய ஏற்றுமதிச் சந்தைகள் உற்பத்தியிலும், நிர்வாகத் திலும் நவீன தொழில் நுட்பத்தைப் பயன்படுத்துவதன் மூலமாக ஏற்றுமதித் தொழிலை மேம்படுத்தி உற்பத்தியைத் தீவிரமாக விரிவுபடுத்திட உதவின. ஆப்பிரிக்கா, மேற்கிந்தியத் தீவுகள் இலத்தீன் அமெரிக்கா, கனடா, ஆஸ்திரேலியா, சீனா எல்லாவற்றிற்கும் மேலாக இந்தியா போன்ற நாடுகள் ஏற்று மதிக்கான எல்லையற்ற வாய்ப்புகளை வழங்கின. குறிப்பாக பருத்தி ஜவுளித் தொழில் துறையில் இது உண்மை. இது பிரிட்டனில் நடைபெற்ற தொழிற்புரட்சியில் முக்கியக் காரணியாக விளங்கியது. பிரிட்டன் ஏற்கெனவே, வர்த்தகத்தில் காலனிய வழிமுறைகளை உருவாக்கி இருந்தது. இது தொழிற் புரட்சிக்கு உதவியது. புரட்சி இதனை மேலும் வலுப்படுத் தியது. காலனிகளும், பின் தங்கிய நாடுகளும் வேளாண் மற்றும் கனிம மூலப்பொருட்களை பிரிட்டனுக்கு ஏற்றுமதி செய்து

வந்தன. அதேசமயம் பிரிட்டன் அதன் உற்பத்திப் பொருட்களை விற்பனை செய்து வந்தது.

இரண்டாவதாக, புதிய இயந்திரங்களிலும் தொழிற்சாலைகளிலும் முதலீடு செய்வதற்கான போதுமான மூலதனக் குவியல் அந்நாட்டில் இருந்தது. அந்த மூலதனம், ஆடம்பர வாழ்க்கையில் வீணடிக்கும் நிலப்பிரபுத்துவ வர்த்தகத்தின் கைகளில் அல்லாமல் வர்த்தகத்திலும் தொழிற்துறையிலும் முதலீடு செய்யும் ஆர்வம் கொண்ட வியாபாரிகள் மற்றும் தொழிற்துறையினரின் கைகளில் இருந்தது. பிளாசிப் போருக்குப் பிறகு கிழக்கிந்தியக் கம்பெனியும் அதன் ஊழியர்களும் இந்தியாவிலிருந்து கொண்டு வந்த செல்வங்களோடு ஆப்பிரிக்கா, ஆசியா, மேற்கிந்தியத் தீவுகள் மற்றும் இலத்தீன் அமெரிக்காவிலிருந்து கொண்டு வரப்பட்ட பெரும் செல்வமும் தொழில் துறை விரிவாக்கத்துக்கு நிதியுதவி அளிப்பதில் முக்கிய பங்கு வகித்தன.

மூன்றாவதாக, தொழிற்துறை வளர்ச்சிக்குத் தேவையான கூடுதல் மற்றும் மலிவான உழைப்பை தீவிரமாக அதிகரித்து வந்த மக்கள் தொகை ஈடு கட்டியது. 1780-க்குப் பிறகு ஐம்பது ஆண்டுகளில் பிரிட்டனின் மக்கள் தொகை இருமடங்கு அதிகரித்தது.

நான்காவதாக, பிரிட்டனில் வணிகம் மற்றும் உற்பத்தித் துறையின் நலன்கள்பால் செல்வாக்கு செலுத்தும் அரசாங்கம் இருந்து வந்தது. எனவே அது, சந்தைக்காகவும் காலனிகளுக்காகவும் பிற நாடுகளுடன் உறுதியுடன் போராடி வந்தது.

ஐந்தாவதாக, அதிகரித்து வந்த உற்பத்தியின் தேவை தொழில்நுட்ப முன்னேற்றத்தால் ஈடுகட்டப்பட்டது. பிரிட்டனின் தொழில்துறை வளர்ச்சி ஹார்கிரேவ்ஸ், வாட், கிராம்டன் கார்ட்ரைட் மற்றும் பலரது கண்டுபிடிப்புகளை அடிப்படையாகக் கொண்டிருந்தது.

இவர்களது பல கண்டுபிடிப்புகள் பல நூற்றாண்டு காலம் பயன்படுத்தப்பட்டு வருகின்றன. இவற்றின் முழு பயனை எய்தும் வகையில் இக்கண்டுபிடிப்புகளையும், நீராவி எந்திரங்

களையும் தொழில்துறை உற்பத்தியில் பயன்படுத்துவது அதிகரித்து வருகிறது. இத்தகைய கண்டுபிடிப்புகள் தொழில் புரட்சியைக் கொண்டு வரவில்லை என்பது கவனத்தில் கொள்ளத்தக்கது. மாறாக, முதலாளிகள் தமது உற்பத்தியை அதிகரிப்பதற்காக சந்தைகளை விரிவுபடுத்தவும், தேவையான மூலதனத்தை முதலீடு செய்யவும் உள்ள திறன்தான் நடப்பிலுள்ள தொழில்நுட்பத்தினைப் பயன்படுத்தவும், புதிய கண்டுபிடிப்புகளை உருவாக்கவும் வகை செய்தது. உண்மையில் தொழில்துறையின் புதிய அமைப்பு மனித குல வளர்ச்சியில் தொழில்நுட்ப மாற்றத்தை ஒரு நிரந்தர அம்சமாக ஆக்கியது. இந்த அர்த்தத்தில் தொழில் புரட்சியானது ஒருபோதும் முடிவுக்கு வராது. நவீன தொழில்துறையும், தொழில்நுட்பமும் 18-ம் நூற்றாண்டின் மத்தியில் ஆரம்பித்து ஒரு கட்டத்தி லிருந்து மற்றொரு கட்டத்துக்குத் தொடர்ந்து வளர்ந்து கொண்டிருந்தது.

தொழிற்புரட்சியானது பிரிட்டீஷ் சமுதாயத்தில் அடிப்படை மாற்றத்தை நிகழ்த்தியுள்ளது. இது பிரிட்டனிலும், ஐரோப்பா, சோவியத் யூனியன், அமெரிக்கா, கனடா, ஆஸ்திரேலியா, ஜப்பான் ஆகிய நாடுகளிலும் மக்களின் இன்றைய வாழ்க்கைத்தர உயர்வுக்கு அடித்தளமான, வேகமான பொருளாதார வளர்ச்சிக்கு இட்டுச் சென்றுள்ளது. உண்மை யில் 19-ஆம் நூற்றாண்டின் துவக்கம் வரை வாழ்க்கைத் தரத்தில் பொருளாதார ரீதியில் முன்னேறிய மற்றும் பின் தங்கிய நாடுகள் என்ற வேறுபாடுகள் எழவில்லை. பின் தங்கிய நாடுகளில் தொழிற்புரட்சி ஏற்படாததன் விளை வாகவே உலகில் இன்று நாம் காணும் பிரம்மாண்டமான பொருளாதார இடைவெளிக்கு அது இட்டுச் சென்றுள்ளது.

தொழிற்புரட்சியின் விளைவாக பிரிட்டன் தொடர்ந்து நகர்மயமாகி வருகிறது. தொழிற்சாலை நகரங்களில் வாழும் மக்களின் எண்ணிக்கை நாளுக்கு நாள் அதிகரித்து வருகிறது. 1750-ம் ஆண்டில் பிரிட்டனில் 50 ஆயிரத்திற்கு மேல் குடியிருப்புகள் கொண்ட நகரங்கள் 2 மட்டுமே இருந்தன. 1851-ல் அந்த எண்ணிக்கை 29 ஆக உயர்ந்தது.

தொழிற்சாலைகளை நிர்வகித்து வந்த முதலாளிகள், அன்றாடக் கூலி அடிப்படையில் தமது உழைப்பை அளித்து வந்த தொழிலாளர்கள் எனச் சமுதாயத்தில் முழுமையாக வேறுபட்ட இரண்டு வர்க்கங்கள் தோன்றின. முதலாளிகள் ஏராளமான செல்வ வளங்களுடன் தீவிரமாக வளர்ச்சி பெற்று வந்த வேளையில் தொழிலாளர்கள் - உழைக்கும் ஏழைகள் - துவக்கத்தில் துன்பத்தில் உழன்று வந்தனர். அவர்களது கிராமப்புறச் சூழல் மாறி, பாரம்பரியமான வாழ்க்கை முறை பாதிப்புக்குள்ளாகி, சீரழிந்தது. அவர்கள் புகையும் அசுத்தங்களும் நிறைந்த நகரங்களில் வாழ்ந்து வர வேண்டிய நிலை ஏற்பட்டது. போதுமான வீடுகளும், கழிப்பிட வசதியும் இல்லை. அவர்களில் பெரும்பாலோர் இருண்ட, சூரிய ஒளி படாத குடிசை வீடுகளில் வாழ்க்கையை ஓட்டினர். இதைப் பற்றி சார்லஸ் டிக்கன்ஸ் தனது நாவல்களில் விரிவாக விளக்கியுள்ளார். தொழிற்சாலைகளிலும், சுரங்கங்களிலும் நாளொன்றுக்கு 14, 16 மணி நேரங்கள் உழைக்க வேண்டிய நிர்ப்பந்தம் ஏற்பட்டது. அதேசமயம், கூலி மிகவும் குறைவு. பெண்களும், குழந்தைகளும் இதேபோல கடுமையாக உழைக்க வேண்டியிருந்தது. சில சமயங்களில் 4, 5, வயது நிரம்பிய குழந்தைகள்கூட தொழிற்சாலைகளிலும், சுரங்கங்களிலும் பணிபுரிந்து வந்தனர். பொதுவாக வறுமை, கடின உழைப்பு, நோய்நொடிகள், சத்துணவின்மை போன்றவையே தொழிலாளர்களின் வாழ்க்கை நிலையாக இருந்தது. 19-ம் நூற்றாண்டின் மத்திய காலத்துக்குப் பின்பே அவர்களது வருமானத்தில் முன்னேற்றம் ஏற்படத் தொடங்கியது.

வலுவான முதலாளித்துவ வர்க்கத்தின் வளர்ச்சி இந்திய நிர்வாகத்திலும், அதன் கொள்கைகளின் மீதும் தாக்கத்தை ஏற்படுத்தியது. கிழக்கிந்தியக் கம்பெனியிலிருந்து முற்றிலும் மாறுபட்ட வகையில் பேரரசில் இந்த வர்க்கத்தின் நலன் இருந்தது. இந்தியக் கைத்தொழில் பொருட்களின் ஏற்றுமதியில் ஏகபோகம் செலுத்துவதன் மூலமோ அல்லது இந்திய வருவாயை நேரடியாகச் சுரண்டுவதன் மூலமோ அது ஆதாயமடையவில்லை. மாறாக, எண்ணிக்கையிலும், வலுவிலும், அரசியல் செல்வாக்கிலும் வளர்ச்சி பெறும்போது கம்பெனி

யின் வர்த்தக ஏகபோகத்தின் மீது தாக்குதல் தொடுக்கத் துவங்கியது!

வர்த்தகத்திலிருந்து அல்லாமல் உற்பத்தியின் மூலம் லாபம் பெற்று வந்த பிரிட்டீஷ் முதலாளித்துவ வர்க்கம், இந்தியாவிலிருந்து பொருட்களை இறக்குமதி செய்வதற்குப் பதிலாக தனது சொந்தப் பொருட்களை இந்தியாவிற்கு ஏற்றுமதி செய்வதையும் பருத்தி போன்ற மூலப்பொருட்களை இந்தியாவிலிருந்து இறக்குமதி செய்வதையும் ஊக்குவிக்க விரும்பியது. கிழக்கிந்தியக் கம்பெனியின் வரவு செலவில் இழப்பு ஏற்பட்டிருந்தபோதிலும், அது ஆண்டொன்றுக்கு சுமார் 3.80 லட்சம் பவுண்டு மதிப்பிலான பொருட்களை ஏற்றுமதி செய்ய வேண்டுமென பிரிட்டீஷ் தொழிலதிபர்கள் 1769-ம் ஆண்டு சட்டத்தின் மூலம் நிர்ப்பந்தப்படுத்தினர். கம்பெனியின் கப்பல்களில் ஆண்டுதோறும் 3 ஆயிரம் டன் எடையுள்ள பொருட்களைக் கொண்டு செல்ல தொழிலதிபர்களுக்கு உதவ வேண்டுமென 1793-ல் அவர்கள் நிர்ப்பந்தப்படுத்தினர். கிழக்கு நாடுகளுக்கு, பெரும்பாலும் இந்தியாவுக்கு பிரிட்டனின் பருத்தித் துணி ஏற்றுமதி 1794-ல் 156 பவுண்டிலிருந்து 1813-ல் கிட்டத்தட்ட 1.10 லட்சம் பவுண்டாக, சுமார் 700 மடங்கு அதிகரித்தது. இந்தியாவுக்கு தமது பொருட்களின் ஏற்றுமதியை அதிகரிக்கும் வழிகளையும், வாய்ப்புகளையும் தீவிரமாகத் தேடிக்கொண்டிருந்த லங்காஷையர் முதலாளிகளின் அடங்காப் பசியைப் போக்க, இத்தகைய அதிகரிப்பு போதுமானதாக இல்லை. 1812-ம் ஆண்டின் பாராளுமன்ற தேர்வுக் குழுவின் முயற்சியின் மூலம், "பிரிட்டீஷ் முதலாளிகளைக் கொண்டு இந்திய முதலாளிகளை எவ்வாறு அப்புறப்படுத்துவது, இந்திய தொழில்களை அழித்து பிரிட்டீஷ் தொழில்களை எவ்வாறு வளர்ப்பது என்பதைக் கண்டறிய முற்பட்டனர்" என 1901-ம் ஆண்டின் இறுதியில் ஆர்.சி. தத், 'இந்தியாவின் பொருளாதார வரலாறு' என்ற தனது புகழ் பெற்ற நூலில் குறிப்பிட்டுள்ளார்.

கிழக்கிந்தியக் கம்பெனியும், அதன் கிழக்கத்திய வர்த்த ஏகபோகமும், இந்தியாவின் வருவாயையும், ஏற்றுமதி வர்த்த

கத்தையும் கட்டுப்படுத்துவதன் மூலமாக இந்தியாவில் மேற் கொள்ளப்பட்டு வந்த சுரண்டலும் தங்களது கனவுகளை நிறைவேற்ற முக்கியத் தடைகளாக இருப்பதாக பிரிட்டீஷ் முதலாளிகள் உணர்ந்தனர். 1793-க்கும் 1813-க்கும் இடைப் பட்ட காலத்தில் அவர்கள் கம்பெனிக்கும், அதன் வணிக முன்னுரிமைகளுக்கும் எதிராக வலுவான போராட்டத்தைத் துவக்கினர். இறுதியில் 1813-ம் ஆண்டு இந்திய வர்த்தகத்தில் அதன் ஏகபோகத்துக்கு முடிவு கட்டுவதில் வெற்றி கண்டனர்.

இந்நிகழ்விலிருந்து இந்தியாவுடனான பிரிட்டனின் பொரு ளாதார உறவில் ஒரு புதியகட்டம் துவங்கியது. வேளாண் இந்தியா, தொழில் வள நாடான இங்கிலாந்தின் ஒரு பொரு ளாதாரக் காலனியாக மாற்றப்பட்டது.

அப்போது தொடங்கி இந்திய அரசு தாராள வர்த்தகக் கொள்கையை, அதாவது பிரிட்டீஷ் சரக்குகளின் தங்கு தடையற்ற வரவுக்கு வழிவகுக்கும் கொள்கையைப் பின்பற்றத் தொடங்கியது. பிரிட்டனின் எந்திர உற்பத்தியின் தீவிர, சமச்சீரற்ற போட்டிக்கு ஈடுகொடுக்க முடியாமல் இந்தியா வின் கைத்தொழில் வீழ்ச்சியுற்றது. இந்தியா, பிரிட்டனின் சரக்குகளை வரி ஏதுமின்றி அல்லது பெயரளவுக்கு வரி விதித்து இறக்குமதி செய்ய ஒப்புக்கொள்ள வேண்டியதா யிற்று. புதிய வெற்றிகள் மூலமாகவும், அவாத் போன்ற பாது காக்கப்பட்ட அரசுகளைக் கைப்பற்றுவதன் மூலமாகவும், பிரிட்டீஷ் பொருட்களை வாங்கக்கூடியவர்களின் எண்ணிக் கையை அதிகரிக்க இந்திய அரசு முயற்சி செய்தது. பிரிட்டீஷ் அதிகாரிகள் பலரும், அரசியல்வாதிகளும், வியாபாரிகளும் நிலவரியைக் குறைக்க வேண்டும் எனவும் அதன் மூலம் இந்திய விவசாயிகளால் அந்நியப் பொருட்களை எளிதில் வாங்க முடியும் எனவும் வலியுறுத்தினர். இந்தியாவை மேற்கத்திய மயமாக்க வேண்டுமெனவும், அதன் மூலம் மேற்கத்திய பொருட்களை அனுபவிப்போரின் எண்ணிக்கை மேலும் மேலும் அதிகரிக்கும் எனவும் அவர்கள் வாதாடினர்.

புதிய கண்டுபிடிப்புகளைப் பயன்படுத்தியும், நீராவி எந்தி ரத்தைப் பரவலாக உபயோகித்தும் தீவிரமாக உற்பத்தித்

திறனை அதிகரிப்பதன் மூலம் பிரிட்டீஷ் மில்களில் உற்பத்தி செய்யப்பட்ட மலிவான பொருட்களுடன் இந்தியாவில் கையால் செய்யப்பட்ட பொருட்களால் போட்டியில் சமாளிக்க இயலவில்லை. இந்தியர்களின் நலனில் அக்கறை கொண்ட அரசாங்கத்தால் மட்டுமே அதிக வரிவிதிப்பதன் மூலமாகவும், தக்க சமயத்தைப் பயன்படுத்தி மேற்கிலிருந்து புதிய தொழில் நுட்பங்களை இறக்குமதி செய்வதன் மூலமாகவும் இந்தியத் தொழில்களைப் பாதுகாத்திருக்க முடியும். 18-ம் நூற்றாண்டில் பிரிட்டன் தனது சொந்தத் தொழில்களைப் பாதுகாக்க இதைத்தான் செய்தது. பிரான்ஸ், ஜெர்மனி, அமெரிக்கா போன்ற நாடுகளும் அச்சமயத்தில் இதைத்தான் செய்தன. ஜப்பானும், சோவியத் யூனியனும் பல்லாண்டு களுக்குப் பின்னரே இக்காரியத்தில் இறங்கின. விடுதலைக்குப் பின்னர் இந்தியா தற்போது அதைச் செய்து கொண்டிருக் கிறது. ஆயினும், இந்தியத் தொழில்களானவை அந்நிய ஆட்சி யாளர்களால் பாதுகாக்கப்படாதது மட்டுமல்ல, அன்னியச் சரக்குகளுக்கு தாராள இறக்குமதிக்கும் அனுமதி அளிக்கப் பட்டிருந்தது. அன்னிய இறக்குமதி வேகமாக அதிகரித்தது. பிரிட்டீஷ் பருத்தித் துணிகளின் இறக்குமதி மட்டும் 1813-ல் 11 லட்சம். இந்தியாவின் மீதான தாராள வர்த்தகத் திணிப்பு ஒரு தரப்பானதே. வெளிநாட்டுச் சரக்குகளுக்கு இந்தியக் கதவுகள் திறந்து வைக்கப்பட்ட அதே சமயம், பிரிட்டனில் கடுமையான இறக்குமதி வரி விதிக்கப்பட்டதால் இந்திய பொருட்களால், பிரிட்டீஷ் பொருட்களுடன் போட்டியிட இயலவில்லை. இந்தியக் கைத்தொழில்கள் மீது ஆங்கிலேயர் களின் தொழிற்சாலைகள் தொழில்நுட்ப மேலாண்மையைச் செலுத்தி வந்த போதிலும் இந்தியச் சரக்குகளைச் சிறந்தவை களாகவும், சம மதிப்பு கொண்டவைகளாகவும் பிரிட்டன் கருதவில்லை. பிரிட்டனுக்கான இந்திய ஏற்றுமதி முழுமையாக நிற்கும்வரை, இந்தியப் பொருட்கள் பலவற்றின் மீது அங்கு விதிக்கப்பட்டிருந்த வரிகள் தொடர்ந்தன. உதாரணமாக 1824-ல் இந்தியப் பருத்தித் துணிகளுக்கு (காலிக்கோ) 67 1/2 சதவீதமும், இந்திய மஸ்லீன் துணிகளுக்கு 37 1/2 சதவீதமும் வரி விதிக்கப்பட்டன. இந்தியாவின் சர்க்கரை

பிரிட்டனில் நுழைய வேண்டுமெனில் அதன் விலையைக் காட்டிலும் மூன்று மடங்கு வரி செலுத்த வேண்டியிருந்தது. சில பொருட்களுக்கு இறக்குமதி வரி 400 சதவீதம் அளவுக்குக் கூட இருந்தது. இந்த அளவுக்கு இறக்குமதி வரி விதிப்பும், இயந்திரத் தொழில் வளர்ச்சியும், வெளிநாடுகளுக்கு இந்தியாவின் ஏற்றுமதி பெரும் வீழ்ச்சியைச் சந்தித்தது. பிரிட்டீஷ் வர்த்தகக் கொள்கையில் நிலவிய பாரபட்சம் குறித்து பிரிட்டீஷ் வரலாற்றாசிரியர் ஹெச்.ஹெச். வில்சன் பின் வருமாறு குறிப்பிடுகிறார் :

'இந்தியாவின் பருத்தி மற்றும் பட்டுத் துணிகளை பிரிட்டீஷ் சந்தையில் பிரிட்டீஷ் உற்பத்திப் பொருட்களைக் காட்டிலும் 50, 60 சதவீதம் குறைந்த விலைக்கே விற்று லாபம் சம்பாதிக்க வேண்டியிருந்தது எனச் சான்றுகள் குறிப்பிடு கின்றன. அதே சமயத்தில் பிரிட்டனின் பொருட்களுக்கு 70, 80 சதவீத அளவுக்கு வரிவிலக்கு அளித்து பாதுகாப்பு கொடுக்கப்பட்டது. இவ்வாறு இல்லையெனில், இத்தகைய தடுப்பு நடவடிக்கைகளை மேற்கொள்ளவில்லை எனில் பைஸ்லேவிலும், மான்செஸ்டரிலும் இருந்து வந்த மில்கள் தமது உற்பத்தியை நிறுத்தியிருக்காதா? நீராவி எந்திரத்தாலும் கூட மிகவும் அரிதாகத்தானே இயங்க முடிந்திருக்கும்? இந்தியத் தொழில்களை அழித்து அவை உருவாக்கப்பட்டன. இந்தியா விடுதலை பெற்றிருந்தால், அது தனது எதிர்ப்பைக் காட்ட பிரிட்டீஷ் சரக்குகளின் மீது தற்காப்பு வரிகளை விதித்திருக்கும். இதன் மூலம் அது தனது சொந்தத் தொழிலை அழிவிலிருந்து பாதுகாத்துக் கொண்டிருக்க முடியும். இத்தகைய தற்காப்பு நடவடிகைகளுக்கு இந்தியத் தாய் அனுமதிக்கப்படவில்லை. அந்நியர்களின் கருணையில் அவள் வாழ வேண்டியிருந்தது. பிரிட்டீஷ் சரக்குகள் எவ்வித வரியு மின்றி அவள் மீது திணிக்கப்பட்டன. அவளை வீழ்த்த அன்னிய முதலாளிகள் அரசியல் அநீதி இழைத்து வந்தனர். இறுதியில் அவர்களுடன் சமமாகப் போட்டியிடும் நிலையில் கூட இல்லாதவர்களின் குரல்வளைகள் நெறிக்கப்பட்டன.' எனக் குறிப்பிடுகிறார்.

இந்தியா உற்பத்திப் பொருட்களை ஏற்றுமதி செய்வ தற்குப் பதிலாக, பிரிட்டீஷ் தொழிற்சாலைகளுக்கு அவசரத் தேவைகளாக இருந்த கச்சாப் பருத்தி கச்சாப்பட்டு மற்றும் அவுரி, தேயிலை போன்ற தோட்ட உற்பத்திப் பொருட்கள் அல்லது பிரிட்டனில் பற்றாக்குறையாக உள்ள உணவுப் பொருட்களை ஏற்றுமதி செய்யும் நிர்ப்பந்தத்துக்கு உள்ளாக் கப்பட்டது. 1856-ல் 4.3 லட்சம் பவுண்டு கச்சாப் பருத்தி, 2.9 லட்சம் உணவுப் பொருள், 197.3 லட்சம் அவுரி, 7.7 லட்சம் கச்சாப்பட்டு போன்றவற்றை இந்தியா ஏற்றுமதி செய்தது. அபினியின் நச்சுத் தன்மை மற்றும் பிற பாதகமான தன்மைகள் காரணமாக சீனாவில் அதற்குத் தடை விதிக்கப் பட்டிருந்த போதிலும், பிரிட்டன் இந்திய அபினியைச் சீனாவில் விற்பனை செய்து வந்தது. இந்த வர்த்தகத்தின் மூலம் பிரிட்டீஷ் வியாபாரிகளுக்கு நல்ல லாபமும், கம்பெனி யின் கட்டுப்பாட்டில் இருந்து வந்த இந்திய நிர்வாகத்துக்குக் கொழுத்த வருமானமும் கிடைத்தது. அதே சமயம் பிரிட்ட னுக்குள் அபினி இறக்குமதி தடை செய்யப்பட்டிருந்தது. 19-ஆம் நூற்றாண்டின் இறுதியில் நடைபெற்ற இந்திய ஏற்றுமதியில் முதன்மையாக கச்சாப்பருத்தி, சணல், பட்டு, எண்ணெய் வித்துக்கள், கோதுமை, மிருகங்களின் தோல்கள், அவுரி, தேயிலை போன்றவை உள்ளடங்கி இருந்தன.

1813-க்குப் பிறகு, கிழக்கிந்தியக் கம்பெனியின் வர்த்தகக் கொள்கை பிரிட்டீஷ் தொழிற்துறையின் தேவைக்கேற்ற வகை யில் அமைந்திருந்தது. இந்தியாவை பிரிட்டீஷ் பொருட் களுக்கான நுகர்வு நாடாகவும் பிரிட்டனுக்கான மூலப் பொருட்களை அளிக்கும் நாடாகவும் மாற்றுவதே அதன் முக்கிய நோக்கமாகும்.

செல்வ வளத்தைச் சுரண்டுதல் :

இந்தியாவிலிருந்து பிரிட்டனின் பங்காக ஏற்றுமதி செய் யப்பட்டு வந்த செல்வங்களாலும், மூல வளங்களாலும் இந்தி யாவுக்கு எவ்வித பொருளாதார அல்லது பொருளாதயப்

பலனும் திரும்பக் கிடைக்கவில்லை. இத்தகைய பொருளாதாரச் சுரண்டல் பிரிட்டீஷ் ஆட்சிக்கேயுரிய சிறப்பம்சமாகும். முந்தைய மிகவும் மோசமான இந்திய அரசாங்கங்கள் கூட இந்திய மக்களிடமிருந்து உறிஞ்சிய வருமானத்தை உள்நாட்டுக்குள்ளேயே செலவழித்து வந்தன. அவர்கள் அதனை நீர்ப்பாசனக் கால்வாய்கள் சாலைகள் ஏற்படுத்திட மற்றும் அரண்மனைகள், கோயில்கள், மசூதிகள் அமைத்திட அல்லது போர், வெற்றி இன்னபிற சுகபோக வாழ்க்கைக் காகப் பயன்படுத்தி இருந்தாலும், இறுதியில் அது இந்திய வர்த்தகத்தையும், தொழிலையும் ஊக்குவிக்கவும், இந்தியர்களுக்கு வேலைவாய்ப்பு அளிக்கவும் உதவியது. ஏனெனில் அந்நிய படையெடுப்பாளர்கள் உதாரணமாக, முகலாயர்கள் இந்தியாவிலேயே தங்கி, இந்நாட்டைத் தமது சொந்த வீடாக மாற்றிக் கொண்டனர். ஆனால், ஆங்கிலேயர்கள் நிரந்தரமாக அன்னியராகவே இருந்து வந்தனர். இந்தியாவில் பணி புரிந்து கொண்டும், வர்த்தகத்தில் ஈடுபட்டுக் கொண்டும் இருந்த ஆங்கிலேயர்களில் கிட்டத்தட்ட அனைவருமே பிரிட்டனுக்குத் திரும்பச் செல்ல திட்டமிட்டுக் கொண்டிருந்தனர். இந்திய அரசாங்கமானது, அந்நிய வியாபாரிகளின் கம்பெனிகளாலும், பிரிட்டீஷ் அரசாங்கத்தாலும் கட்டுப் படுத்தப்பட்டு வந்தது. இந்திய மக்களிடமிருந்து கொள்ளையடித்துச் செல்லப்பட்ட பெரும் தொகையை இந்தியாவில் அல்லாமல் அவர்களது தாய்நாடான இங்கிலாந்தில் செலவு செய்தனர்.

இந்திய ஆட்சியாளர்கள், ஜமீன்தார்கள், வியாபாரிகள் பொதுமக்கள் ஆகியோரிடமிருந்து பலவந்தமாக வசூலிக்கப் பட்ட பெரும்தொகையை கம்பெனியின் ஊழியர்கள் தமது நாட்டுக்கு எடுத்துச் செல்லத் துவங்கிய 1757-ம் ஆண்டிலிருந்து வங்காளத்தில் சுரண்டல் நடைபெறத் தொடங்கியது. 1758-க்கும் 1765 -க்கும் இடைப்பட்ட காலத்தில் அவர்கள் சுமார் 60 லட்சம் பவுண்டு மதிப்புள்ள தொகையை தமது நாட்டுக்கு அனுப்பிவைத்தனர். இது 1765-ம் ஆண்டு வங்காள நவாப் வசூலித்த மொத்த நிலவரியைக் காட்டிலும், நான்கு

மடங்குக்கும் அதிகமாகும். வர்த்தகத்தின் மூலமான கம்பெனியின் லாபம் இந்தச் சுரண்டல் கணக்கில் வராது. 1765-ல் கம்பெனி, வங்காளத்தின் திவானி உரிமையைக் கைப்பற்றி, அதன் வருவாயின் மீது தனது கட்டுப்பாட்டை நிலை நாட்டியது. கம்பெனி அதன் ஊழியர்களைக் காட்டிலும் கூடுதலாக விரைவில் நேரடிச் சுரண்டலை மேற்கொண்டது. வங்காளத்திலிருந்து கிடைக்கும் வருமானத்துக்கு, வெளியில் அது இந்தியச் சரக்குகளை விலைக்கு வாங்கி அவர்களுக்கு ஏற்றுமதி செய்யத் துவங்கியது. இவ்வாறு விலை கொடுத்து வாங்குவது 'முதலீடுகள்' எனப்பட்டது. இவ்வாறாக, 'முதலீடுகள்' மூலமாக வங்காளத்தின் வருவாய் இங்கிலாந்துக்கு அனுப்பப்பட்டது. உதாரணமாக, 1765 முதல் 1770 வரை கம்பெனி சுமார் 40 லட்சம் பவுண்டு மதிப்புள்ள சரக்குகளை அல்லது வங்காளத்தின் மொத்த வருமானத்தில் சுமார் 33 சதவீதத்தை அனுப்பி வைத்தது. 18-ம் நூற்றாண்டின் இறுதியில் அந்தச் சுரண்டலின் அளவு, இந்தியாவின் தேசிய வருவாயில் 9 சதமாக இருந்தது. பெருமளவிலான சம்பளங்கள் ஆங்கிலேய அதிகாரிகளின் பிற வருமானங்கள் ஆங்கிலேய வியாபாரிகளின் வர்த்தகச் செல்வம் ஆகியவற்றையும் சேர்த்தால் இங்கிலாந்துக்குக் கொண்டு செல்லப்பட்ட உண்மையான சுரண்டலின் அளவு இன்னும் கூடுதலாக இருக்கும்.

இந்தியாவின் இறக்குமதியைக் காட்டிலும், ஏற்றுமதியில் இருந்த கூடுதலின் வடிவிலும் இச்சுரண்டல் இருந்தது. இதற்குப் பிரதிபலனாக இந்தியா எதுவும் பெறவில்லை. ஆண்டுச் சராசரி சுரண்டலின் துல்லியமான அளவு இது வரை கணக்கிடப்படவில்லை. இதன் அளவு குறித்து வரலாற்று ஆசிரியர்களிடையில் வேறுபாடுகள் நிலவிய போதிலும் 1757-க்கும் 1857-க்கும் இடைப்பட்ட காலத்தில் பெருமளவில் சுரண்டல் நடைபெற்றதை ஆங்கிலேய அதிகாரிகள் பரவலாக ஏற்றுக் கொள்கின்றனர். உதாரணமாக, 'இந்தியா பிரிட்டனுக்கு, ஆண்டொன்றுக்கு 20 லட்சத்திலிருந்து 30 லட்சம் வரையுள்ள ஸ்டெர்லிங் அளவுக்கு மதிப்புள்ள தொகையை அனுப்ப வேண்டியிருந்தது. இவற்றில் இராணுவ கிடங்குகளுக்காக

மட்டுமே சிறு தொகை திரும்பி வந்தது' என்பதைப் பிரபுக்கள் சபையின் தேர்வுக்குழு தலைவரும், பின்னாளில் இந்தியாவின் கவர்னர் ஜெனரலாகப் பதவி வகித்தவருமான எடின்பரோ பிரபு 1840-ம் ஆண்டு ஒப்புக்கொண்டார். 'எங்களது அமைப்பு முறையானது; கடற்பஞ்சு போல செயல்பட்டு கங்கைக் கரையில் இருந்த சிறந்த அம்சங்கள் எல்லாவற்றையும் உறிஞ்ச, தேம்ஸ் நதிக்கரையில் அதனைப் பிழிந்துவிட்டது' என சென்னையின் வருவாய்த்துறைத் தலைவரான ஜான் சல்லிவன் குறிப்பிட்டார்.

பிரிட்டீஷ் நிர்வாகத்தினரும், ஏகாபத்திய எழுத்தாளர்களும் இதனை மறுத்த போதிலும், 1858-க்குப் பிறகு இச்சுரண்டலின் அளவு மேலும் அதிகரித்தது. 19-ம் நூற்றாண்டில் இது இந்தியாவின் தேசிய வருவாயில் 6 சதவீதமாகவும், இதன் தேசிய சேமிப்பில் மூன்று ஒரு பங்காகவும் இருந்தது. இந்தியாவிலிருந்து அபகரித்துச் செல்லப்பட்ட செல்வம், 18-ம் நூற்றாண்டிலும், 19-ம் நூற்றாண்டின் துவக்கத்திலும் அதாவது பிரிட்டனின் ஆரம்ப கால தொழில்மயமாக்கக் கட்டத்தில் முதலாளித்துவ வளர்ச்சிக்கு நிதியுதவி அளிப்பதில் முக்கிய பங்கு வகித்தது. அக்காலகட்டத்தில் இது பிரிட்டனின் தேசிய வருவாயில் சுமார் இரண்டு சதவீதம் அளவுக்கு இருந்ததாக மதிப்பிடப்பட்டது. அச்சமயத்தில் தொழிலிலும், விவசாயத்திலும் பிரிட்டனின் முதலீடு அதன் தேசிய வருவாயில் சுமார் 7 சதவீதம் என்பதை மனதில் கொண்டால் இந்தத் தொகையின் முக்கியத்துவம் விளங்கும்.

போக்குவரத்து மற்றும் தகவல் தொடர்பு சாதனங்களின் வளர்ச்சி :

19-ம் நூற்றாண்டின் மத்திய காலம்வரை இந்தியாவில் போக்குவரத்து பின் தங்கிய நிலையிலேயே இருந்தது. மாட்டு வண்டிகளும், குதிரை வண்டிகளுமே போக்குவரத்துச் சாதனங்களாக இருந்தன. பிரிட்டனில் உற்பத்தி செய்யப்பட்ட பொருட்களை இந்தியாவுக்குள் பரவலாகக் கொண்டு

செல்லவும், இங்கிருந்து மூலப் பொருட்களை பிரிட்டீஷ் தொழிற்சாலைகளுக்கு எடுத்துச் செல்லவும் மலிவான, எளிய போக்குவரத்து முறை அவசியம் என்பதை பிரிட்டீஷ் ஆட்சி யாளர்கள் உணர்ந்தனர். ஆறுகளில் நீராவிக் கப்பல்களை இயக்கினர். சாலைகளை மேம்படுத்தினர். கல்கத்தாவிலிருந்து டெல்லிக்கு அகலப் பாதைகள் அமைக்கும் பணி 1839-ல் துவங்கி 1850-ல் முடிவுற்றது. நாட்டின் முக்கிய நகரங்கள் துறைமுகங்கள் மற்றும் சந்தைகளை இணைக்கும் இணைப்புச் சாலைகளுக்கான முயற்சிகளும் மேற்கொள்ளப்பட்டன. ஆனால் ரயில்வே வந்ததைத் தொடர்ந்துதான் போக்குவரத்தில் உண்மையான முன்னேற்றம் ஏற்பட்டது.

ஜார்ஜ் ஸ்டீபன்சன் வடிவமைத்த முதலாவது ரயில் எஞ்சின் இங்கிலாந்தில் 1814-ம் ஆண்டு இயக்கப்பட்டது. 1830, 40-ம் ஆண்டுகளில் ரயில்வே துறையில் தீவிர வளர்ச்சி ஏற்பட்டது. அதனைத் தொடர்ந்து இந்தியாவிற்குள்ளும் அதனை வேகமாக உருவாக்கும் நிர்ப்பந்தம் ஏற்பட்டது. இதன் மூலம் நாட்டின் தொலைதூரப் பிரதேசங்களிலும் பரந்த சந்தை வாய்ப்புகள் கிடைக்கும்; இந்தியாவிலிருந்து மூலப் பொருட்களையும், உணவுப் பண்டங்களையும் தமது எந்திரங் களுக்கும், அவற்றை இயக்குபவர்களுக்கும் ஏற்றுமதி செய்ய முடியும் என பிரிட்டீஷ் முதலாளிகள் எண்ணினர். இந்திய ரயில்வே வளர்ச்சியில் தமது உபரி மூலதனத்தை முதலீடு செய்வது பாதுகாப்பானதாக இருக்கும் என பிரிட்டீஷ் வங்கி யாளர்களும், முதலீட்டாளர்களும் நினைத்தனர். ரயில்கள், எஞ்சின்கள், பெட்டிகள் மற்றும் பிற தொழிற்சாலைகளுக் கும், எந்திரங்களுக்கும் தமது விற்பனை பொருட்களை விற்பதற்கு இது ஒரு வாய்ப்பாக இருக்கும் என பிரிட்டீஷ் எஃகு உற்பத்தியாளர்கள் கருதினர். இத்தகைய ரயில்வேயை அமைப்பதன் மூலமாக, நாட்டை மேலும் சிறந்த முறை யிலும், திறம்படவும் நிர்வகிக்க முடியும்; கூடுதலான படை களைத் திரட்டுவதன் மூலமும் படைகளைக் கொண்டும் உள்நாட்டுக் கலகத்திலிருந்து அல்லது வெளிநாட்டு ஆக்கிர மிப்பிலிருந்து ஆட்சியைப் பாதுக்காக்க முடியும் என இந்திய

அரசாங்கம் கருதியதால் இக்காரியத்தில் உடனடியாக இறங்கியது.

இந்தியாவில் 1831-ல் சென்னையில் ரயில்வே கட்டமைப்பை உருவாக்குவது என முதலில் முடிவெடுக்கப்பட்டது. ஆனால் இந்த ரயில் பெட்டிகளை குதிரைகளே இழுத்துச் சென்றன. இந்தியாவில் நீராவி எந்திரத்தால் இயங்கும் ரயில்வே அமைக்கும் திட்டம் முதலில் 1834-ல் இங்கிலாந்தில் தீட்டப் பட்டது. இதற்கு இங்கிலாந்தின் ரயில்வே உற்பத்தியாளர் கள், நிதியாளர்கள், இந்தியாவுடன் வணிகத்தில் ஈடுபட்டு வரும் வர்த்தகர்கள் ஜவுளி உற்பத்தியாளர்கள் போன்றோரின் வலுவான அரசியல் ஆதரவு கிடைத்தது. இந்திய அரசு தனியார் முதலாளிகளின் முதலீட்டுக்கு 5 சதவீத குறைந்தபட்ச லாப உத்தரவாதம் அளித்ததன் பேரில், அவர்கள் இந்திய ரயில் வேயைக் கட்டமைத்து, இயக்குவதென முடிவெடுக்கப்பட்டது. பம்பாயிலிருந்து தானே வரையிலான முதலாவது இருப்புப் பாதை 1853-ம் ஆண்டு முதல் செயல்பாட்டுக்கு வந்தது.

1849-ம் ஆண்டு, இந்தியாவின் கவர்னர் ஜெனரலாக வருகை புரிந்த டல்ஹௌசி பிரபு, தீவிர ரயில்வே விரிவாக் கத்தின் உறுதியான ஆதரவாளராக விளங்கினார். 1853-ம் ஆண்டு அவர் எழுதிய புகழ்பெற்ற குறிப்பு ஒன்றில் ரயில்வே விரிவாக்கத்துக்கான விரிவான திட்டத்தைப் பற்றிக் குறிப் பிட்டுள்ளார். நாட்டின் உட்புறங்களை பெரிய துறைமுகங் களுடன் ஒருங்கிணைக்கும் வகையிலும், நாட்டின் பல்வேறு பகுதிகளுடன் தொடர்பு கொள்ளும் வகையிலும் நான்கு முக்கியப் பாதைகள் அமைக்கும் திட்டத்தை அதில் அவர் குறிப்பிட்டிருந்தார்.

1869-ம் ஆண்டின் இறுதியில் இலாப உத்தரவாதமளிக் கப்பட்ட கம்பெனிகள் மூலமாக 6 ஆயிரம் கி.மீ. தூரத்துக்கும் அதிகமாக இருப்புப்பாதை அமைக்கப்பட்டது. ஆனால் இத்தகைய முறையில் அதிகச் செலவும், காலதாமதமும் ஏற்பட்டதால், 1869-ம் ஆண்டு அரசு நிறுவனமாக புதிய ரயில்வே கட்டமைப்பை உருவாக்குவதென இந்திய அரசாங்கம் முடிவெடுத்தது.

ரயில்வே விரிவாக்க வேகம் இந்திய அதிகாரிகளுக்கும், பிரிட்டீஷ் வியாபாரிகளுக்கும் திருப்தி தரும் வகையில் இல்லை. 1880-க்குப் பிறகு தனியார் நிறுவனங்கள் மூலமாகவும், அரசுத் துறையின் மூலமாகவும் ரயில்வே கட்டமைக்கப்பட்டது. 1905-ம் ஆண்டில் சுமார் 45 ஆயிரம் கி.மீ. தொலைவிற்கு இருப்புப்பாதை அமைக்கப்பட்டிருந்தது. இந்திய ரயில்வே யின் வளர்ச்சியில் மூன்று முக்கிய அம்சங்கள் இருந்ததை கவனத்தில் கொள்ள வேண்டும். முதலாவதாக, இதில் பெரும் பகுதியளவிற்கு முதலீடு செய்யப்பட்ட ரூ. 350 கோடியும் பிரிட்டீஷ் முதலீட்டாளர்களுடையதாகும். மாறாக, இந்திய மூலதனத்தின் பங்கு வெகு சொற்பமே. இரண்டாவதாக, முதல் ஐம்பது ஆண்டுகளில் அவை பொருளாதார இழப்புக்கு உள்ளாகி வந்ததால் அதில் முதலீடு செய்யப்பட்ட தொகைக்குக் கூட, வட்டி கட்ட அதனால் இயலவில்லை. முதலீடு செய்யப் பட்ட தனியார் மூலதனத்துக்கு இந்திய அரசாங்கம் லாப உத்தரவாதம் அளித்ததால். அவைகளுக்கு இத்தகைய இழப்பு இல்லை. 1850-களில் பிரிட்டனில் வட்டி விகித அளவு சுமார் 3 சதவீதமாக இருந்தபோது அளிக்கப்பட்ட 5 சதவீத லாப உத்தரவாதம் வரவேற்கத்தக்கதாக இருந்தது. மூன்றாவதாக அவர்களது திட்டமிடல், கட்டமைப்பு மற்றும் நிர்வகித்தலில் இந்தியாவின் பொருளாதார, அரசியல் வளர்ச்சி நிலையும், மக்களின் நிலையும் கவனத்தில் கொள்ளப்படவில்லை. மாறாக, இந்தியாவிலிருந்த பிரிட்டீஷ் ஏகாதிபத்தியத்தின் பொருளாதார, அரசியல், இராணுவ நலனுக்குச் சேவை செய்வதே முதன்மையாகக் கொள்ளப்பட்டது. உள்நாட்டின் பல பாகங்களிலும் உற்பத்தி செய்யப்படும் மூலப்பொருட் களை, ஏற்றுமதி செய்ய துறைமுகங்களுக்குக் கொண்டு செல்லும் இணைப்பினை முதன்மை நோக்கமாகக் கொண்டே ரயில்வே இருப்புப்பாதைகள் அமைக்கப்பட்டன. இந்தியத் தொழில்களுக்குத் தேவையான மூலப்பொருட்களுக்கான வாய்ப்புகளும், சந்தைகளும் புறக்கணிக்கப்பட்டன. ரயில் கட்டணங்கள் ஏற்றுமதி இறக்குமதிக்கு ஆதரவாகவும், உள்நாட்டு சரக்குப் போக்குவரத்துக்குப் பாதகமாகவும் நிர்ணயிக்கப்பட்டன. அதேபோல, பிரிட்டீஷ் பேரரசின்

நலன்களுக்காக பர்மாவிலும், வடமேற்கு இந்தியாவிலும் பல்வேறு இருப்புப்பாதைகள் அமைக்கப்பட்டன.

திறம்பட்ட, நவீன தபால், தந்தி முறையையும் பிரிட்டன் நிர்மாணித்தது. கல்கத்தாவிலிருந்து ஆக்ராவுக்கு 1853-ம் ஆண்டு முதலாவது தந்தி வசதி ஏற்படுத்தப்பட்டது. டல்ஹௌசி பிரபு தபால் தலைகளை அறிமுகப்படுத்தினார். அதற்கு முன்பெல்லாம் தபால் அனுப்பப்பட்டபோது, அதற் குரிய கட்டணத்தைச் செலுத்த வேண்டியிருந்தது. தபால் கட்டணத்தையும் அவர் குறைத்தார். நாடு முழுதும் ஒரு தபாலினை அஞ்சல் செய்ய 1/2 அணா என ஒரே மாதிரியான கட்டணத்தை அவர் நிர்ணயித்தார். அவரது இச்சீர்திருத் தத்துக்கு முன்பு, ஒரு தபால் பயணம் செய்யும் தூரத்தை அடிப்படையாகக் கொண்டு கட்டணம் நிர்ணயிக்கப் பட்டது. சில தபால்களுக்கான கட்டணம் ஒரு தேர்ந்த இந்தியத் தொழிலாளியின் நான்கு நாட்கள் கூலிக்குச் சமமாக இருந்தது.

நிலவரிக் கொள்கை :

இந்தியக் கைவினைப் பொருட்களையும் ஏற்றுமதிக்கான மற்ற சரக்குகளையும் வாங்குவதற்கும், இந்தியா முழுவதையும் வெற்றி கொண்டு பிரிட்டீஷ் ஆட்சியை உறுதிப்படுத்து வதற்குமான செலவை ஈடுகட்டவும், நிர்வாகத்திலும், இராணு வத்திலும் உயர் பொறுப்பில் இருந்து வந்த ஆயிரக்கணக் கான ஆங்கிலேயர்களுக்கு அன்றைய தரத்திற்கேற்ப பெரு மளவு ஊதியம் அளித்திடவும், இந்திய கிராமங்களிலும் தொலைதூரப் பிரதேசங்களிலும் காலனியத்தை முழுமையாக ஊடுருவிச் செல்வதற்குத் தேவையான பொருளாதார மற்றும் நிர்வாகக் கட்டணத்துக்கான செலவுகளை ஈடுகட்டவும் கம்பெனிக்கு இந்தியாவின் வரி அவசியமாக இருந்தது. அதாவது இந்திய விவசாயியின் மீதான வரிச்சுமையை அதிகரிப்பது என்பது இதற்கு அர்த்தமாகும். உண்மையில் 1813-ம் ஆண்டிலிருந்து நிர்வாகத்திலும், நீதித்துறையிலும்

மேற்கொள்ளப்பட்ட அனைத்து முக்கிய மாற்றங்களும் நிலவரி வசூலை அதிகப்படுத்துவதன் அடிப்படையிலேயே அமைந்திருந்தன. கம்பெனி வர்த்தகத்தில் ஈடுபட்டு இலாப மீட்டவும், நிர்வாகச் செலவுக்கும், இந்தியாவுக்குள் ஆங்கிலேய ஆட்சி விரிவாக்கத்துக்கான போர்களை நடத்தவும் தேவையான பணச்சுமை முழுவதையும் இந்திய விவசாயிகள் (ரயத்துகள்) சுமக்க வேண்டியிருந்தது. உண்மையில் இந்த அளவுக்கு பெரும் வரி விதிக்கப்படாமல் இருந்திருந்தால் இந்தியா போன்ற மிகப்பரந்த நாட்டை அவர்களால் வெற்றி கொண்டிருக்க முடியாது.

விவசாய உற்பத்தியில் ஒரு பகுதியை நிலவரியாக இந்திய அரசு எடுத்துக் கொள்ளும் முறை தொன்றுதொட்டு இருந்து வருகிறது. இது நேரடியாகவோ அல்லது ஜமீன்தார்கள், குத்தகை விவசாயிகள் போன்ற இடைத்தரகர்கள் மூலமாகவோ வசூலிக்கப்பட்டது. அவர்கள் சாகுபடியாளர்களிடமிருந்து நிலவரியை வசூலித்து அதில் ஒரு பகுதியை தமது கமிஷனாக வைத்துக் கொண்டனர். இத்தகைய இடைத் தரகர்கள், தாம் நிலவரி வசூலில் ஈடுபட்டு வந்த நிலப்பகுதி களில் சிலவற்றை சில சமயங்களில் சொந்தமாக நிர்வகித்து வந்தபோதிலும் நிலவரி வசூலே அவர்களது முதன்மையான பணியாக இருந்தது.

நிரந்தர நிலவரித் திட்டம் :

1765-ல் கிழக்கிந்தியக் கம்பெனி வங்காளம், பீகார், ஒரிசா ஆகிய பகுதிகளில் திவானி அல்லது நிலவரி வசூலிக்கும் உரிமையைப் பெற்றிருந்ததை நாம் கண்டோம். நிலவரியானது, 1722-ல் ரூ. 1.42 கோடியிலிருந்து, 1764-ல் ரூ. 1.81 கோடியாக வும், 1771-ல் ரூ. 2.34 கோடியாகவும் அதிகரித்த போதிலும் பழைய முறையிலேயே நிலவரி வசூலிக்கும் முயற்சியே ஆரம் பத்தில் மேற்கொள்ளப்பட்டது. 1773-ல் கம்பெனி நேரடியாக நிலவரி வசூலிக்க முடிவெடுத்தது. ஏலத்தில் அதிக விலை கோருபவர்களுக்கு நிலவரி வசூலிக்கும் உரிமையை வாரன்

ஹேஸ்டிங்ஸ் அளித்து வந்தார். ஆனால் அவரது பரிசோதனை வெற்றி பெறவில்லை. ஜமீன்தார்களும், பிற இடைத்தரகர்களும் போட்டி போட்டுக் கொண்டு நிலவரியை உயர்த்திய போதிலும், உண்மையான அதிகாரபூர்வ எதிர்பார்ப்புக்கு ஏற்ப இல்லாமல் ஆண்டுக்காண்டு அது மாறி வந்தது.

கம்பெனி பெரும் பணநெருக்கடியில் இருந்த சமயத்தில், இத்தகைய வரிவசூல் ஸ்திரமற்ற நிலையை ஏற்படுத்தியது. அடுத்த ஆண்டு எத்தகைய நிலவரி விதிக்கப்படும். அதனை வசூலிக்கப் போவது யார் என அறியாத நிலையில் விவசாயிகளோ அல்லது ஜமீன்தார்களோ சாகுபடியை மேம்படுத்த எதுவும் செய்ய முன்வரவில்லை.

இத்தகைய சூழ்நிலையில்தான் நிரந்தர நிலவரியை நிர்ணயிப்பது என்ற கருத்து உருவானது. இறுதியில் நீண்ட விவாதங்களுக்குப் பிறகு, 1793-ல் வங்காளத்திலும், பீகாரிலும் காரன்வாலிஸ் பிரபுவினால் நிரந்தர நிலவரித்திட்டம் அமுலாக்கப்பட்டது. இதற்கு இரண்டு சிறப்புத் தன்மைகள் உண்டு. முதலாவதாக, ஜமீன்தார்களும், நிலவரி வசூலிப்பவர்களும் பல்வேறு நிலப்பிரபுக்களாக மாற்றப்பட்டனர். அவர்கள் விவசாயிகளிடமிருந்து நிலவரியை வசூலிக்கும் அரசாங்கத்தின் முகவர்களாக மட்டுமல்லாமல், அவர்களது ஜமீனுக்குட்பட்ட நிலம் முழுவதற்கும் சொந்தக்காரரானார்கள். நிலவுடமை மரபு வழிபட்டதாகவும், மாறுதலுக்குட்பட்டதாகவும் இருந்தது. மறுபுறத்தில் சாகுபடியாளர்கள் வெறும் குத்தகைதாரர்கள் என்ற நிலைக்குத் தாழ்த்தப்பட்டனர். நீண்டகாலமாக அவர்கள் அனுபவித்து வந்த மண்ணின் உரிமைகளையும், பிற வழக்கமான உரிமைகளையும் இழந்து நின்றனர். மேய்ச்சல் நிலங்கள், வனப்பகுதிகள், நீர்ப்பாசனக் கால்வாய்கள், மீன் பிடிக்குமிடங்கள், வீட்டு நிலங்கள் போன்றவற்றைப் பயன்படுத்துவதும் வரி உயர்வுக்கு எதிரான சில பாதுகாப்பு உரிமைகளையும் அவர்கள் தியாகம் செய்ய வேண்டியிருந்தது. உண்மையில், வங்காளம் மற்றும் பீகாரின் குத்தகை விவசாயம் முழுமையாக ஜமீன்தார்களின் கருணையைச் சார்ந்திருந்தது. இதன்மூலம் கம்பெனியின்

தேவைக்கேற்ப பெரும் தொகையை நிலவரியாக உரிய காலத்தில் ஜமீன்தார்களால் அளிக்க முடிந்தது. இரண்டாவதாக, விவசாயிகளிடமிருந்து ஜமீன்தார்கள் பெறுகின்ற வாடகையில் 11ல் 10 பங்கை அரசுக்கு அளித்துவிட்டு 1 பங்கினை மட்டும் தாம் வைத்துக் கொண்டனர். அவர்கள் செலுத்த வேண்டிய நிலவரி நிரந்தரமாக நிர்ணயிக்கப் பட்டது. சாகுபடிப் பரப்பு விரிவாக்கப்படுவதாலும் விவசாய மேம்பாட்டினாலும் அல்லது குத்தகைதாரர்களிடமிருந்து கூடுதலாக வசூலித்தாலும் அல்லது வேறு பிற காரணங்களாலும் கூடுதலாகக் கிடைக்கக்கூடிய வாடகைத் தொகையை ஜமீன்தார்களே வைத்துக் கொள்ளலாம். அரசு அவர்களிடம் கூடுதலாகக் கோராது. ஏதோ சில காரணங்களால் தானிய விளைச்சல் இல்லையெனினும் ஜமீன்தார்கள் உரிய காலத்தில் உறுதியாக வரியைச் செலுத்திட வேண்டும். இல்லையெனில் அவரது நிலம் விற்பனை செய்யப்படும்.

ஆரம்பத்தில் தன்னிச்சையாகவும் ஜமீன்தார்களிடம் எவ்வித கலந்தாலோசனைகள் மேற்கொள்ளப்படாமலும் நிலவரி நிர்ணயிக்கப்பட்டது. அதிகபட்ச வருவாய் சேர்ப்பதே அதிகாரிகளின் நோக்கமாக இருந்தது. இதன் விளைவாக நிலவரி மிகக் கூடுதலாக நிர்ணயிக்கப்பட்டது. 1765-66-க்கும், 1793-க்குமிடையில் நிலவரி இரு மடங்கானது. நிரந்தர நிலவரித் திட்டத்தை வகுத்தவரும், காரன்வாலீசுக்குப் பிறகு கவர்னர் ஜெனரலாக வந்தவருமான ஜான் ஷோர் கணக் கிடுகையில், வங்காளத்தின் ஒட்டுமொத்த உற்பத்தியை 100 என எடுத்துக் கொண்டால் அதில் அரசாங்கத்துக்கு 45-ம் ஜமீன்தார்களுக்கும், பிற இடைதரகர்களுக்கும் 15-ம் உண்மையான சாகுபடியாளருக்கு மீதமுள்ள 40-ம் மட்டுமே சென்று சேர வேண்டுமெனக் குறிப்பிட்டார். இத்தகைய அதிகபட்ச, சாத்தியமில்லாத நிலவரி கோரியதன் விளைவாக, 1794-க்கும், 1807-க்கும் இடைப்பட்ட காலத்தில் கிட்டத்தட்ட சரிபாதி ஜமீன்தாரி நிலங்கள் விற்பனைக்கு வந்தன.

1793-க்கு முன்பு வங்காளத்திலும், பீகாரிலும் இருந்த ஜமீன்தார்கள் பெரும்பாலான நிலத்தின் மீது உரிமை கொண்

டாடவில்லை என்பதை அதிகாரிகளும், மற்றவர்களும் பொதுவாகப் பின்னர் ஒப்புக்கொண்டனர்.

இந்நிலையில் பிரிட்டீசார் அவர்களை அவ்வாறு அங்கீகரிக்க வேண்டிய அவசியம் என்ன என்ற கேள்வி எழுந்தது. தவறான புரிதலின் விளைவாக இந்நிலை ஏற்பட்டது என ஒரு விளக்கம் அளிக்கப்பட்டது. அச்சமயத்தில் இங்கிலாந்தில் முக்கியப் புள்ளிகளாகத் திகழ்ந்த நிலப்பிரபுக்களும், ஆங்கிலேய அதிகாரிகளும் இந்தியாவில் ஜமீன்தார்கள்தான் தங்களது எதிர்த்தரப்பினரென தவறாக நினைத்தனர். இரண்டு நிலைகளுக்கு இடையிலும் ஆங்கிலேய அதிகாரிகள் ஒரு நெருக்கடியான அம்சத்தில் மிகவும் தெளிவாக இருந்தனர் என்பது குறிப்பிடத்தக்கது.

குத்தகையுடன் தொடர்புடைய அம்சத்தில் மட்டுமல்ல; பிரிட்டனில், அரசுடன் உள்ள தொடர்பிலும் நிலப்பிரபுக்கள் நிலத்தின் உரிமையாளர்களாக இருந்தனர்.

வங்காளத்தில் ஜமீன்தார் குத்தகைதாரர்களுக்கு நிலப்பிரபுவாக இருந்தபோதிலும், அவர் அரசுக்குக் கீழானவராகவே இருந்தார். உண்மையில் அவர் கிழக்கிந்தியக் கம்பெனியின் ஒரு குத்தகைதாரர் என்ற நிலைக்குத் தரம் தாழ்த்தப்பட்டிருந்தார். ஆங்கிலேய நிலப்பிரபுக்கள் தங்கள் வருமானத்தில் ஒரு சிறு பகுதியை நிலவரியாக அளித்து வந்ததற்கு மாறாக, இங்கு ஜமீன்தார்கள் நிலவுடமையாகக்கொண்டிருந்த நிலங்களுக்குரிய வரியில் 11-ல் 10 பங்கு செலுத்த வேண்டியிருந்தது. அவர் சாதாரணமாக நிலத்தை விட்டு வெளியேற நேர்ந்தது. உரிய காலத்தில் நிலவரி செலுத்தவில்லை எனில்.அவரது எஸ்டேட் விற்பனை செய்யப்பட்டுவிடும்.

ஜமீன்தார்களை நிலத்தின் உரிமையாளர்களாக அங்கீகரித்ததானது அடிப்படையில் அரசியல், பொருளாதார, நிர்வாகத்தின் அவசியத்தைக் காட்டுவதாக மற்ற வரலாற்று ஆசிரியர்கள் கருதினர். மூன்று வழிகாட்டும் காரணிகள் உள்ளன. தந்திரமான அரசாட்சியிலிருந்து முதலாவது அம்சம் வருகிறது; அரசியல் கூட்டணிகளைத் தோற்றுவிக்க வேண்டி

யதன் அவசியத்தை இது வலியுறுத்துகிறது. அவர்கள் அன்னியர்கள் என்ற வகையில் அவர்களுக்கும், மக்களுக்கும் இடையில் செயல்பட உள்ளூர் ஆதரவாளர்கள் இல்லாவிடில், அவர்களது ஆட்சி ஸ்திரமானதாக இருக்காது என்பதை ஆங்கிலேய அதிகாரிகள் உணர்ந்தனர். 18-ம் நூற்றாண்டின் இறுதியில் வங்காளத்தில் ஏராளமான உள்ளூர் கலகங்கள் வெடித்த சூழலில் இத்தகைய அவசியம் உடனடி முக்கியத்துவம் பெற்றது. அவர்கள் வளமும், முன்னுரிமையும் பெற்ற, பிரிட்டீஷ் ஆட்சிக்கு ஒத்துழைப்பு நல்க முன் வந்த ஜமீன்தார் வர்க்கத்தை உருவாக்கினர். இவ்வர்க்கம் தமது சொந்த நலனுக்காக இதனை ஆதரிக்க வேண்டிய நிர்ப்பந்தம் உருவானது. எழுச்சியுற்று வந்த விடுதலைப் போராட்டத்துக்கு எதிராக ஜமீன்தார் வர்க்கம் அன்னிய ஆட்சிக்கு ஆதரவளித்த பொழுது உண்மையில் இத்தகைய எதிர்பார்ப்பு முழுமையாக உறுதி படுத்தப்பட்டது.

இரண்டாவதாக, நிதி பாதுகாப்புதான் இதில் மேலோங்கிய நோக்கமாக இருந்தது. 1793-க்கு முன்பு நிலவரி என்ற முதன்மையான வருவாயில் ஏற்பட்ட ஏற்றத்தாழ்வான நிலை காரணமாக கம்பெனி பெரிதும் பாதிப்புக்குள்ளானது. கம்பெனி தொடர்ச்சியான நிதி நெருக்கடியைச் சந்தித்து வந்ததால் வங்காளத்தின் வருவாயைக் கொண்டு விரிவாக்கத்துக்கான போரில் ஈடுபட்டுள்ள, படைக்கு நிதியுதவி அளிக்கவும், வங்காளம், சென்னை, பம்பாய் ஆகிய இடங்களில் சிவில் நிர்வாகத்துக்காகவும், உற்பத்திப் பொருட்களை விலைக்கு வாங்கி ஏற்றுமதி செய்யவும் சிரமப்பட வேண்டியிருந்தது. நிரந்தர நில வரித்திட்டத்தின் மூலம் நிலையான வருவாய் உறுதிப்படுத்தப்பட்டது. ஜமீன்தார்களுக்கென புதிதாக உருவாக்கப்பட்ட சொத்துக்கள் இத்தகைய பாதுகாப்பை வழங்கின. மேலும் நிரந்தர நிலவரித் திட்டத்தின் மூலம் கடந்த காலங்களில் இருந்ததைக் காட்டிலும் கூடுதல் வரி நிர்ணயத்ததன் விளைவாக கம்பெனிக்கு அதிகபட்ச வருமானம் கிடைத்தது. இலட்சக்கணக்கான சாகுபடியாளர்களிடமிருந்து நிலவரி வசூலிப்பதைக் காட்டிலும், சிறு எண்ணிக்கையிலான ஜமீன்தார்கள் மூலம் வசூலிப்பது மிகவும்

எளிதாகவும், மலிவானதாகவும் இருந்தது. மூன்றாவதாக, நிரந்தர நிலவரித் திட்டமானது வேளாண் உற்பத்தியை அதிகரிக்கும் என எதிர்பார்க்கப்பட்டது. ஜமீன்தார்களின் வருமானம் அதிகரித்தாலும் எதிர்காலத்தில் நிலவரி உயர்த்தப் பட மாட்டாது என்பதால், சாகுபடி விரிவாக்கத்தின் மூலமும், பிரிட்டனில் உள்ள நிலப்பிரபுக்கள் செய்வதைப் போல வேளாண் உற்பத்தித் திறன் அதிகரிக்கப்படுவதன் மூலமும் ஜமீன்தார்கள் உற்பத்தியைப் அதிகப்படுத்தினர்.

நிரந்தர நிலவரி ஜமீன்தாரி திட்டம் பின்னர் ஒரிஸா, சென்னை மாகாணத்தின் வட மாவட்டங்கள் வாரணாசி ஆகிய பகுதிகளுக்கும் விரிவுபடுத்தப்பட்டது.

மத்திய இந்தியாவிலும், அவாத்திலும் ஒரு தற்காலிக ஜமீன்தாரி திட்டத்தை ஆங்கிலேயர்கள் நடைமுறைப் படுத்தினர். அதன்படி ஜமீன்தார்கள் நிலத்தின் உடமையாளர் களாக ஆக்கப்பட்டார்கள். அவர்கள் செலுத்திய நிலவரியானது அவ்வப்போது மாறுதலுக்குள்ளாகி வந்தது. அன்னிய ஆட்சி யாளர்களுக்கு விசுவாசமாக இருந்தோர்க்கு அரசாங்கம் நிலம் வழங்கியதன் மூலம் இந்தியா முழுமையிலும் மற்றொரு வகையான நிலப்பிரபுக்கள் தோற்றுவிக்கப்பட்டனர்.

ரயத்துவாரி திட்டம் :

தெற்கு மற்றும் தென்மேற்கு இந்தியாவில் நிறுவப் பட்டிருந்த ஆங்கிலேய ஆட்சி நிலவுடைமை முறையில் புதிய பிரச்சனைகளை ஏற்படுத்தியது. இப்பகுதிகளில் நிலவரித் திட்டத்துக்கு உட்படும் வகையில் பெரிய எஸ்டேட்டுகளைக் கொண்ட ஜமீன்தார்கள் ஒருவருமில்லை. இந்நிலையில் ஜமீன் தாரி முறையை நடைமுறைப்படுத்துவது சாத்தியமில்லை என அதிகாரிகள் கருதினர். உண்மையான சாகுபடியாளர் களிடமிருந்து நேரடியாக நிலவரி வசூலிக்கும் திட்டத்தை ரீட், மன்றோ ஆகியோர் தலைமையிலான சென்னை மாகாண அதிகாரிகள் பரிந்துரைத்தனர். நிரந்தர நிலவரித் திட்டத்தில்

ஜமீன்தார்களுடன் வரியைப் பங்கிட்டுக் கொள்வதால் கம்பெனிக்கு நிதி இழப்புதான் ஏற்பட்டது. நிலத்திலிருந்து வருமானம் அதிகரிக்கும்பொழுது கிடைக்கின்ற வரியில் அவர்கள் பங்கு கோரமுடியாது என்பதையும் அவர்கள் சுட்டிக்காட்டினர். ஜமீன்தார்கள் சாகுபடியாளர்களைத் தமது விருப்பத்திற்கேற்ப ஒடுக்க முடியும் என்ற நிலையில், விவசாயிகள் அவர்களது கருணையை எதிர்பார்த்திருக்கும் நிலை ஏற்பட்டது. அவர்கள் முன் வைத்த ரயத்துவாரி நிலவரித் திட்டத்தின்படி சாகுபடியாளர்கள் நிலவரி செலுத்த வேண்டிய நிலத்திற்கு உடைமையாளர்களாக அங்கீகரிக்கப்பட்டார்கள். இது கடந்த காலத்தில் இருந்து வந்த நிலைமையின் தொடர்ச்சியே என ரயத்துவாரி முறையின் ஆதரவாளர்கள் குறிப்பிட்டனர்.

'இது இந்தியாவில் தொடர்ந்து நடைமுறையில் இருந்து வந்ததுதான்' என மன்றோ குறிப்பிட்டார்.

இறுதியாக 19-ம் நூற்றாண்டின் துவக்கத்தில் சென்னை மற்றும் பம்பாய் மாகாணங்களில் ரயத்துவாரி திட்டம் நடைமுறைப்படுத்தப்பட்டது. ரயத்துவாரி முறையின் கீழ் நிலவரி நிரந்தரமானதாக இல்லை. வருவாய்த் தேவையின் அதிகரிப்பிற்கேற்ப 20-30 ஆண்டுகளுக்கு ஒரு முறை வரி மாற்றியமைக்கப்பட்டு வந்தது.

ரயத்துவாரி திட்டமானது விவசாய நிலவுடைமை முறையைக் கொண்டு வரவில்லை. பெரும் எண்ணிக்கையிலான ஜமீன்தார்களுக்குப் பதில் ஒரு ராட்சச ஜமீன்தார் அரசு. முறை உருவாக்கப்பட்டதாக விவசாயிகள் கருதினர். அவர்கள் அரசாங்கத்தின் வெறும் குத்தகைதாரர்கள் போல இருந்தனர். அவர்கள் முறையாக நிலவரி செலுத்தவில்லை எனில் அவர்களது நிலம் விற்பனை செய்யப்பட்டுவிடும். உண்மையில், நிலவரி என்பது வாடகைதானே ஒழிய வரியல்ல எனப் பின்னர் அரசாங்கம் பகிரங்கமாக அறிவித்தது. விவசாயிகளது நிலவுடைமை உரிமைகள் பின்வரும் மூன்று அம்சங்களாலும் புறக்கணிக்கப்பட்டன.

(1) பெரும்பாலான பகுதிகளில் நிர்ணயிக்கப்பட்ட நிலவரி மிக அதிகமாக இருந்தது. சிறந்த பருவ காலங்களில்கூட, தமது வாழ்க்கைத் தேவைகளைப் பூர்த்தி செய்துகொள்ள விவசாயிகளால் இயலவில்லை. உதாரணமாக, சென்னை மாகாணத்தில் மொத்த உற்பத்தியில் 45-55 சதவித அளவுக்கு மிக அதிக நிலவரியை நிர்ணயிக்க அரசாங்கம் கோரியது. பம்பாயிலும் இதேபோல நிலைமை மோசமாக இருந்தது.

(2) அரசாங்கம் தனது விருப்பத்திற்கேற்ப நிலவரியை உயர்த்தும் உரிமையை தன்வசம் வைத்திருந்தது.

(3) வறட்சியினாலோ, வெள்ளப் பெருக்கினாலோ உற்பத்தி பகுதியளவுக்கு அல்லது முழுமையாகப் பாதிக்கப்பட்டாலும் விவசாயி நிலவரி செலுத்த வேண்டும்.

மகல்வாரி முறை :

கங்கைச் சமவெளி, வடகிழக்கு மாகாணங்கள், மத்திய இந்தியப் பகுதிகள், பஞ்சாப் ஆகிய இடங்களில் ஜமீன்தாரி முறையில் மாற்றம் செய்து நடைமுறைப்படுத்தப்பட்ட திட்டமே மகல்வாரி முறையாகும். நிலவரித் திட்டமானது, கிராமம் கிராமமாக அல்லது பண்ணை பண்ணையாக நிலப்பிரபுக்கள் அல்லது குடும்பத் தலைவர்கள் அடிப்படையில் உருவாக்கப்பட்டது. அவர்கள் கூட்டாக கிராமப்புறம் அல்லது பண்ணையின் நிலப்பிரபுவாக இருந்தனர். பஞ்சாபில் கிராம முறை என மாற்றம் செய்யப்பட்ட மகல்வாரி முறை நடைமுறைப்படுத்தப்பட்டது. மகல்வாரிப் பிரதேசங்களிலும் நிலவரி தொடர்ந்து மாற்றியமைக்கப்பட்டு வந்தது.

ஜமீன்தாரி முறை, ரயத்துவாரி முறை ஆகிய இரண்டுமே நாட்டின் மரபு வழியிலான நில அமைப்பு முறையிலிருந்து வேறுபட்டதாக இருந்தது. புதுமையின் பலன்கள் சாகுபடியாளர்களைச் சென்றடையாவண்ணம் புதிய வகைப்பட்ட

தனியுடைமை முறையை ஆங்கிலேயர்கள் உருவாக்கினர். நிலம் தற்பொழுது நாடு முழுவதும் விற்பனைக்குரியதாகவும், அடமானம் வைக்கத் தக்கதாகவும், அன்னியப்பட்டதாகவும் மாறியது. அரசாங்க வருமானத்தைப் பாதுகாக்கும் நோக்கிலேயே இது மேற்கொள்ளப்பட்டது. நிலம் மாற்றத்தக்கதாகவும் விற்பனைக்குரியதாகவும் இல்லையெனில், சேமிப்போ அல்லது செலுத்துவதற்கு எதுவுமே இல்லாத விவசாயிகளிடமிருந்து அரசாங்கம் நிலவரி வசூலிப்பது மிகவும் கடினமாக இருக்கும். தற்பொழுது விவசாயி தனது நிலத்தை அடமானம் வைத்து அல்லது அதில் ஒரு பகுதியை விற்பனை செய்து தனது நிலவரியைச் செலுத்த முடியும். அவ்வாறு செய்யத் தவறினால் அரசாங்கம் அந்த நிலத்தை ஏலம் விட்டுத் தொகையைப் பெற்றுக்கொள்ளும். நிலபிரபுக்களுக்கு அல்லது விவசாயிகளுக்கு நிலஉரிமையை வழங்குவதன் மூலம் அவர்களால் தங்களை வளர்த்துக்கொள்ள முடியும் என்பது நிலத்தில் தனியுடமையை ஏற்படுத்தியதற்கான மற்றொரு காரணம் எனக் கூறப்பட்டது.

நிலத்தை எளிதில் வாங்குவதற்கும், விற்பதற்குமான சரக்காக மாற்றியமைத்ததன் மூலம் ஆங்கிலேயர்கள் நிலவுறவு முறைகளில் அடிப்படை மாற்றத்தை ஏற்படுத்தினர். இந்திய கிராமங்களின் ஸ்திரத்தன்மையும், தொடர்ச்சியும் பாதிப்புக்குள்ளானது. உண்மையில் கிராமச் சமுதாய அமைப்பு முழுமையாகச் சிதறத் தொடங்கியது.

4

நிர்வாக அமைப்பும் சமூக பண்பாட்டுக் கொள்கையும்!

இந்தியாவில் கிழக்கிந்திய கம்பெனியின் நிர்வாகம் 1784-ஆம் ஆண்டு பிரிட்டீஷ் அரசாங்கத்தின் நேரடிக் கட்டுப்பாட்டின் கீழ் கொண்டு வரப்பட்டதையும், அதன் பொருளாதாரக் கொள்கைகள், பிரிட்டீஷ் பொருளாதாரத் தேவைக்கேற்ப நிர்ணயக்கப்பட்டதையும், சென்ற அத்தியாயத்தில் பார்த்தோம். தற்பொழுது சமீபத்தில் கைப்பற்றிய பிரதேசங்களை கம்பெனி நிர்வகித்த அமைப்பு முறையைப் பற்றி விவாதிக்கலாம்.

துவக்கத்தில் கம்பெனி இந்தியாவில் கைப்பற்றிய பிரதேசங்களை நிர்வகிக்கும் பொறுப்பை இந்தியர்கள் வசமே விட்டுவிட்டு, அதனை மேற்பார்வை செய்யும் பணியை மட்டும் மேற்கொண்டு வந்தது. ஆனால் பழைய நிர்வாக முறை ஆங்கிலேயர்களின் நோக்கங்களுக்கு உகந்ததாக இல்லை என்பது விரைவில் உணரப்பட்டது. அதைத் தொடர்ந்து நிர்வாகத்தில் சில அம்சங்களை கம்பெனி தன் கையில் எடுக்கத் தொடங்கியது வாரன் ஹேஸ்டிங்ஸ், காரன் வாலிஸ் ஆகியோரது தலைமையின் கீழ் உயர்மட்ட நிர்வாகம் மாற்றியமைக்கப்பட்டது. மேலும் ஆங்கிலேய மாதிரியிலான புதிய முறைக்கான அடித்தளம் இடப்பட்டது. அதிகாரம் பரவியதன்

விளைவாக உருவான புதிய பகுதிகள், புதிய பிரச்சனைகள், புதிய தேவைகள், புதிய அனுபவங்கள், புதிய கருத்துகள் போன்றவை 19-ம் நூற்றாண்டில் மேலும் அடிப்படையான மாற்றங்கள் ஏற்படுவதற்கு இட்டுச் சென்றது. ஆனால் ஏகாதிபத்தியத்தின் அடிப்படை நோக்கத்தை அது எப்போதும் மறக்கவில்லை. இந்தியாவில் பிரிட்டீஷ் நிர்வாகம், சிவில் நிர்வாகம், படைகள், காவல்துறை ஆகிய துறைகளின் மீது அமைந்திருந்தது, இதற்கு இரண்டு காரணங்கள் இருந்தன. முதலாவதாக சட்டம் ஒழுங்கைப் பராமரிப்பதும், ஆங்கில ஆட்சியைத் தொடருவதும் பிரிட்டீஷ் இந்திய நிர்வாகத்தின் முதன்மையான நோக்கமாகும். சட்டம், ஒழுங்கு பராமரிக்கப்படாமல் ஆங்கிலேய வியாபாரிகளால் இந்தியாவின் மூலை, முடுக்குகளிலெல்லாம் பிரிட்டீஷ் உற்பத்திப் பொருட்களை விற்பனை செய்ய முடியாது. மீண்டும் இங்கு ஆங்கிலேயர்கள் அன்னியர்கள் என்ற வகையில் அவர்களால் இந்தியர்களின் நம்பிக்கையைப் பெற இயலவில்லை. எனவே, இந்தியாவில் தங்கள் கட்டுப்பாட்டைப் பராமரித்திட பொது மக்களின் ஆதரவுக்கு மாறாக அவர்கள் மேலான படை பலத்தைச் சார்ந்திருந்தனர். வெல்லெஸ்லி பிரபுவின் கீழ் இந்தியாவில் பணியாற்றிய அவரது சகோதரர் வெல்லிங்டனின் பிரபு ஐரோப்பாவிற்குத் திரும்பிய பின்னர் பின்வருமாறு குறிப்பிட்டார் :

'இந்திய அரசாங்க முறையும், அதிகார அடிப்படையும் அதனை ஆதரிக்கும் விதமும், அரசாங்கச் செயல்பாடுகளை முன்னெடுத்துச் செல்வதும், ஐரோப்பாவில் அதே நோக்கத்துடன் இயங்கும் அரசாங்க முறை, வழிமுறை போன்றவற்றிலிருந்து முற்றிலும் மாறுபட்டதாகும்... அங்கு அடிப்படை அதிகார வழிமுறை என அனைத்தும் கத்தி முனையிலேயே தீர்மானிக்கப்படுகின்றன' என்றார் அவர்.

சிவில் நிர்வாகம் :

சிவில் நிர்வாகம் காரன்வாலிஸ் பிரபுவால் நடைமுறைப் படுத்தப்பட்டது. முந்திய அத்தியாயத்தில் நாம் பார்த்தது

போல கிழக்கிந்திய கம்பெனி துவக்கத்திலிருந்தே, கிழக்கு பிரதேசத்தில் தமது ஊழியர்கள் மூலமாக வர்த்தகம் மேற் கொண்டு வந்தது. மிகக்குறைந்த ஊதியம் பெற்று வந்த அந்த ஊழியர்கள் சொந்தமாக வர்த்தகம் செய்யவும் அனுமதிக்கப் பட்டனர். பின்னர் கம்பெனியின் வசம் பிரதேச அதிகாரம் வந்தபொழுது, அதே ஊழியர்கள் நிர்வாகச் செயல்பாடு களைக் கவனிக்கத் தொடங்கினர். தற்பொழுது அவர்கள் மோசமான ஊழலுக்கு ஆட்பட்டுவிட்டார்கள். உள்ளூர் நெசவாளர்களையும், கைவினைஞர்களையும், வியாபாரிகளை யும், ஜமீன்தார்களையும் ஒடுக்குவதன் மூலமாகவும், மன்னர் களிடமிருந்தும், நவாப்புகளிடமிருந்தும் கையூட்டும், அன்பளிப் பும் பெறுவதன் மூலமாகவும், சட்ட விரோதமாகத் தனிப் பட்ட வர்த்தகத்தில் ஈடுபடுவதன் மூலமாகவும் பெற்ற பெரும் செல்வத்தை தாங்கள் ஓய்வு பெற்று இங்கிலாந்து செல்லும் போது உடன் கொண்டு சென்றனர். அவர்களது ஊழலுக்கு முடிவுகட்ட கிளைவும், வாரன் ஹேஸ்டிங்கும் முயன்றனர். ஆனால் அவர்களால் ஓரளவுக்கே இதில் வெற்றிபெற முடிந்தது.

1786-ல் கவர்னர் ஜெனரலாக இந்தியாவுக்கு வந்த காரன்வாலிஸ் நிர்வாகத்தைத் தூய்மைப்படுத்துவதில் உறுதி யுடன் இருந்தார். ஆனால் கம்பெனியின் ஊழியர்களுக்கு நீண்ட காலமாகப் போதிய சம்பளம் வழங்கப்படாததால் தான் அவர்கள் நேர்மையுடனும், திறம்படவும் செயல்படுவ தில்லை என்பதை உணர்ந்தார். எனவே, அவர் தனியார் வர்த்தகத்துக்கு எதிராகவும், அதிகாரிகள் அன்பளிப்புகளும், கையூட்டும் பெறுவதற்கு எதிராகவும் உறுதியான விதிமுறை களை அமுலாக்கினார். அதேசமயம், கம்பெனியின் ஊழியர் களுக்கான சம்பளத்தையும் அவர் உயர்த்தினார். உதாரண மாக, மாவட்ட ஆட்சியருக்குச் சம்பளமாக மாதம் ரூ.1500-ம், அவரது மாவட்டத்தில் வசூலிக்கும் வரியில் ஒரு சதவீத கழிவும் அளித்திட வகை செய்தார். உண்மையில், கம்பெனியின் சிவில் பணிக்கு அளிக்கப்பட்டு வந்த சம்பளம் உலகிலேயே மிக அதிகமாக இருந்தது. பணிமூப்பு அடிப்படையில் பதவி

உயர்வு அளிக்கும் முறையையும் காரன்வாலிஸ் ஏற்படுத்தினார். எனவே, அதன் உறுப்பினர்கள் வெளியுலகச் செல்வாக்கிற்கு அப்பால் இருந்து வந்தனர்.

சிவில் பணிக்குத் தேவையான இளம் ஊழியர்களுக்குப் பயிற்சி அளித்திட வெல்லெஸ்லி பிரபு 1800-ம் ஆண்டு கல்கத்தாவிலுள்ள வில்லியம் கோட்டையில் கல்லூரியை நிறுவினார். அவரது இத்தகையச் செயலை விரும்பாத கம்பெனியின் இயக்குனர்கள் 1806-ஆம் ஆண்டு இங்கிலாந்திலுள்ள ஹெலி பரியில் கிழக்கிந்தியக் கம்பெனிக்கான சொந்தக் கல்லூரியை உருவாக்கினர்.

1853-ஆம் ஆண்டு வரை சிவில் பணிக்குத் தேவையான நியமனங்களை கிழக்கிந்திய கம்பெனியின் இயக்குனர்களே மேற்கொண்டு வந்தனர். கட்டுப்பாட்டுக் குழு உறுப்பினர்கள் சில நியமனங்களைச் செய்து கொள்வதற்கு வாய்ப்பளித்ததன் மூலம் கம்பெனி அவர்களைத் திருப்திப்படுத்தி வந்தது. கம்பெனி இயக்குனர்களின் மற்ற பொருளாதார, அரசியல் வாய்ப்புகளை பாராளுமன்றம் எடுத்துக்கொண்டு விட்டபோதிலும் இத்தகைய இலாபகரமான உயர்ந்த வாய்ப்புகளை விட்டுத்தர மறுத்து கடுமையாகப் போராடினர். சிவில் பணிக்குத் தேவையான அனைத்து நியமனங்களும் போட்டித் தேர்வுகள் மூலமாகவே மேற்கொள்ளப்படும் என 1853-ம் ஆண்டு சாசனச் சட்டம் பிரகடனப்படுத்தியைத் தொடர்ந்து இறுதியில் அவர்கள் இதனை இழந்தனர்.

காரன்வாலிஸ் காலத்திலிருந்து இந்திய சிவில் பணியில் இந்தியர்கள் எவரையும் சேர்த்துக்கொள்ளவில்லை என்பது குறிப்பிடத்தக்கது. ஆண்டொன்றுக்கு 500 பவுண்டுக்கு மேல் சம்பளம் பெற்றுவந்த அனைத்துப் பதவிகளும் ஆங்கிலேயர்களுக்கே அளிக்கப்பட வேண்டும் என 1793-ம் ஆண்டின் அதிகாரப்பூர்வ அறிவிப்பு கூறுகிறது. படை, காவல்துறை, நீதித்துறை, பொறியியல் துறை போன்ற அரசாங்கத்தின் பிற துறைகளும் இக்கொள்கையையே பின்பற்றி வந்தன. காரன்வாலிஸ் பிரபுவிற்குப்பின் வந்த ஜான் ஷோர் பின்வருமாறு குறிப்பிடுகிறார்:

ஆங்கிலேயர்களின் நலனுக்கும், இலாபத்திற்கும் உரிய வகையில் எல்லாச் சாத்தியமான வழிகளிலும் இந்திய தேசம் முழுவதையும் அடிபணிய வைப்பதே கோட்பாடாக இருந்தது. இந்தியர்கள் எல்லாக் கௌரவங்களையும், மரியாதையையும் அல்லது அடிதட்டு ஆங்கிலேயர்கள் ஏற்றுக்கொண்டுள்ள பதவியையும்கூட இழந்து நின்றனர்.

ஆங்கிலேயர்கள் இத்தகைய கொள்கையைக் கடைப்பிடித்தது ஏன்? இதற்கு பல காரணங்கள் உள்ளன. முதலாவதாக, பிரிட்டீஷ்சாரின் கருத்துக்கள், நிறுவனங்கள், நடைமுறை போன்றவற்றின் அடிப்படையிலான நிர்வாகத்தை ஆங்கிலேயே அதிகாரிகளால்தான் உறுதியாக நிலைநாட்ட முடியும் என அவர்கள் கருதினர். மேலும், இந்தியர்களின் திறமையிலும், நேர்மையிலும் அவர்கள் நம்பிக்கை கொள்ளவில்லை. உதாரணமாக இயக்குனர்கள் சபையின் தலைவர் சார்லஸ் கிராண்ட் இந்திய மக்களை, 'வருந்தத்தக்க வகையில் தரம் தாழ்ந்துபோன ஒரு மனித இனம்; மிகவும் தாழ்ந்த அளவிலான அறநெறி கொண்டவர்கள். அவர்களுடைய சொந்த தீய செயல்களின் காரணமாக வறுமையில் உழல்பவர்கள்' என கடுமையாகச் சாடியுள்ளார்.

அதேபோல, 'ஒவ்வொரு உள்ளூர் இந்தியனும் ஊழல் பேர்வழியே' என காரன்வாலிஸ் கருதினார். இந்த விமர்சனம் அச்சமயத்தில் ஒரு சிறு வர்க்கமாக இருந்து வந்த அதிகாரிகளுக்கும் ஜமீன்தார்களுக்கும் ஓரளவு பொருந்தக்கூடியது என்பது குறிப்பிடத்தக்கது. பிறகு இது இந்தியாவில் இருந்த பிரிட்டீஷ் அதிகாரிகளுக்கும், பெருமளவில் இல்லையென்றாலும், சம அளவுக்கு உண்மை. அவர்களது உணர்ச்சிகளை அடக்கி, அவர்களை நேர்மையானவர்களாகவும், பணிவுடையவர்களாகவும் ஆக்கிட உதவுவதற்காகவே அவர்களது ஊதியத்தை உயர்த்திக் கொடுக்க, காரன்வாலிஸ் முன்வந்தார். ஆனால் இந்திய அதிகாரிகளிடத்தில் இருந்த ஊழலை ஒழித்திட போதுமான சம்பளம் வழங்கும் இத்தகைய நிவாரணத்தை அளிக்க ஒருபோதும் நினைக்கவில்லை.

உண்மையில் இந்தியர்களை உயர் பதவிகளிலிருந்து ஒதுக்கி வைப்பது திட்டமிட்ட கொள்கையாகும். இந்தியாவில் பிரிட்டீஷ் ஆட்சியை நிறுவவும், உறுதிப்படுத்தவும் அச்சமயத்தில் இத்துறைகள் தேவைப்பட்டன. ஆங்கிலேயனாக இருந்து பிரிட்டீஷ் நலனைப் புரிந்து கொண்டு அதே அனுதாப உள்ளுணர்வுடன் செயல்பட இந்தியர்களால் முடியாது என்பதால் அவர்களிடம் இப்பணியை விட்டுவிட முடியாது. பிரிட்டீஷ் சமுதாயத்தில் செல்வாக்கு மிக்க வர்க்கத்தினர் இந்திய சிவில் நிர்வாகத்தையும், மற்ற துறைகளையும் தமது சந்ததியினருக்கு இலாபகரமான வேலை நியமனங்களைப் பெறுவதில் ஏகபோகம் செலுத்த விரும்பினர். உண்மையில் இத்தகைய நியமனங்களைப் பெற அவர்கள் தங்களுக்குள் பல வழிகளிலும் போராடினர். இதனை மேற்கொள்வதற்கான உரிமைப் போராட்டம் கம்பெனியின் இயக்குனர்களுக்கும், பிரிட்டீஷ் அமைச்சரவைக்கும் இடையில் தொடர்ச்சியாக நடைபெற்று வந்தது. இந்நிலையில் இப்பதவிகளுக்கு இந்தியர்களை அமர்த்த எவ்வாறு ஆங்கிலேயர்கள் ஒப்புக்கொள்ளப் போகிறார்கள்? இந்தியர்கள் ஆங்கிலேயர்களைக் காட்டிலும் மிகவும் தயார்நிலையில் கிடைக்கக்கூடிய எளிதான துணைப் பதவிகளில் ஏராளமாக பணி நியமனம் செய்யப்பட்டனர்.

இந்திய சிவில் நிர்வாகம் படிப்படியாக வளர்ச்சி பெற்று உலகிலேயே மிகவும் திறமையும், வலிமையும் கொண்ட ஒன்றாக உருப்பெற்றது. இதன் உறுப்பினர்கள் ஏராளமான அதிகாரங்களை அனுபவித்து வந்தனர். கொள்கை உருவாக்கத்தில் பங்கு பணி ஆற்றி வந்தனர். சுதந்திரம், நேர்மை, சீரிய பணி போன்றவை இந்திய நலனுக்கு அல்லாமல் பிரிட்டீஷாருக்கு சேவையாற்றுவதற்கானதாக இருந்தபோதிலும் அவர்கள் அத்தகைய சில மரபுகளை வளர்த்து வந்தனர். அவர்கள் இந்தியாவை ஆளுவதற்கான தெய்வீக உரிமையைப் பெற்றிருப்பதாகக் கருதத் தொடங்கினர். இந்திய சிவில் நிர்வாகமானது இந்தியாவில் பிரிட்டீஷ் நிர்வாகத்தை நீடித்திருக்கச் செய்ய வந்த 'எஃகு கட்டமைப்பு' எனக் கூறப்பட்டது. காலப் போக்கில் இது இந்தியாவின் அனைத்து முற்போக்கான,

முன்னேற்றங்களுக்கும் எதிரானதாகவும், எழுச்சியுற்று வந்த இந்திய தேசிய இயக்கத்தின் முக்கியத் தாக்குதல் இலக்காகவும் இருந்து வந்தது.

படைகள் :

இந்தியாவில் பிரிட்டீஷ் ஆட்சியின் இரண்டாவது முக்கியத் தூணாக படைகள் விளங்கின. இது நான்கு முக்கியச் செயல்பாடுகளை ஆற்றியது. இந்திய ஆட்சியைக் கைப் பற்றுவதற்கான கருவியாக இது விளங்கியது. இது இந்தி யாவில் அன்னிய போட்டியாளர்களிடமிருந்து பிரிட்டீஷ் பேரரசைக் காத்தது. இது உள்நாட்டில் தொடர்ந்து நிலவி வந்த கலக ஆபத்திலிருந்து பிரிட்டீஷ் மேலாண்மையைக் காத்தது. ஆசியாவிலும் ஆப்பிரிக்காவிலும் பிரிட்டீஷ் பேரரசை விரிவுபடுத்தவும், பாதுகாக்கவுமான முதன்மை யான கருவியாக இது செயல்பட்டது.

தற்பொழுது முதன்மையாக உ.பி., பீகார், உள்ளிட்ட பகுதிகளிலிருந்து சேர்க்கப்பட்ட இந்தியப் படைவீரர் களையும் கொண்டதாக கம்பெனியின் படைகள் பெரிய அளவில் இருந்தன. எடுத்துக்காட்டாக 1857-ல் இந்தியப் படைகளின் எண்ணிக்கை 3,11,400 ஆக இருந்தது. இதில் 2,65,900 பேர் இந்தியர்கள் ஆவர். இதன் அதிகாரிகள் குறிப்பாக காரன்வாலிஸ் காலத்திலிருந்து பிரிட்டீஷ்காரர் களாக மட்டுமே இருந்தனர். 1856-ல் படையில் இருந்த இந்தியர்களில் மூவர் மட்டுமே ரூ. 300 மாதச் சம்பளம் பெற்றனர். இந்தியருக்கு அதிகபட்சமாக சுபேதர் பதவி தரப்பட்டது. பிரிட்டீஷ் படையில் பிரிட்டீஷாரைப் பணிய மர்த்துவது பெரும் செலவு பிடிக்கக்கூடியது என்பதால் இந்தியர்களைப் பணியில் அமர்த்தினர். பிரிட்டனின் மக்கள் தொகை மிகவும் குறைவாக இருந்த நிலையில் இந்தியாவை வெற்றிகொள்வதற்கு பெருமளவிலான படைவீரர்கள் இல்லாமல் வெற்றி கொள்வது இயலாத காரியம்.

எதிர்பலம் என்ற வகையில் படை அதிகாரிகளது பதவி

முழுவதும் பிரிட்டீஷ் அதிகாரிகளைக் கொண்டு நிரப்பப் பட்டது. இந்திய படைவீரர்களை ஒரு குறிப்பிட்ட அளவு பிரிட்டீஷ் படைகள் கட்டுப்பாட்டில் வைத்து பராமரித்து வந்தனர். சிறு அளவிலான அன்னியர்கள் பெருமளவிலான இந்தியர்களைக் கொண்டு இந்தியாவை வென்று தமது கட்டுப்பாட்டின் கீழ் கொண்டு வந்தது, இன்றும் ஆச்சரிய மான ஒன்றாக உள்ளது. இரண்டு அம்சங்களில் இது சாத்திய மானது. ஒரு புறம் அச்சமயத்தில் நாட்டில் நவீன தேசியம் எதுவும் உருப்பெறவில்லை. பீகாரில் அல்லது அதைச் சார்ந்த ஒரு படைவீரர், மராட்டியர்களையோ அல்லது பஞ்சாபியர் களையோ தோற்கடிக்க கிழக்கிந்தியக் கம்பெனிக்கு உதவுவது இந்தியர்களுக்கு எதிரானது எனச் சிந்திக்கவோ, நினைத்துப் பார்க்கவோ முடியாது. மறுபுறத்தில், இந்தியப் படைவீரர் கள் செஞ்சோற்றுக் கடனுக்கு விசுவாசமாக இருக்கக்கூடிய நீண்ட பாரம்பரியம் கொண்டவர்கள் ஆவர். வேறு வார்த்தை களில் குறிப்பிட்டால், இந்தியப் படைவீரர்கள் ஒரு சிறந்த கூலிப்படையினராகவும் கம்பெனி அதன் பங்குக்கு சிறந்த சம்பளம் வழங்குபவராகவும் இருந்து வந்தனர். இந்திய ஆட்சியாளர்களும் தளபதிகளும் நீண்டகாலமாக செய்யாத வகையில் கம்பெனியானது படை வீரர்களுக்கு முறையாக, சிறந்த சம்பளம் வழங்கி வந்தது.

காவல்துறை :

பிரிட்டீஷ் ஆட்சியின் மூன்றாவது தூண் காவல்துறை ஆகும். இதையும் காரன்வாலிஸ்தான் தோற்றுவித்தார். காவல்துறையின் செயல்பாடுகளிலிருந்து ஜமீன்தார்களை விடுவித்தனர். சட்டம், ஒழுங்கைப் பராமரிக்க ஒரு நிரந்தர காவல்படையை நிறுவினார். இந்த வகையில் அவர் 'தானா' என்கிற பழைய இந்திய முறையை நவீனப்படுத்தும் பணி யில் பின்னோக்கிச் சென்றார். காவல்துறை அமைப்பில் பிரிட்டன் இன்னமும் வளர்ச்சிப் பெறாத நிலையில் இந்தியா அதில் முன்னணியில் நின்றது. தரோகா என்ற இந்தியரின் தலைமையின் கீழ் 'தானா' அல்லது வட்ட முறையை

காரன்வாலிஸ் நிறுவினார். பின்னர், மாவட்டக் காவல் அமைப்பின் தலைமையாக மாவட்டக் காவல் கண்காணிப் பாளர் பதவி உருவாக்கப்பட்டது. மீண்டும் இங்கு இந்தியர் களுக்கு உயர் பதவிகள் அனைத்திலும் வாய்ப்புகள் மறுக்கப் பட்டன. கிராமங்களில் காவல்துறையின் பணியைக் கிராமக் காவலர்கள் மேற்கொண்டு வந்தனர். அவர்கள் கிராமங்களால் பராமரிக்கப்பட்டு வந்தனர். காவல்துறையின் செயலால் கொள்ளை போன்ற பெருங்குற்றங்கள் படிப்படியாக குறைந்து வந்தன. அன்னியக் கட்டுப்பாட்டுக்கு எதிரான பெரும் சதியில் ஈடுபட்டு வந்த அமைப்பைக் கட்டுப்படுத்தும் பணியையும் காவல்துறை மேற்கொண்டு வந்தது. தேசிய இயக்கம் எழுச்சி யுற்று வந்த பொழுது அதனை ஒடுக்கக் காவல்துறை பயன் படுத்தப்பட்டது. இந்தியக் காவல்துறை, மக்களுடன் அனுதாப மற்ற அணுகுமுறையைக் கையாண்டு வந்தது. அமைதியான குடியிருப்புகளில் கொள்ளையடிப்பதைப்போல, கொள்ளை யடிப்பவர்களை ஒடுக்கப்படுவதற்காக நியமனம் செய்யப் பட்ட வரிகள் அதே நடைமுறையைப் பின்பற்றினர் என 1813-ல் காவல்துறை செயல்பாடு குறித்த பாராளுமன்றக் குழுவின் அறிக்கை குறிப்பிட்டது. 1832-ம் ஆண்டு கவர்னர் ஜெனரல் வில்லியம் பெண்டிங் பின்வருமாறு குறிப்பிட்டார் :

காவல்துறையைப் பொறுத்தவரை, இதுவரை மக்களுக்கு பாதுகாப்பு அளித்து வந்ததைப் பற்றி, இந்த அம்சத்தில் பொதுமக்களின் உணர்வுகளைப் பின்வரும் உண்மையைத் தவிர வேறு வகையில் என்னால் சிறப்பாக விளக்க முடியாது. ஒரு கொள்ளை நடந்துவிட்டால் பறிகொடுத்தவரின் வேண்டு கோள் இருந்தால் ஒழிய இது குறித்து எத்தகைய விசாரணை யையும் மேற்கோள்வதிலிருந்து காவல்துறை தடுக்கப்பட் டுள்ளது. அதாவது காவல்துறையின் காவல்காரன் ஓநாயைக் காட்டிலும் மோசமானவனாக இருந்தான்.

நீதித்துறையின் அமைப்பு :

சிவில் மற்றும் குற்றவியல் நீதிமன்றங்கள் வாயிலாக நீதி வழங்குவதற்கான ஒரு புதிய முறைக்கு பிரிட்டீசார்

அடிக்கல் நாட்டினர். வாரன் ஹேஸ்டிங்ஸ் இதனைத் துவங்கிய போதிலும், 1793-ம் ஆண்டு காரன்வாலிஸால் இந்த அமைப்பு முறை வலுப்படுத்தப்பட்டது. ஒவ்வொரு மாவட்டத்திலும் சிவில் நிர்வாகத்தைச் சேர்ந்த மாவட்ட நீதிபதியின் தலைமையிலான திவானி அதாலத் அல்லது சிவில் நிர்வாக நீதிமன்றங்கள் உருவாக்கப்பட்டன. இதன் மூலம் காரன்வாலிஷ் சிவில் நீதிபதி மற்றும் மாவட்ட ஆட்சியர் பதவிகளைத் தனித்தனியாக பிரித்தார். மாவட்ட நீதிமன்றத்தின் முறையீடானது முதலில் சிவில் முறையீட்டுக்கான நான்கு மாநில நீதிமன்றத்திடமும் பிறகு இறுதியாக திவானி அதாலத்திடமும் சமர்ப்பிக்கப்படும். மாவட்ட நீதிமன்றங்களுக்குக் கீழே ஐரோப்பியர் தலைமையிலான பதிவாளர்கள் நீதிமன்றங்களும் முன்சீப்புகள், அமீன்கள் எனப்படுகிற இந்திய நீதிபதிகளின் தலைமையிலான ஏராளமான துணை நீதிமன்றங்களும் செயல்பட்டன. குற்றவியல் வழக்குகளைக் கையாள வங்காளத்தை நான்கு பகுதிகளாகக் காரன்வாலிஸ் பிரித்தார்.

அவை ஒவ்வொன்றிலும் சிவில் பணியாளர்களின் தலைமையிலான சுழற்சி நீதிமன்றங்கள் ஏற்படுத்தப்பட்டன. இத்தகைய நீதி, நீதிமன்றங்களுக்குக் கீழ் சிறு வழக்குகளைக் கையாள ஏராளமான இந்திய மேஜிஸ்ட்ரேட்டுகள் உருவாக்கப்பட்டனர். சுழற்சி நீதிமன்றங்களின் முறையீடுகள் காதர் நிஜாமத் அதாலெத்திடம் அளிக்கப்பட்டன. குற்றவியல் நீதிமன்றங்கள், முஸ்லீம் குற்றவியல் சட்டத்தை ஒரு திருத்தப்பட்ட வடிவில், குறைந்த பாதிப்பு கொண்டதாக மாற்றியமைத்துச் செயல்படுத்தின. இதன் மூலம் கை, கால்கள் எடுப்பது போன்ற கொடூரத் தண்டனைகள் தடுக்கப்பட்டன. ஒவ்வொரு குறிப்பிட்ட பகுதியில் அல்லது மக்கள் மத்தியில் பன்னெடுங்காலமாகப் பின்பற்றப்பட்டு வந்த பழக்க வழக்கங்களையும் சிவில் நீதிமன்றங்கள் ஏற்றுக்கொண்டன. 1831-ம் ஆண்டு வில்லியம் பெண்டிங் மாநில முறையீடு மற்றும் சுழற்சி நீதிமன்றங்களை ஒழித்தார். அவர்களது பணிகள் முதலில் கமிஷனர்களிடமும், பிறகு மாவட்ட நீதிபதிகளிடமும் மாவட்ட ஆட்சியாளர்களிடமும் ஒப்படைக்கப்பட்டன.

நீதித்துறையில் பணியாற்றிய இந்தியர்களின் தகுதியையும், அதிகாரத்தையும் பெண்டிங் உயர்த்தினார். அவர்களை இணை மேஜிஸ்ட்ரேட்டுகளாகவும், துணை நீதிபதிகளாகவும், முதன்மை காதர் அமீன்களாகவும் நியமனம் செய்தனர். 1865-ல் திவானி மற்றும் நிஜாமத் காதர் நீதிமன்றங்களை அகற்றி கல்கத்தர், சென்னை, பம்பாய் ஆகிய இடங்களில் உயர்நீதி மன்றங்கள் நிறுவப்பட்டன.

பழைய சட்டங்களைச் செயல்படுத்தவும், சட்டத் தொகுப்பை உருவாக்கவும் வழிமுறைகளை ஏற்படுத்துவதற்கான புதிய முறை ஒன்றையும் பிரிட்டீசார் நிறுவினர். இந்தியாவில் பாரம்பரிய நீதி முறையானது பல சட்டங்கள், சாஸ்திரங்கள் அதேபோல பேரரசு அதிகார அடிப்படையில் இருந்தபோதிலும் நீண்ட பாரம்பரியத்திலிருந்தும் பழக்க வழக்கங்களிலிருந்தும் உருவான வழக்கமான சட்டத்தைப் பெரிதும் சார்ந்திருந்தது. அவர்கள் பாரம்பரியச் சட்டத்தைப் பொதுவாக பின்பற்றி வந்த அதேசமயம் பிரிட்டீசார் படிப்படியாக ஒரு புதிய சட்டமுறை ஒன்றை உருப்பெறச் செய்தனர். நடைமுறையிலுள்ள சட்டங்களை ஒழுங்குமுறைப் படுத்துவது. சட்டத் தொகுப்புகளுக்குள் கொண்டு வருவது, நீதித்துறை விளக்கங்கள் மூலமாக முறைப்படுத்துவது, நவீனப்படுத்துவது போன்ற காரியங்களில் ஈடுபட்டனர். 1833-ம் ஆண்டின் சாசனச் சட்டம் அனைத்தும் சட்டமியற்றும் அதிகாரத்தையும் கவர்னர் ஜெனரல் சபைக்கு வழங்கியது. இவற்றின் மூலமாக மனிதன் உருவாக்கிய சட்டத்திற்கு உட்பட்டு இந்தியர்கள் வாழ வேண்டும். அது நல்லவையோ, கெட்டவையோ கண்ணை மூடிக்கொண்டு அதற்குக் கீழ் படிந்து நடக்க வேண்டும். தெய்வீகமானதாகவும், புனிதமானதாகவும் உள்ள அதனைக் கேள்வி கேட்க முடியாது.

1833-ம் ஆண்டு இந்திய சட்டங்களைத் தொகுப்பதற்காக மெக்காலே பிரபுவின் தலைமையில் சட்டக்குழுவை அரசாங்கம் நியமித்தது. இறுதியில் இது இந்திய தண்டனைச் சட்டவிதி, மேற்கு நாடுகளிலிருந்து கொண்டுவரப்பட்ட சிவில் மற்றும் குற்றவியில் நடைமுறை விதிகள் மற்றும் பிற சட்டவிதிகளின்

உருவாக்கத்துக்கு இட்டுச் சென்றது. இதே சட்டங்கள்தான் தற்பொழுது நாடு முழுவதும் பரவியுள்ளன. ஒரே மாதிரி யான நீதிமன்றங்களால் அவை நடைமுறைப்படுத்தப்பட்டு வருகின்றன. இவ்வாறுதான் இந்தியாவில் ஒருங்கிணைந்த நீதிமுறை நிலவுகிறது.

சட்டத்தின் ஆட்சி :

சட்டத்தின் ஆட்சி குறித்த நவீன கருதுகோளை பிரிட் டீசார் உருவாக்கினர். இதன்படி கோட்பாட்டு அளவிலாவது சட்டத்துக்குக் கீழ்படிந்து நிர்வாகத்தை நடத்த வேண்டும். அவை உரிமைகள், முன்னுரிமைகள், பிரச்சனைக்குரிய அம்சங் கள் போன்றவற்றைத்தான் சார்ந்திருக்குமே அல்லாமல் ஆட்சி யாளர்களின் தனிப்பட்ட சபலங்களை அல்லது குணநலன் களைச் சார்ந்திருக்காது. நடைமுறையில் அதிகார வர்க்கமும், காவல்துறையும் எதேச்சதிகாரத்துடன் செயல்பட்டு, மக்களின் உரிமைகளிலும், சுதந்திரத்திலும் தலையிட்டு வருகின்றனர். சட்டத்தின் ஆட்சி என்பது ஓரளவுக்கு ஒரு நபரின் தனிப் பட்ட சுதந்திரத்தை உத்தரவாதப்படுத்துவதுதான்.

இந்தியாவில் முந்தைய ஆட்சியாளர்கள் பொதுவான மரபுக்கும், பாரம்பரியத்துக்கும் உட்பட்டு செயல்பட்டனர் என்பது உண்மையாகும். ஆனால், அவர்கள் விரும்பிய நிர்வாக நடவடிக்கைகளை மேற்கொள்ளும் சட்ட உரிமையை அவர்கள் பெற்றிருந்தனர். அவர்களது செயல்பாட்டைக் கேள்வி கேட்கும் அதிகாரம் படைத்தவர் வேறு யாரும் இல்லை. இந்திய ஆட்சியாளர்கள் சில சமயங்களில் தாங்கள் விரும்பியவாறு இத்தகைய அதிகாரத்தைப் பயன்படுத்தி வந்தனர். மறுபுறத்தில் பிரிட்டீஷ் ஆட்சியின் கீழ் நிர்வாகமானது பெரும்பாலும், குறைபாடுடையதாக இருந்தபோதிலும் நீதிமன்றங்களால் விளக்கும் சட்டத்தின்படி நடைபெற்று வந்தன. அவை ஜனநாயகரீதியாக மக்களால் உருவாக்கப்படாமல் அன்னிய ஆட்சியாளர்களால் எதேச்சையாக உருவாக்கப்பட்டவை களாகும். இதன்படி சிவில் ஊழியர்களுக்கும் காவல்துறைக்கும்

பெரும் அதிகாரங்கள் அளிக்கப்பட்டன. அன்னிய ஆட்சியின் அடிப்படைத் தன்மையான ஜனநாயக விரோத அல்லது சுதந்திரமற்ற இயல்பின் காரணமாக இந்நிலை தவிர்க்க வியலாதது.

சட்டத்தின் முன் அனைவரும் சமம் :

சட்டத்தின் முன் அனைவரும் சமம் என்ற கருதுகோளின் அடிப்படையில் பிரிட்டீஷ் ஆட்சியின் கீழ் இந்தியச் சட்ட முறைகள் அமைந்திருந்தன. சட்டத்தின் பார்வையில் மனிதர் கள் அனைவரும் சமம் என்பது இதற்கு அர்த்தமாகும். சாதி, மத, வர்க்க வேறுபாடுகளின்றி இச்சட்டம் அனைவருக்கும் பொருந்தும். முன்னர் நீதி முறையானது சாதிய வேறுபாடு களுக்கு ஏற்ப செவி சாய்த்து வந்தது. உயர்ந்தவர், தாழ்ந்தவர் எனப் பாகுபாடு காட்டி வந்தது. அதேபோல நடைமுறை யில் பொதுமக்களைப்போல ஜமீன்தார்களுக்கும் பிரபுகளுக் கும் கடினமான தீர்ப்புகள் வழங்கப்படவில்லை. உண்மை யில் அவர்களது அனைத்து செயல்பாடுகளுக்கும் அவர்கள் நீதியின் முன் நிறுத்தப்படவில்லை. தற்போது சாதாரண மானவர்கள்கூட நீதித்துறையை அணுக முடிகிறது. ஆயினும், சட்டத்தின் முன் சமத்துவம் என்ற சிறந்த கோட்பாட்டில் ஒரு விதிவிலக்கு இருந்தது. ஐரோப்பியர்களுக்கும், அவர் களது சந்ததியர்களுக்கும் தனி நீதிமன்றங்களும், சட்டங் களும் கூட இருந்தன. குற்ற வழக்குகளில் ஐரோப்பிய நீதி மன்றங்களின் நீதிபதிகள்தான் அவர்களிடம் விசாரணை மேற்கொள்ள வேண்டும். ஆங்கிலேய அதிகாரிகள், இராணுவ அதிகாரிகள், விவசாயிகள், வியாபாரிகள் எனப் பலரும் இந்தியர்களிடம் திமிர்த்தனத்துடனும், இரக்கமற்றவர் களாகவும் முரட்டுத்தனத்துடனும் நடந்து கொண்டனர். அவர்கள் நீதியின் முன் நிறுத்தப்படும்பொழுது அவர்களுக்கு மறைமுகமான பாதுகாப்பு கிடைத்தது. ஐரோப்பிய நீதிபதி களின் முன்பாகவே அவர்கள் விசாரிக்கப்படுவதால் அவர் களுக்கு இலேசான தண்டனையே கிடைக்கிறது அல்லது தண்டனை அளிக்கப்படுவதில்லை.

நடைமுறையில் வேறொரு சட்ட அசமத்துவமும் உருப் பெற்று வந்தன. நீதிமன்றக் கட்டணம் செலுத்துவது, வழக் குரைஞர்களை அமர்த்துவது சாட்சிகளைக் கொண்டு வருவது என நீதித்துறை அதிக செலவு பிடிக்கக்கூடிய ஒன்றானது. நீதிமன்றங்கள் பெரும்பாலும் தொலைவிலுள்ள நகரங் களிலேயே அமைந்திருந்தன. சட்ட வழக்குகள் பல ஆண்டு காலம் நீடித்தன. சிக்கலான சட்டங்களைப் படிப்பறிவு இல்லாதவர்களாலும், அப்பாவி விவசாயிகளாலும் புரிந்து கொள்ள இயலாது. வழக்கமாக செல்வந்தர்கள் சட்டங் களையும், நீதிமன்றங்களையும் தமது சொந்த நலனுக்கேற்ப திசை திருப்பச் செய்தனர். கீழ் நீதிமன்றத்திலிருந்து, உயர் நீதிமன்றங்கள் வரை மேல் முறையீடு செய்யவும் நீண்ட காலம் நீதிமன்ற நடவடிக்கைகளைக் காட்டி பயமுறுத்துவதன் மூலம் மட்டுமே ஏழை மக்களைச் சரணடைய வைக்க முடிந்தது. காவல்துறையிலும் பிற நிர்வாகத் துறைகளிலும் பரவலாக் கப்பட்ட லஞ்சம் நீதி மறுக்கப்படுவதற்கு இட்டுச் சென்றது. அதிகாரிகள் பெரும்பாலும் வசதி படைத்தோருக்கே ஆதர வாக நடந்து கொண்டனர். அதிகாரப்பூர்வ நடவடிக்கையைப் பற்றி எவ்வித அச்சமும் இன்றி ஜமீன்தார்கள் விவசாயிகளை ஒடுக்கி வந்தனர். மாறாக, பிரிட்டிஷ் ஆட்சிக்கு முன்னர் நிலவிவந்த நீதிமுறையானது ஒப்பீட்டளவில் வேகம் நிறைந்த தாகவும், செலவற்றதாகவும் விளங்கியது. சட்டத்தின் ஆட்சி, சட்டத்தின் முன் அனைவரும் சமம், பகுத்தறிவும், மனிதாபி மானமும் கொண்ட மனிதர்களால் உருவாக்கப்பட்ட சட்டங்கள் போன்ற உயரியக் கோட்பாடுகளின் மீது அமைந் துள்ள புதிய நீதிமுறையானது முன்னோக்கிய ஒரு பெரும் பாதையாக இருக்கும் அதேசமயம் பிற அம்சங்களில் செலவு மிக்கதாகவும், நீண்ட காலதாமதம் ஆகும் பாதகங்களைக் கொண்டதாகவும் இருந்தது.

சமூகப் பண்பாட்டுக் கொள்கை :

பிரிட்டிஷ் அதிகாரிகள் இந்தியப் பொருளாதாரத்தை ஆங்கிலேயர்களின் வர்த்தக மற்றும் தொழில் நலனுக்கேற்ப

திருத்தியமைத்து முறைப்படுத்தியதையும், ஒழுங்கையும், பாதுகாப்பையும் உத்தரவாதப்படுத்திட ஒரு நவீன நிர்வாக முறையை ஏற்படுத்தியதையும் நாம் கண்டோம். 1813-வரை அவர்கள் நாட்டின் மத, சமூக, பண்பாட்டு வாழ்வில் தலையிடாக் கொள்கையைப் பின்பற்றி வந்தனர். ஆனால், 1813-க்குப் பிறகு இந்திய சமூகத்தையும், பண்பாட்டையும் மாற்றியமைப்பதில் தீவிர நடவடிக்கைகளை மேற்கொண்டனர். அதைத் தொடர்ந்து 19-ம் நூற்றாண்டில் பிரிட்டனில் புதிய நலன்களும், புதிய கருத்துகளும் தோன்றியதால் இது உருவானது. 18-ம் நூற்றாண்டின் மத்தியில் தொடங்கிய தொழிற்புரட்சியும் அதைத் தொடர்ந்து ஏற்பட்ட முதலாளித்துவ வளர்ச்சியும் பிரிட்டீஷ் சமுதாயத்தின் அனைத்து அம்சங்களிலும் தீவிர மாற்றத்தை ஏற்படுத்தின. உருவாகி வந்த தொழில் முதலாளித்துவ நலன்கள் தமது சரக்குகளுக்கான பெரும் சந்தையாக இந்தியாவை உருவாக்கக் கருதின. வெறும்னே சமாதானக் கொள்கையைப் பராமரிப்பதன் மூலம் மட்டும் இதனைச் சாதிக்க இயலாது. இதற்கு இந்திய சமுதாயத்தை ஓரளவு மாற்றியமைப்பதும், நவீனப்படுத்துவதும் அவசியமாகும். வரலாற்றாசிரியர்கள் தாம்சன் , காரட் ஆகியோர், 'நவீன தொழில்மயத்தாலும், முதலாளித்துவத்தாலும் பழைய பத்தாம்பசலி மனோநிலையும், வழிமுறைகளும் மாற்றியமைக்கப்பட்டன' எனக் குறிப்பிடுகின்றனர்.

அறிவியல் தொழில்நுட்பமும் மனிதகுல முன்னேற்றத்துக்கான புதிய பாதையைத் திறந்துவிட்டது. 18, 19-ம் நூற்றாண்டுகளில் பிரிட்டனிலும், ஐரோப்பியாவிலும், புதிய கருத்துகளின் மகத்தான எழுச்சி ஏற்பட்டது. இது இந்தியப் பிரச்சனைகள் குறித்து பிரிட்டீசாரின் கண்ணோட்டத்தில் செல்வாக்கு செலுத்தியது. ஐரோப்பா முழுவதும் 'மனோநிலை, நடத்தை, அறநெறி போன்ற அம்சங்களில் புதிய அணுகுமுறைகள்' தோன்றின. சுதந்திரம், சமத்துவம், சகோதரத்துவம் ஆகிய முழக்கங்களுடன் 1789-ம் ஆண்டு ஏற்பட்ட மகத்தான பிரெஞ்சுப் புரட்சி வலுவான ஜனநாயக உணர்வு அலையைத் தோற்றுவித்தது. நவீன தேசிய எழுச்சியைக்

கட்டவிழ்த்து விட்டது. சிந்தனைத் துறையில் பேகன், லோகே, வால்டேர், ரூசோ, கான்ட், ஆடம்ஸ்மித், பென்தம் ஆகியோரும், இலக்கியத்துறையில் வோர்ட்ஸ்வொர்த், பைரன், ஷெல்லி, சார்லஸ் டிக்கன்ஸ் ஆகியோரும் புதிய போக்கைப் பிரதிநிதித்துவப்படுத்தினர். 18-ம் நூற்றாண்டில் ஏற்பட்ட அறிவுப்புரட்சி, பிரெஞ்சுப் புரட்சி, தொழிற்புரட்சி போன்றவற்றால் ஏற்பட்ட புதிய சிந்தனைகள் இயல்பாகவே இந்தியாவின் மீது தாக்கத்தை ஏற்படுத்தின. அரசாங்கத்தின் அதிகார பூர்வ கருத்திலும் ஓரளவுக்குப் பாதிப்பை உண்டாக்கின.

பகுத்தறிவு மற்றும் அறிவியலின் மீதானப் பற்று, மனிதாபிமானம் அல்லது மனிதநேயம், முன்னேற்றத்தின் மீதான மனித ஆற்றல் குறித்த தன்னம்பிக்கை ஆகியன புதிய சிந்தனையின் முப்பெரும் பண்புகளாகும். மானுடக் காரணங்களையும், நடைமுறையில் நிரூபிக்கப்படக்கூடிய தன்மைகளையும் உறுதிப்படுத்தி அது மட்டுமே உண்மை என்பதைப் பகுத்தறிவு மற்றும் அறிவியல் அணுகுமுறை சுட்டிக்காட்டுகிறது. 17, 18, 19-ம் நூற்றாண்டுகளில் ஏற்பட்ட அறிவியல் முன்னேற்றமும், அறிவியலைத் தொழிற்சாலைகளில் பயன்படுத்துவதன் மூலம் விடுவிக்கப்பட்டுள்ள பெரும் உற்பத்தி ஆற்றலும் மானுடப் பகுத்தறிவை நிரூபிப்பதற்கான தெளிவான சான்றுகளாகும்.

ஒவ்வொரு மனிதனும் முதலும், முடிவுமானவன், அதை மதிப்பதும், ஏற்பதும் அவசியம் என்ற அடிப்படையில் மனிதாபிமானம் அமைந்தது. எந்தவொரு மனிதனும் மற்றொரு மனிதனைத் தனது சொந்த மகிழ்ச்சிக்காக இருக்கும் ஒரு முகவராகக் கருதுவதற்கு எவ்வித உரிமையும் கிடையாது. மனிதாபிமான அணுகுமுறையே தனிநபர்வாதம், தாராளவாதம், சோசலிசம் ஆகிய கோட்பாடுகளின் ஊற்றுக் கண்ணாக உள்ளது. முன்னேற்றத்துக்கான கோட்பாட்டின் படி, அனைத்துச் சமூகங்களும் காலத்துக்கேற்ப மாற வேண்டும். நிலையானது ஒன்றுமில்லை. மேலும், இயற்கையையும், சமூகத்தையும் பகுத்தறிவு ரீதியாகவும், நீதியான வழியிலும் மறு நிர்மாணம் செய்யும் ஆற்றல் மனிதனுக்கு உள்ளது.

ஐரோப்பாவில் உருவான புதிய சிந்தனை ஓட்டத்துக்கும், பழைய அணுகுமுறைக்கும் இடையில் முரண்பாடு ஏற்பட்டது. இந்தியக் கொள்கையை நிர்ணயிப்பவர்கள் அல்லது இந்திய நிர்வாகத்தை நடத்துபவர்களுக்கும் அவர்களுக்கும் அணுகுமுறையில் முரண்பட்ட நிலை உருவானது. பழைமைவாத அல்லது மரபுவழிப்பட்ட அணுகுமுறையானது மிகக்குறைந்த, தேவையான அளவுக்கே மாற்றங்களை ஏற்படுத்துவது என்பதாகும். இத்தகைய அணுகுமுறையின் பிரதிநிதிகளாக ஆரம்பத்தில் வாரன்ஹேஸ்டிங்ஸ், மக்கள் எழுத்தாளரும் பாராளுமன்றவாதியுமான எட்மண்ட் பர்கே ஆகியோரும், பிற்காலத்தில் பிரபல அதிகாரிகளான மன்றோ, மால்கம், எல்பின்ஸ்டோன், மெட்காப் ஆகியோரும் இருந்தனர். இந்திய நாகரிகம் ஐரோப்பிய நாகரிகத்திலிருந்து மாறுபட்டது எனினும் அதற்கு எவ்வகையிலும் குறைவானதல்ல. எனவே, அதில் தலையிடுவது அவசியமற்றது என பழைமைவாதிகள் கருதினர். இந்தியத் தத்துவத்தையும், பண்பாட்டையும் அவர்களில் பலர் மதித்தனர். சில மேற்கத்திய கருத்துகளையும், நடைமுறைகளையும் அறிமுகப்படுத்துவது அவசியம் என்பதை உணர்ந்த அவர்கள் அதனை மிகவும் எச்சரிக்கையுடனும், நிதானமாகவும் அணுகினர்.

எல்லாவற்றிற்கும் மேலாக சமூக ஸ்திரத்தன்மையை வலியுறுத்திய அவர்கள் தீவிர மாறுதலுக்கான எத்தகைய திட்டத்தையும் எதிர்த்தனர். அவசரப்பட்டு மேற்கொள்ளப்படும் புதுமைகளால் நாட்டில் வன்முறை விளைவுகள் ஏற்படும் என அவர்கள் கருதினர். இங்கிலாந்தில் செல்வாக்கு செலுத்தி வந்த பழைமைவாதக் கண்ணோட்டம் இந்தியாவிலும் பிரிட்டன் ஆட்சியின் இறுதிக்காலம் வரை செல்வாக்கு செலுத்தி வந்தது. உண்மையில் இந்தியாவிலிருந்த பெரும்பாலான பிரிட்டிஷ் அதிகாரிகள் பொதுவாக பழைவாதத் தன்மை கொண்டவர்களாகவே விளங்கினர்.

1800-ம் ஆண்டு பழைமைவாத அணுகுமுறை மாறி இந்தியச் சமூகத்தின் மீதும், பண்பாட்டின் மீதும் கடும் விமர்சனம் கொண்ட புதிய அணுகுமுறை உருவானது. இந்திய

நாகரிகம் நிலையானது எனக் கண்டிக்கப்பட்டது. அவ மதிப்புக்கு உள்ளாக்கப்பட்டது. இந்தியப் பழக்கவழக் கங்கள் நாகரிகமற்றவை. இந்திய நிறுவனங்கள் ஊழல் மலிந்தவை. அழிந்து வருபவை. இந்தியச் சிந்தனைகள் குறுகிய, அறிவியலுக்குப் புறம்பான தன்மை கொண்டவை எனப் பலவாறாக விமர்சனம் செய்து வந்தனர். இந்தியாவில் தங்களது அரசியல், பொருளாதார அடிமைத்தனத்தை நியாயப்படுத்த வும், அவர்களால் மட்டும்தான் வளர்ச்சியைக் கொண்டு வர முடியும் எனவும், அதனால் பிரிட்டீசாரின் மேற்பார்வை யிலேயே இந்தியா தொடர்ந்து இருக்க வேண்டுமென பிரகட னப்படுத்தவுமே பிரிட்டனின் பெரும்பாலான அதிகாரிகளும், எழுத்தாளர்களும், ராஜதந்திரிகளும் இத்தகைய விமர்சனக் கண்ணோட்டத்தைப் பயன்படுத்தினர். ஆயினும் தீவிரவாதப் போக்குடைய ஆங்கிலேயர்கள் சிலர் இத்தகைய குறுகிய வாத, ஏகாதிபத்திய அணுகுமுறையிலிருந்து மாறுபட்டனர். மேலைய முன்னேறிய மனிதாபிமான, பகுத்தறிவு சிந்தனையை இந்திய நிலைமைகளில் பொருத்துவதற்கு அவர்கள் முன் வந்தனர். அறிவியலைக் கொண்டு முன்னேறும் ஆற்றலை எல்லாச் சமூகங்களும் பெற்றிருக்கும்பொழுது, காலர்காலத் துக்கும் இந்தியா தாழ்வுற்று இருக்க வேண்டியதில்லை எனக் குறிப்பிடுவதற்கு அறிதல் கோட்பாடு அவர்களை இட்டுச் சென்றது. மனிதாபிமான கோட்பாடு இந்திய மக்களின் முன்னேற்றத்தில் கவனம் செலுத்துவதற்கு அவர்களை இட்டுச் சென்றது. எண்ணிக்கையில் குறைவானவர்களாக இருந்த போதிலும் பிரிட்டீஷ் சமுதாயத்தில் சிறந்து விளங்கிய தீவிர வாத போக்குடையோர் அறிவியலிலும், மனிதாபிமானத்திலும் நவீன முற்போக்கு உலகின் ஒரு பகுதியாக இந்தியாவை மாற்ற விருப்பப்பட்டனர். அவர்களைப் பொறுத்தவரை இந்தியாவின் சிக்கல்களைத் தீர்க்கும் வழி நவீன மேலைய அறிவியல், தத்துவம், இலக்கியம் போன்றவற்றை நடைமுறைப் படுத்தவதையே சார்ந்துள்ளது. உண்மையில், நவீன திசை வழியில் எல்லாவற்றையும் மாற்றியமைப்பதே தீர்வாகும். 1820-களிலும், அதன் பின்னரும் இந்தியாவுக்கு வந்த சில

அதிகாரிகள் இத்தகைய தீவிரக் கண்ணோட்டத்துக்குப் பெரிதும் ஆட்பட்டிருந்தனர்.

இந்தியாவிலிருந்த பிரிட்டீஷ் நிர்வாகத்தை ஒப்பிடுகையில், அத்தகைய நல்லெண்ணமும், நேர்மையும் கொண்ட ஆங்கிலேயர்கள் வெகு சிலரே. அவர்கள் தீர்மானகரமானவர்கள் அல்ல என்பதை இச்சமயத்தில் சுட்டிக்காட்ட வேண்டியுள்ளது. பிரிட்டீஷ் - இந்திய நிர்வாகத்தில் ஆளும் தரப்பினர் ஏகாதிபத்திய, சுரண்டல் பேர்வழிகளாகவே இருந்தனர். அவர்களது வியாபார நலனுக்கும், லாப நோக்கத்துக்கும் முரண்படாத வகையிலும், இந்தியாவில் பொருளாதார ஊடுருவலை மேம்படுத்தி, பிரிட்டீஷ் ஆட்சியை வலுப்படுத்த உதவும் வகையிலும், மட்டுமே அவர்கள் புதிய கருத்துகளை ஏற்கவும், சீர்திருத்தங்களை நடைமுறைப்படுத்தவும் விழைவார்கள். இந்தியாவை நவீனப்படுத்துவது அதன் மூலாதாரங்களை முழுமையாகவும், எளிதாகவும் சுரண்டுவதன் அடிப்படையில் நிகழ வேண்டும். இவ்வாறாக, நவீனமயமாக்கல் பிரிட்டீசார் பலராலும், வியாபாரிகளாலும், ராஜீயவாதிகளாலும் ஏற்றுக்கொள்ளப்பட்டது. இது பிரிட்டீஷ் சரக்குகளை வாங்கும் சிறந்த நுகர்வோராக இந்தியர்களை மாற்றும், அன்னிய ஆட்சியை அவர்கள் ஏற்கும் சூழ்நிலையை ஏற்படுத்தும் என்ற எதிர்பார்ப்பைத் தோற்றுவித்ததே இதற்குக் காரணமாகும்.

உண்மையில் தீவிரவாதப் போக்குடையோர் இந்தியக் கொள்கை குறித்த விவாதத்தில் அவர்களது சொந்த நம்பிக்கைகளுக்கே உண்மையாக இல்லை. பிரிட்டனில் அவர்கள் செய்ததைப்போல ஒரு ஜனநாயக அரசாங்கத்துக்காக உழைப்பதற்கு மாறாக அவர்கள் ஒரு எதேச்சதிகார ஆட்சியை வலியுறுத்தினர். இந்த வகையில் பழைமைவாதிகள் என்ற முறையில் அவர்கள் பெற்றோர் நிலையில் நின்று இந்தியர்களைக் குழந்தைகளாகக் கருதி அவர்களை நிர்வாகத்திலிருந்து ஒதுக்கி வைத்தனர். இந்தியாவில் சில நவீனமயமாக்கல் நடவடிக்கைகளை மேற்கொள்ளாமல் பிரிட்டீஷ் நலன்களைக் காக்க முடியாது, அதேசமயம் முழுமையான

நவீனமயமாக்கம் தங்களது நலனுக்கு எதிரான சக்திகளைத் தோற்றுவித்து இந்தியாவில் தங்கள் மேலாண்மையைத் தொடருவதற்கு உலை வைத்துவிடும் என பிரிட்டீஷ் ஆட்சியாளர்களிடையே அடிப்படையான தடுமாற்றம் நிலவியது. எனவே அவர்கள் அரைகுறையாகவே நவீனமயமாக்கல் கொள்கையைப் பின்பற்றத் தொடங்கினர். அதாவது சில அம்சங்களில் நவீனமயமாக்கலை நடைமுறைப்படுத்துவது, பிறவற்றில் அவற்றைத் தடைசெய்வது என்ற நிலையை மேற்கொண்டனர். வேறு வார்த்தைகளில் குறிப்பிட்டால் இந்தியாவில் நவீனமயமாக்கல் என்பது காலனிய நவீனமயமாக்கலே. அதாவது காலனியத்தை மேம்படுத்தும் கண்ணோட்டத்திலேயே அது நடைமுறைப்படுத்தப்பட்டது.

இந்திய சமுதாயத்தையும், பண்பாட்டையும் நவீனமயமாக்கும் கொள்கை கிறிஸ்தவ மதப் பிரச்சாரகர்களாலும், வில்லியம் வில்பர் போர்ஷ் மற்றும் இந்தியாவில் கிறிஸ்தவத்தைப் பரப்ப விரும்பிய கிழக்கிந்தியக் கம்பெனியின் இயக்குனர்கள் அவையின் தலைவரான சார்லஸ் கிராண்ட் போன்ற மதப்பற்று கொண்ட நபர்களாலும் முன்வைக்கப்பட்டது. அவர்களும் இந்திய சமுதாயத்தைப் பற்றி விமர்சன பூர்வமான அணுகுமுறையை, ஆனால், மத நோக்கில் கொண்டிருந்தனர். கிறிஸ்தவம் மட்டுமே உண்மையான மதம், மற்றவை அனைத்தும் பொய்யானவை என அவர்கள் கருதினர். இறுதியில் அது மக்களைக் கிறிஸ்தவ மத மாற்றத்துக்கு இட்டுச் செல்லும் என்ற நம்பிக்கையில் மேற்கத்தியமயமாக்கும் சட்டத்தை அவர்கள் ஆதரித்தனர். மேலைய அறிவு வெளிச்சம் அவர்களது சொந்த மதத்தின் மீதான நம்பிக்கையைத் தகர்த்து, கிறிஸ்தவத்தை வரவேற்று அரவணைப்பதற்கு இட்டுச் செல்லும் என அவர்கள் கருதினர். எனவே அவர்கள் நாட்டில் நவீனப் பள்ளிகள், கல்லூரிகள், மருத்துவமனைகளைத் திறந்தனர். ஆயினும் இந்து, முஸ்லீம் புராணங்களை மட்டுமல்லாமல் கிறிஸ்தவ புராணங்களையும் அறிவியல் அடிப்படையில் நிராகரித்து வந்த தீவிரப்போக்குடைய பகுத்தறிவாளர்களுடன் கிறிஸ்த மதப் பிரச்சாரகர்கள் பல சமயங்

களில் அணி சேர்ந்து நின்றனர். 'அவர்களது சொந்தக் கடவுள்களையே கேள்விக்குள்ளாக்கும் போதனைகளை மேற்கொள்ள வேண்டியிருந்தது. மேலைய சிந்தனைக்கு ஆட்பட்ட இந்தியர்கள் பைபிளையும் அது விளக்கும் உண்மைகளையும்கூட கேள்விக்குட்படுத்தினர்' எனப் பேராசிரியர் ஹெச்.ஹெச்.டோட்வெல் குறிப்பிட்டார். மதப் பிரச்சாரத்துக்கு அடிப்படையானது என்ற வகையில் அவர்கள் சட்டம், ஒழுங்கையும், பிரிட்டீஷ் மேலாண்மையையும் ஏற்றுக் கொண்டு ஏகாதிபத்தியக் கொள்ளைகளை ஆதரித்து நின்றனர். கிறிஸ்த மதமாற்றத்தின் மூலம் பிரிட்டீசாரின் சரக்குகளை வாங்குவதற்கான சிறந்த நுகர்வோர்கள் கிடைப்பார்கள் என்ற வகையில் அவர்கள் பிரிட்டீஷ் வியாபாரிகள், பொருள் உற்பத்தியாளர்கள் ஆகியோரின் ஆதரவையும் கோரினர்.

தீவிரவாதத் தரப்பினருக்கு ராஜாராம் மோகன்ராய் போன்ற ஒத்த சிந்தனையுள்ள இந்தியர்களின் ஆதரவு கிடைத்தது. தமது நாடும், சமூகமும் மிகவும் தாழ்ந்த நிலையில் மூழ்கிக்கிடப்பதை அவர்கள் உணர்ந்திருந்தனர். சாதியப் பாரபட்சத்தாலும், பிற சமூகக் கொடுமைகளாலும் சிக்குண்டு கிடக்கும் இந்தியாவில் அறிவியலும் மனிதாபிமானமுமே தீர்வைக் கொண்டுவரும் என அவர்கள் கருதினர். இத்தகையோரின் கண்ணோட்டத்தையும், செயல்பாட்டையும் பற்றி அடுத்த அத்தியாயத்தில் நாம் விவாதிக்கலாம்.

இந்தியாவிலிருந்து வந்த பிரிட்டீஷ் அதிகாரிகளிடையே நீண்ட காலமாகப் பரவியுள்ள பழைமைவாதக் கண்ணோட்டத்தை நவீனப்படுத்தாததும், அவர்களது மத நம்பிக்கைகளிலும், சமூகப் பழக்கவழக்கங்களிலும் தலையிடுவதும் இந்திய மக்களிடையே புரட்சிகர எதிர்வினையைத் தோற்றுவிக்கும் என்ற நம்பிக்கையுமே இந்திய அரசாங்கம் எச்சரிக்கையும், நிதானமும் கொண்ட புதுமைகளைப் பின்பற்றுவதற்கான மற்ற காரணங்களாகும். எல்லாவற்றிற்கும் மேலாக, பாதுகாப்பையும், இந்தியாவில் பிரிட்டீஷ் ஆட்சி நீடிப்பதையும் விரும்பிய பிரிட்டீஷ் ஆளும் வர்த்தகத்தினருடன், ஆர்வமிக்க தீவிரவாதத் தரப்பினரும் இணைந்து நின்று

இத்தகைய எச்சரிக்கையைச் செவிமடுத்தனர். மற்றவை அனைத்தும் இரண்டாம்பட்சமானவையே. அவர்களுடைய சமுதாயத்தை நவீனப்படுத்துவதையும், அவர்களது பண் பாட்டை வலியுறுத்துவதையும் நோக்கிய தீவிர மாற்றத்தை ஏற்படுத்தினர். சுதந்திரம், சமத்துவம், தேசியம் ஆகிய நவீனக் கோட்பாடுகளுக்கு ஏற்ப ஆட்சி செலுத்த வேண்டும் எனக் கோரினர். இதனால் இந்தியர்கள் பொருத்தமானவர்கள் என நிரூபிக்கப்பட்ட 1858-க்குப் பிறகு தயக்கமும், பலவீனமும் கொண்ட நவீனமயமாக்கல் கொள்கையை ஆங்கிலேயர்கள் கைவிட்டனர் என்பதே உண்மை. பிரிட்டீசார் சீர்திருத்த வாதிகளுக்கு அளித்துவந்த ஆதரவை படிப்படியாக வாபஸ் பெற்று சமுதாயத்தின் வைதீக, பழமைவாதச் சக்திகளின் பக்கம் சாயத் தொடங்கினர். சாதீயத்தையும், வகுப்புவாதத் தையும் ஊக்குவித்தனர்.

மனிதாபிமான நடவடிக்கைகள் :

இந்திய சமுதாயத்தைச் சீர்திருத்த பிரிட்டீசார் மேற் கொண்ட முயற்சி ஒட்டுமொத்ததத்தில் மிகவும் சொற்பமே. எனவேதான் அதற்கு மிகக் குறைவான பலனே கிட்டியது. கணவன் இறந்துவிட்டால் அவனது உடலுடன் விதவை மனைவியையும் சேர்த்து எரிக்க வேண்டும் என்ற சதிக் கொடுமைக்கு வில்லியம் பெண்டிங் பிரபு 1829-ம் ஆண்டு முற்றுப்புள்ளி வைத்த செயல் அவர்களது மிகப்பெரும் சாதனை யாகும். இச்செயல் இந்திய வைதீகர்களின் ஆத்திரத்தைக் கிளப்பும் என ஆரம்பத்தில் ஆங்கிலேய ஆட்சியாளர்கள் அஞ்சினர். ராஜாராம் மோகன்ராயும், மற்ற இந்திய அறிவு ஜீவிகளும், கிறிஸ்தவ மதபோதகர்களும் இத்தகைய கொடூர மான பழக்க வழக்கத்தை ஒழிக்க வேண்டுமென உறுதியுடன் போராடி வந்ததன் விளைவாக அரசாங்கம் இத்தகைய மனிதா பிமான நடவடிக்கையை மேற்கொள்ள ஒப்புக்கொண்டது. கடந்த காலங்களில் அக்பர், ஔரங்கசீப், பேஷ்வாக்கள், ஜெய்ப்பூரின் ஜெய்சிங் உள்ளிட்ட இந்திய ஆட்சியாளர்கள்

பலர் இத்தகைய தீய பழக்கவழக்கத்தை ஒழிக்க முயற்சிகளை மேற்கொண்டு தோற்றுப் போயினர். 1815-க்கும் 1818-க்கும் இடைப்பட்ட காலத்தில் வங்காளத்தில் மட்டும் 800 உயிர்கள் இத்தகைய சதிக்கொடுமைக்கு பலியாயின. இதனை உறுதி யுடன் எதிர்த்துப் போராடி சட்ட விரோதம் என அறிவித்த பெருமை பெண்டிங் பிரபுவையே சாரும்.

பெண் சிசுக்கொலை அல்லது பெண் குழந்தைகளைப் பிறந்தவுடன் கொல்லும் முறை ரஜபுத்திர இனக்குழுக்கள் மற்றும் பிற சாதியினரிடையே பரவலாக இருந்து வந்தது. போரில் பெரும் உயிர்சேதம் ஏற்படுவதால் உண்டான இளைஞர்களின் பற்றாக்குறை காரணமாகவும், வளமற்ற பகுதிகளில் வாழ்க்கைத் தேவைக்கு வருமானம் சம்பாதிப்பதில் இருந்த சிரமங்கள் காரணமாகவும் மேற்கிந்தியாவிலும், மத்திய இந்தியாவிலும் வரதட்சணை என்னும் கொடிய, தீய பழக்க வழக்கங்கள் பரவலாக இருந்ததாலும் இவ்வாறு பெண் சிசுக்களைக் கொன்றுவிடும் வழக்கம் இருந்து வந்தது. 1795-1802-ம் ஆண்டுகளில் பெண் சிசுக்கொலைகளைத் தடுக்கும் ஒழுங்குமுறைகள் மேற்கொள்ளப்பட்டாலும் பெண் டிங்கும் ஹார்டிஞ்சும்தான் அதனை உறுதியாக நடைமுறைப் படுத்தினர். இந்து விதவைப் பெண்கள் மறுமணம் செய்து கொள்ள வகை செய்யும் சட்டத்தை 1856-ம் ஆண்டு இந்திய அரசாங்கம் நிறைவேற்றியது. இதற்கு ஆதரவாக பண்டிட் ஈஸ்வர சந்திர வித்தியாசாகர் மற்றும் பல சீர்திருத்தவாதி கள் தொடர்ந்து போராடியதன் விளைவாகவே அரசாங்கம் இதில் கவனம் செலுத்தியது. இச்சட்டத்தினால் உடனடிப் பலன் எதுவும் கிட்டவில்லை.

இத்தகைய அதிகாரப்பூர்வ சீர்திருத்தங்கள் இந்தியச் சமூக அமைப்பின் மேற்பரப்பைத் தொட்டதற்கு மேலாக ஒன்றும் செய்துவிடவில்லை. இது பெரும்பாலான மக்களின் வாழ்க்கையில் எத்தகைய பாதிப்பையும் ஏற்படுத்தவில்லை. இதற்கு மேல் செய்வதற்கு அன்னிய அரசாங்கத்தால் முடியாமல் போயிருக்கலாம்.

நவீனக்கல்வி விரிவாக்கம் :

நவீனக் கல்வியை நடைமுறைப்படுத்துவதில் பிரிட்டீசார் பெருமளவில் வெற்றி பெற்றனர். நவீனக் கல்வி விரிவாக்கமானது அரசாங்கத்தின் பணியாக மட்டும் இல்லை. கிறிஸ்தவ மத போதகர்களும், பெருமளவிலான இந்திய அறிவாளிகளும் இதில் முக்கியப் பங்காற்றி உள்ளனர்.

அறுபதாண்டு காலம் இந்தியாவில் ஆட்சி புரிந்த கிழக்கிந்தியக் கம்பெனி - வர்த்தக, லாப நோக்கிலான நிறுவனம் - கல்வியில் போதுமான கவனம் செலுத்தவில்லை. ஆயினும் இக்கொள்கையில் இரண்டு சிறிய விதிவிலக்குகள் இருந்தன. 1781-ம் ஆண்டு வாரன்ஹேஸ்டிங்ஸ் முஸ்லீம் சட்டங்களையும், அவை தொடர்பான அம்சங்களையும் போதிக்க கல்கத்தா மதரசாவை உருவாக்கினார். 1791-ம் ஆண்டு ஜனாதன் டன்கன் தான் வசித்து வந்த வாரணாசியில் இந்துச் சட்டத்தையும், தத்துவத்தையும் பயில சமஸ்கிருதக் கல்லூரி ஒன்றைத் தொடங்கினார். கிழக்கிந்தியக் கம்பெனி சபையில் நிர்வாகச் சட்டங்களுக்கு உதவி புரிய தரம் வாய்ந்த இந்தியர்களைத் தொடர்ந்து அனுப்புவதற்குத் தேவையானவர்களை இவ்விரு நிறுவனங்களும் தோற்றுவித்து வந்தன.

இந்தியாவில் நவீன மதச் சார்பற்ற மேலையக் கல்வியை அறிமுகப்படுத்த வேண்டுமென் கிறிஸ்தவ மத போதகர்களும், அவர்களது ஆதரவாளர்களும், மனிதாபிமானிகள் பலரும் கம்பெனியை நிர்ப்பந்தப்படுத்தத் தொடங்கினர். நாட்டின் சமூகப் பொருளாதார, அரசியல் துயரங்களுக்குத் தீர்வுகாண நவீனக் கல்வியறிவு அவசியம் என மனிதாபிமானிகள் பலரும் கருதினர். அதேசமயம் நவீனக் கல்வியானது மக்கள் தமது சொந்த மதத்தின் மீது கொண்டுள்ள நம்பிக்கையைச் சிதைத்து கிறிஸ்தவத்தை ஏற்றுக்கொள்ள வழிவகுக்கும் என கிறிஸ்தவ மத போதகர்கள் நம்பினர். இந்தியர்களுக்குக் கல்வி அளிக்கவும், நாட்டில் நவீன அறிவியல் அறிவை வளர்ப்பதை ஊக்குவிக்கும் கோட்பாட்டுடனும் ஒருங்கிணைந்த சாசனச் சட்டம் 1813-ம் ஆண்டு இயற்றப்பட்டதானது ஒரு மென்மை

யான தொடக்கமாக அமைந்தது. இதற்கென கம்பெனி ஒரு இலட்ச ரூபாய் செலவழிக்க வேண்டுமென இச்சட்டம் வழி காட்டியது. ஆனால் இச்சிறு தொகையைக்கூட கம்பெனி நிர்வாகிகள் 1823-ம் ஆண்டு வரை ஒதுக்கவில்லை.

இச்செலவை ஏற்க வேண்டும் என்ற வழிகாட்டுதல் குறித்த பிரச்சினையில் பல்லாண்டு காலம் நாட்டில் பெரும் முரண்பாடுகள் முற்றி வந்தன. நவீன மேலையக் கல்விக்காக இத்தொகை செலவழிக்கப்பட வேண்டுமென ஒரு சாரார் குறிப்பிட்டனர். மேலைய அறிவியலும், இலக்கியமும் மாண வர்கள் வேலை பெறுவதற்காகப் போதிக்கப்பட வேண்டிய அதே சமயம், மரபுவழிப்பட்ட இந்தியக் கல்வி முறையில் விரிவாக்கத்துக்கு முக்கியத்துவம் அளிக்கப்பட வேண்டுமென மற்றொரு தரப்பினர் விரும்பினர். மேலையக் கல்வி முறையை விரிவுபடுத்த வேண்டுமென விரும்பியவர்கள் மத்தியிலும், நவீன, பள்ளி, கல்லூரிகளில் பயிற்று மொழி குறித்த பிரச் சினையில் வேறுபாடுகள் எழுந்தன. அச்சமயத்தில் இந்தியத் தாய்மொழியைப் பயன்படுத்த வேண்டுமெ்னச் சிலரும், ஆங்கிலத்தைப் பயன்படுத்த வேண்டுமெனச் சிலரும் வாதிட் டனர். துரதிருஷ்டவசமாக இப்பிரச்சினையில் பெரும் குழப்பம் நிலவியது. ஆங்கிலத்தை ஒரு பயிற்று மொழியாக வும், மரபு வழிப்பட்ட இந்தியப் பயிற்சி முறையைக் கல்வியின் முக்கிய இலக்காகவும் கொண்டிருப்பதற்கும் இடையிலான வேறுபாட்டைக் காணச் சிலர் தவறுகின்றனர்.

மேலைய அறிவியலையும், இலக்கியத்தையும் ஆங்கிலப் பயிற்றுமொழியின் வாயிலாக மட்டுமே போதிக்க இந்திய அரசாங்கம் 1835-ம் ஆண்டு முடிவெடுத்தபொழுது இந்த இரண்டு முரண்பாடுகளும் முடிவுக்குக் கொண்டு வரப் பட்டன. 'கீழையப் பயிற்சி முழுமையாக ஐரோப்பியப் பயிற்சிக்கு தாழ்ந்த நிலையில் இருந்தது.' இந்நோக்கத்தை நிறைவேற்றும் வகையில் இந்திய மொழிகள் போதுமான அளவுக்கு வளர்க்கப்படவில்லை என கவர்னர் ஜெனரல் சபையின் சட்டக்குழு உறுப்பினரான மெக்காலே பிரபு குறிப்பிட்டார். மெக்காலேவின் அணுகுமுறை அறிவியல்

மற்றும் சிந்தனைத் துறையில் இந்தியாவின் கடந்த காலச் சாதனைகளை உதாசீனப்படுத்தி, பாரபட்சம் காட்டி துரோக மிழைத்தது. ஒரு காலத்தில் முன்னேறிய நிலையில் இருந்து வெகுகாலம் தேக்கத்துக்கு உள்ளாகி எதார்த்தத்துடன் தொடர் பற்றுப் போன இந்திய அறிவுத் துறையைக் காட்டிலும், ஐரோப்பிய அறிவுத்துறையானது இயற்பியல் மற்றும் சமூக அறிவியல் அம்சங்களில் மேம்பட்டு இருந்ததாக அவர் உறுதியுடன் குறிப்பிட்டார். அதனால்தான் அச்சமயத்தில் மிகவும் முன்னேறிய நபர்களாக விளங்கிய ராஜாராம் மோகன் ராய் தலைமையிலானவர்கள் மேலைய அறிவுத்துறைச் சார்ந்த கல்விக்காக உறுதியுடன் வாதிட்டனர். இதனை, 'நவீன மேலைய அறிவியல் மற்றும் ஜனநாயகச் சிந்தனையின் அடிப்படையாக அவர்கள் கண்டனர்.' மரபு வழிப்பட்ட கல்வி மூடநம்பிக்கையையும், அச்சத்தையும், எதேச்சதிகாரத் தையும் கொண்டு வரும் என்பதையும் அவர்கள் உணர்ந் திருந்தனர். வேறு வார்த்தைகளில் குறிப்பிட்டால், நாட்டை முன்னோக்கிக் கொண்டு செல்வதன் மூலமே பிரச்சினை களுக்குத் தீர்வு ஏற்படுமே ஒழிய, பின்னோக்கிச் செல்வதால் அல்ல என்பதை அவர்கள் உணர்ந்திருந்தனர். உண்மையில், 19, 20-ம் நூற்றாண்டுகளைச் சேர்ந்த எந்தவொரு முன்னணி இந்தியரும் இத்தகைய அணுகுமுறையிலிருந்து விலகிச் செல்லவில்லை. மேலும், நவீன வரலாற்றுக் காலம் முழு வதும் இந்தியர்கள் மேலையக் கல்வியறிவை உள்வாங்கிக் கொள்வதில் காட்டிய ஆர்வம், நவீன வழிமுறைகளில் கல்வியை விரிவுபடுத்துவதற்கு அரசாங்கத்தைத் தூண்டுவதில் முக்கியப் பங்காற்றியது.

1835-ம் ஆண்டு முடிவின்படி இந்திய அரசாங்கம் குறிப் பாக வங்காளத்தில் முனைப்புடன் செயல்பட்டது. அதன் பள்ளி, கல்லூரிகளில் ஆங்கிலத்தைப் பயிற்றுமொழியாக ஆக்கியது. ஏராளமான பாடசாலைகளுக்கு மாறாக, சில ஆங்கிலப் பள்ளிகளையும், கல்லூரிகளையும் திறந்தது. இக் கொள்கை வெகுஜனக் கல்வியைப் புறக்கணித்ததாக பிற் காலத்தில் பெரிதும் விமர்சிக்கப்பட்டது. உண்மையில்,

நவீன உயர்கல்வி நிறுவனங்களைத் திறப்பதில் தவறேதும் இல்லை. ஆரம்பப் பள்ளிகளின் ஆசிரியர்களுக்குப் போதிக்கவும், பயிற்சி அளிக்கவும் பெருமளவில் பள்ளி, கல்லூரிகள் அவசியமாகும். ஆனால், மேல்நிலைக் கல்வி பரவியதை ஒட்டி, வெகுஜனங்களுக்கான கல்வியையும் கொண்டு செல்ல வேண்டியிருந்தது. அரசாங்கம் கல்விக்கென பெரும் தொகையைச் செலவழிக்காமல் இதனைச் செய்ய முடியாது. கல்வித் துறைக்கான செலவீட்டில் இருந்த பற்றாக்குறையை ஈடுகட்ட அதிகாரிகள், 'கீழ்நோக்கிக் கொண்டு செலுத்தும்' கொள்கையைக் கடைப்பிடித்தனர்.

ஒதுக்கப்படும் நிதியின் மூலம் இந்தியர்களில் வெகு சிலர் மட்டுமே கல்வி பயில இயலுமெனில், அத்தொகையைக் கொண்டு மேல்தட்டிலும், மத்திய தர வர்க்கத்திலும் உள்ள சில பேருக்குக் கல்வி அளிப்பதன் மூலம் அவர்கள் தாம் பெற்றக் கல்வியையும், நவீனக் கருத்துக்களையும் வெகுஜனங்களிடம் கொண்டு செல்வார்கள். இவ்வாறு கல்வியும் நவீனக் கருத்துகளும் மேல்தட்டிலிருந்து கீழ்நோக்கிப் பரவும் என நம்பினர். பிரிட்டீஷ் ஆட்சியின் இறுதிவரை இக்கொள்கை தொடர்ந்தது. கல்வி கீழ்நோக்கிப் பரவாவிட்டாலும், நவீனக் கருத்துக்கள் பெருமளவில் பரவும் என்பதையும் இங்குச் சுட்டிக் காட்ட வேண்டியுள்ளது. பள்ளிகள், பாடநூல்கள் போன்ற வற்றின் மூலமாக அல்லாமல் அரசியல் கட்சிகள், பத்திரிகைகள், பிரசுரங்கள், இலக்கியங்கள், பொதுக்கூட்டங்கள் வாயிலாக கல்வியறிவு பெற்ற இந்தியர்கள் அல்லது அறிவாளிகள், ஜனநாயகம், தேசியம், ஏகாதிபத்திய எதிர்ப்பு, சமூகப் பொருளாதாரச் சமத்துவம், நீதி போன்றவற்றை நகர்ப்புற மற்றும் கிராமப்புற மக்களிடையே பரப்பினர். இத்தகைய கருத்துக்களைக் கொண்டு செல்லும் கருவியாக கல்வி முறை செயல்படுகையில் அது மக்களுக்கு இயற்பியல், சமூக அறிவியல், மனித குலம் குறித்த சில அடிப்படை நூல்களை மறைமுகமாகக் கிடைக்கச் செய்கிறது. இதன்மூலம் அவர்கள் சமூகப் பகுப்பாய்வு மேற்கொள்ளும் திறனைப் பெறுகின்றனர். மற்ற வகையில் அதன் வடிவம், அமைப்பு, நோக்கங்கள்,

வழிமுறைகள், பாடத்திட்டம், உள்ளடக்கம் அனைத்தும் காலனியத்துக்குச் சேவை செய்வதாகவே இருந்தன.

1854-ம் ஆண்டின் உட் அறிக்கை (கட்டுப்பாட்டுக் குழுவின் தலைவர் சர் சார்லஸ் உட் என்பவரின் பெயரால் அழைக்கப்பட்ட இயக்குநர்கள் அவையிலிருந்து அனுப்பப் பட்ட ஆவணங்கள்) இந்தியக் கல்வித்துறையின் வளர்ச்சியில் மற்றுமொரு முக்கிய படிக்கல் ஆகும். வெகுஜனங்களுக்குக் கல்வி அளிக்கும் பொறுப்பை இந்திய அரசாங்கம் ஏற்க வேண்டுமென இந்த அறிக்கை கேட்டுக் கொண்டது. 'கீழ் நோக்கிக் கொண்டு செலுத்தும்' கொள்கையை ஏட்டளவிலாவது இது மறுக்கிறது. நடைமுறையில் கல்வியைப் பரப்ப அரசாங்கம் போதுமான முயற்சி எடுக்கவில்லை. அதற்கு மிகக்குறைந்த அளவிலேயே செலவழித்தது. இந்த அறிக்கை அளித்த வழிகாட்டுதல்களின் அடிப்படையில் அனைத்து மாநிலங்களிலும் கல்வித்துறை நிறுவனங்களும், 1857-ம் ஆண்டு கல்கத்தா, பம்பாய், சென்னை ஆகிய இடங்களில் பல்கலைக்கழகங்களும் நிறுவப்பட்டன. 1858-ம் ஆண்டு கல்கத்தா பல்கலைக் கழகத்தில் பட்டம் பெற்ற முதல் இரண்டு பட்டதாரிகளில் புகழ்பெற்ற வங்காள நாவலாசிரியர் பங்கிம் சந்திர சட்டர்ஜியும் ஒருவராவார்.

தாம் பெரிதாகச் சாதித்துள்ளதாகக் கூறிக்கொணட போதிலும் கம்பெனியின் கீழும், பின்னாளில் பிரிட்டீஷ் மன்னராட்சியின் கீழும் இந்திய அரசாங்கம் மேலையக் கல்வியை அல்லது இந்தியாவில் வேறெந்தக் கல்வியையும் பரப்ப உண்மையில் தீவிர ஆர்வம் காட்டவில்லை. எடுக்கப் பட்ட சிறு முயற்சிகளும் கருணை அடிப்படையிலேயே மேற்கொள்ளப்பட்டுள்ளன. நவீனக் கல்விக்கு ஆதரவாக முற்போக்கான இந்தியர்கள், அன்னிய கிறிஸ்வ அமைப்புகள், மனிதாபிமான அதிகாரிகள் மற்றும் பிற ஆங்கிலேயர்கள் நடத்திய போராட்டம் இந்த அம்சத்தில் முக்கியத்துவம் வாய்ந்ததாகும். நிர்வாகத்துக்கும், பிரிட்டீஷ் வியாபார நிறுவனங்களுக்கும் தேவைப்படுகின்ற துணைப் பதவிகளுக்கு பெரும் எண்ணிக்கையிலான கல்வியறிவு பெற்ற இந்தியர்

களைக் குறைந்த செலவில் அளிப்பதே அரசாங்கத்தின் முக்கிய நோக்கமாகும். இந்த நோக்கத்துக்காக போதுமான அளவுக்கு ஆங்கிலேயர்களைக் கொண்டு வருவது சாத்தியமற்றதும், மிகுந்த செலவு பிடிக்கக் கூடியதுமாகும். மலிவான குமாஸ்தாக் களை உருவாக்கவே பள்ளி, கல்லூரிகள், நவீனக் கல்வியை அளித்ததை இது விளக்குகிறது. இக்கல்வி பெறுவோர் மேற்கத்தியமயமான கம்பெனியின் பணிக்குப் பொருத்த மானவர்களாக உள்ளனர். எஜமானர்களின் மொழியாகவும், நிர்வாக மொழியாகவும் ஆங்கிலத்தை இந்நிறுவனங்கள் வலியுறுத்தியது ஏன் என்பதையும் இது விளக்குகிறது. கல்வியறிவு பெற்ற இந்தியர்கள் பிரிட்டீஷ் உற்பத்திப் பொருட்களுக்கான இந்தியச் சந்தை விரிவாக்கத்துக்கு உதவுவார்கள் என்பதும் பிரிட்டீசார் இத்தகைய கல்வி கொள்கையை கொண்டு வந்ததற்கு மற்றொரு காரணமாகும். இறுதியாக இந்திய மக்கள் பிரிட்டீஷ் ஆட்சியை ஏற்றுக் கொள்வதையும் குறிப்பாக பிரிட்டீசார் இந்தியாவை வெற்றி கொண்டதையும் அவர்களது நிர்வாகத்தையும் போற்று வதற்குரிய வகையில் மேலையக் கல்வி அவர்களைத் தயார் படுத்தும் என எதிர்பார்த்தனர். உதாரணமாக மெக்காலே பின்வருமாறு குறிப்பிட்டார் :

நமக்கும், நாம் ஆட்சி புரிந்து வரக்கூடிய இலட்சோப லட்சம் மக்களுக்கும் இடையில் தொடர்பு வர்க்கம் ஒன்றை உருவாக்க நம்மால் இயன்றதனைத்தையும் நாம் மேற்கொள்ள வேண்டும். ‘அந்த வர்க்கம் இரத்தத்தாலும், நிறத்தாலும் இந்தியர்களாகவும், அனுபவம், கருத்து, நெறிமுறை, அறிவு ஆகியவற்றில் ஆங்கிலேயர்களாகவும் உள்ளவர்களாக இருக்க வேண்டும்’ என்றார் அவர்.

இவ்வாறாக, பிரிட்டீசார் இந்நாட்டில் அவர்களது அரசியல் அதிகாரத்துக்கான அடிப்படையை வலுப்படுத்த நவீனக் கல்வியைப் பயன்படுத்த விரும்பினர்.

அரசாங்க ஆதரவு இல்லாததாலும், அதற்கும் மேலாக அரசுப் பணிகளுக்கு விண்ணப்பிப்போருக்கு ஆங்கில அறிவு

அவசியம் என்ற 1844-ம் ஆண்டின் அறிவிப்பினாலும் மரபு வழிப்பட்ட இந்தியக் கல்வி முறை படிப்படியாக மறைய ஆரம்பித்தது. இத்தகைய அறிவிப்பின் மூலம் ஆங்கில வழிக் கல்வி மிகவும் பிரபலமாயிற்று. மேலும் மேலும் மாணவர்கள் மரபு வழிக் கல்விக்கூடங்களைத் துறக்கும் நிர்ப்பந்தத் துக்கு உள்ளாயினர்.

வெகுஜனங்களுக்கான கல்வியைப் புறக்கணித்தது கல்வி முறையில் இருந்த ஒரு பெரும் பலவீனமாகும். இதன் விளை வாக இந்தியாவில் கல்வியறிவு பெற்ற மக்களின் எண்ணிக்கை யில் 1821-ம் ஆண்டில் இருந்ததைக் காட்டிலும் 1921-ம் ஆண்டில் எவ்வித அதிகரிப்பும் ஏற்படவில்லை. இந்தியர் களில் கல்லாதோர் எண்ணிக்கை 1911-ம் ஆண்டு 94 சதவீத மாகவும், 1921-ம் ஆண்டு 92 சதவீதமாகவும் இருந்தது. இந்திய மொழிகளின் இடத்தில் ஆங்கிலத்தைப் பயிற்று மொழியாக்க முக்கியத்துவம் அளித்ததும் வெகுஜனங்களிடையே கல்வி பரவுவதைத் தடை செய்தது. மேலும் இது கல்வியறிவு பெற்றவர்களுக்கம், வெகுஜனங்களுக்கும் இடையில் மொழி, பண்பாடு ஆகியவற்றில் பெரும் இடைவெளியைத் தோற்று வித்தது. அதுமட்டுமல்லாமல், பள்ளி, கல்லூரிகளில் பயிலும் மாணவர்கள் கட்டணம் செலுத்த வேண்டியிருந்ததால் கல்வி விலை மதிப்பு மிக்கதாகவும், வசதிபடைத்தோருக்கும், நகர்ப்புறத்தினருக்கும் மட்டுமே அது ஏகபோகமானது என்ற நிலையும் உருவானது. சுமார் ஒரு நூற்றாண்டு காலம் இது மிகவும் குறுகிய எல்லைக்குட்பட்டதாகவே இருந்தது. மரபு வழிக்கல்வி முறையின் அழிவை ஈடுகட்ட அதனால் இயலவில்லை.

பெண்கல்வி முழுமையாகப் புறக்கணிக்கப்பட்டதானது ஆரம்பக்காலக் கல்விக் கொள்கையில் இருந்த மிகப்பெரும் பலவீனமாகும். அதற்கென நிதி எதுவும் ஒதுக்கப்படவில்லை. அது வைதீக இந்தியர்களின் உணர்வுகளைப் பாதித்துவிடும் என அரசாங்கம் கருதியதும் இதற்கு ஒரு காரணமாகும். அரசாங்க எழுத்தர் பணிகளில் பெண்களை நியமனம் செய்ய முடியாது என ஆங்கிலேய அதிகாரிகள் கருதியதால் பெண்

கல்வியினால் உடனடிப் பலன் இல்லையென்பதே அதற்கான முக்கியக் காரணமாகும். இதன் விளைவாக 1921-ம் ஆண்டில் இந்தியப் பெண்கள் 100 பேரில் 2 பேருக்கு மட்டுமே எழுதப் படிக்கத் தெரியும். 1919-ம் ஆண்டு வங்காள மாகாணத்திலிருந்த உயர்நிலைப் பள்ளிகளில் நான்கு உயர் வகுப்புகளில் 490 மாணவியர் மட்டுமே பயின்று வந்தனர்.

கம்பெனியின் நிர்வாகமும் அறிவியல், தொழில்நுட்பக் கல்வியைப் புறக்கணித்து வந்தது. 1857-ம் ஆண்டு நாட்டில் கல்கத்தா, பம்பாய், சென்னை ஆகிய மூன்று இடங்களில் மட்டுமே மருத்துவக் கல்லூரிகள் இருந்தன. உயர் தொழில் நுட்பக் கல்விக்கான ஒரேயொரு சிறந்த பொறியியல் கல்லூரி ரூர்கியில் மட்டும் அதுவும் ஐரோப்பியர்களுக்கும், யூரேசியர் களுக்கும் மட்டுமே தொடங்கப்பட்டது.

நிதிப் பிரச்சினையே இத்தகைய பல்வேறு பலவீனங் களுக்கான மூலமாகும். கல்விக்கென மிகச் சொற்பத் தொகைக்கு மேலாக செலவழிக்க அரசாங்கம் தயாராக இல்லை. 1886-ம் ஆண்டு இறுதியில் அது தனது மொத்த வருமானமான சுமார் 47 கோடி ரூபாயில் ஒரேயொரு கோடியை மட்டுமே கல்விக்காக ஒதுக்கீடு செய்தது.

5

19-ம் நூற்றாண்டின் முதல் பாதியில் சமூக, பண்பாட்டு எழுச்சி!

19-ம் நூற்றாண்டு இந்தியாவில் அறிவொளியும், பண்பாடும் பிரம்மாண்டமாக வளர்ச்சி பெற்று வந்தன. நவீன மேலையப் பண்பாடும், அன்னிய ஆட்சியாளர்களால் தோற்கடிக்கப்பட்ட உணர்வும் புதிய எழுச்சிக்கு வழிவகுத்தன. இந்திய சமூகக் கட்டமைப்பிலும், பண்பாட்டிலும் உள்ளார்ந்திருந்த பலவீனமே இந்தியா போன்ற ஒரு பெரிய நாட்டை, சின்னஞ்சிறு நாட்டைச் சேர்ந்த அன்னியர்கள் காலனியாகக் கொண்டிருந்ததற்குக் காரணமாகும் என்ற விழிப்புணர்வு ஏற்பட்டது. அறிவார்ந்த இந்தியர்கள் தமது சமுதாயத்தின் வலிமையையும், பலவீனத்தையும் உணர்ந்து அத்தகைய பலவீனங்களைப் போக்குவதற்கான வழிமுறைகளைக் கண்டறியத் தொடங்கினர். பெருமளவிலான இந்தியர்கள் மேலைய நடைமுறைகளை நிராகரித்து மரபு வழியிலான இந்தியக் கருத்துகளிலும் நிறுவனங்களிலும் தொடர்ந்து நம்பிக்கை வைத்திருந்த போதிலும் மற்றவர்கள் நவீன மேலைய சிந்தனைகளைப் பின்பற்றுவதன் மூலமாக தமது சமூகத்தைப் புணரமைக்க முடியும் எனக் கருதினர். குறிப்பாக அவர்கள் நவீன அறிவியலாலும், பகுத்தறிவு மற்றும் மனிதாபிமானக் கோட்பாடுகளாலும் கவரப்பட்டனர். சீர்திருத்த நடவடிக்கைகளை மேற்கொள்வதில் இயல்பிலும், அளவிலும் வேறுபட்ட

போதிலும் சமூக மற்றும் மதச் சீர்திருத்தங்களை மேற் கொள்வது காலத்தின் கட்டாயம் என்பதில் 19-ம் நூற்றாண்டு அறிவாளிகள் அனைவரும் ஒத்தக் கருத்துடன் இருந்தனர்.

ராம்மோகன்ராய் :

அத்தகைய எழுச்சியின் மையப் புள்ளியாக ராம்மோகன் ராய் விளங்கினார். நவீன இந்தியாவின் முதலாவது மாபெரும் தலைவராக அவர் மிகச் சரியாகக் கருதப்பட்டார். இந்திய மக்களின்பாலும், நாட்டின் மீதும் ஆழமாக அன்பு கொண்ட ராம்மோகன்ராய், சமூக, மத, அறிவொளி மற்றும் அரசியல் மறுமலர்ச்சிக்காகத் தமது வாழ்நாள் முழுவதும் கடுமையாக உழைத்தார். அன்றைய இந்திய சமுதாயத்தில் சாதி, சம்பிர தாயங்கள் மேலோங்கி இருந்த நிலையில் தேக்கமும், ஊழலும் மலிந்த நிலையை எண்ணி மிகவும் வருந்தினார். மதம் என்பது மூடநம்பிக்கைகளின் கூடாரமாகவும், ஊழல் மிக்க மதகுரு மார்கள் அதனைப் பயன்படுத்தி சுரண்டுபவர்களாகவும் இருந் தனர். மேல்தட்டில் இருந்தவர்கள் சுயநலக் கும்பல்களாகவும், தமது குறுகிய சுயநலனுக்காகச் சமூக நலனை விட்டுக் கொடுப்பவர்களாகவும் விளங்கினர்.

கிழக்கிந்திய மரபு வழிப்பட்ட தத்துவமுறையின் மீது ராம்மோகன்ராய் மாபெரும் அன்பும், மரியாதையும கொண்டி ருந்தார். ஆனால், அதே சமயம் நவீன பண்பாடு மட்டுமே இந்திய சமுதாயத்தை மறுமலர்ச்சி அடையச் செய்ய உதவும் என அவர் நம்பினார். குறிப்பாக இந்திய மக்கள் பகுத்தறி வும், அறிவியல் அணுகுமுறையும் மானுடக் கௌரவக் கோட் பாட்டையும், ஆண் பெண்ணின் சமூக சமத்துவத்தையும் ஏற்க வேண்டுமென அவர் வலியுறுத்தினார். அத்தோடு, அவர் நாட்டில் நவீன முதலாளித்துவத்தையும், தொழிற்சாலைகளை யும் கொண்டுவர வேண்டுமெனவும், அவர் விரும்பினார்.

கிழக்கு மேற்கு சிந்தனை ஒருங்கிணைப்பின் பிரதிநிதியாக ராம்மோகன்ராய் விளங்கினார். சமஸ்கிருதம், பெர்ஷியன், அரபி, ஆங்கிலம், பிரெஞ்சு, கிரேக்கம், ஹீப்ரு ஆகிய மொழி

களில் புலமை மிக்கவராக அவர் திகழ்ந்தார். இளைஞராக இருந்தபோது சமஸ்கிருத இலக்கியத்தையும், இந்து தத்துவத்தையும் வாரணாசியிலும் குரான் மற்றும் பொஷிய அரேபிய இலக்கியங்களைப் பாட்னாவிலும் அவர் பயின்றார். சமணத்திலும், இந்தியாவின் பிற மத இயக்கங்களிலும் அவர் நன்கு தேர்ச்சி பெற்றிருந்தார். பிற்காலத்தில் அவர் மேலைய சிந்தனையிலும், பண்பாட்டிலும் தீவிர பயிற்சியை மேற்கொண்டார். பைபிளை அதன் மூலமொழியில் படிக்க வேண்டும் என்பதற்காக கிரேக்கத்தையும், ஹீப்ருவையும் கற்றார். 1809-ல் அவர் 'ஒற்றைக்கடவுள் நம்பிக்கையாளர்களுக்கு ஒரு வெகுமதி' என்ற நூலை பெர்ஷிய மொழியில் எழுதினார். அதில் அவர் பல கடவுள் வணக்க முறைக்கு, எதிராக, ஒரு கடவுள் வணக்க முறைக்கு ஆதரவாக வலுவான கருத்துக்களை முன்வைத்துள்ளார்.

1814-ம் ஆண்டு அவர் கல்கத்தாவில் தங்கினார். அங்கு அவர் ஒரு இளைஞர் பட்டாளத்தைத் திரட்டி அவர்களது ஒத்துழைப்பின் ஆத்மிய சபையைத் தொடங்கினார். அப்பொழுது ஒத்துழைப்புடன் துவங்கி அவர் வங்காளத்தில் இந்துக்களிடையே பரவலாக நிலவி வந்த மத மற்றும் சமூகத் தீமைகளுக்கு எதிராக உறுதிமிக்க போராட்டத்தை நடத்தி வந்தார். குறிப்பாக அவர் உருவ வழிபாடு, சாதிய இறுக்கம், பரவலாக உள்ள அர்த்தமற்ற மதச் சடங்குகள் போன்ற வற்றை கடுமையாக எதிர்த்தார். இத்தகைய நடவடிக்கைகளை ஊக்குவிக்கும் மதகுருமார் வர்க்கத்தை அவர் கடுமையாகச் சாடினார். பண்டைய இந்துமதக் கோட்பாடுகள் அனைத்தும் ஒற்றைக் கடவுளை அல்லது ஒரு கடவுள் வழிபாட்டையே கொண்டிருந்ததாக அவர் குறிப்பிட்டார். தனது கருத்தை நிலைநாட்ட வேதங்களையும், உபநிஷதங்களின் ஐந்து கோட்பாடுகளையும் அவர் வங்காள மொழியில் வெளியிட்டார். ஒற்றைக் கடவுள் கோட்பாட்டை வலியுறுத்தி தொடர்ச்சியான பிரசுரங்களை எழுதினார்.

தனது பண்டைய தத்துவார்த்த கண்ணோட்டத்தை வலியுறுத்திய அதே சமயம் ராம்மோகன்ராய். அவரது

கண்ணோட்டத்தில் கிழக்கத்திய அல்லது மேற்கத்திய கோட்பாட்டு உண்மையை இறுதியாக அடைவதற்கு, மானுட பகுத்தறிவின் வலிமையைப் பெரிதும் சார்ந்திருந்தார். வேதாந்த தத்துவம் பகுத்தறிவு கோட்பாட்டின் அடிப்படையில் அமைந்திருப்பதாக அவர் கருதினார். எவ்வாறாயினும் மானுட பகுத்தறிவுக்கு ஏற்ப மரபுகள் சமுதாயத்துக்குப் பாதகமானவையாக இருக்கும் நிலையில் புனித நூல்களையும், சுவடிகளையும், பாரம்பரிய மரபுகளையும் விட்டு விலக அவர் தயங்க மாட்டார். ஆனால் ராம்மோகன்ராய் தனது பகுத்தறிவு கண்ணோட்டத்தை இந்திய மதங்களுக்கும், மரபுகளுக்கும் பொறுத்துவதோடு மட்டும் நிறுத்திக் கொள்ளவில்லை. இந்து மதத்தின் மீதான அவரது விமர்சனம் கிறிஸ்துவத்தை ஆதரிப்பதற்கே அவரை இட்டுச் செல்லும் என நம்பிய கிறிஸ்துவ நண்பர்களை அவர் ஏமாற்றினார். பகுத்தறிவுக் கண்ணோட்டத்தை கிறிஸ்துவத்துக்கும், குறிப்பாக அதன் கண்மூடித்தனமான நம்பிக்கைகளுக்கும் எதிராகப் பொருத்திட வேண்டுமென ராம்மோகன்ராய் வலியுறுத்தினார். 1820-ஆம் ஆண்டு அவர் 'ஏசுவின் கட்டளைகள்' என்ற தனது நூலை வெளியிட்டார். அதில் அவர் போற்றிய புதிய ஏற்பாட்டிலுள்ள அறநெறி மற்றும் தத்துவார்த்த செய்திகளை அற்புத கதைகளில் இருந்து தனித்தனியாகப் பிரிக்க முயன்றுள்ளார். கிறிஸ்துவத்திலுள்ள உயர்ந்து நெறி சார்ந்த செய்திகளை இந்துமதத்துடன் ஒருங்கிணைக்க அவர் விரும்பினார். இதனால் அவர் கிறிஸ்தவ மத பிரச்சார நிறுவனங்களின் எதிர்ப்புக்கு உள்ளானார்.

ராம்மோனைப் பொறுத்தவரை இந்தியாவின் சொந்தக் கடந்த காலத்தைக் கண்மூடித்தனமாகச் சார்ந்திருப்பதையோ அலலது கண்மூடித்தனமாக மேற்கத்திய கலாச்சாரத்தை பின்பற்றுவதையோ ஏற்கவில்லை. மறுபுறத்தில், கிழக்கிலும் மேற்கிலும் உள்ள சிறந்த அம்சங்களை ஒருங்கிணைத்து ஒரு புதிய இந்தியாவை உருவாக்க வேண்டும் என்ற கருத்தை முன்வைத்தார். ஆனால், இத்தகைய கருத்து, இந்திய பண்பாட்டையும், சிந்தனைகளையும் புணரமைக்க வேண்டும் என்ற அறிவார்ந்த படைப்பாக்க நடவடிக்கையாகத்தான் இருந்தது.

மேற்கத்திய பண்பாட்டை இந்தியாவின் மீது திணிக்க வேண்டும் என்ற அடிப்படையில் அல்ல. எனவே, இந்து மதச் சீர்திருத்தத்தை வலியுறுத்திய அவர் கிறிஸ்துவத்தால் அது அழிக்கப்படுவதை எதிர்த்தார். கிறிஸ்துவ மதபோதகர்களின் கடும் தாக்குதலில் இருந்து இந்து மதத்தையும், தத்துவத்தை யும் அவர் உறுதியுடன் காத்து நின்றார். அதே சமயம், மற்ற மதங்களின் பால் தீவிர நட்பு பாராட்டினார். அனைத்து மதங்களும் பொதுவான செய்தியையே போதிப்பதாகவும் அவற்றைப் பின்பற்றுவோர் அனைவரும் சகோதரர்களே எனவும் அவர் கருதினார். தமது மதக் கண்ணோட்டத்தைக் கொண்டிருந்ததற்காக வாழ்நாள் முழுவதும் ராம்மோகன் ராய் பெரும் விலை கொடுத்தார். அவர் உருவ வழிபாட்டை விமர்சித்து வருவதையும், கிறிஸ்துவ, இஸ்லாமிய தத்துவங் களின்பால் மரியாதை செலுத்துவதையும் வைதீகர்கள் கண்டித்து வந்தனர். அவர்கள் அவரைச் சமூக பகிஷ்கரிப்பு செய்தனர். அதற்கு அவரது தாயாரும் ஆதரவளித்தார். அவர் சாதி, மதமற்றவர் என முத்திரை குத்தப்பட்டார். 1829-ல் அவர் பிற்காலத்தில் பிரம்ம சமாஜம் என்றழைக்கப்பட்ட பிரம்ம சபை என்ற புதிய மதச் சமூகத்தைத் தோற்றுவித்தார். இந்து மதத்தைத் தூய்மைப்படுத்துவதும், ஒற்றைக் கடவுளை அல்லது ஒரு தெய்வ நம்பிக்கையை போதிப்பதும் அதன் நோக்கமாகும். புதிய சமூகமானது பகுத்தறிவு மற்றும் வேதங்கள், உபநிஷதங்களின் ஆகிய இரண்டு தூண்களின் மீதும் அமையும். மற்ற மதங்களின் போதனைகளையும் அது தன்னுள் ஒருங்கிணைத்துக் கொள்ளும். பிரம்ம சமாஜம் மானுடக் கௌரவத்தை உயர்த்திப் பிடித்தும், உருவ வழி பாட்டை எதிர்த்தும் சதி நடவடிக்கைகள் போன்ற சமூக தீமைகளை விமர்சித்தும் வந்தது.

ராம்மோகன்ராய் ஒரு மாபெரும் சிந்தனையாளர் அவர் செயலில் வீரரும் கூட. தேசிய கட்டுமானத்தில் அவர் தொடாதே இல்லை. உண்மையில், இந்து மதத்தை உள்ளுக் குள் சீர்திருத்துவதில் துவங்கிய அவர், இந்திய சமூகத்தையே சீர்திருத்துவதற்கான அடிப்படைகளை உருவாக்கினார். பெண்களைச் சதிக்கு உட்படுத்தும் மனிதாபிமானமற்ற

வழக்கத்துக்கு எதிராக அவர் நடத்திய வரலாற்று முக்கியத் துவம் வாய்ந்த போராட்டம், சமூகத் தீமைகளுக்கு எதிராக அவர் தமது வாழ்நாள் முழுவதும் நடத்திய போராட்டத் துக்கு ஒரு சிறந்த உதாரணமாகும். 1818-ம் ஆண்டு ஆரம்பத்தி லிருந்து இப்பிரச்சினையில் அவர் மக்களின் கருத்தைத் திரட்டும் நடவடிக்கையில் இறங்கினர். ஒருபுறம், இத்தகைய நடவடிக் கைகளை இந்துமதம் கடுமையாக எதிர்த்து வந்ததை பழைய புனித நூல்களிலிருந்து ஆதாரம் காட்டியுள்ளார். மறுபுறத்தில் அவர், மக்களின் பகுத்தறிவுக்கும், மனிதாபிமானத்துக்கும், இரக்க குணத்துக்கும் வேண்டுகோள் விடுத்துள்ளார். அவர் கல்கத்தாவிலுள்ள எரியூட்டும் மயானங்களுக்குச் சென்று, விதவைப் பெண்களின் உறவினர்களிடம் உடன்கட்டை ஏற்றும் அவர்களது திட்டத்தைக் கைவிட வேண்டுமென அறிவுறுத்தி உள்ளார். இத்தகைய நிகழ்வுகள் உறுதியாக கட்டுப்படுத்தவும், விதவைகளைச் சதிக்கு உட்படுத்த நிர்ப்பந் திக்கும் எந்தவொரு முயற்சியையும் தடுக்கவும் ஒத்த கருத் துள்ள நபர்களைக் கொண்ட குழுக்களை அவர் உருவாக்கி னார். சதிச் சடங்குகளைத் தடை செய்யும் பெண்டிங் பிரபு வின் செயலுக்கு அங்கீகாரம் தரக்கூடாதென பாராளு மன்றத்துக்கு வைதீக இந்துக்கள் மனு அளித்த பொழுது, அதற்கு எதிராக பெண்டிங் பிரபுவின் செயலுக்கு ஆதரவாக அறிவாளி இந்துக்களைத் திரட்டி எதிர் மனு அளித்தார்.

மகளிர் உரிமைக்கான வலுவான ஆதரவாளராக அவர் விளங்கினார். பெண்களை அடக்குமுறைக்கு உள்ளாக்கப் படுவதை அவர் கண்டனம் செய்தார். அறிவிலும், நன்னடத்தை யிலும் பெண்கள் ஆண்களைக் காட்டிலும் தாழ்ந்தவர்கள் எனப் பரவலாக நிலவிவரும் கருத்தை அவர் எதிர்த்தார். பல தார மணத்தையும், விதவைப் பெண்களை இழிவாக நடத்து வதையும் அவர் தாக்கினார். பெண்களின் தகுதியை உயர்த்த அவர்களுக்கு வாரிசுரிமையும், சொத்துரிமையும் வழங்கப்பட வேண்டுமென அவர் வலியுறுத்தினார்.

நாட்டில் நவீன கருத்துக்களைப் பரப்புவதற்கான ஒரு முக்கியக் கருவியாக நவீனக் கல்வி விளங்கும் என்ற வகையில்

அதன் ஆரம்பகால ஆதரவாளர்களில் ஒருவராக ராம்மோகன் ராய் திகழ்ந்தார். 1800-ம் ஆண்டு கடிகாரம் செய்பவராக இந்தியாவுக்கு வருகை புரிந்த டேவிட் ஹேர், நாட்டில் நவீனக் கல்வியைப் பரப்புவதற்கான பிரச்சாரத்தில் தன் வாழ்நாள் முழுவதையும் செலவழித்து வந்தார். அவர் 1817-ஆம் ஆண்டு இந்துக் கல்லூரியை நிறுவினார். இக்கல்லூரியையும் பிற கல்வி நிறுவனங்களையும் உருவாக்குவதற்கு ஹேருவுக்கு ராம்மோகன்ராய் உற்சாகமிக்க பேராதரவு அளித்தார். மேலும் அவர் தனது சொந்தச் செலவில் 1817-ஆம் ஆண்டிலிருந்து கல்கத்தாவில் ஒரு ஆங்கிலப் பள்ளியை நடத்தி வந்தார். அதில் மற்ற பாடங்களுடன் இயந்திரவியல், வால்டேர் தத்துவம் போன்றவையும் போதிக்கப்பட்டன. 1825-ல் அவர் வேதாந்தக் கல்லூரியை நிறுவினார். அதில் இந்திய பாடங்களும் மேலைய சமூக இயற்பியல், அறிவியல் பாடங்களும் போதிக்கப்பட்டன.

வங்காளத்தில் அறிவுலகத் தொடர்பு சாதனமாக வங்காள மொழியை உருவாக்குவதிலும் ராம்மோகன்ராய் அதேபோல கவனம் செலுத்தினார். வங்காள இலக்கணத்தை அவர் தொகுத்தார். அவரது மொழிபெயர்ப்புகள், பிரசுரங்கள், இதழ்கள் மூலமாக ஒரு நவீன, அழகான உரைநடை முறையை அம்மொழிக்காக உருவாக்க அவர் உதவினார்.

இந்தியாவில் தேசிய உணர்வு எழுச்சி பெற்று வந்ததன் முதலாவது தலைமுறையை ராம்மோகன் பிரதிநிதித்துவப் படுத்தினார். ஒரு சுதந்திர, மறுமலர்ச்சி இந்தியாவுக்கான நோக்கமே அவரது சிந்தனையையும், செயலையும் வழிநடத்தியது. இந்திய மதங்களிலிருந்தும், சமூகத்திலிருந்தும் ஊழல் பேர்வழிகளைக் களையெடுப்பதன் மூலமும், ஒரு கடவுள் வழிபாட்டுச் செய்தியான வேதாந்தத்தைப் போதிப்பதன் மூலமும் பல்வேறு குழுக்களாகப் பிளவுபட்டுள்ள இந்திய சமூகத்தை ஒருங்கிணைப்பதற்கான அடிப்படைகளை அவர் நிறுவுவதாகக் கருதினார். குறிப்பாக, 'நமக்குள் ஒற்றுமைக்கு எதிராக உள்ள' சாதிய முறையின் இறுகிய தன்மையை அவர் சாடினார். சாதிய முறை இரண்டு வகையில் தீமையானது.

அது அசமத்துவத்தை உருவாக்குகிறது. அது மக்களைப் பிளவுபடுத்துகிறது. 'அவர்களது' தேசபக்த உணர்வை பறித்துக் கொள்கிறது என அவர் கருதினார். இவ்வாறாக அவரைப் பொறுத்தவரை மதச் சீர்திருத்தத்தின் நோக்கங்களில் ஒன்று அரசியல் மேம்பாடு ஆகும்.

இந்தியப் பத்திரிகை துறையின் முன்னோடியாக ராம் மோகன்ராய் திகழ்ந்தார். மக்களிடையே அறிவியல், இலக்கியம், அரசியல் அறிவு ஆகியவற்றைப் பரப்புவதற்காகவும், தற்கால நிகழ்வுகளில் பொதுக் கருத்தை உருவாக்கவும், பொதுமக்களின் கோரிக்கைகளையும் பிரச்சினைகளையும் அரசாங்கத்தின் கவனத்துக்குக் கொண்டு செல்லவும். வங்காளம், பெர்ஷியன், இந்தி, ஆங்கிலம் ஆகிய மொழிகளில் அவர் இதழ்களைக் கொண்டு வந்தார்.

நாட்டில் அரசியல் பிரச்சினைகள் மீது பொதுமக்களின் கிளர்ச்சியைத் துவக்குபவராகவும் அவர் இருந்தார். வங்காள விவசாயிகளின் துயரமான நிலைமைகளுக்குக் காரணமான வங்காள ஜமீன்தார்களின் ஒடுக்குமுறை நடவடிக்கைகளை அவர் கண்டனம் செய்து வந்தார். நிலத்தின் உண்மையான சாகுபடியாளர்களால் செலுத்தப்பட்டு வருகிற அதிகபட்ச வாடகை நிரந்தரமாக நிர்ணயிக்கப்பட வேண்டும். அதன்மூலம் அவர்களும் 1793-ம் ஆண்டின் நிரந்தர நிலவரி திட்டத்தின் பலன்களை அனுபவிக்க முடியும் என அவர் வலியுறுத்தினார். வரியில்லா நிலங்களின்மீது வரி விதிக்கும் முயற்சிகளையும் அவர் எதிர்த்தார். கம்பெனியின் வர்த்தக உரிமையை ஒழிக்க வேண்டும் எனவும், இந்திய சரக்குகளின் மீது பெரும் ஏற்றுமதி வரி விதிப்பதை நீக்க வேண்டுமெனவும் அவர்வலியுறுத்தினார். உயர்மட்ட பதவிகளை இந்தியமயமாக்குதல், நிர்வாகத்தையும், நீதித்துறையையும் தனித்தனியாகப் பிரித்தல், நடுவர் மன்ற விசாரணை, இந்தியர்களுக்கும் ஐரோப்பியர்களுக்கும் நீதித்துறை சமத்துவம் ஆகிய கோரிக்கைகளையும் அவர் எழுப்பினார்.

சர்வ தேசியவாதத்திலும், தேசங்களுக்கு இடையிலான தாராள ஒத்துழைப்பிலும் ராம்மோகன் ஒரு உறுதியான

நம்பிக்கை கொண்டவராக விளங்கினார். 'உலகம் முழுவதும் உள்ள மனிதர்களிலேயே நவீன யுகத்தின் முக்கியத்துவத்தை முழுமையாக உணர்ந்த ஒரே நபராக அச்சமயத்தில் ராம் மோகன்ராய் மட்டுமே இருந்தார். மனிதகுல நாகரிகத்தின் குறிக்கோள் தனிமைப்பட்டிருப்பதில் இல்லை. மாறாக, தனி நபர்களுக்கிடையிலும், தேசங்களுக்கிடையிலும் அனைத்துத் துறைகளிலும் சிந்தனையிலும் செயலிலும் ஒருவரையொருவர் சார்ந்திருக்கும் சகோதரத்துவத்தில்தான் உள்ளது என ராம் மோகன்ராய் மிகச்சரியாக அறிந்திருந்தார் எனக் கவி ரவீந்திர நாத் தாகூர் குறிப்பிட்டார். ராம்மோகன்ராய் சர்வதேச நிகழ்வுகளில் பேரார்வம் காட்டி வந்தார். விடுதலை, ஜனநாயகம், தேசியம் ஆகிய நோக்கங்களை எல்லா இடங்களிலும் ஆதரித்தும், எல்லா வடிவங்களிலும் இருந்து வந்த அநீதி, ஒடுக்குமுறை, கொடுங்கோன்மை ஆகியவற்றை எதிர்த்தும் வந்தார். 1821-ம் ஆண்டு நேட்பில்ஸ் புரட்சி தோல்வியுற்றதைக் கேள்வியுற்று அவர் மிகவும் மனம் வருந்தினார். தனது சமூக நிகழ்ச்சிகள் அனைத்தையும் ரத்து செய்தார். மறுபுறத்தில் 1823-ம் ஆண்டு ஸ்பானிஷ் அமெரிக்காவில் புரட்சி வெற்றி பெற்றதை பொது விருந்து வைத்துக் கொண்டாடினார். அயர்லாந்தில் ஆங்கிலேய நிலப்பிரபுத்துவ ஒடுக்குமுறை ஆட்சியின்கீழ் இருந்த துயரமான நிலைமையை அவர் கண்டனம் செய்தார். சீர்திருத்த மசோதாவை பாராளுமன்றம் நிறைவேற்றத் தவறினால் பிரிட்டீஷ் பேரரசிலிருந்து தாம் வெளியேறப் போவதாக அவர் பகிரங்கமாகப் பிரகடனப்படுத்தினார்.

ராம்மோகன் சிங்கத்தைப் போன்று அச்சமற்றவராக விளங்கினார். நியாயத்துக்காகக் குரல் கொடுக்க அவர் தயங்குவதில்லை. பெருமளவில் சொந்த இழப்பு ஏற்பட்டு, கடினமான நிலைமையில் இருந்தபோதிலும் தன் வாழ்நாள் முழுவதும் சமூக அநீதியையும், அசமத்துவத்தையும் எதிர்த்துப் போராடி வந்தார். தனது வாழ்நாளில் சமூக சேவையில் ஈடுபட்டதற்காக தனது குடும்பத்துடனும் பணக்கார ஜமீன்தார்கள், வலுவான மதப்பிரச்சார அமைப்புகள் போன்றோருடனும், உயர் அதிகாரிகள், அன்னிய அதிகாரிகள்

ஆகியோருடனும் அடிக்கடி மோதலில் ஈடுபட நேர்ந்தது. இதற்காக அவர் ஒரு போதும் அச்சப்படவில்லை. தான் தேர்ந்தெடுத்த பாதையிலிருந்து பின்வாங்கவில்லை.

19-ம் நூற்றாண்டின் முதல் பாதியில் இந்திய வானில் ஒளிவீசும் நட்சத்திரமாக ராம்மோகன் திகழ்ந்தார். ஆனால் அவர் தனி நட்சத்திரமாக இல்லை. அவருடன் போற்று தலுக்குரிய கூட்டாளிகள் பலரும், அவரைப் பின்பற்றுவோரும், வாரிசுகளும் இருந்தனர். கல்வித்துறையில் டச்சு கடிகாரத் தயாரிப்பாளர் டேவிட் ஹேர், ஸ்காட்லாந்து கிறிஸ்துவ மதப்பிரச்சாரகரான அலெக்சாண்டர் டஃப் ஆகியோர் அவருக்குப் பேருதவி புரிந்தனர். அவரது இந்திய கூட்டாளி களில் துவாரநாத தாகூர் முதன்மையானவராகத் திகழ்ந்தார். பிரசன்னகுமார் தாகூர், சந்திரசேகர் தேவ், பிரம்ம சமாஜத் தின் முதன்மைச் செயலர் தாராசந்த் சக்கரவர்த்தி ஆகியோர் அவரைப் பின்பற்றிய மற்ற பிரபலங்கள் ஆவர்.

தோரோஜியோவும் இளம் வங்காளமும் :

1820-களின் இறுதியிலும் 1830-களிலும் வங்களா அறிவாளிகள் மத்தியில் ஒரு தீவிரப் போக்கு எழுச்சி பெற்று வந்தது. இப்போக்கு ராம்மோகன்ராயினுடையதைக் காட் டிலும் மேலும் நவீனமானதாக இருந்தது. அதுவே இளம் வங்காள இயக்கம் ஆகும். 1809-ம் ஆண்டு பிறந்த இளம் ஆங்கிலோ இந்தியரான ஹென்றி விவின் தோரோஜியோ அதன் தலைவராகவும் ஆதர்ச புருஷராகவும் விளங்கினார். அவர் 1826-முதல் 1831-வரை இந்துக் கல்லூரியில் ஆசிரிய ராகப் பணியாற்றினார். அவர் அதீத அறிவு படைத்தவராக வும், மகத்தான பிரெஞ்சுப் புரட்சியினால் ஆதர்சம் பெற்று அக்காலத்தின் மிகவும் தீவிர கண்ணோட்டம் கொண்டவ ராகவும் விளங்கினார். அவர் ஒரு திறமையான ஆசிரியராகவும் திகழ்ந்தார். அவர் இளைஞராக இருந்த அதே வேளையில், பொலிவும், பணிவும் கொண்ட மாணவர்களுடன் இரண்டறக் கலந்தவராக இருந்தார். பகுத்தறிவுடனும், சுதந்திரமாகவும் சிந்திப்பது எல்லாவற்றையும் கேள்வி கேட்பது, விடுதலை,

சமத்துவம், சுதந்திரம் ஆகியவற்றை நேசிப்பது, உண்மையை வணங்குவது போன்றவற்றால் மாணவர்களுக்கு எழுச்சி யூட்டினார். தோரோஜியர்களும் இளம் வங்காளமும் என்றழைக்கப்பட்ட தோரோஜியோவும் அவரது ஆதரவாளர் களும் மெய்சிலிர்க்க வைக்கும் தீவிர தேசபக்தர்களாக விளங்கினர். **தோரோஜியோ நவீன இந்தியாவின் முதலவாது தேசியக் கவியாவார்.** அவர் 1827-ம் ஆண்டு பின்வரும் கவிதையை இயற்றினார்.

என் தாய்த்திரு நாடே!

பல்புகழும் பெருகிநின்ற பாங்கான கடைநாளில்
அழகென்ற ஒளிவட்டம் உன் இமையைச் சூழ்ந்திருக்க
தொழப்பட்டாய் நீ அன்று ஒளிர்கின்ற தேவதையாய்
அப்புகழும் அவ்வுயர்வும் இன்றெங்கே? இன்றெங்கே?
அசுரப் பறவைநீ பிணிக்கப் பட்டாய்
குப்பைகள் மத்தியில் கூனிக் குழைகின்றாய்!
கவிவா ணர்கள் கவிச்சர மல்ல
உன்துயர்க் கதையே யாத்திடக் காண்கின்றாய்!

அவரது சீடர்களில் ஒருவரான காசிபிரசாத் கோஷ் பின் வருமாறு எழுதினார் :

மாமனி தர்களின் தெய்வீக நாடே!
மந்திரக் கவர்ச்சிக்கொள் அழகொளிர் நன்நாடே!
போகின் றேன்நான்; போய்வரமாட்டேன்
புகழ்க்கவி வாணர்கள் பொலிந்த என்நாடே!

அந்தோ உந்தன் வெற்றித்திருநாள்
காணுவ தற்கெனக் இல்லையே வாழ்நாளே!
பட்சியின் சிறகுடன் உச்சியில் ஏறி நீ
ஞானசு தந்திர லோகம் அடைவாயே

- எனக் குறிப்பிடுகிறது அக்கவிதை.

அவரது தீவிர நடவடிக்கைகள் காரணமாக தோராஜியோ 1831-ம் ஆண்டு கல்லூரியிலிருந்து நீக்கப்பட்டார். அதைத் தொடர்ந்து தமது 22-ம் வயதில் வாந்தி பேதியினால் இறந்தார். தேரோஜியின்கள் பழைய, அழிந்து வந்த பழக்க வழக்கங் களையும் சடங்குகளையும், மரபுகளையும் தாக்கினர். பெண் களின் உரிமைகளுக்காகவும், அவர்களது கல்விக்காகவும் அவர்கள் ஆவேசமாகப் போராடினர். அவர்களது கருத்தை வளம் பெறச் செய்வதற்குரிய சமூகச் சூழல் இல்லாததால் அவர்களால் ஒரு இயக்கத்தைத் தோற்றுவிக்க இயலவில்லை. அச்சமயத்தில் இந்திய சமுதாயத்தில் விவசாய வர்க்கத்தைத் தவிர வேறெந்த வர்க்கமோ, குழுவோ ஆதரிக்கக் கூடிய நிலை யில் இல்லாதபோது விவசாயிகளது பிரச்சினைகளை கையில் எடுத்திருந்தால், இவர்களுடைய முற்போக்கான கருத்துகளுக்கு அவர்கள் ஆதரவு அளித்திருப்பார்கள். அவ்வாறு செய்ய வில்லை. அவர்கள் மக்களுடான தொடர்பைப் பராமரிக்க வில்லை. உண்மையில் அவர்கள் தீவிரம் ஏட்டளவிலேயே இருந்தது. இந்திய எதார்த்தத்தைப் பற்றிக்கொள்ள அவர்கள் தவறிவிட்டனர்.

பத்திரிகைகள், பிரசுரங்கள் பொதுநல அமைப்புகள் மூலமாக மக்களுக்கு சமூக, பொருளாதார அரசியல் பிரச் சினைகளில் போதிப்பது என்ற ராம்மோகனின் மரபை தோரோஜியன்கள் முன்னெடுத்துச் சென்றனர். கம்பெனியின் சாசனத்தைத் திரும்பப் பெறுதல், பத்திரிகைச் சுதந்திரம், இந்திய தொழிலாளர்களுக்கு வெளிநாடுகளில் உள்ள பிரிட்டிஷ் காலனிகளில் உரிய மரியாதை, நடுவர் மன்ற மூலமான விசாரணை, ஜமீன்தார்களின் ஒடுக்குமுறையிலிருந்து விவசாயி களைக் காப்பது, அரசாங்கத்தின் உயர்பதவிகளில் இந்தியர் களுக்கு வேலைவாய்ப்பு ஆகிய பொதுப்பிரச்சினைகள் மீது அவர்கள் போராட்டங்களில் ஈடுபட்டனர். 'தோரோஜியன் கள் வங்காள நவீன நாகரிகத்தின் முன்னோடிகளாவர். நமது போராட்டத்தில் கட்டாயமாகச் சேர்க்கப்பட்ட மூதாதையர் களான அவர்களது நற்பண்புகள் மிகவும் போற்றுதலுக் குரியவை. அவர்களது தோல்விகளைப் பெருந்தன்மையுடன்

கருத வேண்டும்' என தேசிய இயக்கத்தின் புகழ்பெற்ற தலைவரான சுரேந்திரநாத் பானர்ஜி குறிப்பிட்டார்.

தேவேந்திரநாத் தாகூரும், ஈஸ்வர சந்திர வித்யாசாகரும் :

ரவீந்திரநாத் தாகூரின் தந்தை தேவேந்திரநாத் தாகூர் ஆதரவு அளிக்கும் வரை பிரம்ம சமாஜம் பெயரளவுக்கு செயல் பட்டு வந்தது. தேவேந்திரநாத் சிறந்த இந்திய மரபையும் மேற்கத்திய நவீன சிந்தனையையும் கற்றுத் தேர்ந்தவராக விளங்கினார். ராம்மோகன்ராயின் கருத்துகளைப் பரப்பு வதற்காக அவர் 1839- ம் ஆண்டு தத்துவபோதினி சபையை நிறுவினர். ராம்மோகன், தோரோஜியோ மற்றும் ஈஸ்வர சந்திர வித்யா சாகர், அக்ஷய குமார் தத் போன்ற சுதந்திர சிந்தனையாளர்களின் ஆதரவாளர்கள் உரிய காலத்தில் இச் சபையில் ஒருங்கிணைக்கப்பட்டனர். தத்துவபோதினி சபை யும், அதன் இதழான தத்துவபோதினி பத்திரிகையும் வங்காள மொழியில் இந்தியாவின் கடந்த காலம் குறித்த முறையான பயிற்சியை அளித்து வந்தன. வங்காள அறிவுத் துறையினர் மத்தியில் பகுத்தறிவு கண்ணோட்டத்தைப் பரப்பவும் அது உதவியது. 1813-ம் ஆண்டு தேவேந்திரநாத் தாகூர் பிரம்ம சமாஜத்தை மறுசீரமைத்து அதற்குப் புத்துயிர் ஊட்டினர். விதவை மறுமணம், பலதார மணமுறை ஒழிப்பு, பெண் கல்வி, விவசாயிகளின் நிலைமைகளை மேம்படுத்துவது போன்ற வற்றிற்கான இயக்கங்களை சமாஜம் தீவிரமாக ஆதரித்தது.

இந்திய அரங்கில் அடுத்ததாகத் தென்பட்ட புகழ்மிக்க மனிதர் பேரறிஞரும், சீர்திருத்தவாதியுமான பண்டிட் ஈஸ்வர சந்திர வித்யாசாகர் ஆவார். வித்யாசாகர் சமூக சீர்திருத் தத்துக்காக தமது வாழ்நாள் முழுவதையும் அர்ப்பணித்தார். 1820-ஆம் ஆண்டு ஒரு சாதாரண ஏழைக்குடும்பத்தில் பிறந்த அவர் மிகவும் சிரமப்பட்டு படித்து முடித்து, 1851-ம் ஆண்டு சமஸ்கிருத கல்லூரியின் முதல்வர் ஆனார். அவர் சமஸ் கிருதத்தில் பெரும் புலமைமிக்கவராக இருந்தபோதிலும், மேலைய சிந்தனையை அவர் திறந்த மனதுடன் வரவேற்று

இந்திய மற்றும் மேலைய பண்பாட்டு ஒருங்கிணைப்பை மகிழ்வுடன் நிறைவேற்றிய நபராக விளங்கினர். எல்லா வற்றிற்கும் மேலாகப் பரிசுத்த குணத்திலும், ஒளிவீசும் அறிவியலும் அவரது பெருந்தன்மை வெளிப்பட்டது. அவர் ஏற்றுக்கொண்ட இலட்சியத்துக்காக பெரும் துணிவுடனும் அச்சமற்ற மனதுடனும் உழைத்து வந்தார். அவரது இலட்சியத்துக்கும் செயலுக்கும் இடையிலும், அவரது சிந்தனைக்கும் நடைமுறைக்கும் இடையிலும் எவ்வித இடைவெளியும் இல்லை. உடையிலும், பழக்க வழக்கங்களிலும் எளிமையைக் கடைப்பிடித்தார். பழகுவதற்கு இனிமையானவராக இருந்தார். ஏழைகள், ஆதரவற்றோர், ஒடுக்கப்பட்டோர் மத்தியில் பெரும் கருணை கொண்ட மாபெரும் மனிதாபிமானியாக விளங்கினர்.

அவரது உயர்ந்த தன்மைகள், நெறிமுறை பண்புகள், ஆழ்ந்த மனிதாபிமானம் குறித்த ஏராளமான கதைகள் இன்று வரை உண்டு. அதிகாரிகளின் தேவையற்ற தலையீட்டைச் சகித்துக் கொள்ளாமல் அவர் அரசாங்கப் பணியிலிருந்து ராஜினாமா செய்தார். ஏழைகளிடம் மிகுந்த பெருந்தன்மையுடன் நடந்துகொண்டார். தெருவில் நிர்வாணப் பிச்சைக்காரர் ஒருவரை முதன்முறையாக கண்டபொழுது தன்னிடமிருந்த சிறிய மேலங்கியையும் அவருக்கு அளித்தார்.

நவீன இந்தியாவை உருவாக்குவதில் வித்யாசாகரின் பங்களிப்பு பன்முகத்தன்மை வாய்ந்தது. சமஸ்கிருதத்தைப் பயிற்றுவிப்பதில் புதிய முறையினை அவர் உருவாக்கினார். அவர் எழுதிய வங்காள அரிச்சுவடி இன்றுவரை பயன்பட்டு வருகிறது. வங்காளத்தில் ஒரு நவீன உரைநடையை உருவாக்குவதற்கு அவர் தனது எழுத்துகள் மூலம் உதவியுள்ளார். சமஸ்கிருதத்தை அச்சமயத்தில் பிராமணர்கள் மட்டுமே பயில வேண்டும் என்ற ஏகபோக நிலையை எதிர்த்து பிராமணர் அல்லாத மாணவர்களும் சமஸ்கிருத பள்ளியில் அவர் கதவை திறந்துவிட்டார். சுவடி அறிவில் பிராமண ஏகபோகத்தைத் தகர்ப்பதில் அவர் உறுதியுடன் இருந்தார். தானே உருவாக்கிக் கொண்ட தனிமைப்படுத்தலால் ஏற்பட்ட பாதிப்பிலிருந்து

சமஸ்கிருதக் கல்வியை விடுவிக்க, சமஸ்கிருதக் கல்லூரியில் மேலைய சிந்தனையைப் போதிக்கும் கல்வியை நடைமுறைப் படுத்தினார். தற்பொழுது அவரது பெயரால் இயங்கி வரும் கல்லூரியை நிறுவவும் அவர் உதவினார்.

எல்லாவற்றிற்கும் மேலாக இந்தியாவின் அடித்தட்டு பெண்ணினத்தின் மேம்பாட்டுக்காக அவர் உழைத்ததற்காக நாட்டு மக்கள் அவரை நன்றியுடன் நினைவுகூர்ந்து வருகின் றனர். ராம்மோகன்ராயின் சரியான வாரிசு அவர் என்பதை இதன் மூலம் நிரூபித்துள்ளார். விதவை மறுமணத்துக்கு ஆதரவாக அவர் நீண்ட போராட்டத்தை நடத்தினார். இந்து விதவைப் பெண்களின் துயரங்களைக் கண்டு அவரது மனிதாபிமானம் மேலோங்கியது. அவர்களைப் பெரிதும் முன்னேற்றுவதற்காக அவர் அனைத்தும் செய்தார். அதற்காக தன்னையே அழித்துக்கொண்டார். 1855-ம் ஆண்டு வித்வை மறுமணத்துக்கு ஆதரவாக ஏராளமான மரபுகளை முன் வைத்து அவர் வலுவாக குரல் எழுப்பினார். விரைவில் விதவை மறுமணத்துக்கு ஆதரவாக வலுவான இயக்கம் தொடங்கப் பட்டது. இன்றுவரை அது தொடருகிறது. 1855-ம் ஆண்டு இறுதியில் விதவை மறுமணத்தைச் சட்டபூர்வமாக்க வலியுறுத்தி வங்காளம், சென்னை, பம்பாய், நாக்பூர் மற்றும் பிற நகரங்களிலிருந்து ஏராளமான மனுக்கள் அரசாங்கத் திடம் அளிக்கப்பட்டன. இப்போராட்டத்துக்கு வெற்றி கிடைத்தது. அத்தகைய சட்டம் இயற்றப்பட்டது. நமது நாட்டில் மேல் சாதியினர் மத்தியில் நடைபெற்ற முதலாவது சட்டரீதியான இந்து விதவை மறுமணம் 1856-ம் ஆண்டு டிசம்பர் 7-அன்று கல்கத்தாவில் வித்யாசாகரின் மேற் பார்வையில் கொண்டாடப்பட்டது. நாட்டின் பல்வேறு பகுதிகளிலுள்ள மற்ற பல சாதிகளைச் சேர்ந்த விதவைகள் ஏற்கெனவே உள்ள நடைமுறைச் சட்டத்தின் வாயிலாக இந்த உரிமையை அனுபவித்து வந்தனர். இச்சடங்கு குறித்து பார்வையாளர் ஒருவர் பின்வருமாறு குறிப்பிடுகிறார் :

'அந்த நாளை என்னால் ஒருபோதும் மறக்க முடியாது. ஒரு பெரிய ஊர்வலத்தின் முகப்பில் பண்டிட் வித்யாசாகர்

தனது நண்பனான மணமகனுடன் நடந்து வரும்பொழுது, நகருவதற்கு இடமில்லாத அளவுக்குப் பார்வையாளர் கூட்டம் அலைமோதியது. அக்காலகட்டத்தில் கல்கத்தா தெருவோரங் களில் இருந்த பெரும் சாக்கடைகளில் பலர் வீழ்ந்து விட்டனர். சடங்கு முடிந்ததும் எல்லா இடங்களிலும் இதே விவாதமாக இருந்தது. கடைத்தெருக்கள், கடைகள், வீதிகள், பொது இடங்கள், மாணவர் விடுதிகள், கனவான்களின் வரவேற்பு அறைகள், அலுவலகங்கள், தொலைதூர கிராமப் புற வீடுகள் ஆகிய எல்லா இடங்களிலும் பெண்களும் தங்களுக்குள் இந்த விவாதங்களில் ஆர்வமுடன் பங்கேற்றனர். சாந்திபூரைச் சேர்ந்த நெசவாளர்கள் பெண்களுக்கான ஒரு வித்தியாசமான சேலையை நெய்தனர். அந்தச் சேலையின் கரைகளில் 'வித்யாசாகர் நீடூழி வாழ்வார்' என்ற புதிதாகத் தொடுக்கப்பட்ட பாடலின் வரிகளைப் பொறித்திருந்தனர்' எனக் குறிப்பிடுகிறார்.

விதவை மறுமணத்துக்காக வாதாடியதால் வித்யாசாகர் வைதீக இந்துக்களின் கடும் எதிர்ப்பை எதிர்கொள்ள வேண்டி யிருந்தது. அச்சமயத்தில் அவரது உயிருக்கும்கூட ஆபத்து இருந்தது. ஆனால் அவர் தான் தேர்ந்தெடுத்த பாதையில் அச்சமின்றி நடைபோட்டார். அவரது முயற்சிகளின் விளைவாக ஏழைத் தம்பதியினருக்கு நிதியுதவியும் கிடைத்து வந்தது. 1855-க்கும் 1860-க்கும் இடைப்பட்ட காலத்தில் இருபத்தைந்து விதவை மறுமணங்கள் நடைபெற்றன.

1850 ஆண்டு வித்யாசாகர் குழந்தைத் திருமணத்துக்கு எதிராகப் போராடினார். தனது வாழ்நாள் முழுவதும் பல தார மணத்துக்கு எதிராகக் குரல் கொடுத்து வந்தார். பெண் கல்வியிலும் அவர் ஆழமான ஈடுபாடு காட்டினார். அவர் பள்ளிகளுக்கான அரசாங்க அதிகாரி என்ற வகையில் 35 மகளிர் பள்ளிகளை நிறுவினார். அவற்றில் பலவற்றை தமது சொந்த செலவில் நடத்தினார். பெத்தூன் பள்ளியின் செயலாளராக இருந்தபொழுது பெண்களுக்கான உயர் கல்விக்கான முன்னோடிகளில் ஒருவராக விளங்கினார்.

1840, 50-களில் எழுச்சியுற்ற பெண் கல்விக்கான வலுவான இயக்கத்தின் முதலாவது பலன் 1849-ல் கல்கத்தாவில் நிறுவப்பட்ட பெத்தூன் பள்ளி ஆகும். அதேவேளையில் இந்தியாவில் பெண்கல்வி தெரியாத ஒன்றல்ல. அதற்கெதிராக பாரபட்சம் காட்டப்பட்டு வந்தது. படித்த பெண்கள் கணவனை இழந்து விடுவார்கள் என்று சிலர் நம்பினர்.

1821-ம் ஆண்டு மாணவியருக்கு நவீனக் கல்வியை அளிக்கும் முதலாவது நடவடிக்கையை கிறிஸ்துவ மதப் பிரச்சார நிறுவனங்களே மேற்கொண்டன. ஆனால் அந்த முயற்சியின் மூலம் கிறிஸ்துவ மதக் கல்விக்கே முக்கியத்துவம் அளிக்கப்பட்டது. பெத்தூன் பள்ளியில் மாணவிகளைச் சேர்ப்பது பெரும் சிரமமாக இருந்தது. இதில் பயின்ற இளம் மாணவிகள் கேலிக்கும் கிண்டலுக்கும் ஆளாயினர். சில சமயங்களில் அவர்களது பெற்றோர்களும்கூட சமூக பகிஷ்கரிப்பு உள்ளாக்கப்பட்டார்கள். மேலையக் கல்வி பயிலும் மாணவியர் தமது கணவரை அடிமையாக்கிக் கொள்வார்கள் எனச் சிலர் கருதினர்.

மேற்கிந்திய சீர்திருத்த முன்னோடிகள் :

மேலைய கருத்துக்களின் தாக்கம் மேற்கிந்தியாவைக் காட்டிலும் வங்காளத்தில் மிகவும் முன்னதாகவே உணரப்பட்டது. மேற்கிந்தியா 1818-ல் மிகவும் காலதாமதமாக பிரிட்டிசாரின் முழுக் கட்டுப்பாட்டின் கீழ் கொண்டு வரப்பட்டது. பால சாஸ்திரி ஜம்பேகர் பம்பாயின் முதலாவது சீர்திருத்தவாதிகளில் ஒருவராவார். பிரமாணிய வைதீக முறையைத் தாக்கிய அவர் இந்துமதத்தைச் சீர்திருத்த விரும்பினார். 1832-ல் அவர் 'தர்பன்' என்ற ஒரு வார இதழைத் துவக்கினார். மனிதர்களின் மனங்களைக் கவ்வியுள்ள பிழைகள் மற்றும் அறியாமை என்ற மூடுபனியை அகற்றி, உலகில் மற்ற தேசங்களுக்கு முன்பாகவே ஐரோப்பிய மக்கள் பெருமளவில் முன்னேறியதற்கு அடிப்படையாக அமைந்த அறிவொளியைப் பாய்ச்சுவதே இந்த இதழின் நோக்க

மாகும். 1849-ல் பரமஹம்ச மண்டலி மகாராஷ்டிராவில் தோற்றுவிக்கப்பட்டது. அதன் நிறுவனர்கள் ஒரு கடவுள் வழிபாட்டில் நம்பிக்கை கொண்டவர்களாகவும், சாதியின் விதிகளைத் தகர்ப்பதில் முதன்மையான ஆர்வம் காட்டியவர்களாகவும் விளங்கினர். அதன் கூட்டங்களில் தாழ்த்தப்பட்ட சாதிகளைச் சேர்ந்தவர்கள் அமைக்கும் உணவையே அதன் உறுப்பினர்கள் உண்ண வேண்டும். விதவை மறுமணத்தையும், பெண் கல்வியையும் அனுமதிக்க வேண்டுமெனவும் அவர்கள் கருதினர். மண்டலியின் கிளைகள் பூனா, சதாரா மற்றும் மகாராஷ்டிராவின் பிற நகரங்களிலும் தோற்றுவிக்கப்பட்டன.

'நாங்கள் மாலை வேளையில் வெகுதூரம் நடந்து செல்லும்பொழுது, சாதிய வேறுபாடுகளின் தீமைகளைப் பற்றியும் உயர்ந்தவர், தாழ்ந்தவர் என்ற வேறுபாட்டை உருவாக்கி இது எந்தளவுக்கு பாதகத்தை ஏற்படுத்தி விட்டது? இத்தகைய வேறுபாட்டை அகற்றாமல் நாட்டை ஒரு போதும் அகற்ற முடியாது என்பது எவ்வளவு உண்மை? என்றும் பேசிக்கொண்டு செல்வோம்' என மண்டலியின் தாக்கம் இளைஞர்கள் மத்தியில் எவ்வாறு இருந்தது என்பதைப் பற்றி புகழ்பெற்ற வரலாற்று ஆசிரியர் ஆர்.ஜி. பந்தர்கர் பின்னாளில் நினைவு கூர்ந்தார்.

1848-ஆம் ஆண்டு படித்த இளைஞர்கள் பலர் மாணவர்களுக்கான இலக்கிய, அறிவியல் சங்கத்தை நிறுவினர். ஞான பிரச்சார மண்டலி என்ற அந்த அமைப்புக்கு குஜராத்தி, மராத்தி ஆகிய இரு கிளைகள் இருந்தன. பொது விஞ்ஞானம் மற்றும் சமூகப் பிரச்சினைகளின் மீது இச்சங்கம் கருத்தரங்குகளை நடத்தியது. பெண் கல்விக்கெனப் பள்ளிகளைத் தொடங்குவது இச்சங்கத்தின் நோக்கங்களில் ஒன்றாகும். 1851-ம் ஆண்டு ஜோதிபாபூலேவும் அவரது துணைவியாரும் பூனாவில் மாணவியருக்கான ஒரு பள்ளியைத் துவக்கினர். அதைத் தொடர்ந்து மேலும் பல பள்ளிகள் திறக்கப்பட்டன. ஜகன்நாத சங்கர் சேட், பாஹீதாஜி ஆகியோர் இப்பள்ளிகளைத் தொடங்குவதில் தீவிரமாகச் செயல்பட்டனர்.

பூலே மகாராஷ்டிராவில் விதவை மறுமண இயக்கத்தின் முன்னோடியாகவும் விளங்கினார். 1850-களில் விஷ்ணு சாஸ்திரி பண்டிட் விதவை மறுமணக் கழகத்தை நிறுவினார். இத்துறையில் புகழ்பெற்று விளங்கிய மற்றொரு ஊழியர் கர்சன்தாஸ் முல்ஜி ஆவார். அவர் விதவை மறுமணத்தைப் பிரச்சாரம் செய்ய 1852-ம் ஆண்டு குஜராத்தில் சத்ய பிரகாஷ் என்ற அமைப்பை ஏற்படுத்தினார்.

'லோகாஹிதவாதி' என்ற புனைபெயரில் அழைக்கப்பட்ட கோபால்ஹரி தேஷ்முக் மகாராஷ்டிர சமூக சீர்த்திருத்தம் மற்றும் புதிய சிந்தனை இயக்கத்தின் மகத்தான கர்த்தாவாக விளங்கினார் பகுத்தறிவுக் கோட்பாடுகள் மற்றும் நவீன மனிதாபிமான, மதச்சார்பற்ற மதிப்புகளின் அடிப்படையில் இந்திய சமுதாயத்தை மறுசீரமைக்க வேண்டுமென அவர் குரல் கொடுத்து வந்தார். தாழ்த்தப்பட்ட மாலி குடும்பத்தில் பிறந்த ஜோதிபா பூலேவும் மகாராஷ்டிராவில் பிராமணர் அல்லா தோரும், தீண்டாமைக்கு உள்ளானோரும் சமூக ரீதியாகத் தரம் தாழ்த்தப்பட்ட நிலையில் இருப்பதை நன்கு உணர்ந் திருந்தார். மேல் சாதி மேலாதிக்கத்தையும், பிராமணிய மேலாண்மையையும் எதிர்த்து அவர் தன் வாழ்நாள் முழுவதும் போராடி வந்தார்.

தாதாபாய் நௌரோஜி பம்பாயில் இருந்து வந்த மற் றொரு முன்னணி சமூக சீர்திருத்தவாதியானார். ஜொராஸ்டிரிய மதத் சீர்திருத்தவாதியானார். ஜொராஸ்டிரிய மதத்தைச் சீர்திருத்துவதற்கான அமைப்பையும், பார்ஷி சட்ட அமைப் பையும் நிறுவியவர்களில் இவரும் ஒருவராவார். பெண் களுக்குச் சட்ட உரிமைகளை வழங்கவும், பார்சிகளுக்குத் திருமணம் மற்றும் வாரிசு உரிமைகளுக்கான பொதுச்சட்டம் இயற்றவும் இந்த அமைப்புகள் போராடி வந்தன.

தொடக்கத்திலிருந்தே இந்திய மொழிப் பத்திரிகைகள், நூல்கள் வாயிலாகச் சீர்திருத்தவாதிகள் தமது போராட் டத்தை நடத்தி வந்தனர் என்பது முக்கியமாகும். இந்திய மொழிகளில் இக்கடமையை வெற்றிகரமாக நிறைவேற்றிட

மொழி அரிச்சுவடிகள் உள்ளிட்ட கடினமான தயாரிப்புப் பணிகளில் ஈடுபட்டனர். உதாரணமாக, ஈஸ்வர சந்திர வித்யா சாகர், ரவீந்திரநாத் தாகூர் ஆகியோர் வங்காள மொழி அரிச்சுவடியை எழுதினர். அவை இன்றுவரை பயன்படு கின்றன. உண்மையில் நவீன சீர்திருத்தக் கருத்துகள் முதன்மை யாக இந்திய மொழிகளின் மூலமாகவே மக்களிடம் கொண்டு செல்லப்பட்டன.

19-ம் நூற்றாண்டு சீர்திருத்தவாதிகளின் முக்கியத்துவம் அவர்களுடைய எண்ணிக்கையில் அல்ல. அவர்கள் அத்தகைய போக்கைத் தொடங்கி வைத்தவர்கள் என்பதில்தான் அடங்கி யுள்ளது. புதிய இந்தியாவைப் படைப்பதில் அவர்களது சிந்தனைக்கும், செயலுக்கும் உறுதியான பங்கு உண்டு.

6

1857 - புரட்சி

1857-ம் ஆண்டு வட இந்தியாவிலும் மத்திய இந்தியா விலும் வெடித்த மகத்தான புரட்சி பிரிட்டீஷ் ஆட்சியைத் தூக்கியெறியும் அளவுக்கு ஆற்றல் கொண்டதாக விளங்கியது. அது சிப்பாய்கள் கலகமாக அல்லது கம்பெனியின் படையில் இந்தியப்படை வீரர்கள் செய்த கலகமாகத் தொடங்கியது. ஆனால் விரைவில் அது நாடு முழுமையிலும் பரவி மக்கள் பங்கேற்ற போராட்டமாக மாறியது. இலட்சோப லட்சம் விவசாயிகள், கைவினைஞர்கள், படைவீரர்கள் ஓராண்டு காலம் வீரம் செறிந்த வகையில் போராடினர். அவர்களது போற்றுதற்குரிய துணிவின் மூலமும் தியாகத்தின் மூலமும் இந்திய மக்களின் வரலாற்றில் ஒளிவீசும் அத்தியாயத்தை எழுதினர்.

பொதுவான காரணங்கள் :

1857-ம் ஆண்டு புரட்சி. சிப்பாய்களின் வெறும் அதிருப்திக்கு மேலான ஒன்றாகும். எதார்த்தத்தில் இது காலனிய ஆட்சியின் தன்மைகள் மற்றும் கொள்கையின் விளைவாகும். கம்பெனி நிர்வாகத்தின் மீதான மக்களின் அதிகரித்து வந்த குறைகள் மற்றும் அன்னிய ஆட்சியின் மீதான

அவர்களது அதிருப்தியின் விளைவாகும். ஒரு நூற்றாண்டு காலம் பிரிட்டீசார் நம் நாட்டைச் சிறிது சிறிதாக வெற்றி கொண்டு வந்த நிலையில் இந்திய சமுதாயத்தில் பலதரப் பட்ட மக்களுக்கிடையில் அன்னிய ஆட்சிக்கு எதிரான அதிருப்தியும் வெறுப்பும் அதிகரித்து வந்தன. இத்தகைய அதிருப்தியே மாபெரும் மக்கள் புரட்சியாக வெடித்தது.

பிரிட்டீசார் நாட்டைப் பொருளாதார ரீதியில் சுரண்டி யதும் அதன் மரபு வழியிலான பொருளாதார அடிப்படை யில் முழுவதுமாக சீரழித்ததுமே மக்களின் அதிருப்திக் கான மிகவும் முக்கியக் காரணமாகும். இவை பரந்துபட்ட விவசாயப் பெருங்குடி மக்களையும் கைவினைஞர்களையும், கைத்தொழிலாளர்களையும் அத்தோடு பெருமளவிலான மரபுவழியிலான ஜமீன்தார்களையும், மானியக்காரர் களையும் தரித்திர நிலைக்கு உள்ளாக்கியது. ஆரம்பகால பிரிட்டீஷ் ஆட்சியின் நாசகரமான பொருளாதாரப் பாதிப்பு கள் குறித்து மற்றொரு அத்தியாயத்தில் நாம் காணலாம். பிரிட்டீஷ் நிலம் மற்றும் நிலவரி கொள்கைகளும் சட்ட முறைகள் மற்றும் நிர்வாகமும் மற்ற பொதுவான காரணங் களாகும். குறிப்பாக பெரும் நிலவரி செலுத்த வேண்டிய நிலைக்கு ஆளாகப்பட்ட ஏராளமான நிலவுடைமையாளர் கள் வர்த்தகர்களிடமும் கந்து வட்டிக்காரர்களிடமும் தங்களது நிலங்களை இழந்து ஆதரவற்ற நிலையில் கடனில் மூழ்கித் தவித்தனர். பழைய ஜமீன்தார்களுக்கும், விவசாயிகளுக்கும் இருந்ததைப் போன்ற தொடர்புகளற்ற புதிய ஜமீன்தார் கள் வாடகையைப் பெருமளவில் உயர்த்தி, வரி செலுத்தாத பட்சத்தில் அவர்களை நில வெளியேற்றம் செய்தனர். விவசாயி களின் பொருளாதார வீழ்ச்சி 1770-க்கும் 1857-க்கும் இடை யில் ஏற்பட்ட பன்னிரெண்டு பெரிய மற்றும் ஏராளமான சிறிய பஞ்சங்களின் மூலம் உணரப்பட்டது. அதேபோல, பெரும் நிலவரி செலுத்த வேண்டுமென ஜமீன்தார்கள் துன்புறுத்தப்பட்டனர். அவர்களது ஜமீன்தாரி நிலங்களும் உரிமைகளும் பறிமுதல் செய்யப்படும் எனவும் கிராமங் களில் அவர்கள் தகுதியிழப்புக்கு உள்ளாவார்கள் எனவும் அச்சுறுத்தப்பட்டனர். அதிகாரிகள், வியாபாரிகள் கந்து

வட்டிக்காரர்கள் போன்ற வெளிநபர்களைக் கொண்டு அப்புறப்படுத்தப்படும் பொழுது அவர்கள் மேலும் அதிக இழப்புக்கு ஆளானார்கள்.

மேலும், நிர்வாகத்தின் அடிமட்டத்தில் ஊழல் மலிந்திருந்ததால் பொதுமக்கள் மோசமாகப் பாதிக்கப்பட்டனர். காவல்துறை, சிறு அதிகாரிகள், கீழ் நீதிமன்றங்கள் போன்றவை ஊழல்மயமாக இருந்தன. காவல்துறையினர் 'மக்களைக் கொடூரமாக நடத்தியதும்' 'அவர்களது ஒடுக்குமுறையும், பணம் பறித்த முறையும் அரசாங்கத்தின் மீதான வெறுப்புக்கு முதன்மைக் காரணமாக அமைந்தன' எனப் புரட்சிக்கான காரணம் குறித்து 1859-ம் ஆண்டு எழுதிய ஆங்கிலேயே அதிகாரி வில்லியம் எட்வர்டு குறிப்பிட்டார். விவசாயிகளையும் ஜமீன்தார்களையும் சுரண்டி சிறு அதிகாரிகள் தங்களை மேம்படுத்திக் கொள்வதற்கான வாய்ப்புகளை ஏற்படுத்தியதன் மூலம் செல்வந்தர்கள் ஏழைகளை ஒடுக்கி வந்தனர். வாடகை பாக்கி அல்லது நிலவரி கடனுக்கு வட்டி போன்ற வற்றுக்காக சாகுபடியாளர்கள் அடிக்கடி கசையடிக்கும், சித்ரவதைக்கும் சிறைத்தண்டனைக்கும் உள்ளாக்கப்பட்டனர். இவ்வாறு மக்களின் வறுமை அதிகரித்து வந்ததால் அவர்கள் நிராதரவாகி, தங்களைப் பெரிதும் மேம்படுத்தும் என்ற நம்பிக்கையில் புரட்சியில் இணையும் நிலைக்கு அவர்களை இட்டுச் சென்றது.

சிறந்த சம்பளம் கிடைத்து வந்த நிர்வாகத்தின் உயர் பதவிகளில் இந்திய சமூகத்தைச் சேர்ந்த, குறிப்பாக வட இந்தியாவைச் சேர்ந்த மத்தியதர மற்றும் உயர்குடியினருக்கு வாய்ப்பு வழங்கப்படாததால் அவர்கள் பெரிதும் பாதிக்கப்பட்டனர். இந்திய அரசுகள் படிப்படியாக மறைந்து வந்ததால் நிர்வாகத்தின் உயர் பொறுப்புகளிலும், நீதிமன்ற பதவிகளிலும் பணியிலிருந்து வந்த அத்தகைய இந்தியர்களின் வாழ்வாதாரம் பறிக்கப்பட்டது. பிரிட்டீஷ் மேலாதிக்கத்தால் அது பண்பாட்டு நடவடிக்கைகளின் மூலமாக வாழ்ந்து வந்த மக்களின் அழிவுக்கும் இட்டுச் சென்றது. இந்திய ஆட்சியாளர்கள் கலை இலக்கியத்துக்குப் புரவலர்களாகவும், அறிஞர்களையும், மத போதகர்களையும், சாமியார்களையும்

ஆதரிப்பவர்களாகவும் விளங்கி வந்தனர். கிழக்கிந்தியக் கம்பெனியினால் இத்தகைய ஆட்சியாளர்கள் அப்புறப்படுத்தப் பட்டதைத் தொடர்ந்து அவர்களைச் சார்ந்திருந்தவர்கள் தரித்திர நிலைக்குத் தள்ளப்பட்டனர். தங்களது எதிர்காலம் கேள்விக்குறியாகும் என அஞ்சிய மதபோதகர்கள், பண்டிட்டு கள் மௌல்விகள் போன்றோர் அன்னிய ஆட்சிக்கு எதிரான வெறுப்பை பரப்புவதில் முக்கியத்துவம் வகித்தனர்.

பிரிட்டீசார் முழுமையாக அன்னியராக இருந்தது, அது மக்களின் ஆதரவைப் பெறாததற்கு மற்றொரு அடிப்படை யான காரணமாகும். பிரிட்டீசார் இந்நாட்டில் நிரந்தரமாக அன்னியர்களாகவே இருந்தனர். அவர்களுக்கும், இந்தியர் களுக்கும் இடையில் எவ்வித சமூகப் பிணைப்போ தொடர்போ கிடையாது. அவர்களுக்கு முன் இந்தியாவை வெற்றி கொண்டவர்களைப்போல ஆங்கிலேயர்கள் இங்குள்ள மேல் தட்டினரிடம் கூட சமூகக் கலப்பு எதனையும் மேற்கொள்ள வில்லை. மாறாக அவர்கள் தங்களை இனரீதியாக உயர்ந்தவர் களாகவும் இந்தியர்களை அலட்சியமாகவும், கர்வத்தோடும் அணுகினர். உள்ளூரில் உயர் நிலையில் இருந்தவர்களால் கூட அதிகாரிகளின் முன்பாக உள்ளார்ந்த அச்சத்துடனும் நடுக்கத்துடனும்தான் நிற்க வேண்டிய நிலை இருந்தது' என சையது அகமது கான் பின்னாளில் எழுதினார். எல்லா வற்றுக்கும் மேலாக பிரிட்டீசார் இந்தியாவுக்குள் தங்கி இதனை தங்களது சொந்த வீடாக்கிக் கொள்வதற்காக அவர்கள் இங்கு வரவில்லை. தங்களை வளமாக்கிக்கொண்டு இங்கிருந்து செல்வாதாரங்களை பிரிட்டனுக்குக் கொண்டு செல்வதே அவர்களது நோக்கமாகும். புதிய ஆட்சியாளர்களின் இத்தகைய அடிப்படையான அன்னியத்தன்மை குறித்து இந்திய மக்கள் அறிந்திருந்தனர். பிரிட்டீசார் அவர்களுக்கு உதவி அளிப் பவர்களாக எப்பொழுதும் கருதாமல் அவர்களது ஒவ்வொரு நடவடிக்கையையும் சந்தேகக் கண்கொண்டே பார்த்தனர். இவ்வாறாக அவர்களிடமிருந்த ஒரு வகையான பிரிட்டீஷ் எதிர்ப்பு உணர்ச்சியானது 1857- புரட்சிக்கு முன்பாகவே ஏராளமான பிரிட்டீஷ் எதிர்ப்பு மக்கள் எழுச்சியின் மூலம் வெளிப்பட்டது.

மக்களிடையே அதிருப்தி அதிகரித்து வந்த காலகட்டத்தில் பிரிட்டீஷ் ஆயுதங்கள் வெல்லற்கரியவை என்ற பொதுவான நம்பிக்கை சில நிகழ்வுகளால் தகர்ந்துபோனதும் சேர்ந்து பிரிட்டீஷ் ஆட்சியின் நாட்கள் எண்ணப்படுவதாக மக்களிடையே நம்பிக்கை ஏற்பட்டது. முதலாவது ஆப்கன் போர் (1838-42) பஞ்சாப் போர்கள் (1845-49), கிரீமியப் போர் (1854-56) ஆகிய போர்களில் பிரிட்டீஷ் இராணுவத்துக்குப் பெரும் பின்னடைவு ஏற்பட்டது. 1855-56-ம் ஆண்டுகளில் பீகாரைச் சேர்ந்த சந்தால் மற்றும் வங்காளத்தைச் சேர்ந்த பழங்குடிகள் கோடரிகளையும், வில், அம்புகளையும் கையில் ஏந்தி பிரிட்டீசாரை அவர்களது இடத்திலிருந்து மக்கள் எழுச்சியின் மூலம் தற்காலிகமாகத் துரத்தியடித்துத் தமது வல்லமையை நிரூபித்தனர். இறுதியில் பிரிட்டீஷார் இப்போரில் வெற்றிபெற்று சந்தால் எழுச்சியை ஒடுக்கியபோதிலும் முக்கியப் போர்களில் அவர்களுக்கு ஏற்பட்ட பெரும் பாதிப்புகளின் மூலம் பிரிட்டீஷ் படைகளை ஆசிய படைகளால் கூட போரில் தோற்கடித்திருக்க முடியும் என்பது விளங்கியது. உண்மையில் பிரிட்டீசாரின் வலிமையைக் குறைத்து மதிப்பிட்டது இந்தியர்களின் தவறான அரசியல் முடிவாகும். இத்தகைய தவற்றினால் 1857-ல் போராளிகளுக்குப் பெருத்த சேதம் ஏற்பட்டது. அதேசமயம் இதன் அரசியல் முக்கியத்துவத்தைக் குறைத்து மதிப்பிட முடியாது. ஆட்சியாளர்களைத் தூக்கியெறிய வேண்டுமென மக்களுக்கு ஏற்பட்ட சாதாரண விருப்பத்தின் காரணமாக அவர்கள் புரட்சியில் இறங்கவில்லை. இதனை வெற்றிகரமாகச் சாதிக்க முடியும் என அவர்களிடம் இருந்த நம்பிக்கையின் காரணமாகவே அவர்கள் இதில் ஈடுபட்டனர்.

1856-ம் ஆண்டு டல்ஹௌசி பிரபு சுவாதைக் கைப்பற்றிக் கொண்டதால் நாடு முழுமையிலும், குறிப்பாக சுவாதில் பெரும் அதிருப்தி ஏற்பட்டது. மேலும் குறிப்பாக, இது சுவாதிலும் கம்பெனி படைகளிலும் புரட்சிகர சூழ்நிலையைத் தோற்றுவித்தது. டல்ஹௌசியின் நடவடிக்கையினால் கம்பெனியின் சிப்பாய்கள் ஆத்திரத்துக்கு உள்ளாயினர். அவர்களில் 75

ஆயிரம் பேர் சுவாதிலிருந்து வந்தவர்களாவர். ஒரு அகில இந்திய உணர்வு இன்றி இந்தச் சிப்பாய்கள் இந்தியாவின் பிற பகுதிகளை வெற்றி கொள்வதற்கு பிரிட்டீசாருக்கு உதவி புரிந்து வந்தனர். ஆனால் அவர்களிடம் பிராந்திய மற்றும் உள்ளூர் தேசபக்தி இருந்தது. தங்களது தாய்மண் அன்னியர்களின் ஆதிக்கத்தின் கீழ் வருவதை அவர்கள் விரும்பவில்லை. மேலும் சுவாதைக் கைப்பற்றியதானது சிப்பாய்களுக்கு பண நெருக்கடியை ஏற்படுத்தியது. சுவாதில் அவர்களது குடும்பங்கள் வைத்திருந்த நிலங்களுக்கு பெரும் வரியைச் செலுத்த வேண்டியிருந்தது.

நவாபின் சீரழிந்த ஆட்சியிலிருந்தும், ஜமீன்தார்களின் ஒடுக்குமுறையிலிருந்தும் மக்களை விடுவிப்பதாகக் கூறி டல்ஹௌசி சுவாதைக் கைப்பற்றுவதைத் தீவிரப்படுத்தினார். ஆனால் நடைமுறையில் மக்களுக்கு எவ்வித நிவாரணமும் கிடைக்கவில்லை. உண்மையில், பொதுமக்கள் பெரும் நிலவரியையும், உணவுப் பொருட்கள், வீடுகள், படகுத்துறைகள், அபினி மற்றும் நீதிக்காக கூடுதல் வரி செலுத்த வேண்டியிருந்தது. நவாபின் நிர்வாகத்தையும், படைகளையும் கலைத்ததால் ஆயிரக்கணக்கான பிரபுக்கள், அதிகாரிகள், படைவீரர்கள் வேலையிலிருந்து தூக்கியெறியப்பட்டனர். கிட்டத்தட்ட விவசாயக் குடும்பங்கள் அனைத்திலும் வேலையின்மை ஏற்பட்டது. அதேபோல சுவாத் அரசவையின் கீழ் பாதுகாப்புடன் விளங்கிய வியாபாரிகள், கடைக்காரர்கள், கைவினைஞர்கள் மற்றும் பிரபுக்கள் என அனைவரும் தமது வாழ்வாதாரத்தை இழந்து நின்றனர். மேலும் பிரிட்டீசார் பெரும்பாலான ஜமீன்தார்களின் சொத்துக்களைப் பறிமுதல் செய்தனர். இதனால் சுமார் 21 ஆயிரம் ஜமீன்தார்கள் அனுபோகத்திலிருந்து அகற்றப்பட்டனர். இழந்த சொத்துக்களையும் நிலையையும் மீட்பதற்கான ஆவலில் அவர்கள் பிரிட்டீசாரின் மிகவும் ஆபத்தான எதிரிகளாக மாறினர்.

டல்ஹௌசி மற்ற பகுதிகளைக் கைப்பற்றியதோடு சுவாதையும் கைப்பற்றியாதனது உள்ளூர் ஆட்சியாளர்கள் மத்தியில் அச்சத்தைத் தோற்றுவித்தது. அவர்கள் மிகவும்

விசுவாசமாக இருந்துகொண்டு அளித்துவந்த ஆதரவு மூலம் பிரிட்டீசாரின் பிரதேச விரிவாக்கப் பேராசையைப் பூர்த்தி செய்ய இயலவில்லை என்பதைத் தற்பொழுது உணரத் தொடங்கினர். பிரிட்டீசார் இந்திய ஆட்சியாளர்களுடன் எழுத்து மூலமாகவும் வாய்மொழியாகவும் செய்துகொண்ட உடன்பாடுகளை உடைத்தெறிந்து அவர்களைக் கைப்பற்றுவது அல்லது அவர்களது சிம்மாசனத்தில் தமது சொந்தப் பிரதிநிதி களைத் திணித்து அவர்களைத் தமது கட்டுப்பாட்டின் கீழ் வைத்துக்கொள்வது போன்ற நடவடிக்கை பிரிட்டீ சாரின் அரசியல் கௌரவத்தைப் பெரிதும் பாதித்தது என்பது தான் பெரிதும் முக்கியத்துவம் வாய்ந்ததாகும். உதாரணமாக, இத்தகைய இணைப்பு கொள்கையே நானாசாகிப், ஜான்சி ராணி, பகதூர்ஷா போன்ற வலுவான எதிரிகள் உருவாவதற்கு நேரடிப் பொறுப்பாகும். நானாசாகிப் கடைசி பேஷ்வாவான இரண்டாம் பாஜிராவின் வளர்ப்பு மகனாவார். இரண்டாம் பாஜிராவிற்கு அளித்து வந்த ஓய்வூதியத்தை நானாசாகிப் புக்குத் தர பிரிட்டீசார் மறுத்துவிட்டனர். அவரது குடும்பத் தினர் வசித்துவந்த பூனாவிலிருந்து வெகு தொலைவிலுள்ள கான்பூரில் வசிக்க நிர்ப்பந்திக்கப்பட்டார். அதேபோல ஜான்சியை இணைத்துக்கொள்ள வேண்டுமென்ற பிரிட்டீ சாரின் தூண்டுதல், ராணி லட்சுமிபாயின் ஆத்திரத்தைக் கிளப்பியது. அவரது கணவரின் மறைவிற்குப் பிறகு அவரது வளர்ப்பு மகன் வாரிசாக வரவேண்டுமென அவர் விரும்பி னார். பகதூர்ஷாவின் வாரிசாக வரக்கூடியவர் வரலாற்றுப் புகழ்மிக்க செங்கோட்டையை விட்டு வெளியேறி டெல்லி யின் எல்லைப் பகுதியிலுள்ள குதப் என்ற இடத்தில் இருப் பிடத்தை அமைத்துக் கொள்ள வேண்டுமென 1849-ம் ஆண்டு டல்ஹௌசி அறிவித்ததைத் தொடர்ந்து முகலாயர்கள் அவமதிக்கப்பட்டனர். பகதூர்ஷாவின் மறைவுக்குப் பிறகு முகலாயர்கள் மன்னர் பட்டத்தை இழந்து வெறும் இளவரசர் களாக இருக்கலாம் என 1856-ல் கானிங் பிரபு அறிவித்தார்.

தமது மதத்துக்கு ஆபத்து நேர்ந்துவிட்டதாக மக்கள் அஞ்சியது பிரிட்டீஷ் ஆட்சிக்கு எதிராக அவர்கள் அணி திரளுவதில் முக்கியத் திருப்புமுனையாக அமைந்தது. ‘பள்ளி

கள், சிறைச்சாலைகள், மருத்துவமனைகள், சந்தைகள் என எல்லா இடங்களிலும் கிறிஸ்தவ மதப்பிரச்சாரக் குழுக்களின் செயல்பாடுகள் அதிகரித்து வந்ததே அவர்களது அச்சத்துக்குப் பெரிதும் காரணமாகும். இக்குழுக்கள் மக்களை மத மாற்றம் செய்ய முயற்சித்து வந்தன. இந்து மற்றும் இஸ்லாம் மதங்களுக்கு எதிராகப் பகிரங்கமான தாக்குதலைத் தொடுத்து வந்தன. மக்களின் நீண்டகால பழக்க வழக்கங்களையும், மரபுகளையும் வெளிப்படையாகக் கேலி செய்தனர். மேலும் அவர்களுக்கு காவல்துறை பாதுகாப்பும் இருந்தது. அவர்களால் மேற்கொள்ளப்பட்ட மதமாற்ற நடவடிக்கைகளை தமது மதத்துக்கு ஏற்பட்டுள்ள ஆபத்துக்கான அடையாளமாக மக்கள் நோக்கினர். அரசாங்கத்தின் சில குறிப்பிட்ட செயல்பாடுகளும், அதன் அதிகாரிகள் சிலரின் செயல்பாடுகளும் மதப்பிரச்சாரக் குழுக்களின் செயல்பாடுகளுக்கு அன்னிய அரசாங்கம் ஆதரிப்பதான மக்களின் சந்தேகத்தை வலுப்படுத்துவதாக அமைந்தன. கிறிஸ்துவத்துக்கு மாறும்பொழுது மூதாதையர் சொத்தை வாரிசுரிமையாகப் பெறும் சட்டத்தை 1850-ம் ஆண்டு அரசாங்கம் நிறைவேற்றியது. மேலும், படையில் மதப் புரோகிதர்களை அல்லது கிறிஸ்தவ குருமார்களை தமது செலவில் அரசாங்கம் பராமரித்து வந்தது. மதக்குழுக்களின் பிரச்சாரத்தை ஊக்குவிப்பதும், அரசாங்கப் பள்ளிகளிலும், சிறைச்சாலைகளிலும் கிறிஸ்தவம் பற்றிய குறிப்புகளை அளிப்பதும், தமது கடமையென சிவில் மற்றும் இராணுவ அதிகாரிகள் பலரும் கருதினர்.

இந்திய சீர்திருத்தவாதிகளின் ஆலோசனைகளின் அடிப்படையில் அரசாங்கம் மேற்கொண்ட சில மனிதாபிமான நடவடிக்கைகளும் பலரது பழைமைவாத மத மற்றும் சமூக உணர்வுகளைப் பாதித்தது. அன்னிய கிறிஸ்தவ அரசாங்கத்துக்கு தமது மதத்திலும், பழக்கவழக்கங்களிலும் தலையிடும் உரிமை கிடையாது! என அவர்கள் கருதினர். உடன்கட்டை ஏறும் வழக்கத்தை ஒழித்தல், விதவை மறுமணத்தைச் சட்டபூர்வமாக்கியது, பெண்களுக்கும் மேலையக் கல்விக்கான வாய்ப்பைத் திறந்து விட்டது போன்ற செயல்களை, தேவையற்ற தலையீடாக அவர்கள் கருதினர். முந்திய இந்திய ஆட்சி

யாளர்கள் வரிவிலக்கு அளித்ததை மாற்றி, கோயில்கள், மசூதிகள் போன்றவற்றின் நிலங்களுக்கும் அவர்களது மத குருமார்களுக்கும் அல்லது சேவை அமைப்புகளுக்கும் வரி விதிக்கும் கொள்கையும் அவர்களது மத உணர்வுகளை பாதித்தது. மேலும், இந்த நிலங்களைச் சார்ந்திருந்த பிராமண மற்றும் முஸ்லீம் குடும்பங்களும் கோபத்திற்குள்ளாகி, பிரிட்டீசார் இந்திய மதங்களைச் சிறுமைப்படுத்த முயற்சிப் பதாக பிரச்சாரத்தில் ஈடுபடத் தொடங்கினர்.

1857-ம் ஆண்டு புரட்சி, கம்பெனியின் சிப்பாய்களின் கலகத்துடன் தொடங்கியது. கம்பெனி இந்தியாவை வெற்றி கொள்வதற்காக தம்மை முழுமையாக அர்ப்பணித்துக் கொண்ட சிப்பாய்கள், உயர்ந்த அந்தஸ்தையும், பொருளாதார உத்தர வாதத்தையும் அனுபவித்து வந்த நிலையில் திடீரென கலகத்தில் ஈடுபட வேண்டிய அவசியம் என்ன என்ற கேள்வி எழுகிறது. சிப்பாய்களும் இந்திய சமூகத்தின் ஒரு பகுதியினர் என்ற வகையில் மற்ற இந்தியர்கள் அனுபவிக்கும் துயரங்களை ஓரளவுக்கு இவர்களும் உணர்ந்துள்ளனர் என்ற உண்மையை மனதில் கொள்ள வேண்டியுள்ளது. நம்பிக்கைகள், விருப்பங் கள் சமுதாயத்தின் பிற பகுதியினர் குறிப்பாக விவசாயி களின் நம்பிக்கையின்மை போன்றவை அவர்களிடத்தில் பிரதிபலித்தன. உண்மையில் 'சிப்பாய்கள் சீருடை அணிந்த விவசாயிகளாக' இருந்தனர். பிரிட்டீஷ் ஆட்சியின் நாசகரமான பொருளாதாரக் கொள்கைகளின் விளைவுகளை அவர்களது உற்றார் உறவினர்கள் அனுபவிக்கும்பொழுது தாமும் அந்தத் துயரத்தில் பங்கேற்றனர். பிரிட்டீசார் தமது மதங்களில் தலையிடுவதாகவும், இந்தியர்களை கிறிஸ்தவர்களாக மத மாற்றம் செய்வதில் உறுதியுடன் இருப்பதாகவும் நிலவிய பொதுவான நம்பிக்கைக்கு அவர்களும் ஆட்பட்டிருந்தனர். அவர்களது சொந்த அனுபவமே அத்தகைய நம்பிக்கையை உறுதிப்படுத்துவதாக இருந்தது. அரசு செலவில் படையில் கிறிஸ்தவ மதகுருக்கள் பராமரிக்கப்பட்டு வந்ததை அவர்கள் அறிவார்கள். மேலும் சில பிரிட்டீஷ் அதிகாரிகள் தமது மதப்பற்றின் மூலம் சிப்பாய்களிடத்தில் கிறிஸ்தவப் பிரச் சாரத்தில் ஈடுபட்டு வந்தனர். சிப்பாய்களிடத்திலும் மத

அல்லது சாதியப் பிரச்சினைகள் இருந்தன. அக்காலத்தில் இந்தியர்கள் சாதிய வழிமுறைகளை மிகவும் கறாராகக் கடைப் பிடித்து வந்தனர். சிப்பாய்கள் சாதிய அல்லது மதச் சின்னங் களை அணிவதையும், தாடி அல்லது டர்பன் வைப்பதையும் ராணுவ அதிகாரிகள் தடைசெய்தனர். புதிதாகப் பணியில் சேருகிற ஒவ்வொருவரும் தேவை ஏற்படின் வெளிநாடு களிலும் வேலை செய்ய வேண்டுமென 1856-ம் ஆண்டு சட்டம் இயற்றப்பட்டது. நடைமுறையில் இந்துமத நம்பிக்கையின் படி கடல் கடந்து செல்வது தடை செய்யப்பட்டுள்ளது. இது சாதிய அழிவுக்கு இட்டுச்செல்லும். இந்நிலையில் இத்தகைய சட்டம் சிப்பாய்களின் உணர்வுகளைப் பாதிப்பதாக அமைந்திருந்தது.

சிப்பாய்களுக்கு ஏராளமான வேறு கோரிக்கைகளும் இருந்தன. பிரிட்டீஷ் அதிகாரிகள் சிப்பாய்களை அடிக்கடி அலட்சியப்படுத்தியதால் அதிகாரிகளுக்கும் சிப்பாய்களுக்கும் இடையில் வேறுபாடுகள் அதிகரித்து வந்தன. 'அதிகாரிகளும் மற்றவர்களும் ஒருபோதும் நண்பர்களாக இருந்ததில்லை. ஒருவருக்கொருவர் அன்னியர்களைப் போல இருந்தனர். சிப்பாய்களைப் புழு, பூச்சிகளைப் போல அணுகினர். ஜென்ம விரோதிகளாகப் பார்த்தனர். முரட்டுத்தனமாக நடத்தினர். ஒரு உலோபி போல பார்த்தனர். வீரன் 'பன்றி' என அழைக் கப்பட்டான். பிரிட்டீஷ் படைவீரர்களைக் காட்டிலும் சிப்பாய்கள் சிறந்து விளங்கிய போதும் படைவீரர்களைக் காட்டிலும் சிப்பாய்களுக்கு மிகக்குறைந்த சம்பளமே வழங்கப் பட்டு வந்தது. மிக மோசமாக இடமும் உணவுமே கிடைத்து வந்தது. மேலும் சிப்பாய்களுக்குப் பதவி உயர்வு கிடையாது. மாதம் ரூ. 60, 70 சம்பளம் பெற்று வந்த சுபேதாருக்கு மேல் இந்தியர்கள் உயர முடியாது. உண்மையில் சிப்பாய்களின் வாழ்க்கை மிகவும் கடினமானதாக இருந்தது. இயல்பாக இத்தகைய செயற்கையான, நிர்ப்பந்தமான தாழ்வுற்ற நிலையை சிப்பாய்கள் வெறுத்தனர். பிரிட்டீஷ் வரலாற்றாசிரியர் டி.ஆர். ஹோல்ம்ஸ் இதுகுறித்து பின்வருமாறு குறிப்பிட்டார் :

இராணுவத் துறையில் ஐதர் அலி போல திறமை இருந்தாலும் இந்திய சிப்பாய்கள் ஆங்கிலேய அதிகாரி

களுக்கு சமமான சம்பளத்தைப் பெற முடியாது. மேலும் எத்தனை ஆண்டுகள் பணிபுரிந்தாலும் அது புதிதாக இங்கிலாந்திலிருந்து வருகின்ற ஆங்கிலேய அதிகாரிகள் கூட மிக அலட்சியமாக நடத்துவதிலிருந்து தன்னைப் பாதுகாக்காது என்பதையும் அவர்கள் உணர்ந்திருந்தனர்.

சிப்பாய்கள் சிந்துவில் அல்லது பஞ்சாபில் பணிபுரியும் பொழுது அவர்களுக்கு ஊக்க ஊதியம் (பேட்டா) வழங்கப் பட மாட்டாது என்ற சமீபத்திய உத்தரவே அவர்களுக்கு ஏற்பட்ட அதிருப்திக்கான மிகவும் உடனடியான காரண மாகும். இத்தகைய உத்தரவினால் அவர்களது சம்பளத்தில் பெரும் துண்டு விழுந்தது. அவாதை இணைத்துக் கொண்ட தால், அப்பகுதியைச் சேர்ந்த சிப்பாய்களின் உணர்ச்சிகள் மேலும் கொழுந்து விட்டு எரியத் தொடங்கின.

சிப்பாய்களின் அதிருப்திக்கு உண்மையில் ஒரு நீண்ட வரலாறு உண்டு. 1764-ம் ஆண்டு தொடக்கத்திலேயே வங்காளத்தில் ஒரு சிப்பாய்க் கலகம் வெடித்தது. 30 சிப்பாய் களைத் துப்பாக்கிக் குண்டுகளுக்கு இரையாக்கி, ஆளுவோர் அதனை ஒடுக்கினார். 1806-ம் ஆண்டு வேலூரில் சிப்பாய்கள் கலகம் புரிந்தனர். அது மோசமான வன்முறையின் மூலம் நசுக்கப்பட்டது. நூற்றுக்கணக்கானோர் அப்போரில் மடிந் தனர். 1824-ம் ஆண்டு பாரக்பூரில் சிப்பாய்களின் 47-வது படையணியைச் சேர்ந்தவர்கள் கடல் மார்க்கமாக பர்மா வுக்குச் செல்ல மறுத்துவிட்டனர். அந்தப் படையணி கலைக்கப்பட்டு, நிராயுதபாணியாக இருந்தவர்கள் பீரங்கி யால் சுட்டுக் கொல்லப்பட்டனர். இந்த சிப்பாய்களின் தலைவர்கள் தூக்கிலிடப்பட்டனர். 1844-ம் ஆண்டு ஊதியம், ஊக்க ஊதியம் போன்ற கோரிக்கைகளை முன்வைத்து ஏழு படைப்பிரிவினர் புரட்சியில் ஈடுபட்டனர். அதே போல, ஆப்கன் போரின்போது ஆப்கானிஸ்தானைச் சேர்ந்த சிப்பாய்கள் புரட்சியின் விளிம்பில் இருந்தனர். படையில் அதிருப்தி தெரிவித்ததற்காக ஒரு முஸ்லீம், ஒரு இந்து என இரண்டு சுபேதார்கள் சுட்டுக் கொல்லப்பட்டனர். 'வங்காளப் படைகள் கிட்டத்தட்ட கலகத்தில் இறங்கி

விட்டன. அவை எந்நேரமும் புரட்சியின் விளிம்பில் இருந்து வந்தன. தூண்டுதலும் வாய்ப்புகளும் விரைவில் ஒருங்கிணைவதை ஒட்டி ஒரு சமயம் அல்லது பிறிதொரு சமயம் கலகம் வெடிப்பது உறுதி என 1858-ம் ஆண்டு வங்காளத்தின் துணை நிலை ஆளுநர் பிரெடெரிக் ஹாலிடே குறிப்பிடும் அளவுக்கு சிப்பாய்களிடையே அதிருப்தி பரவி வந்தது.'

இவ்வாறாக பெரும்பாலான இந்திய மக்களிடையேயும் கம்பெனியின் படையில் இருந்த படைவீரர்களிடையேயும் அன்னிய ஆட்சியின்மீது ஆழமான அதிருப்தியும், வெறுப்பும் அதிகரித்து வந்தது. இத்தகைய உணர்ச்சி குறித்து பின்னாளில் சையது அகமது கான் தனது 'இந்தியக் கலகத்துக்கான காரணங்கள்' என்ற கட்டுரையில் பின்வருமாறு குறிப்பிடுகிறார்.

'நிறைவேற்றப்பட்ட சட்டங்கள் அனைத்தும் அவர்களை தரம் தாழ்த்தவும், அழிக்கவும் அவர்களையும் அவர்களது உரிமைகளைப் பறிக்கவுமே உள்ளதாகச் சிந்திக்கும் பழக்கத்துக்கு இந்தியர்கள் நீண்டகாலமாக ஆட்பட்டுள்ளனர். இறுதியில் சமயம் கிடைத்தபொழுது அவர்கள் அனைவரும் ஆங்கிலேய அரசாங்கத்தை மெல்லக் கொல்லும் நஞ்சு போலவும், துரோகம் இழைத்தவர்களாகவும் நோக்கினர். அரசாங்கத்தின் பிடியிலிருந்து இன்று அவர்கள் தப்பி விட்டாலும் நாளை அவர்கள் வீழ நேரிடும், ஒரு வேளை நாளை தவறினாலும் அடுத்த நாள் அவர்கள் அழிவை சந்திக்கத்தான் போகிறார்கள் என அவர்கள் கருதினர். மக்கள் அரசாங்கத்தில் மாற்றத்தை எதிர்நோக்கினர். பிரிட்டீஷ் ஆட்சி மற்றொன்றால் மாற்றியமைக்கப்படும் என்ற எண்ணமே அவர்களுக்கு மகிழ்ச்சியைக் கொடுத்துக் கொண்டிருந்தது எனக் குறிப்பிட்டார். அதே போல டெல்லியில் வெளியிடப்பட்ட புரட்சியாளர்களின் பிரகடனம் பின்வருமாறு குறிப்பிடுகிறது.

முதலாவதாக இந்துஸ்தானத்தில் 2000 ரூபாய் வரிக்கு 300, 400 தேவையெனில் ரூ. 500 எனக் கூடுதலாகக் கட்டாய வசூல் செய்தனர். இன்னமும் அவர்கள் இதனை அதிகரிப்

பதில் ஆர்வம் காட்டி வருகின்றனர். ஆகவே, மக்கள் சீரழி வுக்கு உள்ளாகி பிச்சைக்காரர்களாயினர். இரண்டாவதாக அவர்கள் இருமடங்காக, நான்கு மடங்காக, பத்து மடங்காக சௌகிதாரி வரியை உயர்த்தினர். மக்கள் அழிவுக்குள்ளாக வேண்டுமென விரும்பினர். மூன்றாவதாக, படித்த மரியாதைக் குரிய அனைவரது தொழில்களும் பறிபோயின. இலட்சக் கணக்கானோர் அன்றாட வாழ்வுக்கே அல்லாடி நின்றனர். வேலைவாய்ப்பு தேடும் எவர் ஒருவரும் ஒரு மாவட்டத்தி லிருந்து மற்றொரு மாவட்டத்துக்குச் செல்ல வேண்டி யிருந்தது. அவ்வாறு செல்லும்பொழுது சாலை வரியாக ஆறு பைசாவும் மாட்டு வண்டியில் செல்ல 4 முதல் 8 அணா வரையிலும் செலுத்த வேண்டியிருந்தது. அவ்வாறு செலுத்து பவர்கள் மட்டுமே சாலையில் செல்ல அனுமதிக்கப் பட்டனர். கொடுங்கோலர்களின் ஒடுக்கு முறையை எந்த அளவுக்கு விளக்குவது? நிலைமைகள் படிப்படியாக வளர்ச்சி யுற்று இறுதியில் அரசாங்கம் ஒவ்வொருவரது மதத்தையும் மாற்றும் நடவடிக்கையில் உறுதியுடன் இறங்கியது.

பிரிட்டீஷ் கொள்கைகளாலும் ஏகாதிபத்திய சுரண்ட லாலும் பெருகி வந்த மக்கள் அதிருப்தியின் உச்சமாக 1857 - புரட்சி வெடித்தது. ஆனால் இது திடீர் நிகழ்வு அல்ல. இந்தியா முழுமையிலும் பிரிட்டீஷ் ஆதிக்கத்துக்கு எதிராக சுமார் ஒரு நூற்றாண்டு காலம் மக்களின் எதிர்ப்பு தீவிர மாகி வந்துள்ளது. வங்காளத்திலும் பீகாரிலும் பிரிட்டீஷ் ஆட்சி நிறுவப்பட்டு, மேலும் ஒவ்வொரு பகுதியாக அவர்கள் வெற்றிகொண்டு வந்த சமயத்தில் ஆயுதம் தாங்கிய எழுச்சி தொடங்கியது. ஓராண்டு காலம் கூட ஆயுதம் தாங்கிய எதிர்ப்பு இல்லாத காலமோ அல்லது பெரிய எழுச்சி இல்லாத காலமோ நாட்டின் எப்பகுதியிலும் இல்லை. 1763-லிருந்து 1856-வரையிலான காலகட்டத்தில் நாற்பத்துக்கும் மேற் பட்ட பெரிய மற்றும் நூற்றுக்கும் மேற்பட்ட சிறிய எழுச்சி கள் நடைபெற்றன. மன்னர்கள், நவாபுகள், ஜமீன்தார்கள், நிலபிரபுக்கள், பாளையக்காரர்கள் போன்றோரால் இத்தகைய எழுச்சிகள் வழிநடத்தப்பட்டன. ஆனால் விவசாயிகள், கைவினைஞர்கள், இந்திய ஆட்சியாளர்கள் கலைக்கப்

பட்ட முன்னாள் படைவீரர்கள், அனுபோகத்தை இழந்து நிராயுதபாணிகளாக இருந்த ஜமீன்தார்கள், பாளையக்காரர் கள் ஆகியோர் போராடும் படைகளாக இருந்தனர். இத்தகைய தொடர்ச்சியான எழுச்சிகள் மொத்தத்தில் பெரிய அளவில் நடைபெற்றன. ஆனால் அவை உள்ளூர் அளவில் மட்டும் பரவி, ஒன்றுக்கொன்று தொடர்பின்றி இருந்தன. அதன் விளைவுகளும் உள்ளூர் அளவிலேயே இருந்தன.

உடனடிக் காரணம் :

1857-ல் ஒரு பெரும் எழுச்சிக்கான அடிப்படைகள் தயாராக இருந்தன. அது பற்றி எரிவதற்கு ஒரு சிறு தீப்பொறி மட்டுமே அவசியமாக இருந்தது. கொழுப்பு தடவப்பட்ட தோட்டா விவகாரம் சிப்பாய்களிடத்தில் அந்தத் தீப்பொறியை உருவாக்கியது. அவர்களது கலகம் மக்களின் ஆதரவைப் பெற்று புரட்சிக்கான சூழல் ஏற்பட்டது.

படையில் புதிய ரக என்பீல்டு துப்பாக்கிகள் அறிமுகப் படுத்தப்பட்டன. அதன் தோட்டாக்கள் கொழுப்பு தடவப் பட்ட காகிதத்தில் மூடப்பட்டிருந்தன. துப்பாக்கியில் தோட் டாவை நிரப்புவதற்கு முன்பாக அதனை வாயில் கடிக்க வேண்டியிருந்தது. சிலவற்றில அது பசு மற்றும் பன்றியின் கொழுப்பாக இருந்தது. இதனால் இந்து மற்றும் இஸ்லாம் சிப்பாய்கள் ஆத்திரத்துக்கு உள்ளாயினர். கொழுப்பு தடவப் பட்ட தோட்டாவைப் பயன்படுத்துவது அவர்களது மதத் துக்கு ஆபத்தானதாக கருதினர். அவர்களது மதத்தை அழித்து அவர்களை கிறிஸ்தவர்களாக மதம் மாற்ற அரசாங்கம் முயற்சிப்பதாக அவர்களில் பலர் நம்பினர். இத்தகைய சூழலே புரட்சிக்கு இட்டுச் சென்றது.

புரட்சியின் தொடக்கமும் அதன் போக்கும் :

1857 - புரட்சி திட்டமிடப்படாத தன்னெழுச்சியான ஒன்றா? அல்லது பொறுப்பான, இரகசிய அமைப்பினால்

நடத்தப்பட்டதா? இக்கேள்விக்கு உறுதியான பதிலை அளிப்பது அவ்வளவு எளிதானதல்ல. 1857-ம் ஆண்டு புரட்சியின் வரலாற்றைப் பயிலுவதற்கு பிரிட்டீஷ் ஆவணங் களையே அடிப்படையாகக் கொள்ள வேண்டியுள்ளது.

புரட்சியாளர்களிடம் ஆவணங்கள் ஏதுமில்லை. அவர்கள் சட்டவிரோதமாக செயல்பட்ட நிலையில் அவர்களிடம் ஆவணங்கள் இருப்பதற்கு வாய்ப்பில்லை. மேலும், அவர்கள் தோற்கடிக்கப்பட்டு, ஒடுக்கப்பட்டதால் அந்நிகழ்வுகள் குறித்த அவர்களது கூற்றுகளும் அவற்றுடனேயே சேர்ந்து மறைந்தன. இறுதியில், புரட்சிக்குப்பிறகு பல ஆண்டுகள் இப்புரட்சிக்கு ஆதரவான எந்தவொரு குறிப்பையும் பிரிட்டீசார் அழித் தனர். புரட்சியாளர்கள் தரப்புக்காக யார் ஒருவர் பேசி னாலும் அவர்கள் மீது கடும் நடவடிக்கை எடுக்கப்பட்டது.

இப்புரட்சியானது பரவலான, நன்கு திட்டமிடப்பட்ட சதியின் விளைவு என வரலாற்றாசியர்கள் மற்றும் எழுத்தாளர் களில் ஒரு தரப்பினர் குறிப்பிட்டனர். சப்பாத்திகளும், செந்தாமரைகளும் சுற்றுக்கு விடப்பட்டதையும், சன்னியாசி களும், பக்கிரிகளும் மாதாரிகளும் பிரச்சாரத்தில் ஈடுபட்டுக் கொண்டு அலைந்ததையும் அவர்கள் சுட்டிக்காட்டுகின்றனர். புரட்சியை உருவாக்க எவ்வித உஷாரான திட்டமிடலும் மேற்கொள்ளப்படவில்லை என அதே வேகத்துடன் மற்ற எழுத்தாளர்கள் மறுக்கின்றனர். புரட்சிக்கு முன்போ, பின்போ திட்டமிட்ட சதியை வெளிப்படுத்தும் ஒரு துண்டுக் காகி தத்தைக்கூட கண்டுபிடிக்கவில்லை. அவ்வாறு கூறுகின்ற ஒரு சாட்சியமும் இல்லை என்று அவர்கள் சுட்டிக் காட்டு கின்றனர்.

1857-மே 10-ந்தேதி டெல்லியிலிருந்து 58 கி.மீ தொலை வில் உள்ள மீரட்டில் புரட்சி தொடங்கியது. அதைத் தொடர்ந்து படைகள் வேகமாக ஒன்று திரண்டன. ஒரு கத்தியைப்போல இது வட இந்தியாவைத் துண்டித்தது. விரைவில் இது வடக்கில் பஞ்சாபிலிருந்தும், தெற்கில் நர்மதையிலிருந்தும், கிழக்கில் பீகார் வரையிலும், மேற்கில் ரஜபுதனம் வரையிலும் பரந்து பட்ட அளவுக்குப் பரவியது.

மீரத்தில் புரட்சி வெடிப்பதற்கு முன்பே, பாரக்பூரில் மங்கள் பாண்டே வீரமரணம் அடைந்தார். ஓர் இளம் படை வீரரான மங்கள்பாண்டே தன்னந்தனியராக புரட்சியில் ஈடுபடுவதற்காகவும், தனது உயர் அதிகாரியைத் தாக்கியதற் காகவும் 1857 மார்ச் 29 அன்று தூக்கிலிடப்பட்டார். சிப்பாய் கள் மத்தியில் அதிருப்தியும், புரட்சி வேகமும் அதிகரித்து வந்ததற்கு இதுவும் இதுபோன்ற வேறு சில சம்பவங்களும் அறிகுறிகளாகும். அதைத்தொடர்ந்து மீரத்தில் புரட்சி வெடித்தது. ஏப்ரல் 24 அன்று 3-வது உள்ளூர் குதிரைப் படையைச் சேர்ந்த தொண்ணூறு பேர் கொழுப்பு தடவிய தோட்டாக்களை ஏற்க மறுத்தனர். மே 9-ம் தேதி அவர்களில் 85 பேருக்கு பத்தாண்டு சிறைத்தண்டனை விதிக்கப்பட்டு விலங்கு பூட்டப்பட்டனர். இந்நிகழ்வு மீரத்தில் இருந்த இந்தியப் படைவீரர்களிடத்தில் பொதுவான கலகத்தை ஏற்படுத்தியது. அதற்கடுத்த நாள், மே 10-ம் தேதி சிறையில் அடைக்கப்பட்டிருந்த தமது தோழர்களை அவர்கள் விடுவித் தனர். அவர்களது அதிகாரிகளைப் படுகொலை செய்தனர். புரட்சிப் பதாகையைப் பறக்கவிட்டனர். காந்தத்தால் கவரப் பட்டவர்களைப் போல அவர்கள் பொழுது மறைந்தவுடன் டெல்லிக்குப் புறப்பட்டனர். மறுநாள் காலை மீரட் படை வீரர்களை டெல்லியில் கண்ட உள்ளூர் காலாட்படை யினரும் அவர்களுடன் இணைந்து கொண்டனர். தமது சொந்த ஐரோப்பிய அதிகாரிகளைப் படுகொலை செய்துவிட்டு நகரைக் கைப்பற்றினர். போராட்டத்தில் ஈடுபட்டு வந்த படைவீரர்கள் வயதான, அதிகாரம் இழந்த பகதூர்ஷாவை இந்தியாவின் பேரரசராகப் பிரகடனப்படுத்தினர். டெல்லி புரட்சியின் மையமாகவும் பகதூர்ஷா அதன் மாபெரும் அடையாளமாகவும விரைவில் மாறினார். கடைசி முகலாய மன்னர் நாட்டின் தலைமையாக தன்னெழுச்சியாக உருவெடுத்த தானது, நீண்டகால முகலாய சாம்ராஜ்யம் இந்தியாவின் அரசியல் ஒற்றுமையின் பாரம்பரிய அடையாளமாக இருந்தது என்ற உண்மையைக் காட்டுவதாக அமைந்திருந்தது.

இத்தகைய ஒரே நடவடிக்கையின் மூலம் சிப்பாய்கள் படைவீரர்களின் கலகத்தை ஒரு புரட்சிப்போராக மாற்றினர்.

அதனால்தான் நாடு முழுவதும் போராட்டத்தில் ஈடுபட்டு வந்த சிப்பாய்கள் இயல்பாக டெல்லியை நோக்கித் தமது நடவடிக்கைகளைத் திருப்பினர். இப்புரட்சியில் ஈடுபட்ட குறுநில மன்னர்கள் அகில இந்திய அளவில் முகலாயப் பேரரசுக்கு வேகமாக விசுவாசம் காட்டினர். பகதூர்ஷா தனது தரப்பில் இத்தகைய தூண்டுதலின் பேரிலும் சிப்பாய்களின் நிர்ப்பந்தத்தின் காரணமாகவும், சிறிது தடுமாற்றத்திற்குப் பிறகு, பிரிட்டீஷ் ஆட்சிக்கு, எதிராகப் போராடி அதனைத் தூக்கியெறிய இந்திய அரசுகளின் கூட்டமைப்பு ஒன்றை ஏற்படுத்த முன்வர வேண்டுமென இந்தியாவின் அனைத்துக் குறுநில மன்னர்களுக்கும், ஆட்சியாளர்களுக்கும் கடிதம் ஒன்றை எழுதினார்.

விரைவில் வங்காளப் படை முழுவதும் புரட்சியில் இறங்கியது. அது வேகமாகப் பரவியது. சுவாத், ரோகில்கண்டு, தியோப், பண்டல்கண்ட், மத்திய இந்தியா, பீகாரின் பெரும் பகுதி, கிழக்கு பஞ்சாப் உள்பட அனைத்தும் பிரிட்டீஷ் அதிகாரத்துக்கு எதிராகத் திரும்பின. பல சுதேச சமஸ் தானங்களும், ஆட்சியாளர்களும் அவர்களது மாட்சிமை தங்கிய பிரிட்டீஷாருக்கு விசுவாசமாக இருந்த அதே சமயம் படைவீரர்கள் போராட்டத்தில் ஈடுபட்டனர் அல்லது போராட்ட விளிம்பில் இருந்தனர். இண்டூரைச் சேர்ந்த படைகள் பல, போராட்டத்தில் இறங்கி சிப்பாய்களுடன் இணைந்து கொண்டன. அதேபோல குவாலியரைச் சேர்ந்த சுமார் 20 ஆயிரம் படைகள் தாந்தியா தோபே மற்றும் ஜான்சிராணியுடன் சேர்ந்து கொண்டனர். பிரிட்டீஷ் ஆட்சி யினால் பெரிதும் வெறுப்புக்குள்ளான மக்களின் ஆதரவுடன் ராஜஸ்தான், மகாராஷ்டிரா ஆகிய பகுதிகளைச் சேர்ந்த குறுநில மன்னர்கள் பலரும் போராட்டத்தில் ஈடுபட்டனர். ஹைதராபாத்திலும் வங்காளத்திலும் உள்ளூர் கலகங்களும் நடைபெற்றன.

புரட்சியின் பிரம்மாண்டமான வேகமும், வீச்சும் அதன் ஆழத்துக்கு ஈடுகட்டுவதாக இருந்தன. வடக்கு மற்றும் மத்திய இந்தியாவெங்கும் நடைபெற்று வந்த சிப்பாய்களின்

கலகம் பொதுமக்களிடையே புரட்சியை உண்டாக்கின. சிப்பாய்கள் பிரிட்டீஷ் அதிகாரத்தை அடித்து நொறுக்கியதைத் தொடர்ந்து பொதுமக்கள் கோடரி, வில், அம்பு, தடி, அரிவாள் ஆகியவற்றைக் கையிலேந்தி போராட்டத்தில் ஈடுபட்டனர். சில இடங்களில் சிப்பாய்களுக்கு முன்பே, சிப்பாய் படைகள் வருவதற்கு முன்பே மக்கள் புரட்சியில் இறங்கினர். விவசாயிகள் கைவினைஞர்கள், கடைக்காரர்கள், அன்றாடக் கூலிகள், ஜமீன்தார்கள் போன்ற பல தரப்பினரும் பங்கேற்றதால் இப்புரட்சிக்கு உண்மையான வலுவும் மக்கள் புரட்சி என்ற தன்மையும் குறிப்பாக உத்தரப்பிரதேசம், பீகார் உள்ளிட்ட இடங்களில் கிடைத்தது. இங்கு விவசாயிகளும், ஜமீன்தார்களும் தம்மை நிலங்களிலிருந்து வெளியேற்றிய கந்து வட்டிக்காரர்களையும் புதிய ஜமீன்தார்களையும் தமது ஆத்திரத்தை வெளிப்படுத்தும் வகையில் தாராளமாகத் தாக்குவதற்கு வாய்ப்பு கிடைத்தது. கந்து வட்டிக்காரர்களின் வரவு-செலவு புத்தகங்களையும், கடன் ஆவணங்களையும் அழிப்பதற்கு புரட்சியை ஒரு வாய்ப்பாக அவர்கள் பயன்படுத்திக் கொண்டனர். பிரிட்டீஷாரின் சட்ட அவைகள், வருவாய்த் துறை (தாசில்) அலுவலகங்கள், வருவாய் ஆவணங்கள் ஆகியவற்றையும் தாக்கினர். பல இடங்களில் நடைபெற்ற போர்களில் சிப்பாய்களைக் காட்டிலும் பொதுமக்களின் எண்ணிக்கை அதிகமாக இருந்தது என்பது குறிப்பிடத்தக்கதாகும். சுவாதில் ஆங்கிலேயர்களுடன் நடைபெற்ற போரில் மடிந்த 1.50 இலட்சம் பேரில் 1 இலட்சம் பேர் பொதுமக்கள் என ஒரு மதிப்பீடு தெரிவிக்கிறது.

புரட்சியில் ஈடுபடாத இடங்களில் கூட மக்கள் போராளிகளுக்கு வலுவான ஆதரவைத் தெரிவித்தனர். போராளிகளின் வெற்றியில் அவர்கள் பங்கெடுத்தனர். பிரிட்டீஷாருக்கு விசுவாசமாக இருந்த சிப்பாய்களை சமூகப் புறக்கணிப்பு செய்தனர். பிரிட்டீஷ் படைகளுக்கு அவர்கள் கடும் எதிர்ப்பைத் தெரிவித்தனர். அவர்களுக்கு உதவி செய்யவோ, தகவல் தரவோ மறுத்தனர். இன்னும் சொல்லப் போனால் தவறான தகவல்களை அளித்து அவர்களை திசை திருப்பினர்.

லண்டன் டைம்ஸ் பத்திரிகையின் செய்தியாளர் W.H. ரஸ்ஸல் 1858-1859-ம் ஆண்டுகளில் இந்தியாவில் சுற்றுப்பயணம் மேற்கொண்டபொழுது பின்வருமாறு எழுதினார் :

"வெள்ளையர்களின் வாகனங்களை இந்தியர்கள் பார்க்கின்ற பார்வை நிச்சயமாக நட்பு ரீதியானதல்ல. ஓ! அந்தக் கண்களின் மொழி! யார் அதனைச் சந்தேகிக்க முடியும்? யார் அதைத் தவறாகக் கணிக்க முடியும்? அந்தப் பார்வையின் மூலம் மட்டுமே நமது இனத்தைக் கண்டு பலர் பயப்படுவதில்லை. மேலும் நம்மை அனைவரும் வெறுக்கின்றனர்' என்பதை நான் உணர்ந்தேன் என்றார்.

1857-ம் ஆண்டு நடைபெற்ற புரட்சியை பிரிட்டீஷார் ஒடுக்க முற்பட்டதிலிருந்தே அதன் வெகுஜனத் தன்மை நன்கு விளங்குகிறது. போராடும் சிப்பாய்களுக்கு மட்டுமல்லாமல் டெல்லி சுவாத், வடமேற்கு மாநிலங்கள், ஆக்ரா, மத்திய இந்தியா, மேற்கு பீகார் போன்ற பகுதிகளைச் சேர்ந்த மக்களுக்கு எதிராகவும் தீவிரமான ஈவிரக்கமற்ற போரைத் தொடுத்தனர். கிராமங்களை ஒட்டுமொத்தமாகத் தீயிட்டு கொளுத்தினர். கிராமப்புற மக்களையும் நகர்ப்புற மக்களையும் படுகொலை செய்தனர். அவர்கள் வட இந்தியாவின் பல பகுதிகளை வெற்றி பெறுவதற்கான போராட்டத்தில் ஈடுபட்டனர். பொது இடத்தில் தூக்கிலிடுவது, விசாரணையின்றி தண்டனை போன்றவற்றைக் காட்டி மக்களைப் பணிய வைத்தனர். இப்பகுதியில் புரட்சி எந்த அளவுக்கு வலுவாக நடைபெற்றது என்பதை இவை காட்டுகின்றன.

1857-ம் ஆண்டு புரட்சியின் பலம் பெரும்பாலும் இந்து-முஸ்லீம் ஒற்றுமையையே சார்ந்திருந்தது. படைவீரர்கள், மக்கள் அதேபோல தலைவர்கள் மத்தியல் இந்து-முஸ்லீம் தரப்பினருக்கிடையில் முழுமையான ஒத்துழைப்பு நிலவியது. போராளிகள் அனைவரும் பகதூர் ஷா என்ற முஸ்லீமைத் தமது பேரரசராக ஏற்றனர். மீரட்டிலிருந்த இந்து சிப்பாய்களின் முதல் சிந்தனை நேரடியாக டெல்லிக்குச் செல்வதாயிருந்தது. இந்து-முஸ்லீம் போராளிகளும் சிப்பாய்களும் ஒருவரையொருவர் உணர்வுகளை மதித்து நடந்து கொண்

டனர். உதாரணமாக புரட்சி வெற்றி பெற்ற இடங்களில் இந்துக்களின் உணர்வுகளுக்கு மதிப்பளித்து உடனடியாக பசுவதைத் தடை உத்தரவுகள் பிறப்பிக்கப்பட்டன. மேலும் தலைமை மட்டத்தில் இந்துக்களுக்கும் முஸ்லீம்களுக்கும் சம அளவு பிரதிநிதித்துவம் அளிக்கப்பட்டது. புரட்சியில் இந்து முஸ்லீம் ஒற்றுமை வகித்த பாத்திரத்தை மூத்த பிரிட்டீஷ் அதிகாரி அட்சிசன் பின்னாளில் அங்கீகரித்துள்ளார். 'இந்த விஷயத்தில் முகம்மதியர்களை இந்துக்களுக்கு எதிராக நம்மால் பயன்படுத்த இயலவில்லை' என மிகுந்த வருத்தத்தோடு அவர் குறிப்பிட்டுள்ளார். உண்மையில் மத்திய காலத்திலும் 1858-க்கு முன்னரும் இந்திய மக்களும் அரசியலும் வகுப்புவாத அடிப்படையில் அமையவில்லை என்பதையே 1857-ம் ஆண்டின் நிகழ்வுகள் தெளிவாகக் காட்டுகின்றன.

டெல்லி, கான்பூர், லக்னோ, பரேய்லி, ஜான்சி, பீகாரில் உள்ள ஆரா ஆகிய இடங்களே 1857-ம் ஆண்டு புரட்சியின் மையங்களாக இருந்தன. டெல்லியில் பெயரளவுக்கு அடையாள பூர்வமான தலைமையாகவும் பேரரசர் பகதூர் ஷா இருந்தார். ஆனால் உண்மையான தலைமை தளபதி பகத்கான் தலைமையிலான படைவீரர்களின் சபையிடமே இருந்தது. அவரே பரேய்லி படைகளின் புரட்சிக்கு தலைமையேற்று, அவற்றை டெல்லிக்கு கொண்டு வந்தார். பிரிட்டீசாரின் பீரங்கிப் படையில் அவர் ஒரு சாதாரண சுபேதாராகப் பணிபுரிந்து வந்தார். பகத்கான் புரட்சியின் தலைமை இடத்தில் வெகு ஜன நிலைமையைப் பிரதிநிதித்துவப்படுத்தினார். புரட்சியின் தலைமைச் சங்கிலியில் பலவீனமான கன்னியாக பேரரசர் பகதூர்ஷா விளங்கினார். அவரது பலவீனமான வயதான தோற்றம், தலைமைப் பண்பு இல்லாத நிலை போன்றவை புரட்சியின் நரம்பு மண்டலத்தில் அரசியல் பலவீனத்தை உண்டாக்கின. அது கணக்கிட முடியாத பாதிப்பை உண்டாக்கியது.

கான்பூரில் கடைசி பேஷ்வாவான, இரண்டாம் பாஜி ராவின் வளர்ப்பு மகன் நானாசாகிப் புரட்சியை வழி

நடத்தினார். சிப்பாய்களின் ஆதரவுடன் நானாசாகிப் கான்பூரிலிருந்து ஆங்கிலேயர்களை வெளியேற்றி தன்னையே பேஷ்வாவாகப் பிரகடனப்படுத்தினார். அதேசமயம் பகதூர் ஷாவை இந்தியாவின் பேரரசராக ஒப்புக்கொண்டு, அவரது ஆளுநராகத் தன்னை அறிவித்துக் கொண்டார். நானா சாகிப்புக்காக போராடிய சுமை முழுவதும் அவரது மிகவும் விசுவாசமான ஊழியர்களில் ஒருவரான தாந்தியாதோ பேவின் தோள்கள் மீது விழுந்தது. தாந்தியாதோபே தனது தேசபக்தியினாலும் உறுதியான போராட்டத்தின் மூலமும் திறமையான கொரில்லாப் போர் நடவடிக்கைகளாலும் நீங்காப் புகழ்பெற்று விட்டார். நானாசாகிப்பின் மற்றொரு விசுவாசமான ஊழியர் அஜிமுல்லா ஆவார். அவர் அரசியல் பிரச்சாரத்தில் கைதேர்ந்தவர். துரதிருஷ்டவசமாக, கான் பூரில் பிரிட்டீஷ் கோட்டைக் காவல் படையினரை பாது காப்புடன் நடத்துவதாக அளித்த வாக்குறுதிக்கு மாறாக அவர்களைச் சூழ்ச்சி செய்து கொன்றதன் மூலம் நானா சாகிப் தனது வீரத்துக்கு களங்கம் ஏற்படுத்திக் கொண்டார்.

அவாத்தின் பேகம் ஹசரத் மகாலால் லக்னோவில் புரட்சி வழி நடத்தப்பட்டது. அவர் தனது இளைய மகன் பர்கிஸ் காதரை அவாப்பின் நவாபாக பிரகடனப்படுத்தினார். லக்னோவில் இருந்த சிப்பாய்கள், அவாத்தைச் சேர்ந்த ஜமீன் தார்கள், விவசாயிகள் ஆகியோரின் ஆதரவுடன் பேகம் பிரிட்டீசாருக்கு எதிரான தீவிரத் தாக்குதலைத் தொடுத்தார். நகரை விட்டுத்தரும் நிலைமைக்கு ஆளான ஆங்கிலேயர்கள் தமது பிரதிநிதிகளின் கட்டிடங்களில் தஞ்சம் புகுந்தனர். இறுதியில் பிரிட்டீஷ் கோட்டைக் காவல் படையினர் அதீத மனோபலத்துடனும், தைரியத்துடனும் போராடியதால் பிரதிநிதிகள் கட்டிடத்தைக் கைப்பற்ற இயலவில்லை.

1857-ம் ஆண்டு புரட்சியின் மாபெரும் தலைவர்களில் ஒருவராக இந்திய வரலாற்றில் மகத்தான கதாநாயகியாக இளம் ஜான்சிராணி லட்சுமிபாய் விளங்கினார். பிரிட்டீசார் ஜான்சியின் வாரிசு உரிமையை ஏற்க மறுத்து அவரது அரசை தாங்கள் கையகப்படுத்தியதுடன், ஜான்சியில் சிப்பாய்

களைப் புரட்சிக்கு அவர் தூண்டியதாக அச்சுறுத்திய சமயத்தில் இளம் ஜான்சி போராளிகளுடன் இணைந்து கொண்டார். ஜான்சி சில காலம் ஊசலாட்டத்தில் இருந்தார். ஆனால் போராளிகளுடன் இணைந்து செயல்படுவதென முடிவெடுத்த பிறகு அவரது படைக்கு தலைமையேற்று தீரமுடன் போராடினார். அப்பொழுது முதல் அவரது வீரமும், துணிவும், இராணுவ ஆற்றலும் நாட்டு மக்களைப் பெரிதும் ஈர்த்து வந்தது. 'பீரங்கிப்படையிலும், ஆயுதத் தொழிற்சாலையிலும் பெண்களாலும் பணியாற்ற முடியும் என்பதை நிரூபிக்கும் வகையில் நடைபெற்ற உறுதிமிக்க போரில் ஜான்சியிலிருந்து ஆங்கிலேயப் படைகளை விரட்டியடித்துவிட்டு அவர் தமது ஆதரவாளர்களுடன் இணைந்து நின்று 'நமது சொந்தக் கரங்களைக் கொண்டு நமது சுதந்திர ஆட்சியைப் புதைக்க விடமாட்டோம்' என்று சபதமேற்றார். தாந்தியா தோபே மற்றும் அவரது நம்பிக்கைக்குரிய ஆப்கன் பாதுகாவலர் களின் உதவியுடன் அவர் குவாலியரைக் கைப்பற்றினார். பிரிட்டீசாரின் விசுவாசத்துக்குரிய சிந்தியா மகாராஜா, ஜான்சிராணியுடன் போராட முற்பட்டார். ஆனால் அவரது பெரும்பாலான படைகள் ஜான்சிராணியின் வசம் சென்று விட்டன. சிந்தியா ஆக்ராவில் ஆங்கிலேயர்களிடம் அகதி யாகத் தஞ்சம் புகுந்தார். 1858-ம் ஆண்டு ஜுன் 17-ம் தேதி நடைபெற்ற போரில் ஒரு படைவீரராக இராணுவ உடை தரித்து போர்க்குதிரையின் மீது அமர்ந்தபடியே வீராங்கனை ராணி உயிர் நீத்தார். அவரோடு சேர்ந்து அவரது நீண்டகால நண்பரும் தோழியருமான ஒரு முஸ்லீம் பெண்ணும் உயிரிழந்தார்.

பீகாரில் ஆக்ராவுக்கு அருகேயுள்ள ஜகதீஷ்பூரைச் சேர்ந்த வீழ்ச்சிக்கும், அதிருப்திக்கும் உள்ளான ஜமீன்தாரரான குன்வர்சிங் புரட்சியை நடத்துவதில் முதன்மையானவராகத் திகழ்ந்தார். சுமார் 80 வயதான அவர் மிகச்சிறந்த இராணுவத் தளபதியாகவும் புரட்சியின் போர்த் தந்திரங்களை வகுப் பவராகவும் விளங்கினார். பைசாபாத்தின் மௌல்வி அகம துல்லா புரட்சியின் மற்றொரு புகழ்மிக்க தலைவராக விளங்கி னார். சென்னையைச் சேர்ந்தவரான அவர் அங்கு ஆயுதப்

போராளிகளுக்கு பயிற்சி அளிக்கும் பணியைத் துவக்கி யிருந்தார். 1857 ஜனவரியில் அவர் வடக்கு நோக்கிச் சென்று பைசாபாத்தை அடைந்தார். அங்கு அவரது ராஜதுரோக போதனையைத் தடுக்க வந்த பிரிட்டீஷ் படைகளுடன் பெரும் போரில் ஈடுபட்டார். மே மாதத்தில் புரட்சி வெடித்தபொழுது அவாத்தின் முன்னணித் தலைவர்களில் ஒருவராக அவர் எழுச்சியுற்றார்.

புரட்சியின் மகத்தான கதாநாயர்களாக சிப்பாய்களே விளங்கினர். அவர்களில் பலர் போர்க்களத்தில் தமது மாபெரும் துணிவை வெளிப்படுத்தினர். பல்லாயிரக்கணக்கானோர் தன்னலமற்று தமது இன்னுயிரை ஈந்தனர். எல்லாவற்றிற்கும் மேலாக அவர்களது உறுதியும் தியாகமுமே பிரிட்டீசாரை இந்தியாவிலிருந்து வெளியேற்றுவதற்கு இட்டுச் சென்றது. இத்தகைய தேசபக்தப் போரில் அவர்கள் தமது ஆழமான மத வேறுபாடுகளையும் தியாகம் செய்தனர். கொழுப்பு தடவப்பட்ட தோட்டாக்களை அவர்களது போர்களில் தாராளமாகப் பயன்படுத்தி தங்களின் வெறுப்புக்குள்ளான அன்னியரை வெளியேற்ற முன் வந்தனர்.

போரின் பலவீனங்களும், அது ஒடுக்கப்பட்ட விதமும் :

: 1857-ம் ஆண்டு புரட்சி பரந்துபட்ட பிரதேசத்திற்குள் பரவிநின்று மிகப்பரந்தமக்களின் ஆதரவைப் பெற்ற போதிலும், நாடு முழுமையும் அல்லது இந்திய சமுதாயத்தின் அனைத்துக் குழுக்களையும், வர்க்கங்களையும் இதனால் ஈர்க்க இயல வில்லை. இது தென்னிந்தியாவுக்கும் மிகவும் கிழக்கு மற்றும் மேற்கிந்தியாவுக்குள் பரவவில்லை. ஏனெனில் அப்பகுதிகளில் ஏற்கெனவே தொடர்ந்து பல கலகங்கள் நடைபெற்று வந்துள்ளன. பெரும்பாலான இந்திய ஆட்சியாளர்களும், பெரும் ஜமீன்தார்களும் அடிப்படையில் சுயநலப் பேர்வழி களாகவும் பிரிட்டீஷ் வல்லமையைக் கண்டு அச்சமுற்றவர் களாகவும் இருந்ததால் அவர்கள் இதில் சேர மறுத்தனர். மாறாக, குவாலியரின் சிந்தியா, இண்டூரின் ஹோல்கர்,

ஹைதராபாத் நிஜாம், ஜோத்பூர் மன்னர், பல ரஜபுத்திர ஆட்சியாளர்கள், போபால் நவாப், பாட்டியாலாவின் ஆட்சி யாளர்கள், நாவா, சிந்து மற்றும் பஞ்சாபைச் சேர்ந்த மற்ற சீக்கியத் தலைவர்கள், காஷ்மீர் மகாராஜா நேபாள ராணா மற்றும் பல குறுநில மன்னர்கள் பெருமளவிலான பெரிய ஜமீன்தார்கள் ஆகியோர் புரட்சியாளர்களை ஒடுக்குவதற்காக பிரிட்டீசாருக்கு தீவிர ஆதரவு அளித்தனர். உண்மையில் ஒரு சதவீதத்துக்கும் மேலான குறுநில மன்னர்கள் கூட புரட்சி யில் இணையவில்லை. இத்தகைய ஆட்சியாளர்களும் குறுநில மன்னர்களும் 'புயலைத் தடுத்து நிறுத்தியவர்களாகச் செயல் பட்டு வந்தனர். இல்லையெனில் ஒரே பேரலையில் நாங்கள் அடித்துச் செல்லப்பட்டிருப்போம்' எனக் கவர்னர் ஜெனரல் கானிங் பிரபு பின்னாளில் குறிப்பிட்டார். சென்னை, பம்பாய், வங்காளம் மற்றும் மேற்கு பஞ்சாபில் மக்களின் மனநிலை புரட்சியாளர்களுக்கு ஆதரவாயிருந்த போதிலும் அவை எவ்வித பாதிப்புக்கும் உள்ளாகவில்லை. மேலும் தமது சொத்தை இழந்து, அதிருப்திக்கு உள்ளாயிருந்த ஜமீன்தார்களைத் தவிர பிற மத்திய தர மேல்தட்டு வர்க்கத்தினர் பெரும்பாலும் போராளிகளுக்கு எதிராக இருந்தனர். பெரும்பாலான உடைமை வர்க்கத்தினர் அவர்களைக் கண்டுகொள்ளாமல் அல்லது அவர்களிடம் தீவிர எதிர்ப்பில் இருந்தனர். அவாத்தைச் சேர்ந்த பெரும் ஜமீன்தார்களுக்கு அரசாங்கம் அவர்களது நிலங்களை அவர்களிடமே திரும்ப ஒப்படைத்துவிடுவதாக வாக்குறுதி அளித்த நிலையில் புரட்சியில் இணைந்து நின்று அவர்கள் அதிலிருந்து விலக முன்வந்தனர். அவாத்தைச் சேர்ந்த விவசாயிகளும், படைவீரர்களும் கொரில்லாப் போரை நீடித்து நடத்துவதற்கு இது மிகவும் சிரமத்தை ஏற்படுத்தியது.

கந்துவட்டிப் பேர்வழிகளே கிராமப்புற மக்களின் தாக்கு தலில் முதன்மை இலக்காக இருந்தனர். ஆகவே, அவர்கள் இயல்பாகப் புரட்சியின் எதிர்ப்பாளர்களாயினர். வியாபாரி களும் படிப்படியாக எதிர்நிலைக்குச் சென்றனர். போருக்கான நிதிக்காக போராளிகள் அவர்கள் மீது நிர்ப்பந்தமாக கடும் வரி விதித்தனர். அல்லது படையினருக்கு உணவளிப்பதற்காக

அவர்களது உணவுப் பண்டங்களைக் கைப்பற்றினர். வியாபாரிகள் தமது செல்வங்களையும், சரக்குகளையும் மறைத்து போராளிகளுக்கு அவற்றைத் தாராளமாக அளிக்க மறுத்து வந்தனர். வங்காளத்தைச் சேர்ந்த ஜமீன்தார்களும் பிரிட்டீசாருக்கு விசுவாசமாகவே இருந்து வந்தனர். அவர்களது உருவாக்கமே பிரிட்டீசார்தானே? மேலும் பீகாரில் ஜமீன்தார்களுக்கு எதிரான விவசாயிகளின் எதிர்ப்பு வங்காள ஜமீன்தார்களையும் அச்சம் கொள்ள செய்தது. அதேபோல பம்பாய், கல்கத்தா மற்றும் சென்னையைச் சேர்ந்த வியாபாரிகளுக்கு அன்னிய வர்த்தகத்தாலும், பிரிட்டீஷ் வியாபாரிகளுடனான உறவினாலும் முக்கிய லாபம் கிடைத்து வந்ததால் அவர்களும் பிரிட்டீசாரை ஆதரித்து நின்றனர்.

நவீனக் கல்வி கற்ற இந்தியர்களும் புரட்சியை ஆதரிக்கவில்லை. புரட்சியாளர்களின் செயல்கள் சமூக முன்னேற்றத்தை எதிர்த்து, மூடநம்பிக்கைகளை ஆதரிப்பதாக அவர்கள் குற்றம் சாட்டினர். கல்வியறிவு பெற்ற இந்தியர்கள் பின்தங்கிய நிலையை முடிவுக்குக் கொண்டுவர விரும்பியதை நாம் அறிவோம். இத்தகைய நவீனமயக் கடமைகளுக்கு பிரிட்டீசார் உதவுவார்கள் எனவும், ஜமீன்தார்கள், பழைய ஆட்சியாளர்கள், தளபதிகள், மற்ற நிலபிரபுத்துவப் பேர்வழிகள் ஆகியோரின் தலைமையிலான போராளிகள் நாட்டைப் பின்னோக்கிக் கொண்டு சென்றுவிடுவார்கள் எனவும் அவர்கள் தவறான நம்பிக்கைக்கு உள்ளாயிருந்தனர். அன்னிய ஆட்சியினால் நாட்டை நவீனப்படுத்த இயலவில்லை, மாறாக, அது வறுமைக்கும், பின்தங்கிய நிலைக்கும்தான் தள்ளப்பட்டது என்பதை படித்த இளைஞர்கள் தமது அனுபவங்களிலிருந்து காலதாமதமாகவே உணர்ந்துகொண்டனர்.

இந்த அம்சத்தில் 1857- புரட்சியாளர்கள் மிகவும் தொலைநோக்கு கொண்டவர்கள் என்பதை நிரூபித்தனர். அன்னிய ஆட்சியின் தீமையையும் அதனை அகற்றவேண்டிய அவசியத்தையும் உள்ளார்ந்து நன்கு புரிந்துகொண்டவர்களாக அவர்கள் விளங்கினர். மறுபுறத்தில், நாடு காலங்கடந்த பழக்கவழக்கங்களையும், மரபுகளையும் அமைப்பு

முறைகளையும் பின்பற்றி உருவாவதாலேயே அன்னிய ஆட்சி யாளர்களிடம் இந்நாடு அடிமைப்பட்டது எனப் படித்த அறிவாளிகள்போல அவர்களும் அறியவில்லை. நிலப்பிரபுத் துவ ஆட்சி முறைக்கு திரும்பிச் செல்வதில் தேசிய தீர்வு அமையவில்லை. மாறாக ஒரு நவீன சமுதாயத்தையும், ஒரு நவீன பொருளாதாரத்தையும் அறிவியல் கல்வியையும் நவீன அரசியல் அமைப்பையும் நோக்கி முன்னேறிச் செல்வதில் தான் உள்ளது என்பதை அவர்கள் காணத் தவறிவிட்டனர். எவ்வாறாயினும் படித்த இந்தியர்களை தேசவிரோதிகள் அல்லது அன்னிய ஆட்சியின் விசுவாசிகள் எனக்கூறிவிட முடியாது. *1858*-க்குப் பிறகு அவர்கள் பிரிட்டீஷ் ஆட்சிக்கு எதிராக ஒரு வலுவான, நவீன தேசிய இயக்கத்தை வழி நடத்தினர். இந்தியர்களிடையேயான ஒற்றுமைக்கு எத்தகைய காரணம் இருப்பினும் அது புரட்சிக்குப் பேராபத்தாகவே இருந்தது. ஆனால் போராளிகள் பாதிக்கப்பட்டதற்கு இத்தகைய ஒரு பலவீனம் மட்டுமே காரணமல்ல. அவர்களிடம் போதுமான அளவுக்கு நவீன போர்க்கருவிகளும், மற்ற தளவாடங்களும் இல்லை. ஈட்டி, கத்தி போன்ற பழமையான ஆயுதங்களைக் கொண்டு அவர்கள் போராடினர். அவையும் மிகக் குறைந்த அளவிலேயே இருந்தன. சிப்பாய்கள் வீரம் கொண்டவர்களாகவும், தன்னலமற்றவர்களாகவும் இருந்த அதே சமயம் அவர்கள் ஒழுங்கீனமானவர்களாகவும் இருந் தனர். சில சமயங்களில் அவர்கள் ஒரு கட்டுப்பாடான படை யாகச் செயல்படுவதற்கு மாறாக, ஒரு கலகக் கும்பல் போல நடந்துகொண்டனர். போராளிக் குழுக்களுக்கு இராணுவ நடவடிக்கைக்கான பொதுவான திட்டமோ, அதிகாரம் கொண்ட தலைமைகளோ, மத்தியப்படுத்தப்பட்ட தலை மையோ இல்லை. நாட்டில் பல்வேறு பகுதிகளில் நடைபெற்ற எழுச்சிகளுக்கு இடையில் எவ்வித ஒருங்கிணைப்பும் இல்லை. தலைவர்கள் ஒருங்கிணைந்ததற்கு அன்னிய ஆட்சிக்கு எதிரான பொதுவான வெறுப்பைத் தவிர வேறு எவ்விதக் காரணமும் இல்லை. ஒரு பகுதியிலிருந்து பிரிட்டீஷ் அதிகாரத்தை தூக்கியெறிந்த பிறகு அவ்விடத்தில் எத்தகைய அரசியல் அதிகாரத்தை அல்லது அமைப்பை உருவாக்குவது என்பது

குறித்து அவர்களுக்கு ஒன்றும் தெரியவில்லை. அவர்கள் சந்தேகப் பேர்வழிகளாகவும், ஒருவரையொருவர் பொறாமை கொண்டவர்களாகவும், அடிக்கடி சண்டையில் இறங்குபவர்களாகவும் இருந்தனர். அதேபோல, விவசாயிகள் அடுத்து என்ன செய்ய வேண்டும் என அறியாமலேயே வருவாய்த் துறை ஆவணங்களையும் கந்துவட்டிக்காரர்களின் நோட்டுகளையும், புதிய ஜமீன்தார்களையும் தூக்கி எறிந்தனர்.

உண்மையில், தனிநபர்களின் தோல்விகளைக் காட்டிலும் புரட்சியின் பலவீனம் மிகவும் ஆழமாகச் சென்றது. இந்தியாவின் மீது அல்லது நவீன உலகின்மீது மேலாதிக்கம் செலுத்திய காலனியத்தை இவ்வியக்கம் சரியாகப் புரிந்து கொள்ளவில்லை. எதிர்காலத்திட்டம், ஒருங்கிணைந்த சித்தாந்தம், அரசியல் தெளிவு அல்லாத எதிர்கால சமூகம் மற்றும் பொருளாதாரத்தைப் பற்றிய பார்வை எதுவும் இதனிடம் இல்லை. ஆட்சியைக் கைப்பற்றிய பிறகு அமுலாக்க வேண்டிய சமுதாய மாறுதல் எதனையும் இப்புரட்சி பிரதிநிதித்துவப்படுத்தவில்லை. பிரிட்டிஷ் ஆட்சியைத் தூக்கியெறிய வேண்டும் என்ற அடிப்படையிலேயே பல்வேறு தரப்பினரும் ஒருங்கிணைந்து நின்று புரட்சியில் பங்கேற்றனர். ஆனால் சுதந்திர இந்திய அரசியல் குறித்து அவர்களுக்கிடையில் பல்வேறு குறைகளும், பல்வேறுபட்ட கருத்தோட்டங்களும் இருந்தன. இத்தகைய ஒரு நவீன, முற்போக்கான திட்டம் இல்லாத நிலையில், பிற்போக்குத்தனமான இளவரசர்களும், ஜமீன்தார்களும், புரட்சிகர இயக்கத்தைக் கட்டுப்படுத்த முனைந்தனர். ஆனால், புரட்சியின் நிலப்பிரபுத்துவ தன்மையை மிகைப்படுத்திக் கூறிவிட முடியாது. படைவீரர்களும், மக்களும் படிப்படியாக பல்வேறு வகையான தலைமையை உருவாக்கினர். புரட்சியை வெற்றிபெறச் செய்ய வேண்டும் என்ற அடிப்படையான முயற்சியே புதிய வகைகளிலான அமைப்பை உருவாக்க அவர்களை நிர்ப்பந்தப்படுத்தியது. உதாரணமாக, டெல்லியில் நிர்வாகிகள் சபை ஒன்று ஏற்படுத்தப்பட்டது. இதில் படைவீரர்கள் ஆறுபேரும் பொதுமக்கள் நான்கு பேரும் என பத்து பேர் உறுப்பினர்களாக இருந்தனர். இதன் முடிவில் அனைத்தும் பெரும்பான்மை வாக்கு

அடிப்படையிலேயே மேற்கொள்ளப்பட்டன. பேரரசின் பெயரால் இச்சபை அனைத்து இராணுவ மற்றும் நிர்வாக நடவடிக்கைகளையும் மேற்கொண்டது. வேறு போராட்ட மையங்களிலும் இதுபோன்று புதிய அமைப்பு வடிவங் களை உருவாக்குவதற்கான முயற்சிகள் மேற்கொள்ளப் பட்டன. புரட்சியை காலத்தே ஒடுக்கத் தவறினால் பிரிட்டீஷ் அரசாங்கம் வேறு வகையிலான பிரச்சினைகளைச் சந்திக்க வேண்டிவரும். அதில் இந்திய இளவரசர்களுக்கு அப்பால் வேறு சிலரையும் எதிர்கொள்ள வேண்டியிருக்கும் என பெஞ்சமின் திஸ்ரேலி எச்சரித்தார்.

இந்தியர்களுக்குள் இருந்த ஒற்றுமையின்மை, இந்திய வரலாற்றின் அன்றைய கட்டத்தில் தவிர்க்க முடியாதது. நவீன தேசியத்தை இந்தியா அறியாத காலம் அது. தேசபக்தி என்பது ஒரு சிறு பகுதியை அல்லது பிரதேசத்தை அல்லது அதிபட்ச மாக ஒரு பிராந்தியத்தை நேசிப்பதாக இருந்தது. அகில இந்திய நலனும், உணர்வும், இந்தியர்கள் அனைவரும் ஒன்றிணையும் பொழுதுதான் தோன்றும். உண்மையில் 1857-ம் ஆண்டு புரட்சிக்கு இந்தியர்களை ஒருங்கிணைத்ததிலும், அவர்கள் அனைவரும் ஒரு நாட்டைச் சேர்ந்தவர்கள் என்ற உணர்வை உருவாக்கியதிலும் முக்கிய பங்குண்டு.

முடிவில் வளர்ச்சியடைந்த முதலாளித்துவ பொருளா தாரத்துடன் உலகம் முழுமையும் அதிகாரத்தின் உச்சியில் அமர்ந்திருந்துகொண்டு பெரும்பாலான இந்திய இளவரசர் கள், குறுநில மன்னர்களின் ஆதரவுடன் இருந்த பிரிட்டீஷ் ஏகாதிபத்தியவாதிகள் போராளிகளைக் காட்டிலும் இராணுவ ரீதியாக பெரும் வல்லமை மிக்கவர்கள் என்பது நிரூபண மானது. பிரிட்டீஷ் அரசாங்கம் ஏராளமான மனிதர்களை யும், பணத்தையும் ஆயுதங்களையும், நாட்டிற்குள் கொண்டு வந்தது. தம்மை ஒடுக்கியதற்கான முழு செலவையும் பின்னாளில் இந்தியர்கள் திருப்பிச் செலுத்த வேண்டியிருந்தது. இறுதியில் புரட்சி ஒடுக்கப்பட்டது. வெறும் வீரத்தை மட்டும் வைத்துக்கொண்டு ஒவ்வொரு அடியையும் திட்டமிட்டு எடுத்து வைக்கக்கூடிய வலுவும் உறுதியும் மிக்க எதிரியை

வெற்றி கொள்ள முடியாது. நீண்ட மோசமான போருக்குப் பின்னர் 1857-ம் ஆண்டு செப்டம்பர் 20-அன்று பிரிட்டீசார் டெல்லியைக் கைப்பற்றியபொழுது போராளிகள் வெகு விரைவில் அழிவுக்குள்ளாயினர். வயதான பேரரசர் பகதூர் ஷா கைதியாக சிறைபிடிக்கப்பட்டார். பிரபுத்துவ இளவரசர் கள் கைது செய்யப்பட்டு, அதே இடத்தில் படுகொலை செய்யப்பட்டனர். பேரரசர் விசாரணைக்கு உட்படுத்தப் பட்டு, ரங்கூனுக்கு நாடு கடத்தப்பட்டார். அங்கு அவர் 1862-ம் ஆண்டு காலமானார். அவர் பிறந்த நகரிலிருந்து வெகு தொலைவில் அவரது உடல் புதைக்கப்பட்டது. இவ்வாறாக மாபெரும் முகலாயர்களின் ஆட்சி இறுதியாகவும் முழுமை யாகவும் அணைந்தது.

டெல்லியின் வீழ்ச்சியை ஒட்டி புரட்சியின் குவிமையம் மறைந்தது. புரட்சிப் படையின் மற்ற தளபதிகள் துணிவுடன் போரைத் தொடர்ந்தனர். ஆனால் பிரிட்டீசாரின் வலுவான தாக்குதலுக்கு முன், இது சமச்சீரற்ற போராக இருந்தது. ஜான் லாரன்ஸ், ஒட்ராம், ஹாவ்லாக், நெய்ல், காம்ப்பெல் , ஹக்ரோஸ் ஆகியோர் பிரிட்டீஷ் தளபதிகளில் சிலராவர். அவர்கள் இப்போரில் பிரபலமாயினர். புரட்சியின் மகத்தான தலைவர்கள் ஒருவர் பின் ஒருவராக வீழ்ச்சியுற்றனர். நானா சாகிப் கான்பூரில் தோற்கடிக்கப்பட்டார். இறுதிவரை போராடிய அவர் சரணடைய மறுத்து, 1859 - தொடக்கத்தில் நேபாளத்திற்குத் தப்பிச் சென்றார். அவரைப் பற்றிய தகவல் எதுவும் மீண்டும் கிடைக்கவில்லை. தாந்தியா தோபே மத்திய இந்தியாவின் வனப்பகுதிக்குள் தலைமறைவானார். 1859-ம் ஆண்டு ஏப்ரலில் ஒரு ஜமீன் நண்பரால் துரோகத்தனமான முறையில் காட்டிக் கொடுக்கப்பட்டு உறங்கும்பொழுது கைது செய்யப்படும் வரை அவர் அங்கு தீவிரமான கொரில்லாப் போரில் ஈடுபட்டு வந்தார். 1859-ஏப்ரல் 15-ல் அவர் மீதான வழக்கு விசாரணை துரிதப்படுத்தப்பட்டு அவருக்கு மரண தண்டனை விதிக்கப்பட்டது. 1858-ஜுன் 17 அன்று ஜான்சி ராணி போர்க்களத்தில் வீரமரணமடைந்தார். 1859-ல் குன்வர்சிங், பகத்கான், பரேய்லியைச் சேர்ந்த கான் பகதூர்

கான், நானாசாகிப்பின் சகோதரர் ராவ் சாகிப், மௌல்வி அசஃமதுல்லா ஆகிய அனைவரும் இறந்தனர். அதேசமயம் அவாத்தின் பேகம் நேபாளத்தில் தலைமறைவாகும் நிர்ப்பந்தம் உருவானது.

1859-ம் ஆண்டு இறுதியில் இந்தியாவின் மீதான பிரிட்டீஷ் அதிகாரம் மீண்டும் நிலைநாட்டப்பட்டது. ஆனால் புரட்சி வீண்போகவில்லை. நமது வரலாற்றில் அது ஒரு ஒளிமயமான சம்பவமாகும். பழைய வழிமுறை களிலும், மரபு வழிப்பட்ட தலைமையின் கீழும் இந்தி யாவைப் பாதுகாப்பதற்கான துணிச்சலான முயற்சியாக இருந்த போதிலும், அது பிரிட்டீஷ் ஏகாதிபத்தியத்திடமிருந்து இந்திய மக்கள் விடுதலை பெறுவதற்கான முதலாவது பெரும் போராகும். நவீன தேசிய இயக்கத்தின் எழுச்சிக்கு அது வழிவகுத்தது. *1857*-ம் ஆண்டின் வீரம் செறிந்த தேசபக்தப் போரும், அதைத் தொடர்ந்து நடைபெற்ற தொடர்ச்சியான கலகங்களும், இந்திய மக்களின் மனதில் அழியா வடுவை விட்டுச் சென்றுள்ளன. பிரிட்டீஷ் ஆட்சிக்கு எதிரான போற்றுதலுக்குரிய உள்ளூர் மரபுகளை நிறுவியுள்ளன. பிற்காலத்தில் நடைபெற்ற சுதந்திரப் போராட்டத்துக்கு உணர்ச்சியூட்டி வந்த வற்றாத ஜீவ ஊற்றாக இருந்தது. அவர் களது பெயரை உச்சரிப்பதே ஆங்கிலேயர்களை முகம் சுளிக்க வைத்தது என்றபோதிலும் புரட்சியின் கதாநாயகர்களின் பெயர்கள் நாட்டில் அனைவரது மனதிலும் பதிந்திருந்தன.

7

1858-க்குப் பிறகு நிர்வாக மாற்றங்கள்!

1857-ம் ஆண்டு புரட்சி இந்தியாவில் பிரிட்டீஷ் நிர்வாகத்தில் பாதிப்பையும், அது தவிர்க்கவியலாமல் மறு சீரமைக்கப்பட வேண்டியதன் அவசியத்தையும் ஏற்படுத்தியது. புரட்சியைத் தொடர்ந்து வந்த ஆண்டுகளில் இந்திய அரசாங்கக் கட்டமைப்பும், கொள்கைகளும் முக்கிய மாற்றங்களுக்கு உள்ளாயின. ஆனால், இந்திய பொருளாதாரத்திலும் அரசாங் கத்திலும் ஏற்பட்ட மேலும் முக்கியமான மாற்றங்கள் இந்தி யாவில் காலனியாதிக்கத்தில் புதிய கட்டத்தைத் தொடங்கி வைத்தன.

19-ம் நூற்றாண்டின் இரண்டாவது பாதி தொழில் புரட்சி விரிவடைந்ததையும் ஆழமடைந்ததையும் கண்டது. ஐரோப் பாவின் பிற நாடுகளும், அமெரிக்கா, ஜப்பான் ஆகியனவும் படிப்படியாக தொழில்மயமானதைத் தொடர்ந்து, உலகப் பொருளாதாரத்தில் உற்பத்தித் துறையிலும், நிதித்துறையிலும் பிரிட்டனின் மேலாதிக்கம் முடிவுக்கு வந்தது. உலகளாவிய சந்தை மூலப்பொருட்களுக்கான ஆதாரங்கள் மூலதன முதலீட் டுக்கான செலவுகள் ஆகியவற்றில் போட்டி தீவிரமடைந்தன. புதிய காலனி ஆதிக்கத்துக்கான பிரதேசங்கள் அரிதாகி வந்த நிலையில் காலனிகளுக்கும், அரைக்காலனிய நாடுகளுக்கு மான போட்டி தொடர்ந்து தீவிரமடைந்து வந்தது. உலக

முதலாளித்துவத்தில் புதிதாகத் தோன்றியவர்களுக்கு மத்தியில் தனது மேலாதிக்க நிலைக்கான சவாலை எதிர்கொள்ள பிரிட்டன், கைவசமுள்ள பேரரசை மேலும் விரிவுபடுத்தவும் ஆன தனது தீவிர முயற்சியைத் தொடங்கியது.

மேலும் 1850-க்குப் பிறகு பிரிட்டீஷ் மூலதனத்தில் பெரும் தொகை ரயில்வே துறையில் முதலீடு செய்யவும், இந்திய அரசாங்கத்துக்குக் கடன் வழங்கவும், ஒரு சிறிய தொகை தேயிலைத் தோட்டங்கள், நிலக்கரிச் சுரங்கம், சணல் ஆலைகள், கப்பல் போக்குவரத்து, வர்த்தகம் வங்கித்துறை போன்ற வற்றுக்கும் ஒதுக்கீடு செய்யப்பட்டது. பொருளாதார, அரசியல் ஆபத்துக்களிலிருந்து பிரிட்டீஷ் மூலதனத்தைப் பாதுகாக்க இந்தியாவில் பிரிட்டீஷ் ஆட்சி மேலும் உறுதியாகப் பிணைக்கப்பட வேண்டியிருந்தது. அதன் விளைவாக, பேரரசின் கட்டுப்பாடும், ஏகாதிபத்திய சித்தாந்தமும் புதிய எழுச்சியைப் பெற்றது. லைட்டன், டப்ரின், லான்ஸ்டோன், எல்ஜீன் எல்லா வற்றுக்கும் மேலாக கர்சன் பிரபுவின் பிற்போக்குக் கொள்கைகளில் அவை பிரதிபலித்தன.

நிர்வாகம் :

1858-ம் ஆண்டின் பாராளுமன்றச் சட்டம் ஆட்சியதிகாரத்தைக் கிழக்கிந்தியக் கம்பெனியிடமிருந்து பிரிட்டீஷ் மகாராணியிடம் மாற்ற வகை செய்தது. முன்னா இந்தியா மீதான அதிகாரம் கம்பெனியின் இயக்குநர்கள் வசமும், கட்டுப்பாட்டுச் சபையின் வசமும் இருந்தது. தற்பொழுது இந்த அதிகாரம் கவுன்சிலின் துணையுடன் செயல்பட்ட இந்திய அரசுச் செயலாளரிடம் இருந்தது. இந்த அரசு செயலாளர் பிரிட்டீஷ் அமைச்சரவை உறுப்பினர் ஆவார். எனவே அவர் பாராளுமன்றத்துக்கு கடமை பொறுப்புள்ள வராகவும் இருந்தார். இவ்வாறாக, இந்தியாவின் மீதான இறுதி அதிகாரம் பாராளுமன்றத்துக்கே இருந்தது.

இச்சட்டத்தின்படி வைஸ்ராய் அல்லது மகாராணியின் சொந்தப் பிரதிநிதி என்றழைக்கப்பட்ட கவர்னர் ஜெனரலின்

மூலமாக அரசாங்கம் நடத்தப்பட வேண்டும். பிரிட்டீஷ் அரசாங்கத்தின் கொள்கை மற்றும் அதனை நடைமுறைப் படுத்தும் விஷயத்தில் ஒரு குறிப்பிட்ட காலகட்டத்திற்கு பிறகு, வைஸ்ராயின் அந்தஸ்து குறைக்கப்பட்டது. அரசு செயலாளர் நிர்வாகத்தின் ஒவ்வொரு சிறு அசைவையும் கட்டுப்படுத்தி வந்தார். இவ்வாறு இந்திய விவகாரங்களில் இறுதியாகத் தீர்மானிப்பதும் விரிவாக கட்டுப்படுத்துவ துமான அதிகாரம் இந்தியாவிலிருந்து பல்லாயிரம் மைல் களுக்கு அப்பாலுள்ள லண்டனில் இருந்து வந்தது. இத்தகைய நிலைமையில் அரசாங்கத்தின் கொள்கையில் இந்தியாவின் கருத்துக்கு முன்பைக் காட்டிலும் மிகக்குறைந்த செல்வாக்கே இருந்தது. மறுபுறத்தில் பிரிட்டீஷ் தொழிலதிபர்கள், வியாபாரிகள், வங்கியாளர்கள் இந்திய அரசாங்கத்தின் மீது தமது செல்வாக்கை அதிகரித்து வந்தனர். இது 1858-க்கு முன்பு இருந்ததைக் காட்டிலும் இந்திய நிர்வாகத்தை மிகவும் பிற்போக்குத் தன்மையுள்ளதாக மாற்றியது. தாராளமாக நடந்து கொள்வது போன்ற பாசாங்கு கூட படிப்படியாக் கைவிடப்பட்டது.

1858-ம் ஆண்டு சட்டம், கவர்னர் ஜெனரல் இந்தியாவில் ஒரு நிர்வாகக் குழுவை வைத்துக் கொள்வதற்கு வகை செய் கிறது. இதன் உறுப்பினர்கள் பல்வேறு துறைகளின் தலைவர் களாகவும், அவரது அதிகாரப்பூர்வ ஆலோசகர்களாகவும் செயல்படுவார்கள். எல்லா முக்கிய விவகாரங்களையும் இக்குழு விவாதித்து, பெரும்பான்மை வாக்கு அடிப்படையில் அவை தீர்மானிக்கப்படும் ஆனால் குழுவின் எந்தவொரு முக்கிய முடிவையும் மீறிச் செயல்பட கவர்னர் ஜெனரலுக்கு அதிகாரம் இருந்தது.

1861-ம் ஆண்டின் இந்தியக் கவுன்சில்கள் சட்டம், கவர்னர் ஜெனரலின் கவுன்சிலை சட்டமியற்றும் நோக்கத் துக்கு ஏற்ப விரிவுபடுத்தியது. அது பேரரசு சட்டக் கவுன்சில் என்றழைக்கப்பட்டது. கவர்னர் ஜெனரல் தனது நிர்வாகக் குழுவை ஆறு முதல் பன்னிரெண்டு உறுப்பினர்கள் வரை அதிகரித்துக் கொள்வதற்கு அதிகாரமளிக்கப்பட்டிருந்தது.

அவர்களில் சரி பாதிப்பேர் அரசு சாராதோர் இருந்தனர். அவர்கள் இந்தியர்களாகவோ அல்லது ஆங்கிலேயர்களாகவோ இருக்கலாம். பேரரசு சட்டக் கவுன்சிலுக்கு எத்தகைய அதிகாரமும் இல்லை. ஒருவகையான அல்லது பலவீனமான நாடாளுமன்றம் என்ற அளவுக்குக் கூட இல்லை. இது வெறும் ஆலோசனை கூறும் அமைப்பு மட்டுமே. முன்கூட்டியே அரசாங்கத்தின் அனுமதியைப் பெறாமல், எத்தகைய முக்கிய நடவடிக்கை குறித்தும் விவாதிக்க முடியாது. நிதியாதாரத்தைக் கையாள முடியாது. நிதிநிலை அறிக்கையின் மீது இதற்கு எவ்விதக் கட்டுப்பாடும் கிடையாது. நிர்வாகத்தின் செயல் பாடுகளைப் பற்றி இதனால் விவாதிக்க முடியாது. இதன் உறுப்பினர்கள் இது குறித்து கேள்விகூட எழுப்ப முடியாது. வேறு வார்த்தைகளில் குறிப்பிட்டால் சட்டக் கவுன்சிலுக்கு நிர்வாகத்தின்மீது எவ்விதக் கட்டுப்பாடும் இல்லை. மேலும், இதில் நிறைவேற்றப்படும் எந்தவொரு மசோதாவும் கவர்னர் ஜெனரலின் ஒப்புதலின்றி சட்டமாக ஆகாது. இவை எல்லாவற்றிற்கும் மேலாக, இதனுடைய எந்தவொரு சட்டத்திற்கும் அரசு செயலாளர் அனுமதி மறுக்க முடியும். ஆக சட்டக் கவுன்சிலின் ஒரே முக்கியப் பணி அதிகாரப்பூர்வ செயல்பாடுகளைப் பின்பற்றுவது அவை ஒரு சட்ட அவையில் நிறைவேற்றப்பட்டவை என்பது போன்ற தோற்றத்தை அவற்றுக்கு அளிப்பது போன்றவையே ஆகும்.

கோட்பாட்டில் இந்தியர்களின் கருத்துக்களைப் பிரதிநிதித்துவப்படுத்த அரசு சாரா இந்திய உறுப்பினர்கள் கவுன்சிலில் இணைத்துக் கொள்ளப்பட்டனர். ஆனால் சட்டக் கவுன்சிலில் இந்திய உறுப்பினர்களின் எண்ணிக்கை மிகவும் குறைவு. அவர்களும் இந்திய மக்களால் தேர்ந்தெடுக்கப்பட்டவர்கள் அல்ல. மாறாக கவர்னர் ஜெனரலால் நியமிக்கப்பட்டவர்கள் ஆவர். இளவரசர்கள், அவர்களது அமைச்சர்கள் பெரும் ஜமீன்தார்கள், பெரும் வியாபாரிகள் அல்லது ஓய்வுபெற்ற மூத்த அரசாங்க அதிகாரிகள் போன்றோரையே அவர் தேர்வு செய்தார். அவர்கள் இந்திய மக்களையோ அல்லது வளர்ச்சியுற்று வந்த தேசிய உணர்வையோ முழுமையாகப் பிரதிநிதித்துவப்படுத்துபவர்களாக இல்லை. 1858-க்கு

முன்பு அன்னிய எதேச்சதிகார ஆட்சியில் இருந்தது போலவே இந்திய அரசாங்கம் தொடர்ந்தது. இது எதேச்சையான ஒன்றல்ல, திட்டமிட்டு உருவாக்கப்பட்ட கொள்கை மற்றவர் கள் மீது இன மேலாதிக்கம் செயல்படும் இடங்களில் அரசாங்கத்தின் மிதமான வடிவம் எதேச்சதிகாரமே என்ப தையே அனைத்து அனுபவங்களும் நமக்குப் போதிக்கின்றன என 1861-ம் ஆண்டு இந்தியக் கவுன்சில்களுக்கான மசோதாவை முன்வைத்துப் பேசும்பொழுது இந்திய அரசுச் செயலாளர் சார்லஸ்வுட் குறிப்பிட்டார்.

மாகாண நிர்வாகம் :

பிரிட்'உசார் இந்தியாவை நிர்வாக வசதிக்காக மாநிலங் களாகப் பிரித்தனர். அவற்றில் வங்காளம், சென்னை, பம்பாய் ஆகிய மூன்றும் மாகாணங்கள் என்றழைக்கப்பட்டன. இந்த மாகாணங்கள் ஆளுநராலும் மகாராணியினால் நியமிக்கப் பட்ட மூன்று பேர் கொண்ட அவரது நிர்வாகக் குழுவின ராலும் நிர்வகிக்கப்பட்டது. துணை நிலை ஆளுநர்களாலும், கவர்னர் ஜெனரலால் நியமிக்கப்பட்ட முதன்மைக் கமிஷன ராலும் நிர்வகிக்கப்பட்டு வந்த மற்ற பகுதிகளைக் காட்டிலும் மாகாண அரசாங்கங்களுக்குக் கூடுதல் உரிமைகளும் அதிகாரங் களும் இருந்தன.

1833-ம் ஆண்டு மாகாண அரசாங்கங்களின் சட்ட மியற்றும் அதிகாரத்தை எடுத்துவிட்டு அதன் செலவினங் களை உறுதியான மத்தியக் கட்டுப்பாட்டின்கீழ் கொண்டு வருவது என்ற நடவடிக்கைகள் மேற்கொள்ளப்படுவதற்கு முன்பு வரை அவை ஓரளவுக்கு சுயச்சார்பை அனுபவித்து வந்தன. ஆனால் இந்தியா போன்ற ஒரு பரந்த நாட்டில் மையப்படுத்தப்பட்ட உறுதியான கோட்பாடுகளின்படி திறம் பட்ட நிர்வாகத்தை நடத்துவது சாத்தியமில்லை என்பதை அனுபவங்கள் காட்டின.

நிதித்துறையில் தீவிர மையப்படுத்துதலின் தீமை மிகவும் வெளிப்படையானது. நாடு முழுமையிலிருந்தும் பல்வேறு

மூலங்களிலிருந்து கிடைத்த வருவாயை மையத்தில் ஒன்று திரட்டி பின்னர் அது மாகாண அரசாங்கங்களுக்கு விநியோகிக்கப்பட்டது. மாகாண அரசாங்கத்தின் ஒவ்வொரு சிறு செலவையும் மத்திய அரசாங்கம் உறுதியாகக் கட்டுப்படுத்தி வந்தது. ஆனால் இந்த முறை நடைமுறையில் மிகவும் பயனற்றது என்பது நிரூபணமானது. மாகாண அரசாங்கங்களின் திறம்பட்ட வரிவசூலைக் கண்காணிப்பது அல்லது அதன் செலவின் மீது போதுமான கட்டுப்பாட்டை மேற்கொள்வது மத்திய அரசாங்கத்தினால் சாத்தியமற்றதாக இருந்தது. எனவே பொது நிதியைப் பரவலாக்குவது என அதிகாரிகள் முடிவு செய்தனர்.

மத்திய மாகாண நிதிகளைத் தனித்தனியாகப் பிரிக்கும் திசை வழியிலான முதலாவது நடவடிக்கை 1870-ம் ஆண்டு மாயோ பிரபுவினால் மேற்கொள்ளப்பட்டது. மத்திய வருவாயிலிருந்து மாகாண அரசாங்கங்களுக்கு காவல்துறை, சிறைச்சாலைகள், கல்வி, மருத்துவம், சாலை போன்றவற்றுக்காக ஒரு குறிப்பிட்ட நிதி வழங்கப்பட்டது. அவர்கள் விரும்பும் வகையில் அவற்றை நிர்வகிக்க கேட்டுக் கொள்ளப்பட்டனர். மாயோ பிரபுவின் திட்டம் 1877-ம் ஆண்டு லிட்டன் பிரபுவினால் விரிவுபடுத்தப்பட்டு நில வருவாய், தீர்வை வரி, பொது நிர்வாகம், சட்டம், நீதி போன்ற சில செலவினங்கள் மாகாணங்களுக்கு மாற்றப்பட்டன. ஒரு மாகாண அரசாங்கத்தின் கூடுதல் செலவை ஈடுகட்ட ஸ்டாம்புகள், தீர்வை வரி, வருமான வரி போன்றவற்றிலிருந்து கிடைக்கும் வருமானத்தில் ஒரு குறிப்பிட்ட பங்கு மாகாணங்களுக்கு அளிக்கப்பட்டன. 1882-ம் ஆண்டு இந்த ஏற்பாட்டில் மேலும் சில மாற்றங்கள் மேற்கொள்ளப்பட்டன. மாகாணங்களுக்கு நிர்ணயிக்கப்பட்ட தொகையைத் தொடர்ந்து அளிக்கும் முறை முடிவுக்கு வந்தது. மாறாக, சில ஆதாரங்களிலிருந்து கிடைக்கும் வருமானம் முழுமையும் மாகாணங்கள் பெற்று வந்தன அல்லது அதற்குள்ளிருந்தே வருவாயும், மற்ற ஆதாரங்களிலிருந்து கிடைக்கும் வருமானத்தில் ஒரு நிரந்தர பங்கும் பெற்று வந்தன. இவ்வாறு வருவாய் ஆதாரங்கள் அனைத்தும்

பொது மாகாணம் மற்றும் மத்திய மாகாண அரசாங்கங் களுக்கிடையில் பகிர்ந்து கொள்வது என மூன்று வகை யாகப் பிரிக்கப்பட்டன.

மேலே விவாதிக்கப்பட்ட பல்வேறு நிதிப்பரவலாக்குதல் நடவடிக்கைகளுக்கு உண்மையான அர்த்தம் உண்மையான மாகாண சுயாதிபத்தியமோ அலலது மாகாண நிர்வாகத்தில் இந்தியர்களின் பங்கேற்போ என்பதல்ல, அவை பெரும்பாலும் நிர்வாக மறுசீரமைப்பு இயல்பையே கொண்டிருந்தன. செலவைக் குறைப்பதும், வருமானத்தை அதிகரிப்பதுமே அதன் முதன்மையான நோக்கமாகும். கோட்பாட்டளவிலும் நடைமுறையிலும் மத்திய அரசாங்கம் உயர்நிலையில் இருந்து வந்தது. மாகாண அரசாங்கங்கள் மீது திறம்பட்ட, ஆழமான கட்டுப்பாட்டைக் கொண்டிருந்தது. மத்திய அரசாங்கமும் மாநில அரசாங்கங்களும் அரசு செயலாளருக்கும் பிரிட்டீஷ் அரசாங்கத்துக்கும் முழுமையாக்கப்படும் நிலையில் இது தவிர்க்க முடியாது.

உள்ளாட்சி அமைப்புகள் :

நிதி நெருக்கடியானது நகராட்சிகள், மாவட்ட பஞ்சாயத் துக்கள் போன்ற உள்ளாட்சி அமைப்புகளை ஏற்படுத்து வதன் மூலமாக நிர்வாகத்தை மேலும் பரவலாக்குவதற்கு இட்டுச் சென்றது. 19-ம் நூற்றாண்டில் தொழில்புரட்சி ஐரோப்பிய பொருளாதாரத்தையும் சமூகத்தையும் படிப் படியாக மாற்றியமைத்தது. ஐரோப்பாவுடன் இந்தியாவுக்கு அதிகரித்து வந்த உறவின்மூலம் பொருளாதாரம் பொதுச் சுகாதாரம், கல்வி போன்ற சில ஐரோப்பிய முன்னேற்றங் களை இந்தியாவுக்குக் கொண்டு வருவது புதிய வகைப்பட்ட ஏகாதிபத்தியத்துக்கும் பொருளாதாரச் சுரண்டலுக்கும் அவசியமாக இருந்தது. மேலும் எழுச்சியுற்று வந்த இந்திய தேசிய இயக்கமானது சமூக வாழ்வில் நவீன வளர்ச்சியை வலியுறுத்தியது. அதற்கு வெகு மக்கள் கல்வி, பொதுச் சுகாதாரம், குடிநீர் விநியோகம், சிறந்த சாலைகள் மற்றும்

அதிகரித்து வந்த பல அடிப்படைத் தேவைகளின் அவசியம் உணரப்பட்டது. அரசாங்கமும் நீண்டகாலம் இவற்றைச் செய்யாமல் புறக்கணிக்க முடியாது. ஆனால் ஆயுத படைக்கும் இரயில்வே துறைக்கும் ஏற்பட்டு வந்த பெரும் செலவின் காரணமாக அதன் நிதியாதாரம் ஏற்கனவே சீர்கெட்டிருந்தது. ஏழை மக்களின் மீது ஏற்கனவே வரிச்சுமை அதிகமாக உள்ள நிலையில் அவற்றை மேலும் அதிகரிப்பதன் மூலம் வருமானம் ஈட்ட முடியாது. அவ்வாறு மேலும் அதிகரித்தால் அரசாங்கத்தின் மீது அதிருப்தி உருவாகும்.

மறுபுறத்தில் மேல்தட்டு வர்க்கத்தினர் மீது, குறிப்பாக பிரிட்டீஷ் சிவில் ஊழியர்கள், தோட்ட முதலாளிகள் வர்த்தகர்கள் போன்றோர் மீது வரி விதிக்க அரசாங்கம் விரும்பவில்லை. பொது மக்கள் செலுத்தும் வரி அவர்களது சொந்த நலனுக்கே திரும்பவும் செலவழிக்கப்படுவதால் புதிய வரி செலுத்துவதைப் பற்றி மக்கள் கவலைப்பட மாட்டார்கள் என அதிகாரிகள் கருதினர். எனவே, கல்வி, மருத்துவம், பொதுச் சுகாதாரம், குடிநீர் விநியோகம் போன்றவை உள்ளாட்சி களுக்கு மாற்றுவது என முடிவு செய்யப்பட்டது. அதற்காக அவர்கள் உள்ளூர் வரிகள் மூலமாக நிதியளிக்க வேண்டும். வேறொரு காரணத்துக்காவும் உள்ளாட்சி அமைப்புகளின் அவசியத்தை ஆங்கிலேயர்கள் வலியுறுத்தினர். இந்தியர் களையும் நிர்வாகத்தின் ஓரளவுக்கு இணைத்துக் கொள் ளாமல் அல்லது அரசியல் ரீதியாக அவர்கள் பாதிக்கப்படாமல் தடுப்பதற்கு இது உதவும் என அவர்கள் கருதினர். இந்தியா வில் பிரிட்டீஷ் ஏகபோக ஆட்சிக்கு எவ்விதத்திலும் ஆபத்து ஏற்படாத வகையில் உள்ளாட்சி அளவில் இத்தகைய இணைப்பு நடைபெற்றது.

1864-க்கும் 1868-க்கும் இடைப்பட்ட காலத்தில் உள் ளாட்சி அமைப்புகள் முதலில் ஏற்படுத்தப்பட்டன. ஆனால் கிட்டத்தட்ட ஒவ்வொருவரும் நியமன உறுப்பினர்களாக வும், மாவட்ட மாஜிஸ்டிரேட்டினால் தலைமை தாங்கப் படுவர்களாவுமே இருந்தனர். ஆகவே அவர்கள் ஒருபோதும் உள்ளூர் அரசாங்கத்தைப் பிரதிநிதித்துவப்படுத்தவில்லை.

இந்திய அறிவுத்துறையினர் அத்தகைய நிலையை ஏற்க வில்லை. மக்களிடமிருந்து கூடுதல் வரியைக் கறப்பதற்கு அவர்களைக் கருவிகளாகப் பயன்படுத்துவதாக அவர்கள் கருதினர்.

1882-ம் ஆண்டு மிகுந்த தயக்கத்துடன் போதுமான ஒன்றாக இல்லாததாயினும் ஒரு முற்போக்கான நடவடிக் கையை ரிப்பன் பிரபுவின் அரசாங்கம் மேற்கொண்டது. கிராமப்புற மற்றும் நகர்ப்புற உள்ளாட்சி அமைப்புகளில் பெரும்பாலான உறுப்பினர்கள் அரசு சாராதவர்களாக இருக்க வேண்டுமென உள்ளாட்சி விவகாரங்களை நிர்வகிப்பதற்கான கொள்கைத் தீர்மானத்தை அரசாங்கம் கொண்டு வந்தது. தேர்தல் நடத்துவது சாத்தியம் என அதிகாரிகள் எங்கு எப்பொழுது கருதினாலும் மக்களின் மூலமாக அந்த அரசு சாரா உறுப்பினர்கள் தேர்ந்தெடுக்கப்பட்டனர். உள்ளாட்சி அமைப்பின் தலைவராகவும் அரசு சாரா உறுப்பினர் ஒருவரைத் தேர்ந்தெடுக்கவும் இத்தீர்மானம் அனுமதியளித்தது. ஆனால் அனைத்து மாவட்டப் பஞ்சாயத்துகளிலும் பல்வேறு நக ராட்சிகளிலும் தேர்ந்தெடுக்கப்பட்ட உறுப்பினர்களின் எண் ணிக்கை மிகவும் குறைவாக இருந்தது. மேலும் வாக்குரி மைக்கு கடுமையான கட்டுப்பாடுகள் இருந்ததால் அவர்கள் மிகக் குறைவான வாக்குகளிலேயே தேர்ந்தெடுக்கப்பட் டனர். மாவட்ட அதிகாரிகளோ மாவட்ட பஞ்சாயத்துத் தலைவர்களாகத் தொடர்ந்தனர். அரசு சாராதோர் நகராட்சி தலைவர் பதவிகளுக்கு படிப்படியாக வந்தனர். உள்ளாட்சி அமைப்புகளின் நடவடிக்கைகளை உறுதியாகக் கட்டுப் படுத்தும் உரிமையையும் சொந்த முன் முயற்சியின் மூலம் அவர்களைப் பதவி நீக்கம் செய்யவும் உரிமைகளையும் அரசாங்கம் தனது கைவசமே வைத்திருந்தது. இதன் விளை வாக கல்கத்தா, சென்னை, பம்பாய் மாகாணங்களில் இருந்து வந்த நகரங்களைத் தவிர பிறவற்றில் உள்ளாட்சி அமைப்புகள் அரசாங்கத்துறைகளைப் போலவே செயல்பட்டு வந்தன. உள்ளூர் அரசாங்கங்கள் என்பதற்கான எத்தகைய சிறந்த உதாரணங்களையும் அவை பின்பற்றவில்லை. அதேபோல

உரிய காலம் வரும்பொழுது திறம்பட்ட உள்ளாட்சி சுய அரசாங்கங்களாக அவை மாற்றம்பெறும் என்ற நம்பிக்கை யில் அரசியல் உணர்வு பெற்ற இந்தியர்கள் ரிப்பன் பிரபுவின் தீர்மானத்தை வரவேற்றனர்.

படையில் மாற்றங்கள் :

1858-க்குப் பிறகு மற்றொரு புரட்சி நிகழாமல் தடுக்கும் வண்ணம் இந்திய படை கவனமாகத் திருத்தி அமைக்கப் பட்டது. அவர்களது துப்பாக்கி முனைகள் மட்டுமே அவர் களது ஆட்சியைப் பாதுகாக்க உதவும் என ஆட்சியாளர் கள் கருதினர். இந்தியப் படைவீரர்கள் புரட்சியில் ஈடுபடு வதற்கு வாய்ப்பில்லாத அளவுக்கு அவர்களின் எண்ணிக் கையை முழுமையாகக் குறைப்பதற்கான பல்வேறு நடவடிக் கைகள் மேற்கொள்ளப்பட்டன. முதலாவதாக படையின் மேலாதிக்கம் அதன் ஐரோப்பிய கிளையின் மூலம் கவனமாக உத்தரவாதப்படுத்தப்பட்டது. ஐரோப்பியர்களுக்கும் இந்தி யர்களுக்குமான விகிதாச்சாரம் வங்காளப் படையில் ஒன்றுக்கு இரண்டு என்ற வகையிலும் சென்னை மற்றும் பம்பாய் படைகளில் இரண்டுக்கு ஐந்து என்ற வகையிலும் உயர்த்தி நிர்ணயிக்கப்பட்டது. மேலும் ஐரோப்பிய படைகள் கேந்திர மான புவியியல் மற்றும் இராணுவ நிலைகளில் நிறுத்தப் பட்டன. பீரங்கிப் படை பிற்காலத்தில் ராணுவ வாகனங் கள், கவசப் படைகள் போன்ற அதிமுக்கிய படைப்பிரிவுகள் ஐரோப்பியர்கள் வசமே இருந்தன. அதிகாரிகளாக இந்தியர் களை நியமிப்பதில்லை என்ற பழைய கொள்கை உறுதி யாகப் பின்பற்றப்பட்டு வந்தது. 1914 வரை இந்தியர் ஒருவரும் சுபேதார் தகுதிக்கு மேல் உயர்த்தப்படவில்லை. இரண்டா வதாக இந்தியப் படைப்பிரிவு மீண்டும் ஒருமுறை பிரிட்டீஷ் எதிர்ப்புக் கிளர்ச்சியில் ஈடுபடும் வகையில் ஒன்றுபடுவதைத் தடுத்திட பிரித்தாளும் கொள்கை அடிப்படையில் உருவாக் கப்பட்டது. படையில் நியமிக்கும்பொழுது சாதி, பிராந்திய மதப் பாகுபாடுகள் காட்டப்பட்டன. இந்தியர்களுக் கிடையில் போர்க்குணம் கொண்டவர்கள் போர்க்குணம்

அற்றவர்கள் என்ற பாகுபாடுகள் இருப்பதாக ஒரு தோற்றம் உருவாக்கப்பட்டது.

ஒரு காலத்தில் பிரிட்டீசார் வெற்றி பெற உதவியர்களும் பிற்காலத்தில் 1857-புரட்சியில் ஈடுபட்டவர்களுமான அவாத், பீகார் மத்திய இந்தியா, தென்னிந்தியா ஆகிய பகுதிகளைச் சேர்ந்த படைவீரர்கள் போர்க்குணம் அற்றவர்கள் என பிரகடனப்படுத்தப்பட்டனர். அவர்கள் படையில் பெருமளவில் சேர்த்துக் கொள்ளப்படவில்லை. மறுபுறத்தில் புரட்சியை ஒடுக்க உதவிய பஞ்சாபியர்கள் கூர்க்காக்கள் பதன்கள் ஆகியோர் போர்க்குணம் கொண்டவர்களைப் பிரகடனப்படுத்தப்பட்டு படையில் பெருமளவில் நியமிக்கப்பட்டனர். 1875-ல் பிரிட்டீஷ் இந்தியப் படையில் சரி பாதிப் பேர் பஞ்சாபில் இருந்து நியமனம் செய்யப்பட்டனர். மேலும் இந்தியப் படையணிகளில் ஒருவரையொருவர் சமன் செய்யும் வகையில் பல்வேறு சாதிகள், குழுக்களைச் சேர்ந்தவர்கள் நியமிக்கப்பட்டனர். படைவீரர்களுக்கிடையில் தேசிய உணர்வு வளர்ச்சி பெற்றுவிடாமல் தடுக்கும் வண்ணம் வகுப்புவாத, சாதிய பழங்குடி பிராந்திய விசுவாசங்கள் ஊக்குவிக்கப்பட்டன. உதாரணமாக பெரும்பாலான படையணிகள் சாதி, வகுப்புவாத பிரிவுகள் உருவாக்கப்பட்டன. இந்தியாவுக்கான அரசு செயலாளர் சார்லஸ் உட் 1861-ம் ஆண்டு வைஸ்ராய் கானிங் பிரபுவுக்கு பின்வருமாறு எழுதினார் :

'இதே உணர்வுகளையும், பாரபட்சங்களையும் பிணைப்புகளையும் உடைய, அதன் பலத்தில் நம்பிக்கை கொண்ட ஒன்றுபட்ட கலகம் புரிவதைத் தடுக்கக்கூடிய வேறொரு பெரிய படையை தான் மறுபடியும் ஒருபோதும் காணக்கூடாது என விரும்புகிறேன், அதனுடன் எவ்வித சம்பந்தமும் இன்றி ஒரு படையணி கலகத்தில் ஈடுபட்டால் மற்றொரு படையணி அதனை முறியடிப்பதற்குத் தயாராக இருக்க வேண்டும்' என குறிப்பிட்டார்.

இவ்வாறு இந்தியப் படை முழுமையாகக் கூலிப்படையாக இருந்தது. மேலும் பிற மக்கட் பகுதியினரின் வாழ்விலிருந்தும் சிந்தனையிலிருந்தும் அதனைப் பிரித்து வைப்பதற்கான எல்லா

முயற்சிகளும் மேற்கொள்ளப்பட்டன. தேசியக் கருத்தோட்டங்களிலிருந்து சாத்தியமான எல்லா வழிமுறைகளிலும் அது தனிமைப்படுத்தப்பட்டன. பத்திரிகைகள், இதழ்கள் தேசிய வெளியீடுகள் எதுவும் படைவீரர்களுக்குக் கிடைக்காத வண்ணம் தடைசெய்யப்பட்டன. ஆனால் நாம் பிறகு விரிவாகக் காணவிருப்பதைப் போல இத்தகைய நடவடிக்கைகள் எவற்றாலும் இந்திய விடுதலைப் போராட்டத்தில் இந்தியப் படைகளில் ஒரு பகுதியினர் முக்கியப் பங்காற்றுவதை நீண்ட காலத்துக்குத் தடைசெய்ய இயலவில்லை.

குறிப்பிட்ட காலத்திற்குள் இந்திய இராணுவம் மிகவும் விலையுயர்ந்த இராணுவ எந்திரமாக மாறியது. 1904-ம் ஆண்டில் இந்திய வருவாயில் சுமார் 52 சதவீதம் இதற்காகச் செலவிடப்பட்டது. ஏனெனில் இது ஒன்றுக்கும் மேற்பட்ட காரியங்களை நிறைவேற்றியது. அக்கால கட்டத்தில் மிக முக்கிய காலனியாக இந்தியா இருந்த நிலையில் ரஷ்யா, பிரான்ஸ், ஜெர்மனி ஆகிய ஏகாதிபத்திய போட்டியாளர்களைத் தொடர்ந்து எதிர்கொள்ள வேண்டியிருந்தது. இது இந்தியப் படையின் அளவை விரிவுபடுத்துவதற்கு இட்டுச் சென்றது. இரண்டாவதாக இந்தியப் படைகள் இந்தியாவின் பாதுகாப்புக்காக மட்டும் பராமரிக்கப்படவில்லை. ஆசியா விடமும் ஆப்பிரிக்காவிலும் பிரிட்டீஷ் ஆட்சியை விரிவாக்கவும் வலுப்படுத்தவும் ஆன முதன்மையான கருவியாக இந்தியப் படையே இருந்தது. இறுதியாக, பிரிட்டீஷ் படைப்பிரிவு ஒரு ஆக்கிரமிப்பு படையாகப் பணியாற்றியது. நாடு முழுமையையும் பிரிட்டீஷ் ஆட்சியை உத்தரவாதப்படுத்துவதே அதன் இறுதி நோக்கமாகும். ஆயினும் இதற்கான செலவு இந்திய வருமானதைக் கொண்டு ஈடு செய்யப்பட வேண்டியிருந்தது. உண்மையில் அது அவர்கள் மீதான மிகப்பெரும் சுமையாக இருந்தது.

பொதுப்பணி :

இந்திய அரசாங்கத்தின் மீது இந்தியர்களுக்கு மிகக் குறைவான கட்டுப்பாடே இருந்தது என்பதை நாம் மேலே

கண்டோம். சட்டங்களை இயற்றுவதிலோ அல்லது நிர்வாகக் கொள்கைகளை நிர்ணயிப்பதிலோ அவர்கள் எத்தகைய பங்கையும் ஆற்ற அனுமதிக்கப்படவில்லை. மேலும் இக்கொள்கைகளை நடைமுறைப்படுத்தும் அதிகார வர்க்கத்திலிருந்தும் அவர்கள் விலக்கி வைக்கப்பட்டிருந்தனர். நிர்வாகத்தில் அனைத்து அதிகார மற்றும் பொறுப்புக்கான பதவிகளும் இந்திய சிவில் சர்வீஸ் முடித்தவர்களைக் கொண்டு நிரப்பப்பட்டன. லண்டனில் நடைபெற்ற ஆண்டு போட்டித் தேர்வுகளின் மூலமாக அவர்கள் தேர்ந்தெடுக்கப்பட்டனர். இந்தியர்களும் இத்தேர்வினை எழுதலாம். ரவீந்திரநாத் தாகூரின் சகோதரர் சத்தியேந்திரநாத் தாகூர் 1863-ம் ஆண்டு நடைபெற்ற இத்தேர்வில் வெற்றிபெற்ற முதலாவது இந்தியர் ஆவார். கிட்டத்தட்ட ஒவ்வோராண்டும் ஒன்று அல்லது இரண்டு இந்தியர்கள் சிவில் சர்வீசுக்குத் தேர்தெடுக்கப்பட்டு வந்தனர். ஆனால் ஆங்கிலேயர்களுடன் ஒப்பிடுகையில் இந்த எண்ணிக்கை மிகவும் சொற்பமே. நடைமுறையில் இந்தியர்களுக்கு சிவில் சர்வீஸ் கதவுகள் அடைக்கப்பட்டிருந்தன. போட்டித் தேர்வுகள் தொலைதூரப்பிரதேசமான லண்டனில் நடைபெற்று வந்தன. அது அந்நிய மொழியான ஆங்கிலத்திலேயே நடைபெற்று வந்தது. கிரேக்க மற்றும் லத்தீன் செவ்வியல் மொழிகளிலுள்ள புலமை அடிப்படையில் நடைபெற்ற நீண்டகால விலையுயர்ந்த கல்வியைக் கற்ற பிறகே இங்கிலாந்தில் இது சாத்தியமாகும். மேலும் சிவில் சர்வீஸ் நுழைவதற்கான வயது வரம்பு 1859-ல் அதிகபட்சம் 23 ஆக இருந்தது. 1878-ல் 19-ஆகப் படிப்படியாகக் குறைக்கப்பட்டது. 23-வயது இந்திய இளைஞனால் சிவில் சர்வீஸ் தேர்வில் வெற்றி பெறுவது சாத்தியமில்லாத பொழுது 19-வயது இந்தியனால் அது அறவே சாத்தியப்படாது.

நிர்வாகத்தின் மற்ற துறைகளான காவல்துறை, பொதுப் பணித்துறை மருத்துவம், தபால், தந்தி, வனங்கள், பொறியியல், சுங்கவரி மற்றும் பிற்காலத்தில் இரயில்வே போன்ற உயர்ந்த, அதிகப்பட்ச சம்பளம் வழங்கப்பட்டுவந்த பணிகள் அனைத்தும் பிரிட்டீஷ் குடிமக்களுக்கே ஒதுக்கீடு செய்யப்பட்டன.

இத்தகைய கேந்திரமான அனைத்துப் பதவிகளும் ஐரோப்பியர்களே நியமிக்கப்பட்டது எதேச்சையான ஒன்றல்ல. இந்தியாவில் பிரிட்டிசார் தமது மேலாதிக்கத்தைப் பராமரித்து வர இது ஒரு அத்தியாவசியமான நிலை என இந்திய ஆட்சியாளர்கள் கருதினர். சிவில் சர்வீசுகளில் எப்பொழுதும் ஐரோப்பியர்களின் எண்ணிக்கை போதுமான அளவுக்கு இருக்க வேண்டியது இன்றியமையாதது என 1893-ம் ஆண்டு பொறுப்பேற்ற அரசு செயலாளர் கிம்பர்லி பிரபு குறிப்பிட்டார். பேரரசு பராமரிக்கப்பட்டு வரவேண்டுமெனில், இந்தப் பரந்த பேரரசின் அரசாங்கம் ஐரோப்பியரின் கைகளில் தொடர்ந்து வைத்திருப்பது அவசியம் என வைஸ்ராய் லான்ஸ்டோன் பிரபு வலியுறுத்தினார்.

1918-க்குப் பிறகு இந்தியாவில் ஏற்பட்ட நிர்ப்பந்தம் காரணமாக பல்வேறு நிர்வாகத்துறை படிப்படியாக இந்தியர்கள் மயமாக்கப்பட்டன. ஆனால் கட்டுப்பாடும், அதிகாரமும் கொண்ட பதவிகள் பிரிட்டிசாரின் கரங்களிலேயே இருந்து வந்தன. மேலும் இத்தகைய துறைகளை இந்தியர்கள் மயமாக்குவதன் மூலமாக அவர்களுக்கு எத்தகைய அரசியல் அதிகாரமும் கிடைத்துவிடவில்லை என்பதை மக்கள் விரைவில் உணர்ந்தனர். இத்தகைய பணிகளில் இந்தியர்கள் பிரிட்டிசாரின் ஏஜெண்டுகளாகவே செயல்பட்டு வந்தனர். பிரிட்டிஷ் பேரரசின் நலனுக்கே விசுவாசம் காட்டி வந்தனர்.

சமஸ்தான அரசுகளுடன் உறவு :

1857-புரட்சி. இந்திய அரசுகளின்பால் பிரிட்டிசாரின் கொள்கையில் மாற்றத்தை ஏற்படுத்தியது. 1857-க்கு முன்பு சமஸ்தான அரசுகளை அவர்கள் தம்வசம் இணைத்துக் கொள்வதற்கு எல்லா வாய்ப்புகளும் இருந்தன. தற்பொழுது அக்கொள்கை கைவிடப்பட்டு விட்டது. பெரும்பாலான இந்திய சமஸ்தானங்கள் பிரிட்டிசாருக்கு விசுவாசமாக இருந்தது மட்டுமல்லாமல், புரட்சியை ஒடுக்கவும் தீவிரமாகச் செயல் பட்டுள்ளனர். வைஸ்ராய் கானிங் பிரபு குறிப்பிட்டுள்ளவாறு

அவர்கள் புயல் தடுப்பாக ஈடுபட்டு வந்துள்ளனர். அவர்களது விசுவாசத்துக்குப் பரிசாக அவர்களுக்கு தத்தெடுக்கும் உரிமை அங்கீகரிக்கப்படும் எனவும் அவர்களுடைய பிரதேசம் எதிர் காலத்தில் இந்தியாவுடன் இணைக்கப்பட மாட்டாது எனவும் உத்தரவாதமளித்து பிரகடனப்படுத்தப்பட்டது. மேலும் மீண்டும் ஒரு மக்கள் எதிர்ப்பு அல்லது புரட்சி வருமானால் சமஸ்தான அரசுகள் மிகவும் பயனுள்ள கூட்டாளிகளாகவும், ஆதரவாளர்களாகவும் செயல்படுவார்கள் என்பதை புரட்சி யின் அனுபவங்களிலிருந்து பிரிட்டீசார் உணர்ந்திருந்தனர்.

இந்தியா முழுமையையும் நாம் மாவட்டங்களாக ஆக்கி னோம் எனில், நம்முடைய பேரரசு இயல்பாக ஐம்பது ஆண்டுகளில் வீழ்ச்சியுற்றுவிடும்; ஆனால், இதனை அரசியல் அதிகாரம் இல்லாத அதேசமயம் பிரபுத்துவ கருவியாக, ஏராளமான சுயாட்சிப் பிரதேசங்களாகத் தொடர்ந்து வைத்தி ருந்தால், நமது கப்பற்படை மேலாண்மையைப் பராமரித்து வரும் வரை இந்தியாவில் நம்மால் நிலைத்திருக்க முடியும் என வெகுகாலத்துக்கு முன்பு சர்ஜான் மால்கம் குறிப் பிட்டார். குறிப்பிடத்தக்க உண்மையாக உள்ள இக்கருத்தில் எனக்கு எவ்வித சந்தேகமும் இல்லை. சமீபத்திய நிகழ்வுகள் மூலம் இந்த நிலை முன் எப்போதைக் காட்டிலும் தற்பொழுது மிகவும் சரியானது என்பதைக் காட்டுகின்றன என 1860-ம் ஆண்டு கானிங் பிரபு எழுதினார்.

ஆகவே, இந்தியாவில் பிரிட்டீஷ் ஆட்சியின் உறுதியான ஆதாரமாக சுதேச சமஸ்தானங்களைப் பயன்படுத்துவதென முடிவெடுக்கப்பட்டது. பேரரசின் அரணாக அவர்களைப் பாதுகாப்பது என்பது தொடர்ந்து பிரிட்டீஷ் கோட்பாடாக இருந்து வந்துள்ளது எனப் பிரிட்டீஷ் வரலாற்றாசிரியர் பி.ஈ. ராபர்ட்ஸ் குறிப்பிட்டார்.

சுதேச சமஸ்தானங்கள் குறித்த பிரிட்டீஷ் கொள்கை என்ற ஒரேயொரு அம்சத்தில் மட்டும் அவர்கள் மாறாமல் இருந்தனர். மற்றவை அனைத்தும் முழுமையாக பிரிட்டீஷ் அதிகாரத்துக்கு உட்பட்டவையாக இருந்தன. 1857-புரட்சிக்கு

முன்பும் பிரிட்டீஷார் இத்தகைய அரசுகளின் உள்விவகாரங்களில் தலையிடும் வழக்கத்தைக் கொண்டிருந்தபோதிலும் கோட்பாட்டளவில் அவை துணை ஆட்சிகளாகவும் அதே சமயம் சுயாதிபத்தியம் கொண்டவைகளாகவும் விளங்கின. இந்நிலை தற்பொழுது முழுமையாக மாறிவிட்டன. அவர்கள் தொடர்ந்து இருக்க வேண்டும் என்பதற்காக சுதேச மன்னர்கள் பிரிட்டனை ஒரு உயர்ந்த அதிகாரம் கொண்டவையாக அங்கீகரிக்க வேண்டியிருந்தது. 1876-ல் இந்திய துணைக் கண்டம் முழுமையின் மீது பிரிட்டீஷ் சுயாதிபத்தியத்தை வலியுறுத்தும் வகையில் விக்டோரியா மகாராணி, இந்தியப் பேரரசி என்ற பட்டத்தை ஏற்றார். பிரிட்டீஷ் மகாராணியின் வெறும் ஏஜெண்டுகளாகத்தான் சுதேச மன்னர்கள் அவர்களது அரசுகளை ஆள முடியும் என்பதை பின்னாளில் கர்சன் பிரபு தெளிவுபடுத்தினார். இத்தகைய மன்னர்கள் அவர்களது அரசுகளில் தொடர்ந்து ஆட்சி செலுத்தலாம் என உறுதி அளிக்கப்பட்டுள்ளதால் அவர்கள் இத்தகைய துணை நிலையையும் இளைய பங்காளிகளாக இருப்பதையும் விருப்பத்துடன் ஏற்றுக்கொண்டனர்.

மிகப்பெரும் அதிகாரத்துடன் விளங்கிவந்த பிரிட்டீசார் சுதேச சமஸ்தானங்களின் உள் விவகாரங்களை மேற்பார்வை செய்யும் உரிமைகளைக் கொண்டிருந்தனர். தமது பிரதிநிதிகள் மூலமாக அன்றாட நிர்வாகத்தில் தலையிடுவது மட்டுமல்லாமல் அமைச்சர்களையும், உயர் அதிகாரிகளையும் நியமிப்பதிலும், நீக்குவதிலும் செல்வாக்கு செலுத்தி வந்தனர். சில சமயங்களில் ஆட்சியாளர்களேகூட நீக்கப்பட்டனர் அல்லது அவர்களது அதிகாரம் பறிக்கப்பட்டது. ஒரு நவீன நிர்வாகத்தை இத்தகைய அரசுகளில் ஏற்படுத்துவதற்கான பிரிட்டீஷ் விருப்பமே இத்தகைய தலையீட்டுக்கான முக்கிய நோக்கமாகும். இதன் மூலம் பிரிட்டீஷ் இந்தியாவுடனான அவர்களது ஒருங்கிணைப்பு முழுமை பெறும். அகில இந்திய இரயில்வே, தபால் தந்தி முறை, நாணய ஏற்பாடு, பொதுவான பொருளாதார வாழ்க்கை போன்றவை வளர்ச்சி பெற்று வந்ததால் இத்தகைய ஒருங்கிணைப்பும் அதனைத் தொடர்ந்து

வந்த தலையீடும் ஊக்கம் பெற்றது. பல மாநிலங்களில் வளர்ச்சியுற்று வந்த ஜனநாயக தேசிய இயக்கங்களும் தலையீட்டை உருவாக்குவதற்கான மற்றொரு உந்து சக்தியாகும். ஒருபுறம் இத்தகைய இயக்கங்களை ஒடுக்க பிரிட்டீஷ் ஆட்சியாளர்கள் உதவினர். மறுபுறத்தில் இம்மாநிலங்களில் மிகவும் தீவிரமான நிர்வாக முறைகேடுகளை ஒழிக்க அவர்கள் முயற்சி செய்தனர்.

நிர்வாகக் கொள்கைகள் :

1857-புரட்சிக்குப் பிறகு இந்தியா மீதான பிரிட்டீஷ் அணுகுமுறையிலும் அதைத் தொடர்ந்து இந்தியாவில் அவர்களது கொள்கைகளிலும் மாற்றங்கள் ஏற்பட்டன. 1857-க்கு முன்பாக அரைகுறை மனதுடனும், தயக்கத்துடனும் இந்தியாவை நவீனப்படுத்த முயற்சித்த அதேசமயம் அவர்கள் தற்பொழுது திட்டமிட்டு பிற்போக்குக் கொள்கைகளைப் பின்பற்றத் தொடங்கி உள்ளனர். முற்போக்கு பாதையில் நடைபெற்ற இந்திய அரசாங்கத்தின் தேனிலவு முடிந்து விட்டது என வரலாற்றாசிரியர் பெர்சிவல் ஸ்பியர் இதனைக் குறிப்பிட்டார்.

இந்தியாவிலும், இங்கிலாந்திலும் இருந்து வந்த நிர்வாகக் கட்டுப்பாடு அமைப்புகளான இந்தியப் படைகளும் சிவில் சர்வீசும் இந்தியர்களை நிர்வாகத்தின் திறம்பட்ட செயல்பாடுகளிலிருந்து ஒதுக்கி வைக்கும் வகையில் எவ்வாறு திருத்தி அமைக்கப்பட்டது என்பதை நாம் மேலே கண்டோம். ஆங்கிலேயர்கள் இந்தியர்களுக்கு சுய அதிகாரத்துக்கான பயிற்சியும் தயாரிப்பும் மேற்கொண்டு வருகின்றனர். இறுதியில் அது அவர்களுடைய கரங்களுக்கு அதிகார மாற்றத்துக்கு வழி வகுக்கும் என ஆரம்பத்தில் சொல்லளவிலாவது கூறப்பட்டு வந்தது. இந்தியர்களிடம் உள்ளார்ந்துள்ள சமூக, பண்பாட்டுக் குறைபாடுகள் காரணமாக அவர்கள் ஆட்சியாளத் தகுதியற்றவர்களாக உள்ளனர். எனவே, அவர்களைக் காலாகாலத்துக்கும் பிரிட்டீசார்தான் ஆள வேண்டுமென

அவர்கள் தற்பொழுது வெளிப்படையாகப் பேசத் தொடங்கி யுள்ளனர். இத்தகைய பிற்போக்கான கொள்கை பல துறை களில் பிரதிபலித்தது.

பிரித்தாளும் சூழ்ச்சி :

இந்திய ஆட்சியாளர்களுக்கிடையில் இருந்து வந்த ஒற்றுமையின்மையைப் பயன்படுத்தி அவர்களுக்குள் மோதல்களை உருவாக்கி பிரிட்டீசார் இந்தியாவை வெற்றிகொண்டனர். மக்களுக்கு எதிராக இளவரசர்களையும் மாகாணங்களுக்கு எதிராக மாகாணங்களையும் சாதிக்கு எதிராக சாதியையும், குழுவுக்கு எதிராக குழுவையும் எல்லாவற்றுக்கும் மேலாக, முஸ்லீம்களுக்கு எதிராக இந்துக்களையும் தூண்டி விட்டு பிரித்தாளும் சூழ்ச்சியை 1858-க்குப் பிறகு அவர்கள் கையாளத் தொடங்கினர்.

1857-புரட்சியில் இந்துக்களுக்கும், முஸ்லீம்களுக்கும் இடையில் காணப்பட்ட ஒற்றுமை அன்னிய ஆட்சியாளர்களை வெகுவாகப் பாதித்தது. இத்தகைய ஒற்றுமையைத் தகர்ப்பதன் மூலமாக, எழுச்சியுற்று வந்த தேசிய இயக்கத்தைப் பலவீனப்படுத்த முடியும் என்பதில் ஆட்சியாளர்கள் உறுதியுடன் இருந்தனர். உண்மையில் அவ்வாறு செய்வதற்குக் கிடைத்த வாய்ப்பை அவர்கள் தவறவிடவில்லை. புரட்சிக்குப் பிறகு உடனடியாக அவர்கள் முஸ்லீம்களை ஒடுக்கினர். அவர்களது நிலங்களையும் சொத்துக்களையும் பெருமளவில் கையகப்படுத்தினர். இந்துக்களைத் தங்களுக்கு விருப்பமான வர்களாகப் பிரகடனப்படுத்தினர். 1870-க்குப் பிறகு இக் கொள்கை மாற்றியமைக்கப்பட்டது. மேல்தட்டு மற்றும் மத்தியதர வர்க்க முஸ்லீம்களை தேசிய இயக்கத்துக்கு எதிராகத் திருப்பும் முயற்சியில் அவர்கள் ஈடுபட்டனர்.

அரசாங்கப் பணிகளின் மீதான ஈர்ப்பை அரசாங்கம் திறமையாகப் பயன்படுத்தி, கல்வி கற்ற இந்தியர்களிடையில் மத அடிப்படையில் பிளவை உண்டாக்கினர். தொழில் துறையிலும் வியாபாரத்திலும் நிலவிய பின்தங்கிய நிலை

காரணமாகவும், சமூகப் பணிகள் எதுவும் இல்லாததாலும் படித்த இளைஞர்கள் கிட்டத்தட்ட அனைவரும் வேலை வாய்ப்புக்காக அரசாங்கப் பணிகளையே சார்ந்திருந்தனர். அவர்களுக்கு வேறு சில வாய்ப்புகளே இருந்தன. இதனால் அரசாங்கப் பதவிகளுக்காக அவர்களுக்குள் கடுமையான போட்டிக்கு இது இட்டுச் சென்றது. அரசாங்கம் இந்தப் போட்டியைப் பயன்படுத்தி மாகாணங்களுக்கிடையிலும் வகுப்புகளுக்கு இடையிலும் போட்டியையும், வெறுப்பை யும் உருவாக்கி வந்தது. மீண்டும் விசுவாசம் கொள்பவர் களுக்கு மத அடிப்படையில் அதிகாரப்பூர்வமாக சலுகை கள் காட்டப்படும் என இது உறுதியளித்தது. படித்த இந்துக் களுக்கு எதிராகப் படித்த முஸ்லீம்கள் நிறுத்தப்பட்டனர்.

கல்வி கற்க இந்தியர்கள்பால் விரோதம் :

1833-க்குப் பிறகு நவீனக் கல்வியை ஊக்குவிப்பதில் இந்திய அரசாங்கம் பெருமளவில் ஆர்வம் காட்டியது. 1857-ம் ஆண்டு கல்கத்தா, பம்பாய், சென்னை பல்கலைக்கழகங்கள் தொடங்கப்பட்டன.

அதைத் தொடர்ந்து உயர்க்கல்வி பரவியது. படித்த இந்தியர்கள் 1857-ம் ஆண்டு புரட்சியில் பங்கேற்க மறுத்ததை பிரிட்டீஷ் அதிகாரிகள் பலர் புகழ்ந்தனர். ஆனால், படித்த இந்தியர்கள் சமீபத்தில் கிடைத்த தமது அறிவைக் கொண்டு பிரிட்டீஷ் ஆட்சியின் ஏகாதிபத்தியத் தன்மையைப் பகுப் பாய்வு செய்து, நிர்வாகத்தில் இந்தியர்களின் பங்கேற்புக் கான கோரிக்கையை முன் வைத்தபொழுது பிரிட்டீசார் அவர்களிடம் காட்டிய ஆதரவான நிலையை மாற்றிக் கொண்டனர். படித்த இந்தியர்கள் மக்களிடையே இயக்கத்தைக் கட்டமைக்கத் தொடங்கி 1885-ம் ஆண்டு இந்திய தேசிய காங்கிரசை நிறுவியபொழுது அதிகாரிகள் உயர் கல்வியின் மீதும் படித்த இந்தியர்கள் மீதும் தமது வெறுப்பைக் காட்டத் தொடங்கினர். உயர்கல்வியை ஒடுக்கும் நடவடிக்கையை அதிகாரிகள் தீவிரமாக மேற்கொண்டனர். படித்த இளைஞர்

களை 'பாபு'க்கள் என ஏளனமாக அழைத்தனர். இவ்வாறு நவீன மேலைய அறிவைப் பெற்று, நவீன திசைவழியிலான முன்னேற்றத்துக்காக உறுதியுடன் நின்ற இந்தியர்களுக்கு எதிராக பிரிட்டீசார் திரும்பினர். அத்தகைய முன்னேற்றம் இந்தியாவில் பிரிட்டீஷ் ஏகாதிபத்தியத்தின் அடிப்படை நலன்களையும் கொள்களையும் எதிர்த்து வந்தது. படித்த இந்தியர்கள்பாலும் உயர் கல்வியின்பாலும் அதிகாரிகள் காட்டிய எதிர்ப்பு, இந்தியாவில் பிரிட்டீஷ் ஆட்சியாளர்கள் அடிப்படையில் தாம் கொண்டிருந்த முன்னேற்றதுக்கான எல்லாவித வாய்ப்புகளையும் ஏற்கனவே இழந்துவிட்டதைக் காட்டுகிறது.

ஜமீன்தார்கள் மீதான அணுகுமுறை :

முன்னோக்கியப் பார்வை கொண்ட படித்த இந்தியர் களிடம் எதிர்ப்பு காட்டிய அதே வேளையில், பிரிட்டீசார் தற்பொழுது இந்தியாவின் மிகவும் பழைமைவாதக் குழு வினரான சிறு அரசர்கள், ஜமீன்தார்கள், நிலபிரபுக்கள், ஆகியோரிடையே நட்பு பாராட்டத் தொடங்கினர். மன்னர் களிடத்தில் அவர்களது கொள்கை நிலையில் ஏற்பட்ட மாற்றத்தையும் வெகுமக்கள் எழுச்சிக்கும் தேசிய இயக்கத் துக்கும் எதிராக அவர்களைப் பயன்படுத்த அதிகாரிகள் மேற்கொண்ட முயற்சியையும் பற்றி நாம் விவரித்துள்ளோம். ஜமீன்தார்களும், நிலபிரபுக்களும்கூட அதே வழியில் சாந்தப் படுத்தப்பட்டனர். உதாரணமாக அவாதைச் சேர்ந்த பெரும் பாலான ஜமீன்தார்களின் நிலங்கள் அவர்களுக்குத் திருப்பி அளிக்கப்பட்டன. ஜமீன்தார்களும் நிலபிரபுக்களும் இந்திய மக்களின் பாரம்பரியமிக்க இயல்பான தலைவர்கள் எனப் போற்றப்பட்டனர். அவர்களது நலன்களும் முன்னுரிமை களும் பாதுகாக்கப்பட்டன. விவசாயிகளிடமிருந்து பறிக்கப் பட்ட நிலங்கள் அவர்களிடம் ஒப்படைக்கப்பட்டன. தேசிய எண்ணம் கொண்ட அறிவாளிகளுக்கு எதிராக அவர்கள் பயன்படுத்தப்பட்டனர். இனி பிரிட்டீஷ் அரசாங்கம் ஒரு வலுவான உள்ளூர் பிரபுக்குலத்தினுடைய நம்பிக்கைகள்

விருப்பங்கள் அனுதாபங்கள் ஆர்வங்கள் ஆகியவற்றுடன் இணைந்து நிற்க வேண்டும் என 1876-ம் ஆண்டு வைஸ்ராய் விட்டன்பிரபு பகிரங்கமாகப் பிரகடனப்படுத்தினர். மறு புறத்தில் ஜமீன்தார்களும், நிலபிரபுக்களும் பிரிட்டீஷ் ஆட்சியைப் பராமரிப்பதில் நெருக்கமாகக் கட்டுண்டு அதன் உறுதியான ஆதரவாளர்களாக இருந்து வந்தனர்.

சமூகச்சீர்திருத்தங்கள் குறித்த அணுகுமுறை :

பழைமைவாத தரப்பினருடன் உறவு கொண்ட கொள்கையின் ஒரு பகுதியாக சமூகச் சீர்திருத்தவாதிகளுக்கு ஆதரவளித்து வந்த தமது முந்தைய கொள்கையைப் பிரிட்டீசார் கைவிட்டனர். உடன்கட்டை ஏறும் வழக்கத்தை ஒழித்தது, விதவை மறுமணத்துக்கு அனுமதி அளித்தது போன்ற தமது சமூக சீர்திருத்த நடவடிக்கைகளே 1857-ம் ஆண்டு புரட்சிக்கு முக்கியக் காரணம் என அவர்கள் கருதினர். ஆகவே அவர்கள் வைதீகர்களின் பக்கம் மெதுவாகச் சாயத் தொடங்கினர். சீர்திருத்தவாதிகளுக்கான தமது ஆதரவை நிறுத்திக் கொண்டனர்.

இந்தியப் பிற்போக்குவாதிகளுடன் பிரிட்டீஷ் ஆட்சியாளர்கள் கொண்ட இயல்பான கூட்டணியின் காரணமாகவே பல்வேறு தீய பழக்க வழக்கங்களுக்கு பாதுகாப்பும், ஆதரவும் கிடைத்துவிட்டது. இல்லையெனில் அவை கண்டனத்துக்கு உள்ளாகி இருக்கும் என இந்திய தரிசனம் என்ற நூலில் ஜவஹர்லால் நேரும் குறிப்பிட்டார். உண்மையில் பிரிட்டீசார் இந்த அம்சத்தில் தடுமாற்றம் காட்டினர். அவர்கள் சமூக சீர்திருத்தத்துக்கு ஆதரவளித்து, இது குறித்த சட்டங்களை இயற்றியிருந்தால் வைதீக இந்தியர்கள் அதனை எதிர்த்திருப்பார்கள். இந்தியர்களின் உள்ளார்ந்த சமூக விவகாரங்களில் தலையிட அன்னிய அரசாங்கத்துக்கு உரிமை கிடையாது எனப் பிரகடனப்படுத்தி இருப்பார்கள். மறுபுறத்தில் அவர்கள் அத்தகைய சட்டங்களை நிறைவேற்றவில்லை எனில் அவர்கள் சமூகத் தீமைகள் தொடர ஆதரவளிப்

பவர்களாக சமூக ரீதியான முற்போக்கு இந்தியர்களின் கண்டனத்துக்கு உள்ளாகி இருப்பார்கள். ஆயினும் சமூகப் பிரச்சினைகளில் பிரிட்டீசார் தொடர்ந்து நடுநிலை வகித்து வரவில்லை என்பது குறிப்பிடத்தக்கது. நிலைமைகளைப் பராமரிப்பதன் மூலம் நடப்பிலுள்ள சமூகத் தீமைகளுக்கு அவர்களும் மறைமுகமாக பாதுகாப்பு அளித்து வந்தனர். மேலும் அரசியல் நலனுக்காக சாதிய வகுப்புவாத சக்தி களைத் தூண்டிவிடுவதற்காக, சமூக பிற்போக்கைத் தீவிரமாக ஊக்குவித்தனர்.

சமூகப் பணிகளில் தீவிர பிற்போக்கு நிலை :

19-ம் நூற்றாண்டில் ஐரோப்பாவில் கல்வி, பொதுச் சுகாதாரம், மருத்துவம் குடிநீர் விநியோகம், கிராமப்புறச் சாலைகள் போன்ற சமூகப் பணிகள் தீவிரமாக முன்னேறி வந்த நிலையில் இந்தியாவில் அவை மிகவும் பின்தங்கிய நிலை யிலேயே தொடர்ந்து இருந்து வந்தன. இந்திய அரசாங்கம் தனது வருமானத்தில் பெரும் பகுதியை படைக்கும், போர் களுக்கும், நிர்வாகப் பணிகளுக்குமே செலவழித்து, சமூகப் பணிகளைப் புறக்கணித்து வந்தது. உதாரணமாக 1886-ம் ஆண்டு இந்திய அரசாங்கத்தின் மொத்த ஆண்டு வருமான மான 47 கோடி ரூபாயில் 19.41 கோடி ரூபாயை படைக்கும் 17 கோடி ரூபாயைச் சிவில் நிர்வாகத்துக்கும் செலவழித்தது. ஆனால் கல்வி, மருத்துவம், பொதுச் சுகாதாரம் போன்ற வற்றுக்கு ரூ. 2 கோடிக்குக் குறைவாகவும், நீர்ப்பாசனத்துக்கு வெறும் 65 லட்ச ரூபாயும் மட்டுமே செலவழிக்கப்பட்டது. கழிப்பிடம் குடிநீர் விநியோகம், பொதுச் சுகாதாரம் போன்ற வற்றில் மேற்கொள்ளப்பட்ட அரைகுறை நடவடிக்கைகளும் நகர்ப்புறங்களில் அதுவும் சிவில் பகுதி என்றழைக்கப்பட்ட அல்லது பிரிட்டீசார் வாழ்ந்த அல்லது நகரின் நவீனப் பகுதிகளில் மட்டுமே நடைபெற்றது. ஐரோப்பியர்களுக்கும், நகரின் ஐரோப்பியப் பகுதிகளில் வாழ்ந்து வந்த மிகச்சிறு மேட்டுக்குடி இந்தியர்களுக்கு மட்டுமே அவர்கள் குறிப்பாக சேவையாற்றி வந்தனர்.

தொழிலாளர் சட்டம் :

19-ம் நூற்றாண்டில் நவீனத் தொழிற்சாலைகளிலும் தோட்டங்களிலும் பணிபுரிந்துவந்த தொழிலாளர்களின் நிலை மிகவும் பரிதாபகரமாக இருந்தது. அவர்கள் தினமும் 12 முதல் 16 மணி நேரம் வரை உழைக்க வேண்டியிருந்தது. வார விடுமுறை நாளும் கிடையாது. ஆண்களுக்கு இணையாக நீண்ட நேரம் பெண்களும் குழந்தைகளும் உழைக்க வேண்டியிருந்தது. அவர்களுக்கு மாதம் ரூ. 4 முதல் 20 வரை என மிகக்குறைந்த சம்பளமே அளிக்கப்பட்டது. தொழிற்சாலைகளில் பெரும்கூட்டங்கள் இருந்தன. வெளிச்சமோ, காற்றோட்ட வசதிகளோ இல்லை. சுகாதாரம் மருந்துக்குக் கூட இல்லை. இயந்திரங்களில் பணிபுரிவது மிகவும் ஆபத்து நிறைந்தது. விபத்துக்கள் சாதாரணமாக நடைபெற்று வந்தன.

பொதுவாக முதலாளித்துவ ஆதரவு நிலையில் செயல்பட்டு வந்த இந்திய அரசாங்கம், பெரும்பாலும் இந்தியர்களுக்குச் சொந்தமாக இருந்த நவீன தொழிற்சாலைகளின் மோசமான நிலையை மாற்றிட அரை மனதுடன் சில அரைகுறை நடவடிக்கைகளையே மேற்கொண்டது. மனிதாபிமான அடிப்படையில் மட்டுமே இதில் சில நடவடிக்கைகள் மேற்கொள்ளப்பட்டன. இதன்மீது தொழிற்சாலைச் சட்டங்களை நிறைவேற்ற பிரிட்டன் உற்பத்தியாளர்கள் தொடர்ந்து நிர்ப்பந்தம் கொடுத்து வந்தனர். மலிவான உழைப்பைக் கொண்டு இந்திய உற்பத்தியாளர்கள் இந்தியச் சந்தையைக் கைப்பற்றி அவர்களை வெளியேற்றிவிடக் கூடும் என அவர்கள் அஞ்சினர். 1881-ம் ஆண்டு முதலாவது இந்தியத் தொழிற்சாலைச் சட்டம் நிறைவேற்றப்பட்டது. 7 வயது முதல் 12 வயதுக்கு உட்பட்ட குழந்தைகள் நாளொன்றுக்கு 9 மணி நேரத்துக்கு மேல் உழைக்கக் கூடாது என இச்சட்டம் குறிப்பிட்டது. குழந்தைகளுக்கு மாதத்துக்கு நான்கு நாட்கள் விடுமுறையும் கிடைத்து வந்தன. ஆபத்தான இயந்திரங்களிலிருந்து உரிய பாதுகாப்பு ஏற்பாடுகளைச் செய்யவும் இச்சட்டம் வகை செய்தது. 1891-ம் ஆண்டு இரண்டாவது தொழிற்சாலைச்

சட்டம் நிறைவேற்றப்பட்டது. இதன் மூலம் தொழிலாளர்கள் அனைவருக்கும் வார விடுமுறை கிடைத்தது. பெண்களுக்கு உழைப்பு நேரம் தினம் ஒன்றுக்கு 11 மணி என நிர்ணயிக்கப்பட்டது. அதேபோல குழந்தைகளின் தினசரி உழைப்பு நேரம் 7 மணியாகக் குறைக்கப்பட்டது. ஆண்களின் உழைப்பு நேரம் இன்னமும் முறைப்படுத்தப்படவில்லை.

பிரிட்டீசார் நிர்வகித்து வந்த தேயிலை மற்றும் காபி தோட்டங்களில் இவ்விரு சட்டங்களும் பொருந்தாது. மாறாக, அன்னியத் தோட்ட முதலாளிகள் தொழிலாளர்களைக் கடுமையாகச் சுரண்ட அரசாங்கம் எல்லா உதவிகளையும் செய்தது. மக்கள் அடர்த்தி மிகுந்த சுகாதார மற்ற பருவ நிலைகள் நிலவிய அசாமில்தான் பெரும்பாலான தேயிலைத் தோட்டங்கள் அமைந்திருந்தன. எனவே, இத்தோட்டங்களில் பணிபுரிய தொழிலாளர்கள் வெளியிலிருந்து கொண்டு வரப்பட்டனர். அதிக கூலி கொடுப்பதன் மூலம் வெளியிலிருந்து தொழிலாளர்களை தோட்ட முதலாளிகள் ஈர்க்கவில்லை. மாறாக அடக்குமுறைகளையும் முறைகேடுகளையும் பயன்படுத்தி தோட்டங்களில் வேலைக்கு அமர்த்தி அவர்களை அடிமைகளைப் போல நடத்தினர். இந்திய அரசாங்கம் அவர்களுக்கு முழுமையாக உதவி அளித்து வந்தது. அவர்கள் அவ்வாறு செய்வதற்கு உதவியாக 1863, 1865, 1870, 1873, 1882-ம் ஆண்டுகளில் தண்டனைச் சட்டங்கள் நிறைவேற்றப்பட்டன. தொழிலாளர்கள் ஒருமுறை ஒப்பந்தத்தில் கையெழுத்திட்டுவிட்டால் தோட்டத்திற்குச் சென்று வேலை செய்ய வேண்டுமே ஒழிய, அவ்வாறு செய்ய மறுக்க முடியாது. தொழிலாளர்கள் ஒப்பந்தத்தை எவ்வகையில் மீறுவதும் கிரிமினல் குற்றமாகும். அவர்களைக் கைது செய்வதற்கும் தோட்ட முதலாளிகளுக்கு அதிகாரம் உண்டு.

20-ம் நூற்றாண்டில் தொழிற்சங்க இயக்கங்கள் உருவானதை ஒட்டி, சிறந்த தொழிலாளர் சட்டங்கள் நிறைவேற்றப்பட்டன. ஆயினும், இந்திய உழைக்கும் வர்க்கத்தின் நிலைமைகள் மிகவும் ஒடுக்கப்பட்டதாகவும் வருந்தத்தக்கதாகவுமே தொடர்ந்தன. சராசரித் தொழிலாளர்கள் குறைந்த

பட்ச அடிப்படைத் தேவைகளுக்கும் கீழான வாழ்க்கையையே நடத்தி வந்தனர். சத்துணவின்றி வெளிச்சமும், காற்றோட்டமும், குடிநீரும் இன்றி விலங்குகளைப் போல் வாழ்ந்து வந்தனர். தொழில் முதலாளித்துவ உலகிலேயே இந்தியத் தொழிலாளர்கள்தான் மிகவும் மோசமாக சுரண்டப் பட்டனர் என பிரிட்டீஷ் ஆட்சியின்கீழ் இந்தியத் தொழிலாளர்களின் நிலைகுறித்து புகழ்பெற்ற ஜெர்மன் பொருளாதார வரலாற்று ஆசிரியர் பேராசிரியர் ஜூர்கன் குச்சின்ஸ்கி 1938-ல் எழுதினார்.

ஊடகங்கள் மீதான கட்டுப்பாடு :

பிரிட்டீசார்தான் இந்தியாவில் அச்சகத்தை அறிமுகப் படுத்தினர். அது நவீன பத்திரிகைத்துறை வளர்ச்சியை ஊக்குவித்தது. பொதுக் கருத்தை, உருவாக்குவதிலும், விமர்சனங்கள் மற்றும் குறைகளைச் சுட்டிக் காட்டுதல் மூலமாக அரசாங்கத்தின் கொள்கைகளில் தலையிடுவதிலும் பத்திரிகைகள் பெரும் பங்காற்ற முடியும் என படித்த இந்தியர்கள் உணர்ந்தனர். ராம்மோகன்ராய், வித்யாசாகர், தாதாபாய் நௌரோஜி, நீதிபதி ராணடே, சுரேந்திரநாத் பானர்ஜி, லோகமான்ய திலகர், ஜி. சுப்பிரமணிய அய்யர், சி. கருணாகர மேனன், மதன்மோகன் மாளவியா, லாலாலஜபதிராய், விபின் சந்திரபால் மற்றும் பல இந்தியத் தலைவர்கள் பத்திரிகைகளைத் துவங்குவதிலும், அவற்றை ஒரு வலுவான அரசியல் சக்தியாக ஆக்குவதிலும் பெரும் பங்காற்றினார். இவ்வாறாக ஊடகங்கள் ஒரு முக்கிய தேசிய ஆயுதமாக மாறின.

இந்தியப் பத்திரிகை 1835-ல் சார்லஸ் மெட்காஃப்பின் தடையிலிருந்து விடுபட்டது. இத்தகைய நடவடிக்கை படித்த இந்தியர்களின் பெருத்த வரவேற்பைப் பெற்றது. பிரிட்டீஷ் ஆட்சியை இந்தியாவில் சில காலம் அவர்கள் ஆதரித்ததற்கும் இது ஒரு காரணமாகும். ஆனால் தேசியவாதிகள் மக்களிடையே தேசிய உணர்வைத் தூண்டவும் அரசாங்கத்தின் பிற்போக்குக் கொள்கைகளைக் கடுமையாகச் சாடவும் படிப்படியாக பத்திரிகைகளைப் பயன்படுத்த தொடங்கினர். இதனால்

இந்தியப் பத்திரிகைகளுக்கு எதிராகத் திரும்பிய அதிகாரிகள் அதன் சுதந்திரத்தை ஒடுக்க முடிவு செய்தனர். 1878-ம் ஆண்டு தாய்மொழி பத்திரிகைச் சட்டத்தின் மூலம் இது மேற்கொள்ளப்பட்டது. இச்சட்டம் இந்திய மொழிப் பத்திரிகைகளின் சுதந்திரத்தின் மீது கடுமையாக கட்டுப்பாடுகளை விதித்தது. இதனால் பெரிதும் கிளர்ச்சியுற்ற இந்திய மக்கள் இச்சட்டத்துக்கு எதிராக ஆவேச முழக்கமிட்டனர். இந்த ஆர்ப்பாட்டத்தின் உடனடி விளைவாக 1882-ம் ஆண்டு இச்சட்டம் வாபஸ் பெறப்பட்டது. அதன்பிறகு சுமார் 25 ஆண்டுகாலம் இந்தியப் பத்திரிகை ஓரளவு சுதந்திரமாக செயல்பட்டு வந்தது. ஆனால் 1905-க்குப் பிறகு தீவிர சுதேசி மற்றும் சட்ட மறுப்பு இயக்கங்கள் எழுச்சியுற்றதைத் தொடர்ந்து 1908, 1910-ம் ஆண்டு மீண்டும் ஒருமுறை பத்திரிகைகளுக்கு எதிரான ஒடுக்குமுறைச் சட்டங்கள் நிறைவேற்றப்பட்டன.

இன ஒதுக்கல் கொள்கை :

இந்தியர்களிடமிருந்து சமூக இடைவெளியைப் பராமரித்து வருவதன் மூலமே அவர்கள் மீதான தமது அதிகாரத்தைத் தக்க வைத்துக் கொள்ள முடியும் எனக் கருதிய பிரிட்டிசார் இந்தியர்களிடமிருந்து தொடர் இடைவெளியைப் பராமரித்து வந்தனர். மேலும் இன அடிப்படையில் தம்மை மேலானவர்களாக அவர்கள் கருதினர். 1857-ம் ஆண்டு புரட்சியும் இரு தரப்பிலும் நிகழ்த்தப்பட்ட தாக்குதல்களும் பிரிட்டிசாருக்கும் இந்தியர்களுக்கும் இடையிலான இடைவெளியை அதிகரித்தது. அதைத் தொடர்ந்து அவர்கள் இன மேலாண்மைக் கோட்பாட்டை பகிரங்கமாக வலியுறுத்துவது இனரீதியாகக் கர்வத்தை வெளிப்படுத்துவது போன்ற நடவடிக்கைகளில் வெளிப்படையாக ஈடுபடத் தொடங்கினர். ரயில் பெட்டிகள் இரயில் நிலையங்களில் உள்ள ஓய்வு அறைகள், பூங்காக்கள், விடுதிகள், நீச்சல் குளங்கள், கிளப்புகள் போன்றவற்றில் ஐரோப்பியர்களுக்கு மட்டுமே என ஒதுக்கப்பட்டிருந்த நிலை இத்தகைய இன ஒதுக்கலுக்

கான தெளிவான சான்றுகளாகும். இதன்மூலம் இந்தியர்கள் இழிவுபடுத்தப்பட்டதாக உணர்ந்தனர்.

பிரிட்டீஷ் ஆட்சி உருவான காலத்திலிருந்தே இன ஒதுக்கல் கொள்கையின் எல்லா வடிவங்களையும் இந்தி யாவில் நாம் கண்டு வருகிறோம். இந்த ஆட்சி ஹெரென் வோல்க், மாஸ்டர் ரேஸ் ஆகியோரது சித்தாந்தத்தின் அடிப் படையிலானதாகும். அரசாங்கக் கட்டமைப்பு இதனடிப்படை யிலேயே அமைந்திருந்தது. உண்மையில் மாஸ்டர் ரேசின் கருத்து ஏகாதிபத்தியத்தில் உள்ளார்ந்திருந்தது. இதில் தந்திரம் ஏதுமில்லை. இது அதிகாரிகளால் சந்தேகமற்ற மொழி யில் குறிப்பிடப்பட்டது. சொற்களைக் காட்டிலும் செயலில் மிகவும் வலுவாக இதனைக் கடைப்பிடித்தனர். தலைமுறை தலைமுறையாக, ஆண்டாண்டு காலத்துக்கு, இந்தியா ஒரு தேசம் என்ற வகையிலும், இந்தியர்கள் தனிநபர்கள் என்ற வகையிலும் அவமானத்துக்கும் இழிவுக்கும் வெறுக்கத்தக்க நடவடிக்கைகளுக்கும் உள்ளாக்கப்பட்டனர். ஆங்கிலேயர் கள் பேரரசு இனத்தைச் சேர்ந்தவர்கள் எனவும், நம்மைப் பாதுகாக்கவும், நம்மை அடிமையாக வைத்திருக்கவும் ஆன உரிமைகளைக் கடவுள் அவர்களுக்கு அளித்திருப்பதாகவும் இதனை எதிர்க்க முற்பட்டால் பேரரசு இனத்தின் மிருக வெறியை நாம் சந்திக்க வேண்டியிருக்கும் எனக் கூறப் பட்டது என்று ஜவஹர்லால் நேரு குறிப்பிட்டார்.

வெளியுறவுக் கொள்கை :

பிரிட்டீஷ் ஆட்சியின் கீழ் இந்தியா அண்டை நாடு களுடன் புதிய அடிப்படையில் உறவுகளை வளர்த்து வந்தது. இது இரண்டு காரணிகளின் விளைவாகும். நவீன தொலைத் தொடர்பு வளர்ச்சியும் நாட்டின் அரசியல் மற்றும் நிர்வாக வலுவும் இந்தியாவின் இயல்பான புவியியல் எல்லைகளை நோக்கி இந்திய அரசாங்கத்தை நகர்த்தியது. இது பாதுகாப் புக்கும் உள்ளார்ந்த அளவில் ஒருங்கிணைந்திருப்பதற்கும் அத்தியாவசியமாகும். தவிர்க்கவியலாமல் இது சில எல்லை

மோதல்களுக்கு இட்டுச் சென்றது. துரதிருஷ்டவசமாக சில சமயங்களில் இந்திய அரசாங்கத்தின் மற்றொரு புதிய அம்சம் அதன் அன்னியத் தன்மையாகும்.

சுதந்திர நாட்டின் வெளியுறவுக் கொள்கை, அன்னிய ஆட்சியின் கீழுள்ள நாட்டின் வெளியுறவுக் கொள்கையிலிருந்து முற்றிலும் மாறுபட்டதாகும். சுதந்திர நாட்டில் அது நாட்டின் தேவைகளையும் மக்களின் நலன்களையும் அடிப்படையாகக் கொண்டது. அடிமை நாட்டில் அது முதன்மையாக ஆளும் நாட்டின் நலனுக்கே பயன்படும். இந்தியாவைப் பொறுத்தவரை, பிரிட்டீஷ் அரசாங்கத்தின் உத்தரவின்படி இந்திய அரசாங்கம் வெளியுறவுக் கொள்கைகளைப் பின்பற்றி வந்தது. ஆசியாவிலும் ஆப்பிரிக்காவிலும் இந்திய அரசாங்கத்துக்கு இரண்டு முக்கிய நோக்கங்கள் இருந்தன. அதன் மதிப்பு மிக்க இந்தியப் பேரரசைப் பாதுகாப்பது, ஆசியாவிலும் ஆப்பிரிக்காவிலும் ஆங்கிலேயர்களின் வியாபார மற்றும் பிற பொருளாதார நலன்களை விரிவுபடுத்தப்படுவது ஆகியனவே இவையிரண்டு நோக்கங்களும். இந்தியாவின் எல்லைகளுக்கு அப்பாலும் பிரிட்டீஷ் விரிவாக்கத்துக்கும் பிரதேசங்களை வெற்றி கொள்வதற்கும் இட்டுச் சென்றது. மேலும் இத்தகைய நோக்கங்கள் இதே போல ஆப்பிரிக்க ஆசியப் பகுதிகளில் பிரதேசத்தையும் வியாபாரத்தையும் விரிவாக்க விரும்பிய பிற ஐரோப்பிய ஏகாதிபத்திய அரசாங்கங்களுடன் பிரிட்டீஷ் அரசாங்கம் மோதலில் ஈடுபடும் நிலையை ஏற்படுத்தியது.

பிரிட்டீஷ் பொருளாதார நலன்களுக்காக இந்தியப் பேரரசைப் பாதுகாக்க வேண்டும் என்பதற்காகவும் பிற ஐரோப்பிய ஆட்சிகளை உள்ளே நுழையவிடாமல் தடுக்கவும் இந்திய அரசாங்கம் அண்டை நாடுகளுடன் அடிக்கடி ஆக்கிரமிப்பில் ஈடுபட்டு வந்தது. வேறு வார்த்தைகளில் குறிப்பிட்டால், பிரிட்டீஷ் மேலாதிக்கக் காலகட்டத்தில் அண்டை நாடுகளுடனான இந்தியாவின் உறவுகள் பிரிட்டீஷ் ஏகாதிபத்தியத்தின் தேவைகளின் அடிப்படையில் நிர்ணயிக்கப்பட்டது.

ஆனால் இந்தியாவின் வெளியுறவுக் கொள்கை பிரிட்டீஷ் ஏகாதிபத்தியத்துக்குச் சேவையாற்றிய அதேசமயம் அதனை நடைமுறைப்படுத்துவதற்கான செலவுகள் இந்தியாவின் மீது சுமையாக விழுந்தன. ஆங்கிலேயர்களின் நலனைப் பாதுகாப்பதற்காக இந்தியா தனது அண்டை நாடுகளுடன் பல்வேறு போர்களில் ஈடுபட வேண்டியிருந்தது. இந்தியப் படைவீரர்கள் இதற்கென இரத்தம் சிந்த வேண்டியிருந்தது. இந்திய வரி செலுத்துவோர் (மக்கள்) இந்தச் சுமையை ஏற்க வேண்டியிருந்தது.

நேபாளத்துடன் போர் (1814) :

இந்தியப் பேரரசின் இயல்பான புவியியல் எல்லைகளை விரிவாக்க வேண்டும் என்ற ஆங்கிலேயர்களின் விருப்பம், முதலாவதாக வடக்கில் நேபாள சாம்ராஜ்ஜியத்துடனான மோதலைக் கொண்டு வந்தது. 1814 அக்டோபரில் இரு நாடுகளின் எல்லைக் காவல்களுக்கும் இடையில் நடைபெற்ற மோதல் பகிரங்கப் போருக்கு இட்டுச் சென்றது. படை பலத்திலும் பண பலத்திலும் ஆங்கிலேயர்கள் மிகவும் மேலோங்கி இருந்தனர். இறுதியில், நேபாள அரசாங்கம் பிரிட்டீஷ் விரும்பியவாறு சமாதானத்தை மேற்கொள்ள நேர்ந்தது. பிரிட்டீஷ் அரசு பிரதிநிதி ஒருவரை அது ஏற்றுக் கொண்டது. கார்வால், குமான் ஆகிய மாவட்டங்களை விட்டுக் கொடுத்தது. தராய் பகுதிகளுக்கான தமது கோரிக்கைகளைக் கைவிட்டது. சிக்கமிலிருந்தும் அது வெளியேறியது. இந்த ஒப்பந்தம் ஆங்கிலேயர்களுக்குப் பலவழிகளிலும் பயனுள்ளதாக இருந்தது. அவர்களது இந்தியப் பேரரசு தற்பொழுது இமயமலை வரை சென்றது. மத்திய ஆசியாவுடனான வர்த்தகத்தில் பெரும் வாய்ப்புகளை அது அனுபவித்தது. சிம்லா, முசோரி, நைனிடால் ஆகிய முக்கிய மலைப் பிரதேசங்களையும் அது கைப்பற்றியது. பிரிட்டீஷ் இந்தியப் படையில் கூர்க்கர்கள் பெருமளவில் சேர்ந்ததன் மூலம் அதன் பலம் மேலும் கூடியது.

பர்மாவை வெற்றி கொள்ளல் :

19-ம் நூற்றாண்டில் தொடர்ச்சியான மூன்று போர்களை நடத்தி சுதந்திர பர்மா சாம்ராஜ்ஜியத்தை ஆங்கிலேயர்கள் வெற்றி கொண்டனர். எல்லைப் பிரச்சினைகள் மூலமாக பர்மாவுக்கும் பிரிட்டீஷ் இந்தியாவுக்கும் இடையில் மோதல் தொடங்கியது. விரிவாக்கத் தூண்டுதல் காரணமாக இது தீவிரமடைந்தது. பிரிட்டீஷ் வியாபாரிகள் பர்மாவின் வன வளத்தின் மீது விருப்பம் கொண்டனர். தமது உற்பத்திப் பொருட்களை அந்நாட்டு மக்களிடத்தில் ஏற்றுமதி செய்ய ஆர்வம் காட்டினர். பர்மாவிலும் பிற தென்கிழக்கு ஆசிய நாடுகளிலும் பிரான்சின் வியாபார மற்றும் அரசியல் செல்வாக்கு பரவுவதைத் தடுக்கவும் பிரிட்டீஷ் அதிகாரிகள் விரும்பினர்.

18-ம் நூற்றாண்டில் பர்மாவும் பிரிட்டீஷ் இந்தியாவும் விரிவாக்க சக்திகளாக இருந்த சமயத்தில் அவற்றுக்கிடையில் நெருக்கமான பொது எல்லையை வகுத்துக் கொண்டன. நூற்றாண்டுகால உள்நாட்டுக் கலகத்துக்குப் பிறகு 1752-60 காலகட்டத்தில் மன்னர் ஆளுங்பயா தலைமையின்கீழ் பர்மா ஒன்றுபட்டது. அவரைத் தொடர்ந்து இரவாடி ஆற்றங் கரையில் ஆட்சி புரிந்து வந்த போதவ்பயா, சியாம் மீது தொடர்ந்து படையெடுத்தார். பல்வேறு சீன ஆக்கிரமிப்புகளை அகற்றி எல்லைப்புற மாநிலங்களான அரகன் (1785) மணிப்பூர் (1813) ஆகியவற்றை வெற்றி கொண்டு பர்மாவின் எல்லையை பிரிட்டீஷ் இந்தியாவின் எல்லை வரை கொண்டு வந்தார். மேற்கு நோக்கிய தனது விரிவாக்கத்தைத் தொடர்ந்த அவர் அசாமையும் பிரம்மபுத்திர பள்ளத்தாக்கையும் அச்சுறுத்தினர். இறுதியில் 1882-ல் பர்மியர்கள் அசாமை வெற்றி கொண்டனர். அரகனையும் அசாமையும் பர்மியர்கள் கைப் பற்றியதானது வங்காளத்துக்கும் பர்மாவுக்கும் இடையில் ஒழுங்காக வரையறுக்கப்படாத எல்லைகளில் தொடர்ச்சியான மோதலுக்கு இட்டுச் சென்றது.

1824-ல் பிரிட்டீஷ் இந்திய அதிகாரிகள் பர்மாவின் மீது போர்ப் பிரகடனம் செய்தனர். தொடக்கத்தில் ஏற்பட்ட

பின்னடைவுக்குப் பிறகு பிரிட்டீஷ் படைகள் பர்மியர்களை அசாம், சச்சார், மணிப்பூர், அரகன் ஆகிய பிரதேசங்களிலிருந்து விரட்டியடித்தது. 1824-மே மாதத்தில் பிரிட்டீஷ் அதிரடிப் படையினர் கடல் வழியாகச் சென்று ரங்கூனைக் கைப்பற்றி அதன் தலைநகர் ஆவாவை நெருங்கினர். 1826 பிப்ரவரியில் யாண்டாபூ உடன்பாட்டின் மூலமாக அமைதி திரும்பியது. போர் இழப்பீடாக ஒரு கோடி ரூபாய் அளித்திடவும்; அரகன், டெனாசெரிம் கடற்கரைப் பிரதேசங்களை விட்டுக் கொடுக்கவும்; அசாம், சச்சார், ஜெயின்டியா ஆகியவற்றின் மீதான அனைத்துக் கோரிக்கைகளையும் கைவிடவும்; மணிப்பூரை சுதந்திர மாநிலமாக அங்கீகரிக்கவும்; வியாபார உடன்பாடு குறித்து பிரிட்டீசாரிடம் பேச்சு வார்த்தை நடத்தவும்; பர்மியத் தூதுவரை கல்கத்தாவில் பணியமர்த்தும்; அதேசமயம் தலைநகர் ஆவாவில் பிரிட்டீஷ் அரசப் பிரதிநிதி ஒருவரை ஏற்கவும் பர்ம அரசாங்கம் ஒப்புக்கொண்டது. இந்த உடன்பாட்டின் மூலம் பர்மாவிடமிருந்து பெரும்பாலான கடற்கரைப் பகுதிகளையும் பிரிட்டீஷ் பறித்துக் கொண்டது. பர்மாவில் எதிர்கால விரிவாக்கத்துக்கான உறுதியான அடித்தளத்தைப் பெற்றது.

பிரிட்டீஷ் வர்த்தகப் பேராசையின் விளைவாகவே 1852-ம் ஆண்டு இரண்டாவது பர்மியப் போர் வெடித்தது. பிரிட்டீசின் மரக் கம்பெனிகள் மேல் பர்மாவிலுள்ள மரங்களின் மீது நாட்டம் கொள்ளத் தொடங்கின. மேலும் பர்மாவின் பெரும் மக்கள் தொகை பிரிட்டீஷ் பருத்தித் துணிகளையும் பிற உற்பத்திப் பொருட்களையும் விற்பதற்கான பரந்த சந்தையாக பிரிட்டீசாருக்குத் தோன்றியது. ஏற்கனவே கடற்கரைப் பிரதேசங்களைக் கைப்பற்றியுள்ள பிரிட்டீஷ் நாட்டின் பிற பகுதிகளிலும் தமது வியாபாரத் தொடர்புகளில் மேலாதிக்கம் செலுத்த விரும்பியது. அவர்களது வர்த்தகப் போட்டியாளர்களான பிரெஞ்சுக்காரர்களும் அமெரிக்கர்களும் அங்குக் கால் பதிப்பதற்கு முன்பான சமாதானத்தின் மூலமோ அல்லது போரின் மூலமோ பர்மாவின் மீது தமது நிலையை வலுப்படுத்திக் கொள்ளவும் அவர்கள் விரும்பினர். 1852 ஏப்ரலில் பிரிட்டீஷ் படைகள்

பெருமளவுக்கு பர்மாவுக்கு அனுப்பப்பட்டன. 1824-26-ம் ஆண்டுகளில் நடைபெற்ற போரைக் காட்டிலும் இப்போர் குறுகிய கால எல்லைக்குட்பட்டதாகவும் பிரிட்டீஷ் வெற்றி மிகவும் தீர்மானகரமாகவும் இருந்தது. பர்மாவில் எஞ்சி யிருந்த ஒரே கடற்கரைப் பிரதேசமான பெருவையும் பிரிட்டீஷ் இணைத்துக் கொண்டது. ஆயினும் கீழ் பர்மாவைத் தமது திறம்பட்ட கட்டுப்பாட்டின் கீழ் கொண்டு வருவதற்கு முன் சுமார் மூன்றாண்டு காலம் கொரில்லாப் போர் எதிர்ப்பைச் சமாளிக்க வேண்டியிருந்தது. அதைத் தொடர்ந்து பர்மாவின் முழு கடற்கரைப் பிரதேசங்கள் மற்றும் அதன் கடல் வர்த்தகம் முழுவதையும் பிரிட்டீஷ் தமது கட்டுப்பாட்டின் கீழ் கொண்டு வந்தது. இந்தியப் படை வீரர்கள்தான் போரில் உக்கிரமான தாக்குதலைத் தொடுத்தனர். அதன் செலவு முழுவதும் இந்திய வருவாயிலிருந்து ஈடுகட்டப்பட்டது.

பெரு இணைப்புப் பிறகு பர்மாவுக்கும் பிரிட்டீசுக்கும் இடையிலான சமாதானம் பல்லாண்டுகள் நீடித்தன. ஆயினும் மேல் பர்மாவின் மீது பிரிட்டீஷ் போர் தொடுக்க விரும் பியது. குறிப்பாக பர்மா மூலமாக சீனாவுடனான வர்த்தக வாய்ப்புகளால் பிரிட்டீஷ் வியாபாரிகளும் தொழிலதிபர் களும் ஈர்க்கப்பட்டனர். 1885-ல் மன்னர் திபா பிரான்சுடன் வர்த்தகம் மேற்கொள்வதற்கான வணிக ஒப்பந்தம் ஒன்றில் கையொப்பமிட்டார். பர்மாவில் பிரெஞ்சுக்காரர்களின் செல் வாக்கு வலுப்பெற்று வருவதைக் கண்டு பிரிட்டீசார் பொறாமை கொண்டனர். பர்மாவின் வளமான சந்தை தமது போட்டி யாளர்களான பிரெஞ்சுக்காரர்களாலும், அமெரிக்கர்களா லும் கைப்பற்றப்பட்டு விடும் என பிரிட்டீஷ் வியாபாரிகள் அஞ்சினர். மேல் பர்மாவை உடனயாகக் கைப்பற்ற முன் வர வேண்டுமென பிரிட்டீஷ் அரசாங்கத்தை பிரிட்டனி லுள்ள வர்த்தகச் சங்கமும் ரங்கூனிலுள்ள பிரிட்டீஷ் வியாபாரிகளும் வலியுறுத்தினர். 1885 - நவம்பர் 13 அன்று பர்மாவின் மீது பிரிட்டீஷ் படையெடுத்தது. 1885 - நவம்பர் 28-ல் மன்னர் திபா சரணடைந்தார். அதைத் தொடர்ந்து அவரது ஆட்சிப் பிரதேசங்கள் இந்தியப் பேரரசுடன் இணைத்துக் கொள்ளப்பட்டன.

பர்மாவை எளிதில் வெற்றி கொண்டது, உண்மையான வெற்றியாக அமையவில்லை. பர்மியப் படையிலிருந்த தேச பக்தப் படைவீரர்களும் அதிகாரிகளும் சரணடைய மறுத்து அடர்ந்த காடுகளுக்குள் தலைமறைவாயினர். அங்கிருந்து அவர்கள் மிகப்பரந்த அளவில் கொரில்லாப் போரை நடத்தினர். கீழ் பர்மாவைச் சேர்ந்த மக்களும் கலகத்தில் இறங்கினர். ஆங்கிலேயர்கள் 40 ஆயிரம் பேர் கொண்ட வலுவான படையை அனுப்பி வெகு மக்கள் புரட்சியை ஒடுக்க சுமார் ஐந்தாண்டு காலம் போராட வேண்டியிருந்தது. போருக்கான செலவும் அதே போல ஒடுக்குமுறைச் செயல்களுக்கான செலவும் மீண்டும் ஒருமுறை இந்தியர்களின் தலையிலேயே விழுந்தது.

முதலாம் உலகப்போருக்குப் பிறகு, பர்மாவில் ஒரு வலுவான நவீன தேசிய இயக்கம் எழுச்சி பெற்றது. பிரிட்டிஷ் சரக்குகளையும் நிர்வாகத்தையும் புறக்கணிப்பதற்கான ஒரு பரந்த இயக்கம் நடைபெற்றது. சுயாட்சிக் கோரிக்கை முன்வைக்கப்பட்டது. பர்மிய தேசியவாதிகள் இந்திய தேசியக் காங்கிரசுடன் அணி சேர்ந்து நின்றனர். 1935-ல் பர்மாவின் சுதந்திரப் போராட்டத்தை பலவீனப்படுத்துவதற்காக ஆங்கிலேயர்கள் இந்தியாவிடமிருந்து பர்மாவை பிரித்தனர். பர்மிய தேசியவாதிகள் இந்நடவடிக்கையை எதிர்த்தனர். இரண்டாம் உலகப் போர் காலத்தில் பர்மிய தேசிய இயக்கம் யூ ஆங்சான் தலைமையில் புதிய மட்டத்துக்குச் சென்றது. இறுதியில் பர்மி 1948 ஜனவரி 4-ம் தேதி விடுதலைப் பெற்றது.

ஆப்கானிஸ்தானுடனான உறவுகள் :

ஆப்கானிஸ்தானுடன் உறவை ஸ்திரப்படுத்துவதற்கு முன்பு பிரிட்டிஷ் இந்திய அரசாங்கம் இருமுறை ஆப்கானிஸ்தானுடன் போரில் ஈடுபட்டது. ஆங்கிலேயர்களின் அணுகுமுறையில் புவியியல் ரீதியாக ஒரு கேந்திர நிலையில் ஆப்கானிஸ்தான் வைக்கப்பட்டது. இந்தியாவின் வெளிப்புற எல்லையில், ரஷ்யாவின் இராணுவ வல்லமை அச்சுறுத்தலைத் தடுக்கும்

வகையிலும் மத்திய ஆசியாவில் பிரிட்டீஷ் வியாபார நலன் களை மேம்படுத்தும் வகையிலும் ஆப்கன் முதல் பாதுகாப்பு அரணாகும். வேறு வழியில் இல்லையெனில் இரண்டு எதிரெதிர் சக்திகளுக்கிடையில் அது ஒரு பொருத்தமான தடுப்பு நாடாகச் செயல்பட முடியும். ஆப்கானிஸ்தானில் ரஷ்யாவின் செல்வாக்கை பலவீனப்படுத்தி முடிவு கட்டவே ஆங்கிலேயர்கள் விரும்பினர். இருப்பினும் வலுவான ஆப்கா னிஸ்தான் உருவாவதை அவர்கள் விரும்பவில்லை. எளிதில் கட்டுப்படுத்தக் கூடிய பலவீனமான பிளவுண்ட நாடாக அதனை வைத்திருக்கவே அவர்கள் விரும்பினர்.

ஆப்கானிஸ்தானின் சுதந்திர ஆட்சியாளர் தோஸ்த் முகமதுவை அகற்றி நட்பு ரீதியாக அதாவது துணை ஆட்சி யாளர் ஒருவரைப் பதவியில் அமர்த்த ஆங்கிலேயர்கள் முடிவு செய்தனர். அதற்காக அவர்கள் ஷா சுஜாவைச் சார்ந்து நின்றனர். 1809-ம் ஆண்டு ஆப்கன் சிம்மாசனத்திலிருந்து அகற்றப்பட்ட அவர் அப்பொழுது முதல் லூதியானாவில் பிரிட்டீசாரின் கைதியாக இருந்து வந்தார். மறுபடியும் அவரை ஆப்கனில் சிம்மாசனம் ஏற்ற அவர் முடிவு செய் தனர். இவ்வாறாக எவ்விதக் காரணமும் இன்றி பிரிட்டீஷ் அரசாங்கம் ஆப்கானிஸ்தானின் உள்விவகாரங்களில் தலை யிட முடிவு செய்து, அச்சிறு அண்டை நாட்டின் மீது ஆக்கிர மிப்பு மேற்கொண்டனர். 1839 - பிப்ரவரியில் பிரிட்டீசார் ஆப்கானிஸ்தான் மீது தாக்குதல் தொடுத்தனர். பெரும் பாலான ஆப்கன் பழங்குடி மக்களுக்குக் கையூட்டு அளித்து அவர்களை வென்றெடுத்தனர். 1839 - ஆகஸ்டு - 7 அன்று காபூல் ஆங்கிலேயர்களிடம் வீழ்ச்சியுற்றது. ஷா சுஜா உடனடி யாக சிம்மாசனத்தில் அமர்த்தப்பட்டார். ஆனால் ஆப்கன் மக்கள் ஷா சுஜாவை கடுமையாக வெறுத்தனர். குறிப்பாக, அன்னியர்களது துப்பாக்கி முனைகளின் உதவியுடன் அவர் மீண்டும் வந்ததை மக்கள் ஏற்கவில்லை. ஆப்கன் பழங்குடி கள் பலரும் கிளர்ச்சியில் இறங்கினர். பிறகு திடீரென 1841 - நவம்பர்-2 அன்று காபூலில் கிளர்ச்சி வெடித்து, பிரிட்டீஷ் படைகளுக்கு எதிராக ஆப்கன் முழுவதும் பரவியது.

1841 - டிசம்பர் - 11 அன்று பிரிட்டீசார் ஆப்கன் தலைவர்களுடன் ஒரு உடன்பாட்டில் கையெழுத்திடும் நிர்ப்பந்தத்துக்கு உள்ளாக்கப்பட்டனர். அதன்படி அவர்கள் ஆப்கானிஸ்தானை விட்டு வெளியேறுவது, தோஸ்த் முகமதுவை மீண்டும் பதவியில் அமர்த்துவது என ஒப்புக்கொண்டனர். பிரிட்டீஷ் படைகள் வாபஸ் பெறும்பொழுது அவர்கள் வழி நெடுகிலும் தாக்குதலுக்கு உள்ளாயினர். 16 ஆயிரம் பேரில் ஒரேயொருவர் மட்டுமே உயிருடன் எல்லைக்குத் திரும்பினர். மேலும் சிலர் கைதிகளாகச் சிறைப்பிடிக்கப்பட்டனர். இவ்வாறாக ஆப்கன் படையெடுப்பு முழுத் தோல்வியில் முடிவடைந்தது. பிரிட்டீஷ் இந்திய அரசாங்கம் அதைத் தொடர்ந்து புதிய பயணத்தைத் தொடங்கியது. 1842 - செப்டம்பர்-16 அன்று காபூல் மீண்டும் கைப்பற்றப்பட்டது. ஆனால் அது நன்றாகப் பாடம் கற்றிருந்தது. சமீபத்தில் அதற்கு ஏற்பட்ட தோல்வி மற்றும் இழிவைப் புரிந்து கொண்ட அவர்கள் தோஸ்த் முகமதுவுடன் ஒரு உடன்பாட்டுக்கு வந்தனர். அதன்படி பிரிட்டீசார், காபூலை விட்டு வெளியேற வேண்டும், தோஸ்த் முகமதுவை ஆப்கானிஸ்தானின் சுதந்திர ஆட்சியாளராக அங்கீகரிக்க வேண்டும் என முடிவானது.

முதல் ஆப்கன் போரினால் இந்தியாவுக்குச் சுமார் ஒன்றரை கோடி ரூபாய் செலவும் அதன் படையில் சுமார் 20 ஆயிரம் பேர் இழப்பும் ஏற்பட்டது.

அதைத் தொடர்ந்து ஆங்கிலேயர்கள் ஆப்கானிஸ்தானின் உள்விவகாரங்களில் தலையிடுவதில்லை என்ற அடிப்படையில் தலையிடாக் கொள்கையைப் பின்பற்றத் தொடங்கினர். 1860-களில் கிரிமியப் போரில் ரஷ்யா தோற்கடிக்கப்பட்ட தற்குப் பிறகு மத்திய ஆசியாவின் மீது தனது கவனத்தைத் திருப்பியதைப்போல, ஆப்கானிஸ்தானை ஒரு வலுவான தடுப்பு நாடாகப் பலப்படுத்தும் கொள்கையை பிரிட்டீசார் பின்பற்றத் தொடங்கினர். காபூலின் அமீருக்கு உள்ளார்ந்த போட்டியாளர்களைச் சமாளிக்கவும் அன்னிய எதிரிகளிடமிருந்து அவரது சுதந்திரத்தைப் பாதுகாக்கவும் அவர்கள்

உதவி அளித்தனர். இவ்வாறாக தலையிடாக் கொள்கையின் மூலமாகவும் அவ்வப்பொழுது உதவி செய்வதன் மூலமாகவும் அமீர் ரஷ்யாவுடன் அணி சேருவதை அவர்கள் தடுத்து நிறுத்தினர்.

1870-ம் ஆண்டுகளிலிருந்து உலகம் முழுவதும் ஏகாதிபத்திய மறுஎழுச்சி நடைபெற்று வந்தது. ஆங்கிலோ, ரஷ்ய போட்டியும் தீவிரமானது. ஆப்கானிஸ்தானை மீண்டும் ஒருமுறை நேரடிக் கட்டுப்பாட்டின்கீழ் கொண்டு வருவதன் மூலமாக மத்திய ஆசியாவில் பிரிட்டீஷ் விரிவாக்கத்துக்கு அது தளமாக அமையும் என பிரிட்டீஷ் ராஜதந்திரிகள் மீண்டும் ஒருமுறை கருதினர். ஆப்கன் ஆட்சியாளர் ஷேர் அலியின் மீது பிரிட்டீசாரின் நோக்கத்தைத் திணிக்கும் வகையில் 1878-ம் ஆண்டு ஆப்கானிஸ்தான் மீது புதிய தாக்குதல் தொடுக்கப்பட்டது. இது இரண்டாம் ஆப்கன் போர் என்றழைக்கப்பட்டது. ஷேர் அலியின் மகன் யாகுப் கான் 1879-ம் ஆண்டு மே மாதத்தில் கந்தமால் உடன்பாட்டில் கையெழுத்திட்டதைத் தொடர்ந்து அமைதி திரும்பியது. இவ்வுடன்பாட்டின்படி பிரிட்டீசார் தாம் விரும்பிய அனைத்தையும் பெற்றனர். எல்லைப்புற மாவட்டங்கள் சிலவற்றையும் காபூலில் அரசப் பிரதிநிதி ஒருவரை வைத்துக்கொள்ளும் உரிமையையும் ஆப்கானிஸ்தானின் வெளியுறவுக் கொள்கையின் மீதான கட்டுப்பாட்டையும் அவர்கள் பெற்றனர்.

ஆனால் பிரிட்டீசாரின் வெற்றி குறுகிய காலமே நீடித்தது. ஆப்கானியர்கள் தேசிய கௌரவம் பெரிதும் பாதிக்கப்பட்டதால், தமது சுதந்திரத்தைப் பாதுகாத்துக் கொள்வதற்காக மீண்டும் ஒருமுறை அவர்கள் எழுச்சியுற்றனர். 1879 - செப்டம்பர் 3- அன்று பிரிட்டீஷ் பிரதிநிதி மேஜர் காவஞரியும் அவரது இராணுவப் பாதுகாவலரும் எழுச்சியுற்ற ஆப்கன் படைகளால் தாக்கிக் கொல்லப்பட்டனர். ஆப்கன் மீது மீண்டும் படையெடுக்கப்பட்டு கைப்பற்றப்பட்டது. ஆனால் ஆப்கானியர்கள் தமது நிலையத் தொடர்ந்தனர். பிரிட்டீசார் தமது கொள்கையை மறுபரிசீலனை செய்தனர். ஒரு வலுவான நட்பு நாடான ஆப்கானிஸ்தானில்

உள்விவகாரங்களில் தலையிடாக் கொள்கைக்கு மீண்டும் திரும்பினர். தோஸ்து முகமதுவின் பேரன் அப்துல் ரகுமான் ஆப்கானிஸ்தானின் புதிய ஆட்சியாளராக அங்கீகரிக்கப் பட்டார். பிரிட்டீசாரைத் தவிர வேறெந்த ஆட்சியாளர் களுடனும் அரசியல் உறவு கொள்ள அப்துல் ர்குமான மறுத்துவிட்டார். இவ்வாறாக ஆப்கானிஸ்தானின் அமீர் தனது வெளியுறவு கொள்கையில் கட்டுப்பாட்டை இழந்தார். அந்த வகையில் அவர் ஒரு சுந்தர ஆட்சியாளராக விளங்க வில்லை. அதே சமயம் அவர் தனது நாட்டின் உள்விவகாரங் களில் முழுமையான கட்டுப்பாட்டை பராமரித்து வந்தார்.

முதலாம் உலகப் போரும் 1917-ம் ஆண்டின் ரஷ்யப் புரட்சியும் ஆங்கிலோ ஆப்கன் உறவில் புதிய நிலை மையைத் தோற்றுவித்தன. இந்நிலையில் ஆப்கானியர்கள் பிரிட்டீஷ் கட்டுப்பாட்டிலிருந்து முழு விடுதலையைக் கோரினர். அப்துல் ரகுமானைத் தொடர்ந்து 1901-ம் ஆண்டு அமீராகப் பொறுப்பேற்ற அபிபுல்லா 1919 - பிப்ரவரி - 20 அன்று படுகொலை செய்யப்பட்டார். அவரது மகனும் புதிய அமீருமான அமானுல்லா பிரிட்டீஷ் இந்தியா மீது போர்ப் பிரகடனம் செய்தார். 1921-ம் ஆண்டு உடன்பாட்டின் மூலமாக அமைதி திரும்பியது. வெளியுறவுக் கொள்கைகளில் ஆப்கானிஸ்தான் தனது சுதந்திரத்தை மீட்டெடுத்தது.

8

பிரிட்டீஷ் ஆட்சியின் பொருளாதாரத் தாக்கம்!

பிரிட்டீஷ் ஆட்சி இந்தியாவின் மீது ஆழமான பொருளாதாரப் பாதிப்பை ஏற்படுத்தியது. 1947-ம் ஆண்டு பிரிட்டீஷ் ஆட்சி வீழும் வரை அந்த ஆட்சிக்காலம் முழுவதிலும் இந்தியப் பொருளாதாரத்தின் அனைத்து அம்சங்களிலும் மாற்றங்கள் ஏற்பட்டன.

மரபுவழிப் பொருளாதாரத்தில் பாதிப்பு

பிரிட்டீஷ் ஆட்சியாளர்கள் பின்பற்றி வந்த பொருளாதாரக் கொள்கைகள் இந்தியப் பொருளாதாரத்தைக் காலனியப் பொருளாதாரமாக தீவிரமாக மாற்றியமைப்பதற்கு இட்டுச் சென்றது. அதன் இயல்பும், கட்டமைப்பும் பிரிட்டீஷ் பொருளாதாரத்தின் தேவையினால் நிர்ணயிக்கப்பட்டன. இந்த அம்சத்தில் இதற்கு முந்திய அனைத்து அன்னியர்களின் வெற்றிகளைக் காட்டிலும், பிரிட்டீசாரின் வெற்றி வேறுபட்டதாக விளங்கியது. முந்திய வெற்றியாளர்கள் இந்திய அரசியல் அதிகாரத்தில் இருந்தவர்களைத் தூக்கியெறிந்தனர். ஆனால் நாட்டின் பொருளாதாரக் கட்டமைப்பில் அடிப்படை மாற்றம் எதனையும் மேற்கொள்ளவில்லை. அவர்கள் அரசியல் ரீதியாகவும் பொருளாதார ரீதியாகவும்

படிப்படியாக இந்திய வாழ்க்கையின் ஒரு அங்கமாக மாறினர். விவசாயிகள், கைவினைஞர்கள், வர்த்தகர்கள் ஆகியோர் ஏற்கனவே வாழ்ந்த அதே நிலையிலேயே வாழ்ந்து வந்தனர். அடிப்படையான பொருளாதார முறையில் அதாவது சுயச் சார்பு கிராமப் பொருளாதாரத்தில் மாற்றம் எதுவும் இல்லை. ஆட்சி மாற்றம் என்பது விவசாயிகளின் உபரியை யார் அபகரிப்பது என்பதில் மட்டுமே ஏற்பட்டது. ஆனால் பிரிட்டீஷ் ஆட்சியாளர்கள் முழுமையாக மாறுபட்டிருந்தனர். இந்தியப் பொருளாதாரத்தின் மரபு வழிப்பட்ட கட்டமைப்பை அவர்கள் முழுமையாகச் சீர்குலைத்தனர். மேலும் அவர்கள் இந்திய வாழ்க்கை முறையுடன் ஒரு போதும் இரண்டறக் கலக்கவில்லை. அவர்கள் நிலத்தால் அன்னியர்களாகவும் இந்திய வளங்களைச் சுரண்டுபவர்களாகவும் இந்தியச் செல்வங்களைக் கப்பமாகக் கொண்டு செல்பவர்களாகவும் தொடர்ந்து இருந்து வந்தனர்.

பிரிட்டீசாரின் வர்த்தக மற்றும் தொழிற்துறை நலனுக்குத் துணைபுரியும் நிலையிலேயே இந்தியப் பொருளாதாரம் இருந்து வந்ததால் அதன் விளைவுகள் பலவாறாக வேறுபட்டிருந்தன.

கைவினைஞர்கள் வீழ்ச்சி :

உலக நாகரிகச் சந்தையில் பல நூற்றாண்டுக் காலம் புகழ் பெற்று விளங்கிய இந்திய நகர்ப்புற கைவினைஞர்களின் தொழில் திடீரென வேகமாக வீழ்ச்சியுற்றது. இயந்திரங்களால் செய்யப்பட்ட சரக்குகள் பிரிட்டனிலிருந்து மலிவான விலையில் இறக்குமதி செய்யப்பட்டதால் ஏற்பட்ட போட்டியே இத்தகைய வீழ்ச்சிக்குக் காரணமாகும். நாம் முன்னர் கண்டது போல பிரிட்டன் 1813-க்குப் பிறகு இந்தியாவின் மீது ஒரு வழி தாராள வர்த்தகக் கொள்கையைத் திணித்தது. அதைத் தொடர்ந்து பிரிட்டீஷ் உற்பத்திப் பொருட்கள் குறிப்பாக பருத்தி ஜவுளிகளின் படையெடுப்பு தொடங்கியது. ஆற்றல் மிகு நீராவி இயந்திரத்தால் பெருமளவில் உற்பத்தி செய்யப்

பட்ட சரக்குகளுடன் புராதன நுட்பங்களைக் கொண்டு உற்பத்தி செய்யப்பட்ட இந்தியச் சரக்குகளால் போட்டியில் சமாளிக்க இயலவில்லை.

இரயில்வே நிறுவப்பட்டதைத் தொடர்ந்து இந்தியாவின் தொழிற்துறை குறிப்பாகக் கிராமப்புற கைத்தொழில் துறை மிக வேகமாக வீழ்ச்சியுற்றது. நாட்டின் தொலைதூர கிராமங்களுக்கும் பிரிட்டீஷ் உற்பத்திப் பொருட்களைக் கொண்டு செல்லவும், மரபு வழியிலான தொழிற்சாலைகளைச் சிதைக்கவும் இரயில்வே உதவியது. 'தனிமைப்பட்டிருந்த தற்சார்பு கிராமங்கள் எஃகு ரயில்களால் குத்திக் கிழிக்கப் பட்டன, அதன் உயிர்ச்சத்து வெளியேற்றப்பட்டது' என அமெரிக்க எழுத்தாளர் டி.எச். புச்சானன் குறிப்பிட்டார்.

பருத்தி நெசவு மற்றும் ஸ்பின்னிங் தொழிற்சாலைகள் மிக மோசமாகப் பாதிக்கப்பட்டன. பட்டு மற்றும் கம்பளித் துணி உற்பத்தியும் பாதிப்புக்குள்ளாயின. இரும்பு, மண் பாண்டம், கண்ணாடி, காகிதம், உலோகங்கள், துப்பாக்கிகள், கப்பல் கட்டுதல், எண்ணெய்ச் சுத்திகரிப்பு, சாயத்தொழில் போன்றவற்றுக்கும் இதே கதிதான்.

அன்னியச் சரக்குகள் குவிந்ததோடு மட்டுமல்லாமல், பிரிட்டீஷ் வெற்றியினால் ஏற்பட்ட வேறு சில அம்சங் களும் இந்தியத் தொழிற்துறை அழிவுக்குக் காரணங்களாக அமைந்தன. 18-ம் நூற்றாண்டின் இரண்டாவது பாதியில் வங்காளக் கைவினைஞர்கள் மீது கிழக்கிந்தியக் கம்பெனி யும் அதன் ஊழியர்களும் தொடுத்த ஒடுக்குமுறையினால் அவர்கள் தமது சரக்குகளைச் சந்தை விலைக்கும் குறைவாக விற்கும் நிலைக்குத் தள்ளப்பட்டனர். மிகக்குறைந்த கூலிக்கு வேலைக்கு அமர்த்தப்பட்டனர். இதனால் ஏராளமானோர் தமது மூதாதையர்களின் தொழில்களைக் கைவிட வேண்டிய நிர்பந்தத்துக்கு ஆளாயினர். இந்தியக் கைத்தொழில்கள் மற்றும் அவற்றின் சரக்கு ஏற்றுமதிக்கு கம்பெனி அளித்து வந்த ஆதரவின் விளைவாக இயல்பாக பலனடைந்திருக்க வேண்டும். ஆனால் இத்தகைய ஒடுக்குமுறை நேரெதிரான விளைவையே ஏற்படுத்தியது.

18, 19-ம் நூற்றாண்டுகளில் இந்தியச் சரக்குகளை பிரிட்டனிலும், ஐரோப்பாவிலும் இறக்குமதி செய்யும்பொழுது அவற்றின் மீது விதிக்கப்பட்ட பெருமளவிலான இறக்குமதி வரிகளும், பிற தடைகளும், அத்துடன் பிரிட்டனில் வளர்ச்சி பெற்று வந்த நவீன உற்பத்தித் தொழிற்சாலைகளும் 1820-க்குப் பிறகு இந்தியப் பொருட்களுக்கு ஐரோப்பியச் சந்தைகளை முழுமையாக மூடுவதற்கு இட்டுச் சென்றன. கைவினைஞர்களின் முக்கிய நுகர்வோராக இருந்த இந்திய ஆட்சியாளர்களும், அவர்களுடைய அரசவைகளும் படிப்படியாக மறைந்து வந்ததும் இத்தொழிலுக்குப் பெரும் பாதிப்பை ஏற்படுத்தியது. உதாரணமாக இராணுவத் தளவாட உற்பத்தி முழுமையாக இந்திய அரசுகளையே சார்ந்திருந்தன. ஆங்கிலேயர்கள் இராணுவ மற்றும் அரசாங்கத்துக்குத் தேவையான அனைத்துப் பொருட்களையும் பிரிட்டனிலிருந்தே விலைக்கு வாங்கினர். மேலும் ஆளும் வர்க்க நிலையிலிருந்து இந்திய ஆட்சியாளர்களும், பிரபுக்களும் மாற்றப்பட்டு பிரிட்டீஷ் அதிகாரிகளும், இராணுவ அதிகாரிகளும் அந்நிலைக்கு வந்தபொழுது அவர்கள் தமது சொந்த நாட்டு பொருட்களுக்கே பெரும்பாலும் ஆதரவளித்து வந்தனர். இது கைத்தொழில் பொருட்களின் செலவை அதிகரித்து அன்னியச் சரக்குகளுடன் போட்டியிட முடியாத நிலையை ஏற்படுத்தியது.

இந்தியக் கைத்தொழில் அழிவு, அவற்றின் புகழ்பெற்ற உற்பத்தி மையங்களாக விளங்கிய நகர்ப்புறங்களின் அழிவில் பிரதிபலித்தது. போரின் கொடுமைகளுக்கும், கொள்ளைக்கும் ஆளாகி நிலைத்து நின்ற நகரங்களால் பிரிட்டீஷ் ஆட்சியில் நிலைத்து நிற்க இயலவில்லை. டாக்கா, சூரத், முர்ஷிதாபாத் மற்றும் மக்கள் தொகை மிகுந்த பல வளமான தொழில் மையங்களின் மக்கள் தொகை குறைந்து அழிந்தன. 19-ம் நூற்றாண்டின் இறுதியில் மொத்த மக்கள் தொகையில் நகர்ப்புற மக்கள் வெறும் பத்து சதவீதம் அளவுக்கே இருந்தனர். 'உலக வணிக வரலாறு இத்தகைய வறுமையை இதற்கு முன் கண்டதில்லை. பருத்தி நெசவாளர்களின் எலும்புகள்

இந்தியாவின் சமவெளிகளில் சிந்திக் கிடந்தன' என 1834-35-ம் ஆண்டுகளில் கவர்னர் ஜெனரல் வில்லியம் பெண்டிங் பிரபு குறிப்பிட்டார்.

இந்தியாவில் மரபு வழித் தொழில்கள் அழிந்து வந்த பொழுது பிரிட்டன், மேற்கு ஐரோப்பா போல இங்கு நவீன இயந்திரத் தொழிற்சாலைகள் வளர்ச்சி பெறவில்லை. அதன் விளைவாக அழிவுற்று வந்த கைத்தொழில் புரிவோருக்கும், கைவினைஞர்களுக்கும் மாற்று வேலைவாய்ப்பு கிடைக்கவில்லை. வேளாண்மையில் குவிவதே அவர்களுக்கு ஒரே வாய்ப்பாகும். மேலும் பிரிட்டீஷ் ஆட்சி கிராமப்புற வாழ்க்கைச் சமநிலையையும் பாதித்தது. அதன் விளைவாக கிராமப்புற சுயச்சார்பு பொருளாதார அழிவு மேலும் தீவிர மடைந்தது. கிராமப்புற கைத்தொழில் அழிவினால் நாட்டுப்புறங்களில் வேளாண்மைக்கும் உள்நாட்டுத் தொழிலுக்கும் இடையிலான ஒற்றுமை சிதைந்தது. ஒருபுறம் இலட்சக் கணக்கான விவசாயிகளுக்கு அவர்களது பகுதி நேரப் பணிகளான ஸ்பின்னிங், நெசவு போன்றவற்றின் மூலம் கிடைத்து வந்த வருவாய் பாதிக்கப்பட்டு தற்பொழுது அவர்கள் வேளாண் சாகுபடியை மட்டுமே சார்ந்திருக்க வேண்டிய நிலை ஏற்பட்டது. மறுபுறத்தில் நகர்ப்புறங்களில் லட்சக் கணக்கான கைவினைஞர்கள் விவசாயத் தொழிலாளர்களாக அல்லது சிறிய நிலங்களைக் கொண்ட சிறு குத்தகை தாரர்களாக மாறினர். நிலத்தின் மீதான பொது நெருக்கடியை அவர்கள் மேலும் அதிகரித்தனர்.

இவ்வாறு பிரிட்டீஷ் ஆட்சி நாட்டில் கைத்தொழில் முடக்கத்துக்கும், வேளாண்மையைச் சார்ந்திருக்கக் கூடிய மக்கள் தொகை அதிகரிப்புக்கும் இட்டுச் சென்றது. மக்கள் தொகைக் கணக்கெடுப்பின்படி 1901-முதல் 1941-வரையிலான காலகட்டத்தில் மட்டும் வேளாண்மையைச் சார்ந்திருந்த மக்கள் தொகை 63.7 சதவீதத்திலிருந்து 70 சதவீதமாக அதிகரித்தது. வேளாண்மையின் மீது அதிகரித்து வந்த இந்த நிர்ப்பந்தமே பிரிட்டீஷ் ஆட்சியின் கீழ் இந்தியாவில் தீவிரமாக வறுமை அதிகரித்ததற்கான முக்கியக் காரணங்களில் ஒன்றாகும்.

பிரிட்டனின் தொழிற்துறைக்குத் தேவையான மூலப் பொருட்களை உற்பத்திச் செய்து தரும் வேளாண் காலனியாக இந்தியா மாறியது என்பதே உண்மை. பருத்தி ஜவுளித் தொழிலில் இது மிகவும் வெளிப்படையாகத் தெரிந்தது. பல நூற்றாண்டு காலம் உலகின் மிகப்பெரும் பருத்திப் பொருள் ஏற்றுமதி நாடாக இநதியா இருந்த நிலை மாறி, தற்பொழுது பிரிட்டனின் பருத்திப் பொருட்களை இறக்குமதி செய்யும் நாடாகவும் கச்சாப் பருத்தியை ஏற்றுமதி செய்யும் நாடாகவும் மாறிப் போனது.

விவசாயிகளின் வறுமை நிலை :

பிரிட்டீஷ் ஆட்சியின்கீழ் விவசாயிகளும் மிகப் பெருமளவில் தரித்திர நிலைக்குத் தள்ளப்பட்டனர். உள்நாட்டுப் போர்களிலிருந்து அவர்கள் தற்பொழுது விடுபட்டிருந்த போதிலும் அவர்களது பொருளாதய நிலைமை வீழ்ச்சியுற்று வந்தது. அவர்கள் படிப்படியாக வறுமையின் பிடிக்குள் தள்ளப்பட்டனர்.

வங்காளத்தில் பிரிட்டீஷ் ஆட்சியின் தொடக்கத்தில் பெருமளவில் நிலவரியைச் சுரண்டிய கிளைவ், வாரன் ஹேஸ்டிங்ஸ் ஆகியோரது கொள்கைகளே இத்தகைய பேரழிவுக்கு இட்டுச் சென்றது. மூன்றில் ஒரு பகுதி வங்காளம் கொடிய விலங்குகள் வாழும் ஒரு காடாக மாற்றப் பட்டது என காரன்வாலிஸ் பிரபு கூட குற்றம்சாட்டியுள்ளார். பிற்காலத்திலும் முன்னேற்றம் ஏற்படவில்லை. நிரந்தரமாகவும் தற்காலிகமாகவும் ஜமீன்தாரி முறைகள் அமைந்துள்ள பகுதிகளில் பெருமளவிலான விவசாயிகள் வாழ வழியற்றவர்களாக இருந்தனர். தாங்க முடியாத அளவுக்கு வாடகைகளை அதிகரித்து வந்த ஜமீன்தார்களின் கருணைக்காக அவர்கள் ஏங்கி இருக்க வேண்டியிருந்தது. சட்டவிரோத வரிகளைச் செலுத்தவும் கட்டாயமாக உழைக்கவும் அவர்கள் நிர்ப்பந்திக்கப்பட்டனர். வேறு பல வழிகளிலும் அவர்கள் ஒடுக்கப்பட்டனர்.

ரயத்துவாரி, மகல்வாரிப் பிரதேசங்களில் இருந்த விவசாயிகளின் நிலைமையிலும் எத்தகைய முன்னேற்றமும் இல்லை. இங்கு ஜமீன்தார்களின் இடங்களை அரசாங்கம் கைப்பற்றி அதன்மீது கூடுதல் வரி விதிக்கப்பட்டது. தொடக்கத்தில் அது உற்பத்தியில் மூன்றில் ஒரு பங்கிலிருந்து இரண்டில் ஒரு பங்கு என்ற அளவுக்கு நிர்ணயிக்கப்பட்டது. 19-ஆம் நூற்றாண்டில் வேளாண்மை நலிவுற்றதற்கும், வறுமை அதிகரித்ததற்கும் நிலத்தின் மீதான கடும் வரிவிதிப்பு ஒரு முக்கிய காரணமாகும். சமகால எழுத்தாளர்கள் அதிகாரிகள் பலரும் இந்த உண்மையைக் கணக்கில் கொண்டுள்ளனர்.

உதாரணமாக 'உள்ளூர் விவசாயினாலோ, ஐரோப்பிய விவசாயினாலோ தற்போதைய வரி விகிதத்தைச் சமாளிக்க முடியாது என நான் கருதுகின்றேன். மண்ணில் மொத்த உற்பத்தியில் சரி பாதியை அரசாங்கம் கோருகிறது. வட இந்தியாவில் அரசனின் அதிகாரிகள் மத்தியில் ஒரு பொதுவான உணர்வு நிலவுவதை நான் காண்கின்றேன். அதாவது கம்பெனியின் மாகாணங்களில் விவசாயிகளின் நிலை மோசமாக உள்ளது. உள்ளூர் மாகாணங்களைவிட ஏழ்மை நிலையிலும் நம்பகமற்ற நிராதரவான நிலையிலும் உள்ளனர். சென்னையில் பொதுவாக குறிப்பிட்டால் ஏழ்மை நிலை இன்னமும் அதிக அளவுக்கு உள்ளது. எந்தவொரு உள்ளூர் இளவரசரும் நாம் நிர்ணயித்துள்ள அளவுக்கு வாடகை கோரவில்லை என்பதே உண்மை' என 1826-ம் ஆண்டு ஹெபர் பாதிரியார் குறிப்பிட்டார்.

நிலவரி ஆண்டுக்காண்டு அதிகரித்து வந்துள்ள போதிலும் 1857-58-ல் ரூ. 15.3 கோடியிலிருந்து 1936-37-ல் ரூ. 35.8 கோடியாக அதிகரித்தது. குறிப்பாக, 20-ஆம் நூற்றாண்டில் விலைகள் உயர்ந்து, உற்பத்தி பெருகிய காலத்தில், மொத்த உற்பத்தியில் நிலவரியின் பங்கு குறைந்து கொண்டு வந்தது. வருவாய் அதிகரித்த போதிலும் அதற்கேற்ப நிலவரி உயர்த்தப்படவில்லை. வேளாண் மக்கள் தொகை பெருமளவில் அதிகரித்து வந்ததன் விளைவாக பிற்காலத்தில் அவர்கள் மீது குறவைாக வரி விதித்தபோதிலும் ஆரம்ப காலத்தில்

கம்பெனி நிர்வாகத்தால் அதிக வரி கோரி வந்ததைக் காட்டிலும் இச்சுமை அதிகமாக இருந்தது. மேலும் 20-ம் நூற்றாண்டில் வேளாண் பொருளாதாரம் சீரழிவிற்கு உள்ளானது. நிலபிரபுக்கள், கந்து வட்டி பேர்வழிகள், வியாபாரிகள் ஆகியோர் கிராமங்களில் ஆழமாக ஊடுருவி வந்தனர்.

விவசாயிகளுக்குப் போதுமான வருவாய் இல்லாத நிலையில் அதிக நிலவரி விதிக்கப்பட்டதால் பெரும் பாதிப்புகளுக்கு உள்ளாயினர். வேளாண்மையை மேம்படுத்த அரசாங்கம் மிகக் குறைந்த அளவிலேயே செலவழித்து வந்தது. அது தனது வருமானம் முழுவதும் பிரிட்டீஷ் இந்தியா நிர்வாகத் தேவையை ஈடுகட்டவும் இங்கிலாந்திற்கு நேரடியாகவும் மறைமுகமாகவும் கப்பம் செலுத்தவும் பிரிட்டீஷ் வர்த்தக தொழில் நலன்களுக்குச் சேவை செய்யவுமே ஒதுக்கியது. விவசாயிகளுக்காக அல்லாமல் வியாபாரிகளுக்கும், கந்து வட்டி பேர்வழிகளுக்காகவுமே சட்டம், ஒழுங்கும் பராமரிக்கப்பட்டு வந்தன.

கூடுதல் நிலவரியை வசூலிக்க கெடுபிடி வழிமுறைகளை கையாண்டதால் அது பாதகமான விளைவுகளை ஏற்படுத்தியது. அறுவடை வழக்கத்தைவிட குறைந்தாலும் அல்லது முழுமையாகப் பொய்த்துப் போனாலும் நிர்ணயிக்கப்பட்ட தேதிக்குள் நிலவரியை முறையாகச் செலுத்த வேண்டியிருந்தது. வேளாண்மை சிறந்த காலங்களில் நிலவரி செலுத்தியதைப் போல, மோசமான காலங்களில் செலுத்துவது விவசாயிகளுக்குக் கடினமாக இருந்தது.

விவசாயினால் நிலவரி செலுத்த முடியாத பொழுது, நிலவரி பாக்கியை வசூலிக்க அரசாங்கம் அவரது நிலத்தை விற்பனை செய்ய முன்வந்தது. ஆனால் பெரும்பாலும் விவசாயிகளே தமது நிலங்களில் ஒரு பகுதியை விற்று அரசாங்கத்துக்கு வரி செலுத்தும் நடவடிக்கையை மேற்கொண்டு வந்தனர். ஏதோ ஒரு வகையில் அவர்கள் நிலத்தை இழந்து வந்தனர்.

வரி செலுத்துவதற்கென விவசாயிகள் கந்து வட்டிக் காரர்களிடம் அடிக்கடி அதிக வட்டிக்குக் கடன் வாங்கி வந்தனர். நிலத்தை ஒரேயடியாக இழந்துவிடுவதற்குப் பதிலாக கந்து வட்டிக்காரர்களிடம் அல்லது பணக்கார விவசாயி களிடம் கடன்பெற தமது நிலத்தை அடகு வைக்க விவசாயி கள் முன்வந்தனர். தமது தேவைகளை ஈடுகட்ட இயலாத நிலையில் விவசாயிகள் கந்து வட்டிக்காரர்களிடம் செல்லும் நிலைக்குத் தள்ளப்பட்டனர். ஆனால் ஒருமுறை கடன் வாங்கி விட்டால் அதிலிருந்து மீளுவது கடினமாகி விடுகிறது. தவறாகக் கணக்கு வைப்பது, போலிக் கையெழுத்திடுவது ஒருவர் பெறும் கடனைக் காட்டிலும் அதிகமான தொகைக்குக் கையெழுத்து பெறுவது போன்ற தந்திரங்களின் மூலமாக கந்துவட்டிக்காரர்கள் அதிக வட்டி விதிப்பதால் விவசாயி கள் மேலும் மேலும் கடனில் மூழ்கி இறுதியில் தமது நிலத்தை இழக்கும் நிலைக்குத் தள்ளப்பட்டு விடுகின்றனர்.

புதிய சட்டமுறையும் புதிய வரிக்கொள்கையும் கந்து வட்டிக்காரர்களுக்குப் பெரிதும் ஆதாயமளித்து வந்தன. பிரிட்டீஷ் ஆட்சிக்கு முந்திய காலகட்டத்தில் கந்துவட்டிக் காரர்கள் கிராமச் சமுதாயத்தினருக்குக் கீழ்படிந்திருந்தனர். கிராம மக்களால் முழுமையாக வெறுக்கப்படும் அளவுக்கு அவர்களது செயல்பாடு இருக்க முடியாது. உதாரணமாக அவர்கள் வட்டி விகிதத்தை அதிக அளவுக்கு நிர்ணயிக்க முடியாது. உண்மையில் வழக்கத்துக்கு ஏற்பவும், பொதுக் கருத்துக்கு உட்பட்டும் அவர்கள் வட்டி விகிதத்தை நிர்ண யித்தனர். மேலும் அவர்கள் கடன்காரர்களிடமிருந்து நிலத்தைக் கைப்பற்ற முடியாது. அதிகபட்சமாக விவசாயி களது நகைகளை அல்லது விளைச்சலில் ஒரு பகுதியை அவர்கள் எடுத்துக் கொண்டனர். நிலத்தை மாற்றுவதற்கு வகை செய்த பிரிட்டீஷ் வருவாய் முறையின் மூலம் கந்து வட்டிக்காரர்கள் அல்லது பணக்கார விவசாயிகள் நிலத்தைக் கையகப்படுத்தினர். பிரிட்டீஷ் சட்டமுறைகள் மூலமும், காவல்துறையின் மூலமும் ஏற்படுத்தப்பட்ட அமைதியும், பாதுகாப்பும் கூட ஏராளமான அதிகாரங்களைத் தமது கைவசம் வைத்திருந்த கந்து வட்டிக்காரர்களுக்கே

முதன்மையாகப் பலனளித்தது. அவர்கள் தங்கள் பணச் செல்வாக்கைப் பயன்படுத்தி பெரும் செலவாகும் சட்ட நடவடிக்கைகளைத் தமக்குச் சாதகமாகத் திருப்பவும், காவல்துறையைத் தனக்குச் சேவையாற்றவும் செய்தனர். மேலும் கல்வியறிவு பெற்ற கந்து வட்டிக்காரர்கள் அறியாமை நிலையிலிருந்த விவசாயிகளை எளிதில் ஏமாற்றி, சிக்கலான சட்ட நடவடிக்கைகளைத் திசை திருப்பி தமக்குச் சாதகமாக நீதிமன்ற முடிவுகளைப் பெற்றனர்.

ரயத்துவாரி, மகல்வாரிப் பிரதேசங்களிலிருந்த சாகுபடி யாளர்கள் மேலும் மேலும் கடனில் மூழ்கி தமது நிலங்களை கந்துவட்டிக்காரர்கள், வியாபாரிகள், பணக்கார விவசாயிகள் மற்றும் பணம் படைத்தோரிடம் படிப்படியாக இழந்து வந்தனர். ஜமீன்தாரிப் பகுதிகளிலும் இத்தகைய நடவடிக்கை தொடர்ந்தது. அங்கு குத்தகைதாரர்கள் தமது குத்தகை உரிமையை இழந்து நிலங்களிலிருந்து வெளியேற்றப்பட்டனர். அல்லது கந்து வட்டிக்காரர்களின் துணை குத்தகைதாரர் களாக மாறினர்.

பற்றாக்குறையும், பஞ்சமும் ஏற்பட்ட காலங்களில் விவ சாயிகளிடமிருந்து நிலங்கள் பறிபோகும் நிலை தீவிரமடைந் தது. கடினமான காலங்களுக்குத் தேவையான சேமிப்பு ஏது மற்ற இந்திய விவசாயிகள் தமது, பயிர் சாகுபடி பொய்த்துப் போகும் சூழ்நிலைகளில் நிலவரியாகச் செலுத்துவதற்கு மட்டுமல்லாமல், தனக்கும் தனது குடும்பத்துக்கும் உணவளிக்க வும் கூட கந்துவட்டிக்காரர்களைச் சார்ந்து நிற்கும் சூழ்நிலை ஏற்பட்டது.

19-ஆம் நூற்றாண்டின் இறுதியில், கந்து வட்டிப் பேர் வழிகள் நாட்டுப்புறங்களில் ஒரு பெரும் பாவக்காரர்களாக விளங்கினர். கிராமப்புற மக்களின் வறுமை அதிகரிப்புக்கு ஒரு முக்கியமான காரணமாயினர். 1911-ஆம் ஆண்டு மொத்த கிராமப்புற கடன் ரூ. 300 கோடி என மதிப்பிடப்பட்டது. 1937-இல் இது ரூ. 1800 கோடியாக அதிகரித்தது. ஒட்டு மொத்த நடவடிக்கையும் விஷச்சூழல் நிறைந்ததாக ஆனது. வரிச்சுமையும், வளர்ந்து வந்த வறுமையும் சாகுபடியாளர்

களைக் கடனுக்குள் தள்ளி, அது அவர்களது வறுமையை அதிகரித்தது. உண்மையில், ஏகாதிபத்தியச் சுரண்டல் நுட்பத்தின் தவிர்க்கவியலா ஒரு அம்சம்தான் கந்து வட்டிக்காரர்கள் என்பதைப் புரிந்து கொள்ளத் தவறிய சாகுபடியாளர்கள் தமது ஏழ்மை நிலைக்குக் காரணம் என கண் முன்னே தெரியும் அவர்கள் மீது தமது கோபத்தைத் திருப்பி வந்தனர். உதாரணமாக, 1857-புரட்சியின் பொழுது, விவசாயிகள் புரட்சியில் கிளர்ந்தெழுந்த இடங்களில் எல்லாம் கந்து வட்டிப் பேர்வழிகளின் மீதும், அவர்களது வரவு செலவு புத்தகங்களின் மீதுமே முதல் தாக்குதல் தொடுத்தனர்.

வேளாண்மை வணிகமயமாகி வந்ததும் கந்து வட்டியிலும் வியாபாரத்திலும் ஈடுபட்டு வந்தவர்கள் சாகுபடியாளர்களைச் சுரண்டுவதற்கு உதவியது. அரசாங்கம், நிலபிரபுக்கள், கந்து வட்டிக்காரர்கள் ஆகியோருக்கு அளிக்க வேண்டிய தொகைக்காக, ஏழை விவசாயிகள் அறுவடை முடிந்த வுடனேயே தமது தானியங்களை வந்த விலைக்கு விற்க வேண்டிய நிர்ப்பந்தத்துக்கு ஆளாயினர். இதற்கென அவர்கள் தானிய வியாபாரிகளின் கருணையைச் சார்ந்திருக்க வேண்டியிருந்தது. விலை நிர்ணயிக்கும் இடத்தில் இருந்த அவர்கள், சந்தை விலையைக் காட்டிலும் மிகவும் குறைந்த விலைக்கு அவர்களது தானியங்களை வாங்கினர். இவ்வாறு அதிகரித்து வந்து வேளாண் பொருள் வர்த்தகத்தின் மூலம் இலாபத்தில் பெரும் பகுதியை வியாபாரிகளே அனுபவித்து வந்தனர். அவர்களே கிராமப்புற கந்து வட்டிக்காரர்களாகவும் விளங்கினர்.

தொழில்கள் அழிக்கப்பட்டதாலும், நவீனத் தொழிற்சாலைகள் இல்லாததாலும் நிலங்கள் இழப்பும், நிலத்தைச் சார்ந்த மக்கள் தொகை அதிகரிப்பும் நிலமற்ற விவசாயிகளையும், அழிவுக்குள்ளான கைவினைஞர்களையும், கைத்தொழில் புரிவோரையும் கந்து வட்டிக்காரர்கள், ஜமீன்தார்கள் ஆகியோர்களிடம் அதிக குத்தகை செலுத்தும் குத்தகையாளர்களாக அல்லது மிகக்குறைந்த கூலிக்கு வேலை செய்யும் விவசாயத் தொழிலாளர்களாக இருக்கும் நிலைக்குத்

தள்ளியது. இவ்வாறு விவசாயிகள், அரசாங்கம், ஜமீன்தார் அல்லது நிலபிரபு, கந்துவட்டிக்காரர்கள் ஆகிய மூவராலும் கசக்கிப் பிழியப்பட்டனர். இம்மூவரும் தத்தமக்குரிய பங்கை எடுத்துக்கொண்டு விட்டபிறகு சாகுபடியாளர்களும் அவர்களது குடும்பமும் அடிப்படை வாழ்க்கைக்கே திண்டாடினர். 1950-51-ல் நில வாடகையாகவும், கந்து வட்டிக்காரர்களுக்கு வட்டியாகவும் செலுத்தப்பட்ட தொகை ரூ. 1400 கோடி அல்லது அவ்வாண்டில் மொத்த உற்பத்தியில் சுமார் மூன்றில் ஒரு பங்காக இருந்தது எனக் கணக்கிடப்பட்டுள்ளது. இதன் விளைவாக விவசாயிகளின் வறுமை அதிகரித்து வந்ததோடு பட்டினிச் சாவுகளும் ஏற்பட்டன. வறட்சி அல்லது வெள்ளச் சேதம் ஏற்பட்ட சமயங்களில் விளைச்சல் பொய்த்து உற்பத்திப் பொருட்களுக்கு பற்றாக்குறை ஏற்பட்டதால் இலட்சக்கணக்கானோர் மாண்டனர்.

பழைய ஜமீன்தார்களின் அழிவும், புதிய ஜமீன்தார்களின் எழுச்சியும் :

பிரிட்டீஷ் ஆட்சியின் தொடக்க ஆண்டுகளில் வங்காளத்திலும் சென்னையிலும் ஜமீன்தார்கள் பெருமளவில் அழிவுக்குள்ளாயினர். அதிக விலை கோருபவருக்கு நிலவரி வசூலிக்கும் உரிமையை அளிக்கும் வாரன் ஹேஸ்டிங்கின் கொள்கையே இதற்கு காரணமாகும். 1793-ம் ஆண்டின் நிரந்தர நிலவரித் திட்டமும் தொடக்கத்தில் இத்தகைய விளைவையே உண்டாக்கியது. நிலவரிச் சுமை 11-ல் 10 பங்கை வாடகையாக அரசாங்கம் கோரியது. கெடுபிடி வசூல் சட்டம் போன்றவை காரணமாக வரி செலுத்த காலதாமதமாகும் நிலைகளில் ஜமீன்தாரி நிலங்கள் ஈவிரக்கமின்றி விற்கப்பட்டதால் முதல் சில ஆண்டுகளில் பெரும் பாதிப்பை ஏற்படுத்தின. வங்காளத்தில் பெரும் ஜமீன்தார்கள் பலர் முழுமையாக அழிந்தனர். அவர்களது ஜமீன்தாரி உரிமையை விற்கும் நிர்ப்பந்தத்துக்கு ஆளாயினர். 1815-ல் வங்காளத்தில் பழைய ஜமீன்தார்களிடம் இருந்து வந்த சொத்துடமைகளில் கிட்டத்தட்ட

சரிபாதி கைமாறியது. கிராமப்புறங்களில் வசித்து வந்த பழைய ஜமீன்தார்கள், பொதுவாக நகர்ப்புறங்களில் வசித்து வந்த வியாபாரிகள் மற்றும் பிற பணவசதி படைத்த புதிய ஜமீன்தார் வர்க்கத்தினரைப் போல அல்லாமல் தங்களது கருணை குத்தகைதாரர்களிடம் ஓரளவு கருணை காட்டும் மரபைக் கொண்டிருந்தனர். ஆனால் புதிய ஜமீன்தார்கள் குத்தகையாளர்கள் எத்தகைய சிரமங்களை அனுபவித்து வந்தபோதிலும், கொஞ்சமும் ஈவிரக்கமின்றி முழுமையாக வசூலித்து வந்தனர். மோசமான, ஈவிரக்கமற்ற குத்தகைதாரர் களிடத்தில் சிறிதும் கருணையற்ற அவர்கள் குத்தகைதாரர் களை கடும் குத்தகை அளிக்க வலியுறுத்தியதோடு அவர் களை நிலத்தைவிட்டு வெளியேற்றவும் தொடங்கினர்.

வடசென்னையில் இருந்த நிரந்த நிலவரித் திட்டமும், உத்தரப் பிரதேசத்தில் இருந்த தற்காலிக ஜமீன்தாரி முறையும் உள்ளூர் ஜமீன்தார்களை ஒடுக்குவதில் ஒன்று போலவே விளங்கின.

ஆனால் ஜமீன்தார்களின் நிலையில் விரைவில் தீவிர முன்னேற்றம் ஏற்பட்டது. ஜமீன்தார்கள் நிலவரியை உரிய காலத்தில் செலுத்த வகை செய்வதற்காக, குத்தகைதாரர்களின் பாரம்பரிய உரிமைக்கு முடிவு கட்டுவதன்மூலம், அவர்கள் மீதான ஜமீன்தார்களின் அதிகாரத்தை ஆட்சியாளர்கள் அதிகரித்தனர். இதனால் ஜமீன்தார்கள் வாடகையை மிக அதிகபட்சமாக அதைத் தொடர்ந்து அவர்களது வளமும் பெரிதும் அதிகரித்தது.

ரயத்துவாரி முறையைக் கொண்டுள்ள பகுதிகளிலும் நிலபிரபு, குத்தகைதாரர் உறவுகள் நிதானமாகப் பரவின. நாம் மேலே கண்டது போல குத்தகை சாகுபடியாளர்களின் வசமிருந்த நிலங்கள் மேலும் மேலும் கந்து வட்டிக்காரர்கள், வியாபாரிகள், பணக்கார விவசாயிகள் ஆகியோரின் கை களுக்குச் சென்று சேர்ந்தன. தொழில் சாலையில் அவர்களது மூலதனத்தை முதலீடு செய்வதற்கான வாய்ப்பு இல்லாத தனாலேயே இந்திய பணக்கார வர்க்கத்தினர் நிலங்களை வாங்கிக் குவித்து நிலபிரபுக்களாவதில் ஆர்வம் காட்டினர்.

இத்தகைய துணைக் குத்தகை மூலமாக நிலபிரபுத்துவம் வேகமாகப் பரவியது. நிலத்தின் மீது நிரந்தர உரிமை கொண்டிருந்த சொந்த சாகுபடியாளர்களும் குத்தகைதாரர்களும் நிலங்களை தாமே சாகுபடி செய்வதைக் காட்டிலும் நிலப் பசி கொண்ட குத்தகைதாரர்களுக்கு அதிக வாடகை நிர்ணயித்து வாரத்திற்கு விடுவதை மிகவும் வசதியானதாகக் கருதினர். உரிய காலத்திற்குள் ஜமீன்தார் பகுதிகளில் மட்டுமல்லாமல், ரயத்துவாரிப் பகுதிகளிலும் நிலபிரபுத்துவம் வேளாண் உறவுகளில் முக்கியத் தன்மைகளில் ஒன்றாக மாறியது.

நிலபிரபுத்துவம் பரவியதை ஒட்டி வளர்ச்சியுற்ற இடைத்தரகர் முறை குறிப்பிடததக்க ஒரு அம்சமாகும். பொதுவாக பாதுகாப்பற்ற நிலையில் சாகுபடியில் ஈடுபட்டு வந்த குத்தகைதாரர்களும், நிலத்தைச் சார்ந்திருந்த மக்கள் தொகை அதிகரிப்பின் காரணமாக நிலத்தைக் கைப்பற்றுவதில் குத்தகைதாரர்களிடையே ஒவ்வொருவருக்கிடையிலும் போட்டி நிலவியதன் விளைவாக நிலவாடகை அதிகரித்து வந்தது. ஜமீன்தார்களும் மற்ற புதிய நிலபிரபுக்களும் நிலவாடகை வசூலிக்கும் உரிமையை பிற ஆர்வமுள்ள நபர்களிடம் இலாபகரமான துணை குத்தகைக்கு அளிப்பதை வசதியாகக் கருதினர். ஆனால், வாடகை அதிகரித்தபொழுது நிலத்தின் துணை குத்தகைதாரர்கள் நிலத்தின் மீதான தமது உரிமையை அவர்களும் துணை குத்தகைக்கு விட்டனர். இவ்வாறு தொடர் நடவடிக்கையின் மூலம் உண்மையான சாகுபடியாளர்களுக்கும், அரசாங்கத்துக்கும் இடையில் ஏராளமான இடைத்தரகர்கள் உருவாயினர். வங்காளத்தில் அவர்களின் எண்ணிக்கை ஐம்பதாக அதிகரித்தது. ஆதரவற்ற நிலையில் குத்தகை சாகுபடியில் ஈடுபட்டு வந்தவர்கள் உயர்மட்டத்திலிருந்த நிலபிரபுக்களின் சுமையைத் தாங்குவது கற்பனைக்கு அப்பாற்பட்டதாக இருந்தது. அவர்களில் பலர் அடிமைகளைப் போல வாழ்ந்தனர்.

ஜமீன்தார்களும், நிலபிரபுக்களும் வளர்ச்சி பெற்று வந்ததன் மோசமான விளைவு இந்திய விடுதலைப் போராட்

டத்தில் அவர்கள் வகித்த அரசியல் பாத்திரமாகும். பாது காக்கப்பட்ட அரசுகளின் அரசர் இணைந்து நின்று அவர்களில் பலர் அன்னிய ஆட்சியாளர்களின் முதன்மையான ஆதரவாளர்களாகவும், தேசிய இயக்கத்தின் எழுச்சியை எதிர்ப்பவர்களாகவும் இருந்தனர். தமது இருப்புக்கு பிரிட்டீஷ் ஆட்சியே காரணம் எனக்கருதிய அவர்கள் அதனைத் தக்க வைக்கவும் தொடரவும் கடினமாகப் பாடுபட்டனர்.

வேளாண்மையில் தேக்கமும் வீழ்ச்சியும் :

வேளாண் மக்கள் தொகை அதிகரிப்பு, கூடுதல் நில வரி, நிலபிரபுத்துவ வளர்ச்சி, கடன் அதிகரிப்பு சாகுபடி யாளர்களின் வறுமை நிலை போன்றவற்றின் விளைவாக இந்திய வேளாண்மை தேக்கத்துக்கு உள்ளாகி, மிகக்குறைந்த விளைச்சல் காரணமாக வேளாண்மையில் வீழ்ச்சியும் ஏற்பட்டது. 1901-க்கும் 1939-க்கும் இடைப்பட்ட காலத்தில் ஒட்டுமொத்த வேளாண் உற்பத்தியில் 14 சதவீதம் வீழ்ச்சி ஏற்பட்டது.

வேளாண் மக்கள் தொகையும், இடைத்தரகர் முறை அதிகரித்து வந்ததும் நிலம் சிறு சிறு துண்டுகளாகப் பிரிக்கப் படுவதற்கு இட்டுச் சென்றது. அவற்றில் பெரும்பாலான வற்றைச் சாகுபடியாளர்களால் பராமரித்து வர இயல வில்லை. பெரும்பான்மையான விவசாயிகள் வறுமையின் பிடியில் சிக்கித் தவித்து வந்ததால் சிறந்த கால்நடைகள், விதைகள், கூடுதல் எரு, உரங்கள் வளர்ந்த தொழில்நுட்பங் கள் போன்றவற்றைப் பயன்படுத்த எவ்வித மூலாதாரமும் இன்றி இருந்தனர். சாகுபடியாளர்களுக்கு அதிக குத்தகைக்கு நிலம் அளித்துள்ள அரசாங்கமோ, நிலபிரபுவோ எத்தகைய ஊக்கமும் அளிப்பதில்லை. ஏனெனில் சாகுபடி செய்யப் படும் நிலம் பெரும்பாலும் அவர்களுக்குச் சொந்தமாக இல்லாத நிலையில், வேளாண் வளர்ச்சியில் பலன் முழுவதும் மறைமுகமாக நிலபிரபுக்களுக்கும் கந்து வட்டிக்காரர்களுக் குமே சென்று சேர்ந்தது. நிலத்தைப் பராமரிப்பதும் கூறு போடுவதும் கூட வளர்ச்சிக்குத் தடையாக இருந்தன.

இங்கிலாந்திலும், பிற ஐரோப்பிய நாடுகளிலும் பணக்கார நிலப்பிரபுக்கள், அதிகரிக்கும் வருமானத்தில் பங்கு பெறுவதற்காக உற்பத்தி திறனை மேம்படுத்த அவர்களது நிலங்களில் மூலதனத்தை முதலீடு செய்கின்றனர். ஆனால் இந்தியாவில் பழைய மற்றும் புதிய மறைமுறை நிலபிரபுத்துவம் பயனுள்ள செயல் எவற்றையும் மேற்கொள்வதில்லை. வெறும் வாடகை பெறுபவர்களாக உள்ள அவர்கள் நிலத்தில் எவ்விதத்திலும் வேர் கொள்ளாத நிலையில் வாடகையை வசூலிப்பதற்கும் மேலாக நிலத்தின் மீது எவ்வித ஆர்வமும் காட்டுவதிலலை. ஆகவே நிலங்களில் முதலீடு போடுவதற்கு பதிலாக அவர்கள் குத்தகைதாரர்களை ஓட்டச் சுரண்டுவதன் மூலமே தமது வருமானத்தைப் பெருக்கிக் கொள்வது சாத்தியம் என உணர்ந்து அதனையே பின்பற்றினர்.

வேளாண் வளர்ச்சிக்கும், நவீனப்படுத்துதலுக்கும் அரசாங்கம் உதவி செய்திருக்க வேண்டும். ஆனால், அத்தகைய பொறுப்பு எதனையும் ஏற்காமல் அரசாங்கம் தட்டிக் கழித்துவிட்டது. விவசாயிகளின் தோள்களில் பெரும் வரிச் சுமையைச் சுமத்தும் அதே சமயம் அவர்களுக்கு மிகச் சொற்ப அளவுக்கே செலவு செய்வது என்பதே பிரிட்டீஷ் இந்திய நிதிமுறையின் ஒரு குணாம்சமாக இருந்தது. விவசாயிகளையும் வேளாண்மையையும் புறக்கணித்ததற்கு, பொதுப் பணிகளிலும் வேளாண் வளர்ச்சியிலும் அவர்கள் காட்டிய மாற்றாந்தாய் மனப்போக்கே சான்றாகும். பிரிட்டீஷ் வியாபார நலனுக்கு உதவி புரியக்கூடிய இரயில்வேக்கு 1905-ம் ஆண்டு வரை ரூ. 360 கோடி செலவழிக்க இந்திய அரசாங்கம், அதே காலகட்டத்தில் இலட்சக்கணக்கான இந்தியச் சாகுபடியாளர்களுக்கு உதவும் நீர்ப்பாசனத்துக்கென வெறும் ரூ. 50 கோடியை மட்டுமே செலவழித்தது.

உலகம் முழுவதும் வேளாண்மை நவீனப்படுத்தப் பட்டு, புரட்சிகரமயமாக்கப்பட்ட அதே சமயம், இந்திய வேளாண்மை தொழில்நுட்ப ரீதியாக தேக்கத்துக்குள்ளாகி, எவ்வித நவீன எந்திரங்களும் பயன்படுத்தப்படாமல் இருந்தது. பயன்படுத்தப்பட்டு வந்த சாதாரணக் கருவிகளும்

பல நூற்றாண்டுகள் பழமை வாய்ந்தவைகளாகும். உதாரண மாக, 1951-ம் ஆண்டு 9.3 லட்சம் இரும்புக் கலப்பைகள் மட்டுமே பயன்படுத்தப்பட்டு வந்தன. அதே சமயம் 3.18 கோடி மரக்கலப்பைகள் அவ்வாண்டு பயன்படுத்தப்பட்டன. கனிம உரங்களைப் பயன்படுத்துவதைப் பற்றி அறியாமல் இருந்த அதே சமயம் மாட்டுச் சாணம், மனிதக் கழிவு, கால் நடைகளின் எலும்புகள் போன்றவையும் வீணடிக்கப் பட்டன. 1922-23-ல் மொத்த சாகுபடி நிலங்களில் 1.9 சதவீதத்தில் மட்டுமே மேம்படுத்தப்பட்ட விதைகள் பயன் படுத்தப்பட்டு வந்தன. 1938-39-ல் இவை 11 சதவீதம் அள வுக்கே அதிகரித்தன. மேலும் வேளாண் கல்வி முழுமை யாகப் புறக்கணிக்கப்பட்டது. 1939-ல் 1306 மாணவர்களைக் கொண்ட ஆறு வேளாண் கல்லூரிகள் மட்டுமே நாடு முழுமையும் இருந்தன. வங்காளம், பீகார், ஒரிசா மற்றும் சிந்துவில் ஒரு கல்லூரி கூட இல்லை. விவசாயிகள் சுயக் கல்வியின் மூலமும் முன்னேறவில்லை. கிராமப்புறங்களில் அடிப்படைக் கல்வி பரவலாக்கப்படவில்லை.

நவீன தொழிற்சாலைகளின் வளர்ச்சி :

இந்தியாவில் 19-ம் நூற்றாண்டின் இரண்டாவது பாதி யில் இயந்திர அடிப்படையிலான பெரிய தொழிற்சாலை கள் நிறுவப்பட்டது ஒரு முக்கியமான வளர்ச்சிப் போக் காகும். 1850-களில் பருத்தி ஜவுளி, சணல் நிலக்கரிச் சுரங்கத் தொழிற்சாலைகள் தொடங்கப்பட்டதைத் தொடர்ந்து எந்திரயுகம் துவங்கியது. 1853-ம் ஆண்டு பம்பாயில் கவாஸ்ஜி நானாபாயினால் முதலாவது ஜவுளி மில்லும், 1855-ம் ஆண்டு ரிஷ்ராவில் (வங்காளம்) முதலாவது சணல் மில்லும் தொடங்கப்பட்டன. இத்தொழிற்சாலைகள் நிதானமாக வும், தொடர்ச்சியாகவும் விரிவுபடுத்தப்பட்டு வந்தன. 1879-ம் ஆண்டு நாடு முழுமையிலும் இருந்த 56 பருத்தி ஜவுளி மில் களில் 43 ஆயிரம் பேர் பணிபுரிந்தனர். 1882-ம் ஆண்டில் 20 சணல் மில்கள் இருந்தன. அவற்றில் பெரும்பாலானவை

வங்காளத்தில் இருந்தன. அவை சுமார் 20 ஆயிரம் பேருக்கு வேலை வாய்ப்பளித்தன. 1905-ம் ஆண்டில் இந்தியாவில் இருந்த 206 பருத்தி மில்களில் 1.96 லட்சம் பேர் பணியாற்றினர். 1901-ம் ஆண்டில் 306 சணல் மில்களில் சுமார் 1.15 லட்சம் பேருக்கு வேலை செய்து வந்தனர். 1906-ல் நிலக்கரிச் சுரங்கத் தொழிலில் சுமார் 1 லட்சம் பேர் வேலையில் இருந்தனர். 19-ம் நூற்றாண்டின் இறுதியிலும், 20-ம் நூற்றாண்டின் முற்பகுதியிலும் பருத்தி நெசவு, அரிசி, மாவு, மரம், தோல் சாயம், கம்பளி, சர்க்கரை ஆலை, இரும்பு, எஃகு ஆலைப் பணிகள், உப்பு, மைகா, வெடியுப்பு போன்ற கனிமத் தொழிற்சாலைகள் தொடங்கப்பட்டன. சிமெண்ட், காகிதம், தீப்பெட்டி, சர்க்கரை, கண்ணாடி போன்ற தொழிற்சாலைகள் 1930-களில் தொடங்கப்பட்டன. ஆனால் இத்தொழிற்சாலைகள் மிகமிகக் குறைந்த அளவிலேயே பெற்றன.

பெரும்பாலான நவீன இந்திய தொழிற்சாலைகள் பிரிட்டீஷ் மூலதனத்தால் நிர்வகிக்கப்பட்டு அல்லது கட்டுப்படுத்தப்பட்டு வந்தன. அதிக இலாப வாய்ப்பு என்ற அடிப்படையில் அன்னிய முதலாளிகள் இந்திய தொழிற்சாலையினால் கவரப்பட்டனர். மிகக்குறைந்த கூலிக்கு ஆட்களும் மூலப்பொருட்கள் தயார் நிலையிலும் எளிதாகவும் கிடைத்தன. பல பொருட்களுக்கு இந்தியாவிலும் அண்டை நாடுகளிலும் சந்தை தயார் நிலையில் இருந்தன. தேயிலை, சணல், மாங்கனீஸ் போன்ற இந்தியப் பொருட்களுக்கு உலகம் முழுவதும் கிராக்கி இருந்தது. மறுபுறத்தில், உள்நாட்டில் லாபம் தரும் முதலீட்டு வாய்ப்புகள் கிடைப்பதில்லை. அதே சமயம் காலனிய அரசாங்கமும், அதிகாரிகளும் அனைத்து உதவிகளையும் சலுகைகளையும் அளிக்க முன்வந்தனர்.

பல்வேறு தொழிற்சாலைகளில் இந்திய மூலதனத்தைக் காட்டிலும் அன்னிய மூலதனத்தின் அளவு எளிதில் பெருகியது. ஆரம்பத்திலிருந்து பருத்தி ஜவுளித் தொழிலில் மட்டும் இந்தியர்களின் பங்கு அதிகமாக இருந்தது. 1930-களில் இந்தியர்களால் சர்க்கரை ஆலைகள் உருவாக்கப்பட்டன.

பிரிட்டீஷ் நிர்வாக அமைப்புகளையும், பிரிட்டீஷ் வங்கி களையும் எதிர்த்து இந்திய முதலாளிகள் ஆரம்பத்திலிருந்தே போராடி வந்துள்ளனர். ஒரு நிறுவனத்தில் இந்திய வியா பாரிகள் நுழைய வேண்டுமெனில் அத்துறையில் ஏற்கெனவே ஆதிக்கம் செலுத்திவரும் பிரிட்டீஷ் நிர்வாக அமைப்புக்கு இவர்கள் வளைந்து கொடுக்க வேண்டியிருந்தது. இந்தியர் கள் நிர்வகித்து வந்த தொழிற்சாலைகளில்கூட அன்னியர் களுக்குச் சொந்தமான அல்லது கட்டுப்பாட்டிலுள்ள நிர்வாக அமைப்பின் கட்டுப்பாடு இருந்தது. பிரிட்டீஷ் நிதியாளர் களின் மேலாதிக்கத்திலிருந்த பெரும்பாலான வங்கிகளி லிருந்து இந்தியர்கள் கடன் பெறுவதும் சிரமமாக இருந்தது. கடன் கிடைத்தாலும் அவர்கள் அதற்குக் கூடுதல் வட்டி செலுத்த வேண்டியிருந்தது. அதே சமயம் அன்னியர்களுக்குக் குறைந்த வட்டியில் கடன் கிடைத்தது. இந்தியர்கள் படிப் படியாக தமது சொந்த வங்கிகளையும், காப்பீட்டு நிறுவனங் களையும் உருவாக்கத் தொடங்கினர். 1914-ல் இந்தியாவில் அனைத்து வங்கிகளிலும் இருந்த வைப்புத் தொகைகளில் 70 சதவீதத்தை அன்னிய வங்கிகள் கொண்டிருந்தன. 1937-ல் இந்த பங்கு 57 சதவீதமாகக் குறைந்தது.

இந்தியாவிலிருந்த பிரிட்டீஷ் நிறுவனங்கள் தங்களுக்கு இயந்திரங்கள் கருவிகள் ஆகியவற்றை அளித்து வந்த பிரிட்டீஷ் அமைப்புகள் கப்பல் கட்டும் நிறுவனங்கள், காப்பீட்டு நிறுவனங்கள், சந்தை முகாமைகள் அரசாங்க அதிகாரிகள் மற்றும் அரசியல் தலைவர்கள் ஆகியோருடன் இருந்த நெருங்கிய தொடர்பின் காரணமாக இந்திய பொருளாதார வாழ்க்கையில் தனது மேலாதிக்கத்தைப் பராமரித்தது. மேலும், அரசாங்கமானது இந்திய மூலதனத்துக்கு மாறாக, அன்னிய மூலதனத்துக்கே சலுகை காட்டும் உணர்வுபூர்வமாக கொள்கையைப் பின்பற்றி வந்தது.

அரசாங்கத்தின் இரயில்வே கொள்கையும் இந்திய நிறுவனங்களுக்குப் பாதமாகவே இருந்தன. உள்நாட்டுப் பொருட்களின் வர்த்தகத்தை அழிக்கும் வகையில் அன்னியப் பொருட்களின் இறக்குமதிக்கு ஆதரவாக இரயில்வே சரக்குக்

கட்டணங்கள் இருந்தன. இறக்குமதி செய்யப்பட்ட சரக்கு களை விநியோகிப்பதைக் காட்டிலும் இந்தியப் பொருட் களை விநியோகிப்பது செலவு மிக்கதாக இருந்தது.

பலமான அல்லது மூலதனச் சரக்குகளுக்கான தொழிற் சாலைகள் முழுமையாக இல்லாதது இந்தியத் தொழிற் துறை முன்முயற்சியில் ஒரு பெரும் பலவீனமாகும். அது இல்லாமல் தீவிர, சுயேட்சையான தொழிற்சாலைகள் வளர்ச்சி சாத்தியமில்லை. இரும்பு, எஃகு அல்லது இந்திய உற்பத்தி போன்றவற்றுக்கான பெரிய தொழிற்சாலைகள் எதுவும் இந்தியாவிடம் இல்லை. எஞ்ஜினியரிங் தொழிற் சாலைகளை வெகு சில சிறிய பழுது பார்க்கும் பட்டறைகளும், சில இரும்பு மற்றும் வெண்கலத் தயாரிப்புக் கலங்கள் உலோகத் தொழிற்சாலைகளும் பிரதிநிதித்துவப்படுத்து பவைகளாக இருந்தன. 1931-ல் தான் இந்தியாவில் முதலாவது எஃகு உற்பத்தி நடைபெற்றது. இவ்வாறு இந்தியா எஃகு, உலோகம், இயந்திரம், இரசாயனம், எண்ணெய் போன்ற அடிப்படைத் தொழில்களில் பின்தங்கியிருந்தது. மின் உற்பத்தியிலும் இந்தியா பின்தங்கியே இருந்தது.

இயந்திர அடிப்படையிலான தொழிற்சாலைகளுக்கு அப்பால் 19-ம் நூற்றாண்டில் அவுரி, தேயிலை, காஃபி போன்ற தோட்டத் தொழிலும் வளர்ச்சியுற்றது. அவை முழுமையாக ஐரோப்பியர்கள் வசமிருந்தன. ஜவுளி உற்பத்தி யில் சாயமிடுவதற்கு அவுரி பயன்படுத்தப்பட்டது. 18-ம் நூற் றாண்டின் இறுதியில் இந்தியாவில் அறிமுகப்படுத்தப்பட்ட அவுரி வங்காளத்திலும் பீகாரிலும் நன்கு பயிரிடப்பட்டன. விவசாயிகளை அவுரி பயிரிட நிர்ப்பந்தப்படுத்தி ஒடுக்கும் உரிமையை அவுரித் தோட்ட முதலாளிகள் கொண்டிருந் தனர். இத்தகைய ஒடுக்குமுறையை புகழ்மிக்க வங்காள எழுத்தாளர் தீபைந்து மித்ரா 1860-ம் ஆண்டு தனது 'நீல் தர்பன்' என்ற நாடகத்தில் அழுத்தமாகப் பதிவு செய்துள் ளார். செயற்கைச் சாயம் கண்டுபிடிக்கப்பட்டதன் மூலம் அவுரித் தொழிற்சாலை நெருக்கடிக்கு உள்ளானது. படிப் படியாக அது வீழ்ச்சியுற்றது. 1850-க்குப் பிறகு அசாம்,

வங்காளம், தென்னிந்தியா, இமாச்சலப் பிரதேசத்தின் மலைப் பகுதிகளில் தேயிலைத் தொழிற்சாலை வளர்ச்சி பெற்றது. அது அன்னிய நிறுவனமாக இருந்ததால் அதற்குத் தேவை யான வாடகை இல்லா நிலம் மற்றும் பிற வசதிகளை அர் சாங்கம் செய்து கொடுத்தது. இந்தியா முழுமையிலும் தேயிலையைப் பயன்படுத்தும் பழக்கம் விரைந்து பரவியது. ஏற்றுமதியிலும் இது ஒரு முக்கியமான சரக்காக ஆனது. இக்காலகட்டத்தில் தென்னிந்தியாவில் காபி தோட்டங்கள் வளர்க்கப்பட்டன.

தோட்டங்களாலும், அன்னியர்களால் நிர்வகிக்கப்பட்டு வந்த பிற தொழிற்சாலைகளிலும் இந்திய மக்களுக்கு எவ்வித பலனும் கிட்டவில்லை. அவர்களது இலாபம் நாட்டை விட்டுச் சென்றது. அவர்களது சம்பளத்தில் பெரும்பகுதி, உயர்ந்த சம்பளம் அளிக்கப்பட்டு வந்த அன்னிய ஊழியர்களுக் காகச் செலவழிக்கப்பட்டது. அவர்களுக்குத் தேவையான பெரும்பாலான கருவிகளை வெளியிலிருந்து அவர்கள் விளங் கினர். அவர்களது ஊழியர்களில் பெரும்பாலானோர் அன்னி யர்களாக இருந்தனர். அவர்களது உற்பத்திப் பொருட்களில் பெரும்பாலானவை அன்னியச் சந்தைகளில் விற்கப்பட்டு, அவற்றிலிருந்து கிடைத்த அன்னியச் செலவாணியை ஆங்கி லேயர்கள் பயன்படுத்தி வந்தனர். இத்தொழிற்சாலைகளின் மூலம் இந்தியர்களுக்குக் கிடைத்த ஒரே அம்சம் திறன் குறைந்த வேலைவாய்ப்பு மட்டுமே. இந்நிறுவனங்களில் பணியாற்றிய பெரும்பாலான தொழிலாளர்களுக்கு மிகக் குறைந்த சம்பளமே அளிக்கப்பட்டு வந்தது. மிகவும் மோச மான நிலைமைகளில் வெகு நீண்ட நேரம் உழைக்க வேண்டி யிருந்தது. மேலும் தோட்டங்களில பணிபுரிந்தோரின் நிலை அடிமைகளைப் போல இருந்தது.

ஒட்டுமொத்தத்தில், இந்தியத் தொழில்துறை வளர்ச்சி மிகமிக நிதானமாகவும், சிரமமானதாகவும் இருந்தது. 19-ம் நூற்றாண்டில் அவை பெரும்பாலும் பருத்தி, சணல் தொழிற் சாலைகளாகவும் தேயிலைத் தோட்டங்களாகவும் 1930-களில் சர்க்கரை, சிமெண்ட் ஆலைகளாகவும் இருந்தன.

1946-இறுதியில் தொழிற்சாலைகளில் பணிபுரிந்த மொத்த தொழிலாளர்களில் 40 சதவீதம் பேர் பருத்தி, சணல் ஜவுளியில் இருந்து வந்தனர். உற்பத்தி மற்றும் வேலைவாய்ப்பு என்ற வகையில் கணக்கிட்டால் இந்தியாவின் நவீன தொழிற்துறை வளர்ச்சியானது பிற நாடுகளின் தொழிற்துறை வளர்ச்சியுடன் ஒப்பிடக்கூடிய நிலையிலோ அல்லது இந்தியாவின் பொருளாதாரத் தேவைகளைப் பூர்த்தி செய்யக்கூடிய வகையிலோ இல்லை. உண்மையில் உள்நாட்டில் கைத்தொழிலில் ஈடுபட்டிருந்தோரை வெளியேற்றிய இடத்தில் அவர்களை ஈடுகட்டும் அளவுக்குக் கூட அது இல்லை. வறுமை, நிலத்தை சார்ந்திருக்கும் அளவுக்கு அது இல்லை. 1951-ல் இருந்து வந்த 35.7 கோடி மக்கள் தொகையில் 23 லட்சம் பேர் மட்டுமே நவீனத் தொழில் நிறுவனங்களில் பணிபுரிந்து வந்தனர் என்பதிலிருந்து இந்தியத் தொழில்மயமாக்கல் புறக்கணிக்கத் தக்க அளவுக்கு இருந்தது வந்தது என்பது விளங்குகிறது. மேலும், 1858-க்குப் பிறகு நகர்ப்புற மற்றும் கிராமப்புற கைத்தொழில்கள் அழிந்து வீழ்ச்சியுறுவது தொடர்ந்து தீவிரமடைந்து வந்தது. மக்கள் தொகை 40% அதிகரித்த போதிலும் பதப்படுத்துதல் மற்றும் உற்பத்தித் துறையில் ஈடுபட்டிருந்தோரின் எண்ணிக்கை 1901-ல் 1.03 கோடியிலிருந்து 1951-ல் 88 லட்சமாகக் குறைந்ததாக திட்டக்குழு மதிப்பிட்டுள்ளது. பழைய உள்நாட்டு தொழிற்சாலைகளைப் பாதுகாத்திட மறுவாழ்வளித்திட திருத்தி அமைத்து நவீனப்படுத்திட அரசாங்கம் எவ்வித முயற்சியும் எடுக்கவில்லை.

மேலும், நவீன தொழிற்சாலைகளும்கூட அரசாங்கத்தின் உதவி இன்றியும், பிரிட்டீஷ் கொள்கைகளை எதிர்த்தும் வளர வேண்டியிருந்தது. இந்திய ஜவுளித் தொழிலையும், மற்ற தொழிற்சாலைகளையும் தமக்குப் போட்டியாளர்களாகக் கருதிய பிரிட்டீஷ் உற்பத்தியாளர்கள், இந்தியாவில் தொழில் வளர்ச்சியை ஊக்குவிப்பதற்கு மாறாக அதன் வளர்ச்சியை தடை செய்ய வேண்டும் என இந்திய அரசாங்கத்தின் மீது நெருக்குதல் தொடுத்தனர். இவ்வாறாக பிரிட்டீஷ் கொள்கை

யானது இந்திய தொழில் வளர்ச்சியை செயற்கையாகத் தடை செய்யவும் நிதானப்படுத்தவும் செய்தது.

அதற்கும் மேலாக, இன்னமும் குழந்தைப் பருவத்தில் இருந்து வந்த இந்திய தொழிற்சாலைகளுக்கு பாதுகாப்பு தேவைப்பட்டது. பிரிட்டன, பிரான்ஸ், ஜெர்மனி, அமெரிக்கா ஆகிய நாடுகள் ஏற்கெனவே வலுவான தொழிற்சாலை களை நிறுவியுள்ள நிலையில், இந்தியத் தொழிற்சாலைகள் வளர்ந்து வந்ததால் அவற்றுடன் போட்டியிட இயலாத நிலையில் இருந்தன. உண்மையில், பிரிட்டன் உள்ளிட்ட அனைத்து நாடுகளும் வெளிநாடுகளிலிருந்து இறக்குமதி செய்யப்படும் உற்பத்திப் பொருட்களின் மீது பெருமளவுக்கு சுங்கவரி விதிப்பதன் மூலமாக தமது ஆரம்பக்காலத் தொழிற்சாலைகளைப் பாதுகாத்து வந்தன. ஆனால் இந்தியா சுதந்திர நாடல்ல. இதன் கொள்கைகள் பிரிட்டனில், தமது காலனிகளின் மீது தாராள வர்த்தகக் கொள்கைகள் தீவிரமாக பிரயோகித்து வந்த பிரிட்டீஷ் தொழிலதிபர்களின் நலன் களால் நிர்ணயிக்கப்பட்டன. அதே காரணத்துக்காகவே இந்திய அரசாங்கத்தால் புதிதாக உருவாக்கப்பட்ட தொழிற்சாலை களுக்கு எவ்வித நிதியுதவியோ அல்லது வேறு உதவிகளோ செய்ய மறுக்கப்பட்டது. ஐரோப்பாவிலும் ஜப்பானிலும் அச்சமயத்தில் இதுபோலத்தான் அவர்களுடைய புதிய தொழிற்சாலைகளுக்கு உதவிகள் மறுக்கப்பட்டன. 1951-ம் ஆண்டு வரை மிகவும் பின்தங்கிய நிலையில் இருந்தவர் களுக்கு தொழில்நுட்பக் கல்வி அளிப்பதற்கும் போதுமான ஏற்பாடுகள் செய்யப்படாததால் அது தொழில்துறை பின் தங்கிய நிலையை மேலும் தீவிரப்படுத்தியது. 1939-ம் ஆண்டு 2217 மாணவர்களுடன் 7 பொறியியல் கல்லூரிகள் மட்டுமே நாட்டில் இருந்தன. கப்பல் கட்டுமானம், வாகனங்கள், கார் கள், வானூர்திகள் போன்ற பல இந்திய திட்டங்களுக்கு அரசாங்கம் எவ்வித உதவியும் செய்ய மறுத்துவிட்டதால் அவை தொடங்கப்படவில்லை.

இறுதியாக, 1920-களிலும், 1930-களிலும் எழுச்சியுற்று வந்த தேசிய இயக்கம் மற்றும் இந்திய முதலாளித்துவ வர்த்தக

நெருக்கடியின் காரணமாக இந்தியத் தொழிற்சாலைகளுக்கு வரி பாதுகாப்பு அளித்து இந்திய அரசாங்கம் நிர்ப்பந்திக்கப்பட்டது. ஆனால் இந்தியர்களால் நிர்வகிக்கப்பட்ட தொழிற்சாலைகளை அரசாங்கம் மீண்டும் ஒருமுறை வஞ்சித்தது. சிமெண்ட், இரும்பு, எஃகு, கண்ணாடி போன்ற இந்தியர்களால் நிர்வகிக்கப்பட்ட தொழிற்சாலைகளுக்குப் பாதுகாப்பு அளிக்க மறுக்கப்பட்டது. மறுபுறத்தில் தீப்பெட்டி தொழிற்சாலை போன்ற அன்னியர்களால் மேலாதிக்கம் செலுத்தப்பட்ட தொழிற்சாலைகளுக்கு அவர்கள் விரும்பிய வண்ணம் பாதுகாப்பு அளிக்கப்பட்டது. மேலும், இந்தியர்கள் உறுதியாக எதிர்த்து வந்தபோதிலும், பேரரசு முன்னுரிமை என்ற முறையின்கீழ் பிரிட்டீஷ் இறக்குமதிக்கு சிறப்பு முன்னுரிமை அளிக்கப்பட்டது.

பிராந்திய அளவில் ஏற்றத்தாழ்வாக இருந்தது இந்திய தொழில்துறை வளர்ச்சியின் மற்றொரு அம்சமாகும். நாட்டில் சில பிராந்தியங்களிலும் நகரங்களிலும் மட்டுமே இந்தியத் தொழில்கள் குவிந்திருந்தன. நாட்டின் பெரும்பகுதி ஒட்டு மொத்தத்தில் பின்தங்கிய நிலையிலேயே இருந்தது. இத்தகைய சமச்சீரற்ற பிராந்திய பொருளாதார வளர்ச்சி பிராந்தியங்களுக்கிடையில் வருமானத்தில் பெரும் ஏற்றத்தாழ்வுகளுக்கு இட்டுச் சென்றது மட்டுமல்லாமல், தேசிய ஒருமைப்பாட்டையும் பாதித்தது. ஒரு ஒன்றுபட்ட இந்திய தேசத்தை உருவாக்கும் கடமை மேலும் சிரமமானது.

நாட்டில் மிகக்குறைந்த அளவுக்கு தொழில் வளர்ச்சி ஏற்பட்டிருந்தபோதிலும் அதன் முக்கியமான சமூக விளைவாக, தொழில் முதலாளித்துவ வர்க்கம், நவீன தொழிலாளி வர்க்கம் என இந்திய சமுதாயத்தில் இரண்டு புதிய சமூக வர்க்கங்கள் உருப்பெற்று வளர்ச்சியுற்றன. நவீன சுரங்கங்கள், தொழிற்சாலைகள், போக்குவரத்து சாதனங்கள் போன்றவை புதியவையாக இருந்த நிலையில் இவையிரண்டு வர்க்கங்களும் இந்திய வரலாற்றில் முற்றிலும் புதிய வர்க்கங்களாக இருந்தன. இத்தகைய வர்க்கங்களின் அளவு இந்திய மக்கள் தொகையில் ஒரு சிறு பகுதியாக இருந்தபோதிலும் அவை

புதிய தொழில்நுட்பத்தை, ஒரு புதிய பொருளாதார அமைப்பு முறையை, புதிய சமூக உறவுகளை, புதிய எண்ணங்களை, புதிய அணுகுமுறைகளைப் பிரதிநிதித்துவப்படுத்தின. அவை பழைய மரபுகள், பழக்கவழக்கங்கள், வாழ்க்கை முறை போன்ற பழைமைச் சுமைகளால் அழுத்திக் கொண்டிருக்கவில்லை. எல்லாவற்றிற்கும் மேலாக, அவை ஒரு அகில இந்தியப் பார்வையைக் கொண்டிருந்தன. மேலும் அவை இரண்டுமே நாட்டின் தொழில் வளர்ச்சியில் பேரார்வம் காட்டின. ஆகவே, அவர்களது பொருளாதார, அரசியல் முக்கியத்துவம் அவற்றின் பங்கும் அவர்களது எண்ணிக்கைக்கு ஏற்ப இல்லாமல் மிக அதிக அளவில் இருந்தது.

வறுமையும் பஞ்சமும் :

இந்தியாவில் பிரிட்டீஷ் ஆட்சியின்கீழ், அதன் பொருளாதாரக் கொள்கையின் விளைவாக மக்கள் வறுமையின் கோரப்பிடியில் சிக்கித் தவித்தது ஒரு முக்கியமான அம்சமாகும். பிரிட்டீஷ் ஆட்சியின்கீழ் இந்தியா ஏழ்மை நாடாக இருந்ததா, இல்லையா என்பதில் வரலாற்று ஆசிரியர்களுக்கிடையில் வேறுபாடுகள் நிலவிய போதிலும் பிரிட்டீஷ் ஆட்சிக்காலம் முழுவதிலும் பெரும்பாலான மக்கள் பட்டினிச் சாவுக்கு உள்ளாயினர் என்பதில் அவர்களுக்கிடையில் எவ்விதக் கருத்து மாறுபாடும் இல்லை. காலம் செல்லச் செல்ல, அவர்களுக்கு வேலைவாய்ப்பு கிடைப்பது அல்லது வாழ்க்கை நடத்துவது மேலும் மேலும் சிரமமாகிக் கொண்டு சென்றது. பிரிட்டீசாரின் பொருளாதாரச் சுரண்டல், உள்நாட்டுத் தொழில் அழிவு, நவீனத் தொழில்கள் உருவாகாத நிலை, அதிகபட்ச வரி, இந்தியச் செல்வங்களை பிரிட்டனுக்குச் சுரண்டிச் செல்லுதல், பின்தங்கிய வேளாண் கட்டமைப்பு போன்றவை வேளாண்மை தேக்கத்துக்கு இட்டுச் சென்றது. ஜமீன்தார்கள், நிலபிரபுக்கள், அரசர்கள், கந்துவட்டிக்காரர்கள், வியாபாரிகள் மற்றும் அரசினால் ஏழை விவசாயிகள் சுரண்டப்பட்டதால் இந்திய மக்கள் படிப்படியாக தீவிர

வறுமைக்கு உள்ளாயினர். அவர்களது முன்னேற்றம் தடை செய்யப்பட்டது. இந்தியாவின் காலனிய பொருளாதாரம் மிகவும் தாழ்ந்த பொருளாதார நிலையில் தேக்கத்துக்கு உள்ளானது.

மக்களிடையே இருந்த வறுமையின் விளைவாக 19-ஆம் நூற்றாண்டின் பிற்பகுதியில் நாடு முழுவதும் தொடர்ச்சியான பஞ்சங்கள் ஏற்பட்டன. 1860-61-ம் ஆண்டில் மேற்கு உத்தரப் பிரதேசத்தில் ஏற்பட்ட இத்தகைய பஞ்சத்தினால் சுமார் 2 லட்சம் பேர் மாண்டனர். 1865-66-ம் ஆண்டில் ஒரிசா, வங்காளம், பீகார், சென்னை ஆகிய பகுதிகளில் ஏற்பட்ட பஞ்சத்தினால் கிட்டத்தட்ட 20 லட்சம் பேர் இறந்தனர். அதில் ஒரிசாவில் மட்டும் 10 லட்சம் பேராவர். 1868-70-ம் ஆண்டு களில் மேற்கு உத்தரப்பிரதேசம், பம்பாய், பஞ்சாப் ஆகிய பகுதிகளில் 14 லட்சத்துக்கும் மேற்பட்டோர் மடிந்தனர். ரஜபுதனத்தின் பல மாநிலங்களில் ஏற்பட்ட பாதிப்பால் மக்கள் தொகைகளில் மூன்றில் ஒரு பங்கினர் மாண்டனர்.

1876-78-ம் ஆண்டுகளில் சென்னை, மைசூர், ஐதராபாத், மகாராஷ்டிரம், மேற்கு உ.பி, பஞ்சாப் மாகாணங்களில் ஏற்பட்ட பஞ்சம்தான் இந்திய வரலாற்றில் நிகழ்ந்த பஞ்சங் களிலேயே மிகவும் மோசமான பஞ்சமாகும். இதில் மகா ராஷ்டிராவில் 8 லட்சம் பேரும் சென்னை மாகாணத்தில் சுமார் 35 லட்சம் பேரும் இறந்தனர். மைசூர் மக்களில் சுமார் 20 சதவீதத்தினரும், உ.பி.யில் சுமார் 12 லட்சம் பேரும் மடிந்தனர். 1896-97-ம் ஆண்டுகளில் நாடு தழுவிய அளவில் ஏற்பட்ட வறட்சி பஞ்சத்துக்கு இட்டுச் சென்றதால் 9.5 கோடி பேர் பாதிக்கப்பட்டனர். அவர்களில் 45 லட்சம் பேர் இறந்தனர். 1899-1900-ம் ஆண்டுகளில் ஏற்பட்ட பஞ்சத் தினால் மிகப்பரந்த பாதிப்பு ஏற்பட்டது. பஞ்ச நிவார ணத்தின் மூலமாக உயிர்களைக் காக்க அரசாங்க முயற்சிகள் இருந்தபோதிலும் சுமார் 25 லட்சம் மக்கள் மாண்டனர். இத்தகைய பெரும் பஞ்சங்களுக்கு அப்பால் உள்ளூர் மட்டத்தில் சிறிய அளவிலான பஞ்சங்களும், பற்றாக்குறை களும் ஏற்பட்டன. 1854-க்கும் 1901-க்கும் இடைப்பட்ட

காலத்தில் 2.88 கோடி பேர் பஞ்சத்தினால் இறந்ததாக பிரிட்டீஷ் எழுத்தாளர் வில்லியம் திக்பி மதிப்பிட்டுள்ளார். 1943-ம் ஆண்டு வங்காளத்தில் ஏற்பட்ட மற்றொரு பஞ்சத்தில் 30 லட்சம் மக்கள் இறந்தனர். இத்தகைய பஞ்சங்களும் பெரும் உயிரிழப்பும் வறுமையும் பட்டினியும் எந்த அளவுக்கு இந்தியாவில் வேரோடி இருந்தது என்பதைக் காட்டுகிறது.

19-ம் நூற்றாண்டில் இந்தியாவில் இருந்த பயங்கரமான வறுமையின் நிலையை ஆங்கில அதிகாரிகள் பலரும் உணர்ந்திருந்தனர். விவசாயிகளில் சரி பாதிப்பேர் ஓராண்டில் ஒருநாள்கூட வயிறார உண்டதை நான் கண்டதில்லை என்பதைக் கூறுவதில் எவ்விதத் தயக்கமும் இல்லையென கவர்னர் ஜெனரல் கவுன்சிலின் உறுப்பினர் சார்லஸ் எலியட் குறிப்பிட்டார்.

இந்திய மக்களில் 4 கோடி பேர் தமது வாழ்நாள் முழுவதும் போதுமான உணவு இன்றியே காலம் தள்ளினர் என பேரரசின் அரசாங்க வெளியீட்டைக் கொடுத்தவரான வில்லியம் ஹண்டர் குறிப்பிட்டார். 20-ம் நூற்றாண்டில் நிலைமை மேலும் மோசமானது. 1911-முதல் 1941-வரையிலான 30 ஆண்டு காலத்தில் இந்திய மக்களுக்கு கிடைத்து வந்த உணவின் அளவில் 29 சதவீதம் குறைந்தது.

இந்தியாவின் பொருளாதார பின்தங்கிய நிலைமையையும், வறுமையையும் சுட்டிக்காட்டும் வேறு பல அம்சங்களும் இருந்தன. 1925-34-ம் ஆண்டுகளில் உலகிலேயே இந்தியாவிலும் சீனாவிலும் தான் தனிநபர் வருமானம் மிகக் குறைந்த அளவில் இருந்ததாக தேசிய வருவாய் குறித்த புகழ்பெற்ற அதிகாரி காலின் கிளார்க் மதிப்பிட்டிருந்தார். இந்தியர்களைக் காட்டிலும் ஆங்கிலேயர்களின் வருமானம் ஐந்து மடங்கு அதிகமாக இருந்தது. நவீன மருத்துவ அறிவியல், கழிப்பிட வசதிகள் மேம்படுத்தப்பட்ட நிலையிலும் 1930-களில் இந்தியர்களின் சராசரி வாழ்நாள் 32 ஆண்டுகளாக மட்டுமே இருந்தது. அச்சமயத்தில் பெரும்பாலான மேற்கு ஐரோப்பிய வட அமெரிக்க நாடுகளில் சராசரி வயது 60 ஆக இருந்தது.

இந்தியாவின் பொருளாதார பின்தங்கிய நிலையும், வறுமையும் இயற்கையின் ஈனக்குணமற்ற தன்மையினால் ஏற்பட்டதல்ல. அவை மனிதன் உருவாக்கியவை. இந்தியா வின் செல்வ வளங்கள் அபரிதமிதமானவை. நல்ல பலன் அளிக்கும் வாய்ப்பு கொண்டவை. அவை முறையாக பயன் படுத்தப்பட்டால் மக்களுக்குச் சிறந்த வளங்களை அளிக்கும். ஆனால் அன்னிய ஆட்சியின் விளைவாகவும் சுரண்டல் பின்தங்கிய வேளாண்மை மற்றும் தொழில்துறை பொரு ளாதாரக் கட்டமைப்பு - உண்மையில் வரலாற்று ரீதியான சமூக வளர்ச்சியின் ஒட்டு மொத்தம் போன்றவற்றினாலும் வளமான இந்தியாவில் மக்கள் தொகை வறுமையில் வாழும் நிலை ஏற்பட்டது.

இந்தியாவில் வறுமையானது அதன் புவியியல் அல்லது இயற்கை வள பற்றாக்குறை அல்லது மக்களின் திறனிலும், தன்மையிலும் உள்ளார்ந்துள்ள சில குறைபாடுகள் காரண மாக ஏற்பட்டதல்ல. அதேபோல முகலாய ஆட்சியின் மிச்ச சொச்சமோ அல்லது பிரிட்டீஷ் வருகைக்கு முந்தைய கால கட்டமோ இதற்கு காரணமல்ல. இது முக்கியமாக கடந்த இரு நூற்றாண்டு வரலாற்றின் விளைவாகும். இதற்கு முன்னர், மேற்கு ஐரோப்பிய நாடுகளைப் போல இந்தியா மிகவும் பின்தங்கிய நிலையில் இருந்ததில்லை. அச்சமயத்தில் உலக மக்களின் வாழ்க்கைத்தரத்திலிருந்து இங்கு எத்தகைய பெரும் வேறுபாடும் இருந்ததில்லை. மேற்கத்திய நாடுகள் வளர்ச்சி பெற்று வளமடைந்த நேரத்தில் இந்திய நவீன காலனியத்துக்கு ஆட்பட்டு அதன் வளர்ச்சி தடை செய்யப் பட்டது. இன்றைய வளர்ந்த நாடுகள் அனைத்தும் இந்தி யாவை பிரிட்டன் ஆட்சி செய்த காலகட்டத்தில்தான் வளர்ச்சி பெற்றன. 1850-க்குப் பிறகே அவற்றில் பெரும் பாலானவை அந்நிலையை அடைந்தன. 1750 வரை உலகின் பல்வேறு பகுதிகளில் இருந்து வந்த வாழ்க்கைத் தரத்தி லிருந்து பெரிய வேறுபாடு ஏதுமில்லை. இங்கிலாந்தில் தொழிற்புரட்சி துவங்கியதும் வங்காளத்தை பிரிட்டீசார் வெற்றி கொண்டதும் ஒரே காலகட்டத்தில்தான் என்பது ஆர்வமூட்டக்கூடிய ஒன்றாகும்.

பிரிட்டனில் தொழில் வளர்ச்சியும், சமூக, பண்பாட்டு முன்னேற்றமும் ஏற்படுத்திய அதே சமூக, அரசியல், பொருளாதாரச் செயல்பாடுகள் தான் இந்தியாவில் பொருளாதார ரீதியாக பின்தங்கிய வளர்ச்சியையும் சமூக பண்பாட்டு பின்தங்கிய நிலையையும் ஏற்படுத்தின. இதற்கான காரணம் வெளிப்படையானது. பிரிட்டன் தனது சொந்த பொருளாதாரத்துக்கு இந்தியப் பொருளாதாரத்தைக் கீழ்ப்படுத்தியதும், தனது சொந்த தேவைக்கேற்ப இந்திய சமூகப் போக்கின் அடிப்படைகளை நிர்ணயித்ததுமே இதற்குக் காரணமாகும். இதன் விளைவாக இந்தியாவின் வேளாண்மையும், தொழிற்சாலைகளும் தேக்கத்துக்குள்ளாயின. விவசாயிகளும், தொழிலாளர்களும், ஜமீன்தார்கள், நிலபிரபுக்கள், சிற்றரசர்கள், கந்துவட்டிக்காரர்கள், வியாபாரிகள், முதலாளிகள், அன்னிய அரசாங்கம், அதன் அதிகாரிகள் போன்றோரால் சுரண்டப்பட்டனர். இது வறுமை, நோய், பட்டினி போன்றவை பரவுவதற்கு இட்டுச் சென்றது.

9

புதிய இந்தியாவின் வளர்ச்சி, தேசிய இயக்கம்! (1858-1905)

19-ம் நூற்றாண்டின் பிற்பகுதியில் இந்தியாவில் தேசிய அரசியல் உணர்வு முழு அளவில் பரவி, தேசிய இயக்கம் வளர்ச்சி பெற்றது. 1885 - டிசம்பரில் தோற்றுவிக்கப்பட்ட இந்திய தேசிய காங்கிரசாரின் தலைமையில் இந்திய மக்கள் அணி திரண்டு அன்னிய ஆட்சியிடமிருந்து நாடு விடுதலை பெற வேண்டும் என்பதற்கான தொடர்ச்சியான வீரம்செறிந்த போராட்டத்தில் ஈடுபட்டு வந்தனர். இதன் விளைவாக 1947 - ஆகஸ்ட் 15-ல் நாடு விடுதலை பெற்றது.

அன்னிய ஆதிக்கத்தின் விளைவுகள் :

அன்னிய ஆதிக்கத்தின் சவாலை எதிர்கொள்ளவே அடிப்படையில் நவீன இந்திய தேசிய எழுச்சி ஏற்பட்டது. பிரிட்டீஷ் ஆட்சியின் கீழ் இருந்துவந்த நிலைமைகள் இந்திய மக்களிடையே தேசிய உணர்வு வளர்வதற்கு துணைபுரிந்தன. இந்திய தேசிய இயக்கத்தின் வளர்ச்சிக்கு பிரிட்டீஷ் ஆட்சியும், அதன் நேரடி மற்றும் மறைமுக விளைவுகள் பொருளாயத, அற நெறி சார்ந்த, அறிவார்ந்த நிலைமைகளை தோற்றுவித்தன.

இந்திய மக்களின் நலன்களுக்கும், இந்தியாவில் பிரிட்டிசாரின் நலன்களுக்கும் இடையிலிருந்த முரண்பாடே இதற்கான வேர் ஆகும். பிரிட்டிசார் தமது சொந்த நலன்களுக்காக இந்தியாவை வெற்றி கொண்டனர். பிரிட்டிசாரின் நலன்களுக்கு இந்தியா துணைபுரிய வேண்டும் என்ற கண்ணோட்டத்திலேயே முதன்மையாக அவர்கள் ஆட்சி புரிந்தனர். லங்காஷையர் உற்பத்தியாளர்களுக்காகவும், மற்ற பிரிட்டிஷ் மேலாதிக்க நலன்களுக்காகவும் தமது நலன்கள் தியாகம் செய்யப்பட்டு வருவதாக இந்தியர்கள் படிப்படியாக உணரத் தொடங்கினர்.

இந்தியாவின் பின்தங்கிய பொருளாதார நிலைக்கு பிரிட்டிஷ் ஆட்சியே முக்கியக் காரணம் என்ற உண்மையின் மீது இந்திய தேசிய இயக்கம் உருவானது. இது இந்தியாவின் பொருளாதார, சமூக, பண்பாட்டு அறிவார்ந்த மற்றும் அரசியல் வளர்ச்சிக்கு ஒரு முக்கியத் தடையாக ஆனது. இந்த உண்மையை பெரும்பகுதியான இந்தியர்கள் உணரத் தொடங்கினர்.

அன்னிய ஆட்சியின் கீழ் தமது நலன்கள் பாதிக்கப்படுவதாக ஒவ்வொரு வர்க்கமும், இந்திய சமூகத்தின் ஒவ்வொரு பகுதியும் படிப்படியாக உணரத் தொடங்கின. தான் உற்பத்தி செய்தவற்றுள் பெரும் பகுதியை நிலவரியாக அரசாங்கம் எடுத்துக் கொள்ளுவதாகவும்; அரசாங்கமும் அதன் எந்திரங்களும் காவல்துறை, நீதிமன்றங்கள், அதிகாரிகள், அதிக குத்தகை வசூலித்து வரக்கூடிய ஜமீன்தார்களுக்கும், நிலபிரபுக்களுக்கும், விவசாயிகளைப் பல வழிகளிலும் ஏமாற்றிச் சுரண்டி வருவதோடு, அவர்களது நிலத்தைப் பறித்துவரும் வியாபாரிகளுக்கும், கந்து வட்டிப் பேர்வழிகளுக்கும் ஆதரவாகவும் பாதுகாப்பாகவும் இருப்பதாக விவசாயிகள் உணர்ந்தனர். நிலபிரபுக்கள், கந்துவட்டிப் பேர்வழிகள் போன்றோரின் ஒடுக்குமுறைகளுக்கு எதிராக விவசாயிகள் போராடும்பொழுதெல்லாம் காவல்துறையும் படையும் சட்டம் ஒழுங்கைப் பராமரிப்பது என்ற பெயரால் அவர்களை ஒடுக்கி வந்தன.

அன்னிய ஆட்சி தம்மை அழிப்பதற்காக அன்னியப் போட்டியாளர்களுக்கு ஆதரவளிப்பதாகவும், தமது மறு வாழ்வுக்காக எதுவும் செய்யவில்லை எனவும் கைவினைஞர் கள் அல்லது கைத்தொழில் புரிவோர் உணர்ந்தனர்.

20-ம் நூற்றாண்டில் அரசாங்கம் முதலாளிகளுக்கு குறிப் பாக, அன்னிய முதலாளிகளுக்கு ஆதரவாகவும் தமக்கு வெற்று ஆதரவு அளிப்பதாகவும் நவீன தொழிற்சாலைகளி லும், சுரங்கங்களிலும் தோட்டங்களிலும் பணிபுரிந்த தொழி லாளர்கள் அறியலாயினர். தொழிற்சங்கங்களை அமைக்க முற்படும்பொழுதும், வேலை நிறுத்தங்கள், ஆர்ப்பாட்டங் கள் மூலமாகவும் வேறு பல போராட்டங்கள் வாயிலாகவும் அவர்கள் தமது வாழ்வை மேம்படுத்த முனையும்பொழுது அரசாங்க எந்திரம் அவர்களுக்கு எதிராக தாராளமாகப் பயன்படுத்தப்பட்டன. தொழில்மயமாக்களின் மூலமாகவே வேலையின்மையைப் போக்க முடியும். சுதந்திர அரசாங் கத்தின் மூலமே அதனைக் கொண்டு வர முடியும் என அவர் கள் விரைவில் கண்டனர். இந்திய சமுதாயத்தின் மற்ற பகுதியினரும் பெரிதும் அதிருப்திக்குள்ளாகி இருந்தனர். எழுச்சியுற்று வந்த அறிவுஜீவிகள் - கல்வியறிவு பெற்ற இந்தி யர்கள் தாம் புதிதாகப் பெற்ற அறிவைக் கொண்டு நாட்டின் மோசமான பொருளாதார, அரசியல் நிலைமைக்கான காரணத்தைப் புரிந்து கொண்டனர். 1857-ல் இருந்ததைப் போல ஆரம்பத்தில், பிரிட்டீஷ் ஆட்சி அன்னிய ஆட்சி யாக இருந்தபோதிலும் அது நாட்டை நவீனப்படுத்தவும், தொழில்மயமாக்கவும் உதவும் என நம்பியவர்கள் படிப் படியாக ஏமாற்றத்துக்கு உள்ளாயினர். பொருளாதார ரீதியாக, பிரிட்டன் முதலாளித்துவம் தமது சொந்த நாட்டில் செய்வதைப் போல இந்தியாவின் உற்பத்திச் சக்திகளை வளர்க்கவும் உதவும் என அவர்கள் நம்பிக்கை வைத்திருந் தனர். மாறாக பிரிட்டீஷ் முதலாளிகளின் வழிகாட்டு தலின்படி நாட்டைப் பின்தங்கிய நிலையிலேயே தொடர்ந்து இருக்க வைக்கவும், உற்பத்திச் சக்திகளின் வளர்ச்சியைத் தடுத்து நிறுத்தவும் உரிய வகையில் இந்தியாவில் பிரிட்டீஷ் கொள்கைகள் அமுலாக்கப்படுவதாக அவர்கள் கண்டனர்.

அரசியல் ரீதியாக இந்தியாவில் சுய அரசாங்கத்தை உருவாக்கு வதை நோக்கிய முந்தைய நிலைப்பாடுகள் அனைத்தையும் பிரிட்டீசார் கைவிட்டதை கல்வியறிவு பெற்ற இந்தியர்கள் உணர்ந்தனர். பிரிட்டீசார் இந்தியாவிலேயே தங்கிவிடப் போவதாக பெரும்பாலான ஆங்கிலேய அதிகாரிகளும் அரசியல் தலைவர்களும் பகிரங்கமாகப் பிரகடனப்படுத் தினர். மேலும் பேச்சுரிமை, பத்திரிகை சுதந்திரம், தனி நபர் சுதந்திரம் போன்றவற்றை அதிகரிப்பதற்கு மாறாக அரசாங்கம் தொடர்ந்து அவற்றை தடை செய்து வந்தது. இந்தியர்கள் ஜனநாயகத்திற்கு அல்லது சுய அரசாங்கம் நடத்தத் தகுதியற்றவர்கள் என பிரிட்டீஷ் அதிகாரிகளும் எழுத்தாளர்களும் பிரகடனப்படுத்தினர். பண்பாட்டுத்துறை யில் ஆட்சியாளர்கள் எதிர்மறையான இன்னும் சொல்லப் போனால் உயர்கல்விக்கும் நவீன கருத்துக்கள் பரவுவதற்கும் எதிரான அணுகுமுறையையே கொண்டிருந்தனர்.

தேசிய அரசியல் உணர்வை வளர்ப்பதில் எழுச்சியுற்று வந்த இந்திய முதலாளித்துவ வர்க்கம் நிதானப் போக்குடன் நடந்து கொண்டது. அது ஏகாதிபத்தியத்தின் கரங்களில் அல்லல்படுவதையே மிகவும் நிதானமாகத்தான் உணர்ந்து கொண்டது. அதன் வளர்ச்சியானது அரசாங்கத்தின் வர்த் தகம், வரி மற்றும் போக்குவரத்துக் கொள்கைகளால் கடுமை யாக தடுத்து நிறுத்தப்பட்டது. ஒரு புதிய, பலவீனமான வர்க்கம் என்ற வகையில் தமது பல்வேறு பலவீனங்களை எதிர்கொள்ள அது அரசாங்கத்தின் ஆதரவைப் பெரிதும் எதிர்பார்த்திருந்தது. ஆனால் அத்தகைய உதவி எதுவும் அளிக்கப்படவில்லை. மாறாக அரசாங்கமும் அதிகார வர்க்க மும் அன்னிய தொழிலாளிகளுக்கே ஆதரவாக இருந்தனர். பெருமளவிலான மூலாதாரங்களுடன் வந்த அவர்கள் தொழில் துறையின் குறுகிய வாய்ப்பை சுரண்டினர். அன்னிய முதலாளி களின் வலுவான போட்டியை குறிப்பாக இந்திய முதலாளி கள் எதிர்த்தனர். ஏகாதிபத்தியத்துக்கும், தமது சுதந்திர வளர்ச்சிக்கும் இடையில் முரண்பாடு உள்ளதாகவும், ஒரு தேசிய அரசாங்கத்தின் மூலம் மட்டுமே இந்திய வர்த்தகம்

மற்றும் தொழிற்சாலைகளின் தீவிர வளர்ச்சியை ஏற்படுத்துவதற்கான நிலைமைகளைத் தோற்றுவிக்கும் எனவும் இந்திய முதலாளிகள் உணர்ந்தனர்.

நாம் முந்தைய அத்தியாயத்தில் பார்த்ததுபோல இந்திய சமுதாயத்தில் ஜமீன்தார்கள், நிலபிரபுக்கள், சிற்றரசர்கள் ஆகியோர் மட்டுமே தங்களது நலன்கள் ஆங்கிலேயரின் நலன்களுடன் ஒத்துப் போனதால் அன்னிய ஆட்சியை இறுதி வரை முழுமையாக ஆதரித்து நின்றனர். ஆனால் இத்தகைய வர்க்கங்களிலிருந்தும் சில தனிநபர்கள் தேசிய இயக்கத்தில் இணைந்தனர். தேசிய எழுச்சி பரவி வந்த சூழலில் தேசபக்தி பலரையும் ஈர்த்தது. அவர்கள் எந்த வர்க்கத்தைச் சேர்ந்த வர்களாக இருப்பினும் (இன மேலாதிக்கமும் பாகுபாடும்) சுயமரியாதை கொண்ட இந்தியர்களின் உணர்வைக் கிளர்ந்தெழச் செய்தது. எல்லாவற்றுக்கும் மேலாக பிரிட்டீஷ் ஆட்சியின் அன்னியத் தன்மையே தேசிய உணர்ச்சியைக் கிளப்பியது. அன்னிய ஆதிக்கம் மக்களின் மனங்களில் தேசபக்த உணர்ச்சியைப் பல நிலைகளில் ஏற்படுத்தியது.

தொகுத்துக் கூறினால், இது அன்னிய ஏகாதிபத்தியத்தின் உள்ளார்ந்த இயல்பு மற்றும் இந்திய மக்களின் மீதான மோசமான தாக்கத்தின் விளைவாகவே வலுவான ஏகாதிபத்திய எதிர்ப்பு இயக்கம் எழுச்சியுற்று படிப்படியாக இந்திய நாடு முழுவதும் பரவியது. சமூகத்தின் பல்வேறு வர்க்கங்களையும் பிரிவுகளையும் சேர்ந்த மக்கள் பரஸ்பரம் தமக்குள் இருந்த வேறுபாடுகளை மறந்து பொது எதிரிக்கு எதிராக ஒன்றுபட்டு நின்றதால் இந்த இயக்கம் ஒரு தேசிய இயக்கமாகும்.

நாட்டின் நிர்வாக மற்றும் பொருளாதார ஒருங்கிணைப்பு :

19,20-ம் நூற்றாண்டுகளில் இந்தியா ஒரு தேசமாக ஒருங்கிணைந்து, உருப்பெற்று வந்ததால் இந்திய மக்களிடையே தேசிய உணர்வுகள் எளிதில் வளர்ச்சி பெற்று வந்தன.

ஒருமுகப்பட்ட நவீன அரசாங்க முறையை நாடு முழுவதும் பிரிட்டிசார் படிப்படியாக அறிமுகப்படுத்தியதின் மூலம், அது இந்தியர்களை நிர்வாக ரீதியாக ஒருங்கிணைத்தது. கிராமப்புற உள்ளூர் சுயச்சார்பு பொருளாதார அழிவும், நாடு தழுவிய அளவில் நவீன வர்த்தகம் மற்றும் தொழில்கள் ஏற்படுத்தப்பட்டதும் நாட்டின் பல்வேறு பகுதிகளில் வாழ்ந்து வந்த மக்களுக்கிடையில் ஒருங்கிணைந்த பொருளாதார நிலையைத் தோற்றுவித்தது. உதாரணமாக, நாட்டின் ஒரு பகுதியில் பஞ்சமோ பற்றாக்குறையோ ஏற்பட்டால் நாட்டின் மற்ற பகுதிகளில் அது விலையையும் உணவுப் பொருள் கிடைப் பதையும் கூட பாதித்தது. மேலும் இரயில்வே, தந்தி, ஒருங் கிணைந்த தபால் முறை போன்றவையும் நாட்டின் பல்வேறு பகுதிகளில் இருந்து வந்த மக்களுக்கிடையில் குறிப்பாக தலைவர்களுக்கிடையில் பரஸ்பர தொடர்பை ஏற்படுத்த உதவின.

மீண்டும் இங்கு அன்னிய ஆட்சி வர்க்க, சாதி, மத அல்லது பிராந்திய வேறுபாடுகளுக்கு அப்பால் இந்தியர் அனைவரையும் ஒடுக்கியது. பொது எதிரியான பிரிட்டீஷ் ஆட்சியின்கீழ் நாட்டு மக்கள் அனைவரும் துன்புற்று, வருவதை உணர்ந்தனர். ஒருபுறம் தேசிய எழுச்சிக்கு இந்திய தேச உருவாக்கம் ஒரு முக்கியக் காரணி ஆகும். மறுபுறம் ஏகாதி பத்திய எதிர்ப்பும் ஒருமைப்பாட்டுணர்வும் இந்திய தேச உருவாக்கத்திற்கு வலுவான பங்காற்றி உள்ளன.

மேலையச் சிந்தனையும் கல்வியும் :

19-ம் நூற்றாண்டில் நவீன மேலையக் கல்வியும், சிந்தனை யும் பரவியதன் விளைவாக பெரும்பாலான இந்தியர்கள் ஒரு நவீன பகுத்தறிவு, மதசார்பின்மை, ஜனநாயக தேசிய அரசியல் பார்வையைப் பெற்றனர். அவர்கள் ஐரோப்பிய தேசங்களில் சமகால தேசிய இயக்கங்களைப் பயின்று அதிலிருந்து ஆதர்சம் பெற்றனர். ரூசோ, பாணி, ஜான் ஸ்டூவர்ட் மில் மற்றும் பல மேற்கத்திய சிந்தனையாளர்கள்

அவர்களது அரசியல் வழிகாட்டிகளாகவும் மாஜினி, கரிபால்டி, ஐரிஷ் தேசிய இயக்கத் தலைவர்கள் அவர்களது வீரபுருஷர் களாகவும் ஆயினர்.

கல்வியறிவு பெற்ற இந்தியர்கள் அன்னிய ஆட்சியின் அவமானத்தை முதலில் உணர்ந்தனர். நவீன சிந்தனையைக் கொண்டிருந்த அவர்கள் அன்னிய ஆட்சியின் தீமைகளைக் குறித்தும் பயிலும் திறனைப் பெற்றிருந்தனர். ஒரு நவீன, வலுவான, வளமான ஒன்றுபட்ட இந்தியா குறித்த கனவினால் அவர்கள் எழுச்சியுற்றனர். காலப்போக்கில் அவர்களில் சிறந் தவர்கள் தேசிய இயக்கத்தின் தலைவர்களாகவும் அமைப் பாளர்களாகவும் மாறினர்.

நவீன கல்வி முறை தேசிய இயக்கத்தை உருவாக்க வில்லை. ஆங்கிலேயர்களது நலனுக்கும் இந்தியர்களின் நலனுக்கும் இடையிலான முரண்பாட்டின் விளைவு அது என்பதைப் புரிந்துகொள்ள வேண்டும். கல்வியறிவுப் பெற்ற இந்தியர்கள் மேலைய சிந்தனையைப் பெறவும் அதன்மூலம் தேசிய இயக்கத்தின் தலைமையை ஏற்கவும், அதற்கு ஒரு ஜனநாயக, நவீன திசை வழியை உருவாக்கவுமே இந்த முறை உதவியது. உண்மையில் பள்ளிகளிலும் கல்லூரிகளிலும் அன்னிய ஆட்சியை ஏற்றுக்கொண்டு அடங்கி வாழும் கருத்துகளை உருவாக்கவுமே அதிகாரிகள் முயன்றனர். தேசியக் கருத்துகள் என்பவை பொதுவில் பரவிவந்த நவீன கருத்து களின் ஓர் அங்கமே ஆகும். சீனா, இந்தோனேஷியா போன்ற பிற ஆசிய நாடுகளிலும் ஆப்பிரிக்கா முழுமையிலும் நவீன கல்விக் கூடங்களும் கல்லூரிகளும் மிகச் சிறிய அளவில் இருந்தபோதிலும் நவீன, தேசிய கருத்துகள் பரவி இருந்தன.

நவீன கல்வியும் கல்வியறிவு பெற்ற இந்தியர்களிடையே ஒரு குறிப்பிடத்தக்க அளவுக்கு ஒருமைப்பாட்டையும் சமூகக் கண்ணோட்டத்தையும் நலன்களையும் ஏற்படுத்தி இருந்தன. இந்த அம்சத்தில் ஆங்கில மொழி ஒரு முக்கியப் பங்கு வகித்தது. இதுவே நவீன கருத்துக்களைப் பரப்புவதற்கான மொழியாக இருந்தது. நாட்டில் பல்வேறு மொழிகளைக்

கொண்ட பிராந்தியங்களுக்கிடையில் இருந்த கல்வியறிவு பெற்ற இந்தியர்களுக்கு மத்தியில் தொடர்பு மற்றும் கருத்துப் பரிமாற்ற மொழியாக இது இருந்தது. அதே சமயம் சாதாரண மக்களிடையே நவீன அறிவு பரவுவதைத் தடை செய்யக் கூடியதாகவும் ஆங்கிய மொழி விளங்கியது. கல்வியறிவு பெற்றவர்களுக்கும் பொதுமக்களுக்கும் இடையில் குறிப்பாக கிராமப்புறங்களில் இது ஒரு தடுப்புச் சுவராக விளங்கியது. இந்த உண்மையை இந்திய தேசியத் தலைவர்கள் முழுமை யாக அங்கீகரித்தனர். தாதாபாய் நௌரோஜி, சையது அகமதுகான், நீதிபதி ரானடே ஆகியோர் முதல் திலகர், காந்திஜி ஆகியோர் வரை கல்வி முறையில் இந்திய மொழி யின் பெரும் பாத்திரத்தை வலியுறுத்திப் போராடினர். உண்மையில் சாதாரண மக்களிடத்தில் நவீன கருத்துகள் வளர்ந்து வந்த இந்திய மொழிகளின் மூலமாகப் பரவின. அவற்றுள் இலக்கியங்கள் வளர்ச்சி பெற்றன. பெரும்பாலான அவை இந்திய மொழிகளிலேயே இருந்தன.

பத்திரிகைகள் மற்றும் இலக்கியத்தின் பங்கு :

தேசிய உணர்வு கொண்ட இந்தியர்கள் தேசபக்தியை யும் நவீன பொருளாதார சமூக, அரசியல் கருத்துக்களை யும் பரப்பி, அகில இந்திய உணர்வு நிலையைத் தோற்று விப்பதற்கு பத்திரிகைகளே முதன்மையான கருவியாகச் செயல்பட்டுள்ளன. 19-ம் நூற்றாண்டின் இரண்டாவது பாதி யில் ஏராளமான தேசியப் பத்திரிகைகள் தோன்றின. அவை அரசாங்கக் கொள்கைகளைத் தொடர்ந்து விமர்சித்து வந்தன. இந்திய நோக்கு நிலையிலிருந்து கருத்துகள் முன்வைக்கப் பட்டு வந்தன. தேசிய நலனுக்காகவும் சுய அரசாங்கம், ஜன நாயகம், தொழில்மயமாக்கல் போன்ற கருத்துகளுக்காகவும் மக்கள் ஒன்றுபட வேண்டும் என மக்களிடையில் தொடந்து வேண்டுகோள் விடுக்கப்பட்டன. நாட்டின் பல்வேறு பகுதி களில் வாழ்ந்து வரக்கூடிய தேசிய தொழிலாளர்களுக் கிடையில் ஒருவரையொருவர் கருத்துகளைப் பரிமாறிக் கொள்ளவும் பத்திரிகைகள் உதவின.

நாவல்கள் கட்டுரைகள் தேசபக்திப் பாடல்கள் வாயிலாக தேசிய உணர்ச்சியைக் கிளப்புவதில் தேசிய இயக்கங்கள் பெரும்பங்கு வகித்தன. வங்காளத்தில் பங்கிம் சந்திர சாட்டர்ஜி, ரவீந்திரநாத் தாகூர், அசாமில் லக்ஷ்மிநாத் பேஜ்பருவா, மராட்டியத்தில் விஷ்ணுசாஸ்திரி சில்லுன்கர், தமிழில் சுப்பிரமணிய பாரதி, இந்தியில் பாரதேந்து ஹரிஷ் சந்திரா, உருதுவில் அல்டாப் உசேன்அலி ஆகியோர் அக்கால கட்டத்தில் சில பிரபல தேசிய எழுத்தாளர்கள் ஆவர்.

இந்தியாவின் கடந்த காலத்தை மீட்டெடுத்தல் :

சுய அரசாங்கத்தை உருவாக்குவதற்கு தமக்குள்ள திறனில் இந்தியர்கள் பலர் நம்பிக்கையிழந்த நிலையில் இருந்தனர். கடந்த காலங்களில் இந்தியர்கள் ஒருபோதும் தங்களைத் தாங்களே ஆளும் நிலையில் இல்லை. இந்துக்களும் முஸ்லீம்களும் தொடர்ந்து ஒருவரையொருவர் சண்டையிட்டுக் கொண்டிருந்தனர். இந்தியர்களை அன்னியர்களே தொடர்ந்து ஆட்சி செய்து வந்துள்ளனர். அவர்களது மதமும் சமூக வாழ்வும் தரம்தாழ்ந்த நிலையிலும், நாகரிக மாற்றம் இருந்ததால் அவர்களை ஜனநாயகத்துக்கும், சுய அரசாங்கத்துக்கும் தகுதியற்றவர்களாக ஆக்கியிருந்தன என்ற கோட்பாட்டை ஆங்கில அதிகாரிகளும் அன்றைய எழுத்தாளர்களும் தொடர்ந்து முன்வைத்து வந்தனர். இந்தப் பிரச்சாரத்தை முறியடிக்கும் வகையிலும், மக்களில் சுயநம்பிக்கையையும், சுயமரியாதையையும் உயர்த்திப் பிடிக்கும் வகையிலும் தேசியத் தலைவர்கள் பலர் செயல்பட்டு வந்தனர். அசோகச் சந்திர குப்த விக்கிரமாதித்தர், அக்பர் போன்ற ஆட்சியாளர்களின் அரசியல் சாதனைகளைக் குறிப்பிட்டு இந்தியாவின் பண்பாட்டு மரபுகளைப் பெருமையுடன் சுட்டிக்காட்டினர். கலை இலக்கியம், கட்டடக்கலை, தத்துவம், அறிவியல், அரசியல் போன்ற அம்சங்களில் இந்தியாவின் தேசிய மரபுகளை மீட்டெடுக்கும் கடமையில் ஐரோப்பிய நூல்களும் இந்திய அறிஞர்களும் அவர்களுக்கு ஆதரவும் உற்சாகமும்

அளித்து வந்துள்ளனர். துரதிருஷ்டவசமாக சில தேசிய வாதிகள் இந்தியாவின் கடந்த காலத்தில் இருந்த பலவீனங் களையும், பின்தங்கிய நிலையையும் உதாசீனப்படுத்திவிட்டு, விமர்சனம் ஏதுமின்றி வெறுமனே புகழும் நிலைக்குச் சென் றனர். மத்திய காலத்தின் மகத்தான சாதனைகளை புறக் கணித்துவிட்டு, பண்டைய இந்திய மரபுகளை மட்டுமே பார்ப் பதும் பெரும்கேடு விளைவிக்கக் கூடியதாகும். இது இந்துக் களுக்கிடையில் வகுப்புவாத உணர்வுகளை வளர்ப்பதற்கு துணைபுரிந்தது. இதற்கு எதிர்வினையாக முஸ்லீம்கள் அரேபி யர்களின் வரலாற்றிலிருந்தும், துருக்கியர்களின் பண்பாட்டு வரலாற்றுப் பெருமைகளிலிருந்தும் ஆதர்ஷம் பெற்றனர். மேலும் மேலைய கலாச்சார ஏகாதிபத்திய சவாலை எதிர் கொள்வதற்காக பல அம்சங்களில் இந்திய மக்கள் பண் பாட்டு ரீதியாகப் பின்தங்கிய நிலையில் இருந்ததை பலர் கவனத்தில் கொள்ளவில்லை. தவறான தற்பெருமைகளும், மூடி மறைப்பதும் இந்தியர்களைத் தமது சமுதாயம் குறித்த விமர்சனபூர்வமான அணுகுமுறையைத் தடுத்து வந்தது. இது சமூக பண்பாட்டு பின்தங்கிய நிலைக்கு எதிரான போராட்டத்தை பலவீனப்படுத்தியது. உலகின் மற்ற பகுதி களிலிருந்து சிறந்த, புதிய போக்குகளையும், கருத்துகளையும் ஏற்பதிலிருந்து இந்தியர்களைத் தடுத்தது.

ஆட்சியாளர்களின் இனவெறி :

இந்தியாவில் தேசிய உணர்வின் வளர்ச்சியில் இரண் டாவது அதே சமயம் முக்கியமான அம்சம் இந்தியர்களுக் கிடையில் ஆங்கிலேயர்கள் காட்டிய உயர்ந்த இனப்பெருமை ஆகும். குறிப்பாக இந்தியர்களுடன் ஆங்கிலேயர்கள் விவ காரங்களில் ஈடுபடும்பொழுது இனவெறி காரணமாக நீதி மறுக்கப்படுவது அடிக்கடி நிகழ்ந்தது. 1864-ம் ஆண்டு ஜி.ஓ. டிரைவெல்யான் 'ஒரு ஆங்கிலேயனின் வாக்குமூலம் அதற் கெதிரான பல இந்தியர்களின் வாக்குமூலத்தைவிட அதிக முக்கியத்துவம் பெற்றது. இத்தகைய நிலைமைகள் மோசமாக

அபகரிக்கத் துடிக்கும் ஆங்கிலேயரின் கையில் ஒரு பெரும் அதிகாரத்தை அளித்தது' என்று குறிப்பிட்டார்.

சாதி, மத, பிராந்திய அல்லது வர்க்க வேறுபாடுகளுக்கு அப்பாற்பட்ட இந்தியர்கள் அனைவரும் தாழ்வு மனப் பான்மை கொண்டவர்கள் என இனவெறி குறிப்பிடுகிறது. ஐரோப்பிய கிளப்புகளில் அவர்கள் சேர்க்கப்படுவதில்லை. ஐரோப்பிய பயணிகள் பிரயாணம் செய்யும் இரயில் பெட்டி களில் உடன் பயணம் செய்ய அவர்கள் அனுமதிக்கப்பட வில்லை. இதனை தேசிய அவமானமாக அவர்கள் கருதி, ஆங்கிலேயர்களை எதிர்கொள்பவர்களில் ஒருவராக சிந்திக்கும் நிலைக்கு அவர்களை இட்டுச் சென்றது.

இந்திய தேசிய காங்கிரசின் முன்னோடிகள் :

1870-களில் இந்திய தேசியம் பெரும் வலிமை பெற்றது. இந்திய அரசியல் அரங்கில் ஒரு முக்கிய சக்தியாக உருப் பெற்றது. 1885-ம் ஆண்டு டிசம்பரில் தொடங்கப்பட்ட இந்திய தேசிய காங்கிரஸ்தான் அகில இந்திய அளவில் உருவான முதலாவது இந்திய தேசிய இயக்க அமைப்பாகும். ஆயினும் அதற்கு முன்னோடிகள் பலர் இருந்தனர்.

நாம் முந்திய அத்தியாயத்தில் பார்த்தது போல ராஜாராம் மோகன்ராய் இந்தியாவில் அரசியல் சீர்திருத்தத்துக்கான போராட்டத்தைத் தொடங்கிய முதல் இந்திய தலைவராவர். 1836-க்குப் பிறகு நாட்டின் பல்வேறு பகுதிகளில் பொதுநல அமைப்புகள் பல தொடங்கப்பட்டன. மாகாண அல்லது உள்ளூர் தன்மை வாய்ந்த இத்தகைய அமைப்புகளில் அக்காலத்தில் 'புகழ்பெற்ற நபர்களான' செல்வ வளம் மிக்கவர்கள் செல்வாக்கு செலுத்தி வந்தனர். அவர்கள் நிர்வாகச் சீர்திருத்தத்துக்காக அரும்பாடுபட்டனர். நிர்வாகத்துடன் இந்தியர்களை இணைக்கவும் விரிவுபடுத்தவும் இந்தியர் களின் கோரிக்கைகளை நீண்ட மனுக்களாக பிரிட்டீஷ் பாராளுமன்றத்துக்கு அனுப்பி வைத்தனர்.

1858-ம் ஆண்டுக்குப் பிறகு கல்வியறிவு பெற்ற இந்தியர்களுக்கும், பிரிட்டீஷ் இந்திய நிர்வாகத்துக்கும் இடையில் படிப்படியாக ஒரு பெரும் இடைவெளி தோன்றியது. பிரிட்டீஷ் ஆட்சியின் தன்மைகளையும் இந்தியாவில் அதன் விளைவுகளையும் புரிந்துகொண்ட கல்வியறிவு பெற்ற இந்தியர்கள், நாட்டில் அமுலாக்கப்பட்ட பிரிட்டீஷ் கொள்கைகள் குறித்து மேலும் மேலும் விமர்சனபூர்வமாக அணுகினர். இந்த அதிருப்தி படிப்படியாக அரசியல் நடவடிக்கைகளில் வெளிப்பட்டது. நடப்பிலுள்ள அமைப்புகளில் அரசியல் உணர்வு பெற்ற இந்தியர்களைத் திருப்திபடுத்த இயலவில்லை.

1866-ல் தாதாபாய் நௌரோஜி லண்டனில் இந்தியப் பிரச்சினையைப் பற்றி விவாதிக்கவும், பிரிட்டீஷ் பொது மக்களிடையே இந்திய நலன் குறித்த செல்வாக்கை உருவாக்கவும் கிழக்கிந்திய சங்கம் ஒன்றை நிறுவினார். பின்னர், இவ்வமைப்பின் கிளைகளை இந்தியாவின் முக்கிய நகரங்களில் ஏற்படுத்தினார். 1825-ம் ஆண்டு பிறந்த தாதாபாய் தனது வாழ்நாள் முழுவதும் தேசிய இயக்கத்துக்காக அர்ப்பணித்தார். 'இந்தியாவின் தாத்தா' என அவர் அழைக்கப்பட்டார். இந்தியாவின் முதலாவது பொருளாதார சிந்தனையாளரும் அவரே. இந்தியாவில் பிரிட்டீஷ் சுரண்டலும், அதன் செல்வத்தைக் கொள்ளை கொண்டு போனதுமே இந்தியாவின் வறுமைக்கு அடிப்படைக் காரணம் என அவர் பொருளாதாரம் குறித்த தனது கட்டுரைகளில் குறிப்பிட்டுள்ளார். இந்திய தேசிய காங்கிரசின் தலைவராக மூன்று முறை தேர்வு செய்யப்பட்டதன் மூலம் அவர் கௌரவிக்கப்பட்டார். உண்மையில் புகழ்மிக்க இந்திய தேசியத் தலைவர்களின் வரிசையில் முதலிடம் பெற்ற அவர் இந்திய மக்களின் மனங்களை வெகுவாக ஆட்டிப் படைத்தார்.

காங்கிரசுக்கு முந்திய தேசிய இயக்கங்களில் 'கல்கத்தாவின் இந்திய சங்கம்' மிகவும் முக்கியமான ஒன்றாகும். பிரிட்டீஷ் இந்திய சங்கத்தின் பழமைவாத, நிலபிரபுத்துவ ஆதரவு கொள்கைகளால் வங்காள இளம் தேசியவாதிகள்

படிப்படியாக நம்பிக்கையிழந்தனர். பொதுமக்களின் நலன் காக்கும் கோரிக்கைகளுக்காக தொடர்ச்சியான அரசியல் போராட்டங்களை நடத்த வேண்டும் என அவர்கள் விரும்பினர். ஒரு அறிவார்ந்த எழுத்தாளரும் பேச்சாளருமான சுரேந்திரநாத் பானர்ஜியைத் தமது தலைவராக அவர்கள் தேர்வு செய்தனர். சிவில் சர்வீஸில் பணியாற்றிய ஒரு இந்தியரான அவர் அப்பணியில் ஆங்கிலேயர்களுக்கு இணையாக சுதந்திர சிந்தனையுடன் செயல்பட்டதைச் சகித்துக் கொள்ளாத ஆங்கிலேயர்கள் அவரை அப்பணியிலிருந்து அநீதியாக நீக்கினர். கல்கத்தா மாணவர்களிடையே தேசியம் குறித்த தலைப்புகளில் புகழ்வாய்ந்த உரைகள் நிகழ்த்தியதன் மூலம் 1875-ம் ஆண்டு அவர் பொது வாழ்க்கையில் அடியெடுத்து வைத்தார். 1876 ஜூலையில் வங்காள இளம் தேசியவாதிகள், சுரேந்திரநாத், ஆனந்தமோகன் போஸ் ஆகியோர் தலைமையில் 'இந்திய சங்க'த்தை நிறுவினர் அரசியல் பிரச்சினைகளின் மீது வலுவான பொதுக் கருத்தை உருவாக்குவதையும் பொதுவான அரசியல் திட்டத்தின் அடிப்படையில் இந்திய மக்களை ஒன்றுபடுத்துவதையும் இந்த சங்கம் தனது குறிக்கோளாக முன்வைத்தது. இதன்கீழ் பெரும்பாலான மக்களை ஈர்ப்பதற்காக ஏழை வர்க்கத்தினருக்கு இதில் சேருவதற்கு மிகக் குறைவான கட்டணம் நிர்ணயிக்கப்பட்டது. வங்காளத்தில் கிராமம் மற்றும் நகரங்களிலும் அதேபோல் வங்காளத்துக்கு வெளியே உள்ள பல நகரங்களிலும் இச்சங்கத்துக்குக் கிளைகள் அமைக்கப்பட்டன.

இந்தியாவின் பிற பகுதிகளிலும் இளைஞர்கள் சுறுசுறுப்பும் செயல்பட்டனர். நீதிபதி ராணடேவும் மற்றவர்களும் 1870-களில் பூனா சர்வஜைனிக் சபா-வை நிறுவினர். எம். விஜயராகவாச்சாரி, ஜி. சுப்ரமணிய ஐயர், ஆனந்த சாருலு மற்றும் சிலர் 1884-ம் ஆண்டு 'சென்னை மகாஜன சபா'-வை நிறுவினர். பெரோஜெஷா மேத்தா, கே.டி. டெலாங், பத்ருதீன் தியாப்ஜி மற்றும் சிலர் 1885-ம் ஆண்டு பம்பாய் மகாஜன சங்கத்தை நிறுவினர்.

பொது எதிரியான அன்னிய ஆட்சியையும் சுரண்டலையும்

எதிர்த்து அரசியல் ரீதியாக ஒன்றுபட வேண்டியதன் அவசியத்தை தேசியவாதிகள் உணர்ந்து ஒரு அகில இந்திய அரசியல் அமைப்பை உருவாக்க காலம் கனிந்தது. நடப்பிலுள்ள அமைப்புகள் பயனுள்ள காரியத்தை ஆற்றி வந்தன. ஆனால் அவை தமது பார்வையிலும் செயல்பாட்டிலும் குறுகிய எல்லைக்குட்பட்டவைகளாக விளங்கின. உள்ளூர் பிரச்சினைகளை மட்டுமே அவை கையாண்டு வந்தன. அவற்றின் உறுப்பினர்களும் தலைவர்களும் தனியொரு நகரம் அல்லது மாகாணத்தைச் சேர்ந்த வெகு சிலராக மட்டுமே இருந்தனர். இந்திய சங்கத்தாலும் ஒரு அகில இந்திய அமைப்பாகச் செயல்பட இயலவில்லை.

இந்திய தேசிய காங்கிரஸ் :

தேசியவாத அரசியல் ஊழியர்களுக்கென ஒரு அகில இந்திய அமைப்பை உருவாக்க வேண்டுமென இந்தியர்கள் பலர் திட்டமிட்டிருந்தனர். அதனால் இதற்கான திட்ட வட்டமான கருத்தையும் இறுதி வடிவத்தையும் அளித்த ஓய்வுபெற்ற ஆங்கிலேய சிவில் ஊழியர் ஏ.ஓ. ஹியூமுக்கே அந்த பெருமை சென்று சேர்ந்தது. அவர் முன்னணி இந்தியத் தலைவர்களுடன் தொடர்பு கொண்டு, அவர்களது ஒத்துழைப்புடன் 1885-ம் ஆண்டு டிசம்பரில் இந்திய தேசிய காங்கிரசின் முதலாவது கூட்டத்தை நடத்தினார். W.C. பானர்ஜி இதற்கு தலைமை தாங்கினார். 72 பிரதிநிதிகள் இதில் பங்கேற்றனர். நாட்டின் பல்வேறு பகுதிகளிலிருந்த தேசிய அரசியல் ஊழியர்களிடையே நட்புறவை உருவாக்குவது சாதி, மத, பிராந்திய வேறுபாடுகளுக்கு அப்பால் தேசிய ஒற்றுமை உணர்வை வளர்த்து, வலுப்படுத்துவது பொது மக்களுக்கான கோரிக்கைகளை வடிவமைத்து, அரசாங்கத்திடம் சமர்ப்பிப்பது. எல்லாவற்றிற்கும் மேலாக, நாட்டில் பொதுக் கருத்துக்கான பயிற்சியையும் அமைப்பையும் உருவாக்குவது போன்றவை இந்திய தேசிய காங்கிரசின் நோக்கங்களாகப் பிரகடனப்படுத்தப்பட்டனர்.

ஹியூம் காங்கிரசைத் தோற்றுவிப்பதற்கான அடிப்படை காரணம் ஒரு 'பாதுகாப்பு அரணை' ஏற்படுத்துவது அல்லது கல்வியறிவு பெற்ற இந்தியர்களிடையே வளர்ந்து வந்த அதிருப்திக்கான ஒரு வடிகாலை உருவாக்குவது என்பதாகவே இருந்ததாகக் கூறப்படுகிறது. அதிருப்தியுற்ற தேசிய அறிவு ஜீவி வர்க்கத்திற்கும், அதிருப்தியுற்ற விவசாயிகளுக்கும் இடையில் ஒற்றுமை ஏற்படுவதைத் தடுத்திட அவர் விரும்பினார்.

ஆயினும் பாதுகாப்பு அரண் குறித்த ஒரு கோட்பாடு உண்மையின் ஒரு சிறு பகுதியே. இது ஒட்டு மொத்தத்தில் போதுமானதல்ல. திசை திருப்பக் கூடியதாகும். எல்லா வற்றிற்கும் மேலாக, இந்திய தேசிய காங்கிரஸ், அரசியல் உணர்வு பெற்ற இந்தியர்கள் தமது அரசியல், பொருளாதார முன்னேற்றத்துக்காக உழைப்பதற்காக தேசிய அளவில் ஒரு அமைப்பின் தேவையை வலியுறுத்துவதையே தேசிய காங் கிரஸ் பிரதிநிதித்துவப்படுத்தியது. ஒரு வலுவான சக்தி செயல்பட்டதின் விளைவாக நாட்டில் ஏற்கனவே தேசிய இயக்கம் வளர்ந்து வந்ததைப் பற்றி முன்னரே நாம் கண்டோம். இந்த இயக்கத்தைத் தோற்றுவித்ததற்கு எந்தவொரு தனி நபரோ, குழுவோ உரிமை கொண்டாட முடியாது. ஹியூமின் நோக்கமும் கலவையான ஒன்றே 'பாதுகாப்பு அரண்' என்பதைக் காட்டிலும் சீரிய நோக்கத்தின் அடிப்படை யிலேயே அவரும் செயல்பட்டுள்ளார். இந்தியாவின் மீதும், அதன் ஏழை விவசாயிகள் மீதும் உண்மையான நேசம் கொண்டிருந்தார். எவ்வாறாயினும் தேசிய காங்கிரசைத் தொடங்குவதற்கு ஒத்துழைப்பு வழங்கிய உயர்ந்த பண்பும், தேசபக்தியும் மிக்க இந்திய தலைவர்கள் ஹியூமின் உதவியை ஏற்றுக் கொண்டனர். அரசியல் நடவடிக்கையில் மிகவும் ஆரம்பக் கட்டத்தில் அவர்கள் விரோதத்தைக் காட்ட விரும்ப வில்லை. ஒரு ஓய்வுபெற்ற சிவில் ஊழியரின் தீவிர பங்கேற்பு அதிகாரபூர்வ சந்தேகங்களைக் குறைக்கும் என அவர்கள் நம்பினர். காங்கிரசை ஒரு 'பாதுகாப்பு அரணாக' ஹியூமும், ஆரம்பக்கால காங்கிரஸ் தலைவர்கள் அவரை ஒரு 'தூண்டு கோலாகப்' பயன்படுத்த முடியும் என்று நம்பினர்.

இவ்வாறு, 1885-ம் ஆண்டு தேசிய காங்கிரஸ் தொடங்கப் பட்டதை அடுத்து, அன்னிய ஆட்சிக்கு எதிரான இந்திய விடுதலைப் போராட்டம் சிறிய அளவில் அதே சமயம் அமைப்பு ரீதியாகத் தொடங்கியது. விடுதலை கிட்டும் வரை ஓய்வின்றி, தேசிய இயக்கம் வளர வேண்டும் என்பதை நாடும், மக்களும் உணர்ந்திருந்தனர். காங்கிரசு ஒரு கட்சி யாக இல்லாமல், ஒரு இயக்கமாகச் செயல்பட்டது. 1886-ம் ஆண்டு காங்கிரசுக்கான 436 பிரதிநிதிகள் பல்வேறு உள்ளூர் அமைப்புகளிலிருந்தும், குழுக்களிலிருந்தும் தேர்ந்தெடுக்கப் பட்டனர். தொடர்ந்து ஒவ்வொரு ஆண்டும் டிசம்பரில் ஒவ்வொரு முறையும் நாட்டின் வெவ்வேறு பகுதிகளில் தேசிய காங்கிரஸ் கூடியது. இவற்றில் பங்கேற்ற பிரதிநிதி களின் எண்ணிக்கைப் பல்லாயிரமாகப் பெருகியது. பிரதி நிதிகளில் வழக்குரைஞர்கள், பத்திரிகையாளர்கள், வர்த்தகர் கள், தொழிலதிபர்கள், ஆசிரியர்கள், நிலபிரபுக்கள் போன் றோரே பெரும்பாலும் இருந்தனர். 1890-ல் கல்கத்தா பல்கலைக் கழகத்தின் முதலாவது பெண் பட்டதாரியான காதம்பினி கங்குலி, காங்கிரஸ் மாநாட்டில் உரை நிகழ்த்தினார். கடந்த நூற்றாண்டுகளில் தரம் தாழ்ந்த நிலையிலிருந்த இந்தியப் பெண்கள் எழுச்சியுற்று இந்திய விடுதலைப் போராட்டத்தில் ஈடுபட்டதை அது ஒரு அடையாளப்பூர்வமாகக் காட்டியது.

தேசியம் ஊற்றெடுத்து ஓடுவதற்கான ஓடையாக இந்திய தேசிய காங்கிரஸ் மட்டும் இல்லை. மாகாண மாநாடுகள், மாகாண மற்றும் உள்ளூர் சங்கங்கள், தேசியப் பத்திரிகை கள் போன்றவையும் தேசிய இயக்க வளர்ச்சியில் செயல் பட்டன. அக்காலத்தில் பெரும்பாலான பத்திரிகைகள் வியாபார நோக்கில் அல்லாமல் தேசியவாத நடவடிக்கை பத்திரிகைகளாகவே உணர்வுபூர்வமாகத் தொடங்கப் பட்டன. ஆரம்ப காலத்தில் தேசிய காங்கிரசின் மாபெரும் தலைவர்களாக தாதாபாய் நெளரோஜி, பத்ருதீன் தியாப்ஜி, பெரோஜெஷா மேத்தா, பி. ஆனந்தசாருலு, சுரேந்திரநாத் பானர்ஜி, ரொமேஷ் சந்திரதத், ஆனந்தமோகன் போஸ், கோபாலகிருஷ்ண கோகலே ஆகியோர் இருந்தனர். மாதவ்

கோவிந்த் ராணடே, பாலகங்காதர திலகர், சிசிர்குமார், மோதிலால் கோஷ் சகோதரர்கள், மதன்மோகன் மாளவியா, ஜி. சுப்பிரமணிய ஐயர், சி. விஜயராகவ செட்டியார் தின்ஷா 'ஈ'வாச்சா ஆகியோர் காங்கிரசு மற்றும் தேசிய இயக்கத்தின் புகழ்மிக்க தலைவர்களாவர்.

ஆரம்பக்கால தேசியவாதிகளின் திட்டமும் செயல்பாடுகளும் :

நாட்டை அரசியல் விடுதலைப் பெறச் செய்வதற்கான நேரடி போராட்டத்துக்கான காலம் வரலாற்று நிகழ்ச்சி நிரலுக்கு இன்னமும் வரவில்லை என ஆரம்பக்கால தேசியத் தலைவர்கள் கருதினர். தேசிய உணர்ச்சியைக் கிளப்புவது, அந்த உணர்ச்சியைக் கெட்டிப்படுத்துவது, தேசிய அரசியல் சூழலுக்குள் பெருமளவிலான இந்தியர்களைக் கொண்டு வருவது, அவர்களுக்கு அரசியல் பயிற்சி அளித்து அரசியல் போராட்டங்களில் அவர்களை ஈடுபடுத்துவது போன்றவையே நிகழ்ச்சிநிரலில் இருந்தன. இந்த அம்சத்தில் முதலாவது முக்கியக் கடமை அரசியல் பிரச்சினைகளில் பொதுமக்களின் ஆர்வத்தை உருவாக்குவதும், நாட்டில் பொதுக் கருத்துக்கான அமைப்பை உருவாக்குவதுமே ஆகும். இரண்டாவதாக, நாடு தழுவிய அளவில் மக்கள் கோரிக்கைகளை வடிவமைக்க வேண்டும். இதன்மூலம் உருப்பெற்று வரும் பொதுக் கருத்து அகில இந்தியத் தன்மை வாய்ந்ததாகவே இருக்கும். எல்லாவற்றிற்கும் மேலாக மிக முக்கியமாக முதல் நடவடிக்கையாக அரசியல் ரீதியாக உணர்வு பெற்ற இந்தியர்கள் மற்றும் அரசியல் ஊழியர்கள், தலைவர்களுக்கிடையில் தேசிய ஒற்றுமையை உருவாக்க வேண்டி இருந்தது.

இந்தியா தற்பொழுதுதான் ஒரு தேசமாக உருப்பெறும் நடவடிக்கையைத் தொடங்கியுள்ளது. வேறு வார்த்தைகளில் குறிப்பிட்டால் இந்தியா ஒரு தேசமாக உருவாகி வருகிறது

என்ற உண்மையை ஆரம்பகாலத் தேசியத் தலைவர்கள் நன்கு உணர்ந்திருந்தனர். இந்திய தேசியத்தை மிகக் கவனத்துடன் வளர்க்க வேண்டியிருந்தது. சாதி, மத, பிராந்திய வேறுபாடுகளுக்கு அப்பாற்பட்டு, அரசியல் ரீதியாக உணர்வு பெற்ற இந்தியர்கள் நாட்டின் முன்னேற்றத்துக்காகவும், தேசிய ஒற்றுமை உணர்வை உறுதிப்படுத்தவும் தொடர்ந்து உழைத்து வந்தனர். பொதுவான பொருளாதார அரசியல் திட்டத்தின் அடிப்படையில் இந்திய மக்களை ஒருங்கிணைக்கும் நோக்கில் ஆரம்பக்கால தேசியவாதிகளின் பொருளாதார அரசியல் கோரிக்கைகள் உருவாக்கப்பட்டன.

ஏகாதிபத்திய பொருளாதாரத்தின் மீதான விமர்சனம் :

ஏகாதிபத்திய பொருளாதாரம் மீதான விமர்சனமே ஆரம்பகால தேசியவாதிகளின் அரசியல் பணிகளில் மிகவும் மிக முக்கிய அம்சமாக இருந்தது. வர்த்தகம், தொழில், நிதி ஆகிய மூன்று வடிவங்களில் நிகழ்ந்த காலனியப் பொருளாதாரச் சுரண்டலை அவர்கள் கவனத்தில் கொண்டிருந்தனர். இந்தியப் பொருளாதாரத்தை பிரிட்டீஷ் பொருளாதாரத்துக்குச் சேவை செய்ய வைப்பதே பிரிட்டீஷ் ஏகாதிபத்தியப் பொருளாதாரத்தின் சாரம் என்பதை அவர்கள் நன்கு உணர்ந்திருந்தனர். இந்தியாவை மூலப்பொருள்களை அளிக்கும் நாடாகவும், பிரிட்டீஷ் உற்பத்திப் பொருட்களுக்கான சந்தையாகவும், அன்னிய மூலதன முதலீட்டுக்கான களமாகவும் மாற்றி, இந்தியாவில் காலனியப் பொருளாதாரத்தின் அடிப்படைத் தன்மைகளை உருவாக்க முயன்ற பிரிட்டீஷ் முயற்சியை அவர்கள் உறுதியுடன் எதிர்த்தனர். இத்தகைய காலனியக் கட்டமைப்பின், அடிப்படையான அனைத்து முக்கிய அதிகாரபூர்வ, பொருளாதாரக் கொள்கைகளையும் எதிர்த்து ஒரு வலுவான போராட்டத்தை அவர்கள் நடத்தினர்.

நவீனத் தொழிலும் வேளாண்மையும் வளர்க்கப்படாததே இந்தியாவில் வளர்ந்து வரும் வறுமைக்கும், பொருளாதார

பின்தங்கிய நிலைக்கும் காரணம் எனக் குறிப்பிட்ட ஆரம்ப கால தேசியவாதிகள் இதற்கு இந்தியாவில் பிரிட்டீஷ் பொருளாதாரச் சுரண்டலே அடிப்படை எனச் சாடினர். பிரிட்டீஷ் ஆட்சியானது 'நிரந்தரமாக, அதிகரித்து வரக் கூடிய அன்றாடும் அதிகரித்து வந்த அன்னியப் படையெடுப்பு எனவும் அது நிதானமாக நாட்டின் பொருளாதாரத்தை அழித்து வருகிறது' எனவும் 1881-ம் ஆண்டு துவக்கத் திலேயே தாதாபாய் நௌரோஜி குறிப்பிட்டார். இந்தி யாவின் பாரம்பரிய கைத்தொழில் அழிவுக்கும் நவீனத் தொழில் வளர்ச்சியைத் தடை செய்ததற்கும் தேசியவாதி கள் அரசாங்கத்தின் பொருளாதார கொள்கைகள் காரண மெனத் தாக்கினார். இந்திய இரயில்வே, தோட்டத் தொழில், தொழிற்சாலை போன்றவற்றில் பெருமளவில் அன்னிய மூல தனம் ஈடுபடுத்தப்படுவதன் மூலம் அது இந்திய முதலாளி களை ஒடுக்குவதற்கும், இந்தியப் பொருளாதாரத்தின் மீதும் பிரிட்டனின் செல்வாக்கை மேலும் வலுப்படுத்துவதற்கும் இட்டுச்செல்லும் என அவர்களில் பலர், அதனை எதிர்த் தனர். அன்னிய மூலதனம் தற்போதைய தலைமுறைக்கும் பேராபத்தான பொருளாதார, அரசியல் விளைவுகளை ஏற்படுத்தும் என அவர்கள் கருதினர். தீவிரமான நவீனத் தொழில் வளர்ச்சியே நாட்டின் வறுமையைப் போக்கு வதற்கான முதன்மையான தீர்வாக அவர்கள் குறிப்பிட் டனர். வரி பாதுகாப்பு மூலமும், நேரடி அரசாங்க உதவியின் மூலமும் அரசாங்கம் நவீனத் தொழில்களை ஏற்படுத்த முன்வர வேண்டுமென அவர்கள் கோரினர். சுதேசி கருத்தை அல்லது இந்தியத் தொழில்களை உருவாக்க அன்னியப் பொருட்களை பகிஷ்கரித்து இந்தியப் பொருட்களையே வாங்க வேண்டும் என்ற கருத்தை அவர்கள் பிரபலப்படுத் தினர். உதாரணமாக பெரும் சுதேசி இயக்கத்தின் ஒரு பகுதி யாக 1846-ம் ஆண்டு பூனாவிலும், மகாராஷ்டிராவின் பிற நகரங்களிலும் மாணவர்கள் அன்னியத் துணிகளைத் தீயிட்டுக் கொளுத்தினர். இந்தியச் செல்வங்கள் இங்கிலாந்துக்குக் கொள்கை கொண்டு போவதாகவும், அதனைத் தடுத்து நிறுத்த வேண்டுமெனவும் தேசியவாதிகள் வலியுறுத்தினர்.

விவசாயிகளின் மீதான வரிச்சுமையைக் குறைப்பதற்கான நில வரியைக் குறைக்க வேண்டுமென அவர்கள் விடாப் பிடியான போராட்டங்களை நடத்தினர். அரை நிலபிரபுத்துவ உறவுகளைப் பராமரித்து வர முயலும் பிரிட்டீஷ் நடை முறையையும் அவர்களில் சிலர் விமர்சித்தனர். தோட்டத் தொழிலாளர்களின் பணி நிலைமைகளில் மேம்பாட்டைக் கொண்டு வரவும் தேசியவாதிகள் போராடினர். நாட்டின் வறுமைக்கு அதிக வரிச்சுமை ஒரு முக்கியக் காரணம் எனக்குறிப்பிட்ட அவர்கள் உப்பின் மீதான வரியை நீக்க வேண்டும் எனவும், நிலவரியைக் குறைக்க வேண்டுமென வும் வலியுறுத்தினர். இந்திய அரசாங்கத்தின் அதிகபட்ச இராணுவச் செலவினத்தைக் கண்டித்த அவர்கள் அதனைக் குறைக்க வேண்டுமெனக் கோரினர். அன்னிய ஆட்சியின் சில சாதகமான தன்மைகளைக் காட்டிலும், பொருளாதாரச் சுரண்டலுக்கும், நாட்டின் வறுமை நிலைக்கும், நீடித்த பொருளாதாரப் பின்தங்கிய நிலைக்கும் அன்னிய ஏகாதி பத்தியமே காரணம் என்ற முடிவுக்கு மேலும் தேசியவாதி கள் காலப்போக்கில் வந்தனர். பாதுகாப்பு நலன் குறித்து தாதாபாய் நௌரோஜி பின்வருமாறு குறிப்பிட்டார்.

'வாழ்க்கைப் பாதுகாப்பும், வளமும் இருந்தபோதிலும், எதார்த்தத்தில் அத்தகைய அம்சம் இல்லை என்பதுதான் அதிசயமாகும். ஒரு வகையில் வாழ்க்கைப் பாதுகாப்பும், வளமும் இருந்தன. அதாவது மக்கள் ஒருவருக்கொருவர் இடையிலும் அல்லது உள்ளூர் சர்வாதிகாரிகளிடத்தில் இருந்தும் பாதுகாப்பாக இருந்தனர். ஆனால் இங்கிலாந் திடமிருந்து சொத்துக்கான பாதுகாப்பு எதுவுமில்லை. இதன் விளைவாக வாழ்க்கைக்குப் பாதுகாப்பில்லை. இந்தியாவின் சொத்துக்கள் பாதுகாப்பானவை அல்ல. இங்கிலாந்து தான் மிகச்சிறந்த பாதுகாப்புடன் இருந்தது. ஆகவே பாதுகாப்புடன் இந்தியாவின் சொத்துக்களை ஆண்டுக்கு 3 கோடி முதல் 4 கோடி பவுண்டு வரை கொள்ளையடித்துச் சென்று இந்தியாவை விழுங்கியது. எனவே இந்தியத் தாய் தனது சொத்துக்கும், வாழ்வுக்கும் பாதுகாப்பாக இருந்ததில்லை.

இலட்சோபலட்சம் இந்தியர்கள் அரைகுறை உணவுடன் அல்லது பட்டினியால் அல்லது பஞ்சத்தால் நோயிலும் காலம் தள்ளினர்' எனக் குறிப்பிட்டார்.

சட்டம் ஒழுங்கு நிலை குறித்து தாதாபாய் குறிப்பிடு கையில் முதுகில் அடித்தாலும் வயிற்றில் அடிக்காதே என பிரார்த்தனை செய் என்றொரு இந்திய சொல்லாடல் உண்டு. உள்ளூர் சர்வாதிகாரிகளின் ஆட்சியின்கீழ் மக்கள் சில வன்முறைகளைச் சந்தித்த போதிலும், தாம் உற்பத்தி செய்தவற்றை உண்டு மகிழ்ந்தனர். பிரிட்டீஷ் இந்திய சர்வா திகார ஆட்சியின் கீழ் வன்முறை எதுவுமினறி மக்கள் அமைதியாக வாழ்ந்து வந்தனர். ஆனால் அவர்களது வாழ் வாதாரம் கண்ணுக்குத் தெரியாமல் அமைதியாகப் பறித்துச் செல்லப்பட்டது. அவர்கள் சட்டம் ஒழுங்கோடு அமைதி யாகப் பட்டினி கிடந்து அமைதியாக மடிந்தனர் எனக் குறிப்பிட்டார்.

இந்தியாவைச் சுரண்டுவதன் அடிப்படையான பிரிட்டீஷ் ஆட்சியே நாட்டை வறுமைக்கு இட்டுச் சென்றது. பொருளா தார பின்தங்கிய நிலையையும், வளர்ச்சி குன்றிய நிலையை யும் உருவாக்கியது என்ற வகையில் நாடு தழுவிய கருத்து உருவாக பொருளாதாரப் பிரச்சினைகளின் மீதான தேசியப் போராட்டம் வழி வகுத்தது. பிரிட்டீஷ் ஆட்சி மறைமுக மாக எத்தகைய காரியங்களைச் செய்திருந்தாலும் இத்தகைய பாதகங்கள் மிக அதிகமாகும்.

அரசியல் சாசன சீர்திருத்தம் :

இந்தியா, ஜனநாயக சுய அரசாங்கத்தை நோக்கிச் செல்வது தவிர்க்கவியலாதது என ஆரம்பகால தேசியவாதி கள் துவக்கத்திலிருந்து கருதி வந்துள்ளனர். ஆனால், அவர் கள் தமது இலக்கை உடனடியாக அடைய வேண்டுமென வலியுறுத்தவில்லை. அவர்களது உடனடிக் கோரிக்கைகள் மிகவும் மிதவாதத் தன்மை கொண்டவையாக இருந்தன.

படிப்படியான நடவடிக்கைகள் மூலமாக சுதந்திரம் கிடைக்கும் என அவர்கள் நம்பினர். அவர்களது நடவடிக்கைகளை அரசாங்கம் ஒடுக்கும் என்பதால் அவர்கள் மிகவும் எச்சரிக்கையாகச் செயல்பட்டனர். 1885 முதல் 1892 வரையிலான காலகட்டத்தில் சட்டக்குழுவை விரிவுபடுத்தி, சீர்திருத்துவ தற்கான கோரிக்கைகளை அவர்கள் முன்வைத்து வந்தனர்.

அவர்களது போராட்டத்தின் விளைவாக 1892-ம் ஆண்டு இந்தியக் கவுன்சில்கள் சட்டத்தை நிறைவேற்றும் நிர்ப்பந்தத்துக்கு பிரிட்டீஷ் அரசாங்கம் உள்ளானது. இச்சட்டத்தின் படி பேரரசு சட்டக் கவுன்சில் மற்றும் மாகாணக் கவுன்சில் உறுப்பினர்களின் எண்ணிக்கை அதிகரிக்கப்பட்டது. இதன் உறுப்பினர்களில் சிலர் இந்தியர்களால் மறைமுகமாகத் தேர்ந்தெடுக்கப்பட்டனர். ஆனால் அதிகாரிகள் பெரும்பான்மையினராக இருந்தனர். 1892-ம் ஆண்டு சட்டத்தின் மீது தேசியவாதிகள் ஒட்டுமொத்தமாக அதிருப்தியை வெளிப்படுத்தி, அது ஒரு ஏமாற்று எனக் குறிப்பிட்டனர். கவுன்சில்களில் இந்தியர்களுக்குப் பெரும் பங்கும், விரிவடைந்த அதிகாரமும் வேண்டுமென அவர்கள் கோரினர். குறிப்பாக, பொது நிதியின் மீது இந்தியர்களின் கட்டுப்பாட்டை அவர்கள் வலியுறுத்தினர். அமெரிக்க விடுதலை போரின் பொழுது 'பிரதிநிதித்துவம் இன்றி வரி செலுத்த மாட்டோம்' எனக் கோரியதைப் போல முழக்கத்தை எழுப்பினர். அதே சமயம் அவர்கள் தமது ஜனநாயகக் கோரிக்கைகளை விரிவுபடுத்தத் தவறிவிட்டனர். வெகுஜனங்களுக்கு அல்லது பெண்களுக்கு வாக்குரிமை அளிக்கும் கோரிக்கையை அவர்கள் எழுப்பவில்லை.

20-ம் நூற்றாண்டின் துவக்கத்தில் தேசியத் தலைவர்கள் மேலும் முன்னேறினர். ஆஸ்திரேலியா, கனடா போன்ற நாடுகளில் சுயாட்சிக் காலனிகளை நிறுவியதைப் போல பிரிட்டீஷ் பேரரசுக்கு உட்பட்டு, சுய அரசாங்கத்துக்கான சுயராஜ்ஜியக் கோரிக்கையை முன்வைத்தனர். காங்கிரஸ் மேடையிலிருந்து 1905-ம் ஆண்டு கோகலே-வினாலும் 1906-ம்

ஆண்டு தாதாபாய் நௌரோஜியினாலும் இக்கோரிக்கை எழுப்பப்பட்டது.

நிர்வாக மற்றும் பிற சீர்திருத்தங்கள் :

ஆரம்பகால தேசியவாதிகள் தனித்த நிர்வாக நடவடிக்கைகளை அச்சமற்று விமர்சிக்கக் கூடியவர்களாகவும், ஊழல் திறமையின்மை, ஒடுக்குமுறைகள் மலிந்த நிர்வாக முறையைச் சீர்திருத்துவதற்காக கடினமாக உழைத்தவர்களாகவும் விளங்கினர். நிர்வாகப் பணிகளில் உள்ள உயர் பதவிகளை இந்திய மயமாக்க வேண்டுமென்ற மிகவும் முக்கியமான நிர்வாகச் சீர்திருத்தமே அவர்களது விருப்பமாகும். அரசியல், பொருளாதார, அறநெறி அடிப்படையில் அவர்கள் இக்கோரிக்கையை முன்வைத்தனர். பொருளாதார ரீதியாக உயர் பணிகளில் ஐரோப்பிய ஏகபோகம் இரண்டு அம்சங்களில் தீங்கு விளைவிக்கக் கூடியவையாக இருந்தன. (1) ஐரோப்பியர்களுக்கு அதிகச் சம்பளம் வழங்கப்பட்டு வந்ததால் இந்திய நிர்வாகத்துக்கு அது பெரிதும் செலவு பிடிக்கக்கூடியதாக இருந்தது. அதே தகுதியுள்ள இந்தியர்களுக்கு மிகக்குறைந்த சம்பளமே வழங்கப்பட்டது. (2) ஐரோப்பியர்கள் தமது சம்பளத்தில் பெரும்பகுதியுடனும், இங்கிலாந்தில் வழங்கப்பட்ட ஓய்வூதியத்துடனும், இந்தியாவிலிருந்து அனுப்பி வைக்கப்பட்டனர். இந்தியாவிலிருந்து சுரண்டிச் செல்லப்பட்ட செல்வத்துடன் இதுவும் சேர்ந்தது. இத்தகைய பதவிகளை இந்தியமயமாக்குவதன் மூலம் இந்தியர்களின் தேவைகளைப் பூர்த்தி செய்ய இது உதவும் என தேசியவாதிகள் நம்பினர். இப்பிரச்சினையின் அறநெறி அம்சம் குறித்து கோபால கிருஷ்ண கோகலே 1897-ம் ஆண்டு பின்வருமாறு குறிப்பிட்டார் :

'அன்னிய ஏஜென்சியின் கூடுதல் செலவினம் மட்டுமே ஒரே தீமையல்ல. அறநெறித் தீமை அதைக் காட்டிலும் பெரிய தாகும். இந்திய இனத்தை ஒடுக்குவது அல்லது அதன் வளர்ச்சியைத் தடுப்பது போன்ற காரியங்களே இன்றைய

அமைப்பு முறையில் நடைமுறைப்படுத்தப்பட்டு வந்தது. நமது வாழ்நாள் முழுவதும் நாம் தாழ்வு மனப்பான்மை யிலேயே வாழ வேண்டியிருந்தது. நமது கம்பீரம் அனைத்தும் தலை வணங்க வேண்டியிருந்தது. இன்றைய அமைப்பு முறையின் கீழ் மனிதகுலம் தனது வளரும் திறனுடன் முழு உயரத்தை ஒருபோதும் எட்டவியலாது. சுயாட்சி தன்மை கொண்ட மக்கள் ஒவ்வொருவரும் உணரும் அறநெறி உயர்வை நம்மால் உணர முடியவில்லை. நமது நிர்வாக மற்றும் இராணுவத் திறமைகள் பயன்படுத்தப்படாத காரணத்தி னாலேயே படிப்படியாக மறைந்தன. கடைசியில் நமது நாட்டிலுள்ள அனைவரும் ஒரே மாதிரியாக அனைத்துத் திறமைகளையும் இழந்து மிகச் சாதாரணமாக வாழ வேண்டிய நிலைவரும்' என்றார்.

நீதித்துறையை நிர்வாகத்திலிருந்து பிரிக்க வேண்டுமென தேசியவாதிகள் வலியுறுத்தினர். அதன் மூலம் காவல்துறை மற்றும் அதிகார வர்க்கத்தின் எதேச்சதிகார சட்டங்களி லிருந்து மக்களுக்குச் சில பாதுகாப்புகள் கிடைக்கலாம். காவல் துறையும், பிற அரசாங்க ஏஜெண்டுகளும் பொது மக்களிடத்தில் காட்டி வந்த ஒடுக்குமுறை மற்றும் கொடுங் கோல் செயல்களுக்கு எதிராக அவர்கள் போராடினர். சட்ட ரீதியாகக் காலதாமதம் செய்யப்படுவதையும், அதிகச் செலவு பிடிக்கும் நீதித்துறை நடவடிக்கைகளையும் அவர்கள் விமர் சித்தனர். இந்தியாவின் அண்டை நாட்டினருக்கு எதிராக ஆக்கிரமிப்புத் தன்மை கொண்ட வெளியுறவுக் கொள்கை பின்பற்றப்படுவதை அவர்கள் எதிர்த்தனர். பர்மாவைக் கைப் பற்றியதையும், ஆப்கானிஸ்தான் மீதான தாக்குதலையும் வடமேற்கு இந்தியாவில் பழங்குடி மக்கள் ஒடுக்கப்பட்டதையும் எதிர்த்து அவர்கள் குரல் எழுப்பினர்.

அரசாங்கம் மக்கள் நல நடவடிக்கைகளைத் துவக்கிச் செயல்படுத்த வேண்டுமென அவர்கள் கோரினர். மக்களுக்கு ஆரம்பக்கல்வி வழங்க வேண்டியதன் அவசியத்தை அவர்கள் பெரிதும் வலியுறுத்தினர். தொழில்நுட்ப மற்றும் உயர்கல்வி

யில் பெருமளவில் வசதி வாய்ப்புகளைச் செய்து தர வேண்டு மெனவும் அவர்கள் கோரினர்.

கந்துவட்டிக்காரர்களின் பிடியிலிருந்து விவசாயிகளைப் பாதுகாக்க வேளாண் வங்கியை உருவாக்க வேண்டுமென அவர்கள் வலியுறுத்தினர். வேளாண் மேம்பாட்டுக்காகவும், பஞ்சத்திலிருந்து நாட்டைக் காக்கவும் நீர்ப்பாசனத் திட்டங்களை விரிவுபடுத்தும் திட்டங்களை அரசாங்கம் அமுலாக்க வேண்டுமென அவர்கள் கோரினர். மருத்துவம் மற்றும் சுகாதார வசதிகளை விரிவுபடுத்தவும், நேர்மை, திறமை மற்றும் வெகுஜனத் தன்மை கொண்டதாகக் காவல் துறையை மேம்படுத்தவும் அவர்கள் கோரிக்கை வைத்தனர்.

வறுமையின் காரணமாக வேலைவாய்ப்பு தேடி தென்னாப் பிரிக்கா, மலேசியா, மொரீசியஸ், மேற்கிந்தியா, பிரிட்டீஷ் கயானா ஆகிய நாடுகளுக்குக் குடிபெயர்ந்து சென்ற இந்தியத் தொழிலாளர்களின் பாதுகாப்புக்காகவும் தேசியவாதத் தலைவர்கள் பேசினர். இத்தகைய பெரும்பாலான வெளி நாடுகளில் அவர்கள் ஒடுக்குமுறைக்கும், இனப்பாகுபாடு களுக்கும் ஆட்படுத்தப்பட்டனர். இது குறிப்பாக தென்னாப் பிரிக்காவில் முற்றிலும் உண்மை. அங்கு இந்தியர்களின் அடிப்படை மனித உரிமைகளைப் பாதுகாப்பதற்காக மோகன் தாஸ் கரம்சந்த் காந்தி மக்களைத் திரட்டிப் போராடினர்.

சிவில் உரிமைகள் பாதுகாப்பு :

தொடக்கத்திலிருந்தே அரசியல் உணர்வு பெற்ற இந்தியர்கள் ஜனநாயகத்தினால் மட்டுமல்லாமல் நவீன சிவில் உரிமை, பேச்சுரிமை, எழுத்துரிமை, சங்கம் சேரும் உரிமை போன்றவற்றாலும் பெரிதும் கவரப்பட்டனர். சிவில் உரிமை களை அரசாங்கம் ஒடுக்க நினைக்கும் பொழுதெல்லாம் அவர்கள் அவற்றை வலுவாகப் பாதுகாத்து நின்றனர். இக்கால கட்டத்தில்தான் தேசியவாத அரசியல் பணிகளின் விளைவாக ஜனநாயகக் கருத்துக்கள் இந்திய மக்களிடத்தில் குறிப்பாக

அறிவுஜீவிகள் மத்திய வேர் கொள்ளத் தொடங்கின. உண்மையில் ஜனநாயகத்துக்கான போராட்டம் தேசிய விடுதலைப் போராட்டத்தின் பிரிக்க முடியாத ஒரு அங்கமாகும். 1897-ம் ஆண்டு பம்பாய் அரசாங்கம் திலகரையும் மற்ற தலைவர்களையும் பத்திரிகை ஆசிரியர்களையும் கைது செய்து அரசாங்கத்துக்கு எதிராக அதிருப்தியைப் பரப்புவதாக அவர்கள் மீது வழக்கு தொடுத்தது. அவர்களுக்கு நீண்டகால சிறைத் தண்டனை விதிக்கப்பட்டது. அதே சமயத்தில் பூனாவைச் சேர்ந்த இரண்டு தலைவர்களான நாது சகோதரர்கள் எவ்வித விசாரணையும் இன்றி நாடு கடத்தப்பட்டனர். மக்களின் சுதந்திரத்தின் மீது தொடுக்கப்பட்ட இத்தாக்குதலைக் கண்டித்து நாடு முழுவதும் ஆர்ப்பாட்டம் நடைபெற்றது. மகாராஷ்டிராவில் பெரிதும் அறியப்பட்டிருந்த திலகர் ஒரே நள்ளிரவில் அகில இந்தியத் தலைவரானார்.

அரசியல் பணியின் வழிமுறை :

1905-ம் ஆண்டு வரை இந்திய தேசிய இயக்கம் மிதவாதிகளின் தலைமையில் இருந்து வந்தது. மிதவாதிகளின் அரசியல் வழிமுறைகள் சட்டத்தின் நான்கு சுவர்களுக்குள் நிதானமாக முறையான அரசியல் முன்னேற்றத்தின் மூலம் அரசியல் சாசனத்துக்கு உட்பட்ட போராட்டமாக இருந்தது. பொதுக் கருத்து திரட்டப்பட்டு மனுக்கள், பொதுக் கூட்டங்கள், தீர்மானங்கள், உரைகள் மூலமாக வெகுஜனக் கோரிக்கைகளை அதிகாரிகளிடம் முன்வைப்பதன் மூலமாக அவர்கள் அவற்றுக்குச் செவிமடுத்து படிப்படியாக நிறைவேற்றுவார்கள் என அவர்கள் நம்பினர்.

எனவே, அவர்களது அரசியல் பணி இரண்டு திசை வழிகளைக் கொண்டிருந்தது. முதலாவதாக, மக்களின் அரசியல் உணர்வையும், தேசிய எழுச்சியையும் கிளப்புவதன் மூலமாக இந்தியாவில் ஒரு பொதுக் கருத்தை உருவாக்குவது மற்றும் அரசியல் பிரச்சினைகள் மீது அவர்களுக்குப் போதித்து அவர்களை ஒன்றுபடுத்துவது ஆகியனவாகும்.

அடிப்படையில், தேசிய காங்கிரசின் தீர்மானங்களும், மனுக்களும்கூட இத்தகைய இலக்கை நோக்கியதாகவே இருந்தன. வெளித் தோற்றத்துக்கு அவர்கள் அரசாங்கத் துக்கு விண்ணப்பங்களும் மனுக்களும் அனுப்பினாலும் இந்திய மக்களுக்கு போதிப்பதே அவர்களது உண்மையான நோக்கமாக இருந்தது. உதாரணமாக பூனா சர்வஜனிக் சபாவின் சார்பில் அனுப்பப்பட்ட முறையான விண்ணப் பத்துக்கு அரசாங்கம் இரண்டு வரியில் பதில் அளித்ததால் 1891-ம் ஆண்டு இளம் கோகலே தனது அதிருப்தியை வெளிப் படுத்தினார்.

'நமது நாட்டின் வரலாற்றில் நமது இடம் எது என்பதை நீங்கள் உணரவில்லை. இத்தகைய விண்ணப்பங்கள் அரசாங் கத்துக்குப் பெயரளவுக்கு அனுப்பப்படுகின்றன. எதார்த் தத்தில் அவை மக்களுக்கு அனுப்பப்படுபவையே. அதன் மூலம் அவர்கள் இதுபோன்ற பிரச்சினைகளில் எவ்வாறு சிந்திப்பது என்பதை உணர்ந்து கொள்வார்கள். வேறு எத்தகைய விளைவையும் எதிர்பார்க்காமல் இப்பணி நீண்ட காலத்துக்கு நடைபெற வேண்டும். ஏனெனில், இவ்வகைப் பட்ட அரசியல் இம்மண்ணிற்குப் புதியது' என நீதிபதி ராணடே குறிப்பிட்டார்.

இரண்டாவதாக, தேசியவாதிகள் முன்வைத்துள்ள திசை வழியில் சீர்திருத்தங்களை அமுலாக்க பிரிட்டீஷ் அரசாங் கத்தை ஈடுபடுத்தவும் பிரிட்டனில் பொதுக் கருத்தைத் திரட்ட வும், ஆரம்பகால தேசியவாதிகள் விரும்பினர். பிரிட்டீஷ் மக்களும் பாராளுமன்றமும் இந்தியாவின் மீது நீதியுடன் நடந்துகொள்ள வேண்டுமென மிதவாதிகள் விரும்பினர். ஆனால் அங்குள்ள உண்மை நிலை அவர்களுக்குத் தெரியாது. எனவே, இந்தியப் பொதுக் கருத்தைத் திரட்டியதை அடுத்து பிரிட்டனில் பொதுக் கருத்தைத் திரட்ட மிதவாதிகள் முன்வந்தனர். இதற்கென அவர்கள் பிரிட்டனில் தீவிர பிரச்சாரத்தை மேற்கொண்டனர். இந்தியர்களின் கண்ணோட் டத்தைப் பிரச்சாரம் செய்ய முன்னணி இந்தியர்களை பிரிட்டனுக்கு அனுப்பி வைத்தனர். 1889-ம் ஆண்டு இந்திய

தேசியக் காங்கிரசின் பிரிட்டீஷ் கமிட்டி அமைக்கப்பட்டது. 1890-ம் ஆண்டு இக்கமிட்டி 'இந்தியா' என்ற பத்திரிகையைத் தொடங்கியது. இந்திய விவகாரங்களை இங்கிலாந்தில் விளக்குவதற்காக தாதாபாய் நௌரோஜி தமது வாழ்நாளின் பெரும் பகுதியையும், வருமானத்தையும் அங்கு செலவழித்தார்.

பிரபல மிதவாதத் தலைவர்கள் பிரிட்டீஷ் ஆட்சிக்குப் பெரும் விசுவாசம் காட்டுவதை அறிந்து இந்திய தேசிய இயக்கத்தைப் பயிலும் மாணவர்கள் குழப்பமடையலாம். இதன் மூலம் அவர்கள் உண்மையான தேசபக்தர்கள் அல்ல அல்லது அவர்கள் கோழைகள் என்பது அர்த்தமல்ல. பிரிட்டனுடன் இந்தியாவின் அரசியல் தொடர்புகள் தொடருவது வரலாற்றின் அன்றைய கட்டத்தில் இந்தியாவின் நலனுக்கு ஏற்றது என அவர்கள் உண்மையில் நம்பினர். ஆகவே அவர்கள் பிரிட்டீசாரை வெளியேற்ற விரும்பவில்லை. மாறாக, பிரிட்டீஷ் ஆட்சியை ஓரளவு தேசிய ஆட்சியாக மாற்ற திட்டமிட்டனர். பிற்காலத்தில் பிரிட்டீஷ் ஆட்சியின் தீமைகளையும், தேசியவாதிகளின் சீர்திருத்தக் கோரிக்கைகளை அரசாங்கம் ஏற்க மறுத்ததையும் கணக்கில் கொண்டு பிரிட்டீஷ் ஆட்சிக்கு விசுவாசம் காட்டுவதை நிறத்திக் கொண்டனர். இந்தியாவுக்கு சுயாட்சி குறித்த கோரிக்கையை எழுப்பத் தொடங்கினர். நேரடிச் சவாலின் மூலம் அன்னிய ஆட்சியைத் தூக்கியெறிவதற்கான காலம் கனியவில்லை எனக் கருதியதால் அவர்கள் பலர் மிதவாதிகளாக இருந்தனர்.

வெகுஜனங்களின் பங்கு :

ஆரம்பகால தேசிய இயக்கத்தின் பலவீனம் அதன் குறுகிய சமூக அடிப்படையே. அது வெகுஜனங்களைச் சென்றடையாமல் இருந்தது. உண்மையில் தலைவர்கள் மக்களின் மீது நம்பிக்கைக் கொள்ளவில்லை. தீவிர அரசியல் போராட்டத்தை நடத்துவதில் இருந்த சிரமங்களைப் பற்றிக் குறிப்பிட்ட கோபால கிருஷ்ண கோகலே 'நாட்டிலுள்ள எல்லையற்ற

பிரிவுகளும், துணைப் பிரிவுகளும், ஆகப் பெரும்பகுதியான மக்கள் அறியாமை இருளில் மூழ்கிக் கிடந்ததும், பழைய பாணி பத்தாம்பசலி சிந்தனைகளிலும் உணர்வுகளிலும் ஒட்டிக் கொண்டிருந்ததும் அவர்களுக்கு மாறுதலின் மீது வெறுப்பை ஏற்படுத்தியது. மாற்றத்தை அவர்கள் புரிந்து கொள்ளவில்லை' எனக் கூறினார். காலனிய ஆட்சிக்கு எதிரான தீவிர வெகுஜனப் போராட்டம் இந்திய சமுதாயத்திலுள்ள பலதரப்பட்டவர்களும், ஒரே தேசமாக உருப் பெறும்பொழுது மட்டுமே சாத்தியமாகும் என மிதவாதிகள் நம்பினர். அத்தகைய போராட்டத்தின் மூலமே இந்திய தேசியம் உருப்பெற்றது. இத்தகைய தவறான அணுகுமுறையின் விளைவாக தேசிய இயக்கத்தின் ஆரம்பக்கட்டத்தில் வெகுஜனங்கள் மிகக் குறைந்த பங்கையே வகித்தனர். இது அரசியல் மிதவாதத்துக்கு இட்டுச் சென்றது. வெகுஜனங்களின் ஆதரவு இல்லாததால் அவர்களால் தீவிர அரசியல் நிலையை மேற்கொள்ள இயலவில்லை. பிற்கால தேசிய வாதிகள் இந்த அம்சத்தில் மிதவாதிகளிடமிருந்து குறிப்பாக மாறுபட்டிருந்தனர்.

ஆரம்பகால தேசிய இயக்கத்தின் குறுகிய சமூக அடித் தளம் காரணமாக அதில் இணைந்துள்ள சமூகக் குழுவினரின் குறுகிய நலனுக்காகவே அது போராடியது என்ற முடிவுக்கு வந்துவிடக் கூடாது. இதன் திட்டமும் கொள்கைகளும் இந்திய மக்கள் அனைவருடைய நலனுக்காகவும் இருந்தது. காலனிய ஆதிக்கத்துக்கு எதிராக எழுச்சியுற்று வந்த இந்திய தேசிய நலனை அது பிரதிநிதித்துவப்படுத்தியது.

அரசாங்கத்தின் அணுகுமுறை :

பிரிட்டீஷ் ஆட்சியாளர்கள் எழுச்சியுற்று வந்த தேசிய இயக்கத்தின் பால் தொடக்கத்திலிருந்தே எதிர்ப்பையும் தேசியக் காங்கிரசின்பால் சந்தேகத்தையும் காட்டி வந்தனர். காங்கிரஸ் அரசியல் விவகாரங்களில் ஈடுபடுவதைக் காட்டிலும் சமூக அம்சங்களில் தன்னை ஈடுபடுத்திக் கொள்ள

வேண்டுமென ஹியூமுக்கு ஆலோசனை வழங்கியதன் மூலம் தேசிய இயக்கத்தைத் திசை திருப்ப வைஸ்ராய் முயன்றார். ஆனால் காங்கிரஸ் தலைவர்கள் இத்தகைய மாற்றத்தை ஏற்படுத்த மறுத்துவிட்டனர். இந்திய தேசியம் படிப்படியாக முன்னேறி வந்தது, ஆட்சியாளர்களுக்கு ஒரு காரணமாகிப் போனது. பிரிட்டீஷ் அதிகாரிகள் தேசியக் காங்கிரசையும், மற்ற தேசியத் தலைவர்களையும் பகிரங்கமாக விமர்சிக்கவும், கண்டிக்கவும் தொடங்கினர். டப்ரின் தொடங்கி கீழ் மட்டம் வரையிலான பிரிட்டீஷ் அதிகாரிகள் தேசியத் தலைவர்களைத் 'துரோகிகள்', 'ராஜதுரோகமிழைத்த பிராமணர்கள்', 'வன்முறைக் குண்டர்கள்', என முத்திரைக் குத்தினர். காங்கிரஸ் ஒரு 'ராஜதுரோக உற்பத்தி ஆலை' என வர்ணிக்கப்பட்டது. 1887-ம் ஆண்டு டப்ரின் இந்திய தேசியக் காங்கிரசை பொது மேடையில் தாக்கினார். 'மிகவும் சிறுபான்மையினரை' மட்டுமே அவர்கள் பிரதிநிதித்துவப்படுத்துவதாகக் கேலி பேசினார். 'காங்கிரசு வீழ்ச்சியை நோக்கித் தள்ளாடிக் கொண்டிருக்கிறது. நான் இந்தியாவில் இருக்கும் பொழுது அதன் அமைதியான மரணத்துக்கு உதவ வேண்டும் என்பதே எனது பேரவா' என 1900-ம் ஆண்டு அரசுச் செயலாளரிடம் கர்சன் பிரபு தெரிவித்தார். இந்திய மக்களிடையே அதிகரித்து வந்த ஒற்றுமை அவர்களுடைய ஆட்சிக்குப் பேராபத்தாக உருவெடுத்து வருவதாக உணர்ந்த பிரிட்டீசார் 'பிரித்தாளும் கொள்கையை' நடைமுறைப்படுத்தத் தொடங்கினர். சையது அகமதுகான், பெனாரசின் ராஜசிவ பிரசாத் மற்றும் பல பிரிட்டீஷ் ஆதரவு நபர்களைத் தூண்டிவிட்டு காங்கிரசு எதிர்ப்பு இயக்கத்தைத் தொடங்கச் செய்தனர். இந்துக்களுக்கும், முஸ்லீம்களுக்கும் இடையில் பிளவை ஏற்படுத்தவும் அவர்கள் முயன்றனர். தேசிய வளர்ச்சியை வீழ்த்துவதற்காக ஒருபுறம் சிறு சலுகைகளை அளிப்பது, மறுபுறம் கொடுமையான அடக்குமுறைகளை ஏவுவது போன்ற நடவடிக்கைகளில் ஈடுபட்டனர். ஆயினும் தேசிய இயக்கத்தின் வளர்ச்சியை ஆட்சியாளர்களால் தடுத்து நிறுத்த இயலவில்லை.

ஆரம்பகால தேசிய இயக்கம் குறித்த பரிசீலனை :

தேசிய இயக்கமும், தேசியக் காங்கிரசும் ஆரம்பக் கட்டத்தில் பெரும் வெற்றி பெறவில்லை எனச் சில விமர்சகர் கள் குறிப்பிடுகின்றனர். தேசியவாதிகளின் போராட்டத்தின் விளைவாக அரசாங்கம் வெகு சில சீர்திருத்தங்களையே மேற்கொண்டது.

இத்தகைய விமர்சனத்தில் ஓரளவுக்கு உண்மை உள்ளது. ஆனால், ஆரம்பகால தேசிய இயக்கம் ஒரு தோல்வி எனக் குறிப்பிடும் விமர்சனம் அவ்வளவு சரியானதல்ல. அவர்கள் தாங்கள் ஏற்றுக்கொண்ட இலட்சியத்துக்காக அனுபவித்த துயரங்களின் அடிப்படையில் நோக்கும்பொழுது வரலாற்ற ரீதியில் அது புகழ்சார்ந்த ஒன்றாகும். அக்காலத்தின் மிகவும் முற்போக்கான சக்தியை அது பிரதிநிதித்துவப்படுத்தியது. பரந்துபட்ட தேசிய உணர்வை உருவாக்குவதிலும், அனை வரும் ஒரு பொது தேசத்தை - இந்திய தேசத்தைச் சேர்ந்தவர்கள் என்ற உணர்வை மக்களிடம் ஏற்படுத்துவதிலும் அது வெற்றி பெற்றது. இந்திய மக்களுக்கிடையில் உணர்வுபூர்வமாக பொதுவான அரசியல், பொருளாதார, சமூக, பண்பாட்டு நலன்கள் அடிப்படையில் ஒருங்கிணைப்பை ஏற்படுத்தவும் ஏகாதிபத்தியத்தைப் பொது எதிரியாகக் காட்டவும், அதன் மூலம் அவர்களை ஒரு தேசமாக உருப்பெறச் செய்யவும் அது உதவியது. அரசியல் கலையில் அது மக்களை தேர்ச்சி பெறச் செய்தது. அவர்களுக்கிடையில ஜனநாயகம், சிவில் விடுதலை, மதச்சார்பின்மை, தேசியம் ஆகிய கருத்து களைக் கொண்டு சென்றது. அவர்களிடையே நவீன மனோ பாவத்தை ஏற்படுத்தியது. பிரிட்டீஷ் ஆட்சியின் தீய விளைவுகளை அவர்களிடையில் அம்பலப்படுத்தியது.

எல்லாவற்றிற்கும் மேலாக இந்தியாவில் பிரிட்டீஷ் ஏகாதிபத்தியத்தின் உண்மையான பண்புகளைத் தோலுரித்துக் காட்டுவதில் ஆரம்பகால தேசியவாதிகளே முன்னோடி களாக விளங்கினர். நாட்டின் அரசியல் சார்பு நிலையுடன் முக்கியப் பொருளாதாரப் பிரச்சினைகள் ஒவ்வொன்றையும்

அவர்கள் ஒருங்கிணைத்தனர். ஏகாதிபத்தியத்தின் மீதான அவர்களுடைய வலுவான பொருளாதார விமர்சனம் பிற்காலத்தில் பிரிட்டிஷ் ஏகாதிபத்தியத்துக்கு எதிராக நடைபெற்ற தீவிர வெகுஜனப் போராட்டத்தில் தேசியவாதிகளின் கிளர்ச்சியில் முக்கியப்பங்கு வகித்தது. பொருளாதாரக் கிளர்ச்சியின் மூலமாக அவர்கள் பிரிட்டிஷ் ஆட்சியின் கொடூரமான, சுரண்டல் தன்மைகளை அம்பலப்படுத்துவதன் மூலம் அதன் தார்மீக அடிப்படைகளைப் பலவீனப்படுத்தினர். ஆரம்பகால தேசிய இயக்கம் ஒரு பொதுவான அரசியல், பொருளாதார திட்டத்தையும் உருவாக்கியது. இதனடிப்படையில் பிற்காலத்தில் இந்தியர்கள் ஒருங்கிணைந்து நின்று அரசியல் போராட்டங்களை நடத்தினர். இந்தியர்களின் நலனுக்காக இந்தியா ஆளப்பட வேண்டும் என்ற அரசியல் உண்மையை அது நிறுவியது. தேசியப் பிரச்சினையை இந்தியர்களின் வாழ்வில் மேலோங்கிய ஒன்றாக அது ஆக்கியது. மேலும் மத ரீதியான வெற்று உணர்ச்சி அல்லது அற்ப உணர்வுகள் என்ற குறுகிய அடிப்படையில் அல்லாமல் ஸ்தூலமான ஆய்வு மற்றும் மக்களின் கடினமான வாழ்க்கை எதார்த்தத்தைப் பகுப்பாய்வு செய்தவன் அடிப்படையில் மிதவாதிகளின் அரசியல் பணி அமைந்திருந்தது. ஆரம்பகால இயக்கத்தின் பலவீனங்களைத் தொடர்ந்து வந்த தலைமுறையினர் அகற்றிய அதே சமயம் அதன் சாதனைகள் பிற்காலத்தில் மேலும் வலுவான தேசிய இயக்கத்துக்கான அடிப்படைகளை உருவாக்க உதவியது. அதன் பல்வேறு பலவீனங்களுக்கு இடையிலும் தேசிய இயக்கத்தின் வளர்ச்சிக்கு ஆரம்பகால தேசியவாதிகள் வலுவான அடிப்படைகளைத் தோற்றுவித்ததன் மூலம் நவீன கால இந்திய உருவாக்கத்தில் அவர்களுக்கு உயர்வான இடம் உண்டு.

10

புதிய இந்தியாவின் வளர்ச்சி - 1858-க்குப் பிறகு மத, சமூகச் சீர்திருத்தம்!

விடுதலைப் போராட்டத்துக்கு இட்டுச்சென்ற தேசியம் மற்றும் ஜனநாயக எழுச்சி அத்தோடு சமூக நிறுவனங்களை சீர்திருத்துவதிலும், ஜனநாயகப்படுத்தவுமான இயக்கங் களிலும் இந்திய மக்களின் மதக்கண்ணோட்டங்களிலும் வெளிப்பட்டது. சமூக மற்றும் மதச்சீர்திருத்தம் நவீன திசை வழியில் நாட்டின் அனைத்தளாவிய முன்னேற்றத்துக்கும், தேசிய ஒற்றுமை, ஒருமைப்பாட்டின் வளர்ச்சிக்கும் அடிப் படையான அவசியமென இந்தியர்கள் பலர் உணர்ந்தனர். தேசிய உணர்வின் வளர்ச்சி, புதிய பொருளாதாரச் சக்தி களின் தோற்றம், கல்வி, விரிவாக்கம், நவீன மேலைய கருத்து கள் மற்றும் பண்பாட்டுத் தாக்கம் அதிகரித்து வந்த உலக விழிப்புணர்வு போன்றவை பின்தங்கிய இந்திய உணர்வு நிலையையும் சமூக வீழ்ச்சியையும் உணர வைத்தது மட்டு மல்லாமல் சீர்திருத்தத்துக்கான தீர்வையும மேலும் வலுப் படுத்தியது. உதாரணமாக கேசவ சந்திர சென் பின்வருமாறு குறிப்பிட்டார் :

'நம்மைச் சுற்றியுள்ள தேசம் - தொன்மையான பெரு மிதங்களைக் கொண்ட தேசம் வீழ்ச்சியுற்று வருவதை நாம்

கண்டு வருகின்றோம். அதன் தேசிய இலக்கியங்களும் அறிவியலும் அதன் இறையியலும் தத்துவமும் அதன் தொழிலும் வர்த்தகமும் அதன் சமூக வளமையும் உள்ளார்ந்த எளிமையும் இனிமையும் பண்டைய அம்சங்களாக இருந்து வருகின்றன. தற்போதுள்ள வருந்தத்தக்க மிகவும் மோசமான நிலைகளை ஆன்மீக சமூக அறிவார்ந்த சூழ்நிலைகளை நாம் காணும்பொழுது அறிவியல், இலக்கியம், நாகரிகம் ஆகிய வற்றுடன் சிறந்து விளங்கிய காளிதாசரின் நாடு இது தானா? எனக் கேட்கத் தோன்றுகிறது.'

அதேபோல இந்திய மக்களின் நிலையை சுவாமி விவேகானந்தர் பின்வருமாறு குறிப்பிடுகிறார் :

'இளைஞர்களும், முதியவர்களும் கந்தல் ஆடைகளுடனும் இயலாமையிலும் நூற்றுக்கணக்கான ஆண்டுகள் வறுமையிலும் வாழ்ந்து வருவதை நாம் கண்டு வருகிறோம். பசுக்களும், எருதுகளும் எருமைகளுமே எங்கும் காணப்படுகின்றன. கண்களில் சோகமும் மெலிந்த உடலும் கொண்டவர்களே சாலை ஓரங்களில் அழுக்கடைந்த நிலையில் வாழ்ந்து வருகின்றனர். இதுவே இன்றைய நமது இந்தியா! அரண்மனைகளுக்கு அருகில் பாழடைந்த குடிசைகளுக்கும், ஆலயங்களுக்கும் அருகில் ஒதுக்கப்பட்ட மக்களும், சாதாரண உடையணிந்த சன்னியாசிகளும் செல்வச் சீமான்களின் அருகில் வாழ்ந்து வருகின்றனர். வறண்ட கண்களுடனும், காய்ந்த வயிற்றுடனும் உள்ள அவர்கள் வயிறு முட்ட உணவும், சிறந்த செல்வாக்கும் கொண்டவர்களுக்கிடையில் வாழ்ந்து வருகின்றனர். இதுவே நமது தேசத்தின் நிலை! பிளேக்கும் காலராவும் மலேரியாவும் தேசத்தை விழுங்கி வருகின்றன. பட்டினியும், அரைப் பட்டினியும் எங்கும் நிலவி வருகின்றன. அடிக்கடி பஞ்சம் தலைவிரித்தாடி வருகிறது.

முப்பது கோடி ஆத்மாக்களும் வெறும் தோற்றத்தில் மட்டுமே மனிதர்களாக உள்ளனர். தமது சொந்த மக்களாலும், அன்னிய தேசத்தவர்களாலும் வாழ்க்கையில் ஒடுக்கப்பட்டு, அடித்தட்டு மக்களாக வாழ்ந்து வருகின்றனர். நம்பிக்கை

ஏதுமின்றி கடந்த காலமோ, எதிர்காலமோ ஏதுமின்றி அடிமைகளைப் போல, வலிமை வாய்ந்தவர்களின் கால்களில் விழுந்தும் வலிமையற்றவர்களைக் கசக்கியும், அழித்தும், எதிர்காலத்தின் மீது நம்பிக்கை இன்றியும் பலவீனமாகவும் உள்ளவர்களுக்கு இயல்பாக வருகின்ற அருவெறுக்கத்தக்க கேடு விளைவிக்கக்கூடிய மூடநம்பிக்கைகளுடனும் எவ்வித அடிப்படையான தார்மீக நெறிமுறைகளும் இன்றி 30 கோடி இந்தியர்கள் நாட்டில் அழுகிய பிணத்தின் மீது வாழுகின்ற புழுக்களைப் போல வாழ்ந்து வருகின்றனர். இத்தகைய நிலைமையே நம்மைக் கவலை கொள்ளச் செய்கிறது.'

இவ்வாறாக, 1858-க்குப் பிறகு முந்தைய சீர்திருத்த இயக்கம் மேலும் பரந்துபட்டதாக மாறியது. ராஜாராம் மோகன்ராய், பண்டிட் வித்யாசாகர் போன்ற முந்திய சீர்திருத்தவாதிகளின் பணி தற்போது மேலும் முன்னெடுத்துச் செல்லப்பட்டது.

மதச்சீர்திருத்தம் :

நவீன அறிவியல் உலகத் தேவைகள், ஜனநாயகம், தேசியம் ஆகிய தேவைகளை அவர்களது சமூகத்துக்கும் பொருத்தும் விருப்பத்தில் அதற்கான பாதையில் எவ்விதத் தடையும் இருக்கக்கூடாது என்ற உறுதியில் இந்தியச் சிந்தனையாளர்கள் தமது மரபுவழிப்பட்ட மதங்களைச் சீர்திருத்த விரும்பினர். அக்காலகட்டத்தில் மதம் என்பது மக்கள் வாழ்வின் அடிப்படை அம்சமாக விளங்கியது. மதச்சீர்திருத்தம் இன்றி சமூகச் சீர்திருத்தம் சாத்தியமில்லை. அவர்களது மதங்களின் அடிப்படைகளுக்கு உண்மையாக இருக்க முயற்சித்த அதே சமயம் இந்திய மக்களின் புதியத் தேவைகளுக்கேற்ப அவற்றை மாற்றியமைத்தனர்.

பிரம்ம சமாஜம் :

ராஜாராம் மோகன்ராயின் பிரம்ம மரபுகள் 1843-க்குப் பிறகு தேவேந்திரநாத் தாகூரினால் முன்னெடுத்துச் செல்லப்

பட்டது. வேதக் கோட்பாடுகளையும் அவர் மறுத்து வந்தார். 1866-க்குப்பிறகு கேசவ சந்திரசென் இவற்றை முன்னெ டுத்துச் சென்றார். குறைகளைக் களைவதன் மூலமாகவும், ஒற்றைக் கடவுள் வழிபாடு மற்றும் வேதங்கள், உபநிஷதங் கள் அடிப்படையிலும் இந்து மதத்தைச் சீர்திருத்த பிரம்ம சமாஜம் விரும்பியது. அது நவீன மேலையச் சிந்தனை களின் சிறந்த தன்மைகளையும் ஒருங்கிணைக்க முயன்றது. அவை பெரும்பாலும் சரியானவற்றைத் தேர்ந்தெடுக்கும் மானுட பகுத்தறிவு அடிப்படையிலும் கடந்த காலத்தில் அல்லது தற்காலத்தில் மதக் கோட்பாடுகளிலும் நடைமுறை களிலும் பயனற்றவை எவை என்ற அடிப்படையிலும் அமைந் திருந்தன. அதற்காக மதக் கோட்பாடுகளை விளக்க மதகுரு மார்கள் தேவை என்பதை பிரம்மசமாஜம் ஏற்கவில்லை. மத நூல்களில் அல்லது கோட்பாடுகளில் எது சரி, எது தவறு என்று தனது சொந்த அறிவைக் கொண்டு அறியும் திறனும், உரிமையும் ஒவ்வொரு தனிநபருக்கும் இருக்கிறது என அவர் கூறியது. இவ்வாறு பிரம்ம சமாஜம் உருவ வழிபாட்டையும், மூடநம்பிக்கைகளையும் வழிபாடுகளை யும் கடைப்பிடிப்பதையும் உண்மையில் பிராமணிய முறை யையும் முழுமையாக எதிர்த்து வந்தது. மதகுருமார்கள் என்ற இடைத்தரகர்கள் இன்றியே அவர்கள் ஒற்றைக் கடவுளை வழிபட்டனர்.

பிரம்ம சமாஜத்தினர் மாபெரும் சமூகச் சீர்திருத்தவாதி களாகவும் விளங்கினர். சாதிய முறையையும் குழந்தைத் திருமணத்தையும் அவர்கள் கடுமையாக எதிர்த்தனர். விதவை மறுமணம், ஆண்களுக்கும் பெண்களுக்கும் நவீனக் கல்வி விரிவாக்கம் உள்ளிட்ட பெண்களின் மேம்பாட்டுக்கான நெறிகளை ஆதரித்து நின்றனர்.

19-வது நூற்றாண்டின் இரண்டாவது பாதியில் உள் முரண்பாடுகளால் பிரம்ம சமாஜம் பலவீனமடைந்தது. மேலும் அதன் செல்வாக்கு நகர்ப்புற படித்த வர்க்கத்தினரிடம் மட்டுமே பெரும்பாலும் நின்றுவிட்டது. ஆயினும் 19, 20-ம்

நூற்றாண்டுகளில் வங்காளத்திலும் நாட்டின் இதர பகுதி களிலும் அறிவுத்துறை, சமூக, பண்பாடு மற்றும் அரசியல் வாழ்வில் உறுதியாகச் செல்வாக்கு செலுத்தியது.

மகாராஷ்டிராவில் மதச்சீர்திருத்தம் :

1840-ம் ஆண்டு பம்பாயில் உருவ வழிபாட்டையும், சாதிய முறையையும் எதிர்க்கும் இலட்சியத்துடன் பரமஹன்ஸ் மண்டலியினால் மதச்சீர்திருத்தம் தொடங்கப்பட்டது. மேற்கு இந்தியாவில் 'லோகாயவாதி' என்று பரவலாக அழைக்கப் பட்ட கோயில் ஹரி தேஷ்முக் ஆரம்பகால மதச்சீர்திருத்த வாதியாக விளங்கினார். இந்து வைதீகத்தின் மீது வலுவான பகுத்தறிவு சிந்தனைக்கொண்டு தாக்கி மராட்டிய மொழியில் கட்டுரைகள் எழுதினார். உதாரணமாக 1840-களில் அவர் எழுதியதாவது :

'மத குருமார்கள் தாம் கூறுபவற்றுக்கு அர்த்தம் தெரி யாமலேயே, அது குறித்த அறிவு ஏதுமின்றியே திரும்பத் திரும்பக் கூறிவந்த சிறிதும் புனிதத்தன்மை அற்றவர்களாவர். ஏனெனில் அவர்கள் மேலும் அறியாமையிலும் இறுமாப்பு கொண்டவர்களாகவும் விளங்கினர்... பிராமணர்கள் என்ப வர்கள் யார்? நம்மிலிருந்து எவ்வகையில் அவர்கள் வேறு பட்டவர்கள்? அவர்களுக்கு இருபது கரங்கள் இருக்க, நம்மிடம் அவை இல்லையா? பிராமணர்களின் முட்டாள் தனமான கருத்துகளைக் கைவிடக்கோரி அவர்களிடம் இக்கேள்விகள் எழுப்பப்பட்டு வருகின்றன. அனைவரும் சமம், அறிவை பெறுவதற்கு ஒவ்வொருவருக்கும் உரிமை உண்டு என்பதை அவர்கள் அவசியம் ஒப்புக்கொண்டாக வேண்டும்' என அவர் குறிப்பிட்டார்.

மதம், சமூகச் சீர்திருத்தங்களை ஏற்கவில்லை எனில், பிறகு மதத்தையே மாற்ற வேண்டியதுதான். மதம் என்பது மனித னால் உருவாக்கப்பட்டது. வெகு காலத்துக்கு முன்பு எழுதப் பட்ட வேதங்கள் பிற்காலத்திலும் பொருத்தி வர முடியாது.

பிற்காலத்தில் நவீன அறிவு வெளிச்சத்தில் இந்து மதச் சிந்தனைகளையும், செயல்பாட்டையும் சீர்திருத்தும் இலட்சியத்துடன் பிரார்த்தன சமாஜம் தொடங்கப்பட்டது. ஒற்றைக் கடவுள் வழிபாட்டை அது போதித்தது. சாதிய வைதீகத்திலிருந்தும், மதகுரு மேலாதிக்கத்திலிருந்தும், மதத்தை விடுவிக்க அது முயன்றது. சிறந்த சமஸ்கிருத அறிஞரும், வரலாற்று ஆசிரியருமான பண்டார்கர், மகாதேவ் கோவிந்த் ராணடே (1842-1901) ஆகியோர் இதன் இருபெரும் தலைவர்கள் ஆவர். இது பிரம்ம சமாஜத்தின் வலுவான செல்வாக்குக்கு ஆட்பட்டிருந்தது. தெலுங்கு சீர்திருத்தவாதி வீரேசலிங்கத்தின் முயற்சிகளின் விளைவாக இதன் செயல்பாடுகள் தென்னிந்தியாவுக்கும் பரவின. நவீன கால இந்தியாவின் மகத்தான பகுத்தறிவு சிந்தனையாளரான கோபால் கணேஷ் அவர்களும் அக்கால கட்டத்தில் மகாராஷ்டிராவில் பணியாற்றி வந்தார். மரபுகளைக் கண்மூடித்தனமாக பின்பற்றுவதை அல்லது இந்தியாவின் கடந்த காலத்தைத் தவறாகப் போற்றுவதை அவர் கடுமையாக விமர்சித்து வந்தார். அகர்கர் மானுட பகுத்தறிவின் வல்லமை மீது மிகுந்த நம்பிக்கை கொண்டவர் ஆவார்.

ராமகிருஷ்ணரும், விவேகானந்தரும் :

ராமகிருஷ்ண பரமஹம்சர் (1834-86) சன்னியாசம், தியானம், பக்தி போன்ற மரபு வழிகளில் மதரீதியான முக்தியை அடைய முற்பட்ட துறவியாவார். மத உண்மையை அல்லது கடவுளை அறிவதற்கான அவரது தேடலில் அவர் முஸ்லீம், கிறிஸ்தவம் போன்ற பிற நம்பிக்கையுடைய துறவிகளுடனும் வாழ்ந்து வந்தார். கடவுளையும் முக்தியையும் அடைவதற்கு பல பாதைகள் உண்டு. மனிதனே கடவுளின் உடலாக இருப்பதால் மனிதனுக்குச் செய்யும் சேவையே கடவுளுக்குச் செய்யும் சேவை என அவர் மீண்டும் வலியுறுத்தி வந்தார். அவரது மாபெரும் சீடராக சுவாமி விவேகானந்தர் (1863-1902) விளங்கினார். சமகால இந்திய சமுதாயத் தேவைகளுக்கு

ஏற்ப ராமகிருஷ்ணரின் மதக்கோட்பாடுகளை விளக்க விவே கானந்தர் முயன்றார். எல்லாவற்றுக்கும் மேலாக சமூகச் செயல்பாட்டை விவேகானந்தர் வலியுறுத்தினார். செயல் பாட்டுடன் ஒருங்கிணையாத அறிவு நாம் வாழும் உண்மை யான உலகத்திற்குப் பயனற்றது என அவர் குறிப்பிட்டார். தனது குருவைப் போல அனைத்து மதங்களின் சாரமும் ஒன்றே என்று குறிப்பிட்ட அவர் மத விவகாரங்களில் எத்தகைய குறுகிய கண்ணோட்டத்தையும் கண்டனம் செய்து வந்தார். 1898-ம் ஆண்டு அவர் இவ்வாறு எழுதினார். 'நமது தாய்நாட்டிற்கு இரண்டு மாபெரும் அமைப்பு முறை களான இந்துவும், இஸ்லாமும் ஒருங்கிணைந்து நிற்பதே ஒரே நம்பிக்கை' எனக் குறிப்பிட்டார். அதே சமயம் இந்துத் தத்துவ மரபின் உயரிய அணுகுமுறையை அவர் ஏற்றுக் கொண்டார். வேதாந்தம் முழுமையாகப் பகுத்தறிவை அடிப் படையாகக் கொண்டது என அவர் குறிப்பிட்டார்.

இந்தியர்கள் உலகின் பல பகுதிகளுடன் தொடர்பு ஏது மின்றி, தேக்கத்துக்கு உள்ளாகி இருந்ததை விவேகானந்தர் விமர்சனத்துக்கு உள்ளாக்கினார். நாம் உலகின் பிற தேசங் களிலிருந்து தனிமைப்பட்டிருந்த காரணத்தினாலேயே வீழ்ச்சியுற்றோம். உலக நீரோட்டத்துடன் ஒன்று கலப்பதே அதற்கு ஒரே தீர்வாகும். இயக்கமே வாழ்க்கையின் அடை யாளம் என அவர் குறிப்பிட்டார்.

சாதிய முறையையும், சடங்குகளையும் மூடநம்பிக்கை களையும் தற்போதைய இந்து மதம் வலியுறுத்துவதையும் விவேகானந்தர் கண்டனம் செய்தார். விடுதலை, சமத்துவம், சுதந்திரச் சிந்தனை ஆகிய உணர்வுகளை மக்கள் பெற வேண்டுமென அவர் வலியுறுத்தினார். அதனைப் பின்வருமாறு குறிப்பிட்டார் :

'மதம் சமையலறைக்குள் நுழைந்துவிடும் ஆபத்து உள்ளது. நம்மில் பலர் வேதாந்திகளோ, பௌராணிகர் களோ, தாந்திகர்களோ அல்ல. நாம் வெறும் தீண்டாமைக்கு உள்ளானவர்கள் அவ்வளவுதான். நமது மதம் சமையல்

கூடத்தில் உள்ளது. நமது கடவுள் சமையல் பாத்திரத்தில் உள்ளார். நமது மதமோ 'நான் புனிதமானவன், என்னைத் தீண்டாதே' என்கிறது. இத்தகைய நிலையே அடுத்த நூற்றாண்டிற்கும் தொடர்ந்தால் நாம் அனைவரும் பைத்தியக்கார மடத்தில்தான் இருப்போம்' எனக் குறிப்பிட்டார்.

சிந்தனையின் விடுதலை பற்றிக் குறிப்பிடுகையில்,

வாழ்நிலை, வளர்ச்சி, செல்வாக்கு போன்றவற்றுக்கு சிந்தனையும் செயலும் சுதந்திரமாக இருக்க வேண்டியது அவசியமாகும். அவ்வாறு இல்லையெனில், மனிதன், இனம், தேசம் அனைத்தும் படுகுழிக்குச் செல்ல வேண்டியதுதான் என்றார்.

அவரது குருவைப் போல, விவேகானந்தரும் ஒரு மாபெரும் மனிதாபிமானியாவார். நாட்டு மக்களின் வறுமை, ஏழ்மை, துன்ப துயரங்கள் கண்டு அவர் அதிர்ச்சியுற்றார்.

'அனைத்து ஆத்மாக்களின் ஒட்டுமொத்தமுமே நான் நம்புகிற ஒரே கடவுள்' எல்லாவற்றிற்கும் மேலாக பாவப்பட்டவர்கள், மோசமானவர்கள் மற்றும் அனைத்து இனங்களிலும் உள்ள ஏழைகளே எனது கடவுள்' என அவர் எழுதினார்.

இந்தியர்களுக்குக் கல்வியறிவு அளிப்பதைப் பற்றிக் குறிப்பிட்ட அவர் 'இலட்சோப லட்சம் பேர் பட்டினியிலும், அறியாமையிலும் உழன்று வரும்வரை அவர்களுடைய செலவில் கல்வி கற்று அவர்களைக் கண்டுக்கொள்ளாமல் இருக்கும் ஒவ்வொரு கல்வி பெற்ற மனிதனையும் நான் ஒரு துரோகி என்றே கூறுவேன்' என்றார்.

மனிதாபிமான நிவாரணங்களையும், சமூகப் பணிகளையும் மேற்கொள்ள 1896-ம் ஆண்டு விவேகானந்தர் ராம கிருஷ்ண மடத்தை நிறுவினார். இந்த மடம் நாடு முழுவதும் பல்வேறு கிளைகளைக் கொண்டிருந்தது. அவர்கள் பள்ளிகள், மருத்துவமனைகள், சுகாதார நிலையங்கள், அனாதை இல்லங்கள், நூலகங்கள் போன்றவற்றைத் தொடங்கி சமூகப் பணிகளில் ஈடுபட்டனர். தனிப்பட்ட மோட்சத்துக்காக

அல்லாமல், சமூக நன்மைக்காக அல்லது சமூகச் சேவை அடிப்படையிலேயே இப்பணி மேற்கொள்ளப்பட்டது.

சுவாமி தயானந்தரும், ஆரிய சமாஜமும் :

வட இந்தியாவில் இந்து மதத்தைச் சீர்திருத்தும் கடமையை ஆரிய சமாஜம் மேற்கொண்டது. 1875-ம் ஆண்டு சுவாமி தயானந்த சரஸ்வதியினால் (1824-83) இது நிறுவப் பட்டது. புராணங்களின் உதவியுடன் சுயநலமும், அறியாமை யும் கொண்ட மதகுருக்களால் இந்து மதம் திசை திருப்பப் பட்டது, அவை அனைத்தும் போதனைகள் என சுவாமி தயானந்தர் நம்பினார். அவரது சொந்த உணர்வினால் உந்தப் பட்டு சுவாமி தயானந்தர் வேதங்களைக் கற்றார். கடவுள் என்ற வார்த்தையினால் உந்தப்பட்ட அவர் அனைத்து அறிவுக்கும் அடிப்படை அதுவே என்றார். வேதங்களுடன் முரண்பட்ட பிற்கால மதச்சிந்தனைகளை அவர் நிராகரித்தார். வேதங்களை முழுமையாகச் சார்ந்திருந்ததன் மூலம் அவரது போதனை களுக்கு வைதீக வர்ணம் பூசப்பட்டது. மானுட பகுத்தறிவு இறுதியில் தீர்மானிக்கும் காரணி அல்ல என்பது அவர்களது கருத்தாகும். அவராலும், மற்ற மனிதர்களாலும் வேதங்கள் பகுத்தறிவு ரீதியாக விளக்கப்பட்டதால், அவரது அணுகு முறையானது பகுத்தறிவு தன்மை வாய்ந்ததாகும். இவ்வாறு தனிப்பட்ட காரணமே இறுதியான காரணியாக இருந்தது.

கடவுளின் நேரடி அருளைப் பெற ஒவ்வொருவருக்கும் உரிமை உண்டு என அவர் கருதினார். மேலும், இந்து வைதீ கத்தை ஆதரிப்பதற்கு மாறாக அவர் அதனைத் தாக்கி, அதற்கு எதிராகக் கலகமூட்டினார். வேதங்கள் குறித்த அவரது சொந்த விளக்கம் மற்ற இந்திய சீர்திருத்தவாதிகளின் மத, சமூக சீர்திருத்தக் கருத்துகளை ஒத்ததாக இருந்தது. உருவ வழிபாடு, சடங்குகள், பூசாரித்தனம் மேலும் குறிப்பாக பிராமணர் கள் போதித்த இந்து மதத்தையும் பரவலான சாதிய பழக்க வழக்கங்களையும் அவர் எதிர்த்தார். வேற்றுலக நம்பிக்கை களுக்கு மாறாக, மனிதர்கள் வாழக்கூடிய இன்றைய உண்மை

உலகப் பிரச்சினைகளின் மீது கவனத்தைத் திருப்பினார். மேலைய அறிவியல் கல்விக்கு ஆதரவாகவும் அவர் நின்றார். கேசவ சந்திரசென், வித்யாசாகர், நீதிபதி ராணடே, கோயில் ஹரி தேஷ்முக் மற்றும் பிற நவீன மத, சமூகச் சீர்திருத்த வாதிகளுடன் தொடர்பு கொண்டு அவர்களுடன் விவாதங் களில் ஈடுபட்டார். உண்மையில் ஆரிய சமாஜத்தின் ஞாயிறு கூட்டங்களில் பேசப்பட்டவை பிரம்ம சமாஜம், பிரார்த்தன சமாஜம் ஆகியவற்றை நடைமுறைகளில் ஒத்திருந்தன.

மேலைய பாணியில் கல்வி போதிப்பதற்காக சுவாமி தயானந்தரின் ஆதரவாளர்கள் சிலர் நாடு முழுவதும் பள்ளி களையும், கல்லூரிகளையும் பின்னாளில் தொடங்கினர்.

ஆரிய சமாஜிகள் சமூகச் சீர்திருத்தத்தின் தீவிர ஆதர வாளர்களாக விளங்கினர். பெண்களின் நிலைமையில் முன்னேற்றம் காணவும், அவர்களிடையே கல்வியைப் பரப்ப வும், அவர்கள் அரும்பாடுபட்டனர். தீண்டாமைக்கு எதிராக வும், பாரம்பரிய சாதிய முறையை எதிர்த்தும் அவர்கள் போராடினர். சமூக சமத்துவத்துக்காகவும், சமூக ஒருமைப் பாடு மற்றும் ஸ்திரப்படுத்துதல் ஆகியவற்றுக்காகவும் அவர்கள் குரல் கொடுத்தனர். மக்களிடையே சுயமரியாதை மற்றும் சுயச்சார்பு உணர்வை அவர்கள் பரப்பினர். இது தேசியத்தைத் தோற்றுவித்தது. அதே சமயம், இந்துக்கள் பிற மதங்களுக்கு மாறுவதைத் தடுப்பதும் ஆரிய சமாஜத்தின் இலக்குகளில் ஒன்றாக இருந்தது. இது மற்ற மதங்களுக்கு எதிரான போருக்கு இட்டுச் சென்றது. இத்தகைய போர், 20-ம் நூற்றாண்டில் இந்தியாவில் வகுப்புவாதம் வளரு வதற்குத் துணைபுரிந்தது. ஆரிய சமாஜத்தின் சீர்திருத்தப் பணி சமூகத் தீமைகளை அகற்றி மக்களை ஒன்றுபடுத்து வதாக இருந்த அதே சமயம், அதன் மதப்பணி, தம்மை அறியாமலேயே இந்து, முஸ்லீம், பார்சி, சீக்கியர், கிறிஸ் தவர், ஆகியோரிடையே வளர்ந்து வந்த தேசிய ஒற்று மையைப் பிளவுபடுத்துவதாக அமைந்திருந்தது. இந்தியாவில் தேசிய ஒற்றுமை என்பது மதச்சார்பற்ற தன்மை கொண்ட தாகவும், மதத்துக்கு மேலானதாகவும் இருக்க வேண்டும்.

அதன்மூலம் அது அனைத்து மதங்களையும் சேர்ந்த மக்களை ஒருங்கிணைக்கும் என்பதை அது தெளிவாகப் புரிந்து கொள்ளவில்லை.

பிரம்மஞான சபை :

ஹெச்.பி. பிளாவாட்ஸ்கி, தளபதி ஹெச்.எஸ். ஓல்காட் ஆகியோர் பிரம்மஞான சபையை அமெரிக்காவில் (தியசாபிகள் சங்கம்) நிறுவினர். பிற்காலத்தில் இந்தியாவிற்கு வருகை புரிந்த அவர்கள் 1886-ம் ஆண்டு சென்னையில் உள்ள அடையாறில் அச்சபையின் தலைமையகத்தை ஏற்படுத்தினர். 1893-ம் ஆண்டு இந்தியாவுக்கு வருகை புரிந்த அன்னிபெசன்ட் அம்மையார் தலைமை ஏற்றதன் விளைவாக பிரம்மஞான இயக்கம் விரைவில் இங்கு சிறந்த வளர்ச்சி பெற்றது. தொன்மையான மதங்களான இந்து ஜொராஸ்டியம், பௌத்தம் ஆகியன புத்தெழுச்சி பெற்று வலுப்படுத்துவதற்காக பிரம்மஞானிகள் பாடுபட்டனர். ஆன்மாவானது ஒரு உயிரிலிருந்து மற்றொன்றுக்கு மாறக்கூடியது என்ற கோட்பாட்டை அவர்கள் அங்கீகரித்தனர். மனிதனின் பொது சகோதரத்துவத்தையும் அவர்கள் போதித்தனர். மத மறுமலர்ச்சியாளர்கள் என்ற வகையில் பிரம்மஞானிகள் சிறப்பான வெற்றியைப் பெறவில்லை. ஆனால் அவர்கள் நவீனகால இந்திய வரலாற்றுக்கு ஒரு வித்தியாசமான பங்களிப்பைச் செலுத்தியுள்ளனர். மேலைய நாட்டினரால் வழி நடத்தப்பட்ட இந்த இயக்கம் இந்திய மதம், மற்றும் தத்துவ மரபுகளைப் போற்றுவதாகவும் அமைந்திருந்தது. கடந்தகால உயர்வின் மீது வீண் பெருமை கொள்ள உதவிய போதிலும் இந்தியர்களிடையே சுய நம்பிக்கையை மீண்டும் உருவாக்க இது உதவியது.

பனாரசில் மத்திய இந்து பள்ளியை நிறுவியது, இந்தியாவில் அன்னிபெசன்ட் அம்மையாரின் சாதனைகளில் ஒன்றாகும். பிற்காலத்தில் இப்பள்ளி மதன்மோகன் மாளவியாவினால் பனாரஸ் இந்துப் பல்கலைக்கழகமாக மேம்படுத்தப்பட்டது.

சையது அகமது கானும் அலிகார் சிந்தனையும் :

முஸ்லீம்களுக்கிடையில் மதச்சீர்திருத்த இயக்கம் கால தாமதமாகவே தொடங்கியது. முஸ்லீம் மேல் தட்டு வர்க்கத்தினர் மேலைய கல்வி மற்றும் பண்பாட்டுடன் தொடர்பு கொள்வதைத் தவிர்த்தனர். முக்கியமாக 1857-க்குப் பிறகுதான் மதச்சீர்திருத்தம் பற்றிய நவீன கருத்துக்கள் தோன்றின. 1863-ம் ஆண்டு கல்கத்தாவில் முகமதியர்கள் இலக்கிய சங்கம் இத்தகைய திசை வழியலான ஒரு தொடக்கமாகும். நவீன கருத்துகளின் வெளிச்சத்தில் இச்சங்கம், மதம், சமூக அரசியல், பிரச்சினைகள் குறித்த விவாதத்தைத் தொடங்கியது. மேட்டுக் குடி மற்றும் இடைத்தட்டு முஸ்லீம்கள் மேலைய கல்வி பயிலுவதை ஊக்குவித்தது.

சையது அகமது கான் (1817-98) முஸ்லீம்களிடையில் இருந்த மிக முக்கிய சீர்திருத்தவாதியாவார். நவீன அறிவியல் சிந்தனைகளின் பெரும் தாக்கத்துக்கு உள்ளான அவர் தமது வாழ்நாள் முழுவதும் இஸ்லாமுடன் நவீன அறிவியல் முறையை ஒருங்கிணைக்க உழைத்தார். இதனைச் செய்ய குரான் மட்டும் இஸ்லாமின் ஒரே அதிகாரப்பூர்வ நூல் எனவும், மற்ற இஸ்லாமிய நூல்கள் அனைத்தும் இரண்டாம் பட்சமானவை எனவும் முதலில் அவர் பிரகடனப்படுத்தினார். குரானையும் சமகால பகுத்தறிவு மற்றும் அறிவியல் துணைகொண்டு விளக்கினார். மானுடப் பகுத்தறிவு அறிவியல் அல்லது இயற்கைக்கு முரண்பாடான வகையில் குரானை விளக்குவது உண்மையில் ஒரு தவறான விளக்கமாகும் என அவர் கருதினார். மதக் கருத்துகள் மாற்ற முடியாதானவை அல்ல என அவர் குறிப்பிட்டார். காலத்துக்கேற்ற மாற்றம் மதத்தில் ஏற்படவில்லை எனில், இந்தியாவில் கடந்த காலத்தில் நிகழ்ந்ததைப் போலவே அது புதைப் பொருளாகிவிடும். மரபுகளுக்குக் குருட்டுத்தனமாகக் கீழ்படிவது, பழக்கவழக்கங்களைச் சார்ந்து இருப்பது, அறியாமை, பகுத்தறிவு தன்மை போன்றவற்றுக்கு எதிராக தமது வாழ்நாள் முழுவதும் அவர் போராடினார். விமர்சனக் கண்ணோட்டத்தையும், சுதந்திரச்

சிந்தனையையும் மக்கள் வளர்த்துக்கொள்ள வேண்டுமென அவர் வலியுறுத்தினார். 'சுதந்திரச் சிந்தனை நீண்டகாலமாக வார்க்கப்படவில்லை' என அவர் குறிப்பிட்டார். மதவெறி, குறுகிய மனோபாவம், பிரத்யோக உரிமை ஆகியவற்றுக்கு எதிராக எச்சரித்த அவர் மாணவர்களுக்கும், மற்றவர்களுக்கும் பரந்த மனப்பான்மையுடனும் சகிப்புத் தன்மையுடனும் வாழ வேண்டும் என வலியுறுத்தினார். குறுகிய எண்ணமே, சமூக அறிவுத்துறை பின்தங்கிய நிலைமைக்கான ஒரு அடையாளம் என அவர் குறிப்பிட்டார்.

உலகச் செவ்வியல் கல்வியைப் போற்றிய அவர் பின்வருமாறு குறிப்பிட்டார் : 'பெரும் பிரச்சினைகள் குறித்த விஷயத்தில் மானுடத்தின் மிகச்சிறந்த சிந்தனைவாதிகள் எந்த அடிப்படையில் அணுகினார்கள் என்பதை மாணவர்கள் கற்க வேண்டும். அவ்வாறு கற்கும்பொழுது உண்மை பல பக்கங்களைக் கொண்டது என்பதையும், அது ஒரே மாதிரியானது அல்ல எனவும் மேலும் தனிப்பட்ட அபிப்பிராயத்திலிருந்து வளர்ந்து வருவதல்ல என்பதையும், அதாவது தனது சொந்த இனம், சமூகம், வர்க்கம் ஆகியவற்றைக் காட்டிலும் உலகம் மிகப்பெரியது என உணர்ந்து கொள்ள முடியும்' எனக் குறிப்பிட்டார்.

நவீன மேலைய அறிவியல் அறிவையும், பண்பாட்டையும் உள்வாங்கிக் கொள்வதன் மூலமே முஸ்லீம்களின் மத மற்றும் சமூக வாழ்வு மேன்மையுறும் என சையது அகமது கான் நம்பினார். ஆகவே நவீனக் கல்வியை மேம்படுத்துவதையே தனது வாழ்நாள் முழுவதற்குமான முதலாவது கடமையாகக் கொண்டிருந்தார். ஒரு அதிகாரி என்ற வகையில் பல்வேறு நகரங்களில் அவர் பள்ளிகளை நிறுவினார். மேலைய நூல்கள் பலவற்றை உருதுவில் மொழிபெயர்த்தார். 1857-ம் ஆண்டு மேலைய அறிவியலையும் பண்பாட்டையும் பரப்புவதற்காக அலிகாரில் முகமதியன் ஆங்கிலோ-கீழைய கல்லூரியை நிறுவினார். பின்னாளில் இக்கல்லூரியே அலிகார் முஸ்லீம் பல்கலைக்கழகமாக வளர்ச்சியுற்றது.

சையது அகமதுகான் மதச் சகிப்புத் தன்மையில் பெரிதும் நம்பிக்கைக் கொண்டிருந்தார். எல்லா மதங்களுமே நடை முறை ஒழுக்கம் என்றழைக்கப்பட்ட குறிப்பிடத்தக்க ஒற்றுமையைக் கொண்டிருந்ததாக அவர் நம்பினார். மதம் என்பது ஒருவருடைய தனிப்பட்ட விவகாரம் எனக் கருதிய அவர் சொந்த உறவுகளில் மதம் தலையிடுவதற்கான எத்தகைய அறிகுறியையும் கடுமையாகக் கண்டனம் செய்தார். வகுப்பு வாதப் பிளவுகளையும் அவர் எதிர்த்தார். இந்துக்களும் முஸ்லீம்களும் ஒன்றுபட வலியுறுத்தி 1883-ம் ஆண்டு அவர் பின்வருமாறு குறிப்பிட்டார் :

தற்பொழுது நாம் இருவருமே இந்தியாவின் காற்றை சுவாசித்துக் கொண்டும், கங்கையிலும் யமுனையிலும் உள்ள புனித நீரை அருந்திக் கொண்டும் வாழ்ந்து கொண்டிருக்கிறோம். இந்திய மண்ணில் உற்பத்தி செய்த பொருட்களையே நாம் உண்டு வருகிறோம். நமது உடலின் வண்ணங்கள் ஒரே மாதிரியாக உள்ளன. நமது பண்புகள் ஒரே மாதிரியாக உள்ளன. முஸ்லீம்கள், இந்துக்களின் ஏராளமான பழக்கவழக்கங்களையும், இந்துக்கள், முஸ்லீம்களின் சடங்குகளையும் ஏற்றுக் கொண்டுள்ளனர். நம்முடைய மொழியாகவும் இல்லாமல், இந்துக்களுடைய மொழியாகவும் அல்லாத புதிய உருதுமொழியை நாம் உருவாக்கியிருக்கிறோம். ஆகவே, நமது வாழ்க்கை கடவுளின் செயலின் ஒரு பகுதி எனில், நாம் ஒரே நாட்டைச் சேர்ந்தவர்கள் நாம் ஒரே தேசத்தவர்கள் என்ற வகையில், நமது நாட்டின் முன்னேற்றமும் நலனும் நமது இருவரின் ஒற்றுமை, பரஸ்பர அனுதாபம், அன்பு போன்றவற்றைச் சார்ந்தே உள்ளது. நமது பரஸ்பர வேறுபாடுகள், எதிர்ப்பு, தீய எண்ணங்கள் போன்றவை நிச்சயம் நம்மை அழித்துவிடும் என்றார்.

மேலும் அவரது கல்லூரிக்கு இந்துக்கள், பார்சிகள், கிறிஸ்தவர்கள் அனைவரும் தாராள நிதியுதவி அளித்தனர். அவரது கல்லூரியில் படிக்க இந்தியர்கள் அனைவருக்கும் இடம் கிடைத்தது. உதாரணமாக 1878-ம் ஆண்டு அக் கல்லூரியில் 64 இந்து, 285 முஸ்லீம் மாணவர்கள் பயின்று

வந்தனர். இந்திய ஆசிரியர்கள் ஏழு பேரில் இருவர் இந்துக்கள் ஆவர். அவர்களில் ஒருவர் சமஸ்கிருத பேராசிரியர் ஆவார். ஆயினும் எழுச்சியுற்ற வந்த தேசிய இயக்கத்தில் அவரது ஆதரவாளர்கள் சேருவதை இந்து ஆதிக்கம் தடுத்து வருவதாக தனது வாழ்க்கையின் இறுதிக் காலத்தில் பேசத் தொடங்கினார். அவர் வகுப்புவாதி அல்ல என்ற போதிலும் இவ்வாறு குறிப்பிட்டது துரதிருஷ்டவசமானது. மத்தியதர மற்றும் மேல்தட்டு முஸ்லீம்களின் பின்தங்கிய நிலை ஒழிய வேண்டும் என்பது மட்டுமே அவரது ஒரே விருப்பமாக இருந்தது. பிரிட்டீஷ் அரசாங்கத்தை எளிதில் வீழ்த்த முடியாத நிலையில் உடனடி அரசியல் முன்னேற்றம் சாத்தியமில்லை என உறுதியாக நம்பியதன் அடிப்படையில் அவரது அரசியல் இருந்தது. மறுபுறத்தில் அதிகாரிகளிடம் காட்டும் எத்தகைய விரோதமும் காலத்தின் கட்டாயமாக உள்ள கல்வி பெறும் முயற்சிக்கு ஆபத்தாக முடியும் என அவர் கருதினார்.

இந்தியர்கள் சிந்தனையாலும், செயலாலும் ஆங்கிலேயர்களைப் போல நவீனமானவர்களாக ஆகும்போதே அன்னிய ஆட்சியின் சவாலை வெற்றிகரமாகச் சந்திக்க முடியும் என அவர் நம்பினார். எனவே அவர் இந்தியர்கள் அனைவரும் குறிப்பாகக் கல்வி ரீதியாகப் பின்தங்கிய முஸ்லீம்கள் சில காலத்துக்கு அரசியலிலிருந்து ஒதுங்கியிருக்க வேண்டுமெனக் குறிப்பிட்டார். அரசியலுக்கான காலம் இன்னமும் கனிய வில்லை என அவர் குறிப்பிட்டார். உண்மையில், அவர் தனது கல்லூரியில் கொண்டிருந்த ஈடுபாட்டினாலும் கல்வி நலனுக்காகவும் மற்ற அனைத்து நலன்களையும் விட்டுத்தர முன்வந்தார். அதே சமயம் வைதீக முஸ்லீம்கள் அவரது கல்லூரியை எதிர்ப்பதைத் தடுத்திட, மதச் சீர்திருத்தத்துக்கான தனது கிளர்ச்சியையும் கைவிட அவர் முன்வந்தார். அதே காரணத்துக்காக அரசாங்கத்தையும் பகைத்துக்கொண்டு அவர் எதுவும் செய்யவில்லை. மறுபுறத்தில் வகுப்புவாதத்தையும் பிரிவினை வாதத்தையும் ஊக்குவித்து வந்தார். பிற்காலத்தில் பாதகமான விளைவுகளை ஏற்படுத்திய இது ஒரு மோசமான அரசியல் தவறாகும். மேலும் அவரது ஆதரவாளர்களில் சிலர் அவரது

பரந்த மனப்பான்மையிலிருந்து விலகிச் சென்றனர். இஸ்லாமையும் அதன் கடந்த காலத்தையும் போற்றும் அதே சமயம் மற்ற மதங்களைத் தூற்றி வந்தனர்.

சையது அகமதுவின் சீர்திருத்த இலட்சியம் சமூக தளத்திலும் பரவி இருந்தது. மத்தியகால பழக்கவழக்கங்களையும் சிந்தனை முறையையும் நடத்தையையும் கைவிட வேண்டுமென அவர் முஸ்லீம்களை வலியுறுத்தினார். குறிப்பாக, சமுதாயத்தில் பெண்களின் நிலை உயருவதற்கு ஆதரவாகவும், பர்தா அணியும் முறையை நீக்க வேண்டுமெனவும், பெண் கல்வியை வலியுறுத்தியும் அவர் கட்டுரைகள் எழுதி வந்தார். பலதார மணமுறையையும், எளிதில் விவகாரத்து செய்துவிடும் முறையையும் அவர் கண்டனம் செய்தார்.

சையது அகமதுகானுக்கு விசுவாசமிக்க ஆதரவுப் பட்டாளம் உதவி புரிந்து வந்தது. அலிகார் சிந்தனையாளர்கள் என அவர்கள் கூட்டாக அழைக்கப்பட்டனர். சிராக அலி, உருதுக் கவிஞர் அல்டாப் உசேன் அலி, நசீர் அகமது, மௌலானா சிப்லி நவமணி ஆகியோர் அலிகார் சிந்தனை கொண்ட மற்ற புகழ்மிக்க தலைவர்களாவர்.

முகமது இக்பால் :

நவீன கால இந்தியாவின் மகத்தான கவிஞர்களில் ஒருவரான முகமது இக்பால் (1876-1938) தமது கவிதைகளின் மூலமாக முஸ்லீம் மற்றும் இந்து இளைய சமுதாயத்தினரிடம் தத்துவார்த்த மதக் கண்ணோட்டத்தை ஏற்படுத்துவதில் ஆழமான செல்வாக்கு செலுத்தி வந்தார். சுவாமி விவேகானந்தரைப் போலவே அவரும் தொடர்ச்சியான மாறுதலையும் தொடர்ச்சியான இயக்கத்தின் அவசியத்தையும் வலியுறுத்தி வந்தார். இயலாமையை வெளிப்படுத்துதலையும், வெற்று யோசனைகளையும் இருப்பதைக் கண்டு திருப்திப்படுவதையும் அவர் கண்டித்தார். உலகை மாற்றுவதற்கு உதவக் கூடிய செயல்பாட்டை உருவாக்கும் பார்வையை ஏற்க வேண்டுமென அவர் வலியுறுத்தினார். அடிப்படையில்

அவர் ஒரு மனிதாபிமானி. உண்மையில் அவர் மானுடச் செயல்பாட்டை முதன்மை நிலைக்கு உயர்த்தினார். மனிதன் இயற்கையின் முன் சரணடைந்து விடக்கூடாது. மாறாக, தொடர்ச்சியான செயல்பாட்டின் மூலமாக அவன் இவ் வுலகைக் கட்டுப்படுத்த வேண்டும் என அவர் குறிப்பிட்டார். உள்ளதை உள்ளபடியே ஏற்கும் தன்மையைக் காட்டிலும் மோசமான தீமை வேறெதுவும் அவருக்குத் தோன்ற வில்லை. சடங்கு ரீதியான செயல்பாட்டையும், பிற உலக தாபங்களையும் கண்டனம் செய்த அவர், மனிதன் தான் வாழும் இவ்வுலகின் இன்பங்களை அடைவதற்காக உழைக்க வேண்டுமென வலியுறுத்தினார். தனது ஆரம்பக்காலக் கவிதை களில் தேசபக்தியைப் போற்றிய அவர் பிற்காலத்தில் முஸ்லீம் பிரிவினை வாதத்தை ஊக்குவித்தார்.

பார்சிகளிடையில் மதச் சீர்திருத்தம் :

19-ம் நூற்றாண்டின் மத்தியில் பம்பாயில் பார்சி களிடையில் மதச்சீர்திருத்தம் தொடங்கியது. 1851-ம் ஆண்டு நௌரோஜி பர்டோன்ஜி, தாதாபாய் நௌரோஜி, பெங்காளி மற்றும் பலரால் மதச்சீர்திருத்தச் சங்கம் தொடங்கப்பட்டது. அது மதத்தில் வைதீக ஆதிக்கத்துக்கு எதிராகப் பிரச்சாரம் செய்தது. பெண் கல்வி, திருமணம் மற்றும் பொதுவாக பெண்களின் சமூக நிலை ஆகிய அம்சங்களில் பார்சி சமூக பழக்கவழக்கங்களை நவீனப்படுத்த அச்சங்கம் பாடுபட்டது. காலப்போக்கில் பார்சிகள் சமூக ரீதியாக இந்திய சமூகத்தின் மிகவும் மேற்கத்தியமயமான பிரிவினராக மாறினர்.

சீக்கியர்களுக்கிடையில் மதச்சீர்திருத்தம் :

19-ம் நூற்றாண்டின் முடிவில் அமிர்தசரசில் கல்சா கல்லூரி தொடங்கப்பட்டது. அடுத்து சீக்கியர்களுக்கிடை யில் மதச் சீர்திருத்தம் தொடங்கியது. ஆனால் 1920-க்குப் பிறகு பஞ்சாபில் அகாலி இயக்கம் எழுச்சி பெற்றதைத்

தொடர்ந்துதான் சீர்திருத்த முயற்சிக்கு நல்ல பலன் கிடைத்தது. குருத்வாரா அல்லது சீக்கிய புண்ணியத் தலங்களின் நிர்வாகத் தூய்மைப்படுத்துவதே அகாலிகளின் முக்கிய நோக்கமாகும். இத்தகைய குருத்வாராக்களுக்கு சீக்கிய பக்தர்கள் அளித்த ஏராளமான சொத்துகளும், பணமும் இருந்தன. ஆனால் அவை ஊழலும், சுயநலமும் கொண்ட மகந்துகளால் எதேச்சதிகாரமாக நிர்வகிக்கப்பட்டு வந்தன. மகந்துகளுக்கும், அவர்களுக்கு உதவி புரிந்து வந்த அரசாங்கத்துக்கும் எதிராக அகாலிகளால் வழிநடத்தப்பட்ட சீக்கிய மக்கள் 1921-ம் ஆண்டு வலுவான சத்தியாகிரகம் ஒன்றைத் தொடங்கினர்.

1922-ம் ஆண்டு அகாலிகளின் நிர்ப்பந்தம் காரணமாக அரசாங்கம் ஒரு புதிய குருத்வாரா சட்டத்தை நிறைவேற்றியது. 1925-ம் ஆண்டு இதில் திருத்தம் செய்யப்பட்டது. சில சமயங்களில் இச்சட்டத்தின் உதவியுடன் ஆனால் பெரும்பாலும் நேரடி நடவடிக்கைகளின் மூலமாக ஊழல் மகந்துக்களை குருத்வாராக்களை விட்டு வெளியேற்றினர். இத்தகைய நடவடிக்கையில் நூற்றுக்கணக்கானோர் உயிரிழந்தனர்.

மேற்கண்ட சீர்திருத்த இயக்கங்களுக்கும், தனிப்பட்ட சீர்திருத்தவாதிகளுக்கும் அப்பால் 19, 20-ம் நூற்றாண்டுகளில் இதேபோல ஏராளமான இயக்கங்களும், தனிநபர்களும் செயல்பட்டு வந்தனர்.

நவீன கால மதச்சீர்திருத்த இயக்கங்களுக்குள் ஒரு ஒற்றுமை நிலவி வந்தது. அவற்றில் பெரும்பாலானவை பகுத்தறிவு, மனிதாபிமானம் ஆகிய இரட்டைக் கோட்பாடுகளைக் கொண்டிருந்தன. அத்துடன் சில சமயங்களில் தமது கருத்துகளுக்கு வலுசேர்ப்பதற்காக நம்பிக்கையையும், பழமையையும் சார்ந்திருக்க வேண்டியிருந்தது. வளர்ச்சியுற்று வந்த மத்திய தர வர்க்கத்துக்கும், நவீனக் கல்வியறிவு பெற்ற அறிவாளிகளுக்கும் தான் பெரும்பாலும் அவர்கள் வேண்டுகோள் விடுத்தனர். சிந்திப்பதற்கும், பகுத்தறிவதற்கும் உள்ள மானுட அறிவுக்கு மாறாக, மத வறட்டுத்தனங்களிலும், குருட்டு நம்பிக்கைகளிலும் இருப்பவர்களை விடுவிக்க அவர்கள் பெரிதும் பாடுபட்டனர். இந்திய மதங்

களில் இருந்து வந்த சடங்குகள் மூடநம்பிக்கைகள், பகுத்தறி வின்மை, தெளிவின்மை ஆகிய அம்சங்களை அவர்கள் எதிர்த் தனர். மதக்கோட்பாடுகளை எந்தவொரு மத அல்லது அதன் புனித நூல்களிலிருந்தும் உண்மைகளை தர்க்கம், பகுத்தறிவு அல்லது அறிவியல் துணைக்கொண்டு மதிப்பிடும்பொழுது மேற்கண்ட அம்சங்கள் மறைந்து போயின.

'ஒவ்வொரு அறிவியலும் பரிசோதித்து நிரூபணம் செய்யப் படுவதைப் போல மதங்கள் புதிய கண்டுபிடிப்புகளைக் கொண்டு பரிசோதித்து நிரூபிக்கின்றனவா? அறிவியலுக்கும் வெளியுலக அறிவுக்கும் பொருந்துகின்ற அதே ஆய்வுமுறை மத அறிவியலுக்கும் பொருத்தப்படுகின்றனவா? எனது அபிப் பிராயத்தின்படி அவ்வாறு நடைபெற வேண்டும். அதனைச் சிறப்புடன் விரைவில் செய்ய வேண்டும் என்பதே எனது கருத்தாகும்' என சுவாமி விவேகானந்தர் குறிப்பிட்டார்.

இத்தகைய மதச்சீர்திருத்தவாதிகளில் சிலர் மரபுகளைப் பின்பற்ற வேண்டுமென வலியுறுத்தினர். அவர்கள் கடந்த கால நம்பிக்கைகளிலும் வழிபாடுகளிலும் இருந்து வந்த தூய கோட்பாடுகளை வெறுமனே புத்தமைக்க விரும்புவதாகக் குறிப்பிட்டனர். ஆனால் உண்மையில் பழமையை ஒருக் காலும் புத்தமைக்க இயலாது. கடந்த காலத்தைப் பற்றிய ஒத்துக்கொள்ளப்பட்ட வடிவம் ஏதுமில்லை. கடந்த காலத்தில் சிறந்த மரபுகளை மறுசீரமைக்க வேண்டுமென அடிக்கடி வலியுறுத்தி வந்த நீதிபதி ராணடே கடந்த காலத்தைப் புதுப்பிக்கும்பொழுது ஏற்படுகின்ற பிரச்சினைகள் குறித்து பின்வருமாறு கூறுகிறார் :

எவற்றை நாம் மறுமலர்ச்சி அடையச் செய்யப் போகிறோம்? தற்போது நமது சாதிகளிடையே மிகவும் புனிதமானவை எனக் குறிப்பிடும் சாதிகள் மாமிசம், மது போன்றவற்றைப் பயன்படுத்தி வந்த காலத்தையா? அல்லது கடத்தல், தகாத மரபுக்கு மாறாக உடலுறவு மூலம் பெற்ற 12 வகையான குழந்தைகள் அல்லது எட்டு வகையான திருமணத்தையா? வருடம் தோறும் விலங்குகளையும ஏன் மனிதர்களைக் கூட பலியிட்டு கடவுளுக்குப் படைத்துவந்த பழக்க

வழக்கத்தையா? அல்லது நாம் உடன்கட்டை ஏறுதலையும், குழந்தைத் திருமணத்தையும் மீண்டும் கொண்டுவரப் போகிறோமா? எனக் கேள்வி எழுப்புகிறார்.

இவ்வற்றிலிருந்து சமூகமானது உயிருள்ள பொருள் என்ற வகையில் அது தொடர்ந்து மாறிக் கொண்டிருக்கக்கூடிய ஒன்று. அதனை ஒருக்காலும் கடந்த காலத்தை நோக்கி பின்னுக்கு இழுக்க முடியாது என்ற முடிவுக்கு அவர் வந்தார். இறந்தவையும், எரிக்கப்பட்டவையும், இறந்து போனவை, எரிக்கப்பட்டவைதான். ஒருமுறை எரிக்கப்பட்டால் இறந்து போன கடந்த காலத்தை ஒருபோதும் மீட்டெடுக்க இயலாது என அவர் எழுதினார். கடந்த காலத்துக்கு வேண்டுகோள் விடுத்த ஒவ்வொரு சீர்திருத்தவாதியும் அவர் முன்மொழிந்த சீர்திருத்தங்களை ஒப்புக்கொள்ள வைப்பதற்காக இத்தகைய விளக்கங்களை அளித்தனர். சீர்திருத்தங்களும், கண்ணோட்டங்களும் புதியனவாக இருந்த நிலையில் அவற்றை நியாயப்படுத்துவது மட்டும் கடந்தகால பழக்கவழக்கங்களை அடிப்படையாகக் கொண்டிருந்தது. நவீன அறிவியல் அறிவுடன் பல்வேறு கருத்துக்களில் முரண்பாடுகள் வந்தபொழுது அவை பிற்கால சேர்க்கையாகவும் தவறாக விளக்கப்பட்டு விட்டதாகவும் கூறப்பட்டது. இத்தகைய பார்வையை வைதீகர்கள் ஏற்காத நிலையில், மதச்சீர்திருத்தவாதிகள், இத்தகைய வைதீகப் பகுதியினருடன் முரண்படும் நிலை ஏற்பட்டது. அதனால் ஆரம்பத்தில் அவர்கள் மத, சமூகப் போராளிகளாக விளங்கினர். சுவாமி தயானந்தருக்கு வைதீகர்கள் எதிர்ப்பு காட்டியபொழுது லாலா லஜபதிராய் பின்வருமாறு எழுதினார் :

‘சுவாமி தயானந்தர், வைதீக இந்துக்களால் தமது வாழ்நாளில் ஏராளமான துன்ப துயரங்களை அனுபவித்து வந்தார். அவரைக் கொல்லுவதற்கு கூலிப்படையினர் ஏவப்பட்டனர். அவர் உரை நிகழ்த்திக் கொண்டிருந்த இடங்களில் அவர் மீது அம்புகள் ஏவப்பட்டன. அவரோடு சர்ச்சைகளில் ஈடுபட்டனர். கிறிஸ்தவர்களின் கூலிப்படை எனவும், ஒரு உபதேசகர், ஒரு நாத்திகர் எனவும் பலவாறாக அவரை அழைத்தனர்.’

அதேபோல, சையது அகமது கானும் மரபுவாதிகளின் கோபத்துக்கு ஆளானார். அவரைத் தூற்றிய அவர்கள் அவர்மீது பட்வா (மத ரீதியான தண்டனை) விதித்தனர். அவரது உயிருக்கும் அச்சுறுத்தலை ஏற்படுத்தினர்.

பூசாரித்தனம், சடங்குகள் ஆகியவற்றின் மீது பொதுவான தாக்குதல் கொடுப்பதிலும், மானுடப் பகுத்தறிவு வெளிச்சத்திலும் மானுட நலன் அடிப்படையிலும் மதச் சுவடிகளை விளக்குவதற்கு ஒவ்வொரு தனிநபருக்கும் உள்ள உரிமையை வலியுறுத்துவதிலும் மதச்சீர்திருத்த இயக்கத்தின் மனிதாபிமான தன்மைகள் வெளிப்பட்டன. மனிதாபிமானத்தின் ஒரு குறிப்பிடத்தக்க தன்மை ஒரு புதிய மனிதாபிமான அறநெறியின் மூலம் விளக்கப்பட்டது. இறுதியில் மனிதகுல முன்னேற்றத்துக்கு ஆதரவாக உள்ள அத்தகைய அறநெறிகள் மூலமாகவே மனிதகுலம் முன்னேற முடியும், முன்னேறி உள்ளது என்ற கருத்தை அது உள்ளடக்கியதாக இருந்தது. அத்தகைய புதிய மனிதாபிமான அறநெறியின் வடிவமாக சமூகச் சீர்திருத்த இயக்கங்கள் விளங்கின.

சீர்திருத்தவாதிகள் தமது மதங்களைச் சீர்திருத்த முயன்ற போதிலும் அவர்களது அணுகுமுறை பொதுத்தன்மை வாய்ந்ததாக இருந்தது. ஒரு பொதுவான கடவுள் மற்றும் மத உண்மைகளை ஒரு குறிப்பிட்ட வழியில் வெளிப்படுத்தும் வகையில் பல்வேறு மதங்கள் உள்ளதாக ராம்மோகன்ராய் காண்கிறார். கடவுளின் தூதுவர்களும் இதே நம்பிக்கையைக் கொண்டுள்ளனர். ஒவ்வொரு மனிதனையும் தூதுவராக கடவுள் அனுப்பியுள்ளார் என சையது அகமது கான் குறிப்பிட்டார். 'எல்லா மதங்களிலும் உண்மைகள் இருக்க வேண்டும் என்பது நமது நிலையல்ல. ஆனால் எல்லா நிறுவப்பட்ட மதங்களும், உண்மை' என இதே கருத்தை கேசவ சந்திர சென் வெளிப்படுத்துகிறார்.

தூய மத அம்சங்களுக்கு அப்பால், இத்தகைய மதச் சீர்திருத்த இயக்கங்கள் இந்தியர்களிடம் பெருமளவிற்கு சுயமரியாதையையும் சுய நம்பிக்கையையும் தமது நாட்டின் மீது பெருமையையும் ஏற்படுத்தியுள்ளன. மதங்களின் கடந்த

காலத்தை நவீன பகுத்தறிவு அர்த்தத்தில் விளக்குவதன் மூலமும், 19-ம் நூற்றாண்டு மத நம்பிக்கைகள், பழக்க வழக்கங்கள் போன்றவற்றிலிருந்தும் பகுத்தறிவுக்கு ஒவ்வாத ஊழல் மலிந்த பல அம்சங்களைக் களையெடுப்பதன் மூலமும் சீர்திருத்தவாதிகளால் தாழ்வுற்று வந்த மத மற்றும் சமூக நிலைமைகளுக்கு ஈடுகொடுக்க தமது ஆதரவாளர்களைத் தயார்படுத்த முடிந்தது. இதுகுறித்து ஜவஹர்லால் நேரு பின்வருமாறு குறிப்பிட்டார் :

'எழுச்சியுற்று வந்த மத்தியதர வர்க்கமானது அரசியல் ரீதியாக விழிப்புணர்வு பெற்றிருந்தது. மதத்தின் மீது பெரும் ஈடுபாடு காட்டவில்லை. ஆனால் அவர்கள் தாங்கள் பற்றி நிற்பதற்கு சில பண்பாட்டு வேர்களைத் தேடினர். அது அவர்களது சுயமரியாதையை உயர்த்தியது. அன்னிய ஆட்சி ஏற்படுத்திய சோர்வு, அவமரியாதை போன்றவற்றை குறைப்பதற்கு அது உதவுவதாக இருந்தது எனக் கூறினார்.

நவீன உலகைப் புரிந்துகொள்ள இந்தியர்களுக்கு மத சீர்திருத்த இயக்கங்கள் உதவியுள்ளன. உண்மையில் சமுதாயத்திலுள்ள புதிய சமூகப் பிரிவினரின் தேவைகளுக்கு ஏற்ப பழைய மதங்களைப் புதிய நவீன வடிவில் உருவாக்க அவர்கள் முயன்றனர். பொதுவாக நவீன உலகின், குறிப்பாக நவீன அறிவியலின் அத்தியாவசியமான மேன்மையை ஏற்றுக்கொள்வதை கடந்த காலத்தின் மீதான பெருமை இந்தியர்களைத் தடுக்கவில்லை. மிகவும் தொன்மையான மூலச்சுவடிகளைப் பொருத்தமாக விளக்கியுள்ளோம். மற்றபடி அதன் மூலத்திலிருந்து விலகிச் செல்லவில்லை எனச் சிலர் வலியுறுத்தினர். சீர்திருத்த கண்ணோட்டத்தின் விளைவாக இந்தியர்கள் பலர் சாதி, மதக் குறுகிய கண்ணோட்டங்களைக் கைவிட்டு நவீன, இவ்வுலக, மதச்சார்பற்ற, தேசிய அணுகுமுறையைப் பெற்றனர். மேலும், மரணத்திற்குப் பிறகு கிடைக்கப் போகும் சிறந்த வாழ்க்கை மேம்பாட்டுக்காகப் பொறுமையுடன் காத்திருப்பதற்கு மாறாக, தமக்குத் தேவையான உடல் மற்றும் பண்பாட்டு நலன்களை இந்த உலகத்திலேயே பெறுவதைப் பற்றி மக்கள் மேலும் மேலும் சிந்திக்கத் தொடங்கினர்.

இந்தியா பிற உலகிலிருந்து பண்பாட்டு ரீதியிலும், அறிவுத் துறையிலும் ஒதுங்கியிருக்கும் நிலைக்கு முடிவு கட்டி, உலகக் கருத்துகளின் நீரோட்டத்தில் இந்தியர்கள் தமது பங்கைப் பெறுவதற்கும் இத்தகைய இயக்கங்கள் ஓரளவுக்கு உதவியுள்ளன. அதே சமயம், எல்லாவற்றிற்கும் மேலைய மயக்கத்தில் மட்டுமே அவர்கள் மூழ்கியிருக்க வில்லை. மேற்கிலிருந்து குருட்டுத்தனமாகக் காப்பியடித் தவர்கள் தரம் தாழ்ந்தவர்களாகக் கருதப்பட்டனர். உண்மை யில் மரபு வழிப்பட்ட மதங்களின் மற்றும் பண்பாட்டின் பின்தங்கிய நிலையை விமர்சனக் கண்ணோட்டத்துடனும், நவீன பண்பாட்டில் சிறந்த கூறுகளை வரவேற்ற அதே சமயம், மேலைய நாடுகளைக் கண்ணை மூடிக்கொண்டு ஆதரிப் பதை மதச் சீர்திருத்தவாதிகளில் பெரும்பாலானோர் எதிர்த் தனர். இந்தியப் பண்பாட்டைக் காலனிமயமாக்குவதற்கும் சென்றனர். மற்றவர்கள் மரபுவழிப்பட்ட சிந்தனைகளையும், பண்பாட்டையும் நிறுவனங்களையும் போற்றி அவற்றைப் பாதுகாத்து வந்தனர் எத்தகைய நவீன கருத்துகளையும் பண்பாட்டையும் எதிர்த்து வந்தனர். நவீன கருத்துகளையும் பண்பாட்டையும் இந்திய பண்பாட்டு நீரோட்டத்தில் ஒன்று கலப்பதே மிகச் சிறந்தது எனச் சிறந்த சீர்திருத்தவாதிகள் வாதிட்டனர்.

மதச்சீர்திருத்த இயக்கங்களின் இரண்டு எதிர்மறை அம்சங்களை இங்கு சுட்டிக்காட்ட வேண்டியுள்ளது. முதலா வதாக அவை அனைத்தும் மக்கள் தொகையில் ஒரு சிறு பகுதியினராக இருந்த நகர்ப்புற மத்திய தர வர்க்கத்தினர் மற்றும் உயர் மேட்டுக்குடியினரின் தேவைகளை மட்டுமே பூர்த்தி செய்வதாக இருந்தன. அவற்றில் ஒன்றுகூட பரந்து பட்ட விவசாயிகளையும், நகர்ப்புற ஏழை மக்களையும் சென்றடையவில்லை. அவர்கள் பெரும்பாலும் மரபு வழி யிலும் பழக்கவழக்கங்கள் வழியாகவும் தமது வாழ்வை நடத்தி வந்தனர். சீர்திருத்தவாதிகள் இந்திய சமுதாயத்தில் படித்த, நகர்ப்புற பகுதியினருக்காக மட்டும் குரல் கொடுத்து வந்ததால் இந்த நிலை ஏற்பட்டது.

கடந்த காலத்தியப் பெருமிதங்கள் மீதான பின்னோக்கிய பார்வையும், வேதங்களைச் சார்ந்திருப்பதும் இரண்டாவது எதிர்மறை அம்சமாகும். இவை மதச்சீர்திருத்த இயக்கங்களின் சிறந்த போதனைகளுக்கும் எதிராகச் சென்றன. மானுட பகுத்தறிவு மற்றும் அறிவியல் பார்வையின் மேன்மையை அவர்கள் ஓரளவுக்கு குறைத்து மதிப்பிட்டனர். அவர்கள் நவீன உடையணிந்த பூடகவாதத்தை ஆதரித்தனர். போலி அறிவியல் சிந்தனைகளைப் போற்றி வந்தனர். கடந்த காலத்தின் பெருமிதங்கள் தவறான தற்பெருமையை உருவாக்கின. அதே வேலையில் கடந்த காலத்தில் 'பொற்காலத்தை தேடுவதன் மூலம் அது நவீன அறிவியலை முழுமையாக ஏற்பதைத் தடை செய்தது. தற்காலத்தை மேம்படுத்தும் முயற்சிகளைத் தடுத்தது. எல்லாவற்றிற்கும் மேலாக இத்தகைய போக்குகள் இந்துக்கள், முஸ்லீம்கள், சீக்கியர்கள், பார்சிகள் அதேபோல தாழ்ந்த சாதி, இந்துக்களிடமிருந்து உயர்சாதி இந்துக்களைப் பிளவுப்படுத்துவதற்கும் இட்டுச் சென்றன. பல மதங்கள் கொண்ட ஒரு நாட்டில் ஒரு மதத்தின் மீது கூடுதல் அழுத்தம் கொடுப்பது பிளவையே ஏற்படுத்தும். மேலும், சீர்திருத்தவாதிகளின் பண்பாட்டுப் பாரம்பரியத்தின் மத தத்துவார்த்தத் தன்மைகளில் ஒரு தரப்பாகவே வலியுறுத்தி வந்தனர். இத்தகைய தன்மைகள் அனைவருக்குமான பொதுவான பாரம்பரியமாக இல்லை.

மறுபுறத்தில், அனைத்து தரப்பு மக்களிடத்திலும், சமமாகப் பங்கெடுத்த கலை, இலக்கியம், கட்டிடக்கலை, இசை, அறிவியல், தொழில் நுட்பம் போன்ற அம்சங்கள் போதுமான அளவுக்கு வலியுறுத்தப்படவில்லை. மேலும் இந்து சீர்திருத்தவாதிகள் இந்தியாவின் கடந்தகாலத் தொன்மையைப் போற்றுவதோடு தங்களை நிறுத்திக்கொண்டனர். சுவாமி விவேகானந்தர் போன்ற பரந்த மனப்பான்மை கொண்டவர்கள் கூட இந்தியப் பெருமைகளை அல்லது இந்தியாவின் கடந்த காலச் சாதனைகளை இத்தகைய ஒரு அம்சத்தில் மற்றும் பேசினார். இந்திய வரலாற்றில் மத்திய கால கட்டமானது அடிப்படையில் வீழ்ச்சியுற்று வந்த யுகமாகும்

என இத்தகைய சீர்திருத்தவாதிகள் கருதினர். இது வரலாற்றுக்குப் புறம்பானதாக மட்டுமல்லாமல், சமூக ரீதியாகவும் அரசியல் ரீதியாகவும் தீங்கிழைக்கக் கூடியதாகவும் இருந்து வந்தது. இரண்டு வேறுபட்ட மக்கள் என்ற கருத்தை இது உருவாக்கியது. அதேபோல, தொன்மைக்காலத்தையும், மதங்களையும் விமர்சனக் கண்ணோட்டமின்றி வாழ்வதை அடித்தட்டு சாதிகளிலிருந்து வந்தவர்கள் முழுமையாக ஏற்றுக் கொள்ளவில்லை. அவர்கள் நூற்றுக்கணக்காகப் பெரிதும் பாதிப்புக்குள்ளாகி நின்ற மிகவும் அழிவுகரமான சாதிய ஒடுக்குமுறைகள் தொன்மைக் காலத்தில்தான் குறிப்பாக வளர்ச்சி பெற்றன. கடந்த காலத்திய பொருளாதய பண்பாட்டுச் சாதனைகளை இந்தியர்கள் அனைவரும் சமமாகப் போற்றி அவற்றிலிருந்து ஆதர்சம் பெற்றனர் என்பதற்கு மாறாக, கடந்த காலமானது ஒரு சிலருக்கான பாரம்பரியமாக இருந்தது என்பதுதான் இத்தகைய உண்மை. மேலும், கடந்த காலமும் சார்பு நிலை அடிப்படையில் பகுதி பகுதியாகப் பிரிக்கப்பட்டன. முஸ்லீம் மத்திய தர வர்க்கத்தினரில் பலர் தமது மரபுகளுக்கும் பெருமைகளுக்கும் மேற்கு ஆசிய வரலாற்றை முன்னுதாரணம் கொள்ளும் நிலைக்குச் சென்றனர். சீர்திருத்த இயக்கங்களின் செல்வாக்குக்கு உள்ளான இந்துக்கள், முஸ்லீம்கள், கிறிஸ்தவர்கள், பார்சிகள் பிற்காலத்தில் தாழ்த்தப்பட்ட சாதி இந்துக்கள் ஆகியோர் தமக்குள் ஒருவருக்கொருவர் வேறுபட்டு நின்றனர். மறுபுறத்தில் சீர்திருத்த இயக்கம் தொடாத மரபு வழியில் வாழ்ந்த இந்துக்களும் முஸ்லீம்களும் அவர்களது வேறுபட்ட மதச் சடங்குகளை நிகழ்த்திக் கொண்டு ஒற்றுமையாக வாழ்ந்து வந்தனர். மற்ற தளங்களில் இந்திய மக்களிடையே தேசிய ஒற்றுமை தீவிரமடைந்த அதே சமயம் நூற்றாண்டுக்கணக்காக நிகழ்ந்து வந்த பன்மைத் தன்மை கொண்ட பண்பாட்டு வளர்ச்சி ஓரளவுக்கு நின்று போனது. தேசிய உணர்வுகள் எழுச்சியுற்ற வந்த அதே சமயம் மத்திய தர வர்க்கத்தினரிடம் மற்றொரு உணர்வும், வகுப்புவாத உணர்வும், வளர்ச்சியுற்று வந்தது மிகவும் மோசமான ஒரு போக்காகும். நவீன காலத்தில் வகுப்பு

வாதத்தின் பிறப்புக்கு உறுதியாக வேறு பல அம்சங்களும் காரணங்களாக இருந்தன. ஆனால், சந்தேகத்துக்கு இடமின்றி மதச்சீர்திருத்த இயக்கங்களின் இயல்பும் அதற்குப் பங்களித்திருக்கின்றன.

சமூகச் சீர்திருத்தம் :

19-ம் நூற்றாண்டில் ஏற்பட்ட தேசிய விழிப்புணர்வின் பெரும் விளைவை சமூக சீர்திருத்தத்தில் காண முடிந்தது. சமூகச் சம்பிரதாயங்களுக்கும், வழக்கொழிந்த பழக்கவழக்கங்களுக்கும் எதிராகப் புதிதாகக் கல்வியறிவு பெற்றவர்கள் தீவிரமாகக் குரல் கொடுத்தனர். பகுத்தறிவுக்குப் புறம்பான, மனிதாபிமானமற்ற சமூக நடைமுறைகளை அவர்களால் சகித்துக் கொள்ள முடியவில்லை. சமூக சமத்துவம், தனி நபர்கள் அனைவருக்கும் சமமான மதிப்பு என்ற மனிதாபிமான இலட்சியத்தில் அவர்கள் போராட்டத்தில் ஈர்க்கப்பட்டனர்.

கிட்டத்தட்ட மதச்சீர்திருத்தவாதிகள் அனைவருமே சமூகச் சீர்திருத்த இயக்கத்துக்குப் பங்களித்துள்ளனர். சாதிய முறை அல்லது பாலின சமத்துவம் போன்ற இந்திய சமுதாயத்தின் பின்தங்கிய அம்சங்கள் கடந்த காலத்தில் அங்கீகாரத்தைப் பெற்றிருந்ததே இதற்குக் காரணமாகும். சமூக மாநாடு, இந்தியச் சமுதாய ஊழியர்கள், கிறிஸ்தவ மத போதகர்கள் போன்ற மற்ற அமைப்புகளும் சமூகச் சீர்திருத்தத்துக்காக தீவிரமாகப் பாடுபட்டனர். ஜோதிபா கோவிந்த் பூலே, கோபால் ஹரி தேஷ்முக், நீதிபதி ராணடே, கே.டி. தெலாங், பி.எம். மலபாரி, டி.கே. கார்வே, சசிபத பானர்ஜி, டி.சி. பால், வீரேசலிங்கம், ஸ்ரீ நாராயண குரு, ஈ.வெ.ரா. பெரியார், பி.ஆர். அம்பேத்கர் மற்றும் பல புகழ்பெற்ற தலைவர்களும் சமூக சீர்திருத்தத்தில் முக்கியப் பங்கு வகித்தனர். 20-ம் நூற்றாண்டில் குறிப்பாக 1919-க்குப் பிறகு தேசிய இயக்கம், சமூகச் சீர்திருத்தத்தின் முக்கிய பிரச்சாரகராக மாறியது. பிரச்சாரம் வெகு ஜனங்களைச் சென்றடைவதற்காக சீர்திருத்தவாதிகள் இந்திய மொழிகளைப் பயன்படுத்துவது

அதிகரித்து வந்தது. அவர்கள் தமது கண்ணோட்டங்களைப் பரப்புவதற்காக, நாவல்கள், நாடகங்கள், கவிதைகள், சிறு கதைகள், பத்திரிகைகள் போன்றவற்றையும் முப்பதாம் ஆண்டு களில் திரைப்படங்களையும் பயன்படுத்தி வந்தனர்.

19-ம் நூற்றாண்டில் சமூகச் சீர்திருத்தமானது, மதச் சீர்திருத்தத்துடன் இணைப்பு கொண்டிருந்த அதே வேளை யில் பிற்காலத்தில் அது மதச்சார்பற்ற கண்ணோட்டத்தைப் பெற்றது. மேலும் மத நோக்கில் வைதீகர்களாக இருந்தவர்கள் பலரும் இதில் பங்கேற்றனர். அதேபோல, மேல் சாதியைச் சேர்ந்தவர்கள் புதியதாகக் கல்வியறிவு பெற்ற இந்தியர் கள், நவீன மேலையப் பண்பாட்டுக்கும் மதிப்புகளுக்கும் ஏற்ப தங்களது சமூகப் பழக்கவழக்கங்களை தகவமைத்துக் கொள்ளும் முயற்சியின் அடிப்படையில் தொடக்கத்தில் சமூக சீர்திருத்ததில் ஈடுபட்டனர். ஆனால் அது படிப்படி யாக சமூகத்தின் அடித்தட்டு பகுதியினரிடையிலும் ஊடுருவி, சமூகத் தளத்தைப் புரட்சிகரமாக்கவும், மறுகட்டமைக்க வும் தொடங்கியது. சீர்திருத்தவாதிகளின் கருத்துகளும் இலட்சியங்களும் உரிய காலத்தில் பொது அங்கீகாரத்தைப் பெற்றன. இன்றைய தினம் அவை இந்தியாவின் அரசியல் சாசனத்தில் பொறிக்கப்பட்டுள்ளன.

சமூகச் சீர்திருத்த இயக்கங்கள் பெண் விடுதலை, அவர் களுக்கு சம உரிமை வழங்குவது, சாதியத்தை அகற்றுவது குறிப்பாக தீண்டாமையை ஒழிப்பது ஆகிய இரண்டு நோக்கங் களை அடைவதற்கு முக்கியமாகப் பாடுபட்டன.

பெண் விடுதலை :

இந்தியாவில் பல நூற்றாண்டு காலம் பெண்கள் ஆண் களுக்கு அடிமைப்பட்டவர்களாகவும் சமூக ரீதியில் ஒடுக்கப் பட்ட நிலையிலும் வாழ்ந்து வந்தனர். இந்தியாவில் கடைப் பிடிக்கப்பட்டு வந்த பல்வேறு மதங்களும், அதே சமயம் அவற்றின் மீதான தனிப்பட்ட சட்டங்களும் ஆண்களுக்குத்

தாழ்ந்த நிலையிலேயே பெண்களை வைத்திருந்தன. விவசாயப் பெண்களைக் காட்டிலும் உயர் சாதியப் பெண்களின் நிலை இந்த அம்சத்தில் மிகவும் மோசமானதாக இருந்தது. விவசாயப் பெண்கள் வயல்களில் ஆண்களுக்கு நிகராகக் கடினமாக உழைக்கும் நிலையில் அவர்கள் ஒப்பிட்டளவில் பெரும் சுதந்திரத்தை அனுபவித்தனர். சில அம்சங்களில் குடும்பத்திலும், உயர் சாதிய பெண்களைக் காட்டிலும் சிறந்த அந்தஸ்தைப் பெற்றனர். உதாரணமாக, அவர்கள் மிகக் குறைந்த அளவிலேயே பர்தா அணிந்திருந்தனர். துணைவியார், தாயார் என்ற வகையில் பெண்களுக்கு பாரம்பரியப் பெருமைகள் இருந்தன. ஆனால் தனிநபர்கள் என்ற வகையில் மிகவும் தாழ்ந்த சமூக அந்தஸ்தையே அவர்கள் பெற்றிருந்தனர். அவர்கள் தமது கணவர்களுக்குக் கட்டுப்பட்டிருப்பதைத் தவிர, அவர்களுக்கு வேறு தனிப்பட்ட ஆளுமை இருக்கக்கூடாது என்ன எதிர்பார்க்கப்பட்டது. மனைவிகளாக, இருப்பதைத் தவிர வேறு எத்தகைய சொந்தத் திறமைகளையோ, விருப்பத்தையோ வெளிப்படுத்த முடியாது. உண்மையில் அவர்கள் வெறுமனே ஆண்களின் அடிமைகளாக இருந்தனர். உதாரணமாக இந்துக்களிடையில் ஒரு பெண்ணுக்கு ஒருமுறைதான் திருமணம் நடைபெறும். அதே சமயம் ஆண்கள் ஒன்றுக்கு மேற்பட்ட மனைவிகளை வைத்துக்கொள்ள அனுமதிக்கப் பட்டனர். முஸ்லீம்களுக்கிடையில் இத்தகைய பலதார மண முறை பரவலாக உண்டு. நாட்டின் பெரும்பாலான பகுதிகளில் பெண்கள் பர்தா மறைவில்தான் வாழ வேண்டியிருந்தது. சிறுவயது திருமணம், எட்டு, ஒன்பது வயது குழந்தைகளுக்குக் கூட திருமணம் செய்யும் வழக்கம் பரவலாக இருந்தது. விதவைகள் மறுமணம் செய்து கொள்ள முடியாது. அவர்கள் தனிமையில் கட்டுப்படுத்தப்பட்ட வாழ்க்கையைத்தான் நடத்த முடியும். நாட்டின் பல பகுதிகளில் சதி அலலது உடன்கட்டை ஏறும் கொடிய வழக்கம் நடைமுறையில் இருந்தது. பெண்களுக்குச் சொத்துரிமையும் கிடையாது. முஸ்லீம் பெண்களுக்குச் சொத்துரிமை உண்டு. ஆனால் ஆண்களுக்குக் கிடைப்பதில் சரிபாதி மட்டுமே கிடைத்து வந்தது. விவாகரத்து அம்சத்தைப் பொறுத்தவரை கோட்பாட்டளவில் கூட

கணவனுக்கும் மனைவிக்கும் சமத்துவம் கிடையாது. உண்மையில் முஸ்லீம் பெண்கள் விவாகரத்தைக் கண்டு அஞ்சினர். இந்து முஸ்லீம் பெண்களின் சமுதாய நிலையும் அவர்களது மதிப்புகளும் ஒன்றுபோலவே இருந்தன. பொருளாதார ரீதியாகவும், சமூக ரீதியாகவும் இருதரப்பினருமே முழுமையாக ஆண்களைச் சார்ந்திருந்தனர். இறுதியாக, அவர்களில் பெரும்பாலோருக்குக் கல்வி மறுக்கப்பட்டது. அத்தோடு பெண்கள் தமது அடிமைத்தனத்தை ஏற்கும் வகையிலும், இன்னும் சொல்லப் போனால் அதனைப் பெருமையாகக் கருதி வரவேற்கும் வகையிலும் அவர்களுக்குப் போதிக்கப்பட்டது. ரஷியா சுல்தானா, சந்த் பீபி அல்லது அகிலாபாய் ஹோல்கர் போன்ற சிறந்த பண்புகளும் ஆளுமையும் கொண்ட பெண்களும் இந்தியாவில் இருந்தனர் என்பதும் உண்மை. ஆனால் அவர்கள் பொதுவான நிலையிலிருந்து விதிவிலக்காக இருந்தார்களே ஒழிய அவர்களால் நிலைமையில் எத்தகைய மாற்றத்தையும் ஏற்படுத்த முடியவில்லை.

19-ம் நூற்றாண்டில் சமூகச் சீர்திருத்தவாதிகள் மனிதாபிமான சமத்துவ நோக்கில் பெண்களின் நிலையில் முன்னேற்றம் காண வலுவான இயக்கத்தைத் தொடங்கினர். சில சீர்திருத்தவாதிகள் தனிநபர் வாதக் கோட்பாட்டையும் சமத்துவத்தையும் வலியுறுத்திய, அதேசமயம், மற்றவர்கள் உண்மையான இந்து மதம் அல்லது இஸ்லாம் அல்லது ஜொராஸ்டிரியனிசம் எதுவும் பெண்களுக்கு தாழ்ந்த நிலைக்குத் தள்ளவில்லை. உண்மையான மதம் அவர்களுக்கு உயர்வான சமூக அந்தஸ்தையே அளித்துள்ளது எனக் குறிப்பிடுகின்றனர்.

பெண்களிடையே கல்வியைப் பரப்பவும், விதவை மறுமணத்தை ஊக்குவிக்கவும், விதவைகளின் வாழ்நிலையை மேம்படுத்தவும், குழந்தைத் திருமணத்தைத் தடுக்கவும், பர்தாவுக்கு வெளியில் பெண்களைக் கொண்டுவரவும் ஒருதார மணமுறையை வலியுறுத்தியும் மத்திய தர வர்க்கப் பெண்களுக்கு வேலைவாய்ப்பை ஏற்படுத்தவும் ஏராளமான தனி நபர்களும், சீர்திருத்தச் சங்கங்களும் மத நிறுவனங்களும்

கடுமையாக உழைத்தன. 1880-களில் டஃப்ரின் மருத்துவ மனைகள் (வைஸ்ராயின் துணைவியார் டஃப்ரின் பெயரில் இயங்கி வந்தவை) தொடங்கப்பட்ட பொழுது, நவீன மருந்து கள் கிடைக்கவும், இந்தியப் பெண்களுக்கு குழந்தைப் பிறப்பு தொழில் நுட்பங்கள் கிடைக்கவும் முயற்சிகள் மேற் கொள்ளப்பட்டன.

20-ம் நூற்றாண்டில் எழுச்சியுற்ற தீவிர தேசிய இயக்கத்தி லிருந்து, பெண் விடுதலை இயக்கத்துக்கு பெரும் ஊக்கம் கிடைத்தது. விடுதலைப் போராட்டத்தில் பெண்கள் தீவிர மான முக்கியப் பங்காற்றினர். வங்காளப் பிரச்சினையை எதிர்த்து நடைபெற்ற ஆர்ப்பாட்டத்திலும் ஹோம்ரூல் இயக்கத்திலும் பெண்கள் பெருமளவில் பங்கேற்றனர். 1918-க்குப் பிறகு அவர்கள் அரசியல் பேரணிகளில் வீறுநடை போட்டனர். அன்னியத் துணிகள், மதுவகைகள், பட்டு போன்றவற்றை விற்பனை செய்து வந்த கடைகள் முன்பாக மறியலில் ஈடுபட்டனர். காதி உடுத்த வேண்டுமென பிரச்சாரம் செய்தனர். ஒத்துழையாமை இயக்கத்தில் ஈடுபட்டு சிறை சென்றனர். ஆர்ப்பாட்டங்களின்போது தடியடிகளையும், கண்ணீர்புகை வீச்சுகளையும், துப்பாக்கிக் குண்டுகளையும் எதிர்கொண்டனர். புரட்சிகர பயங்கரவாத நடவடிக்கைகளில் தீவிரமாகப் பங்கேற்றனர். சட்டமன்றத் தேர்தல்களில் வாக் களித்தனர். வேட்பாளர்களாகவும் போட்டியிட்டனர். புகழ் பெற்ற பெண் கவிஞரான சரோஜினி நாயுடு காங்கிரசு தலைவராகப் பொறுப்பேற்றார். 1937-ம் ஆண்டு ஏற்பட்ட அமைச்சரவைகளில் பெண்கள் பலர் அமைச்சர்களாகவும் நாடாளுமன்ற செயலாளர்களாகவும் பொறுப்பேற்றனர். நூற்றுக்கணக்கானோர் நகராட்சிகளிலும் பிற உள்ளாட்சி அமைப்புகளிலும் உறுப்பினர்களாயினர்.

1920-ம் ஆண்டுகளில் தொழிற்சங்கமும் விவசாயிகள் இயக்கமும் தோன்றியபொழுது பெண்கள் அவற்றில் முன்னணி யில் இருந்து செயல்பட்டனர். மற்ற அம்சங்களைக் காட்டிலும் தேசிய இயக்கத்தில் பங்கேற்றதானது பெண்களிடையே விழிப்புணர்வையும் விடுதலையையும உருவாக்க உதவியது.

அதற்காக அவர்கள் பிரிட்டீசாரின் சிறைக் கதவுகளைத் துணிவுடன் எதிர்கொண்டனர். துப்பாக்கிக் குண்டுகளை துச்சமெனக் கருதினர். எவ்வளவு காலத்துக்கு அவர்கள் வீட்டுக்குள் முடங்கிக் கொண்டு, ஒரு கைப்பாவையாக அல்லது ஒரு அடிமைப் பெண்ணாகத் திருப்திப்பட்டுக் கொண்டிருப்பது? மனிதர்கள் என்ற வகையில் அவர்கள் தமது உரிமையை நிலைநாட்டத் தொடங்கினர்.

நாட்டில் பெண்கள் இயக்கத்தின் தோற்றம் மற்றொரு முக்கியமான வளர்ச்சிப் போக்காகும். 1920-கள் வரை அறிவொளி பெற்ற ஆண்கள் பெண்களின் மேம்பாட்டுக்காக உழைத்தனர். விழிப்புணர்வும், சமய நம்பிக்கையும் கொண்ட பெண்கள் தற்பொழுது அப்பணியைத் தமது தோள்களில் சுமந்து கொண்டனர். அதற்கென அவர்கள் பல்வேறு அமைப்புகளையும், நிறுவனங்களையும் தொடங்கினர். 1927-ம் ஆண்டு தொடங்கப்பட்ட 'அகில இந்திய பெண்கள் மாநாடு' என்ற அமைப்பு அதில் மிகவும் புகழ்மிக்க ஒன்றாகும்.

நாடு விடுதலை பெற்றதைத் தொடர்ந்து பெண்களின் சமத்துவத்துக்கான போராட்டம் ஒரு பெரும் முன்னேற்றத்தை அடைந்தது. அரசியல் சாசனத்தின் (1950) 14, 15-வது பிரிவுகள் ஆணுக்கும், பெண்ணுக்கும் முழுமையான சமத்துவத்தை உத்தரவாதப்படுத்தின. 1956-ம் ஆண்டின் சொத்துரிமைச் சட்டம் மகனுக்கு இணையாக மகளுக்கும் சொத்துரிமையை அளித்தது. 1955-ஆம் ஆண்டின் இந்து திருமணச் சட்டம் ஒரு குறிப்பிட்ட காரணங்களின் அடிப்படையிலான மண முறிவை அனுமதித்தது. ஒருதார மணம் ஆணுக்கும் பெண்ணுக்கும் கட்டாயமாக்கப்பட்டது. வரதட்சணைக் கோருவது தடை செய்யப்பட்டிருந்த போதிலும் வரதட்சணை என்னும் தீய வழக்கம் இன்னமும் தொடர்கிறது. அரசு அமைப்புகளிலுள்ள வேலைவாய்ப்புகளில் பெண்களுக்குச் சம உரிமையை அரசியல் சாசனம் வழங்கியது. ஆணுக்கும் பெண்ணுக்கும் சமவேலைக்கு சம ஊதியம் என்ற கோட்பாட்டை அரசியல் வழிகாட்டு நெறி அங்கீகரித்துள்ளது. ஆயினும் பாலின சமத்துவக் கோட்பாட்டை நடைமுறைப்படுத்து

வதில் இன்னமும் நேரடியாகவும், மறைமுகமாகவும் பல்வேறு தடைகள் தொடர்கின்றன. ஒரு பொருத்தமான சமூகச் சூழல் உருவாக்கப்பட வேண்டியுள்ளது. சமூகச் சீர்திருத்த இயக்கங்கள், விடுதலைப் போராட்டம், பெண்கள் இயக்கங்கள் சுதந்திர இந்தியாவின் அரசியல் சாசனம் போன்றவை இந்தத் திசை வழியில் மகத்தான பங்களிப்பைச் செய்துள்ளன.

சாதியத்துக்கு எதிரான போராட்டம் :

சமூகச் சீர்திருத்த இயக்கத்தின் தாக்குதலுக்கான மற்றொரு முக்கிய இயக்கமாகச் சாதியம் இருந்தது. அச்சமயத்தில் இந்துக்கள் ஏராளமான சாதிகளாகப் பிளவுப்பட்டிருந்தனர். ஒரு மனிதன் பிறந்த சாதியே அவனது வாழ்வின் பெரும்பகுதியை நிர்ணயிக்கிறது. அவன் யாரை திருமணம் செய்து கொள்ள வேண்டும், அவன் யாருடன் உணவருந்த வேண்டும் என்பதை அதுவே நிர்ணயிக்கிறது. அவனது தொழிலையும், சமூக விசுவாசங்களையும் அது பெருமளவில் நிர்ணயிக்கிறது. மேலும், சாதிகள் ஏற்றத்தாழ்வுகளைக் கவனமாகப் பராமரித்து வருகின்றன. ஏணியில் கடைசிப் படியில், இந்து மக்கள் தொகையில் 20 சதமாக உள்ள தாழ்த்தப் பட்டோர் எனப் பின்னாளில் அழைக்கப்பட்ட தீண்டத் தகாதோர் உள்ளனர். தீண்டத்தகாதவர்கள் வாய்ப்பின்மையினாலும், தடைகளாலும் பெருமளவில் தீவிரமாக பாதிக்கப்பட்டனர். இது இடத்திற்கு இடம் மாறுபட்டது. அவர்களைத் தொட்டால் தூய்மைக் கேட்டுக்கு அடிப்படையான தீட்டுப்பட்டுவிடும் எனக் கருதப்பட்டது. நாட்டின் சில பகுதிகளில் குறிப்பாக தெற்கில், அவர்களது நிழல்படுவது கூட தவிர்க்கப்பட்டது. எனவே பிராமணர்களைக் காணும் பொழுது அல்லது வருவதாகக் கேள்வியுறும்பொழுது அவர்கள் அங்கிருந்து வெளியேறிவிட வேண்டியிருந்தது.

தீண்டத்தகாதவர்களின் உடை, உணவு, வீடு போன்றவை அனைத்தும் கவனமாக முறைப்படுத்தப்பட்டன. உயர் சாதியினர் பயன்படுத்தும் கிணறுகளிலிருந்தும், ஏரிகளி

லிருந்தும் அவர்கள் குடிநீர் எடுக்க இயலாது. தாழ்த்தப்பட்டவர்களுக்கென சிறப்பாக ஒதுக்கப்பட்டிருக்கும் கிணறுகளிலிருந்தும், ஏரிகளிலிருந்தும் தான் அவர்கள் குடிநீர் எடுக்க வேண்டியிருந்தது. அத்தகைய கிணறு அல்லது ஏரி இல்லாத இடங்களில் குளங்களிலும் குடிநீர் கால்வாய்களிலும் இருந்த அசுத்தமான குடிநீரையே அருந்த வேண்டியிருந்தது. அவர்களால் இந்து கோயில்களுக்குள் நுழையவோ, சாத்திரங்களைக் கற்கவோ இயலாது. சாதி இந்துக் குழந்தைகள் படிக்கும் பள்ளியில் அவர்களது குழந்தைகள் சேர முடியாது. காவல் துறை, படை போன்ற பொதுப் பணிகளில் அவர்களுக்கு வேலை வாய்ப்பு மறுக்கப்பட்டது. தீண்டத்தகாதவர்கள் கிராமச் சேவகர் (தோட்டி) மற்றும், தெரு கூட்டுதல், செருப்பு தைப்பது, இறந்த உடல்களை அகற்றுவது, இறந்த விலங்குகளின் தோலை உரிப்பது போன்ற 'தூய்மையற்ற'தாகக் கருதப்பட்ட பணிகளே அவர்களுக்கு அளிக்கப்பட்டன. பொதுவாக நிலவுடமை மறுக்கப்பட்ட நிலையில் அவர்களில் பலர் குத்தகைதாரர்களாகவும், விவசாயத் தொழிலாளர்களாகவும் பணிபுரிந்து வந்தனர்.

மற்றொரு அம்சத்திலும் சாதிய முறை தீங்கானதாக இருந்தது. பிறப்பின் காரணமாக சமத்துவமற்ற ஜனநாயக விரோத கோட்பாட்டின் அடிப்படையில் அது அவமதிக்கத் தக்கதாகவும் மனிதத் தன்மையற்ற வகையிலும் இருந்தது மட்டுமல்லாமல் அது சமூகப் பிளவுக்கும் காரணமாக இருந்தது. அது மக்களை ஏராளமான குழுக்களாகப் பிளவுப்படுத்தியது. நவீன காலத்தில் ஒன்றுபட்ட தேசிய உணர்வை வளர்ப்பதற்கும் ஜனநாயகத்தைப் பரப்புவதற்கும் ஒரு பெரும் தடையாக ஆனது. தீண்டாமையை குறைவான அளவுக்கு நடைமுறைப்படுத்தும் முஸ்லீம்கள், கிறிஸ்தவர்கள், சீக்கியர்கள் ஆகியோர்களது திருமணங்களிலும் சாதிய உணர்வு பரவியுள்ளது என்பதும் குறிப்பிடத்தக்கது.

பிரிட்டீஷ் ஆட்சியின் மூலம் ஏற்பட்ட மாற்றங்களால் பல்வேறு சக்திகள் சாதியத்தைப் படிப்படியாக வீழ்த்து

வதற்கு உதவின. நவீன தொழிற்சாலைகள், இரயில்வே, பேருந்துகள் போன்றவை ஏற்படுத்தப்பட்டதன் மூலமும், வளர்ந்து வந்த நகர்மயமாக்கலின் விளைவாகவும் பல் வேறு சாதிகளைச் சேர்ந்தவர்களுக்கிடையில் குறிப்பாக நகரங்களில் வெகுஜனத் தொடர்பு ஏற்படுவதைத் தடுப்பது கடினமானது. நவீன வணிகமும், தொழிலும் அனைவருக்கும பொருளாதார நடவடிக்கைக்கான புதிய துறையைத் திறந்து விட்டது. உதாரணமாக ஒரு பிராமணன் அல்லது உயர் சாதி வியாபாரி தோல் அல்லது செருப்பு விற்பனைக்கான வாய்ப்பையோ அல்லது அவர் ஒரு மருத்துவராகவோ அல்லது படைவீரராகவோ ஆகும் வாய்ப்பையோ மறுக்க மாட்டார். தாராளமாக நடைபெற்று வந்த நில விற்பனை பல கிராமங்களில் சாதிய சமச்சீர் தன்மையைக் குலைத்து வந்தன. லாப நோக்கு மேலோங்கிய வந்த சூழலில், நவீன தொழிற்துறை சமுதாயத்தில் சாதிக்கும், தொழிலுக்கும் இடை யிலான நெருக்கமான உறவைத் தொடருவது கடினமாயிற்று.

நிர்வாகத்தில், சட்டத்தின் முன் சமத்துவம் என்ற நிலையை பிரிட்டீசார் உருவாக்கினர். சாதிய சபைகளின் நீதி வழங்கும் செயல்பாட்டை அகற்றினர். நிர்வாகப் பணிகளில் அனைத்து சாதிகளுக்கும் படிப்படியாகக் கதவுகள் திறந்துவிடப்பட்டன. மேலும் புதிய கல்வி முறை முழுமையாக மதச்சார்பற்ற தன்மை யில் அமைந்திருந்தது. ஆக அது சாதிய வேறுபாடுகளையும், சாதிய அணுகுமுறையும் அடிப்படையில் எதிர்த்தது.

இந்தியர்களுக்கிடையில் நவீன, ஜனநாயக ரீதியான, பகுத்தறிவு கருத்துகள் பரவியதைத் தொடர்ந்து அவர்கள் சாதிய முறைக்கு எதிராகக் குரல் கொடுக்கத் தொடங்கினர். பிரம்ம சமாஜம், பிரார்த்தன சமாஜம், ஆரிய சமாஜம், ராம கிருஷ்ண மடம், பிரம்மஞான சபை, சமூக மாநாடு மற்று முள்ள 19-ம் நூற்றாண்டின் அனைத்து மாபெரும் சீர்திருத்த வாதிகளும் அதனைத் தாக்கினர். அவர்களில் பலர் நான்கு வருண முறையை ஏற்றுக்கொண்ட போதிலும், சாதிய முறையை எதிர்த்தனர். குறிப்பாக தீண்டாமை என்னும் மனிதத்தன்மையற்ற கொடுமையை அவர்கள் கண்டித்தனர்.

இலட்சோப லட்சம் பேர் கண்ணியத்துடனும் மரியாதையுடனும் வாழும் உரிமையை இழந்த நிலையில் அரசியல், சமூக, பொருளாதாரத் துறையில் தேசிய ஒற்றுமையையும் தேசிய முன்னேற்றத்தையும் அடைவது சாத்தியமல்ல என்பதையும் அவர்கள் உணர்ந்தனர்.

தேசிய இயக்கத்தின் வளர்ச்சி சாதிய முறையை பலவீனப்படுத்துவதில் ஒரு குறிப்பிடத்தக்க பங்கை ஆற்றியது. இந்திய மக்களைப் பிளவுபடுத்தும் அனைத்து நிறுவனங்களையும் தேசிய இயக்கம் எதிர்த்தது. பொது ஆர்ப்பாட்டங்களிலும், பிரம்மாண்டமான பொதுக்கூட்டங்களிலும், சத்தியாகிரகப் போராட்டங்களிலும் பொது மக்களின் பங்கேற்பு சாதிய உணர்வுகளைப் பலவீனப்படுத்தியது. சுதந்திரம், சமத்துவம் என்பதன் பெயரால் அன்னிய ஆட்சியிலிருந்து நாடு விடுதலை பெற வேண்டும் என்பதற்காக போராடியவர்கள் அத்தகைய கோட்பாடுகளை முழுமையாக மறுக்கும் சாதிய முறையை ஆதரிக்கவே முடியாது. இவ்வாறு தொடக்கத்திலிருந்தே இந்திய தேசியக் காங்கிரசும், உண்மையில் தேசிய இயக்கம் முழுமையும் சாதிய முன்னுரிமைகள் எதிர்த்து வந்துள்ளன. சாதிய பாலின மத வேறுபாடுகள் இன்றி தனி நபர்களின் வளர்ச்சிக்காக சமமான உரிமைகள், சமமான சுதந்திரத்துக்காகப் போராடி வந்தனர்.

காந்திஜி தனது வாழ்நாள் முழுவதும் தனது பொது நடவடிக்கைகளில் தீண்டாமை ஒழிப்பை முன்னிலைப் படுத்தி வந்தார். இதற்கென அவர் 1932-ம் ஆண்டு அகில இந்திய அரிசன சங்கத்தை நிறுவினார். 'தீண்டாமையை வேரோடும், வேரடி மண்ணோடும், அகற்றும்' அவரது இயக்கம் மனிதாபிமானத்தின் அடிப்படையிலும் பகுத்தறிவின் அடிப்படையிலும் அமைந்திருந்தது. இந்து சாத்திரங்களில் தீண்டாமைக்கு இடமில்லை என அவர் குறிப்பிட்டார். தீண்டாமையை எந்தவொரு சாத்திரமாவது அங்கீகரிக்கிறது எனில், மானுட கண்ணியத்துக்கு எதிராகச் செல்லும் அதனைப் புறக்கணிக்க வேண்டும், உண்மையை ஒரு நூலுக்குள் அடக்க முடியாது என அவர் குறிப்பிட்டார்.

தீண்டத்தகாதவர்களின் கல்வி நிலையை மேம்படுத்தவும், பள்ளிகள் மற்றும் கோயில்களின் கதவுகளை அவர்களுக்குத் திறந்துவிடவும், பொதுக் கிணறுகளையும், ஏரிகளையும் அவர்கள் பயன்படுத்தவும், மேலும் அவர்கள் பாதிப்புக் குள்ளாகியுள்ள சமூக வாய்ப்பின்மையையும், வேறுபாடு களையும் அகற்றவும் 19-ம் நூற்றாண்டின் மத்தியிலிருந்து ஏராளமான தனிநபர்களும் அமைப்புகளும் போராடி வந்துள்ளனர்.

கல்வியும், விழிப்புணர்வும் பரவியதை அடுத்து தாழ்த்தப் பட்ட சாதி மக்களும் தாங்களாகவே போராடத் தொடங் கினர். அவர்களது அடிப்படை மனித உரிமைகள் மீதான உணர்வைப் பெற்று, அத்தகைய உரிமைகளைப் பாதுகாப் பதற்காக எழுச்சியுற்றனர். மேல் சாதியினரின் காலம் கால மான ஒடுக்குமுறையை எதிர்த்து படிப்படியாக ஒரு வலு வான இயக்கத்தைக் கட்டினர். 19-ம் நூற்றாண்டின் இறுதி யில் மகாராஷ்டிராவில் ஒரு தாழ்த்தப்பட்ட சாதிக் குடும் பத்தில் பிறந்த ஜோதிபா பூலே, மேல்சாதி ஆதிக்கத்துக்கு எதிரான போராட்டத்தின் ஒரு பகுதியாக பிராமணிய மத அதிகாரத்துக்கு எதிராகத் தனது வாழ்நாள் முழுவதும் போராடினார். தாழ்த்தப்பட்ட சாதிகளின் விடுதலைக்கு நவீனக் கல்வியை ஒரு மிகவும் முக்கியமான ஆயுதமாக அவர் கருதினார். தாழ்த்தப்பட்ட சாதி மாணவியரின் கல்விக்காக பல்வேறு பள்ளிகளை முதலில் அவர்தான் தொடங்கினார். சாதியக் கொடுமைகளுக்கு எதிராக தனது வாழ்நாள் முழு வதும் போராடினார். அதற்கென அவர் அகில இந்திய தாழ்த்தப்பட்ட சாதிகளின் சம்மேளனத்தை உருவாக்கி னார். வேறு பல தாழ்த்தப்பட்ட சாதித் தலைவர்கள் அகில இந்திய ஒடுக்கப்பட்டோர் வர்க்கங்களின் சங்கத்தை உருவாக் கினர். கேரளாவில் நாராயணகுரு சாதிய முறைக்கு எதிராக தனது வாழ்நாள் முழுவதும் போராடினார். மனித குலத்துக்கு ஒரே மதம், ஒரே சாதி. ஒரே கடவுள் என்ற புகழ்பெற்ற முழக்கத்தை அவர் முன்வைத்தார். 1920-களில் பிராமணர் அல்லாதோர் சுயமரியாதை இயக்கத்தைத் தொடங்கினார்.

கோயில் நுழைவு தடை செய்யப்பட்டிருப்பதையும், அத்தகைய பிற தடைகளையும் எதிர்த்து அகில இந்திய அளவில் மேல் சாதி மற்றும் ஒடுக்கப்பட்ட சாதிகள் ஒருங்கிணைந்து நின்று ஏராளமான சத்தியாகிரக இயக்கங்களை நடத்தின.

ஆயினும், அன்னிய ஆட்சியின் கீழ் தீண்டாமைக்கு எதிரான போராட்டம் முழுமையாக வெற்றி பெறவில்லை. சமுதாயத்திலுள்ள வைதீகப் பகுதியினரின் எதிர்ப்புக்கு ஆளாக நேரிடும் என அன்னிய அரசாங்கம் அஞ்சியது. சுதந்திர இந்திய அரசாங்கத்தால் மட்டுமே தீவிர சமூகச் சீர்திருத்த நடவடிக்கைகளை மேற்கொள்ள முடியும். மேலும் சமூக மேம்பாட்டு பிரச்சினை என்பது அரசியல், பொருளாதார மேம்பாட்டு பிரச்சினையுடன், நெருங்கிய தொடர்புடைய ஒன்றாகும். உதாரணமாக, ஒடுக்கப்பட்ட சாதிகளின் சமூக அந்தஸ்தை உயர்த்த பொருளாதார முன்னேற்றம் அத்தியாவசியமானதாகும். அத்தோடு கல்வியும், அரசியல் உரிமைகளும் பரவுவது அவசியம். இதனை இந்தியத் தலைவர்கள் முழுமையாக உணர்ந்திருந்தனர். உதாரணமாக டாக்டர் அம்பேத்கர் கூறுவதாவது :

‘உங்களது குறைபாடுகளைப் போக்குவதற்கு எவர் ஒருவரும் முன்வர மாட்டார்கள். அது உங்களால்தான் முடியும். உங்களின் கரங்களில் அரசியல் அதிகாரத்தைப் பெறாமல் உங்களால் இதனைப் போக்க முடியாது... இன்றைய தினம் அவசரத் தேவையாக உள்ள நீதியையும், நியாயத்தையும் பெறுவதற்கு உரிய வகையில், சமூகப் பொருளாதார வாழ்க்கையில் மாற்றத்தைக் கொண்டு வருவதற்கு அஞ்சாத மனிதர்களின் கையில் அரசாங்கம் இருக்க வேண்டும். பிரிட்டீஷ் அரசாங்கத்தால் இப்பங்கை ஒருபோதும் ஆற்ற முடியாது. மக்களின், மக்களுக்காக, மக்களால் நடத்தப்படும் அரசாங்கத்தால் மட்டுமே இது சாத்தியமாகும். வேறு வார்த்தைகளில் குறிப்பிட்டால், சுயராஜ்ய அரசாங்கத்தால் மட்டுமே இதனைச் சாதிக்க முடியும்’ எனக் குறிப்பிட்டார்.

தீண்டாமையை முற்றிலும் ஒழிப்பதற்குரிய சட்ட வழிமுறைகளை 1950-ம் ஆண்டின் அரசியல் சாசனம் வழங்கியது.

'தீண்டாமை' ஒழிக்கப்பட்டு விட்டது. அதனை எவ்வகை யிலும் கடைப்பிடிப்பது தடை செய்யப்படுகிறது என அது பிரகடனப்படுத்தியது. 'தீண்டாமை' என்பதன் அடிப்படை யில் ஏற்படுத்துகின்ற எல்லாவித வழிமுறைகளும் சட்டத் தின்படி தண்டனைக்குரிய குற்றமாகும். கிணறுகள், ஏரிகள், குளியலறைகள் போன்றவற்றைப் பயன்படுத்துவதைத் தடுக்கும் எத்தகைய நடவடிக்கையும் அல்லது கடைகளை யும் உணவு விடுதிகளையும் திரையரங்குகளையும் பயன் படுத்தும் வாய்ப்பை மறுப்பதையும் இச்சட்டம் தடை செய் கிறது. 'நீதியான, சமூக, பொருளாதார, அரசியல் முறைமை களின் அடிப்படையில் மக்களைத் திறம்பட பாதுகாத்து மக்கள் நலன்களை மேம்படுத்திட அரசு முன்வர வேண்டும். தேசத்திலுள்ள அனைத்து நிறுவனங்களும் இதனை அமுலாக்க வேண்டுமென' அரசியல் சாசனத்தின் வழிகாட்டும் நெறி கள் குறிப்பிடுகின்றன. ஆயினும் சாதியத் தீமைகளுக்கு எதிரான போராட்டம் இந்திய மக்களின் முன்னால் குறிப் பாக கிராமப்புறங்களில் இன்னமும் அவசரக் கடமையாகத் தொடருகிறது.

11

தேசிய இயக்கம்! (1905-1918)

தீவிர தேசிய இயக்கத்தின் வளர்ச்சி :

தீவிர தேசியவாதப் போக்குகள் (பயங்கரவாதம் எனவும் அழைக்கப்பட்டது) நாட்டில் படிப்படியாக பல்லாண்டு காலம் வளர்ச்சியுற்று வந்தது. 1905-ம் ஆண்டு வங்கப் பிரிவினைக்கு எதிரான இயக்கத்தில் இது வெளிப்பட்டது.

அன்னிய ஆதிக்கத்தின் தீமை குறித்தும், தேசபக்தியைப் போற்றி வளர்க்கவும் இந்திய தேசிய இயக்கம் ஆரம்ப காலங்களிலேயே மக்களிடையே உணர்வூட்டி வந்தது. கல்வியறிவுபெற்ற இந்தியர்களிடையே அது அத்தியாவசி யமான அரசியல் பயிற்சியை அளித்து வந்தது. உண்மையில் அது மக்களின் மனநிலையில் மாற்றத்தை ஏற்படுத்தி நாட்டில் புதுவாழ்வைப் படைத்தது.

அதேசமயம் தேசியவாதிகள் முன்வைத்த முக்கிய மான கோரிக்கைகள் எவற்றையும் ஆங்கிலேய அரசாங்கம் ஏற்காததால் அது மிதவாதத் தலைமையின் கோட்பாடுகள் மீதும் வழிமுறைகளின் மீதும் அரசியல் உணர்வு பெற்ற மக்க ளிடையே அவநம்பிக்கையைத் தோற்றுவித்தது. மிதவாத தேசியவாதிகளுடன் உடன்பாடு கொள்வதற்கு மாறாக

பிரிட்டீஷ் ஆட்சியாளர்கள் அவர்களை வீழ்த்துவதிலேயே குறியாக இருந்தனர். அதனால், பொதுக்கூட்டங்கள், மனுக்கள், விண்ணப்பங்கள், சட்டமன்ற உரைகள் போன்றவற்றுக்கு மாறாக ஒரு வலுவான, மிகவும் தீவிர அரசியல் நடவடிக்கைக்கான கோரிக்கை எழுந்தது.

பிரிட்டீஷ் ஆட்சியின் உண்மை இயல்பு :

பிரிட்டீஷ் ஆட்சியை உள்ளுக்குள் இருந்தே சீர்திருத்த முடியும் என்ற நம்பிக்கை கொண்டதாக மிதவாதிகளின் அரசியல் இருந்தது. ஆனால் அரசியல், பொருளாதாரப் பிரச்சினைகளின் மீதான அறிவு பரவியதையடுத்து இந்த நம்பிக்கை படிப்படியாக மறைந்தது. மிதவாதிகளின் அரசியல் கிளர்ச்சிகளும் இதற்கு ஓரளவுக்கு வலுசேர்த்தன. மக்களின் வறுமைக்கு பிரிட்டீஷ் ஆட்சியே காரணமென தேசிய எழுத்தாளர்களும் போராளிகளும் குற்றம் சுமத்தினர். இந்தியாவைப் பொருளாதார ரீதியாகச் சுரண்டி, இங்கிலாந்தை வளம்பெறச் செய்வதே பிரிட்டீஷ் ஆட்சியின் நோக்கமென அரசியல் உணர்வு பெற்ற இந்தியர்கள் உணர்ந்தனர். பிரிட்டீஷ் ஏகாதிபத்தியத்தை விரட்டி, இந்திய மக்களைக் கொண்டு சுயாட்சியை நிறுவாமல் பொருளாதாரத் துறையில் எத்தகைய முன்னேற்றத்தையும் அடைய முடியாது என அவர்கள் உணர்ந்தனர். குறிப்பாக இந்திய அரசாங்கத்தின் கீழ் உரிய பாதுகாப்பு அளித்து வளர்க்காவிட்டால் இந்தியத் தொழிற்சாலைகள் வளம் பெறாது என தேசியவாதிகள் கருதினர். அன்னிய ஆட்சியின் தீய பொருளாதார விளைவுகள் 1896-ம் ஆண்டுக்கும், 1900-ம் ஆண்டுக்கும் இடைப்பட்ட காலத்தில் சுமார் 90 லட்சம் பேர் மடிவதற்குக் காரணமான நாசகரமான பஞ்சத்தின் மூலம் வெளிப்பட்டது.

1892-ம் ஆண்டிலிருந்து 1905-ம் ஆண்டு வரையிலான அரசியல் நிகழ்வுகளும் தேசியவாதிகளிடையே ஏமாற்றத்தை உண்டாக்கி அவர்களை மேலும் தீவிர அரசியலை நோக்கி சிந்திக்கத் தூண்டியது. பத்தாவது அத்தியாயத்தில் விவாதிக்

கப்பட்ட 1892-ம் ஆண்டின் இந்திய கவுன்சில்கள் சட்டம் ஒரு முழுமையான ஏமாற்றமாக இருந்தது. மறுபுறத்தில், நடைமுறையில் மக்களுக்கு இருந்த அரசியல் உரிமைகளின் மீதும் தாக்குதல்கள் தொடுக்கப்பட்டன. 1898-ஆம் ஆண்டு அன்னிய அரசாங்கத்தின் மீது அதிருப்தியைத் தூண்டுவது குற்றம் என சட்டம் இயற்றப்பட்டது. 1899-ல் கல்கத்தா மாநகராட்சியில் இந்தியர்களின் எண்ணிக்கை வெகுவாக குறைக்கப்பட்டது. பத்திரிகைச் சுதந்திரத்தைக் கட்டுப்படுத்தும் வகையில் 1904-ஆம் ஆண்டு இந்திய இரகசியக் காப்புச் சட்டம் நிறைவேற்றப்பட்டது. நாது சகோதரர்கள் 1897-ஆம் ஆண்டு எவ்வித விசாரணையும் இன்றி நாடு கடத்தப்பட்டனர். அவர்கள் மீதான குற்றச்சாட்டு கூட வெளியிடப்படவில்லை. அதே ஆண்டில் அன்னிய அரசாங்கத்திற்கு எதிராக மக்களைத் தூண்டிவிட்டதாகக் கூறி லோகமான்ய திலகர் மற்றும் சில பத்திரிகை ஆசிரியர்களுக்கு நீண்டகால சிறைத்தண்டனை விதிக்கப்பட்டது. இவ்வாறு, பரந்துபட்ட அரசியல் உரிமைகளை வழங்குவதற்கு மாறாக ஆட்சியாளர்கள் இருக்கும் அரைகுறை உரிமைகளையும் பறிப்பதை மக்கள் உணர்ந்தனர். இந்தியாவில் பிரிட்டீஷ் ஆட்சி தொடரும் வரை எத்தகைய அரசியல் பொருளாதார முன்னேற்றத்தையும் எதிர்பார்ப்பது அர்த்தமற்றது என கர்சன் பிரபுவின் காங்கிரஸ் எதிர்ப்பு அணுகுமுறையின் மூலம் மக்கள் மேலும் மேலும் உணர்ந்தனர். அதிகார வர்க்கமானது வெளிப்படையாக சுயநலம் கொண்டதாகவும், தேசிய அபிலாசைகளுக்கு வெளிப்படையாக எதிரானதாகவும் இருப்பதாக மிதவாதத் தலைவர் கோகலே கூட குற்றம் சாட்டினார். சமூக, பண்பாட்டு அம்சங்களிலும் பிரிட்டீஷ் ஆட்சி எவ்வகையிலும் முற்போக்குத் தன்மை வாய்ந்ததாக இல்லை. ஆரம்பக்கல்வியும், தொழில்நுட்பக் கல்வியும் எத்தகைய முன்னேற்றத்தையும் ஏற்படுத்தவில்லை. அதேசமயம் உயர் கல்வியின் மீது அதிகாரிகள் சந்தேகக் கண்கொண்டு பார்த்தனர். நாட்டில் அது பரவலாக்கப்படுவதை தடுக்கவும் அவர்கள் முயன்றனர். 1904-ல் நிறைவேற்றப்பட்ட இந்திய பல்கலைக்கழகங்களின் சட்டம், இந்திய பல்கலைக் கழகங்

களை அரசாங்க கட்டுப்பாட்டின்கீழ் கொண்டு வருவ தற்கும், உயர்கல்வி வளர்ச்சியைத் தடுப்பதற்குமான ஒரு முயற்சியாக தேசியவாதிகள் பார்த்தனர். இவ்வாறு நாட்டின் பொருளாதார அரசியல், பண்பாட்டு வளர்ச்சிக்கு சுயாட்சி அவசியமெனவும், அரசியல் அடிமைத்தனம் என்பது இந்திய மக்களின் வளர்ச்சியைத் தடை செய்வது எனவும் இந்திய மக்கள் உணரத் தொடங்கினர்.

சுயமரியாதை மற்றும் சுயநம்பிக்கையின் வளர்ச்சி :

19-ஆம் நூற்றாண்டின் இறுதியில் இந்திய தேசியவாதி கள் சுயமரியாதையையும் சுயநம்பிக்கையையும் பெற்றிருந் தனர். ஆட்சி செலுத்துவதிலும், நாட்டின் எதிர்கால வளர்ச்சி யிலும் தங்களுக்குள்ள திறன்மீது நம்பிக்கை வைத்திருந் தனர். திலகர், அரவிந்தகோஷ், விபின் சந்திரபால் போன்ற தலைவர்கள் சுயமரியாதை கருத்துகளை போதித்தனர். இந்திய மக்களின் பண்புகளையும், திறனையும் சார்ந்து நிற்குமாறு அவர்கள் தேசியவாதிகளை வேண்டினர். மக்களின் சோக நிலைமைக்கான தீர்வு அவர்களது சொந்தக் கரங்களில்தான் உள்ளது. எனவே அவர்கள் அச்சமின்றியும் உறுதியுடனும் இருக்க வேண்டும் என இத்தலைவர்கள் மக்களுக்கு போதித் தனர். ஒரு அரசியல் தலைவராக இல்லாதபோதிலும் சுவாமி விவேகானந்தர் திரும்பத்திரும்ப இக்கருத்தை வலியுறுத்தி யுள்ளார்.

'உலகில் ஒரு பாவம் என்று ஒன்று இருக்குமானால் அது பலவீனம் மட்டுமே. பலவீனம் என்பது ஒரு பாவம். பலவீனம் என்பது மரணம். எல்லா பலவீனங்களையும் விட்டொழிக்க வேண்டும். இங்கு உண்மையின் உரைகல் ஒன்று உள்ளது. எதுவொன்று உடல்ரீதியாகவும் அறிவுப்பூர்வமாகவும் ஆன்மீக ரீதியாகவும் உங்களை பலவீனமானவர்களாக உருவாக்கு கிறதோ, நஞ்சு என அதனை ஒதுக்குங்கள் அதனுள் வாழ்க்கை இல்லை. அது உண்மையாக இருக்க முடியாது' என அவர் குறிப்பிட்டார்.

கடந்தகாலப் பெருமைகளைக் கைவிட்டு எதிர்காலத்தைத் துணிவுடன் உருவாக்க முன்வர வேண்டும் என அவர் மக்களை வலியுறுத்தினார். ஓ இறைவனே, கடந்த காலத்தின் மீதான ஆதியந்தமில்லாத வசிப்பிடத்திலிருந்து எப்பொழுது நமது பூமியை விடுதலை செய்யப் போகிறாய்? என அவர் வினவினார்.

சுய முயற்சியின் மீதான நம்பிக்கையும் தேசிய இயக்கத்தை விரிவுபடுத்துவதற்கான தேவையை உருவாக்கியது. தேசிய வாதம் என்பது ஒரு சில கல்வி கற்ற இந்தியர்களின் ஒரு பிரச்சினையாக மட்டும் வெகுகாலம் இல்லை. மாறாக வெகுஜனங்களின் அரசியல் உணர்வு மேலோங்கச் செய்யப் பட்டது. உதாரணமாக, இந்தியாவின் ஒரே நம்பிக்கை நட்சத்திரம் வெகுஜனங்களே. மேல்தட்டினர் உடல் ரீதியாகவும் தார்மீக ரீதியாகவும் வீழ்ச்சியுற்று விட்டனர் என சுவாமி விவேகானந்தர் எழுதினார். விடுதலை பெறுவதற்கு தேவை யான மகத்தான தியாகங்களை வெகுஜனங்களால் மட்டுமே செய்ய முடியும் என உணரப்பட்டது.

கல்வி வளர்ச்சியும், வேலையின்மையும் :

19-ஆம் நூற்றாண்டை நெருங்கும் சமயத்தில் இந்தியாவில் கல்வியறிவு பெற்றவர்களின் எண்ணிக்கை குறிப்பிடத்தக்க அளவுக்கு அதிகரித்திருந்தது; அவர்களில் பெரும்பாலோர் நிர்வாகத்தில் மிகக்குறைந்த சம்பளத்தில் பணிபுரிந்து வந்தனர். அதே சமயம் மிகப் பலர் வேலையின்மையில் வாடினர். அவர்களது பொருளாதார நிலை காரணமாக அவர்களில் பலர் பிரிட்டீஷ் ஆட்சியின் இயல்பை விமர்சனக் கண்கொண்டு நோக்கினர் தீவிர தேசிய அரசியலில் ஈர்க்கப்பட்டனர்.

கல்வியின் விளைவாக சித்தாந்தக் கண்ணோட்டம் பரவியது மிகவும் முக்கியமான அம்சமாகும். கல்வியறிவு பெற்ற இந்தியர்களின் எண்ணிக்கை அதிகரிக்கப்பட்டதற்கு ஏற்ப, ஜனநாயகம், தேசியம், தீவிரவாதம் ஆகிய மேலைய கருத்து

களின் செல்வாக்கும் விரிவடைந்தது. கல்வியறிவு பெற்ற இந்தியர்கள் தீவிர தேசியத்தின் சிறந்த பிரச்சாரகர்களாகவும் ஆதரவாளர்களாகவும் மாறினர். அவர்கள் மிகக்குறைந்த சம்பளம் பெற்றது அல்லது வேலைவாய்ப்பின்றி இருந்ததும், நவீன சிந்தனையிலும், அரசியலிலும் ஐரோப்பிய மற்றும் உலக வரலாற்றிலும் பயிற்சி பெற்றிருந்ததும் இதற்குக் காரணங்களாகும்.

சர்வ தேசிய செல்வாக்குகள் :

இக்கால கட்டத்தில் உலகம் முழுவதும் நடைபெற்று வந்த பல்வேறு நிகழ்வுகள் இந்தியாவில் தீவிர, தேசிய இயக்கத்தின் வளர்ச்சியை ஊக்குவித்தன. 1868-க்கு பிறகு ஏற்பட்ட நவீன ஜப்பானின் எழுச்சி, மேலைய கட்டுப்பாடு இன்றி, ஒரு பின்தங்கிய ஆசிய நாட்டினால் சுயமாக வளர்ச்சி பெற முடியும் என்பதை எடுத்துக்காட்டுவதாக இருந்தது. சில பத்தாண்டுகளிலேயே ஜப்பானியத் தலைவர்கள் தமது நாட்டை தொழில் இராணுவ வல்லமை கொண்டதாக மாற்றினர். பொதுக் கல்வியை நடைமுறைப்படுத்தினர். 1896-ஆம் ஆண்டு எத்தி தோப்பியர்களால் இத்தாலியப் படையையும், 1905-ஆம் ஆண்டு ரஷ்யா, ஜப்பானியர்களாலும் தோற்கடிக்கப்பட்டதை அடுத்து, ஐரோப்பிய மேலாண்மை என்ற மாயை தகர்ந்தது. ஐரோப்பியாவின் மிகப்பெரும் இராணுவ வல்லரசுகளில் ஒன்றைத் தோற்கடித்தது. ஒரு சின்னஞ்சிறு ஆசிய நாடு வெற்றி வாகை சூடிய செய்தி ஆசிய நாடு முழுமையிலும் மக்களின் காதுகளில் தேனாகப் பாய்ந்தது.

1905 - ஜுன் 18-ம் தேதி 'கராச்சி கிரானிக்கள்' என்ற பத்திரிகை வெகு ஜனங்களின் உணர்ச்சியை பின்வருமாறு குறிப்பிட்டது:

'ஆசியாவைச் சேர்ந்த ஒருவர் செய்த காரியத்தை மற்றவர்களாலும் செய்ய முடியும். ஜப்பான் ரஷ்யாவை முறியடிக்க முடியுமெனில், அதேபோல இந்தியா இங்கிலாந்தை முறியடிக்க முடியும். பிரிட்டீசாரைக் கடலில் மூழ்கடிப்போம். பெரும்

வல்லரசுகளுக்கு மத்தியில் ஜப்பானுக்கு அருகில் நமது இடத்தைத் தேர்வு செய்வோம்' என எழுதியது.

மக்கள் ஒன்றுபட்டு நின்று தியாகங்கள் புரிவதன் மூலம் மிகவும் வலுவான எதேச்சதிகார அரசாங்கங்களையும் வீழ்த்த முடியும் என்பதை அயர்லாந்து, ரஷ்யா எகிப்து, துருக்கி, சீனா மற்றும் தென் ஆப்பிரிக்காவில் போயர் யுத்தம் போன்ற புரட்சிகர இயக்கங்கள் மூலம் இந்தியர்கள் உணர்ந்தனர். எல்லாவற்றிற்கும் மேலாக தேசபக்தி உணர்வும் தியாகமும் அன்றைய தேவையாக இருந்தது.

தீவிர தேசிய சிந்தனை :

நாட்டில் தேசிய இயக்கம் தொடங்கிய காலத்திலிருந்தே தீவிர தேசிய சிந்தனையும் நிலவி வந்தது. வங்காளத்தில் ராஜ் நாராயண்போஸ், அஸ்வினிகுமார்தத், மராட்டியத்தில் விஷ்ணுசாஸ்திரி, சிப்லுங்கர் ஆகிய தலைவர்கள் இச்சிந்தனையைப் பிரதிநிதித்துவப்படுத்தினர். லோகமான்ய திலகர் எனப் பின்னாளில் அழைக்கப்பட்ட பால கங்காதர திலகர் இச்சிந்தனையின் மிகவும் புகழ்மிக்க பிரதிநிதி ஆவார். அவர் 1856-ம் ஆண்டு பிறந்தார். பம்பாய் பல்கலைக்கழகத்தில் அவர் பட்டம் பெற்ற காலத்திலிருந்து தனது வாழ்நாள் முழுவதையும் தேசத்திற்கு சேவை புரிவதற்காக அர்ப்பணித்தார். 1880-களில் புதிய ஆங்கிலப் பள்ளி ஒன்றை நிறுவினார். பின்னாளில் அது பெர்குசன் கல்லூரி என்றழைக்கப்பட்டது. ஆங்கிலத்தில் 'மராட்டா' மராத்தியில் 'கேசரி' என்ற இரு பத்திரிகைகளை தொடங்கினார். 1889-ம் ஆண்டிலிருந்து கேசரி பத்திரிகையின் ஆசிரியராக விளங்கிய இவர் அதில் தேசியத்தைப் போதிக்கும் கட்டுரைகளை எழுதி வந்தார். இந்திய விடுதலைக்காக மக்கள் துணிவுடனும் சுயச்சார்புடனும் தன்னலமற்றப் போராளிகளாகவும் செயல்பட வேண்டுமென அவர் போதித்து வந்தார்.

1883-ஆம் ஆண்டு அவர் தேசியக் கருத்துகளை பாடல்கள் உரைகள் மூலமாகப் பிரச்சாரம் செய்வதற்காகப்

பாரம்பரிய மத விழாவான விநாயகர் சதுர்த்தியைப் பயன் படுத்தத் தொடங்கினார். சிவாஜியை உதாரணம் காட்டுவதன் மூலம் மகாராஷ்டிர இளைஞர்களிடையே தேசியத்தை ஊக்கு விக்க 1895-ம் ஆண்டுகளில் அவர் சிவாஜி விழாவைத் தொடங்கினார். 1896-1897-ம் ஆண்டுகளில் அவர் மகாராஷ் டிராவில் வரிகொடா இயக்கத்தைத் தொடங்கினார். பஞ்சத்துக் குள்ளாகி இருக்கும் மகாராஷ்டிர விவசாயிகள் தமது சாகுபடி பொய்த்துப் போகும்போது நிலவரி செலுத்த வேண்டாம் என அவர் கேட்டுக் கொண்டார். அரசாங்கத்திற்கு எதிராக அவர் துவேசத்தையும் வெறுப்பையும் பரப்புவதாகக் கூறி 1897-ம் ஆண்டு அதிகாரிகள் அவரைக் கைது செய்த பொழுது அவரது செயல் துணிவுக்கும், தியாகத்துக்கும் எடுத்துக் காட்டாக விளங்கியது. அரசாங்கத்திடம் மன்னிப்புக் கேட்க மறுத்து அவர் 18 மாதங்கள் கடுங்காவல் தண்டனையை அனுபவித்தார். இவ்வாறாக அவர் சுயத் தியாகத்துக்கான புதிய தேசிய உணர்வின் வாழும் அடையாளமாக விளங்கினார்.

20-ம் நூற்றாண்டின் விடியலில் தீவிர தேசியவாதிகளுக்கு ஒரு சாதகமான அரசியல் சூழல் தென்பட்டது. அவர்களது ஆதரவாளர்கள் தேசிய இயக்கத்தின் இரண்டாவது கட்டத்தை வழிநடத்த முன்வந்தனர். லோகமான்ய திலகருக்கு அப்பால் விபின் சந்திரபால், அரவிந்தகோஷ், லாலா லஜபதி ராய் போன்ற மகத்தான தலைவர்கள் தேசியத்தைப் பிரதிநிதித்துவப் படுத்தினர். தீவிர தேசியவாதிகளின் அரசியல் திட்டத்தில் பின்வரும் முக்கிய அம்சங்கள் இடம் பெற்றிருந்தன.

இந்தியர்கள் தமது சொந்த விடுதலைக்காக அவர்களாகவே உழைக்க வேண்டும். தமது தாழ்ந்த நிலையிலிருந்து எழுச்சி பெற முயல வேண்டும் என அவர்கள் கருதினர். இக்கடமையை நிறைவேற்ற பெரும் தியாகங்களையும் துயரங்களையும் அனு பவிக்க நேரிடும் என அவர்கள் குறிப்பிட்டனர். அவர்களது உரைகளும், எழுத்துக்களும், அரசியல் பணிகளும், முழுமை யாக துணிவும், சுயநம்பிக்கையும் கொண்டவையாக விளங்கின. நாட்டின் நலனைக் காட்டிலும் எவ்விதத் தியாகமும் அவ்வளவு பெரியதல்ல என அவர்கள் கருதினர்.

'தரும வழிகாட்டுதலின் கீழும்' ஆங்கிலேயர்களின் கட்டுப் பாட்டிலும் இந்தியா முன்னேற முடியும் என்பதை அவர்கள் நிராகரித்தனர். அன்னிய ஆட்சியை அவர்கள் அறவே வெறுத்தனர். சுயராஜ்ஜியம் அல்லது விடுதலையே தேசிய இயக்கத்தின் இலட்சியம் என அவர்கள் தெளிவாகப் பிரகடனப்படுத்தினர்.

மக்களின் வலிமையால் எதையும் சாதிக்க முடியும் என்பதில் ஆழமான நம்பிக்கைக் கொண்ட அவர்கள், மக்கள் இயக்கத்தின் மூலமாக சுயராஜ்ஜியத்தைப் பெற திட்டமிட் டனர். எனவே, வெகுஜனங்களிடையே பணிபுரிவதையும், வெகுஜனங்களின் நேரடி அரசியல் நடவடிக்கைககளையும அவர்கள் வலியுறுத்தினர்.

பயிற்சி பெற்ற தலைமை :

கடந்த காலத்தில் அரசியல் கிளர்ச்சிகளிலும், அரசியல் போராட்டங்களை வழிநடத்தியதிலும், சிறந்த அனுபவங் களைக் கொண்டிருந்த ஏராளமான தலைவர்களை 1905-ம் ஆண்டில் இந்தியா பெற்றிருந்தது. பயிற்சி பெற்ற அரசியல் ஊழியர்களின் பட்டாளம் இல்லையெனில் தேசிய இயக் கத்தை அடுத்த உயர்ந்த அரசியல் மட்டத்துக்கு கொண்டு செல்வது கடினமாக இருந்திருக்கும்.

வங்கப் பிரச்சினை :

1905-ம் ஆண்டு வங்கப் பிரிவினை அறிவிக்கப்பட்ட பொழுது போர்க்குணமிக்க தேசியத்தின் எழுச்சிக்கான நிலை மைகள் வளர்ச்சி பெற்றன. இந்திய தேசிய இயக்கம் அதன் இரண்டாவது கட்டத்துக்குள் நுழைந்தது. 1905 - ஜூலை-20 அன்று வங்காளத்தை இரண்டு பகுதிகளாகப் பிரிக்கும் உத்தரவை கர்சன் பிரபு வெளியிட்டார். அதன்படி, 3.1 கோடி மக்களைக் கொண்ட கிழக்கு வங்காளமும், அசாமும் ஒரு பகுதியாகவும், 1.8 கோடி வங்காளிகள், 3.6 கோடி பீகாரிகள்,

ஒரியர்கள் என 5.4 கோடி பேர் கொண்ட வங்காளத்தை மற்றொரு பகுதியாகவும் பிரித்தனர். ஒரு தனித்த மாகாண அரசாங்கத்தால் திறம்பட நிர்வகிக்க முடியாத அளவுக்கு வங்காள மாகாணம் மிகப்பெரிய அளவில் இருப்பதாகக் கூறப்பட்டது. ஆயினும், வேறொரு அரசியல் நோக்கிலேயே அதிகாரிகள் இத்திட்டத்தைத் தீட்டினர். அச்சமயத்தில் தேசிய இயக்கத்தின் உணர்ச்சி மையமாக விளங்கிய வங்காள தேசிய வெள்ளத்தைத் தடுக்கும் நம்பிக்கையில் அவர்கள் இக்காரியத்தில் இறங்கினர். இந்திய அரசாங்கத்தின் உள்துறைச் செயலாளர் ரிஸ்லி 1904 - டிசம்பர் - 6 அன்று அரசாங்கக் குறிப்பு ஒன்றை எழுதினார்.

'ஒன்றுபட்ட வங்காளம் என்பது ஒரு பேராற்றல். வங்காளத்தைப் பிரிப்பது அதனைப் பலவழிகளிலும் வீழ்த்திடும். அவ்வாறுதான் காங்கிரசு தலைவர்கள் கருதினர். அவர்களது கவலை மிகவும் சரியானது. இத்திட்டத்தின் நோக்கத்தை அவர்கள் கண்டு கொண்டனர். நமது முக்கிய நோக்கங்களில் ஒன்று பிளவுபடுத்துவது. அதன்மூலம் நமது நலனுக்காக உறுதியான பலம் கொண்ட எதிரிகளை பலவீனப் படுத்துவதே' என அவர் குறிப்பிட்டார்.

வங்காளப் பிரிவினையை இந்திய தேசியக் காங்கிரசும் தேசியவாதிகளும் கடுமையாக எதிர்த்தனர். வங்காளத்துக்குள் இருந்த ஜமீன்தார்கள், வியாபாரிகள், வழக்குரைஞர்கள், மாணவர்கள், நகர்ப்புற ஏழை மக்கள், பெண்கள் என பல்வேறு தரப்பினரும் தமது மாகாணம் பிரிக்கப்படுவதற்கு எதிராக தன்னெழுச்சியாகத் திரண்டெழுந்தனர்.

பிரிவினைச் சட்டமானது வெறும் நிர்வாக நடவடிக்கையல்ல அது இந்தியத் தேசியத்துக்கு எதிரான ஒரு சவால் என தேசியவாதிகள் பார்த்தனர். வங்காளிகளைப் பிரதேச அடிப்படையிலும், கிழக்கில் பெரும்பான்மையராக முஸ்லீம்கள், மேற்கில் இந்துகள் என மத அடிப்படையிலும் பிரிக்கும் தெளிவான முயற்சியே இது. இதன்மூலம் வங்காளத்தில் தேசியம் பாதிப்புக்குள்ளாகி, பலவீனப்படும் என அவர்கள்

கருதினர். வங்காள மொழி மற்றும் பண்பாட்டு வளர்ச்சிக்கு பெரும் பாதகமாகவும் இது விளங்கும். வங்காள மொழிப் பேசும் மாகாணத்திலிருந்து இந்தி மொழி பேசும் பீகாரையும், ஒரியா மொழி பேசும் ஒரிசாவையும் பிரிப்பதன் மூலம் நிர்வாகம் திறம்பட்டதாக அமையும் என அவர்கள் சுட்டிக் காட்டினர். மக்களின் கருத்துக்கு செவி சாய்க்காமல் அதிகார நடவடிக்கைகள் மேற்கொள்ளப்பட்டு வந்தன. மிக உணர்ச்சிப் பூர்வமான தீரமிக்க மக்களின் உணர்வுக்கு இந்த பிரிவினை எதிராக இருந்தது என்பதை இத்தகைய உறுதியான வங்காள மக்களின் எதிர்ப்பு காட்டியது.

பிரிவினை எதிர்ப்பு இயக்கம் :

பிரிவினை எதிர்ப்பு இயக்கமானது ஏதோ ஒரு குறிப் பிட்ட இனத்தவரின் இயக்கமல்ல. வங்கத்தைச் சேர்ந்த ஒட்டு மொத்த தேசியத் தலைமையின் பணியாகும். ஆரம்பக் கட்டத்தில் சுரேந்தரநாத் பானர்ஜி, கிருஷ்ணகுமார் மித்ரா போன்ற மிதவாதத் தலைவர்களே இதன் முன்னணித் தலைவர் களாக இருந்தனர். பிற்காலத்திலேயே தீவிர புரட்சிகர தேசிய வாதிகள் இதற்கு தலைமையேற்றனர். உண்மையில் இவ் வியக்கத்தில் மிதவாதத் தலைவர்களும், தீவிரவாதத் தலைவர் களும் ஒருவரையொருவர் கைகோர்த்து நின்றனர்.

1905 ஆகஸ்ட் 7 அன்று பிரிவினை எதிர்ப்பு இயக்கம் தொடங்கப்பட்டது. அன்றைய தினம் கல்கத்தாவிலுள்ள நகர அரங்கில் பிரிவினைக்கு எதிரான ஒரு பெருந்திரள் ஆர்ப் பாட்டம் நடைபெற்றது. இக்கூட்டத்தில் பங்கேற்ற பிரதிநிதி கள் இவ்வியக்கத்தை மாகாணத்தின் பிற பகுதிகளுக்கும் கொண்டு சென்றனர்.

1905 - அக்டோபர் 16-ஆம் தேதியிலிருந்து பிரிவினை நடைமுறைப்படுத்தப்பட்டது. எதிர்ப்பு இயக்கத் தலைவர் கள் அன்றைய தினத்தை வங்காளம் முழுவதும் 'தேசிய துக்க தினமாக'ப் பிரகடனப்படுத்தினர். அன்று ஒரு நாள்

உண்ணாவிரதம் அனுசரிக்கப்பட்டது. கல்கத்தாவில் கடை யடைப்பு நடைபெற்றது. மக்கள் வெறும் கால்களுடன் நடந்து சென்று அதிகாலை வேளையில் கங்கையில் நீராடி னர். 'நமது வங்காளம்' என்ற தலைப்பில் ரவீந்தரநாத் தாகூர் இயற்றிய பாடலை பாடிக்கொண்டு மக்கள் கூட்டம் தெருக்களில் பீடுநடை போட்டன. விடுதலைக்குப்பின் 1971-ஆம் ஆண்டு வங்க தேசம் இப்பாடலை தனது தேசிய கீதமாக ஏற்றுக்கொண்டது. கல்கத்தா தெருவெங்கும் 'வந்தே மாதரம்' பாடல் ஒலித்தது. ஒரே இரவில் அது வங்காள தேசியப் பாடலாக மாறியது. தேசிய இயக்கத்தின் மையப் பாடலாக விரைவில் உருப்பெற்றது. ரக்ஷா பந்தன் விழா புதிய வழியில் கடைப்பிடிக்கப்பட்டது. வங்காளிகளின் ஒற்றுமை யில் பிரிக்க இயலாத அடையாளமாக இந்துக்களும், முஸ்லீம் களும் ஒருவருக்கொருவர் மணிக்கட்டுகளில் ராக்கி கட்டிக் கொண்டனர்.

சுதேசியம் அன்னிய பொருள் புறக்கணிப்பும் :

ஆர்ப்பாட்டங்களும், பொதுக்கூட்டங்களும் தீர்மானங் களும் மட்டுமே ஆட்சியாளர்களின் மீது பெரும் தாக்கத்தை ஏற்படுத்திவிட முடியாது என வங்கத் தலைவர்கள் கருதினர். மக்கள் உணர்ச்சிகளின் ஆழத்தை வெளிப்படுத்தும் வகை யிலான கூடுதல் செயல்பாடு தேவை என்பதை உணர்ந்தனர். சுதேசியும், அன்னியப் பொருள் புறக்கணிப்பும் இதற்கு விடையாகக் கிடைத்தது. சுதேசி அல்லது இந்திய பொருட் களையே பயன்படுத்துவது, பிரிட்டீஷ் பொருட்களை புறக் கணிப்பது எனப் பிரகடனப்படுத்தவும், உறுதி ஏற்கவும் வங்காளம் முழுமையிலும் பொதுக்கூட்டங்கள் நடைபெற்றன. பல இடங்களில் அன்னியத் துணிகள் தீயீட்டுக் கொளுத்தப் பட்டன. அன்னியத் துணிகளை விற்பனை செய்து வந்த கடைகள் முற்றுகையிடப்பட்டன. சுதேசி இயக்கம் மகத்தான வெற்றி பெற்றது. இது குறித்து சுரேந்திரநாத் பானர்ஜி குறிப்பிடுவதாவது:

'அதன் வீரியமிக்கக் காலத்தில் சுதேசியம் நமது சமூகத்திலும், சொந்த வாழ்க்கையிலும், பின்னிப் பிணைந்திருந்தது. திருமண அன்பளிப்புகளில் உள்நாட்டுப் பொருட்கள் வேண்டும் என்பதற்காக அன்னியப் பொருட்கள் திருப்பி அனுப்பப்பட்டன. கடவுளுக்கு நைவேத்தியம் செய்யவும் அன்னிய பொருட்களை பயன்படுத்த மதகுருக்கள் மறுத்து வந்தனர். அன்னிய உப்பு அல்லது சர்க்கரை பயன்படுத்தப் படும் விழாக்களில் பங்கேற்க விருந்தினர்கள் மறுத்து வந்தனர்' எனக் குறிப்பிடுகின்றார்.

சுதேசி இயக்கத்தின் முக்கியமான அம்சம் சுயச்சார்பை அல்லது 'ஆத்ம சக்தியை' வலியுறுத்துவதேயாகும். சுயச்சார்பு என்றால் தேசிய கண்ணியத்தையும், மரியாதை மற்றும் சுய நம்பிக்கையையும் வலியுறுத்துவது என்பது அர்த்தமாகும். பொருளாதாரத் துறையில் சுதேசித் தொழில்களையும் மற்ற நிறுவனங்களையும் போற்றி வளர்ப்பது என்பது அர்த்த மாகும். நூற்பாலைகள், சோப்பு மற்றும் தீப்பெட்டித் தொழிற் சாலைகள், கைத்தறி நெசவு தொழில்கள், தேசிய வங்கிகள், காப்பீட்டு நிறுவனங்கள் பல தொடங்கப்பட்டன. ஆச்சார்யா, பி.சி.ரே ஆகியோர் புகழ்பெற்ற வங்காளி ரசாயன சுதேசிக் கடைகளை நிறுவினர். மாபெரும் கவிஞர் ரவீந்திரநாத் தாகூர் சுதேசிக் கடைகளைத் திறக்க உதவினார்.

சுதேசி இயக்கம் பண்பாட்டுத் துறையில் பல்வேறு விளைவுகளை ஏற்படுத்தியது. தேசியக் கவிதைகளும், உரை நடைகளும், பத்திரிகையியலும் மலர்ந்தன. அச்சமயத்தில் ரவீந்திரநாத் தாகூர், ரஜினி காந்த் சென், சையத் அபு அகமது, முகுந்தா தாஸ் ஆகியோரால் இயற்றப்பட்ட தேசபக்திப் பாடல்கள் இன்றும் வங்காளத்தில் பாடப்படுகின்றன. இச் சமயத்தில் மேற்கொள்ளப்பட்ட மற்றொரு சுயச்சார்பு ஆக்கப் பூர்வச் செயல் தேசியக் கல்வி ஆகும். நடைமுறையிலுள்ள கல்வி முறையானது தேசிய உரிமைகளைப் பறித்து வந்த தாலும், எவ்வகையிலும் போதுமான கல்வியை தராததாலும், இலக்கியம், தொழில்நுட்பம், உடற்கல்வியைப் போதிக்கக் கூடிய தேசியக் கல்வி நிறுவனங்களை தேசியவாதிகள்

தொடங்கினர். 1906 - ஆகஸ்டு 15 - அன்று கல்விக்கான தேசியக் கவுன்சில் ஒன்று அமைக்கப்பட்டது. அரவிந்த கோஷை முதல்வராகக் கொண்டு ஒரு தேசியக் கல்லூரி கல்கத்தாவில் தொடங்கப்பட்டது.

மாணவர்கள், பெண்கள், முஸ்லீம்கள் மற்றும் வெகுஜனங்களின் பங்கேற்பு :

சுதேசி இயக்கத்தில் வங்காள மாணவர்கள் முக்கிய பாத்திரம் வகுத்தனர். அவர்கள் சுதேசியத்தைக் கடைப் பிடித்தும் பிரச்சாரம் செய்தும் வந்தனர். அன்னியத் துணிகளை விற்பனை செய்துவரும் கடைகளுக்கு எதிரான மறியல் போராட்டங்களுக்குத் தலைமையேற்றனர். மாணவர்களை ஒடுக்க அரசாங்கம் சகல முயற்சிகளையும் தீவிரமாக மேற் கொண்டது. சுதேசிப் போராட்டத்தில் மாணவர்கள் தீவிர மாகப் பங்கேற்ற பள்ளி, கல்லூரிகளைத் தண்டிக்கும் உத்தரவு கள் பிறப்பிக்கப்பட்டன. அவர்களுக்கு அளிக்கப்பட்டு வந்த மானிய உதவிகளும், மற்ற வாய்ப்புகளும் திரும்பப் பெறப் பட்டன. அவர்களது அங்கீகாரம் நீக்கம் செய்யப்பட்டது. அவர்களது மாணவர்களுக்கு உதவித் தொகைகள் வழங்க அனுமதி மறுக்கப்பட்டன. அரசாங்கத்தின் அனைத்து வேலை வாய்ப்புகளும் அவர்களுக்கு தடை செய்யப்பட்டன. தேசிய இயக்கத்தில் பங்கேற்ற குற்றவாளிகளாகக் கருதப்பட்ட மாணவர்கள் மீது ஒழுங்கு நடவடிக்கைகள் மேற்கொள்ளப் பட்டன. அவர்களில் பலருக்கு அபராதங்கள் விதிக்கப் பட்டன. பள்ளி, கல்லூரிகளை விட்டு வெளியேற்றப்பட்ட னர். சில சமயங்களில் காவல்துறையின் தடியடி தாக்கு தலுக்கு உள்ளாயினர். ஆயினும் மாணவர்கள் தலைவணங்க மறுத்தனர். இந்த இயக்கத்தில் பெண்களின் தீவிர பங்கேற்பு சுதேசி இயக்கத்தின் குறிப்பிடத்தக்க அம்சமாகும். காலங் காலமாக வீட்டிற்குள்ளேயே முடங்கிக் கிடந்த நகர்ப்புற மத்திய தர வர்க்கப் பெண்களும் பேரணிகளிலும், மறியல் போராட்டங்களிலும் பங்கேற்றனர். அப்பொழுது முதல்

தேசிய இயக்கத்தில் அவர்கள் தீவிரமாகப் பங்கு கொள்ளத் தொடங்கினர்.

புகழ்மிக்க பாரிஸ்டர் பட்டம் பெற்ற அப்துல் ரசூல் புகழ்பெற்ற கிளர்ச்சிக்காரரான லியாகத் ஹுசைன், வியாபாரி குஜ்ஜவி உள்ளிட்ட பிரபல முஸ்லீம்கள் சுதேசி இயக்கத்தில் இணைந்தனர். மௌலானா அபுல்கலாம் ஆசாத் புரட்சிகர பயங்கரவாதக்குழு ஒன்றில் இணைந்தார். ஆயினும், பிற மத்திய தர மேட்டுக்குடி முஸ்லீம்கள் நடுநிலை வகித்து வந்தனர் அல்லது டாக்கா நவாபினால் (அவருக்கு இந்திய அரசாங்கம் ரூ. 14 லட்சம் கடன் அளித்திருந்தது) வழி நடத்தப் பட்டனர். கிழக்கு வங்காளத்தில் முஸ்லீம்கள் பெரும்பான் மையவராக இருக்கும் பட்சத்தில் பிரிவினை கோரிக்கையைக் கூட அவர்கள் ஆதரிக்கத் தயங்கவில்லை. டாக்கா நவாபுகள் மற்றும் பலரது இத்தகைய வகுப்புவாத அணுகுமுறைக்கு அதிகாரிகள் ஊக்கமளித்து வந்தனர். பழைய முஸ்லீம் வைஸ்ராய்கள், மன்னர்கள் காலத்திலிருந்து அனுபவிக்காத வகையில் முஸ்லீம்களை ஒன்றுபடுத்தி கிழக்கு வங்காளத்தில் ஒருங்கிணைப்பது பிரிவினைக் காண காரணங்களில் ஒன்று என டாக்காவில் நிகழ்ச்சி ஒன்றில் உரையாற்றும்போது கர்சன் பிரபு குறிப்பிட்டார்.

இயக்கத்தின் அகில இந்தியத் தன்மை :

சுதேசியமும் சுயராஜ்ஜியக் கோரிக்கையும் இந்தியாவின் பிற மாகாணங்களுக்கும் விரைவில் கொண்டு செல்லப் பட்டது. வங்காளத்தின் ஒற்றுமைக்கு ஆதரவான இயக்கமும் அன்னியப் பொருட்களைப் புகிஷ்கரிக்கும் இயக்கமும் பம்பாய், சென்னை மற்றும் வட இந்தியாவில் நடைபெற்று வந்தன. சுதேசி இயக்கத்தை நாட்டின் பிற பகுதிகளுக்குப் பரப்பு வதில் திலகர் முன்னணிப் பாத்திரம் வகித்தார். வங்காளத்தில் இந்த இயக்கம் தொடங்கப்பட்டதையடுத்து இந்திய தேசிய வரலாற்றில் ஒரு புதிய அத்தியாயம் தொடங்கி வைக்கப் பட்டுள்ளது என்பதைத் திலகர் விரைவில் உணர்ந்தார்.

பிரிட்டீஷ் ஆட்சிக்கு எதிராக மக்கள் போராட்டத்தை வழி நடத்த சவாலும் வாய்ப்பும் ஏற்பட்டது. ஒரு பொதுவான அனுதாபத்தின் அடிப்படையில் நாடு முழுமையும் ஒருங் கிணைக்கும் ஒரு வாய்ப்பு கிடைத்தது.

தீவிரவாதத்தின் வளர்ச்சி :

பிரிவினை எதிர்ப்பு இயக்கத் தலைமை விரைவில் திலகர், விபின்சந்திரபால், அரவிந்த கோஷ் போன்ற தீவிரவாதத் தலைவர்களின் கைகளுக்கு மாறியது. இதற்கு பல காரணங்கள் இருந்தன. முதலாவதாக மிதவாதிகளால் நடத்தப்பட்ட ஆரம்பகால எதிர்ப்பு இயக்கம் போதிய பலனை அளிக்க வில்லை. மிதவாதிகளின் பெரும் எதிர்பார்ப்பிற்குள்ளாகி யிருந்த தாராளவாத அரசு செயலாளர் ஜான் மோர்லியும் பிரிவினை என்பது இறுதியாகி விட்ட ஒன்று. அதில் மாற்றம் ஏதுமில்லை எனக் குறிப்பிட்டார். இரண்டாவதாக, இரண்டு வங்காள அரசாங்கங்களும் குறிப்பாக கிழக்கு வங்காளம் இந்துக்களையும் முஸ்லீம்களையும் பிரிக்க தீவிர முயற்சி களை மேற்கொண்டது. அச்சமயத்தில் வங்காள அரசியலில் இந்து - முஸ்லீம் பிரிவினைக்கான விதைகள் தூவப்பட்டன. இது தேசியவாதிகளுக்கு எரிச்சலை ஊட்டியது. ஆனால், எல்லாவற்றிற்கும் மேலாக அரசாங்கத்தின் ஒடுக்குமுறைக் கொள்கை மக்களைத் தீவிர புரட்சிகர அரசியலுக்கு இட்டுச் சென்றது. குறிப்பாக கிழக்கு வங்காள அரசாங்கம் தேசிய இயக்கத்தை ஒடுக்க முயன்றது. சுதேசி போராட்டத்தில் மாணவர்களின் பங்கேற்பை தடுக்க முயன்ற அரசின் முயற்சிகள் குறித்து ஏற்கனவே மேலே குறிப்பிடப்பட்டுள்ளது. கிழக்கு வங்காளத் தெருக்களில் வந்தே மாதரம் பாடலைப் பாட தடை விதிக்கப்பட்டது. பொதுக்கூட்டங்கள் கட்டுப்படுத்தப் பட்டன. சில சமயங்களில் தடை செய்யப்பட்டன. பத்திரி கைகளை கட்டுப்படுத்தும் சட்டங்கள் இயற்றப்பட்டன. சுதேசி இயக்க ஊழியர்கள் மீது குற்றம் சுமத்தப்பட்டு நீண்ட கால சிறைத்தண்டனை விதிக்கப்பட்டனர். மாணவர்கள்

பலருக்கு கொடும் சிறைத்தண்டனையும் வழங்கப்பட்டது. 1906 முதல் 1909 வரை வங்காள நீதிமன்றத்திற்கு 550க்கு மேற்பட்ட அரசியல் வழக்குகள் வந்தன. ஏராளமான தேசியப் பத்திரிகைகள் மீது குற்றச்சாட்டுகள் சுமத்தப்பட்டன. பத்திரிகை சுதந்திரம் முழுமையாக நசுக்கப்பட்டது. பல்வேறு நகரங்களில் நிறுத்தப்பட்டிருந்த இராணுவக் காவலர்கள் மக்களுடன் மோதி வந்தனர். 1906-ம் ஆண்டு ஏப்ரலில் பாரிசில் நடைபெற்ற வங்காள மாகாண மாநாட்டில் அமைதியாகப் பங்கேற்ற பிரதிநிதிகள் மீது ஏவப்பட்ட காவல் துறையின் தாக்குதல் ஒடுக்குமுறையின் கொடூரத்தை எடுத்துக்காட்டும் ஒரு சிறந்த சான்றாகும். இளந்தொண்டர்கள் பலர் கடுமை யாகத் தாக்கப்பட்டனர். மாநாடு பலாத்காரமாகக் கலைக்கப் பட்டது. 1908-டிசம்பரில் கிருஷ்ணகுமார் மித்ரா, அஸ்வினி குமார்தத் உள்ளிட்ட வங்காளத் தலைவர்கள் 9 பேர் நாடு கடத்தப்பட்டனர். ஏற்கனவே 1907-ம் ஆண்டு பஞ்சாபில் நடைபெற்ற கலகத்தைத் தொடர்ந்து லாலா லஜபதிராய், அஜித்சிங் ஆகியோர் நாடு கடத்தப்பட்டனர். 1908 ஆம் ஆண்டு மாபெரும் தலைவரான திலகர் மீண்டும் கைது செய்யப்பட்டு, 6 ஆண்டு கடுங்காவல் சிறை தண்டனைக்கு உள்ளாக்கப்பட்டார். சென்னையில் வ.உ.சி. சிதம்பரம் பிள்ளை, ஆந்திராவில் ஹரிசர்வோத்தம் ராவ் உள்ளிட்ட தலைவர்கள் சிறையில் அடைக்கப்பட்டனர்.

தீவிர தேசியவாதிகள் அரங்கினுள் வந்தபொழுது, சுதேசி இயக்கத்துடனும், பகிஷ்கரிப்பு இயக்கத்துடனும் மக்கள் மிதமான எதிர்ப்பு நடவடிக்கைகளில் ஈடுபட வேண்டுமென அறைகூவல் விடுத்தனர். தற்போதைய சூழ்நிலையில் நிர்வாகம் நடத்துவது சாத்தியமில்லை என்ற நிலையை உருவாக்க வேண்டும் என அரவிந்த கோஷ் குறிப்பிட்டது போல, மக்கள் அரசாங்கத்துடன் ஒத்துழையாமை இயக்கம் நடத்த வேண்டும் (அ) அரசுப் பணிகள் நீதிமன்றங்கள், அரசாங்கப் பள்ளிகள், கல்லூரிகள், நகராட்சிகள், சட்டமன்றங்கள் போன்றவற்றை புறக்கணிக்க வேண்டுமென அவர்கள் மக்களுக்கு வேண்டு கோள் விடுத்தனர், சுதேசி இயக்கத்தையும், பிரிவினை எதிர்ப்பு

இயக்கத்தையும் ஒரு வெகுஜன இயக்கமாக மாற்றி, அன்னிய ஆட்சியிலிருந்து விடுதலை பெறுவதற்கான முழக்கத்தை முன் வைக்க தீவிர தேசியவாதிகள் முயன்றனர். 'அரசியல் சுதந்திரம் தேசத்தின் பிறப்புரிமை' என அரவிந்த கோஷ் பகிரங்கமாகப் பிரகடனப்படுத்தினார். இவ்வாறு வங்காளப் பிரிவினைப் பிரச்சினை இரண்டாவது அம்சமாகவும், இந்திய விடுதலையே இந்திய அரசியலின் மையப் பிரச்சினையாகவும் ஆனது. சுய அர்ப்பணிப்பு இன்றி எந்தவொரு மகத்தான இலட்சியத்தையும் அடைய முடியாது எனவும் தீவிர தேசியவாதிகள் அறைகூவல் விடுத்தனர்.

ஆயினும், தீவிர தேசியவாதிகளால் மக்களுக்கு தலைமை யேற்க இயலவில்லை என்பதையும் நினைவில் கொள்ள வேண்டியது அவசியமாகும். அவர்களால் திறமையான தலைமையை அளிக்க முடியவில்லை அல்லது அவர்களது இயக்கத்துக்கு வழிகாட்டிட ஒரு திறம்பட்ட அமைப்பை உருவாக்க இயலவில்லை. அவர்கள் மக்களை எழுச்சியுறச் செய்தனர். ஆனால், புதிதாக உருவான மக்கள் சக்தியை எவ்வாறு பயன்படுத்துவது அல்லது புதிய வடிவிலான அரசியல் போராட்டத்தை எவ்வாறு நடத்துவது என்பதைப் பற்றி அவர்களுக்கு ஒன்றும் தெரியவில்லை. மிதமான எதிர்ப்பும், ஒத்துழையாமையும் வெறும் கருத்தளவிலேயே நின்றுவிட்டன. நாட்டின் உண்மையான வெகுஜனங்களான விவசாயிகளிடம் செல்ல அவர்களால் முடியவில்லை. நகர்ப்புற அடித்தட்டு மற்றும் மத்திய தர வர்க்கத்தினர், ஜமீன்தார்கள் ஆகியோருக்கிடையில் மட்டும் அவர்களது இயக்கம் நின்றுவிட்டது. 1908-ம் ஆண்டு துவக்கத்தில் அரசியல் ரீதியாக இந்த இயக்கம் முடிவுக்கு வந்தது. அதேசமயம் அவர்களை ஒடுக்குவதில் அரசாங்கம் பெரும் வெற்றிபெற்றது. அதன் முக்கியத் தலைவரான திலகர் கைது, விபின் சந்திரபால், அரவிந்த கோஷ் ஆகியோர் தீவிர அரசியலிலிருந்து ஓய்வுபெற்றது போன்ற நிலையில் அவர்களது இயக்கத்தால் தாக்குப் பிடிக்க இயலவில்லை.

ஆனால் தேசிய உணர்வின் எழுச்சி மடிந்துவிடவில்லை. நூற்றாண்டுக்கணக்கான உறக்கத்திலிருந்து மக்கள் விழிப்

புற்றனர். அரசியல் மீது துணிவுமிக்க, அச்சமற்ற அணுகு முறையை மேற்கொள்ள அவர்கள் அனுபவம் பெற்றிருந்தனர். சுயநம்பிக்கையையும், சுயச்சார்பையும் அவர்கள் கொண்டிருந்தனர். வெகுஜன இயக்கங்களிலும், அரசியல் நடவடிக்கைகளிலும் புதிய வடிவங்களில் பங்கேற்க அவர்கள் அறிந்திருந்தனர். புதிய இயக்கத்தின் எழுச்சிக்காக அவர்கள் காத்திருந்தனர். அவர்கள் தமது அனுபவங்களிலிருந்து சிறந்த பாடங்களைக் கற்றுக்கொண்டிருந்தனர். 'மனுக்களுக்குப் பின்னால் மக்கள் சக்தி இருக்க வேண்டும். அவர்கள் துயரங்களைத் தாங்கிக் கொள்ளும் வல்லமை கொண்டவர்களாக இருக்க வேண்டும் என்பதை பிரிவினைக்குப் பிறகு மக்கள் உணர்ந்தனர்' என காந்திஜி பின்னாளில் எழுதினார். பிரிவினை எதிர்ப்பு இயக்கம் இந்திய தேசியத்தில் உண்மையில் ஒரு மகத்தான புரட்சிகர முன்னேற்றமாகும். அதன் பெருமைகளைப் பின்னாளில் வந்த தேசிய இயக்கம் பெருமளவில் தனதாக்கிக் கொண்டது.

புரட்சிகர பயங்கரவாதத்தின் வளர்ச்சி :

அரசாங்கத்தின் ஒடுக்குமுறையும் மக்களைச் சரியாக வழி நடத்தும் தலைமை இல்லாத விரக்தியும் தவிர்க்கவியலாமையால் புரட்சிகர பயங்கரவாதத்திற்கு இட்டுச் சென்றது. அனைத்து வகையான அமைதி வழி எதிர்ப்பு மற்றும் அரசியல் நடவடிக்கைகள் தடுக்கப்பட்டு விட்டதாக உணர்ந்த வங்காள இளைஞர்கள் அதிலிருந்து விடுபட வேறுவழியின்றி தனி நபர் சாகச நடவடிக்கைகளுக்கும் வெடிகுண்டு கலாச்சாரத்திற்கும் சென்றனர். மென்மையான எதிர்ப்பின் மூலமாக தேசிய இலட்சியத்தை அடையமுடியும் என அவர்கள் நம்பவில்லை. எனவே, பிரிட்டீஷ் அரசை நேரடியாகத் தூக்கி யெறிய வேண்டும். இதற்கான தீர்வு மக்களையே சார்ந்திருந்தது. இந்தியாவில் வாழும் 30 கோடி மக்களும் தமது 60 கோடி கரங்களையும் உயர்த்தி ஒடுக்கு முறையைத் தடுக்க முன்வர வேண்டும் 'பலப் பிரயோகத்தை இன்னொரு

பலப் பிரயோகத்தைக் கொண்டுதான் தடுக்க முடியும்' என பாரிசால் மாநாட்டுக்குப் பிறகு 1906 - ஏப்ரல்-22 அன்று யுகாந்தர் பத்திரிகை எழுதியது. ஆனால், இந்தப் புரட்சிகர இளைஞர்களால் வெகுஜனப் புரட்சியை உருவாக்க முடிய வில்லை. மாறாக, ஐரிஷ் பயங்கரவாதிகளும், ரஷ்ய நிகிலிஷ்டு களும் மேற்கொண்ட ஈவிரக்கமற்ற அதிகாரிகளைப் படு கொலை செய்யும் வழிமுறையையே பின்பற்ற அவர்கள் முடிவு செய்தனர். 1897-ம் ஆண்டு பூனாவில் இரண்டு பிரிட்டீஷ் அதிகாரிகளை சபேகர் சகோதரர்கள் படுகொலை செய்ததன் மூலம் இந்தத் திசையிலான நடவடிக்கை தொடங் கியது. 1904-ம் ஆண்டில் 'அபிநவ பாரத்' என்ற புரட்சி யாளர்களுக்கான இரகசிய சங்கம் ஒன்றை வி.டி.சவர்க்கர் தொடங்கினார். 1905-க்குப் பிறகு புரட்சிகர பயங்கரவாதத் துக்கு ஆதரவாக பல்வேறு பத்திரிகைகள் தொடங்கப்பட்டன. வங்காளத்தில் 'சந்தியா' 'யுகாந்தர்', மகராஷ்டிராவில் 'கால்' ஆகியன அவற்றில் முக்கியமானவைகளாகும்.

  1907-டிசம்பரில் வங்காளத்தின் துணைநிலை ஆளுநரைப் படுகொலை செய்யும் முயற்சி நடைபெற்றது. முசாபர் பூரின் நீதிபதி கிங்ஸ்போர்டு பயணம் செய்வதாக நம்பி ஒரு ரயில்பெட்டியின் மீது குதிராம் போசும், பிரபுல்ல சாகியும் 1908 ஏப்ரலில் வெடிகுண்டு வீசினர். அதைத் தொடர்ந்து பிரபுல்ல சாகி துப்பாக்கியால் தன்னைத் தானே சுட்டுக் கொண்டு மடிந்தார். குதிராம் போஸ் மீது நீதி விசாரணை நடத்தப்பட்டு தூக்கிலிடப்பட்டார். புரட்சிகர பயங்கரவாத யுகம் துவங்கியது. பயங்கரவாத இளைஞர்களின் இரகசிய சங்கங்கள் பல தோன்றின. அனுசீலன் சமிதி என்பது இவற்றில் மிகவும் முக்கியமானதாகும். டாக்காவில் மட்டும் இதற்கு 500 கிளைகள் இருந்தன. விரைவில் நாட்டின் பிறபகுதிகளிலும் புரட்சிகர பயங்கரவாத சங்கங்கள் தீவிரமாகச் செயல்படத் தொடங்கின. டெல்லியில் அரசுப் பேரணி ஒன்றில் யானை மீது அமர்ந்து சென்ற வைஸ்ராய் ஹார்டிஞ்சு பிரபு மீது அவர்கள் வெடிகுண்டு வீசும் அளவுக்கு துணிவைப் பெற்றனர். வைஸ்ராய் அதில் காயமடைந்தார்.

வெளிநாடுகளிலும் செயல்படுவதற்கான மையங்களைப் புரட்சியாளர்கள் நிறுவினர். லண்டனில் இருந்த குழுவிற்கு ஷியாம்ஜி கிருஷ்ணவர்மா, வி.டி. சவார்க்கர், ஹர்தயால் ஆகியோர் தலைமை தாங்கினர். ஐரோப்பாவில் மேடம் காமா, அஜித்சிங் ஆகியோர் முன்னணி தலைவர்களாவர்.

பயங்கரவாதமும் படிப்படியாகச் செல்வாக்கு இழந்தது. உண்மையில் ஒரு அரசியல் ஆயுதம் என்ற வகையில் பயங்கர வாதம் வீழ்ச்சிக்கு உள்ளாகியே தீர வேண்டும். இதனால் வெகுஜனங்களைத் திரட்ட இயலாது. உண்மையில் அதற்கு மக்களிடத்தில் தளம் இல்லை. ஆனால் இந்தியாவில் தேசி யத்தின் வளர்ச்சிக்கு அவர்கள் மதிப்பு வாய்ந்த பங்களிப்பைச் செலுத்தியுள்ளனர். நமது ஆண்மையின் பெருமைகளை நமக்கு அவர்கள் இனம் காட்டினர் என ஒரு வரலாற்றாசிரியர் இதனைக் குறிப்பிடுகிறார். அவர்களது அரசியல் அணுகுமுறை யுடன் பெரும்பாலான அரசியல் உணர்வுபெற்ற மக்களுக்கு உடன்பாடு இல்லாத போதிலும், அவர்களது வீரத்தினால் மக்களிடையே புகழ்பெற்றனர்.

இந்திய தேசிய காங்கிரஸ் (1905-1914) :

வங்காளப் பிரிவினைக்கு எதிரான இயக்கம் இந்திய தேசிய காங்கிரஸ் மீது ஆழமான தாக்கத்தை ஏற்படுத்தியது. பிரிவினை எதிர்ப்பில் தேசியக் காங்கிரசின் அனைத்துப் பிரிவினரும் ஒன்றுபட்டு நின்றனர். 1905-ம் ஆண்டு நடைபெற்ற மாநாட்டில் காங்கிரஸ் தலைவர் கோகலே, பிரிவினையையும் கர்சன் பிரபுவின் பிற்போக்கு ஆட்சியையும் கடுமையாகச் சாடினார். வங்காளத்தின் சுதேசி இயக்கத்தையும் புறக்கணிப்பு இயக்கத்தையும் தேசிய காங்கிரஸ் ஆதரித்து நின்றது.

மிதவாதிகளுக்கும், தீவிர தேசியவாதிகளுக்கும் இடை யிலான வேறுபாடுகள் குறித்து பொது விவாதங்கள் ஏராளமாக நடைபெற்றன. சுதேசியையும் புறக்கணிப்பு இயக்கத்தையும் வங்காளத்தில் இருந்து நாட்டின் பிற பகுதிகளுக்கும் விரிவு

படுத்த வேண்டுமெனவும் தீவிர தேசியவாதிகள் வேண்டினர். அதே சமயம் பகிஷ்கரிப்பு இயக்கத்தை வங்காளத்தோடு நிறுத்த வேண்டுமெனவும் அத்தோடு அன்னியப் பொருட் களோடு அதனைக் கட்டுப்படுத்திக் கொள்ள வேண்டு மெனவும் மிதவாதிகள் கோரினர். 1906-ம் ஆண்டு காங்கிரஸ் தலைமைக்கான தேர்தலில் இந்த இரு குழுவினருக்கும் இடையில் போட்டி நிலவியது. இறுதியில் ஒரு மாபெரும் தேசபக்தராக தேசியவாதிகள் அனைவராலும் மதிக்கப் பட்ட தாதாபாய் நௌரோஜி அனைவராலும் ஒப்புக்கொள் ளப்பட்ட தலைவராக தேர்ந்தெடுக்கப்பட்டார்.

இங்கிலாந்தில் அல்லது அதன் காலனிகளில் உள்ளதைப் போன்ற சுயாட்சி அல்லது விடுதலையே இந்திய தேசிய இயக்கத்தின் இலட்சியம் என தாதாபாய் தனது தலைமை உரையில் பகிரங்கமாகப் பிரகடனப்படுத்தி தேசிய அணிகளை ஆதர்சமூட்டினார். ஆனால் தேசிய இயக்கத்துக்குள் இருந்த இரண்டு அணிகளுக்கு இடையிலான வேறுபாட்டை வெகு காலத்துக்குத் தடுத்து நிறுத்த இயலவில்லை. மிதவாத தேசிய வாதிகளில் பலருக்கு நிகழ்வுகளோடு ஒத்துப்போக இயல வில்லை. அவர்களது அணுகுமுறையும் வழிமுறைகளும் கடந்த காலத்தில் உண்மையாக சேவையாற்றி வந்திருந்த போதிலும் தற்போது அவை போதுமானவை அல்ல என்பதை அவர் களால் காண இயலவில்லை. தேசிய இயக்கத்தைப் புதிய கட்டத்துக்குக் கொண்டு செல்ல அவர்கள் தவறிவிட்ட னர். மறுபுறத்தில் தீவிர தேசியவாதிகள் பின்தங்கி இருக்க தயாரில்லை. 1907-ம் ஆண்டு டிசம்பரில் சூரத்தில் நடை பெற்ற இந்திய தேசிய காங்கிரஸ் மாநாட்டில் தீவிரவாத சக்திகளை ஒதுக்கி காங்கிரசைக் கைப்பற்றினர்.

ஆனால் நடைமுறையில் பிளவினால் எந்தவொரு கட்சிக் கும் பலன் இல்லை என்பது நிரூபணமானது. இளந் தலை முறை தேசியவாதிகளிடம் மிதவாதத் தலைவர்களுக்கு எவ்விதத் தொடர்பும் இல்லை. பிரிட்டீஷ் அரசாங்கம் 'பிரித் தாளும் சூழ்ச்சியில்' ஈடுபட்டது. தீவிர தேசியவாதிகளை ஒடுக்கும் அதே சமயம் மிதவாதிகளின் கருத்தைத் திரட்ட

அது முயன்றது. அதன்மூலம் தீவிரவாதிகள் தனிமைப்படுத் தப்பட்டு ஒடுக்கப்பட்டனர். மிதவாதிகளைச் சமாதானப் படுத்த, 1909-ம் ஆண்டின் மின்டோ-மார்லி சீர்திருத்தங் கள் என்றழைக்கப்பட்ட 1909-ம் ஆண்டின் இந்திய கவுன்சில் கள் சட்டத்தின்படி அரசியல் சாசன சலுகைகள் அறிவிக்கப் பட்டன. 1911-ம் ஆண்டு கிழக்கு மேற்கு வங்காளங்கள் ஒருங் கிணைக்கப்பட்ட அதே சமயம் பீகார், ஒரிசா ஆகியவற்றை உள்ளடக்கிய புதிய மாநிலம் உருவாக்கப்பட்டது. மத்திய அரசாங்கத்தின் தலைநகர் கல்கத்தாவிலிருந்து டெல்லிக்கு மாற்றப்பட்டது.

பேரரசு சட்டக் கவுன்சிலிலும், மாகாணக் கவுன்சிலிலும் தேர்ந்தெடுக்கப்பட்ட உறுப்பினர்களின் எண்ணிக்கையை மின்டோ-மார்லி சீர்திருத்தங்கள் அதிகரித்தன. ஆனால் பேரரசுக் கவுன்சில்களுக்கான தேர்ந்தெடுக்கப்பட்ட உறுப் பினர்களில் பெரும்பாலானோர் மாகாணக் கவுன்சில்களால் மறைமுகமாகத் தேர்வு செய்யப்பட்டனர். மாகாணக் கவுன்சில் களில் அவர்கள் நகராட்சிக் கமிட்டிகளாலும் மாவட்ட பஞ்சாயத்துக்களாலும் தேர்ந்தெடுக்கப்பட்டனர். தேர்ந்தெடுக் கப்பட்ட சில இடங்கள் நிலப் பிரபுக்களுக்கும் இந்தியாவி லிருந்து பிரிட்டீஷ் முதலாளிகளுக்கும் ஒதுக்கீடு செய்யப் பட்டன. உதாரணமாக 68 பேர் கொண்ட பேரரசு சட்டக் கவுன்சிலில் அதிகாரிகள் 36 பேரும் அரசு சாராதோர் 5 பேரும் நியமிக்கப்பட்டனர். தேர்ந்தெடுக்கப்பட்ட 27 பேரில் பெரும் நிலப்பிரபுக்கள் 6 பேரும் பிரிட்டீஷ் முதலாளிகள் 2 பேரும் இருந்தனர். மேலும் சீர்திருத்தக் குழுக்களுக்கு, வெறும் ஆலோசனை கூறும் தகுதியைத் தவிர வேறு எத்தகைய உண்மையான அதிகாரமும் கிடையாது.

பிரிட்டீஷ் ஆட்சியின் ஜனநாயக விரோத, அன்னியத் தன்மையை அல்லது நாட்டில் அன்னிய பொருளாதார சுரண்டலை இத்தகைய சீர்திருத்தங்கள் எவ்வகையிலும் மாற்றவில்லை. உண்மையில் அவை இந்திய நிர்வாகத்தை ஜனநாயகப்படுத்தும் நோக்கில் வடிவமைக்கப்பட்டவை யல்ல. சீர்திருத்தங்கள் இந்தியாவில் அத்தியாவசியமான

நாடாளுமன்ற முறையை உருவாக்குவதற்கு இட்டுச் செல்லும் எனக் கூறப்படுமானால் அதில் நான் செய்வதற்கு ஒன்றுமில்லை என மார்லி பகிரங்கமாகப் பிரகடனப்படுத்தினார். டொமினியன் அந்தஸ்து வழங்கப்படுவது போல சுயாட்சிக்கான நடவடிக்கைகள் மேற்கொள்ளப்பட வேண்டும் என இந்தியாவில் சில தரப்பினர் எதிர்பார்க்கின்றனர். இந்தியாவில் அத்தகைய திசை வழியிலான நடவடிக்கைகளுக்கு வாய்ப்பில்லை என அவரைத் தொடர்ந்து வந்த அரசு செயலாளர் கிரிவ் பிரபு 1912-ம் ஆண்டில் நிலையை மேலும் தெளிவுபடுத்தினார். மிதவாதிகளைக் குழப்புவது, தேசியவாத அணிகளைப் பிளவுபடுத்துவது, இந்தியர்களுக்கிடையில் வளர்ந்து வந்த ஒற்றுமையைத் தடுப்பது, தேசியவாத அணிகளைப் பிளவுபடுத்துவது ஆகியவையே 1909-ம் ஆண்டு சீர்திருத்தத்தின் உண்மையான நோக்கமாகும்.

முஸ்லீம்களுக்கு தனி வாக்குரிமை முறையையும் இச்சீர்திருத்தம் அறிமுகப்படுத்தியது. அதன்மூலம் முஸ்லீம்கள் தனித்தொகுதிகளாக ஒருங்கிணைக்கப்பட்டு அவற்றிலிருந்து முஸ்லீம்கள் மட்டுமே தேர்ந்தெடுக்கப்பட முடியும். முஸ்லீம் சிறுபான்மையினரைப் பாதுகாப்பது என்ற பெயரால் இது செய்யப்பட்டது. ஆனால் எதார்த்தத்தில் இந்துக்களையும் முஸ்லீம்களையும் பிளவுபடுத்தி இந்தியாவில் பிரிட்டீஷ் மேலாண்மையை பராமரிக்கும் கொள்கையின் ஒரு அங்கமே இது. இந்துக்கள் மற்றும் முஸ்லீம்களின் அரசியல் பொருளாதார நலன்கள் வெவ்வேறாக இருக்கின்றன என்ற கருத்தின் அடிப்படையில் இந்த தனி வாக்காளர் முறை அமைந்திருந்தது. இக்கருத்து அறிவியலுக்குப் புறம்பானது. அரசியல் பொருளாதார நலன்களுக்கோ அல்லது அரசியல் குழுக்களுக்கான அடிப்படையாக மதம் இருக்க முடியாது. இத்தகைய முறை நடைமுறையில் பெரிதும் பாதகம் விளைவிக்கக் கூடியனவாக இருந்ததுதான் அதில் மிகவும் முக்கியமானதாகும். ஒரு தொடர் வரலாற்று நிகழ்வாக இருந்த இந்திய நாட்டில் இந்து, முஸ்லீம், வகுப்புவாதம் வளருவதற்கு இது முக்கியக் காரணியாக இருந்தது. மத்தியதர வர்க்க முஸ்லீம்களின் கல்வி

மற்றும் பொருளாதாரப் பின்தங்கிய நிலையை அகற்றி அவர் களை தேசிய நீரோட்டத்தில் ஒருங்கிணைப்பதற்கு மாறாக, தனி வாக்குரிமை என்பது வளர்ந்து வரும் தேசிய இயக்கத் திலிருந்து அவர்களைத் தனிமைப்படுத்தவே உதவியது. பிளவு வாதப் போக்குகளை அது ஊக்குவித்தது. இந்து அல்லது முஸ்லீம் அனைவருக்கும் பொதுவாக உள்ள அரசியல் பொரு ளாதாரப் பிரச்சினைகளில் மக்கள் கவனம் செலுத்துவதை இது தடுத்தது. மிதவாதிகள் மின்டோ-மார்லி சீர்திருத்தத்தை முழுமையாக ஆதரிக்கவில்லை. சீர்திருத்தங்களால் உண்மை யில் பெரும்பலன் ஏதுமில்லை என விரைவில் அவர்கள் உணர்ந்தனர். ஆனால் இத்தகைய சீர்திருத்தத்துக்காக அரசாங் கத்துடன் ஒத்துழைக்க அவர்கள் முடிவு செய்தனர். அரசாங் கத்துக்கு அவர்கள் அளித்த ஒத்துழைப்பும் தீவிர தேசிய வாதிகளின் திட்டத்துக்கு அவர்கள் காட்டிய எதிர்ப்பும் அவர்களுக்கு பேரிழப்பு என்பது நிரூபணமானது. அவர்கள் மக்களின் மரியாதையையும், ஆதரவையும் படிப்படியாக இழந்து, ஒரு சிறு அரசியல் குழுவாக சுருங்கிப் போயினர்.

வகுப்புவாத வளர்ச்சி :

19-ஆம் நூற்றாண்டின் இறுதியில் தேசிய இயக்கத்தின் வளர்ச்சியை ஒட்டி வகுப்புவாதமும் தலைதூக்கி, இந்திய மக்களின் ஒற்றுமைக்கும் தேசிய இயக்கத்துக்கும் மாபெரும் அச்சுறுத்தலாக மாறியது. வகுப்புவாதத்தின் தோற்றத்தையும் வளர்ச்சியையும் பற்றி விவாதிப்பதற்கு முன், வகுப்புவாதத்தைப் பற்றி விளக்குவது அவசியமாகும்.

வகுப்புவாதம் என்பது அடிப்படையில் ஒரு சித்தாந்த மாகும். இத்தகைய சித்தாந்தம் பரவுவதன் விளைவாக ஏற்படும் ஒரேயொரு விளைவு வகுப்புக் கலவரங்களே. வகுப்புவாதம் என்பது குறிப்பிட்ட மதத்தைப் பின்பற்றும் மக்கள், அதன் விளைவாக, பொதுவான சமூக, அரசியல், பொருளாதார நலன்களைக் கொண்டிருக்கின்றனர் என்ற நம்பிக்கை ஆகும்.

இந்தியாவில் இந்துக்கள், முஸ்லீம்கள், சீக்கியர்கள், கிறிஸ்தவர்கள் பல்வேறு குழுக்களாக உள்ளனர். ஒரு மதத்தைப் பின்பற்றி வரக்கூடிய அனைவரும் பொதுவான மத நலன்களை மட்டும் பங்கிட்டுக் கொள்வதில்லை. பொதுவான மதச்சார்பற்ற நலன்களையும் பங்கிட்டுக் கொள்கின்றனர். ஆகவே இந்திய தேசம் என ஒன்றுமில்லை. இந்து தேசம் முஸ்லீம் தேசம் போன்றவற்றையே இந்தியா கொண்டிருக்க முடியும் என்பன போன்ற நம்பிக்கையே வகுப்புவாதமாகும். ஒரு மதத்தை பின்பற்றி வருபவர்களது சமூக, பண்பாட்டு, பொருளாதார அரசியல் நலன்கள் மற்றொரு மதத்தைப் பின்பற்றி வருபவர்களின் நலன்களுடன் வேறுபாடு கொண்டவையாக உள்ளன என்பது வகுப்புவாதத்தில் உள்ளார்ந்துள்ள இரண்டாவது அம்சமாகும். பல்வேறு மதங்களின் ஆதரவாளர்கள் அல்லது வேறுபட்ட மதச் சமூகங்களுக்கு இடையிலான நலன்கள் பரஸ்பரம் ஒத்துவராததாகவும் எதிரெதிரானதாகவும் விரோதமிக்க இந்துக்களுக்கும் முஸ்லீம்களுக்கும் பொதுவான மதச்சார்பற்ற நலன்கள் உள்ளன எனவும் இக்கட்டத்தில் வகுப்புவாதிகள் வலியுறுத்துகின்றனர்.

வகுப்புவாதம் என்பது மத்திய காலத்தின் மிச்ச சொச்சத்திலிருந்து வந்தது எனக் கூறுவது உண்மையல்ல. மதம் மக்கள் வாழ்க்கையில் ஒரு முக்கிய அங்கமாகவும் அதன் பெயரால் சில சமயங்களில் அவர்கள் மோதிக்கொண்ட போதிலும் 1870-க்கு முன் வகுப்புவாத சித்தாந்தமோ, வகுப்புவாத அரசியலோ ஏதுமில்லை. வகுப்புவாதம் ஒரு நவீன காலப்போக்காகும். நவீன காலனிய சமூகப் பொருளாதார அரசியல் கட்டமைப்பில் இதற்கான வேர்கள் உள்ளன.

வகுப்புவாதம் என்பது மத்திய காலத்தின் மிச்சத்திலிருந்து வந்தது எனக் கூறுவது உண்மையல்ல. மக்களையும் அவர்களது பங்கேற்பையும் திரட்டப்படுவதையும் அடிப்படையாகக் கொண்டு புதிய, நவீன அரசியல் உருப்பெற்றதன் விளைவாக வகுப்புவாதம் உருவானது. அது மக்களுக்கிடையில் பரந்துபட்ட தொடர்புகளையும் விசுவாசிகளையும் உருவாக்கி அவர்களுக்கிடையில் புதிய அடையாளங்களை

ஏற்படுத்துகிறது. இத்தகைய செயல் சிரமமானதும், நிதான மானதும், சிக்கல் மிகுந்ததும் ஆகும். இதற்கு தேசம், வர்க்கம், பண்பாட்டு மொழி அடையாளம் என்ற நவீன கருத்து தோன்றி, பரவுவது அவசியம். இத்தகைய அடையாளங்கள் புதியன என்ற வகையில் எழுச்சியுற்று நிதானமாக, ஏற்ற இறக்கங்களோடு வளர்ச்சி பெற்று வந்தன. மக்கள் நவீனத் துவத்துக்கு முந்தைய பழைய அடையாளங்களான சாதி, உள்ளூர், மதப்பிரிவு, மதம் ஆகியவற்றை பயன்படுத்தி புதிய எதார்த்தத்தைப் புரிந்து கொள்கின்றனர். புதிய அடையாளங் களை உருவாக்கி, பரந்துபட்ட தொடர்புகளை ஏற்படுத்திக் கொள்கின்றனர். உலகம் முழுவதும் இது நடைபெற்றது. ஆனால் நிதானமாகவே இந்தப் புதிய நவீன வரலாற்று ரீதியில் அவசியமான அடையாளங்களான தேசம், தேசியம், வர்க்கம் போன்றவை மேலுக்கு வந்தன. துரதிருஷ்டவசமாக இந்தியாவில் இந்நடவடிக்கை பல்லாண்டு காலமாக பூர்த்தி செய்யப்படவில்லை. ஏற்கனவே குறிப்பிட்டவாறு இந்தியா ஒரு தேசமாக உருப்பெற 150 ஆண்டுகள் அல்லது அதற்கும் மேலாகத் தேவைப்பட்டன. குறிப்பாக நாட்டின் சில பகுதி களிலும் சில பகுதி மக்களுக்கிடையிலும் மத உணர்வு வகுப்புவாத உணர்வாக மாற்றப்பட்டது. இது ஏன் நிகழ்ந்தது என்பதுதான் கேள்வி?

குறிப்பாக முஸ்லீம்களுக்கிடையில் மிகவும் காலதாமத மாகவே நவீன அரசியல் உணர்வு வளர்ச்சி பெற்று வந்தது. இந்து-பார்ஷிகளின் அடித்தட்டு மத்தியதர வர்க்கங்களுக்கு மத்தியில் தேசியம் பரவியது போல, அதே வர்க்கத்தைச் சேர்ந்த முஸ்லீம்களுக்கிடையில் அது வளர்ச்சி பெறவில்லை.

நாம் ஏற்கனவே கண்டது போல, 1857-ம் ஆண்டு புரட்சியில் இந்துக்களும், முஸ்லீம்களும் தோளோடு தோள் நின்று போராடினர். உண்மையில் புரட்சி ஒடுக்கப்பட்ட பிறகு குறிப்பாக முஸ்லீம்களுக்கு எதிரான பழிவாங்கும் நடவடிக் கையில் பிரிட்டீசார் இறங்கினர். டெல்லியில் மட்டும் 27 ஆயிரம் முஸ்லீம்கள் தூக்கிலிடப்பட்டனர். அன்று தொடங்கி பொதுவாக முஸ்லீம்கள் சந்தேகக் கண்கொண்டே பார்க்கப்

பட்டனர். ஆனால் 1870-களில் இத்தகைய அணுகுமுறை மாறியது. தேசிய இயக்கத்தின் எழுச்சியை ஒட்டி, இந்தியாவில் அவர்களது பேரரசின் பாதுகாப்பிலும், ஸ்திரத்தன்மையிலும் பிரிட்டீஷ் ராஜதந்திரிகள் கவனம் செலுத்தத் தொடங்கினர். நாட்டில் ஒன்றுபட்ட தேசிய உணர்வு வளர்ச்சி பெறுவதைத் தடுத்திட அவர்கள் மத அடிப்படையில் 'பிரித்தாளும் கொள்கையை' தீவிரமாக நடைமுறைப் படுத்தத் தொடங்கினர். வேறு வார்த்தைகளில் குறிப்பிட்டால் இந்திய அரசியலில் வகுப்புவாத, பிளவுவாத போக்குகளைத் தூண்டிவிட்டனர். இதற்கென முஸ்லீம் பரிவுணர்ச்சி கொண்டவர்களாக மாற முடிவு செய்தனர். முஸ்லீம் ஜமீன்தார்கள், நிலபிரபுக்கள், புதிய படித்த வர்க்கத்தினர் ஆகியோரைத் தமது பக்கம் வென்றெடுத்தனர். இந்திய சமுதாயத்தின் மற்ற வேறுபாடுகளையும் அவர்கள் போற்றி வளர்த்தனர். வங்காள மேலாண்மை என்பதன் அடிப்படையில் பிராந்திய வாதத்தை அவர்கள் ஊக்குவித்தனர். பிராமணர்களுக்கு எதிராக பிராமணர் அல்லாதோரையும், உயர்சாதியினருக்கு எதிராகத் தாழ்ந்தச் சாதியினரையும் திருப்பிவிட சாதியக் கட்டமைப்பு அவர்கள் பயன்படுத்திக் கொண்டனர். இந்துக்களும் முஸ்லீம்களும் எப்பொழுதும் அமைதியாக வாழ்ந்து வந்த உத்தரப் பிரதேசத்திலும் பீகாரிலும் நீதிமன்ற மொழியாக உருதுக்கு பதில் இந்தியைக் கொண்டு வர அவர்கள் தீவிரமாக முயன்றனர். வேறு வார்த்தைகளில் குறிப்பிட்டால் இந்திய மக்களில் பல்வேறு சமுதாயப் பிரிவினருக்கிடையில் பிளவை உண்டாக்க அவர்களின் நியாயமான கோரிக்கைகளையும் பயன்படுத்தினர். இந்து, முஸ்லீம், சீக்கியர்களைத் தனித்தனிச் சமூகங்களாக காலனிய அரசாங்கம் அணுகியது. சக மத நம்பிக்கையாளர்களைப் போல வகுப்புவாதத் தலைவர்களையும் அதிகாரபூர்வ பிரதிநிதியாக அவர்கள் ஏற்கத் தயாராக இருந்தனர். பத்திரிகைகள், பிரசுரங்கள், சுவரொட்டிகள், இலக்கியங்கள், பொது மேடைகள் மூலமாக வகுப்புவாதக் கருத்துகளையும் வகுப்புவாத துவேசத்தையும் பரப்ப அவர்கள் அனுமதி அளித்தனர். தேசியப் பத்திரிகைகளையும் எழுத்தாளர்கள் உள்ளிட்டோரையும் ஒடுக்கிய அவர்களின்

இத்தகைய நிலை கூர்மையான முரண்பாடு கொண்டவை யாக இருந்தது.

வகுப்புவாத திசை வழியில் பிளவுவாதத்தை எழுச்சி யுறச் செய்வதில் சையது அகமதுகான் முக்கியப் பங்காற்றினார். ஒரு மாபெரும் கல்வியாளராகவும் சமூகச் சீர்திருத்தவாதி யாகவும் திகழ்ந்த சையது அகமது கான் தனது வாழ்க்கை யின் இறுதிக் கட்டத்தில் பிற்போக்கு அரசியலுக்குள் வந்தார். அவர் தனது முந்தைய கண்ணோட்டங்களை விட்டு இந்துக் கள் மற்றும் முஸ்லீம்களின் அரசியல் நலன்கள் ஒன்றல்ல, வேறுபாடுடையது இன்னும் சொல்லப் போனால் எதிரெதி ரானது என 1880-களில் பிரகடனப்படுத்திய பொழுது முஸ்லீம் வகுப்புவாதத்துக்கான அடிப்படைகளை நிறுவினார். பிரிட்டீஷ் ஆட்சிக்கு முழுமையாக அடிபணிய வேண்டும் எனவும் அவர் போதித்தார். 1885-ஆம் ஆண்டு காங்கிரஸ் கட்சி தொடங்கப்பட்ட பொழுது அதனை அவர் எதிர்த்தார். வாரணாசியில் வாழ்ந்த ராஜ சிவபிரசாத்துடன் இணைந்து நின்று பிரிட்டீஷ் ஆட்சிக்கு விசுவாசமான இயக்கம் ஒன்றைத் தொடங்க முயற்சித்தார். பிரிட்டீஷ் ஆட்சி பலவீனமடைந் தாலோ அல்லது வெளியேறி விட்டாலோ இந்தியாவில் இந்துக்கள் பெரும்பான்மையினர் என்ற வகையில் முஸ்லீம்கள் மீது மேலாதிக்கம் செலுத்துவார்கள் எனவும் அவர் போதிக்கத் தொடங்கினார். தேசியக் காங்கிரசில் இணைய வேண்டும் என பக்ருதீன் தயாப்ஜி விடுத்த வேண்டுகோளுக்கு முஸ்லீம்கள் செவி சாய்க்க வேண்டாமென அவர் கேட்டுக் கொண்டார்.

இத்தகைய கண்ணோட்டம் அறிவியலுக்குப் புறம்பானதும் எதார்த்தத்தில் எத்தகைய அடிப்படையையும் இல்லாததும் ஆகும். இந்துக்களும், முஸ்லீம்களும் வெவ்வேறு மதங்களைப் பின்பற்றி வந்தபோதிலும், அதனால் அவர்களது அரசியல் பொருளாதார நலன்களில் மாறுபாடு ஏதுமில்லை. மொழி, பண்பாடு, சாதி, வர்க்கம், சமூக அந்தஸ்து, உணவு, உடை, சமூக நடப்புகள் போன்றவற்றில இந்துக்கள் சக இந்துக் களிலிருந்தும் முஸ்லீம்கள் சக முஸ்லீம்களிலிருந்தும் பிளவு பட்டுள்ளனர். சமூக ரீதியாகவும், பண்பாட்டு ரீதியாகவும்,

இந்து முஸ்லீம் மக்களும் வர்க்கங்களும் பொதுவான வாழ்க்கை முறையை உருவாக்கிக் கொண்டுள்ளனர். வங்காள முஸ்லீமுக்கும், பஞ்சாபி முஸ்லீமுக்கும் இடையிலான பொதுத் தன்மையைவிட ஒரு வங்காள முஸ்லீமுக்கும் வங்காள இந்துவுக்கும் கூடுதல் பொதுத்தன்மை நிலவுகிறது. மேலும் இந்துக்களும், முஸ்லீம்களும் ஒரு சேரவும் சமமாகவும் பிரிட்டீஷ் ஏகாதிபத்தியத்தால் சுரண்டப்பட்டனர். 1884-ஆம் ஆண்டு சையத் அகமதுகான் பின்வருமாறு குறிப்பிட்டார் :

'இதே பூமியில் நீங்கள் வாழவில்லையா? இதே மண்ணில் நீங்கள் எரிக்கப்படவும், புதைக்கப்படவும் வேண்டாமா? நீங்கள் இதே மைதானத்தில் நடைபோட்டுக் கொண்டு இதே மண்ணில் வசித்து வரவில்லையா? இந்து, முஸ்லீம் என்ற வார்த்தைகள் வெறும் மத வேறுபாடுகளை உணர்த்து பவையே என்பதை நினைவில் கொள்ளுங்கள். இல்லையெனில் இந்நாட்டில் வசித்து வரக்கூடிய இந்து அலலது முஸ்லீம் கிறிஸ்தவர்கள் அனைவரும் குறிப்பாக இந்த அம்சத்தில் ஒரே தேசத்தவராகத் தான் இருக்கின்றோம். அனைத்து மதப்பிரிவினரும் ஒரே தேசத்தைச் சேர்ந்தவர்கள் எனில், நாட்டில் அனைவருக்கும் பொதுவான நலனுக்காக அவர்கள் அனைவரும் ஒன்றுபட்டிருக்க வேண்டியது கட்டாய மாகும் என்றார்.

முஸ்லீம்களுக்கிடையில் வகுப்புவாத பிரிவினைவாத போக்குகளுக்கான சிந்தனைகள் எவ்வாறு வளர்ச்சியுற்றன என்ற கேள்வி அடுத்து எழுகிறது.

கல்வியிலும், தொழில் மற்றும் வர்த்தகத்திலும் முஸ்லீம் கள் பின்தங்கி இருந்ததும் இதற்கு ஓரளவுக்குக் காரணமாகும். முஸ்லீம் மேல்தட்டு வர்க்கத்தினரில் பெரும்பாலும் ஜமீன் தார்களும், தனவான்களும் இருந்தனர். 19-ஆம் நூற்றாண்டின் முதல் 70 ஆண்டுகளில் முஸ்லீம் மேட்டுக்குடியினர் பிரிட்டீஷ் எதிர்ப்பாளராகவும் பழமைவாதிகளாகவும் நவீனக் கல்வியின் விரோதிகளாகவும் இருந்தனர். நாட்டில் கல்வியறிவு பெற்ற முஸ்லீம்களின் எண்ணிக்கை மிகவும் குறைவு, மரபுவழிப்

பட்டவர்களாகவும் பின்தங்கிய நிலையிலிருந்த முஸ்லீம் அறிவுஜீவிகளுக்கு மத்தியில் அறிவியல், ஜனநாயகம், தேசியம் ஆகியவற்றின் அடிப்படையிலான நவீன மேலைய சிந்தனை பரவவில்லை. பின்னாளில் சையது அகமதுகான், நவாப் அப்துல் லத்தீப், பக்ருதீன் தயாப்ஜி மற்றும் பலரது முயற்சியின் விளைவாக முஸ்லீம்களுக்கிடையில் நவீனக் கல்வி பரவியது. ஆனால் இந்துக்கள், பார்சிகள், கிறிஸ்தவர்களுடன் ஒப்பிடு கையில் முஸ்லீம்கள் மிகக் குறைவான அளவிலேயே கல்வி கற்றிருந்தனர். தொழில், வர்த்தகத்தில் முஸ்லீம்களின் பங்கு மிகக்குறைவு. முஸ்லீம்களில் கல்வியறிவு பெற்றவர்களும், தொழில் வர்த்தகத்தில் ஈடுபட்டிருந்தவர்களும் குறைந்த எண்ணிக்கையில் இருந்த காரணத்தால், முஸ்லீம் வெகு ஜனங்களின் மீது பிற்போக்கான பெரும் நிலபிரபுக்கள் தமது செல்வாக்கை நிலைநாட்டுவது சாத்தியமாக இருந்தது. நாம் ஏற்கனவே கண்டது போல, இந்துக்களாக இருப் பினும், முஸ்லீம்களாக இருப்பினும் நிலபிரபுக்களும் ஜமீன் தார்களும் சுயநலம் காரணமாக பிரிட்டீஷ் ஆட்சியை ஆதரித்து நின்றனர். ஆனால் இந்துக்களுக்கிடையில் நவீன அறிவுஜீவிகளும், வணிக மற்றும் தொழில் துறை வர்க்கத் தினரும் தலைமையிலிருந்து நிலபிரபுக்களை அப்புறப்படுத் தினர். துரதிருஷ்டவசமாக முஸ்லீம்களுக்கிடையில் இதற்கு நேரெதிராக நடைபெற்றது.

முஸ்லீம்கள் கல்வித்துறையில் பின்தங்கியிருந்தது மற் றொரு பாதகமான விளைவை ஏற்படுத்தியது. அரசாங்கப் பணிகளில் சேருவதற்கு நவீனக் கல்வி அவசியமாக இருந்த போதிலும் முஸ்லீம் அல்லாதவர்களைக் காட்டிலும் முஸ்லீம் கள் இந்த அம்சத்தில் மிகவும் பின்தங்கிய நிலையிலேயே இருந்தனர். மேலும் 1857-ம் ஆண்டு புரட்சிக்கு பெருமளவில் முஸ்லீம்கள் தான் காரணம் எனக்கூறி அவர்களுக்கு எதிராக 1858-ம் ஆண்டுக்குப் பிறகு அரசாங்கம் கடுமையான பார பட்சங்களைக் காட்டி வந்தது. முஸ்லீம்களுக்கிடையில் நவீனக் கல்வி பரவியதைத் தொடர்ந்து கல்வியறிவு பெற்ற முஸ்லீம்கள் வியாபாரத்திலும் அல்லது தொழில்களில்

அரிதாகவே புதிய வாய்ப்புகளைப் பெற்றனர். அவர்கள் தவிர்க்க இயலாமல் அரசாங்கப் பணியை தேட வேண்டி வந்தது. இந்திய ஒரு பின்தங்கிய காலனி நாடு என்ற வகையில் அதன் மக்களுக்கு மிகக்குறைந்த வேலைவாய்ப்புகள் இருந்தன. இச்சூழ்நிலையில், பிரிட்டீஷ் அதிகாரிகளும், விசுவாசமிக்க முஸ்லீம் தலைவர்களும், கல்வி கற்ற இந்துக்களுக்கெதிராக கல்வியறிவு பெற்ற முஸ்லீம்களை எளிதாகத் தூண்டிவிட்டனர். அரசாங்கப் பணிகளில் முஸ்லீம்களுக்கு சிறப்பு கவனம் செலுத்தப்பட வேண்டுமென சையத் அகமது கானும் மற்றவர்களும் கோரிக்கை எழுப்பினர். கல்வியறிவு பெற்ற முஸ்லீம்கள் தொடர்ந்து பிரிட்டீஷ் அரசுக்கு விசுவாசம் காட்ட வேண்டுமெனில் அவர்களுக்கு வேலை வாய்ப்பும், பிற சிறப்புச் சலுகைகளும் வழங்கப்பட வேண்டும் என அவர்கள் பிரகடனப்படுத்தினர். சில இந்து, பார்ஷிய விசுவாசிகளும் இந்த அம்சத்தில் கோரிக்கை வைக்க முயன்றனர். ஆனால் அவர்களின் எண்ணிக்கை மிகவும் குறைவு. இதன் விளைவாக நாடு முழுமையிலும் சுதந்திரமான, தேசிய வழக்குரைஞர்கள், பத்திரிகையாளர்கள், மாணவர்கள், வியாபாரிகள், தொழிலதிபர்கள் போன்றோர் அரசியல் தலைவர்களாக ஆன அதே சமயம் அரசியல் கருத்தை உருவாக்குவதில் விசுவாசமிக்க முஸ்லீம் நிலபிரபுக்களும் ஓய்வு பெற்ற அரசாங்க ஊழியர்களுமே செல்வாக்கு செலுத்தி வந்தனர். பம்பாய் மாகாணத்தில் மட்டுமே வணிகத்திலும் கல்வியிலும் முஸ்லீம்கள் வெகுகாலம் முன்னரே நுழைந்தனர். அங்கு தேசியக் காங்கிரசு, பக்ருதீன் தயாப்ஜி, ஆர்.எம். சயானி, ஏ. பிம்ஜி மற்றும் இளம் பாரிஸ்டரான முகமது அலி ஜின்னா போன்ற அறிவாளி முஸ்லீம்களையும் தன்னுள் இணைத்துக் கொண்டிருந்தது. 'இந்திய தரிசனம்' என்ற தனது நூலில் ஜவஹர்லால் நேரு குறிப்பிட்டுள்ள மேற்கோளைச் சுட்டிக் காட்டி இப்பிரச்சினையை நாம் தொகுத்துக் கூறலாம் :

'இந்து, முஸ்லீம் மத்திய தர வர்க்கத்தினருக்கு இடையில் தலைமுறை இடைவெளி அதிகரித்து வருகிறது. அந்த இடைவெளி அரசியல், பொருளாதாரம் மற்றும் பிறவற்றில்

பல திசைகளில் வெளிப்பட்டு வருகிறது. இத்தகைய பின் தங்கிய நிலையே முஸ்லீம்களுக்கிடையில் பய உணர்ச்சியைத் தோற்றுவித்துள்ளது எனக் குறிப்பிட்டார்.

அக்காலத்தில் பள்ளி, கல்லூரிகளில் இந்திய வரலாறு போதிக்கப்பட்டு வந்த விதமும் கல்வியறிவு பெற்ற இந்துக் களுக்கும், முஸ்லீம்களுக்கும் இடையில் வகுப்புவாத உணர்ச்சி களின் வளர்ச்சிக்கு பங்களித்துள்ளன என்பதை வரலாற்றைப் பயிலும் மாணவர்களாகிய நாம் புரிந்து கொள்ள வேண்டும். பிரிட்டீஷ் வரலாற்றாசிரியர்களும் அவர்களைப் பின்பற்றி இந்திய வரலாற்றாசிரியர்களும் இந்திய வரலாற்றின் மத்திய காலத்தை முஸ்லீம் காலக்கட்டம் எனக் குறிப்பிட்டனர். துருக்கி, ஆப்கன் ஆட்சியும் முகலாய ஆட்சியாளர்களும் முஸ்லீம் ஆட்சியாளர்கள் என்றழைக்கப்பட்டனர். முஸ்லீம் களும் இந்துக்களைப் போல ஏழைகளாகவும் வரிச்சுமையி னால் ஒடுக்கப்பட்டவர்களாகவும் இருந்தபோதிலும் இருதரப் பினருமே இந்து அல்லது முஸ்லீம் ஆட்சியாளர்களாலும், பிரபுக்களாலும், குறுநில மன்னர்களாலும், ஜமீன்தார்களா லும் பாதிப்புக்குள்ளாகி வந்தபோதிலும் மத்தியகால இந்தி யாவில் முஸ்லீம்கள் அனைவரும் ஆட்சியாளர்களாகவும் முஸ்லீம் அல்லாதவர்கள் ஆளப்படுபவர்களாகவும் எழுத் தாளர்களால் காட்டப்படுகின்றனர். தொன்மையான மற்றும் மத்தியகால இந்திய அரசியலும் மற்ற இடங்களில் இருந்த அரசியலைப் போல, மத அடிப்படையில் அல்லாமல் அரசியல், பொருளாதார நலன்களின் அடிப்படையில் அமைந்திருந்தன என்ற உண்மையை வெளிப்படுத்த அவர்கள் தவறிவிட்டனர். பொருளாதார நலன்களும், விருப்பங்களும் செயல்படுவதை மூடி மறைப்பதற்காக முலாம் பூசும் நடவடிக்கையாக ஆட்சி யாளர்களும், தீவிரவாதிகளும் மத ரீதியில் வேண்டுகோள் கள் விடுக்கின்றனர். மேலும் இந்தியாவின் பன்மைத்தன்மை வாய்ந்த பண்பாட்டை பிரிட்டீஷ் மற்றும் வகுப்புவாத வரலாற்றாசிரியர்கள் தாக்கி வந்தனர்.

தொன்மைக் காலத்தில் மகத்தான இலட்சியத்துடன் உயர்ந்த இடத்தில் இருந்து வந்த இந்திய சமூகமும் பண்பாடும்

'முஸ்லீம்' ஆட்சியினாலும் மேலாதிக்கத்தினாலும் மத்திய காலத்தில் நிரந்தரமான தொடர்ச்சியான வீழ்ச்சிக்கு உள்ளாயின என்ற மாயைக்கு இந்து வகுப்புவாத நோக்கிலான வரலாறும் ஏற்றுக்கொண்டது. இந்தியப் பொருளாதாரமும், தொழில்நுட்பமும், மதத் தத்துவமும் கலையும் இலக்கியமும், பண்பாடும் சமூகமும், பழங்களும் காய்கறிகளும், ஆடைகளும் வளர்ச்சி பெறுவதற்கு மத்திய காலம் அளித்த அடிப்படையான பங்களிப்பு மறுக்கப்பட்டது.

சமகால நோக்கர்கள் அனைவராலும் இது உணரப்பட்டது. உதாரணமாக, காந்திஜி எழுதுகையில் நமது பள்ளிகளிலும் கல்லூரிகளிலும் போதிக்கப்படும் வரலாற்றுப் பாடங்களில் திசை திருப்பப்பட்ட வரலாறுகளை போதிக்கும் வரை மதச் சகிப்புத் தன்மையை நமது நாட்டில் நிரந்தரமாக நிலைநாட்ட முடியாது எனக் குறிப்பிட்டார். அத்தோடு, கவிதை, நாடகம், வரலாற்று நாவல்கள், சிறுகதைகள், பத்திரிகைகள், வெகுஜன இதழ்கள், குழந்தைகளுக்கான இதழ்கள், பிரசுரங்கள் போன்றவை மூலமாகவும் இவற்றுக்கும் மேலாக, பொதுமேடைகள், வகுப்பறை போதனைகள், குடும்பங்கள் மூலமான சமூக நடவடிக்கைகள் தனிப்பட்ட உரையாடல்கள் போன்றவற்றின் மூலமாகவும் வகுப்புவாத நோக்கிலான வரலாறு பரப்பப்பட்டது.

இந்தியர்களை ஒரு தேசமாக ஒருங்கிணைப்பது படிப்படியாக நிகழக்கூடியதும், கடினமான பணியுமாகும். இதற்காக மக்களுக்கு நீடித்த அரசியல் பயிற்சி அளிக்கப்பட வேண்டியுள்ளது என்பதை இந்திய தேசியத்தை நிறுவிய முன்னோர்கள் நன்கு உணர்ந்திருந்தனர். எனவே அவர்கள் இந்தியர்கள் அனைவரையும் பொதுவான தேசிய, பொருளாதார, அரசியல் நலன் அடிப்படையில் ஒருங்கிணைக்கும் போது தேசிய இயக்கம் சிறுபான்மையினரின் மத சமூக உரிமைகளை முழுமையாகப் பாதுகாக்கும் எனச் சிறுபான்மையினருக்கு நம்பிக்கை யூட்ட வேண்டியிருந்தது. காங்கிரசு தேசியப் பிரச்சினைகளை மட்டுமே கையில் எடுக்கும், மத மற்றும் சமூக விவகாரங்களில் அது தலையிடாது என 1886-ம் ஆண்டு நடை

பெற்ற காங்கிரசு மாநாட்டில் தாதாபாய் நௌரோஜி தனது தலைமை உரையில் தெளிவாக உறுதியளித்தார். பெரும் பான்மையான முஸ்லீம் பிரதிநிதிகள் தங்களுக்கு பாதக மானது எனக் கருதும் எந்தவொரு முன்மொழிவையும் காங்கிரஸ் மேற்கொள்ளாது என 1889-ம் ஆண்டு நடைபெற்ற காங்கிரசு மாநாட்டில் பிரகடனப்படுத்தப்பட்டது. ஆரம் பத்தில் காங்கிரசின் முஸ்லீம்கள் பலர் இணைந்தனர். வேறு வார்த்தைகளில் குறிப்பிட்டால் அரசியல் என்பது மதத்தை யும், சமூகத்தையும அடிப்படையாகக் கொண்டிருக்கக்கூடாது எனக் கூறி ஆரம்பக்கால தேசியவாதிகள் மக்களின் அரசியல் பார்வையை நவீனப்படுத்த முயன்றனர். துரதிருஷ்டவசமாக தீவிரவாத தேசியம் மற்ற எல்லா அம்சங்களிலும் முன்னோக்கிய ஒரு பெரும் அடியாக இருந்தபோதிலும், தேசிய ஒற்றுமையின் வளர்ச்சி குறித்த அம்சத்தில் ஒரு படி பின்னோக்கி இருந்தது. தீவிர தேசியவாதிகளின் பேச்சுக்களும், எழுத்துக்களும் ஒரு வலுவான மதத் தன்மையையும் இந்து அடையாளத்தையும் கொண்டிருந்தன. மத்தியகால பண்பாட்டை அவர்கள் வலி யுறுத்தினர். இந்திய பண்பாட்டையும், இந்திய தேசியத்தையும் இந்து மதத்துடனும் இந்துக்களுடனும் அவர்கள் அடையாளப் படுத்தினர். அவர்கள் பன்முகத் தன்மை வாய்ந்த பண்பாட்டுக் கூறுகளைத் தவிர்த்தனர். உதாரணமாக, சிவாஜி மற்றும் கணபதி விழாவில் திலகரின் பிரச்சாரம் இந்தியாவைத் தாயாகவும் தேசியத்தை மதமாகவும் உருவகித்தது. அரவிந்த கோஷ் முன்வைத்த அரை-மாயவாதக் கோட்பாடு, காளிதேவி யின் முன்பாக பயங்கரவாதிகள் உறுதிமொழி எடுத்தது. கங்கை யில் மூழ்கி தொடங்கிய வங்கப் பிரிவினை எதிர்ப்பு இயக்க முன் முயற்சி போன்றவை முஸ்லீம்களை ஈர்க்கவில்லை.

உண்மையில் அத்தகைய நடவடிக்கைகள் அவர்களது மத உணர்வுகளுக்கு எதிரானவை. அவர்கள் முஸ்லீம்களாக இருந்து கொண்டு அவற்றுடனும் அதுபோன்ற நடவடிக்கைகளுட னும் ஒருங்கிணைந்து செல்வதை எதிர்பார்க்க முடியாது. முஸ்லீம்கள் சிவாஜி அல்லது பிரதாபை அவர்களது வர லாற்றுப் பாத்திரத்துக்காக மட்டுமலலாமல் அன்னியர்

களுக்கு எதிராகப் போராடிய 'தேசியத் தலைவர்கள்' என்ற வகையிலும் அவர்கள் முழு உற்சாகத்துடன் போற்ற வேண்டும் என எதிர்பார்க்க முடியாது. முஸ்லீமாக இருப்பதே ஒருவரை அன்னியர் என பிரகடனப்படுத்துவதற்கு போதுமானது என்றால் ஒழிய அக்பரை அல்லது ஔரங்கசீப்பை அன்னியர் எனவும், பிரதாபை அல்லது சிவாஜியை தேசிய வீரராகவும் பிரகடனப்படுத்துவது 20-ம் நூற்றாண்டு குறுகிய மதக் கண்ணோட்டத்தைக் கடந்த கால வரலாற்றின் மீது திணிப்பதாகும். இது மோசமான வரலாறு மட்டுமல்ல தேசிய ஒற்றுமைக்கும் கேடு விளைவிக்கக் கூடியதாகும்.

தீவிர தேசியவாதிகள் முஸ்லீம் எதிர்ப்பாளர்கள் அல்லது வகுப்புவாதிகள் என்பது இதற்கு அர்த்தமல்ல. அதிலிருந்து வெகுவாக அப்பாற்பட்டது. திலகர் உட்பட பெரும்பாலோர் இந்து-முஸ்லீம் ஒற்றுமைக்கு ஆதரவாக நின்றனர். அவர்களில் பெரும்பாலோருக்கு தாய்நாடு அல்லது பாரத மாதா என்பது ஒரு நவீன கருத்து. அதற்கும் மதத்துக்கும் எந்த சம்பந்தமும் கிடையாது. பெரும்பாலோரின் அரசியல் சிந்தனை நவீனமானது. பின்னோக்கிய பார்வை கொண்டதல்ல. அவர்களது முதன்மையான அரசியல் ஆயுதமான பொருளாதார பகிஷ்கரிப்பு உண்மையில் மிகவும் நவீனமானது. அதுபோலவே அவர்களது அரசியல் அமைப்பும் நவீனமானதாகும். உதாரணமாக 1916-ம் ஆண்டு திலகர் இந்நாட்டு மக்களுக்கு நல்லது செய்ய விரும்புபவர்கள் முஸ்லீம்கள் அல்லது ஆங்கிலேயர்கள் என யாராக இருப்பினும் அவர்கள் அன்னியர்கள் அல்ல. அன்னியத் தன்மை என்பது நலனுடன் சம்பந்தப்பட்டது. அன்னியத் தன்மைக்கும் வெள்ளை அல்லது கருப்பு நிற தோல் அல்லது மதத்துக்கும் உறுதியாக எவ்வித சம்பந்தமும் கிடையாது எனக் குறிப்பிட்டார். புரட்சிகர பயங்கரவாதிகள் கூட ஐரோப்பிய புரட்சிகர இயக்கங்களினால் ஆதர்சம் பெற்றவர்களே ஆவர். உதாரணமாக, அவர்கள் காளி அல்லது பவானி வழிபாட்டைக் காட்டிலும் அயர்லாந்து, ரஷ்யா, இத்தாலி புரட்சிகர இயக்கங்களைப் பெரிதும் பின்பற்றி வந்தனர். ஆனால், தீவிர தேசியவாதிகளின் அரசியல் பணி

களிலும் கருத்துகளிலும் ஒரு உறுதியான இந்துச் சாயல் தென்பட்டது. இத்தகைய இந்துச் சாயலைப் பயன்படுத்தி தந்திரசாலிகளான பிரிட்டீசாரும் பிரிட்டீஷ் ஆதரவு பிரச்சாரகர்களும் முஸ்லீம்களின் மனதில் விஷத்தைத் தூவியது. குறிப்பாக பாதகமானதாக ஆனது. இதன் விளைவாக பெரும்பாலான கல்வியறிவு பெற்ற முஸ்லீம்கள் எழுச்சியுற்ற தேசிய இயக்கத்திலிருந்து ஒதுங்கியிருந்தனர் அல்லது எதிர்நிலையில் நின்றனர். அது பிரிவினைவாத கண்ணோட்டத்துக்கு எளிதில் இட்டுச் சென்றது. இந்துச் சாயலானது இந்து வகுப்புவாதத்துக்கான சித்தாந்த அடிப்படையையும தோற்றுவித்தது. தேசிய இயக்கம் தனது சொந்த அணியிலிருந்து இந்து வகுப்புவாத, அரசியல், சித்தாந்த சக்திகளை வெளியேற்றுவது கடினமானதாக ஆனது. இது முஸ்லீம் தேசியவாதிகளிடையே முஸ்லீம் சாயல் பரவுவதற்கும் வழிவகுத்தது. இருந்தபோதிலும் பாரிஸ்டர் அப்துல் ரசூல், ஹசரத் மோகானி போன்ற எண்ணற்ற முற்போக்கான முஸ்லீம் அறிவுஜீவிகள் சுதேசி இயக்கத்தில் இணைந்தனர். மௌலானா ஆசாத் புரட்சிகர பயங்கரவாதிகளுடன் இணைந்தார். முகமது அலி ஜின்னா தேசிய காங்கிரசின் முன்னணி இளம் தலைவர்களின் ஒருவரானார். தேசிய இயக்கம் அதன் அணுகுமுறையிலும் சித்தாந்தத்திலும் அடிப்படையில் மதச் சார்ப்பற்றதாக விளங்கியது அதற்குக் காரணமாகும்.

காந்திஜி, சி.ஆர். தாஸ், மோதிலால் நேரு, ஜவஹர்லால் நேரு, மௌலானா அபுல் கலாம் ஆசாத், எம்.ஏ. அன்சாரி, ஹகிம் அஜ்மல்கான், கான் அப்துல் காபர்கான், சுபாஷ் சந்திரபோஸ், சர்தார் படேல், ராஜேந்திர பிரசாத், சீ. ராஜகோபால் ஆச்சாரி போன்ற தலைவர்களால் இத்தகைய மதச்சார்பின்மை மேலும் உறுதிப்பட்டது.

நாட்டின் பொருளாதார பின்தங்கிய நிலையும் காலனிய பின்தங்கிய வளர்ச்சியின் விளைவும்கூட வகுப்புவாத வளர்ச்சிக்கு பங்களித்தது. நவீன தொழில் வளர்ச்சி இல்லாததால் இந்தியாவில் வேலையின்மை குறிப்பாக படித்தவர்கள் மத்தியில் ஒரு பெரும் பிரச்சினையாக இருந்தது. அதனால்

இருக்கின்ற வேலை வாய்ப்பில் கடும் போட்டி நிலவியது. தொலைநோக்கு கொண்ட இந்தியர்கள் இந்த வியாதியைப் புரிந்து கொண்டு நாடு பொருளாதார ரீதியில் வளரவும், அதன் மூலம் வேலைவாய்ப்பைப் பெருக்கவும் கூடிய பொருளாதார, அரசியல் அமைப்பு முறை உருவாவதற்குப் பாடுபட்டனர். ஆயினும் மற்ற சிலர் வகுப்புவாத பிராந்தியவாத அல்லது வேலைவாய்ப்புகளில் சாதி ரீதியான இடஒதுக்கீட்டின் மூலம் குறுகியகாலத் தீர்வு கிட்டும் என குறுகிய கண்ணோட்டத்துடன் சிந்தித்தனர். இருக்கின்ற குறைந்த வேலைவாய்ப்பில் அதிக பங்கு பெறுவதற்காக அவர்கள் வகுப்புவாதத்தையும் மத உணர்வுகளையும் பிற்காலத்தில் சாதியையும் பிராந்திய வெறியையும் கிளப்பிவிட்டனர். வேலைவாய்ப்பை எதிர்நோக்கி இருந்தவர்களுக்கு இத்தகைய குறுகிய வேண்டுகோள் உறுதியாக உடனடி ஈர்ப்பை ஏற்படுத்தியது. இந்நிலையில், இந்து முஸ்லீம் வகுப்புவாதிகளும் சாதியத் தலைவர்களும் அதிகாரிகளும் பிரித்தாளும் சூழ்ச்சியைப் பயன்படுத்தி சில வெற்றிகளைப் பெறுவது சாத்தியமாக இருந்தது. இந்துக்கள் பலர் இந்து தேசியம் குறித்தும், முஸ்லீம்கள் பலர் முஸ்லீம் தேசியம் குறித்தும் பேசத் தொடங்கினர். அன்னிய ஆட்சிக்கு அடிமைப்பட்டிருந்ததும் பொருளாதார பின்தங்கிய நிலையுமே அவர்களது பொருளாதார, கல்வி, பண்பாட்டு நெருக்கடிகளுக்குக் காரணம் என்பதையும், பொதுவான முயற்சியின் மூலமே நாட்டை விடுதலை பெறச் செய்து, பொருளாதார ரீதியாக வளர்த்தெடுத்து வேலையின்மை போன்ற பொதுவான பிரச்சினைகளுக்குத் தீர்வு காண முடியும் என்பதையும் அரசியல் ரீதியாகவும் பக்குவம் பெறாத மக்கள் உணரத் தவறிவிட்டனர். இந்தியாவில் பல்வேறு மதங்கள் இருப்பதே வகுப்புவாதம் வளருவதற்கான முக்கியக் காரணமாகும் எனச் சிலர் நம்புகின்றனர். அது அவ்வாறு அல்ல. பல மதங்கள் கொண்ட சமூகத்தில் வகுப்புவாதம் தவிர்க்கவியலாமல் வளரும் என்பது உண்மையல்ல. மதம் ஒரு நம்பிக்கை முறை என்பதற்கும், மக்கள் தமது சொந்த நம்பிக்கையின் ஒரு பகுதியாக அதனைப் பின்பற்றி வருவதற்கும், வகுப்புவாதம் எனப்படுகின்ற மத

அடிப்படையிலான சமூக-அரசியல் அடையாளத்தின் அடிப் படையிலான சித்தாந்தத்துக்கும் உள்ள வேறுபாட்டை நாம் புரிந்து கொள்ள வேண்டும். வகுப்புவாதத்துக்கு மதம் காரண மல்ல. வகுப்புவாதம் மதத்தினால் தூண்டப்படுவதில்லை. மதம் சாராத தளங்களில் அரசியல் காரியம் ஆற்றும் பொழுது தான் மதம் வகுப்புவாதத்துக்குள் வருகிறது. மதத்தைக் கொண்டு அரசியல் வியாபாரம் செய்வதே வகுப்புவாதம் எனச் சரியாகக் குறிப்பிடலாம். 1937-க்குப் பிறகு மக்களைத் திரட்டுவதற்கான ஒரு கருவியாக வகுப்புவாதிகள் மதத்தைப் பயன்படுத்தினர். எனவே மதச்சார்பின்மை என்பது மதத் திற்கு எதிரானது அல்ல. மதம் என்பது தனிநபர் விவகாரம். அது அரசியலிலும் அரசிலும் தலையிடக்கூடாது என்பதே இதற்கு அர்த்தமாகும். 'மதம் என்பது தனிநபர்களின் சொந்த விவகாரம். இதனை அரசியலுடன் அல்லது தேசிய விவகாரங் களில் கலக்கக்கூடாது' என காந்திஜி கூறினார். தொடர்ந்து பிரகடனப்படுத்தியும் வந்தார்.

1906-ம் ஆண்டு டாக்காவின் நவாபான ஆகாகான் நவாப் மோசின் உல்முல்க் ஆகியோரின் தலைமையில் முஸ்லீம் லீக் அமைக்கப்பட்டதைத் தொடர்ந்து கல்வியறிவு பெற்ற முஸ்லீம் கள், பெரும் முஸ்லீம் நவாபுகள், நிலபிரபுக்கள் ஆகியோரி டையே பிளவுவாத விசுவாசப் போக்குகள் உச்சத்துக்குச் சென்றன. ஒரு விசுவாசமிக்க, வகுப்புவாத, பிற்போக்கு அரசியல் அமைப்பாக நிறுவப்பட்ட முஸ்லீம் லீக் காலனி யத்தை எவ்வகையிலும் விமர்சிக்கவில்லை. வங்காளப் பிரி வினையை ஆதரித்து, அரசாங்கப் பணிகளில் முஸ்லீம்களுக்கு சிறப்புப் பாதுகாப்பு கோரியது. பிற்காலத்தில் வைஸ்ராய் மின்டோ பிரபுவின் உதவியுடன் தனி வாக்குரிமை கோரிக் கையை முன் வைத்தது. ஏற்கவும் செய்தது. இவ்வாறு தேசிய காங்கிரஸ் ஏகாதிபத்திய எதிர்ப்பு அரசியல், பொருளாதாரக் கோரிக்கைகளை முன் வைத்தபொழுது, முஸ்லீம் லீக்கும் அதன் பிற்போக்குத் தலைவர்களும் முஸ்லீம்களின் நலன் கள், இந்துக்களின் நலன்களிலிருந்து வேறுபட்டவை எனப் போதித்து வந்தனர். முஸ்லீம் லீக்கின் அரசியல் நடவடிக்

கைகள் அன்னிய ஆட்சியினருக்கு எதிராக அல்லாமல் இந்துக் களுக்கும் தேதிய காங்கிரசுக்கும் எதிராகவே இருந்தது. அதன் பிறகு காங்கிரசின் ஒவ்வொரு தேசிய மற்றும் ஜனநாயக கோரிக்கையையும் லீக் எதிர்க்கத் தொடங்கியது. இவ்வாறு அது முஸ்லீம்களின் தனித்த நலன்கள் பாதுகாக்கப்படும் என அறிவித்த பிரிட்டீசாரின் கரங்களுக்குச் சென்றுவிட்டது. தேசிய இயக்கத்தின் எழுச்சிக்கு எதிராகப் போராடவும், உருவாகி வந்த முஸ்லீம் அறிவு ஜீவிகளை தேசிய இயக்கத் தினுள் செல்லாமல் தடுக்கவும் முஸ்லீம் லீக்கை ஒரு முக்கியக் கருவியாகப் பயன்படுத்த முடியும் என பிரிட்டீசார் நம்பினர்.

அதன் பயன்பாட்டை அதிகரிப்பதற்காக முஸ்லீம் மக்களை அணுகி அவர்களது தலைமையை ஏற்கச் செய்ய வேண்டுமென பிரிட்டீசார் முஸ்லீம் லீக்கை ஊக்குவித்தனர். அச்சமயத்தில் தேசிய இயக்கமானது, படிப்பறிவு கொண்ட நகர்ப்புற மக்களிடத்தில்தான் ஆதிக்கம் செலுத்தி வந்தது என்பது உண்மை. ஏகாதிபத்திய எதிர்ப்பால் அது ஏழை அல்லது பணக்காரன், இந்து அல்லது முஸ்லீம் என இந்தி யர்கள் அனைவரது நலன்களையும் பிரதிநிதித்துவப்படுத் தியது. மறுபுறத்தில், இந்து வெகுஜனங்களைப் போலவே முஸ்லீம் வெகுஜனங்களும் அன்னிய ஏகாதிபத்தியத்தின் கரங் களில் அல்லல்பட்டு வந்த நிலைமையில் அவர்களது நலன் களுக்காக முஸ்லீம் லீக்கும் அதன் மேட்டுக்குடியினரும் எதுவும் செய்யவில்லை.

லீக்கின் இத்தகைய அடிப்படையான பலவீனத்தை தேசபக்த முஸ்லீம்கள் உணரத் தலைப்பட்டனர். குறிப்பாகக் கல்வியறிவு பெற்ற முஸ்லீம் இளைஞர்கள் புரட்சிகர தேசியக் கருத்துகளின் பால் ஈர்க்கப்பட்டனர். அச்சமயத்தில் மௌள லானா முகமது அலி, ஜாபர் அலிகான், முசால் உல் ஹக் ஆகியோர் தலைமையில் தீவிர 'ஆஹ்நார்' இயக்கம் தொடங்கப் பட்டது. அலிகார் சிந்தனையாளர்கள், பெரும் நவாபுகள், ஜமீன்தார்கள் ஆகியோரின் விசுவாச அரசியலை இத்தகைய இளைஞர்கள் வெறுத்தனர். சுயாட்சி என்ற நவீன கருத்தை

முன்வைத்து, தீவிர தேசிய இயக்கத்தில் தீவிரமாகப் பங்கேற்பதை அவர்களை வலியுறுத்தினர்.

'தியோபாண்ட்' சிந்தனையாளர்களின் தலைமையிலான மரபு வழிப்பட்ட முஸ்லீம் அறிஞர்களுக்கிடையிலும் இது போன்ற தேசிய உணர்வுகள் எழுச்சியுற்றன. அவர்களில் மிகவும் முக்கியமானவர். இளம் அபுல்கலாம் ஆசாத் ஆவார். அவர் தனது 24-ம் வயதில் 1912-ஆம் ஆண்டு வெளியிட்ட 'அல்ஹிலால்' பத்திரிகை வாயிலாக தனது பகுத்தறிவு மற்றும் தேசியக் கருத்துகளைப் பிரச்சாரம் செய்து வந்தார். மௌலானா முகமது அலி, ஆசாத் மற்றும் பிற இளைஞர்கள் துணிவையும் அச்சமின்மையும் போதித்து வந்தனர். இஸ்லாமுக்கும் தேசியத்துக்கும் முரண்பாடு ஏதுமில்லை எனக் குறிப்பிட்டனர்.

1911-ம் ஆண்டு ஒட்டோமன் பேரரசுக்கும் (துருக்கி) இத்தாலிக்கும் இடையில் போர் வெடித்தது. 1912, 1913-ம் ஆண்டுகளில் துருக்கி, பால்கன் ஆட்சியாளர்களுடன் போரில் ஈடுபட்டது. கலிபா அல்லது அனைத்து முஸ்லீம் மதத் தலைமையும் தாங்களே என துருக்கி ஆட்சியாளர்கள் பிரகடனப்படுத்தினர். மேலும் கிட்டத்தட்ட அனைத்து முஸ்லீம் புனித ஸ்தலங்களும் துருக்கி பேரரசுக்கு உட்பட்டே இருந்தன. இந்தியாவில் துருக்கிக்கு ஆதரவான அலை வீசியது. டாக்டர் எம்.ஏ.அன்சாரி தலைமையிலான மருத்துவக் குழு ஒன்று துருக்கிக்கு உதவுவதற்காக அனுப்பி வைக்கப்பட்டது. பால்கன் போரின்போதும் அதன் பின்னரும் பிரிட்டீசாரின் கொள்கைகள் துருக்கிக்கு ஆதரவாக இல்லாததால், துருக்கி ஆதரவு கலிபா ஆதரவு அல்லது கிலாபத் உணர்வுகள் ஏகாதிபத்திய எதிர்ப்புத் தன்மை கொண்டவையாக மாறின, உண்மையில் 1912 முதல் 1924 வரையிலான பல ஆண்டு காலம் முஸ்லீம் லீக்கில் இருந்த விசுவாசிகள் பலர் தேசியவாத இளைஞர்களின் செயல்பாட்டினால் முழுமையாக செயலிழந்து இருந்தனர்.

துரதிருஷ்டவசமாக, பகுத்தறிவுச் சிந்தனை கொண்ட ஆசாத் போன்ற சிலர் தவிர முஸ்லீம் இளைஞர்களுக்கிடை

யிலான தீவிர தேசியவாதிகள் அரசியலில் நவீன மதச்சார் பற்ற அணுகுமுறையை முழுமையாக ஏற்றுக்கொள்ளவில்லை. இதன் விளைவாக அவர்கள் அரசியல் விடுதலையை முதன் மையாகக் கருதவில்லை. மாறாக புனித ஸ்தலங்களையும், துருக்கிய பேரரசையும் பாதுகாப்பதையே முன்னிலைப் படுத்தினர். ஏகாதிபத்திய பொருளாதார, அரசியல் விளைவு களைப் புரிந்துகொண்டு அவற்றை எதிர்ப்பதற்குப் பதிலாக அது கலிபாவுக்கும் புனித ஸ்தலங்களுக்கும் அச்சுறுத்த லாக இருப்பதாகக் கூறி, அதனடிப்படையில் அவர்கள் ஏகாதி பத்தியத்தை எதிர்த்தனர். துருக்கியின் மீதான அவர்களது அனுதாபமும் மத அடிப்படையிலேயே இருந்தது. அவர் களது அரசியல் அறைகூவல் மத உணர்வுகளை நோக்கியே இருந்தது. மேலும் அவர்கள் போற்றிய வீரர்களும், புராணங் களும், பண்பாட்டு மரபுகளும் இந்திய வரலாற்றின் தொன்மைக் காலத்தையோ அல்லது மத்திய காலத்தையோ சேர்ந்தவை அல்ல மாறாக மேற்காசிய வரலாற்றையே சாரும். இத்தகைய அணுகுமுறை இந்திய தேசியத்துடன் உடனடி மோதலை ஏற்படுத்தவில்லை என்பது உண்மை. மாறாக அது அதன் ஆதரவாளர்களை ஏகாதிபத்திய எதிர்ப்பாளர் களாக மாற்றியது. நகர்ப்புற முஸ்லீம்களுக்கிடையில் தேசிய உணர்வை ஊக்குவித்தது. இது அரசியல் பிரச்சினைகளை மத நோக்கில் அணுகும் பழக்கத்தை ஊக்குவித்து வந்ததால் காலப்போக்கில் இத்தகைய அணுகுமுறை பாதகம் இழைக்கக் கூடியது என்பது நிரூபணமானது. அத்தகைய அரசியல் நடவடிக்கை முஸ்லீம் மக்களுக்கிடையில் அரசியல், பொரு ளாதார பிரச்சினைகளில் ஒரு நவீன மதச்சார்பற்ற அணுகு முறையை ஏற்படுத்த வில்லை.

அதே சமயத்தில் இந்து வகுப்புவாதமும் தோன்றி யிருந்தது. இந்து வகுப்புவாதக் கருத்துகளும் எழுச்சியுற்றன. இந்து எழுத்தாளர்கள் பலர் முஸ்லீம் வகுப்புவாதம் மற்றும் முஸ்லீம் லீக்கின் கருத்துகளையும் திட்டங்களையும் எதி ரொலித்தனர். 1870-களில் தொடங்கி இந்து ஜமீன்தார்கள், கந்து வட்டிக்காரர்கள் மத்தியதர வர்க்கப் பணியாளர்கள்

ஆகியோரின் ஒரு பகுதியினர் முஸ்லீம் எதிர்ப்பு உணர்வு களைக் கிளப்பத் தொடங்கினர். இந்திய வரலாறு குறித்த காலனிய அணுகுமுறையை முழுமையாக ஏற்றுக்கொண்ட அவர்கள் மத்திய காலத்திய முஸ்லீம் கொடுங்கோல் ஆட்சியைப் பற்றியும், பேசியும், எழுதியும் வந்தனர். உத்திரப் பிரதேசத் திலும், பீகாரிலும், இந்தப் பிரச்சினையைச் சரியாகக் கையில் எடுத்தனர். அதை வகுப்புவாத அடிப்படையில் திசை திருப்பி உருது, முஸ்லீம்களின் மொழி எனவும், இந்தி, இந்துக்களின் மொழி எனவும் முற்றிலும் வரலாற்றுக்குப் புறம்பான வகை யில் பிரகடனப்படுத்தினர். 1870-களின் தொடக்கத்தில் இந்தியா முழுவதும் பசுவதை எதிர்ப்பு இயக்கம் மேற்கொள்ளப் பட்டது. இப்பிரச்சாரம் பிரிட்டிசாருக்கு எதிராக அல்லாமல் முஸ்லீம்களுக்கு எதிராகவே மேற்கொள்ளப்பட்டன. உதாரண மாக பிரிட்டீஷ் கண்டோன்மெண்டுகளில் பெருமளவில் பசுவதை அனுமதிக்கப்பட்டிருந்தது.

1909-ஆம் ஆண்டு பஞ்சாப் இந்து சபா நிறுவப்பட்டது. இந்தியர்களை ஒரே தேசமாக ஒருங்கிணைக்க முயல்வதாக அதன் தலைவர்கள் காங்கிரசைத் தாக்கினர். காங்கிரசின் ஏகாதிபத்திய எதிர்ப்பு அரசியலை அவர்கள் எதிர்த்தனர். முஸ்லீம்களுக்கு எதிரான போராட்டத்துக்காக அன்னிய ஆட்சியை இந்துக்கள் சமாதானத்துடன் நடத்த வேண்டுமென அவர்கள் வாதிட்டனர். 'ஒரு இந்து முதலில் தான் ஒரு இந்து, பிறகுதான் இந்தியன்' என்பதில் நம்பிக்கை கொள்ள வேண்டும் என அதன் தலைவர்களில் ஒருவரான லால்சந்த் பிரகடனப் படுத்தினார். அகில இந்திய இந்து மகாசபையின் முதலாவது மாநாடு 1915-ஏப்ரலில் காசிம் பஜார் மகாராஜாவின் தலைமையில் நடைபெற்றது. ஆனால் இது பல்லாண்டு காலம் ஒரு பலவீனமான அமைப்பாகவே தொடர்ந்தது. இந்துக் களிடையே நவீன மதச்சார்பற்ற அறிவுஜீவிகள் மற்றும் மத்திய தர வர்க்கத்தினரும் செல்வாக்கு பெற்று விளங்கினர் என்பது இதற்கொரு காரணமாகும். மறுபுறம் முஸ்லீம் களிடையில் நிலபிரபுக்கள் அதிகார வர்க்கத்தினர், மரபு வழியிலான மதத் தலைவர்களின் செல்வாக்கே மோலோங்கி

இருந்தது. மேலும் காலனிய அரசு இந்து வகுப்புவாதத்துக்கு சில சலுகைகளையும் சிறிதளவு ஆதரவையுமே அளித்து வந்தது. அதற்கென அது முஸ்லீம் வகுப்பு வாதத்தை வெகுவாகச் சார்ந்திருந்தது. இரண்டு வகுப்பு வாதத்தையும் ஒரே நேரத்தில் சாந்தப்படுத்துவது எளிதானதல்ல.

தேசிவாதிகளும், முதல் உலகப் போரும் :

1914-ஜூன் மாதம் முதலாம் உலகப்போர் வெடித்தது. இப்போரில் பிரிட்டன், பிரான்சு, ரஷ்யா, ஜப்பான (இத்தாலி, அமெரிக்கா பின்னர் இணைந்து கொண்டன) ஆகிய நாடுகள் ஒருபுறமும், ஜெர்மன், ஆஸ்திரியா, ஹங்கேரி, துருக்கி ஆகிய நாடுகள் மறுபுறத்திலும் இருந்தன. போர்க்காலங்களில் இந்தியாவில் தேசியம் பக்குவமடைந்து வந்தது.

போரில் பிரிட்டனுக்கு ஆதரவளிப்பதன் மூலம் இந்தியாவின் விசுவாசத்துக்கு நன்றி செலுத்தும் வகையில் இந்தியாவின் சுயாட்சியை நோக்கிய நீண்ட பயணத்தில் பிரிட்டன் உதவும் என்ற தவறான நம்பிக்கையின் அடிப்படையில் 1914-ம் ஆண்டு ஜூன் மாதம் சிறையிலிருந்து விடுதலை செய்யப்பட்ட லோக மான்ய திலகர் உள்ளிட்ட இந்திய தேசியத் தலைவர்கள் தொடக்கத்தில் அரசாங்கத்தின் போர் முயற்சிகளுக்கு ஆதரவளித்தனர். தமது காலனிகளைப் பாதுகாத்துக் கொள்வதற்காக முதலாம் உலகப்போரில் பல்வேறு வல்லரசுகளுக்கிடையில் நடைபெற்ற மோதல்தான் இது என்பதை அவர்களால் முழுமையாக உணர்ந்துகொள்ள முடியவில்லை.

ஹோம்ரூல் இயக்கம் :

மக்களின் நிர்ப்பந்தம் இன்றி அரசாங்கம் எத்தகைய சலுகைகளையும் அளிக்க முன்வராது என்பதை இந்தியத் தலைவர்கள் பலர் தெளிவாக உணர்ந்திருந்தனர். ஆகையால் ஒரு உண்மையான அரசியல் வெகுஜன இயக்கம் தேவையாக இருந்தது. வேறு சில அம்சங்களும் இத்திசையை நோக்கி

தேசிய இயக்கத்தைக் கொண்டு சென்றன. ஐரோப்பிய ஏகாதிபத்திய வல்லரசுகளுக்கிடையில் நடைபெற்ற பரஸ்பர போர், ஆசிய மக்களின் மீதான மேலைய தேசங்களின் இன மேலாண்மை என்ற மாயை தகர்த்தது. போரின் விளைவாக அடித்தட்டு இந்தியரின் வறுமை அதிகரித்தது. அவர்களைப் பொறுத்தவரை போர் என்பது கடும் வரியும், அத்தியாவசியப் பொருட்களின் விலை உயர்வும் என்பதாகும். எத்தகைய தீவிரப் போராட்டத்திலும் இணைய அவர்கள் தயாராக இருந்தனர். ஆகவே போர்க்காலங்கள் தீவிர தேசிய அரசியல் போராட்டங்களின் காலமாக இருந்தது.

ஆனால் இத்தகைய வெகுஜனக் கிளர்ச்சி இந்திய தேசியக் காங்கிரஸின் தலைமையின் கீழ் நடைபெறவில்லை. அது மிதவாதத் தலைவர்களின் கீழ் மக்களிடத்தில் எவ்வித அரசியல் பணியுமின்றி மந்தமான அரசியல் இயக்கமாக இருந்து வந்தது. ஆகவே 1915-1916-ம் ஆண்டுகளில் இரண்டு ஹோம்ரூல் இயக்கங்கள் தொடங்கப்பட்டன. ஒன்று லோகமான்ய திலகர் தலைமையிலும், மற்றொன்று இந்தியப் பண்பாட்டினாலும், மக்களின்பாலும் கவரப்பட்ட ஆங்கிலேயரான அன்னிபெசன்ட் அம்மையார் மற்றும் எஸ். சுப்ரமணிய அய்யர் ஆகியோர் தலைமையிலும் தொடங் கப்பட்டன. இரண்டு ஹோம்ரூல் இயக்கங்களும் ஒருங் கிணைந்து செயல்பட்டன. போருக்குப் பிறகு இந்தியாவில் ஹோம்ரூல் அல்லது சுயாட்சி வழங்கப்பட வேண்டுமென்ற கோரிக்கையை வலியுறுத்தி நாடு முழுவதும் தீவிரப் பிரச் சாரத்தில் அவை ஈடுபட்டன. இத்தகைய கிளர்ச்சியின் பொழுதுதான் திலகர் 'சுதந்திரம் எனது பிறப்புரிமை. அதை நான் அடைந்தே தீருவேன்' என்ற புகழ்பெற்ற முழக்கத்தை முன் வைத்தார். இரண்டு இயக்கங்களும் தீவிர வளர்ச்சி யடைய பெற்றன. ஹோம்ரூல் முழக்கம் நாட்டின் மூலை முடுக்கெல்லாம் மீண்டும் ஒலித்தது. காங்கிரஸின் செயல் பாடற்ற தன்மையினால் அதிருப்தியுற்ற மிதவாதத் தலைவர் கள் சுய ராஜ்ஜிய இயக்கத்தில் இணைந்தனர். ஹோம்ரூல் இயக்கம் விரைவில் அரசாங்கத்தின் கோபத்துக்கு ஆளானது.

1917 - ஜுன் மாதம் அன்னிபெசன்ட் அம்மையார் கைது செய்யப்பட்டார், வெகுஜன கிளர்ச்சியின் விளைவாக 1917 - செப்டம்பரில் அவர் அரசாங்கத்தால் விடுதலை செய்யப் பட்டார்.

போர்க்காலத்தில் புரட்சிகர இயக்கங்களும் வளர்ச்சி பெற்று வந்தன. வங்காளத்திலிருந்தும், மராட்டியத்தி லிருந்தும் பயங்கரவாதக் குழுக்கள் வட இந்தியா முழுமை யும் பரவியது. பிரிட்டீஷ் ஆட்சியை வன்முறை கலகத்தின் மூலம் தூக்கியெறிய சிலர் திட்டமிட்டனர். அமெரிக்கா விலும் கனடாவிலும் இருந்து வந்த இந்திய புரட்சியாளர் கள் 1913-ம் ஆண்டு கதார் கட்சியைத் தொடங்கினர். அக்கட்சி உறுப்பினர்களில் பெரும்பாலோர் பஞ்சாப், சீக்கிய விவசாயிகளும் முன்னாள் படைவீரர்களும் ஆவர், வாழ்வா தாரம் தேடி அங்குக் குடிபெயர்ந்து சென்ற அவர்கள் இன ஒதுக்கலுக்கும், பொருளாதார பாகுபாட்டுக்கும் உள்ளாகி வந்தனர். லாலா ஹர்தயாள், முகமது பரக்கத்துல்லா, பகவான் சிங், ராம்சந்திரா, சோகன் சிங் பக்னா போன்றோர் கதார் கட்சியின் முன்னணித் தலைவர்களாவர், 'கத்தார்' என்ற வாரப் பத்திரிகையை மையமாகக் கொண்டு இக்கட்சி உருவாக்கப் பட்டது. அப்பத்திரிகையின் முகப்பில் 'பிரிட்டீஷ்' ஆட்சி யின் எதிரி என்ற முழக்கம் பொறிக்கப்பட்டிருந்தது. 'இந்தி யாவில் கலகம் ஏற்படுத்த துணிச்சல் மிக்க படைவீரர்கள் தேவை' சம்பளம் - மரணம்; விலை - தியாகம்; ஓய்வூதியம் - விடுதலை; போராட்டக் களம் இந்தியா' என கதார் பிரகடனப் படுத்தியது. வலுவான மதச்சார்பின்மையே அக்கட்சியின் சித்தாந்தமாகும். நாங்கள் சீக்கியர்களோ, பஞ்சாபியர்களோ அல்ல, 'தேசபக்தியே எங்களது மதம்' என பிற்காலத்தில் பஞ்சாபின் மாபெரும் விவசாயிகள் இயக்கத் தலைவரான சோகன்சிங் பக்னா குறிப்பிட்டார்.

மெக்சிகோ, ஜப்பான், சீனா, பிலிப்பைன்ஸ், மலேசியா, சிங்கப்பூர், தாய்லாந்து, இந்தோ - சீனா கிழக்கு மற்றும் தென் னாப்பிரிக்கா போன்ற நாடுகளிலும் இக்கட்சிக்கு தீவிர உறுப்பினர்கள் இருந்தனர்.

இந்தியாவில் பிரிட்டீசாருக்கு எதிராக புரட்சிகர போரை நடத்த கதார் கட்சி உறுதிபூண்டது. 1914-ம் ஆண்டு முதலாம் உலகப்போர் வெடித்ததைத் தொடர்ந்து இந்தியாவுக்கு ஆயுதங்களையும், போர்வீரர்களையும், அனுப்பி படைவீரர்கள் மற்றும் உள்ளூர் புரட்சியாளர்களின் ஆதரவுடன் இந்தியாவில் எழுச்சியைத் தொடங்க கதார் கட்சியினர் முடிவு செய்தனர். பல்லாயிரக்கணக்கான தொண்டர்கள் இந்தியாவுக்குத் திரும்பினர். அவர்களது செலவுக்கென இலட்சக் கணக்கான டாலர் தொகை வழங்கப்பட்டது. பலர் தமது வாழ்நாள் சேமிப்பு முழுவதையும் வழங்கினர். நிலங்களையும் இதர சொத்துக்களையும் விற்று நிதியுதவி செய்தனர். கதார் கட்சியினர் கிழக்கிலும், தென்கிழக்கு ஆசியாவிலும் மற்றும் இந்தியா முழுவதும் இருந்த இந்திய படை வீரர்களுடன் தொடர்பு கொண்டு பல்வேறு படையணிகளைக் கிளர்ச்சியில் ஈடுபடத் தூண்டினர். இறுதியில் 1915-பிப்ரவரி 21-அன்று பஞ்சாபில் ஆயுதப் புரட்சிக்கு நாள் குறிக்கப்பட்டது. துருதிருஷ்டவசமாக, இத்திட்டத்தை அறிந்த ஆட்சியாளர்கள் உடனடி நடவடிக்கையில் இறங்கினர். கலகம் புரிந்த படையணிகள் கலைக்கப்பட்டன. அதன் தலைவர்கள் சிறையிலடைக்கப்பட்டனர் அல்லது தூக்கிலிடப்பட்டனர். உதாரணமாக 23-வது குதிரைப் படையைச் சேர்ந்த 12 பேருக்கு மரணதண்டனை விதிக்கப்பட்டது. பஞ்சாபிலிருந்த கத்தார் கட்சியின் தலைவர்களும் உறுப்பினர்களும் பெருமளவில் கைது செய்யப்பட்டு விசாரணைக்கு உட்படுத்தப்பட்டனர். அவர்களில் 42 பேருக்கு ஆயுள் தண்டனை கிடைத்தது. 93 பேருக்கு நீண்டகால சிறைத்தண்டனை வழங்கப்பட்டது. விடுதலை செய்யப்பட்டதற்கு பின்னர் அவர்களில் பலர் பஞ்சாபில் கீர்தி மற்றும் கம்யூனிஸ்ட் இயக்கத்தை நிறுவினர். பாபா குருமுக்சிங், கர்தார் சிஹ்சரபா, சோகன்சிங் பக்னா, ரஹமத் அலிஷா, பாய் பரமானந்த் மற்றும் முகமது பரக்கத்துல்லா ஆகியோர் அவர்களில் முக்கியமான சிலர், கதார் கட்சித் தலைவர்கள் ஆவர். கதார் கட்சியின் ஆதர்ஷம் பெற்று சிங்கப்பூரில் 5-வது காலாட் படையைச் சார்ந்த 700 பேர் ஜமாதாத், சிஸ்டிகான், சுபேதார், தண்டிகான்

ஆகியோர் தலைமையில் புரட்சியில் ஈடுபட்டனர். மோசமான சண்டைக்குப் பின்னர் அவர்கள் ஒடுக்கப்பட்டனர். அதில் பலர் உயிரிழந்தனர். 37 பேர் பொது இடத்தில் தூக்கிலிடப் பட்டனர். 41 பேருக்கு ஆயுள் தண்டனை விதிக்கப்பட்டது.

இந்தியாவிலும், வெளிநாடுகளிலும் மற்ற புரட்சியாளர் கள் தீவிரமாகச் செயல்பட்டனர். 'மாபெரும் ஜதீன்' என்ற ழைக்கப்பட்ட ஜதீன் முகர்ஜி 1915-ம் ஆண்டு புரட்சிகர முயற்சியில் ஈடுபட்டபொழுது பலாசூர் காவலர்களுடன் நடந்த மோதலில் தனது இன்னுயிரை ஈந்தார். ராஷ்பிகாரி போஸ், ராஜா மகேந்திர பிரதாப், லாலா ஹர்தயாள், அப்துல் ரகீம், மௌலானா உபையதுல்லா சிந்தி, செண்பகராமன் பிள்ளை, சர்தார்சிங் ராணா, மேடம் காமா போன்றோர் இந்தியாவுக்கு வெளியில் புரட்சிகர நடவடிக்கைகளை யும், பிரச்சாரத்தையும் மேற்கொண்டு வந்த சில முன்னணி இந்தியத் தலைவர்களாவர். அங்கு அவர்கள் சோசலிஸ்டுகள் மற்றும் பிற ஏகாதிபத்திய எதிர்ப்பாளர்களின் ஆதரவைப் பெற்றிருந்தனர்.

லக்னோ காங்கிரஸ் மாநாடு (1916) :

அணிகள் மத்தியில் இருந்த ஒற்றுமையின்மை அவர்களின் இலட்சியத்துக்கு பாதகத்தை ஏற்படுத்துவதாக தேசியவாதி கள் விரைவில் உணர்ந்தனர். எனவே அரசாங்கத்தின் முன்பு அவர்கள் ஒரு ஐக்கிய முன்னணியை முன் வைத்தனர். நாட்டில் வளர்ச்சியுற்று வந்த தேசிய உணர்வும், தேசிய ஒற்றுமையின் அவசியமும் 1916-ம் ஆண்டு நடைபெற்ற இந்திய தேசிய காங்கிரசின் லக்னோ மாநாட்டின் முன் இரண்டு வரலாற்று வளர்ச்சிப் போக்குகளைத் தோற்றுவித்தன. முதலாவதாக, காங்கிரசின் இரண்டு அணிகளும் ஒருங்கிணைந்தன. பழைய முரண்பாடுகள் அர்த்தமிழந்தன. காங்கிரசில் ஏற்பட்ட பிளவு அரசியல் செயல்பாடற்றத் தன்மைக்கு இட்டுச் சென்றது. 1914-ம் ஆண்டு சிறையிலிருந்து விடுதலை செய்யப்பட்ட திலகர் நிலைமையில் மாற்றம் ஏற்பட்டுள்ளதை உடனடியாக

உணர்ந்து காங்கிரஸின் இரண்டு நீரோட்டங்களையும் ஒருங் கிணைக்கும் காரியத்தில் இறங்கினர். மிதவாதிகளுடன் உடன்பாடு காணும்பொழுது அவர் பின்வருமாறு பிரகடனப் படுத்தினார் :

'அயர்லாந்தில் ஐரீஸ் சுயராஜ்ஜியவாதிகள் வெகுகாலம் முயற்சி செய்ததைப் போல, இந்தியாவில் நாம் அனைவரும் இங்குள்ள நிர்வாக முறையைச் சீர்த்திருத்தவே முயற்சி செய்கிறோமே தவிர, இந்த அரசாங்கத்தைத் தூக்கியெறிய முயற்சி செய்யவில்லை என்பதை நான் தெளிவுபடுத்த விரும்புகிறேன். மேலும் இந்தியாவின் பல்வேறு பகுதிகளில் நடைபெற்ற வன்முறைப் போராட்டங்களை நான் ஏற்க வில்லை என்பதோடு மட்டுமல்லாமல் அவை துரதிருஷ்ட வசமாக நமது அரசியல் முன்னேற்றத்தைப் பெருமளவுக்கு தடுத்து நிறுத்திவிட்டன எனக் கூறுவதில் எனக்கு எவ்விதத் தயக்கமும் இல்லை' என அறிவித்தார்.

மறுபுறத்தில் எழுச்சியுற்று வந்த தேசிய இயக்கமானது லோகமான்ய திலகரும், பிற தீவிர தேசியவாதிகளும் காங் கிரசுக்குள் மீண்டும் வருவதை வரவேற்கும் நிர்ப்பந்தத்தைப் பழைய தலைவர்களிடம் ஏற்படுத்தியது. லக்னோ காங்கிரஸ் தான் 1907-க்குப் பிறகு நடைபெற்ற முதலாவது ஒன்றுபட்ட காங்கிரசாகும். சுயாட்சியை நோக்கிய ஒரு படியாக மேலும் அரசியல் சாசன சீர்திருத்தத்தை அவர்கள் வலியுறுத்தினர்.

இரண்டாவதாக, லக்னோவில் காங்கிரசும், அகில இந்திய முஸ்லீம் லீக்கும் தமக்குள் இருந்த பழைய வேறுபாடுகளை மறந்து அரசாங்கத்தின் முன்பாக பொதுவான அரசியல் கோரிக் கைகளை முன் வைத்தனர். போரும், சுயராஜ்ஜிய இயக்கங் களும் நாட்டில் புதிய உணர்வைத் தோற்றுவித்தன. காங் கிரசின் தன்மைகளில் மாற்றத்தை ஏற்படுத்தின. முஸ்லீம் லீக்கும் படிப்படியான மாற்றத்துக்கு உள்ளானது. கல்வியறிவு பெற்ற முஸ்லீம் இளைஞர்கள் தேசிய அரசியலில் துணிவுடன் இறங்கியதைப் பற்றி ஏற்கனவே நாம் குறிப்பிட்டுள்ளோம். போர்க் காலத்தில் அத்திசை வழியை நோக்கி மேலும்

வளர்ச்சிகள் ஏற்பட்டன. ஆயினும் 1914-ம் ஆண்டு அபுல் கலாம் ஆசாத்தின் அல்ஹிலால் இதழையும், மௌலானா முகமது அலியின் காம்ரேட் (தோழர்) இதழையும் அரசாங்கம் தடை செய்தது. அலி சகோதரர்கள் மௌலானா முகமது அலி, சௌகத் அலி - ஹசரத் மோஹானி, அபுல் கலாம் ஆகியோரும் சிறையில் அடைக்கப்பட்டனர். லீக் அதன் இளம் ஊழியர்களின் அரசியல் தீவிரத்தன்மையை ஓரளவுக்காவது பிரதிபலிக்கும் நிலை ஏற்பட்டது. அது அலிகார் சிந்தனையின் குறுகிய அரசியல் கண்ணோட்டத்தைப் படிப்படியாகத் தூக்கியெறிந்து காங்கிரஸ் கொள்கைகளை நோக்கி நகரத் தொடங்கியது.

லக்னோ உடன்பாடு என்றழைக்கப்பட்ட காங்கிரசு - லீக் உடன்பாட்டில் கையெழுத்திட்டதன் மூலம் காங்கிரசுக்கும், முஸ்லீம் லீக்குக்கும் இடையில் ஒற்றுமை உருவானது. இவ்விரு கட்சிகளையும் ஒருங்கிணைப்பதில் லோகமான்ய திலகரும், முகமது அலி ஜின்னாவும் பெரும் பங்கு வகித்தனர். ஏனெனில், இந்து-முஸ்லீம் ஒற்றுமையின் மூலமே இந்தியா சுயாட்சியை அடைய முடியும் என அவர்கள் நம்பினர்.

'நாம் நமது முஸ்லீம் சகோதரர்களுக்கு அதிகமாக விட்டுக் கொடுத்துவிட்டோம் எனச் சிலர் குறிப்பிடுகின்றனர். நாம் அதிகமாக விட்டுக் கொடுத்திருக்க முடியாது எனக் கூறும் பொழுது இந்தியா முழுமையிலும் உள்ள இந்துக்களின் எண்ணத்தை நான் பிரதிநிதித்துவப்படுத்துகிறேன் என்பதில் எனக்கு எவ்வித ஐயப்பாடும் இல்லை. சுயராஜ்ஜிய உரிமைகள் முஸ்லீம்களுக்கு மட்டும் வழங்கப்பட்டாலும் அதைப்பற்றி நான் கவலைப்பட மாட்டேன். அதேபோல அத்தகைய உரிமைகள் கடைக்கோடி இந்துக்களுக்கு மட்டும் வழங்கப்பட்டாலும் நான் கவலைப்பட மாட்டேன். மூன்றாவது தரப்புக்கு எதிராகப் போராடும்பொழுது நான் ஒன்றுபட்டு நிற்க வேண்டியது மிகவும் அவசியமாகும். மதம், இனம் உள்ளிட்ட அனைத்து வேறுபாடுகளையும் மறந்து ஒன்று பட்டிருக்க வேண்டியது அவசியமாகும்' என திலகர் அச் சமயத்தில் பிரகடனப்படுத்தினார்.

தனி வாக்காளர்கள் என்பதன் அடிபடையிலான அரசியல் சீர்திருத்தத்தைக் கூட்டாக வலியுறுத்தும் ஒரே தீர்மானத்தை இரு அமைப்புகளின் மாநாடுகளும் நிறைவேற்றின. இந்தியாவுக்கு முன்கூட்டியே சுயாட்சி வழங்கும் பிரகடனத்தை பிரிட்டீஷ் அரசாங்கம் வெளியிட வேண்டுமென இரு மாநாடுகளிலும் வலியுறுத்தப்பட்டது. லக்னோ உடன்பாடு இந்து - முஸ்லீம் ஒற்றுமையில் முன்னோக்கி எடுத்து வைக்கப்பட்ட ஒரு முக்கிய அடியாகும். துரதிருஷ்டவசமாக, இந்து மற்றும் முஸ்லீம் வெகுஜனங்களை இது ஒருங்கிணைக்கவில்லை. தனி வாக்காளர்கள் என்ற கேடு விளைவிக்கும் கோட்பாட்டையும் அது ஏற்றுக்கொண்டது. அது கல்வியறிவு பெற்ற இந்துக்களையும், முஸ்லீம்களையும் தனி அரசியல் அடையாளங்களுடன் ஒருங்கிணைப்பதன் அடிப்படையிலான கருத்தாகும். வேறு வார்த்தைகளில் குறிப்பிட்டால் அவர்களுடைய அரசியல் பார்வையை மதச்சார்பின்மை மயமாக்கல் அரசியலில் இந்து அல்லது முஸ்லீம்களுக்கென தனித்த நலன்கள் ஏதுமில்லை என்பதை உணர வைக்க இயலாது. ஆகவே லக்னோ உடன்பாடு இந்திய அரசியலில் எதிர்காலத்தில் மீண்டும் வகுப்புவாதம் தலைதூக்க வழிகோலியது.

ஆனால் லக்னோவில் நடைபெற்ற வளர்ச்சிப் போக்குகளின் உடனடி விளைவுகள் பிரம்மாண்டமானவை. மிதவாதிகளுக்கும் தீவிரவாதிகளுக்கும் இடையிலும், தேசிய காங்கிரசுக்கும் முஸ்லீம் லீக்குக்கும் இடையிலும் ஏற்பட்ட ஒற்றுமை நாட்டில் மாபெரும் உற்சாகத்தைக் கிளப்பியது. தேசியவாதிகளைச் சாந்தப்படுத்துவது அவசியமென பிரிட்டீஷ் அரசாங்கமும் உணர்ந்தது. அதுவரை அது தேசிய இயக்கத்தைக் கடுமையாக ஒடுக்கி வந்தது. ஏராளமான தீவிர தேசியவாதிகளும், புரட்சியாளர்களும் சிறையில் இருந்து வந்தனர் அல்லது இந்தியப் பாதுகாப்புச் சட்டம் மற்றும் பிற வழிமுறைகளின் மூலம் சிறையில் அடைக்கப்பட்டனர். தேசிய உணர்வைச் சாந்தப்படுத்த அரசாங்கம் முடிவெடுத்தது. பிரிட்டீஷ் பேரரசின் ஒருங்கிணைந்த அங்கமாக, பொறுப்பான இந்திய அரசாங்கம் உருவாக்குவதை நோக்கமாகக்

கொண்டு, சுயாட்சி பெற்ற நிறுவனங்களின் படிப்படியான வளர்ச்சியை ஏற்படுத்துவதென '1917-ம் ஆண்டு ஆகஸ்டு 20-அன்று இந்தியா குறித்த தனது கொள்கையை அது அறிவித்தது. அதற்கென 1918-ம் ஆண்டு மாண்டேகு - செமஸ்போர்டு சீர்திருத்தங்கள் அறிவிக்கப்பட்டன. ஆனால், இந்திய தேசிய இயக்கம் அதனால் திருப்தியடைந்துவிட வில்லை. உண்மையில் வெகுஜனப் போராட்ட யுகம் அல்லது காந்திய யுகம் எனப்படும் மூன்றாவது இறுதிக் கட்டத்துக்குள் இந்திய தேசிய இயக்கம் நுழைந்தது.

12

விடுதலைப் போராட்டம் - முதல் கட்டம்! (1919-1927)

1919-ம் ஆண்டு வெகுஜன மக்கள் இயக்க யுகம் ஆரம்பித்ததைத் தொடர்ந்து தேசிய இயக்கத்தின் மூன்றாவது மற்றும் இறுதிக் கட்டம் தொடங்கியது. உலக வரலாற்றில் மகத்தான வெகுஜனப் போராட்டத்தை இந்திய மக்கள் நடத்தினர். இந்தியாவின் தேசிய புரட்சி வெற்றி பெற்றது.

நாம் முந்தைய அத்தியாயத்தில் கண்டதுபோல, 1914-18 போர்க்காலங்களில் ஒரு புதிய அரசியல் சூழல் கனிந்து வந்தது. தேசியம் தனது சக்திகளை ஒருங்கிணைத்தது. போருக்குப் பிறகு ஒரு பெரும் அரசியல் பலனை தேசியவாதிகள் எதிர்நோக்கினர். அவர்களது எதிர்பார்ப்புகள் நிறைவேறவில்லையெனில் அவர்கள் அதனை வென்றெடுக்க உறுதி பூண்டனர். போருக்குப் பிந்திய ஆண்டுகளில் பொருளாதார நிலைமைகள் மிகவும் மோசமடைந்தன. முதலில் விலை வாசிகள் அதிகரித்தன. அதனைத் தொடர்ந்து பொருளாதார நடவடிக்கைகளில் மந்தம் ஏற்பட்டது. போர்க்காலங்களில் வெளிநாட்டுப் பொருட்களின் இறக்குமதி தடைப்பட்டதால் கோலோச்சிய இந்திய தொழிற்சாலைகள் தற்பொழுது திவாலாகி, மூடப்பட்டன. மேலும் இந்தியாவுக்குள் அன்னிய மூலதனம் பெருமளவுக்கு முதலீடு செய்யப்பட்டு வந்தது.

சுங்க வரியை உயர்த்துவதன் மூலமும் அரசாங்கம் உதவி யளிப்பதன் மூலமும் தமது தொழில்கள் பாதுகாக்கப்பட வேண்டுமென இந்தியத் தொழிலதிபர்கள் எதிர்பார்த்தனர். ஒரு வலுவான தேசிய இயக்கத்தின் மூலமும், சுதந்திர இந்திய அரசாங்கத்தின் மூலமுமே இதனைச் சாதிக்க முடியும் என அவர்கள் உணர்ந்தனர்.

வேலையின்மைக்கும், கடுமையான விலைவாசி உயர் வுக்கும் ஆட்பட்ட தொழிலாளர்களும், கைவினைஞர்களும் தேசிய இயக்கத்தை நோக்கித் தீவிரமாகத் திரும்பினர். ஆப்பி ரிக்கா, ஆசியா, ஐரோப்பிய நாடுகளில் தமது வெற்றியை நிலைநாட்டிவிட்டுத் திரும்பிய இந்தியப் படைவீரர்கள், தன்னம்பிக்கையையும் பரந்த உலகிலிருந்து தாம் பெற்ற அறிவையும் விதைத்தனர். கிராமப்புறங்களில் கடும் வறுமை யினாலும், உயர் வரி விதிப்பினாலும் பாதிப்புக்குள்ளான விவசாயிகள் தலைமைக்காகக் காத்திருந்தனர். நகர்ப்புற கல்வி யறிவு பெற்ற இந்தியர்களிடையே வேலையின்மை அதிகரித்து வந்தது. இவ்வாறு இந்திய சமுதாயத்திலுள்ள அனைத்துத் தரப்பினரும் பொருளாதார நெருக்கடி, கடும் வறட்சி அதிக விலை உயர்வு, தொற்று நோய் போன்றவற்றினால் பெரும் பாதிப்புக்கு உள்ளாகி வந்தனர்.

சர்வதேச நிலைமையும், தேசிய மறு எழுச்சிக்குச் சாதக மாக இருந்தது. முதலாம் உலகப்போர், ஆசியா, ஆப்பிரிக்கா முழுமையிலும் இருந்து வந்த தேசிய இயக்கத்துக்குப் பெரும் உத்வேகத்தை அளித்தது. நேச நாடுகள் - பிரிட்டன், அமெரிக்கா, பிரான்ஸ், இத்தாலி, ஜப்பான் - தமது போர் முயற்சிக்கு மக்கள் ஆதரவைப் பெறுவதற்காக உலகம் முழுவதும் உள்ள மக்கள் அனைவருக்கும் ஜனநாயகத்துக்கான புதிய யுகத்தையும், தேசிய சுய நிர்ணய உரிமையையும் அளிப்பதாக வாக்குறுதி அளித்தன. ஆனால் அவர்களது வெற்றிக்குப் பிறகு, காலனிய அமைப்பு முறையை முடிவுக்குக் கொண்டு வருவதற்காக எதுவும் செய்யவில்லை. மாறாக, பாரீஸ் சமாதான மாநாட்டி லும், பல்வேறு சமாதான உடன்பாடுகளிலும் போர்க்கால வாக்குறுதிகள் அனைத்தும் மறந்து போயின. உண்மை

யில் அவற்றுக்குத் துரோமிழைக்கப்பட்டது. தோற்கடிக்கப் பட்ட ஜெர்மனி, துருக்கி ஆகிய வல்லரசுகளின் முன்னாள் காலனிகளான ஆப்பிரிக்கா, மேற்கு ஆசியா, கிழக்கு ஆசியா போன்றவை வெற்றிபெற்ற வல்லரசுகளுக்குக் கிடையில் பகிர்ந்து கொள்ளப்பட்டன. ஆசியா, ஆப்பிரிக்காவெங்கும் தீவிர தேசியவாதம் தலைதூக்கியது. இந்தியாவில் பிரிட்டீஷ் அரசாங்கம் அரசியல் சாசன சீர்திருத்தத்துக்கு அரைகுறை மனதுடன் முயன்ற அதேசமயம், அரசியல் அதிகாரத்தைப் பற்றியோ, அல்லது அதை இந்தியர்களுடன் பகிர்ந்து கொள் வதைப் பற்றியோ எவ்வித நோக்கமும் இல்லை என்பதை அது தெளிவுபடுத்தியது.

வெள்ளையர்களின் கௌரவம் பாதிப்புக்குள்ளானது உலகப் போரின் மற்றொரு முக்கிய விளைவாகும். ஐரோப்பிய வல்லரசுகள் அவர்களது ஏகாதிபத்தியத்தின் தொடக்கக் காலத்திலிருந்தே தனது மேலாண்மையைப் பராமரித்து வருவதற்காக இன மற்றும் பண்பாட்டு மேன்மை குறித்த கருத்தைப் பயன்படுத்தி வந்துள்ளன. ஆனால் போரின் பொழுது இரண்டு தரப்பிலும் ஒருவரையொருவர் எதிர்த்து நடத்திய தீவிர பிரச்சாரம், அவர்களது முரட்டுத்தனமான, நகாரிகமற்ற காலனிய நடத்தைகளைத் தோலுரித்துக் காட்டுவதாக அமைந்திருந்தது. இயல்பாக, வெள்ளையர்களின் மேன்மையில் நம்பிகககை கொண்டிருந்த இரண்டு தரப்பு காலனிகளையும் சேர்ந்த மக்கள் அவர்கள் மீதான அச்சத்தை இழந்தனர்

ரஷ்யப் புரட்சியின் தாக்கத்தினால் தேசிய இயக்கங் களுக்கு ஒரு பெரும் ஆதர்சம் கிடைத்தது. 1917-நவம்பர் - 7 அன்று வி.ஐ.லெனின் தலைமையிலான போல்செவிக் (கம்யூனிஸ்ட்) கட்சி ரஷ்யாவில் ஜார் மன்னனின் ஆட்சியைத் தூக்கியெறிந்து உலக வரலாற்றில் முதலாவது சோசலிச அரசு, சோவியத் யூனியன் அமைக்கப்பட்டதைப் பிரகடனப் படுத்தியது. புதிய சோவியத் ஆட்சி, சீனாவிலும், ஆசியாவின் பிற பகுதிகளிலும் இருந்து வந்த அதன் ஏகாதிபத்திய உரிமைகளை ஒரு தரப்பாகக் கைவிட்டு, ஆசியாவிலிருந்த

ஜார் மன்னனின் முன்னாள் காலனி நாடுகளுக்கு சுய நிர்ணய உரிமையை வழங்கியதன் மூலமும், முந்திய ஆட்சியாளர்களால் ஒடுக்கப்பட்டு வந்த ஆசிய தேசிய இனங்களுக்கு சம உரிமை வழங்கியதன் மூலமும் அது காலனிய நாடுகளில் எழுச்சியை தீவிரப்படுத்தியது. காலனிய மக்களின் இதயங்களில் ரஷ்யப் புரட்சி இடம் பிடித்தது. பொது மக்களிடம் ஏராளமான வலிமையும், ஆற்றலும் உள்ளது என்ற முக்கியமான படிப்பினையை காலனிய மக்களுக்கு அது வழங்கியது. உள்நாட்டிலுள்ள கொடுங்கோலர்களுக்கு எதிராக நிராயுத பாணிகளான விவசாயிகளும், தொழிலாளர்களும் புரட்சியை நடத்த முடியும் எனில், அடிமை தேசங்களைச் சேர்ந்த மக்களும் நன்கு ஒன்றுபட்டு அமைப்பு ரீதியாகத் திரண்டு சுதந்தரத்துக்கான உறுதியுடன் போராடினால் அதனைச் சாதிக்க முடியும்.

போருக்குப் பிந்திய தேசியக் கிளர்ச்சிகளால் ஆப்பிரிக்க - ஆசிய நாடுகளிலும் மாற்றங்கள் ஏற்பட்டன என்ற உண்மை இந்திய தேசிய இயக்கத்தையும் பாதித்தது. தேசிய இயக்கம் இந்தியாவில் மட்டுமல்லாமல் அயர்லாந்து, துருக்கி, எகிப்து, வட ஆப்பிரிக்காவிலுள்ள பிற அரேபிய நாடுகள், மேற்கு ஆசியா, ஈரான் ஆப்கானிஸ்தான், பர்மா, மலேசியா, இந்தோனேசியா, இந்தோ - சீனா, பிலிப்பைன்ஸ், சீனா, கொரியா ஆகிய நாடுகளிலும் வீறுகொண்டெழுந்தது.

தேசிய மற்றும் அரசாங்க எதிர்ப்பு உணர்வுகள் எழுச்சியுற்று வருவதை உணர்ந்த அரசாங்கம் மீண்டும் ஒருமுறை, ஒருபுறம் சலுகைகள் மறுபுறம் ஒடுக்குமுறை என்ற கொள்கையைப் பின்பற்றத் தொடங்கியது. மாண்டேகு - செம்ஸ்போர்டு சீர்திருத்தங்களின் மூலம் வழங்கப்பட்டவையே அந்தச் சலுகைகளாகும்.

மாண்டேகு - செம்ஸ்போர்டு சீர்திருத்தங்கள் :

1918 - ம் ஆண்டு அரசுச் செயலாளர் எட்வின் மாண்டேகு, வைஸ்ராய், செம்ஸ்போர்டு பிரபு ஆகியோர் அரசியல்

சாசன சீர்திருத்தத்துக்கான திட்டம் ஒன்றை உருவாக்கினர். அது 1919-ம் ஆண்டு இந்திய அரசாங்கச் சட்டம் இயற்று தலுக்கு இட்டுச் சென்றது. மாகாண சட்டமன்ற கவுன்சில்கள் விரிவுபடுத்தப்பட்டன. அதன் பெரும்பான்மையான உறுப்பினர்கள் தேர்ந்தெடுக்கப்பட்டவர்களாக இருந்தனர். இரட்டை யாட்சி முறையின் கீழ் மாகாண அரசாங்கங்களுக்குக் கூடுதல் அதிகாரங்கள் வழங்கப்பட்டன. இந்த முறையின்கீழ் நிதி, சட்டம், ஒழுங்கு போன்ற சில துறைகள், 'ஒதுக்கீடு' செய்யப் பட்டவைகளாக இருந்தன. ஆளுநரின் நேரடிக் கட்டுப் பாட்டிலேயே தொடர்ந்து இருந்து வந்தன. கல்வி, பொதுச் சுகாதாரம் உள்ளாட்சி போன்ற மற்ற துறைகள் மாறுதலுக் குரியனவாகவும், சட்டமன்றங்களுக்குப் பொறுப்பான அமைச் சர்களின் கட்டுப்பாட்டிலும் இருந்து வந்தன. சில செல வழிக்கும் துறைகள் மாறுதலுக்குரியனவாக இருந்தபோதிலும், நிதித்துறையின் மீது ஆளுநர் தனது முழுமையான கட்டுப் பாட்டைக் கொண்டிருந்தார். தனிச்சிறப்பானது எனத் தாம் கருதுகின்றன எந்தவொரு அம்சத்திலும் அமைச்சர்களை மீறி ஆளுநர் செயல்பட முடியும். மத்தியில் இரண்டு சட்டமன்ற அவைகள் இருந்தன. 144 உறுப்பினர்களைக் கொண்ட சட்டப்பேரவை எனப்படும் கீழ்ச்சபையில் 41 பேர் நியமன உறுப்பினர்களாவர். அரசு கவுன்சில் எனப்படும் மேல்சபையில் 26 பேர் நியமன உறுப்பினர்களாகவும், 34 பேர் தேர்ந் தெடுக்கப்பட்ட உறுப்பினர்களாகவும் இருந்தனர். சட்ட மன்றத்தின் மீது கவர்னர் ஜெனரலுக்கும், அவரது நிர்வாகக் குழுவுக்கும் எவ்வித கட்டுப்பாடும் கிடையாது. மறுபுறத்தில், மாகாண அரசாங்கங்களின் மீது அரசாங்கத்துக்கு தடை யற்ற கட்டுப்பாடு இருந்தது. வாக்குரிமையும் கடுமையாகக் கட்டுப்படுத்தப்பட்டிருந்தது. 1920-ம் ஆண்டு மொத்த வாக் காளர்களின் 9,09,874 பேர் கீழ்ச்சபைக்கும் 17,364 பேர் மேல் சபைக்கும் வாக்காளர்களாக இருந்தனர்.

ஆயினும் இந்திய தேசியவாதிகள் சலுகை இத்தகைய சலுகைகளுக்கு மேலாக எதிர்பார்த்தனர். பெயரளவிலான அரசியல் அதிகாரத்தினைக் கொண்டு திருப்தியடைய அவர்கள் தயாரில்லை. இத்தகைய சீர்திருத்த முன்மொழிவுகள் குறித்து

விவாதிப்பதற்காக ஹசன் இமாம் தலைமையில் 1918-ம் ஆண்டு ஆகஸ்டு மாதம் பம்பாயில் இந்திய தேசிய காங்கிரசின் சிறப்பு மாநாடு கூடியது. அந்த முன்மொழிவுகள் 'அதிருப்தி யளிக்கக் கூடியனவாகவும், ஏமாற்றமளிப்பதாகவும்' இருந்த தாக மாநாடு கண்டித்தது. மாறாக, திறம்பட்ட சுயாட்சியை அது வலியுறுத்தியது. சுரேந்திரநாத் பானர்ஜி போன்ற சில மூத்த காங்கிரஸ் தலைவர்கள் அரசாங்கத்தின் முன்மொழிவு களுக்கு ஆதரவாக இருந்தனர். அச்சமயத்தில் அவர்கள் காங் கிரஸிலிருந்து வெளியேறி இந்திய தாராளவாதிகள் கூட்ட மைப்பை நிறுவினர். தாராளவாதிகள் என்றழைக்கப்பட்ட அவர்கள், அதன்பிறகு இந்திய அரசியலில் ஒரு சிறு பங்கையே வகித்து வந்தனர்.

ரௌலட் சட்டம் :

இந்தியர்களைத் திருப்திப்படுத்த முயன்ற அதே சமயம், இந்திய அரசாங்கம் அவர்களை ஒடுக்கவும் தயாராக இருந்தது. போர்க்காலம் முழுவதும் தேசியவாதிகளுக்கு எதிரான ஒடுக்கு முறையும் தொடர்ந்தது. பயங்கரவாதிகளும், புரட்சியாளர் களும் வேட்டையாடப்பட்டு, சிறையிலடைப்பதும், தூக்கி லேற்றுவதுமான காட்சிகள் அரங்கேறின. அபுல்கலாம் ஆசாத் போன்ற மற்ற பல தேசியவாதிகளும் சிறையில் அடைக்கப் பட்டனர். அரசாங்கத்தின் சீர்திருத்தங்களினால் திருப்தி யடைய மறுக்கும் தேசியவாதிகளை ஒடுக்குவதற்காக, ஒப்புக் கொள்ளப்பட்ட சட்ட விதிக் கோட்பாடுகளுக்கு எதிராக, தனது முழு அதிகாரத்தையும் பயன்படுத்துவதென அரசாங்கம் தீர்மானித்தது. மத்திய சட்டமன்றக்குழு உறுப்பினர்கள் அனைவரும் எதிர்த்த போதிலும், 1919-ம் ஆண்டு மார்ச் மாதம் ரௌலட் சட்டம் நிறைவேற்றப்பட்டது. நீதிமன்ற விசாரணை யும், தண்டனையும் இன்றியே எவர் ஒருவரையும் சிறையில் தள்ள இச்சட்டம் அரசாங்கத்துக்கு அதிகாரம் அளித்தது. பிரிட்டனில் சிவில் உரிமையின் அடித்தளமாக விளங்கும் ஹேபியஸ் கார்பஸ் உரிமையை அரசாங்கம் ரத்து செய்வதற்கும் இச்சட்டம் வழிவகை செய்தது.

மகாதமா காந்தி தலைமை ஏற்றல் :

ஒரு திடீர்த் தாக்குதலைப் போல ரௌலட் சட்டம் வந்தது. இந்திய மக்களைப் பொறுத்தவரையில், ஜனநாயகத்தை விரிவுபடுத்தப் போவதாக வாக்குறுதி அளித்த அரசாங்கத்தின் செயல் ஒரு நகைமுரணாகத் தோன்றியது. பசியுடன் ரொட்டித் துண்டுக்காக காத்திருக்கும் மனிதனுக்கு கற்களை அளிப்பது போன்றது இது. ஜனநாயகத்தை வளர்ப்பதற்கு மாறாக சிவில் உரிமைகள் மேலும் கட்டுப்படுத்தப்பட்டன. நாட்டில் பதற்றம் அதிகரித்தது. இச்சட்டத்துக்கு எதிராக வலுவான கிளர்ச்சி வெடித்தது. இக்கிளர்ச்சியின்பொழுது, ஒரு புதிய தலைவர், மோகன்தாஸ் கரம்சந்த் காந்தி தேசிய இயக்கத்தின் தலைமையை ஏற்றார். முந்திய தலைமையின் அடிப்படையான பலவீனங்களை புதிய தலைவர் பலமாக மாற்றினார். தென்னாப்பிரிக்க இனவெறிக்கு எதிரான போராட்டத்தில் ஒத்துழையாமை இயக்கம் என்ற புதிய வடிவிலான போராட்டத்தின் மூலமும், சத்தியாகிரகம் என்ற புதிய போராட்டத்தின் யுக்தியின் மூலமும் அவர் உருப் பெற்றார். இந்தியாவில் பிரிட்டீஷ் ஆட்சிக்கு எதிராக அவற்றைப் பிரயோகித்தார். மேலும், அவர் இந்திய விவசாயிகளின் பிரச்சினைகளையும், மனோநிலையையும் புரிந்து கொண்டு அவர்களிடத்தில் அடிப்படையில் அனுதாபத்தைக் காட்டினார். ஆகவே அவர் இதனை நடைமுறைப்படுத்தும் வகையில், தேசிய இயக்கத்தின் மைய நீரோட்டத்துக்குள் அவர்களைக் கொண்டு வந்தார். இவ்வாறு அவர் இந்திய மக்கள் அனைவரையும் ஒன்றுபடுத்தி, எழுச்சியூட்டி தீவிர வெகுஜன தேசிய இயக்கத்துக்குள் கொண்டு வந்தார்.

காந்திஜியும் அவரது கருத்துகளும் :

*காந்திஜி 1869-ம் ஆண்டு அக்டோபர் 2-ம் நாள் குஜராத்*திலுள்ள போர்பந்தரில் பிறந்தார். பிரிட்டனில் தனது சட்டப் படிப்பை முடித்து தென்னாப்பிரிக்காவுக்கு வழக்குரைஞர் தொழிலுக்காகச் சென்றார். உயர்ந்த நீதியின் உணர்வுக்கு

ஆட்பட்டிருந்த காந்திஜி, தென்னாப்பிரிக்கக் காலனிகளில் இந்தியர்கள் அடிபணிந்து, இனரீதியான அநீதிக்கும், பாகு பாட்டுக்கும், தாழ்வுக்கும் உள்ளாகி வந்ததற்கு எதிராகப் போராடினார். தென்னாப்பிரிக்காவுக்குச் சென்ற இந்திய தொழிலாளர்களுக்கும், அவர்களைத் தொடர்ந்து சென்ற வியாபாரிகளுக்கும் வாக்குரிமை மறுக்கப்பட்டது. அவர்கள் தமது பெயரைத் பதிவு செய்துகொண்டு, தேர்தல் வரி செலுத்த வேண்டியிருந்தது. ஒரு குறிப்பிட்ட ஒதுக்கப்பட்ட இடங் களைத் தவிர வேறு இடங்களில் அவர்கள் குடியிருக்க முடியாது. அந்த இடங்கள் கழிப்பிட வசதி ஏதுமற்ற குறுக லானவைகளாக இருந்தன. தென்னாப்பிரிக்கக் காலனிகள் சிலவற்றில் ஆசியர்களும், ஆப்பிரிக்காவைச் சேர்ந்தவர்களும் இரவு 9 மணிக்கு மேல் வீட்டைவிட்டு வெளியில் தங்கக் கூடாது, பொதுப்பாதைகளையும், பயன்படுத்த முடியாது. இத்தகைய நிலைமைகளுக்கு எதிரான போராட்டத்திற்கு காந்திஜி விரைவில் தலைமை ஏற்றார். 1893-1914 கால கட்டத்தில் தென்னாப்பிரிக்க இனவெறி ஆட்சிக்கு எதிராக வீரம் செறிந்த போராட்டத்தில் ஈடுபட்டார். சுமார் இருப தாண்டு காலம் நடைபெற்ற நீண்ட போராட்டத்தின் பொழுது தான் அவர் உண்மை மற்றும் அஹிம்சை என்பதன் அடிப் படையிலான சத்தியாகிரக யுக்தியை உருவாக்கினார். இந்த இலட்சியபூர்வமான சத்தியாகிரக உண்மையானவராகவும், சாந்தத்துடனும் விளங்கி வந்தார். அதேசமயம் அவர் தவறு என கருதுகின்ற அம்சத்தில் அடிபணிய மறுத்துவிடுவார்.

இன்னல் விளைவிப்பவர்களுக்கு எதிரான போராட் டத்தின் பொழுது ஏற்படும் துன்பங்களை விரும்பி ஏற்றுக் கொள்வார். உண்மையின் மீது அவர் கொண்ட நேசத்தின் ஒரு பகுதியாக இப்போராட்டம் இருந்தது. ஆனால் தீமைகளை எதிர்க்கும் அதே சமயம், தீமை இழைப்பவரை நேசித்தார். வெறுப்பு என்பது உண்மையான சத்தியாகிரகியின் இயல்புக்கு அன்னியமானது. மேலும் அவர் அச்சமற்றவராகவும், விளங்கி னார். எத்தகைய விளைவுகள் ஏற்பட்ட போதிலும் தீமை யின் முன்பாக ஒருபோதும் தலைவணங்கியதில்லை. காந்திஜி யின் பார்வையில் அஹிம்சை என்பது பலவீனமானவர்

களும், கோழைகளும் பின்பற்றும் ஆயுதமல்ல. வலிமையும், துணிவும் கொண்டவர்களாலேயே அதனை நடைமுறைப் படுத்த இயலும். கோழைகள் வன்முறைக்கும் தயாராக இருப்பார்கள். 'வன்முறை என்பது மிருகங்களின் பண்பு எனில், அஹிம்சை என்பது நமது மனித இனத்தின் பண்பாகும். ஆனால், கோழைத்தனத்துக்கும், வன்முறைக்கும் இடையிலான ஒன்றைத் தேர்வு செய்ய வேண்டுமெனில், வன்முறையைத் தான் நான் வழிமொழிவேன். இந்தியத் தாயின் கௌரவம் பறிபோகும்பொழுது, கோழைத்தனமாக அல்லது ஆதரவற்ற பார்வையாளராக இருந்துகொண்டிருப்பதைக் காட்டிலும் தனது கௌரவத்தைத் தற்காத்துக் கொள்வதற்காக இந்தியத் தாய் ஆயுதம் ஏந்த வேண்டுமென நான் கூறுவேன்' என 1920-ம் ஆண்டு 'இளம் இந்தியா' என்ற வார இதழில் தனது புகழ் பெற்ற கட்டுரை ஒன்றில் எழுதியுள்ளார்.

'உண்மை, அஹிம்சை ஆகிய பண்புகளை மட்டுமே நான் வலியுறுத்த விரும்புகின்றேன். அதீத மானுட சக்திகளில் எனக்கு உரிமை கொண்டாட ஏதுமில்லை. அத்தகைய எதையும் எதிர் பார்க்கவில்லை' என தனது வாழ்வின் தத்துவத்தை ஒருமுறை தொகுத்துக் கூறினார்.

சிந்தனையையும் நடைமுறையையும் நம்பிக்கையையும், செயல்பாட்டையும் பிரித்துப் பார்க்காதது, காந்ஜியின் அணுகு முறையிலுள்ள மற்றொரு முக்கியமான அம்சமாகும். அவரது உண்மையும் அஹிம்சையும் வெறுமனே வீராவேசமாக முழங்குவதும், எழுதுவதும் மட்டுமல்ல, அன்றாட வாழ்க்கை முறையாகும்.

மேலும், காந்திஜி சாதாரண மக்களின் போராட்டத் திறனில் அபார நம்பிக்கைக் கொண்டிருந்தார். உதாரணமாக சென்னையில் தனக்கு அளிக்கப்பட்ட வரவேற்பு நிகழ்ச்சி யில் உரையாற்றும் பொழுது, 1915-ம் ஆண்டில் தென்னாப் பிரிக்காவில் தன்னுடன் இணைந்து பணியாற்றிய ஒரு சாதாரண மனிதனைப் பற்றி பின்வருமாறு குறிப்பிட்டார் :

'என்னால், பெரிய மனிதர்கள் ஆதர்சம் பெற்றிருப்பதாக நீங்கள் குறிப்பிட்டீர்கள். இக்கருத்தை நான் ஏற்கவில்லை.

நம்பிக்கை ஏதுமின்றி உழைத்துக் கொண்டிருக்கிற, எப் பொழுதும் எத்தகைய எதிர்பார்ப்புமின்றி இருக்கின்ற சாதாரண பொதுமக்களே எனது ஆதர்சம் ஆவர். அவர்களே என்னை உரிய இடத்துக்குக் கொண்டு வந்தனர். அவர்களது தியாகத்தாலும், அவர்களது மாபெரும் நம்பிக்கையினாலும், இப்பணியைச் செய்வதற்கு மாபெரும் கடவுளிடம் அவர்கள் கொண்டிருந்த நம்பிக்கையினாலும் நான் இப்பணியினைச் செய்யும் அளவுக்கு அவர்கள் என்னை நிர்ப்பந்தித்துள்ளனர்' என அவர் குறிப்பிட்டார்.

அதேபோல, 1942 –ம் ஆண்டு, 'பேரரசின் வல்லமையை எதிர்கொள்வதைப் பற்றி' என்ன கருதுகிறீர்கள் என அவரிடம் வினவியபொழுது, 'லட்சோபலட்சம் ஊமையர்களின் வல்ல மையைக் கொண்டு' என அவர் பதிலளித்தார்.

காந்திஜி 1915–ம் ஆண்டு தனது 46–வது வயதில் இந்தி யாவுக்குத் திரும்பினார். இந்திய நிலைமைகளையும், இந்திய மக்களையும் புரிந்துகொள்வதற்காக அவர் ஓராண்டு காலம் இந்தியா முழுவதும் சுற்றுப்பயணம் மேற்கொண்டார். 1916–ம் ஆண்டு அகமதாபாத்தில் சபர்மதி ஆசிரமத்தை நிறுவினார். அங்கு அவரது நண்பர்களும், ஆதரவாளர்களும் உண்மை மற்றும் அஹிம்சை பற்றிய கருத்துகளைப் பயின்றும், நடைமுறைப்படுத்தியும் வந்தனர். அவரது புதிய போராட்ட வழிமுறையின் மூலம் பரிசோதனை மேற்கொள்ளவும் தொடங்கினர்.

சாம்பரன் சத்தியாகிரகம் (1917) :

1917- ம் ஆண்டு பீகாரிலுள்ள சாம்பரன் மாவட்டத்தில் காந்திஜி சத்தியாகிரகத்தின் முதலாவது மாபெரும் பரி சோதனையைத் தொடங்கினார். அம்மாவட்டத்தில் அவுரித் தோட்டங்களிலிருந்த விவசாயிகள் ஐரோப்பியத் தோட்ட முதலாளிகளால் கசக்கிப் பிழியப்பட்டனர். அவர்கள் தமது நிலங்களில் அவுரி பயிரிடவும், அவற்றைத் தோட்ட முதலாளி கள் நிர்ணயிக்கும் விலைக்கு விற்கவும் நிர்ப்பந்திக்கப்

பட்டனர். வங்காளத்திலும் இதேபோன்ற நிலை முன்பு நிலவியது. ஆனால் 1859-61-ம் ஆண்டுகளில் ஏற்பட்ட பெரும் எழுச்சியின் விளைவாக அவுரித் தோட்ட முதலாளிகளிடமிருந்து விவசாயிகள் விடுதலை பெற்றனர்.

தென்னாப்பிரிக்காவில் காந்திஜி மேற்கொண்ட இயக்கங்களைப் பற்றி கேள்வியுற்ற விவசாயிகள் பலர் அவர்களுக்கு உதவிட சாம்பரனுக்கு வருமாறு அவரை அழைத்தனர். பாபு ராஜேந்திர பிரசாத், முசார் உல் ஹக், ஜெ.பி. கிருபளானி, நார்ஹரி பரேக், மாதவ் தேசாய் ஆகியோருடன் 1917-ம் ஆண்டு சாம்பரன் சென்றடைந்த காந்திஜி அங்கு விவசாயிகளின் நிலைமைகள் குறித்து விரிவான ஆய்வைத் தொடங்கினார். இதனால் ஆத்திரமுற்ற மாவட்ட அதிகாரிகள், அவரை மாவட்டத்தைவிட்டு வெளியேற உத்தரவிட்டனர். அந்த உத்தரவை நிராகரித்த அவர் வழக்கையும், சிறைத் தண்டனையையும் ஏற்கத் தயாரானார். அரசாங்கம் தனது முந்திய உத்தரவை ரத்து செய்யும் நிர்ப்பந்தத்தை இது ஏற்படுத்தியது. ஒரு விசாரணைக் குழுவையும் நியமித்தது. அதில் காந்திஜியும் ஒரு உறுப்பினராகச் செயல்பட்டார். இறுதியில் விவசாயிகளின் துன்பங்களுக்குக் காரணமான பிரச்சினைகள் ஒழுங்கு படுத்தப்பட்டன. இந்தியாவில் சிவில் ஒத்துழையாமை இயக்கத்தின் முதலாவது போரில் காந்திஜி வெற்றிபெற்றார். இந்திய விவசாயிகள் கடுமையான வறுமையில் வாடி வருவதையும் அவர் கண்ணுற்றார்.

அகமதாபாத் மில் வேலை நிறுத்தம் :

1918-ம் ஆண்டு அகமதாபாத்தில் மில் முதலாளிகளுக்கு, தொழிலாளர்களுக்கும் இடையில் ஏற்பட்ட பிரச்சினையில் மகாத்மா காந்தி தலையிட்டார். 35 சதவித ஊதிய உயர்வை வலியுறுத்த தொழிலாளர்கள் வேலை நிறுத்தத்தில் ஈடுபட வேண்டுமென அவர் ஆலோசனை கூறினார். ஆனால் வேலை நிறுத்தத்தின் போது தொழிலாளர்கள் வேலை அளிப்பவர்களுக்கு எதிராக வன்முறையில் ஈடுபடக்கூடாது என அவர் வலியுறுத்தினார். தொழிலாளர்கள் போராட்டத்தைத் தொடரு

வதற்கான மன உறுதியை வலுப்படுத்துவதற்காக அவர் சாகும் வரை உண்ணாவிரதப் போராட்டத்தில் இறங்கினார். ஆனால் அவரது உண்ணாவிரதம் மில் முதலாளிகள் மீதும் நிர்ப்பந்த்தை ஏற்படுத்தியது. உண்ணாவிரதத்தின் நான்காவது நாளன்று தொழிலாளர்களுக்கு 35 சதவீத ஊதிய உயர்வு வழங்க அவர்கள் ஒப்புக்கொண்டனர்.

1918-ம் ஆண்டு குஜராத்திலுள்ள கேதா மாவட்டத்தில் பயிர் சாகுபடி பொய்த்துப்போனது. ஆனால், அரசாங்கம் வரி தள்ளுபடி செய்ய மறுத்து முழுமையாக வசூல் செய்யப்பட வேண்டுமென வலியுறுத்தியது. காந்திஜி விவசாயிகளுக்கு ஆதரவாக நின்றார். வரித்தள்ளுபடி செய்ய வேண்டுமென்ற அவர்களது கோரிக்கை நிறைவேறும் வரை விவசாயிகள் நிலவரி செலுத்த வேண்டாமென அவர் ஆலோசனை கூறினார். நிலவரி செலுத்த வாய்ப்புள்ள விவசாயிகளிடமிருந்து மட்டுமே வசூலிப்பது என அரசாங்கம் அறிவுரை வழங்கியதை அடுத்து போராட்டம் வாபஸ் பெறப்பட்டது. கேதா விவசாயிகள் போராட்டத்தின்பொழுது காந்திஜியின் ஆதரவாளர்களாக மாறிய பல்வேறு இளைஞர்களில் சர்தார் வல்லபாய் பட்டேலும் ஒருவராவார்.

இத்தகைய அனுபவங்கள் காந்திஜிக்கு மக்களிடம் நெருக்க மான தொடர்பை ஏற்படுத்தியது. அவர்களது நலனுக்காக அவர் தனது வாழ்நாள் முழுவதும் பாடுபட்டார். உண்மையில் தனது வாழ்வையும், வாழ்க்கை பாணியையும் சாதாரண மக்களைப் போல அமைத்துக் கொண்ட முதலாவது தேசிய இயக்கத் தலைவர் அவரே. ஏழை இந்தியாவின், இந்திய தேசியத்தின் கலக இந்தியாவின் அடையாளமாக அவர் காலத்தே மாறினார். மேலும் மூன்று அம்சங்கள் காந்திஜியின் இதயத்துக்கு மிகவும் பிடித்தமானவைகளாகும். முதலாவது இந்து - முஸ்லீம் ஒற்றுமை, இரண்டாவது, தீண்டாமைக்கு எதிரான போராட்டம், மூன்றாவது நாட்டில் பெண்களின் சமூக அந்தஸ்தை உயர்த்துவது ஆகியன அவை. தனது நோக்கங்களை ஒருமுறை அவர் பின்வருமாறு தொகுத்துக் கூறினார்.

‘ஏழைகள் இந்தியாவைத் தமது நாடாகக் கருதி, அதற்காக அவர்கள் வலுவாகக் குரல் எழுப்பக்கூடிய இந்தியாவுக்காக, மக்களில் உயர்ந்தவர், தாழ்ந்தவர் என்ற வேறுபாடற்ற இந்தியாவுக்காக, அனைத்துச் சமூகங்களும் உறுதியான நல்லிணக்கத்துடன் வாழக்கூடிய இந்தியாவுக்காக நான் உழைக்கப் போகிறேன். அத்தகைய இந்தியாவில் தீண்டாமைக் கொடுமைக்கு இடம் கிடையாது. ஆண்களுக்குச் சமமான அதே உரிமையைப் பெண்களும் அனுபவிப்பர். இதுவே நான் கனவு காணும் இந்தியாவாகும்’ எனக் குறிப்பிட்டார். காந்திஜி ஒரு இந்து பக்தராக இருந்தபோதிலும் அவரது பண்பாடு மற்றும் மத அணுகுமுறை குறுகிய நோக்குக் கொண்டதாக அல்லாமல் பொதுத்தன்மையுடன் விளங்கியது. ‘இந்திய பண்பாடானது இந்து அல்லது இஸ்லாம் அல்லது வேறெந்த பண்பாட்டையும் முழுமையாகக் கொண்டதல்ல. இவை எல்லாவற்றையும் ஒருங்கிணைத்தது அது’ என அவர் எழுதினார். இந்தியர்கள் தமது சொந்தப் பண்பாட்டில் ஆழமான ஈடுபாடு கொண்டிருக்க வேண்டும் என வலியுறுத்திய அவர், அதே சமயம் பிற உலகப் பண்பாடுகளின் சிறந்த அம்சங்களையும் உள்வாங்கிக் கொள்ள வேண்டும் எனக் குறிப்பிட்டார்.

‘அனைத்து நாடுகளின் பண்பாடுகளும் எனது வீட்டிலும் எவ்வளவு தாராளமாக முடியுமோ அந்த அளவுக்கு பரவ வேண்டுமென நான் விரும்புகிறேன். அதேசமயம் அத்தகைய எந்தப் பண்பாடும் என்னை மூழ்கடிப்பதை நான் விரும்பவில்லை. மற்றவர்களுடைய வீடுகளில் ஒரு பிச்சைக்காரனாகவோ, ஒரு அடிமையாகவோ வாழுவதை நான் ஏற்கவில்லை’ என அவர் குறிப்பிட்டார்.

ரௌலட் சட்டத்துக்கு எதிரான சத்தியாகிரகம்:

ரௌலட் சட்டத்தினால் மற்ற தேதியவாதிகளுடன் இணைந்து காந்திஜியும் எழுச்சியுற்றார். 1919-ம் ஆண்டு பிப்ரவரியில் அவர் சத்தியாகிரக சபையை நிறுவினார். அதன் உறுப்பினர்கள் இச்சட்டத்துக்கு அடிபணிய மறுத்ததால், கைதுகளுக்கும் சிறைத்தண்டனைக்கும் உள்ளாக்கப்பட்டனர்.

இது ஒரு புதிய வகையிலான போராட்டமாகும். மிதவாத அல்லது தீவிரவாதத் தலைமையிலான தேசிய இயக்கம் கிளர்ச்சியோடு தனது போராட்டத்தைக் கட்டுப்படுத்திக் கொண்டது. பெரும் கூட்டங்கள், ஆர்ப்பாட்டங்கள், அரசாங் கத்துடன் ஒத்துழைக்க மறுப்பது, அன்னியத் துணிகளையும், பள்ளிகளையும் பகிஷ்கரிப்பது, அல்லது தனிநபர் பயங்கர வாதம் போன்றவை மட்டுமே தேசியவாதிகள் அறிந்த அரசியல் போராட்ட வடிவங்களாகும். சத்தியாகிரகம் இதனைப் புதிய உயர்ந்த மட்டத்துக்கு உயர்த்தியது. தேசியவாதிகள் வெறுமனே கிளர்ச்சி செய்து, தமது அதிருப்தியையும், கோபத்தையும் வார்த்தை அளவில் வெளிப்படுத்துவது என்பதற்கு மாறாக, தற்பொழுது செயல்பாட்டில் இறங்கினர்.

மேலும், இது விவசாயிகள், கைவினைஞர்கள், நகர்ப்புற ஏழைகள் ஆகியோரின் அரசியல் ஆதரவைப் பெரிதும் சார்ந் திருந்தது. தேசிய இயக்க ஊழியர்கள் கிராமங்களுக்குச் செல்ல வேண்டுமென காந்திஜி கேட்டுக்கொண்டார். அங்குதான் இந்தியா வாழ்ந்து கொண்டிருக்கிறது என அவர் குறிப்பிட்டார். அவர் தேசிய இயக்கத்தின் முகத்தைச் சாதாரண மக்களை நோக்கிப் பெரிதும் திருப்பினார்.

காதி அல்லது கைத்தறி மற்றும் கைராட்டையால் நெய்யப்பட்ட துணி போன்றவை இத்தகைய மாறுதல் களுக்கான அடையாளமாக இருந்தன. விரைவில் அது தேசிய வாதிகளின் சீருடையாக மாறியது. உழைப்பின் கண்ணியத் தையும், சுய சார்பின் மதிப்பையும் வலியுறுத்துவதற்காக அவர் அன்றாடம் நூற்பில் ஈடுபட்டு வந்தார். இந்திய மக்கள் தமது உறக்கத்திலிருந்து விழிப்புற்று தீவிர அரசியலில் ஈடுபடும்பொழுதே இந்தியாவுக்கு விடுதலை கிடைக்கும் என அவர் குறிப்பிட்டார். காந்திஜியின் அறைகூவலுக்கு மக்கள் பெருந்தன்மையுடன் செவிசாய்த்தனர்.

1919- மார்ச், ஏப்ரலில் இந்தியாவில் குறிப்பிடத்தக்க அரசியல் விழிப்புணர்வு தென்பட்டது. நாடு முழுமையிலும் மக்கள் இயக்கங்கள் தீவிரமடைந்தன. கடையடைப்புகள்,

வேலை நிறுத்தங்கள், பேரணிகள், ஆர்ப்பாட்டங்கள் அதிகரித்தன. இந்து-முஸ்லீம் ஒற்றுமை முழக்கங்கள் நாலா பக்கங்களிலும் எதிரொலித்தன. நாடு முழுவதும் போராட்டங்கள் பரவின. சீரழிந்த அன்னிய ஆட்சியிடம் நீண்ட காலம் அடிபணிந்திருக்க இந்திய மக்கள் தயாராக இல்லை.

ஜாலியன் வாலாபாக் படுகொலை :

வெகுஜன இயக்கங்களை ஒடுக்குவதில் அரசாங்கம் உறுதியுடன் இருந்தது. பம்பாய், அகமதாபாத், கல்கத்தா, டெல்லி மற்றும் பிற நகரங்களில் நடைபெற்ற ஆர்ப்பாட்டங்களில் நிராயுதபாணிகளாகப் பங்கேற்ற மக்கள் மீது தொடர்ந்து தடியடிப் பிரயோகமும், துப்பாக்கிச்சூடுகளும் நடத்தப்பட்டு வந்தன. 1919-ம் ஆண்டு ஏப்ரல் 6 - அன்று ஒரு பெரும் கடையடைப்புப் போராட்டத்துக்கு காந்திஜி அறை கூவல் விடுத்தார். மக்கள் மகத்தான உத்வேகத்துடன் இதில் பங்கேற்றனர். மக்கள் எதிர்ப்பை குறிப்பாக பஞ்சாபில் அடக்கு முறையின் மூலம் எதிர்கொள்ள அரசாங்கம் முடிவெடுத்தது. அச்சமயம், நவீன வரலாற்றில் மோசமான அரசியல் குற்றம் ஒன்றை அவர்கள் இழைத்தனர். மக்கள் தலைவர்கள் டாக்டர் சைபுதீன் கிச்சுலு, டாக்டர் சத்யபால் ஆகியோர் கைது செய்யப்பட்டதை எதிர்த்து 1919-ம் ஆண்டு ஏப்ரல் 13 அன்று பஞ்சாபிலுள்ள அமிர்தசரசில் ஜாலியன் வாலாபாக்கில் நிராயுதபாணிகளின் பெரும் கூட்டம் ஒன்று கூடியது. அமிர்த சரஸ் மக்களை முழுமையாக அடிபணியச் செய்வதற்காக அவர்களை அச்சுறுத்த வேண்டுமென இராணுவ தளபதி ஜெனரல் டையர் முடிவு செய்தான். ஜாலியன் வாலாபாக் மூன்று பக்கங்களிலும் கட்டிடங்களையும் ஒரே ஒரு வாயிலையும் கொண்டுள்ள ஒரு திறந்தவெளியாகும். டையர் தனது இராணுவத்தினரைக் கொண்டு பாக் (தோட்டத்தை)ஐச் சுற்றி வளைத்து, தனது படைகளைக் கொண்டு வாயிலை அடைத்து விட்டு, சிக்கிக்கொண்ட கூட்டத்தினர் மீது தனது படையாட்களைக் கொண்டு துப்பாக்கிகளாலும், இயந்திரத் துப்பாக்கிகளாலும் சுட உத்தரவிட்டான். துப்பாக்கிச்

குண்டுகள் தீரும்வரை அவர்கள் சுட்டனர். ஆயிரக்கணக் கானோர் கொல்லப்பட்டனர். பலர் படுகாயமடைந்தனர். இத்தகைய படுகொலைக்குப் பிறகு பஞ்சாப் முழுவதும் இராணுவச் சட்டம் பிரகடனப்படுத்தப்பட்டது. மக்கள் காட்டு மிராண்டித்தனமான தாக்குதலுக்கு உள்ளாக்கப்பட்டனர். அரசாங்க விருதினைப் பெற்ற ஒரு தாராளவாத வழக்குரைஞ ரான சிவசாமி ஐயர் பஞ்சாப் தாக்குதல்கள் குறித்து பின்வருமாறு எழுதினார் :

'ஜாலியன் வாலாபாக்கில் கூடியிருந்த மக்கள் கூட்டம் கலைந்து செல்வதற்கு வாய்ப்பளிக்காமல் நிராயுதபாணிகளாக இருந்த அவர்கள் மீது நடத்தப்பட்ட தாக்குதலில் நூற்றுக் கணக்கானோர் படுகொலை செய்யப்பட்டனர். ஜெனரல் டையரின் அலட்சியத்தினால் நூற்றுக்கணக்கான மக்கள் படுகாயமடைந்தனர். மக்கள் கூட்டத்தின் மீது நடத்தப்பட்ட இயந்திரத் துப்பாக்கிச் சூட்டினால் அவர்கள் கலைந்து ஓடினர். பொது இடங்களில் மக்களுக்குக் கசையடி கொடுக்கப்பட்டது. மாணவர்கள் வருகைப் பதிவுக்காக தினசரி 16 மைல் தூரம் நடந்து செல்வதைக் கட்டாயப்படுத்தும் உத்தரவு பிறப்பிக் கப்பட்டது. 500 மாணவர்களும், பேராசிரியர்களும் கைது செய்யப்பட்டு தடுப்புக் காவலில் வைக்கப்பட்டனர். 5 வயது முதல் 72 வயதுக்கு உட்பட்ட பள்ளிக்குழந்தைகள் கொடி அணிவகுப்பில் பங்கேற்க கட்டாயப்படுத்தப்பட்டனர். திருமண ஊர்வலத்தினர் மீதும் கசையடித்தாக்குதல் நடத்தப் பட்டது. தபால்கள் தணிக்கை செய்யப்பட்டன. பத்ஷாகி மசூதி ஆறு வாரங்களுக்கு இழுத்து மூடப்பட்டது. எவ்வித உறுதியான காரணமுமின்றி மக்கள் கைது செய்யப்பட்டு, தடுப்புக்காவலில் வைக்கப்பட்டனர். இஸ்லாமிய பள்ளியில் மாணவர்கள் ஆறுபேர் பள்ளி மாணவர்களைப் போல் அல்லாமல் பெரிய மாணவர்களாக இருந்தனர் என்ற காரணத்துக்காகவே, அவர்கள் மீது கசையடித் தாக்குதல் நடத்தப்பட்டது. கைது செய்யப்பட்டவர்களை அடைத்து வைப்பதற்காக திறந்தவெளி கூடாரங்கள் அமைக்கப்பட்டன. சிவில் அல்லது இராணுவச் சட்டம் எவற்றிலும் இல்லாத வகையில் ஊர்ந்து செல்லுதல், குதித்துச் செல்லுதல் போன்ற

புதுமையான தண்டனைகள் வழங்கப்பட்டு வந்தன. கைவிலங் கிட்டு, பல பேர் ஒன்றாகச் சேர்த்துக் கட்டுப்பட்டு, திறந்த வாகனங்களில் பதினைந்து மணிநேரம் வைக்கப்பட்டனர். நிராயுதபாணிகளாக இருந்த குடிமக்களைத் தாக்குவதற்காக விமானங்கள், லூயிஸ் துப்பாக்கிகள் மற்றும் நவீன அறிவியல் கருவிகள் பயன்படுத்தப்பட்டன. வருகைப் பதிவுக்கு ஆஜர் படுத்துவதற்காக பிணைக் கைதிகளாகக் கொண்டு செல்வது, சொத்துக்களைப் பறிமுதல் செய்வது, சொத்துக்களை அழிப்பது போன்ற அட்டூழியங்கள் நடைபெற்றன. இந்து-முஸ்லீம் ஒற்றுமையை வெளிப்படுத்தியதற்காக இந்துக்களும், முஸ்லீம்களும் ஒருசேர கைவிலங்கிடப்பட்டனர். இந்தியர் களின் வீடுகளில் மின் இணைப்பும், குடிநீர் இணைப்பும் துண்டிக்கப்பட்டன. இந்தியர்களின் வீடுகளிலிருந்த மின் விசிறிகள் அகற்றப்பட்டன. இந்தியர்களின் வாகனங்கள் அனைத்தும் கட்டாயச் சேவைக்காகக் கொண்டு வரப்பட்டு அவை ஐரோப்பியர்கள் பயன்படுத்துவதற்கு அளிக்கப் பட்டன. இராணுவச் சட்டத்தின்கீழ் நடைபெற்ற நிர்வாகத்தில் நிகழ்ந்த சில சம்பவங்கள் இவை. பஞ்சாபில் பயங்கரவாத ஆட்சியை இது உருவாக்கியது. இதனால் பொதுமக்கள் அதிர்ச்சிக்குள்ளாகி இருந்தனர்' என அவர் வர்ணித்துள்ளார்.

பஞ்சாபின் நிகழ்ந்த சம்பவங்களால் நாடு முழுவதும் அச்ச உணர்வு பரவியிருந்தது. ஏகாதிபத்தியமும், அன்னிய ஆட்சியும் நடத்திய நாகரிகத் தொட்டிலுக்குப் பின்னால் மறைந்திருந்த அசிங்கத்தையும் கொடூரத்தையும் மக்கள் கண்டனர். மாபெரும் கவிஞர்கள் தங்கள் அதிர்ச்சியை வெளிப்படுத்தினர். மனிதாபிமானியான ரவீந்திரநாத் தாகூர் தனக்கு அளிக்கப்பட்ட பட்டத்தைத் துறந்து பின்வருமாறு பிரகடனப்படுத்தினார்.

'நமது பட்டங்கள், நம்மை இழிவுபடுத்துகின்ற இந்தக் கால கட்டத்தில் நமது கேவலமான நிலைமையை வெளிச்சம் போட்டுக் காட்டுகிறது. எனவே, நான் என்னைப் பொறுத்த வரையில் அனைத்து சிறப்பு பட்டங்களையும் துறந்து, மனிதர்களுக்குப் பொருந்தாத மிக மோசமான சூழ்நிலையில்

வாழ நேர்ந்திருக்கின்ற எனது நாட்டு மக்களுடன் இணைந்து நிற்க விரும்புகின்றேன்' எனக் குறிப்பிட்டார்.

கிலாபத் இயக்கமும், ஒத்துழையாமை இயக்கமும் (1919-22) :

கிலாபத் இயக்கத்தை ஒட்டி தேசிய இயக்கத்தில் ஒரு புதிய சக்தி நுழைந்தது. கல்வியறிவு பெற்ற முஸ்லீம் இளைய சமுதாயத்தினரும், மரபு வழிப்பட்ட தெய்வீகத் தன்மை வாய்ந்த ஒரு பகுதியினரும், இறையியல்வாதிகளும், தீவிர வாதிகளாகவும், தேசியவாதிகளாகவும் மேலும் மேலும் வளர்ச்சியுற்று வந்ததை நாம் ஏற்கெனவே கண்டோம். இந்துக் களுக்கும், முஸ்லீம்களுக்கும் பொதுவான அரசியல் செயல் பாட்டுக்கான களம் லக்னோ உடன்பாட்டின் மூலம் ஏற்கெனவே உருவாக்கப்பட்டிருந்தது. ரௌலட் சட்டத்துக்கு எதிரான தேசியக் கிளர்ச்சி ஏற்கெனவே நாடு முழுவதும் பரவி, இந்துக்களையும் முஸ்லீம்களையும் அரசியல் கிளர்ச்சி களில் ஒருங்கிணைந்திருந்தது.

உதாரணமாக, அரசியல் நடவடிக்கைகளில் இந்து-முஸ்லீம் ஒற்றுமையை உலகின் முன் காட்ட வேண்டுமெனில் ஒரு வலுவான ஆரிய சமாஜத் தலைவரான சுவாமி ஷரதானந்தை முஸ்லீம்கள் அழைத்து டெல்லி ஜும்மா மசூதியிலுள்ள மதப்பீடத்திலிருந்து போதனை அளிக்கச் செய்ய வேண்டும். அதே சமயம் ஒரு முஸ்லீம் ஆன டாக்டர் கிச்சுலுவிடம் அமிர்தசரசிலுள்ள சீக்கிய புனிதத்தலமான பொற்கோயிலின் சாவிகளை அளிக்க வேண்டும். அமிர்தசரசில் அரசாங்கத் தின் ஒடுக்குமுறை காரணமாக ஏற்கெனவே அத்தகைய ஒற்றுமை ஏற்படுத்தப்பட்டிருந்தது. இந்துக்களும், முஸ்லீம் களும் ஒரு சேர கைவிலங்கிடப்பட்டனர். ஒருங்கிணைந்து ஊர்ந்து செல்ல வைக்கப்பட்டனர். ஒருங்கிணைந்து குடிநீர் அருந்த வைக்கப்பட்டனர். பொதுவாக, ஒரு இந்து ஒரு முஸ்லீம் கைகளிலிருந்து தண்ணீர் பருக மாட்டார். ஆனால், அச்சமயத்தில் இது சாதாரணமாக நிகழ்ந்தது.

இத்தகைய சூழ்நிலையில் கிலாபத் இயக்க வடிவில் முஸ்லீம் களுக்கிடையில் தேசிய இயக்கம் வளர்ச்சியுற்றது. பிரிட்டனும், அதன் கூட்டணிகளும் ஒட்டோமன் பேரரசைப் பிளவுபடுத்தி துருக்கியிலிருந்து திரேசை வெளியில் கொண்டு வந்த செயலை அரசியல் உணர்வு பெற்ற முஸ்லீம்கள் விமர்சித்தனர். இது பிரிட்டீஷ் பிரதமர் லியோட் ஜார்ஜ் ஏற்கெனவே அளித்திருந்த வாக்குறுதியை மீறியச் செயலாக இருந்தது. ‘துருக்கி இனத் தினர் மேலோங்கியுள்ள துருக்கியின் வளமும், மதிப்பும் மிக்க ஆசிய மைனரையும், திரேசையும் பறித்துக்கொள்ள நாங்கள் போராடவில்லை’ என அவர் பிரகடனப்படுத்தி இருந்தார். கலீபா அல்லது முஸ்லீம்களின் மதத் தலைவரான துருக்கிச் சுல்தானுக்கும், மதப் புனிதங்களுக்கும் எத்தகைய பாதிப்பும் ஏற்படக்கூடாது என முஸ்லீம்களும் விரும்பினர். அலி சகோதரர்கள், மௌலானா ஆசாத், ஹகீம் அஜ்மல்கான், ஹசரத் மோஹானி ஆகியோர் தலைமையில் கிலாபத் குழு விரைவில் அமைக்கப்பட்டு நாடு தழுவிய போராட்டம் நடத்தப்பட்டது.

1919-நவம்பரில் டெல்லியில் அகில இந்திய கிலாபத் மாநாடு நடைபெற்றது. தங்களது கோரிக்கைகளுக்கு செவி, சாய்க்கப்படாத பட்சத்தில் அரசாங்கத்துக்கு அளித்து வந்த அனைத்து ஒத்துழைப்பையும் வாபஸ் பெறுவதென இம் மாநாடு முடிவெடுக்கப்பட்டது. தற்போது தேசியவாதிகளின் தலைமையில் இயங்கி வந்த முஸ்லீம் லீக், தேசியக் காங்கிர சுக்கும், அது நடத்தி வந்த அரசியல் பிரச்சினைகளின் மீதான கிளர்ச்சிகளுக்கும் முழு ஆதரவு அளித்து வந்தது. லோக மான்ய திலகர், மகாத்மா காந்தி உள்ளிட்ட காங்கிரஸ் தலை வர்கள் கிலாபத் இயக்கத்தை இந்து-முஸ்லீம் ஒற்றுமையை ஏற்படுத்துவதற்கும், தேசிய இயக்கத்துக்குள் முஸ்லீம் மக்களைக் கொண்டு வருவதற்குமான ஒரு பொன்னான வாய்ப்பாகவும் கருதினர். இந்துக்கள், முஸ்லீம்கள், சீக்கியர்கள், கிறிஸ்தவர்கள், முதலாளிகள், தொழிலாளர்கள், விவசாயிகள், கைவினைஞர்கள், பெண்கள், இளைஞர்கள், பழங்குடிகள் பல்வேறு பிராந்தியங்களிலுள்ள மக்கள் போன்ற பலதரப்

பட்ட மக்கள் பிரிவினரும் தங்களது சொந்தக் கோரிக்கைகளின் அடிப்படையிலும், அன்னிய ஆட்சி அவற்றுக்கு எதிராக இருப்பதாகக் கருதியும் சொந்த அனுபவங்களிலிருந்து போராடுவதற்காக தேசிய இயக்கத்துக்குள் வருகின்றனர் என்பதை அவர்கள் உணர்ந்திருந்தனர். ‘நூறாண்டு காலமாக உருவாகாத இந்து-முஸ்லீம் ஒற்றுமையை ஏற்படுத்துவதற்கான ஒரு வாய்ப்பாக’ கிலாபத் இயக்கத்தை காந்திஜி அணுகினார். கிலாபத் இயக்கத்தால் அரசியல் சாசன சீர்திருத்தங்களும், பஞ்சாப் படுகொலையும் பின்னுக்குத் தள்ளப்பட்டு விட்டதாக 1920-களின் துவக்கத்தில் அவர் குறிப்பிட்டார். துருக்கியுடனான சமாதானம் இந்திய முஸ்லீம்களுக்கு திருப்தி அளிக்காத பட்சத்தில் ஒத்துழையாமை இயக்கத்தைத் தான் தலைமையேற்று நடத்தப் போவதாக அவர் அறிவித்தார். உண்மையில் காந்திஜி வெகு விரைவில் கிலாபத் இயக்கத்தின் தலைவர்களில் ஒருவராக ஆனார்.

அதே வேளையில் பஞ்சாப் தாக்குதலுக்கு பரிகாரம் தேடும் வகையில், ரௌலட் சட்டத்தை ரத்து செய்யவோ அல்லது சுயாட்சிக்கான தேசிய உணர்வைத் திருப்திப் படுத்தவோ அரசாங்கம் மறுத்துவிட்டது. 1920-ம் ஆண்டு ஜூன் மாதம் அலகாபாத்தில் நடைபெற்ற அனைத்துக் கட்சி மாநாடு, பள்ளிகள், கல்லூரிகள் மற்றும் நீதிமன்றங்களைப் புறக்கணிப்பதற்கான திட்டத்தை அங்கீகரித்தது. 1920 - ஆகஸ்டு-31 அன்று கிலாபத் குழு ஒத்துழையாமை இயக்கத்தைத் தொடங்கியது.

1920-ம் ஆண்டு செப்டம்பரில் கல்கத்தாவில் காங்கிரஸ் சிறப்பு மாநாட்டைக் கூட்டியது. அதற்கு சில வாரங்களுக்கு முன்பு தான் ஆகஸ்டு 1-ம் தேதி லோகமான்ய திகலர் தனது 64-வது வயதில் காலமான துயரத்துக்குக் காங்கிரஸ் ஆட்பட்டிருந்தது. ஆனால் அவரது இடத்தை விரைவில் காந்திஜி, சித்தரஞ்சன் தாஸ், மோதிலால் நேரு ஆகியோர் நிரப்பினர். பஞ்சாபில் இழைக்கப்பட்ட அநீதியும், கிலாபத் இயக்கத்துக்குக் காரணமான தவறுகளும் களையப்பட்டு, சுயராஜ்ஜியம் நிறுவப்படும் வரை அரசாங்கத்துடன் ஒத்துழைப்ப

தில்லை என்ற காந்திஜியின் திட்டத்தை காங்கிரஸ் ஆதரித்தது. அரசாங்கப் பள்ளிகள், நீதிமன்றங்கள், சட்டமன்றங்கள் போன்ற வற்றைப் புறக்கணிக்க வேண்டும், அன்னியத் துணிகள் அணி வதைக் கைவிட வேண்டும்; அரசாங்கப் பட்டங்களையும், கௌரவங்களையும் துறக்க வேண்டும், காதியை உற்பத்தி செய்ய கை நெசவில் ஈடுபட வேண்டும் என மக்களுக்கு வேண்டுகோள் விடுக்கப்பட்டது. பின்னர் இத்திட்டத்தில் அரசாங்கப் பணிகளைத் துறப்பது, வரி செலுத்த மறுப்பது உள்ளிட்ட வெகுஜன சட்ட மறுப்பு நடவடிக்கைகளும் இணைத்துக் கொள்ளப்பட்டன. காங்கிரஸ்காரர்கள் உடனடி யாக தேர்தல்களிலிருந்து வாபஸ் பெற்றனர். வாக்காளர்களும் பெருமளவில் தேர்தலைப் புறக்கணித்தனர். அரசாங்கத்தை யும், அதன் சட்டங்களையும் மிகவும் அமைதியான வழியில் மறுக்கும் இந்த முடிவை 1920-ம் ஆண்டு டிசம்பரில் நாக்பூரில் நடைபெற்ற காங்கிரசின் வருடாந்திர மாநாடு அங்கீகரித்தது. 'அவர்கள் நீதியை நிலைநாட்டவில்லை எனில், பேரரசை ஒழிப்பது இந்தியர் ஒவ்வொருவரின் மீதும் சுமத்தப்பட்ட கடமையாகி விடும் என்பதை பிரிட்டீஷ் ஆட்சியாளர்கள் உணர்ந்து கொள்ள வேண்டும்' என காந்திஜி நாக்பூரில் பிரகடனப்படுத்தினார். நாக்பூர் மாநாட்டில் காங்கிரஸ் அமைப்பு விதியிலும் திருத்தங்கள் மேற்கொள்ளப்பட்டன. மாகாணக் காங்கிரஸ் கமிட்டிகள் மொழிவாரிப் பகுதிகள் அடிப்படையில் திருத்தி அமைக்கப்பட்டன. தலைவர், செயலாளர்கள் உள்ளிட்ட 15 உறுப்பினர்கள் கொண்ட செயல் கமிட்டியினால் காங்கிரஸ் வழி நடத்தப்பட்டது. இதன்மூலம் காங்கிரஸ் ஒரு அரசியல் அமைப்பாக தொடர்ந்து செயல்பட வகை செய்யப்பட்டது. அதன் தீர்மானங்களை நடைமுறைப் படுத்தும் கருவியாக இது செயல்பட்டது. கிராமங்களுக்கும் சிறு நகரங்களுக்கும் காங்கிரஸ் அமைப்பு பரவியது. அதன் உறுப்பினர் கட்டணம் ஆண்டுக்கு நாலணாவாகக் (தற்போது 25 பைசா) குறைக்கப்பட்டதன் மூலம் கிராமப்புற, நகர்ப்புற ஏழைகளும் இதில் உறுப்பினராவது எளிதானது.

காங்கிரசின் பண்புகளிலும் மாற்றம் ஏற்பட்டது. அன்னிய ஆட்சியிடமிருந்து விடுதலை பெறுவதற்கான தேசியப்

போராட்டத்தில் அது வெகு ஜனங்களின் அமைப்பாள ராகவும், தலைவராகவும் ஆனது. உற்சாகமான பொதுவான உணர்வு நிலவியது. அரசியல் சுதந்திரம் சில ஆண்டுகளுக்குப் பின்னர் வரலாம். ஆனால், மக்கள் தங்களிடமுள்ள அடிமைப் புத்தியை இப்போதே விட்டொழிக்கத் தொடங்கிவிட்டனர். இந்தியர்கள் சுவாசிக்கின்ற காற்றே மாறிவிட்டதைப் போன்ற ஒரு சூழ்நிலை நிலவியது. உறங்கிக் கொண்டிருந்த மகாசக்தி விழித்தெழுந்த அந்த நாட்களில் ஏற்பட்ட மகிழ்ச்சியும் உற்சாகமும் சொல்லி மாளாது. மேலும், இந்துக்களும், முஸ்லீம் களும் தோளோடு தோளாக ஒருங்கிணைந்து சென்றனர். அதேசமயம் பழைய காங்கிரசு தலைவர்கள் சிலர் அக்கட்சியை விட்டு வெளியேறினர். காங்கிரசில் ஏற்பட்டுள்ள புதிய திருப்பத்தை அவர்கள் ஏற்கவில்லை. மரபு வழிப்பட்ட கிளர்ச்சி களிலும் சட்டத்தின் நான்கு சுவர்களுக்கு உட்பட்ட அரசியல் பணிகளிலுமே அவர்கள் இன்னமும் நம்பிக்கைக் கொண்டி ருந்தனர். வெகுஜன அமைப்பையும், கடையடைப்புகள், வேலை நிறுத்தங்கள், சத்தியாகிரகம், சட்டங்களை மீறுவது சிறை செல்வது மற்றும் பிற தீவிர வடிவிலான போராட்டங் களையும் அவர்கள் எதிர்த்தனர். முகமது அலி ஜின்னா, ஜி.எஸ். காபர்டே, விபின் சந்திரபால், அன்னிபெசன்ட் அம்மையார் ஆகியோர் அச்சமயத்தில் காங்கிரசை விட்டு வெளியேறிய முன்னணித் தலைவர்களில் அடங்குவர்.

1921, 1922-ம் ஆண்டுகளில் ஏராளமான மக்கள் இயக் கங்கள் நடைபெற்று வந்தன. ஆயிரக்கணக்கான மாணவர் கள் அரசாங்கப் பள்ளிகளையும், கல்லூரிகளையும் துறந்து, தேசியப் பள்ளி, கல்லூரிகளில் சேர்ந்தனர். அச்சமயத்தில்தான் அலிகாரில் ஜாமியா மில்லியா இஸ்லாமியா (முஸ்லீம் தேசிய பல்கலைக்கழகம்), பீகார் வித்யாபீடம், காசி வித்யாபீடம், குஜராத் வித்யாபீடம் போன்றவை தொடங்கப்பட்டன. ஜாமியா மில்லியா பிற்காலத்தில் டெல்லிக்கு மாற்றப் பட்டது. ஆச்சார்ய நரேந்திர தேவ், டாக்டர் ஜாகீர் உசேன், லாலா லஜபதிராய் போன்றோர் அத்தகைய தேசியக் கல்லூரி களிலும், பல்கலைக்கழகங்களிலும் பணியாற்றிய மேன்மைக்

குரிய ஆசிரியப் பெருமக்களாவர். தேசபந்து எனப் புகழ் பெற்ற சித்தரஞ்சன் தாஸ், மோதிலால் நேரு, ராஜேந்திர பிரசாத், சைபுதீன் கிச்சுலு, சி. ராஜகோபால் ஆச்சாரி, சர்தார் படேல், டி. பிரகாசம், ஆசப் அலி ஆகியோர் உட்பட நூற்றுக்கணக் கானோர் தமது வழக்குரைஞர் தொழிலைத் துறந்தனர்.

ஒத்துழையாமை இயக்கத்துக்கு நிதியுதவி அளிப்பதற் காக திலகர் சுயராஜ்ஜிய நிதி வசூல் தொடங்கப்பட்டது. ஆறு மாத காலத்திற்குள் அதில் ஒரு கோடி ரூபாய் நிதி குவிந்தது. அதில் பெரும் உற்சாகம் காட்டிய பெண்கள் தமது நகை களை மனமுவந்து அளித்தனர். அன்னியத் துணி பகிஷ்கரிப்பு ஒரு மக்கள் இயக்கமாக மலர்ந்தது. நாடு முழுவதும் பெரு மளவில் அன்னியத் துணிகள் தீயிட்டுக் கொளுத்தப்பட்டன. விடுதலையின் அடையாளமாகக் காதி உடுத்தும் வழக்கம் உருவானது. முஸ்லீம் ஒருவரும் பிரிட்டீஷ் இந்திய இராணு வத்தில் பணியாற்றக்கூடாது எனப் பிரகடனப்படுத்தும் தீர்மானத்தை, 1921-ம் ஆண்டு ஜூலையில் நடைபெற்ற அகில இந்திய கிலாபத் கமிட்டி நிறைவேற்றியது. செப்டம்பரில் 'ராஜதுரோகக்' குற்றத்துக்காக அலி சகோதரர்கள் கைது செய்யப்பட்டனர். உடனடியாக, இத்தீர்மானத்தை நூற்றுக் கணக்கான கூட்டங்களில் மீண்டும் மீண்டும் நிறைவேற்ற காந்திஜி வேண்டுகோள் விடுத்தார். இந்தியாவைச் சமூக, அரசியல், பொருளாதார ரீதியாக வீழ்த்திவரும் அரசாங் கத்தில் இந்தியர் ஒருவரும் பணியாற்றக்கூடாது என்ற அதே போன்றதொரு பிரகடனத்தை ஐம்பது பேர் கொண்ட அகில இந்தியக் காங்கிரஸ் கமிட்டியும் வெளியிட்டது. காங்கிரஸ் செயல் கமிட்டியும் இதே போன்றதொரு அறிக்கையை வெளியிட்டது.

தற்பொழுது இயக்கத்தை அடுத்த மட்டத்துக்கு உயர்த்த காங்கிரஸ் முடிவெடுத்தது. மக்கள் வரி செலுத்துவதற்குத் தயாராக இருந்தாலும் வரிகொடா இயக்கம் உள்ளிட்ட சிவில் சட்டமறுப்பு இயக்கங்களைத் தொடங்க மாகாணக் காங்கிரசு கமிட்டிகளுக்கு அது அனுமதியளித்தது.

அரசாங்கம் மீண்டும் அடக்குமுறையைக் கட்டவிழ்த்து விட்டது. காங்கிரஸ் மற்றும் கிலாபத் இயக்க ஊழியர்கள் செயல்பாடுகளில் நெருங்கிப் பழகத் தொடங்கினர். இவ்வாறு கீழ்மட்டத்தில் இந்து மற்றும் முஸ்லீம் அரசியல் ஊழியர்களை ஒன்றுபடுத்துவது சட்டவிரோதமென பிரகடனப் படுத்தப்பட்டது. 1921-ம் ஆண்டு இறுதியில் காந்திஜி தவிர மற்ற அனைத்து முக்கியமான தேசியத் தலைவர்கள் மற்ற மூவாயிரம் பேருடன் சேர்த்து குற்றவாளிக் கூண்டில் நிறுத்தப்பட்டனர். 1921 நவம்பரில் பிரிட்டீஷ் சிம்மாசனத்தின் வாரிசான வேல்ஸ் இளவரசர் இந்தியாவில் சுற்றுப்பயணம் மேற்கொண்ட பொழுது அதற்குக் கண்டனம் தெரிவித்து பிரம்மாண்டமான ஆர்ப்பாட்டம் நடைபெற்றது. மக்களுக்கும், மன்னர்களுக்கும் இடையில் விசுவாசத்தை ஊக்குவிக்க அவர் இந்தியாவுக்கு வர வேண்டுமென அரசாங்கத்தால் கேட்டுக் கொள்ளப்பட்டார். பம்பாயில் ஆர்ப்பாட்டக்காரர்களை ஒடுக்க அரசாங்கம் மேற்கொண்ட தாக்குதலில் 53 பேர் கொல்லப்பட்டனர். நானூறுக்கும் மேற்பட்டோர் படுகாயமடைந்தனர். 'பஞ்சாப் படுகொலைக்கும், கிலாபத் இயக்கத்துக்கும் காரணமான தவறுகள் களையப்பட்டு' சுயராஜ்ஜியம் நிறுவப்படும் வரை காங்கிரஸ் அஹிம்சை வழியிலான ஒத்துழையாமை இயக்கத்தை இதுவரை இருந்ததைக் காட்டிலும் மேலும் தீவிரமாக முன்னெடுத்துச் செல்வதில் உறுதியுடன் திகழ்கிறது என 1921-ம் ஆண்டு அகமதாபாத்தில் நடைபெற்ற காங்கிரசின் வருடாந்திர மாநாட்டில் தீர்மானம் நிறைவேற்றப்பட்டது. 'தொண்டு அமைப்புகள் என்ற வகையில், தாமாகவே கைது செய்யப்படுகின்ற வழியில் அல்லாமல் அமைதி வழியிலான ஆர்ப்பாட்டங்களில் ஈடுபட வேண்டுமென' மக்களைக் குறிப்பாக மாணவர்களை அத்தீர்மானம் கேட்டுக்கொண்டது. சத்தியாகிரகிகள் அனைவரும் 'சொல்லிலும், செயலிலும் அஹிம்சாவாதிகளாக' இருக்க இந்து, முஸ்லீம், சீக்கியர், பார்சி, கிறிஸ்தவர், யூதர்கள் ஆகிய அனைவரிடத்திலும் ஒற்றுமையை மேம்படுத்தவும், சுதேசியத்தை நடைமுறைப்படுத்தவும் காதி மட்டுமே உடுத்தவும் உறுதியெடுத்துக் கொள்ள வேண்டியிருந்தது. ஒரு இந்து

தொண்டர் தீண்டாமைக்கு எதிராகவும் தீவிரமாகப் போராட வேண்டியிருந்தது. சாத்தியமான சமயங்களில் எல்லாம் அஹிம்சை வழியில் தனிப்பட்ட அல்லது வெகுஜன சிவில் ஒத்துழையாமை இயக்கத்தை மேற்கொள்ள வேண்டுமென அத்தீர்மானம் மக்களைக் கேட்டுக் கொண்டது.

அடுத்தகட்ட போராட்ட அறைகூவலுக்காக மக்கள் பொறுமையுடன் காத்திருந்தனர். இந்த இயக்கம் மக்கள் மத்தியில் மேலும் ஆழமாகப் பரவியது. உத்தரப்பிரதேசத் திலும் வங்காளத்திலும் ஆயிரக்கணக்கான விவசாயிகள் ஒத்துழையாமை இயக்க அறைகூவலுக்கு செவிமடுத்தனர். உத்தரப் பிரதேசத்தின் சில பகுதிகளில் குத்தகைதாரர்கள், ஜமீன்தார்கள் சட்டவிரோதமாக நிர்ணயித்த தொகையைச் செலுத்த மறுத்தனர். பஞ்சாபில் சீக்கியர்கள் அவர்களது புனித ஸ்தலமான குருத்வாராக்களில் இருந்த ஊழல் மகந்து களை நீக்கக்கோரி அகாலி இயக்கம் என்றழைக்கப்பட்ட அஹிம்சை இயக்கத்தை நடத்தினர். அசாமில் தேயிலைத் தோட்டத் தொழிலாளர்கள் வேலை நிறுத்தத்தில் ஈடுபட்டனர். மித்னாபூர் விவசாயிகள் யூனியன் போர்டு வரியைச் செலுத்த மறுத்தனர். துஜ்ஜிரல கோபால கிருஷ்ணய்யாவினால் குண்டூர் மாவட்டத்தில் ஒரு வலுவான இயக்கம் வழி நடத்தப் பட்டது. அம்மாவட்டத்தில் உள்ள சிராலா நகர மக்கள் அனைவரும் நகராட்சிக்கு வரி செலுத்த மறுத்து, நகரை விட்டு வெளியேறினர். பெத்தநாதிப்படு என்ற பகுதியில் இருந்த கிராம அதிகாரிகள் அனைவரும் ராஜினாமா செய் தனர். மலபாரில் (வடக்குக் கேரளா) மாப்ளா அல்லது முஸ்லீம் விவசாயிகள் ஒரு வலுவான ஜமீன்தார் எதிர்ப்பு இயக்கத்தைத் தொடங்கினர்.

'ஒத்துழையாமை இயக்கத்தினால் நகரங்களில் இருந்த அடித்தட்டு மக்கள் பெரிதும் பாதிக்கப்பட்டனர். குறிப்பாக, அசாம் பள்ளத்தாக்கு, ஐக்கிய மாகாணங்கள், பீகார், ஒரிசா, வங்காளம் போன்ற பகுதிகளைச் சேர்ந்த விவசாயிகள் பாதிப்புக்குள்ளாயினர் என 1919-ம் ஆண்டு பிப்ரவரியில் அரசுச் செயலாளருக்கு வைஸ்ராய் எழுதிய கடிதத்தில்

குறிப்பிட்டிருந்தார். அரசியல் கைதிகள் ஏழு நாட்களுக்குள் விடுதலை செய்யப்பட்டு, பத்திரிகைகளின் மீதான அரசாங்கக் கட்டுப்பாடு தளர்த்தப்படவில்லையெனில், வரிகொடா இயக்கம் உள்ளிட்ட வெகுஜன சிவில் சட்டமறுப்பு இயக் கத்தைத் தாம் தொடங்கப் போவதாக 1922-ம் ஆண்டு பிப்ரவரி 1-ம் தேதி காந்திஜி அறிவித்தார்.

இத்தகைய போராட்ட மனோநிலை விரைவில் மாறியது. பிப்ரவரி 5-ம் தேதி உத்தரப் பிரதேசத்திலுள்ள கோரக்பூர் மாவட்டத்தில் சௌரி சௌரா என்ற கிராமத்தைச் சேர்ந்த 3000 விவசாயிகள் பங்கேற்ற காங்கிரசு பேரணி மீது காவலர் கள் துப்பாக்கிச்சூடு நடத்தினர். இதனால் ஆத்திரமுற்ற விவசாயிகள் கூட்டம் காவல் நிலையத்தைத் தாக்கி தீயிட்டுக் கொளுத்தியதில் 22 காவலர்கள் உயிரிழந்தனர். வேறு சில வன்முறைச் சம்பவங்களும் நாட்டின் பல பகுதிகளில் முன்னர் நடைபெற்றுள்ளன. மக்களின் இத்தகைய ஆவேசமும், கிளர்ச்சியும் எளிதில் வன்முறையாக மாறிவிடும் என காந்திஜி அஞ்சினார். தேசிய ஊழியர்கள் அஹிம்சை வழியிலான போராட்டத்தைச் சரியாகப் புரிந்துகொண்டு வழிநடத்த வில்லை எனில் ஒத்துழையாமை இயக்கத்தை வெற்றி பெறச் செய்ய முடியாது என்பதை அவர் தெளிவாக உணர்ந் திருந்தார். வன்முறையை அவர் ஏற்றுக்கொள்ள முடியாது என்பதற்கு மேலாக, இத்தகைய வன்முறை இயக்கத்தை பிரிட்டீசார் எளிதில் ஒடுக்கி விடுவார்கள், அரசாங்கத்தின் ஒடுக்குமுறையை எதிர்த்து நிற்கும் அளவுக்கு மக்களிடம் போதுமான வலு இன்னமும் உருவாக்கப்படவில்லை எனவும் அவர் கருதி இருக்கலாம். எனவே தேசிய இயக்கத்தை ரத்து செய்வதென அவர் முடிவெடுத்தார். சட்டங்களை மீறுவ தற்கு இட்டுச் செல்லும் அனைத்து நடவடிக்கைகளையும் நிறுத்துவது என பிப்ரவரி 12-ம் தேதி குஜராத்திலுள்ள பர்தோலியில் நடைபெற்ற காங்கிரசு செயல் கமிட்டியில் தீர்மானம் நிறைவேற்றப்பட்டது. நாட்டை, தேசியப் பள்ளி கள் போன்றவற்றை பிரபலப்படுத்துவது மது ஒழிப்பு பிரச் சாரம், தீண்டாமை ஒழிப்பு, இந்து-முஸ்லீம் ஒற்றுமையை

மேம்படுத்துவது போன்ற ஆக்கப்பூர்வ காரியங்களுக்காக காங்கிரசுக்காரர்கள் தமது நேரத்தைச் செலவழிக்க வேண்டுமென அத்தீர்மானம் வலியுறுத்தியது.

பர்தோலி தீர்மானம் நாட்டைத் திகைப்புக்குள்ளாக் கியது. குழப்பத்துக்குள்ளான தேசியவாதிகள் இதனை முழுமை யாக ஆதரிக்கவில்லை. காந்திஜியின் மீது பரிபூரண நம்பிக்கைக் கொண்டிருந்த சிலர் இத்தகைய பின்னடைவு காந்தியப் போராட்ட யுக்தியின் ஒரு பகுதியே என நம்பிய அதே சமயம், மற்றவர்கள் குறிப்பாக இளம் தேசியவாதிகள் இத்தகைய பின்வாங்கும் நடவடிக்கையினால் அதிருப்திக்கு உள்ளாயினர். புகழ்பெற்ற இளம் காங்கிரசு தலைவர்களில் ஒருவரான சுபாஷ் சந்திரபோஸ் இந்தியப் போராட்டம் என்ற தனது சுயசரிதை யில் பின்வருமாறு எழுதியுள்ளார் :

'பொதுமக்களின் உற்சாகம் கொதிநிலைக்கு உச்சத்துக்குச் சென்ற பொழுது போராட்டத்தை வாபஸ் பெறும் முடிவானது ஒரு தேசியப் பேரிடி போல இருந்தது. சிறையிலிருந்து வந்த மகாத்மாவின் முதன்மையான தோழர்களான தேசபந்து சித்தரஞ்சன் தாஸ், பண்டிட் மோதிலால் நேரு, லாலா லஜபதி ராய் ஆகிய அனைவரும் பொதுமக்களின் கோபத்தைப் புரிந்து கொண்டனர். அச்சமயத்தில நான் தேசபந்துடன் இருந்தேன். அவர், தானே கோபத்துக்குள்ளாகி இருந்ததோடு, மகாத்மா காந்தி தொடர்ந்து இழைத்து வந்த தவறான காரியத்தினால் வருத்தத்துக்கும் உள்ளாகி இருந்தார்' எனக் குறிப்பிட்டுள்ளார்.

ஜவஹர்லால் நேரு போன்ற மற்ற இளம் தலைவர்களும் இதே போன்ற கருத்தைக் கொண்டிருந்தனர். ஆனால் மக்களும் இத்தகைய தலைவர்களும் காந்திஜியின் மீது நம்பிக்கையைக் கொண்டிருந்தனர். வெளிப்படையாக அவருக்குக் கீழ்ப்படிய மறுக்கவில்லை. வெளிப்படையாக எதிர்ப்புக் காட்டாமல் அவரது முடிவை அவர்கள் ஏற்றுக்கொண்டனர். முதலாவது ஒத்துழையாமை இயக்கம் உண்மையில் முடிவுக்கு வந்தது.

இத்தகைய நிலைமையிலிருந்து முழு பலனடைய முடிவு செய்த அரசாங்கம் கடுமையான தாக்குதலில் ஈடுபட்ட பொழுது

நாடகத்தின் இறுதிக்காட்சி அரங்கேறியது. 1992 மார்ச் 10-ம் தேதி மகாத்மா காந்தியை அது கைது செய்து, அரசாங்கத் துக்கு எதிராக அதிருப்தியைப் பரப்புவதாக அவர் மீது குற்றம் சுமத்தியது. நீதிமன்ற விசாரணைக்குப் பின்பு காந்திஜிக்கு ஆறு ஆண்டுகள் சிறைத்தண்டனை விதிக்கப்பட்டது. அப்போது நீதிமன்றத்தின் முன்பாக அவர் அளித்த வாக்கு மூலம் வரலாற்றுப் புகழ்பெற்றதாகும். குற்றம்சாட்டப் பட்ட தரப்பினரின் குற்றச்சாட்டை ஒப்புக்கொண்ட அவர், 'சட்டத்தின்படி தெரிந்தே செய்த குற்றம் என்ற வகையில் அதிக பட்ச தண்டனை என்மீது விதிக்கப்படலாம். என்னைப் பொறுத்தவரை ஒரு குடிமகன் செய்யக்கூடிய உயர்ந்தபட்ச கடமையைத் தான் நான் செய்துள்ளதாக எனக்குத் தோன்று கிறது' எனக் குறிப்பிட்டார். பிரிட்டீஷ் ஆட்சியின் ஆதர வாளர் என்ற நிலையிலிருந்து தீவிர எதிர்ப்பாளர் என்ற நிலைக்கு தான் அரசியல் பரிணாமம் பெற்றதை விரிவாகி எடுத்துக்காட்டுகிறார்.

'பிரிட்டீசுடனான தொடர்பின் மூலம் இந்தியா முன்பு எப்போதும் இருந்ததைக் காட்டிலும் அரசியல் ரீதியாகவும பொருளாதார ரீதியாகவும் மிகவும் நிராதரவாகி விட்டதாக நான் முடிவுக்கு வந்தேன். எத்தகைய ஆக்கிரமிப்பையும் எதிர்த்து நிற்கும் அளவுக்கு நிராயுதபாணியான இந்தியா விடம் வலிமை இல்லை... அது மிகவும ஏழ்மை நிலையில் இருந்ததால் அதனால் பட்டினிகளை எதிர்கொள்ளும் ஆற்றல் இல்லை... அரைப் பட்டினிக்கு உள்ளாகியிருந்த இந்திய மக்கள் எவ்வாறு படிப்படியாக வாழ்விழந்து வந்தனர் என்பது நகர்ப்புற மக்களுக்குத் தெரியாது. நகர்ப்புற மக்கள் அனுபவித்து வருகின்ற மிகச் சாதாரண வசதிகள் வெளி நாட்டுச் சுரண்டலாளர்களுக்கு செய்கின்ற பணிக்கான கூலியாகும். ஆனால் இந்தக் கூலியும் அவர்களது வருமான மும் கிராமப்புற மக்களிடமிருந்து உறிஞ்சப்படுபவையே என்பது அவர்களுக்குத் தெரியாது. பிரிட்டீஷ் இந்தியா வில் சட்டபூர்வமாக அமைக்கப்பட்டுள்ள அரசாங்கம் வெகு ஜன மக்களைச் சுரண்டி வருகிறது என்பதை அவர்கள் அறிய

மாட்டார்கள். எத்தகைய சொற்களும் புள்ளி விவரங்களும் பல கிராமங்களில் வெற்றுக் கண்களால் நாம் பார்க்கும் போது கிடைக்கின்ற அத்தகைய எலும்புக்கூடுகளை விவரிக்க முடியாது. என்னைப் பொறுத்தவரையில் சட்டபூர்வமான ஆட்சி, தெரிந்தோ தெரியாமலோ சுரண்டலாளர்களுக்கு ஆதாயம் தரும் வகையிலேயே உருவாக்கப்பட்டுள்ளது. நிர்வாகத்திலுள்ள ஆங்கிலேயர்களோ அவர்களது இந்திய கூட்டாளிகளோ நான் தற்போது விவரிக்க விரும்புகின்ற குற்ற நடவடிக்கையில் ஈடுபட்டிருக்கிறார்கள் என்பது அவர்களுக்கே தெரியாதது மிகவும் துரதிருஷ்டவசமான ஒன்றாகும். இந்தியா நிதானமாக அதே சமயம் வலுவான முன்னேற்றத்தைக் கண்டு வருகிறது எனவும். மேலும், உலகிலேயே உருவாக்கப்பட்டுள்ள மிகச்சிறந்த நிர்வாக நடைமுறை ஒன்றைத் தாங்கள் நடத்திக் கொண்டிருப்பதாகவும் ஆங்கிலேயர்கள் பலரும் இந்திய அதிகாரிகளும் உண்மையில் நம்புகின்றனர். நாசூக்கான அதே சமயம் திறன் மிக்க தீவிரவாத முறையோடு பலத்தை அமைப்பு ரீதியாகப் பயன்படுத்தி அதே சமயம் திருப்பித் தாக்குதல் அல்லது தற்காப்புக்கான அனைத்து வழிகளையும் இல்லாமல் செய்வதன் மூலம் அவர்கள் மக்களை அடிமைப்படுத்தி அதற்கான மனோநிலையையும் உருவாக்கியுள்ளனர் என்பது அவர்களுக்குத் தெரியாது.

இறுதியாக, சிறந்தவற்றுடன் ஒத்துழைப்பவர்களின் பெரும் கடமை தீயவற்றுடன் ஒத்துழையாமல் இருப்பதே என்ற தனது நம்பிக்கையை காந்திஜி வெளிப்படுத்தினார். 1908-ம் ஆண்டு லோகமான்ய திலகரின் மீது விதிக்கப்பட்ட அதே தண்டனையை காந்திஜியின்மீதும் நிறைவேற்றுவதாக நீதிபதி குறிப்பிட்டார்.

அதிவிரைவில் கிலாபத் பிரச்சினையும் பொருத்தத்தை இழந்தது. 1922-ம் ஆண்டு நவம்பரில் முஸ்தபா கமால் பாஷாவின் தலைமையில் துருக்கி மக்கள் எழுச்சி பெற்று, சுல்தானின் அரசியல் அதிகாரத்தைப் பறித்தனர். துருக்கியை நவீனப்படுத்தவும் அதனை ஒரு மதச்சார்பற்ற அரசாக

ஆக்கவும், கமால் பாஷா பல்வேறு நடவடிக்கைகளை மேற்கொண்டார். கலீபா தலைமைப் பீடத்தை அவர் ஒழித்தார். அரசியல் சாசனத்திலிருந்து இஸ்லாமை அகற்றி, மதத்திலிருந்து அரசியலைப் பிரித்தார்; கல்வியை தேசியமயமாக்கினார்; பெண்களுக்குப் பெருமளவில் உரிமைகளை வழங்கினார்; ஐரோப்பிய மாதிரியிலான சட்ட விதிகளை உருவாக்கினார்; வேளாண்மையை மேம்படுத்தவும்; நவீன தொழிற்சாலைகளை ஏற்படுத்தவும்; நடவடிக்கைகளை மேற்கொண்டார். இத்தகைய நடவடிக்கைகள் கிலாபத் இயக்கத்தைப் பின்னுக்குத் தள்ளின.

கிலாபத் இயக்கம், ஒத்துழையாமை இயக்கத்துக்கு ஒரு முக்கியத்துவம் வாய்ந்த பங்களிப்பைச் செய்திருக்கிறது. நகர்ப்புற முஸ்லீம்களை இது தேசிய இயக்கத்துக்குள் கொண்டு வந்தது. அதனால் அக்காலத்தில் நாடு முழுவதும் தேசிய உணர்வு உற்சாகத்துடன் பரவுவதற்கு இது காரணமாக அமைந்தது. இது அரசியலுடன் மதத்தைக் கலந்ததாக சில வரலாற்றாசிரியர்கள் குற்றம்சாட்டினர். இதன் விளைவாக, அரசியலுக்குள் மத உணர்வுகள் பரவி, எதிர்காலத்தில் வகுப்புவாத சக்திகள் வலுப்பெற்றனர் என அவர்கள் குறிப்பிட்டனர். இது ஓரளவுக்கு உண்மை. அதனால், முஸ்லீம்களை மட்டுமே பாதிக்கக்கூடிய கோரிக்கைகளை தேசிய இயக்கம் கையில் எடுப்பதில் தவறேதும் இல்லை. சமுதாயத்திலுள்ள பல்வேறு சக்திகள் தங்களது குறிப்பான கோரிக்கைகள், அனுபவங்கள் மூலமாக சுதந்திரத்தின் தேவையைப் புரிந்துகொள்ள முன்வருவது தவிர்க்கவியலாதது. ஆயினும், முஸ்லீம்களின் மத அரசியல் உணர்வை, மதச்சார்பற்ற அரசியல் உணர்வாக உயர்ந்தபட்ச அளவுக்கு வளர்த்தெடுப்பதில் தேசியத் தலைமை ஓரளவுக்குத் தவறிவிட்டது. அதே சமயம் கிலாபத் இயக்கமானது கலீபா பிரச்சினைக்கு மேலாக, முஸ்லீம்களின் மிகப் பரந்துபட்ட உணர்வைப் பிரதிநிதித்துவப்படுத்தியது என்பதையும் மனதில் கொள்ள வேண்டும். உண்மையில் அது பொதுவாக முஸ்லீம்களிடையே பரவிய ஏகாதிபத்திய எதிர்ப்பின் ஒரு தன்மையாகும். இந்த உணர்வுகள் கலீபா

பிரச்சினையில் ஸ்தூலமாக வெளிப்பட்டன. ஏனெனில் 1924-ம் ஆண்டு கமால் பாஷா கலீபாவை ஒழித்தபோது இந்தியாவில் எத்தகைய எதிர்ப்பும் உருவாகவில்லை.

ஒத்துழையாமை இயக்கமும், சட்டமறுப்பு இயக்கமும் தோல்வியில் முடிந்தபோதிலும் தேசிய இயக்கம் பல்வேறு வழிகளில் வலுப்பெற்றது என்பது குறிப்பிடத்தக்கது. தேசிய உணர்வும், தேசிய இயக்கமும் அப்போது நாட்டின் மூலை முடுக்குகளில் எல்லாம் சென்றடைந்திருந்தன. இலட்சோப லட்சம் விவசாயிகள், கைவினைஞர்கள், நகர்ப்புற ஏழைகள் தேசிய இயக்கத்துக்குள் கொண்டு வரப்பட்டனர். இந்திய சமுதாயத்தின் அனைத்து அடுக்குகளும் அரசியல்படுத்தப் பட்டனர். பெண்கள் இவ்வியக்கத்தின்பால் ஈர்க்கப்பட்ட னர். இவ்வாறாக, இலட்சோப லட்சம் ஆண்களும் பெண் களும் அரசியல்படுத்தப்பட்டு செயலூக்கம் பெற்றதானது இந்திய தேசிய இயக்கத்துக்கு ஒரு புரட்சிகரத் தன்மையை வழங்கியுள்ளது.

பிரிட்டீஷ் ஆட்சி இந்தியர்களுக்கு நல்லது எனவும், அதனை வீழ்த்த முடியாது, வெற்றி கொள்ள முடியாது எனவும் கூறப்படுகின்ற இரண்டு அடிப்படைகளின் மீது இந்தியாவில் பிரிட்டீஷ் ஆட்சி அமைந்திருந்தது. நாம் முன்னர் கண்டதுபோல, மிதவாதிகளால் வளர்த்தெடுக் கப்பட்ட காலனி ஆதிக்கத்துக்கு எதிரான வலிமையான பொருளாதார விமர்சனங்கள் இந்தியர்களின் நன்மைக்கே ஆங்கிலேயர் ஆட்சி என்ற அடிப்படையைத் தகர்த்தன. தற்போது தேசிய இயக்கத்தின் வெகுஜனக் காலகட்டத்தில் இந்த விமர்சனம் இளம் போராளிகளால் உரைகள், பிரசுரங் கள், நாடகங்கள், பாடல்கள், பத்திரிகைகள் மூலமாக சாதாரண மக்களைச் சென்றடைந்தது.

பிரிட்டீஷ் ஆட்சியை வெற்றிகொள்ள முடியாது என்பது சத்தியாகிரகத்தின் மூலமும், வெகுஜன இயக்கங்களின் மூலமும் முறியடிக்கப்பட்டது. இந்திய தரிசனம் என்ற நூலில் ஜவஹர்லால் நேரு பின்வருமாறு எழுதினார் :

'காந்திஜி போதனைகளின் சாரம் அச்சமின்மையை உடல் ரீதியான தைரியம் மட்டுமல்ல, மனதிலும் அச்ச மில்லாமல் இருத்தலாகும். ஆனால், பிரிட்டீஷ் ஆட்சியின் கீழிருந்த இந்தியாவின் அடிப்படையான உணர்வே அச்சம்தான். எங்கும் வியாபித்துள்ள ஒடுக்குகின்ற, நெறிக்கின்ற அச்ச மாகும். இராணுவம், காவல்துறை, நீக்கமற நிறைந்திருக் கின்ற உளவுத்துறை மீதான அச்சம்; அதிகார வர்க்கத்தைக் கண்டு அச்சம்; ஒடுக்குவதற்காக ஏற்படுத்தப்பட்ட சட்டங் களையும் சிறைகளையும் கண்டு அச்சம்; நிலபிரபுத்துவ ஏஜென்டுகளைக் கண்டு அச்சம்; கந்துவட்டிப் பேர்வழி களைக் கண்டு அச்சம்; எப்பொழுதும் நிகழலாம் என்றுள்ள வேலையின்மை, பட்டினி ஆகியவற்றைக் கண்டு அச்சம். இவ்வாறாக, எல்லாவற்றிலும் வியாபித்திருந்த அச்சங்களுக்கு எதிராக காந்திஜியின் அமைதியும் உறுதியும் மிக்க குரல் எழுந்தது. 'அச்சம் கொள்ளாதே' என அவர் குறிப்பிட்டார்.

ஒத்துழையாமை இயக்கத்தின் மிக முக்கிய விளைவு இந்திய மக்கள் தங்கள் அச்ச உணர்வைக் கைவிட்டதே ஆகும். இந்திய அரசாங்கத்தின் மிருக பலம் மக்களை பயமுறுத்த வில்லை எத்தகைய தோல்விகளாலும் பின்னடைவுகளாலும் அழிக்கமுடியாத அளப்பரிய தன்னம்பிக்கையும், சுய கௌர வத்தையும் அவர்கள் பெற்றனர். போர் முடிய ஒரு மாதம், பல மாதங்கள், பல வருடங்கள் ஆனாலும் 1920-ம் ஆண்டு தொடங்கிய போர் முடிவுக்கான போராகும் என காந்திஜி கூறியதில் இது வெளிப்பட்டது.

விடுதலைப் போராளிகள் :

1922-28-ம் ஆண்டுகளில் இந்திய அரசியலில் முக்கிய வளர்ச்சிப் போக்குகள் ஏற்பட்டன. திடீரென ஒத்துழை யாமை இயக்கத்தை வாபஸ் பெற்ற நிகழ்வு தேசிய இயக்க அணிகளைச் சோர்வுக்கு இட்டுச் சென்றது. இயக்கம் செயலிழந்து போவதைத் தடுப்பது எவ்வாறு என்பதில் தலைவர்களுக்கிடையில் கடும் வேறுபாடுகள் எழுந்தன.

மாறியச் சூழ்நிலைகளில் புதிய வகைப்பட்ட அரசியல் நடவடிக்கை தேவையென சித்தரஞ்சன் தாஸ், மோதிலால் நேரு தலைமையிலான சிந்தனையாளர்கள் வாதிட்டனர். சட்டமன்றத்தைப் புறக்கணிப்பதைக் கைவிட்டு தேசியவாதிகள் அவற்றுக்குள் நுழைந்து, அரசாங்கத் திட்டங்களின் அடிப்படையிலான அவர்களது பணிகளை முடக்க வேண்டும். அவர்களது பலவீனங்களை அம்பலப்படுத்த வேண்டும். அவர்களை அரசியல் போராட்ட அரங்கிற்குள் கொண்டு வர வேண்டும் இவ்வாறு பொதுமக்களின் உற்சாகத்தைக் கிளப்ப அவர்களைப் பயன்படுத்த வேண்டும் என அவர்கள் குறிப்பிட்டனர். சர்தார் வல்லபாய் படேல், டாக்டர் அன்சாரி, பாபு ராஜேந்திர பிரசாத், 'மாறுதல் எதிர்ப்பு' பிரிவைச் சேர்ந்த மற்ற பலரும் சட்டமன்றத்தில் பங்கேற்பதை எதிர்த்தனர். சட்டமன்ற அரசியல் வெகுஜனங்களுக்கிடையில் பணியாற்றுவதைப் புறக்கணிப்பதற்கு இட்டுச் சென்றுவிடும் எனவும், தலைவர்களுக்கிடையில் தேசிய உணர்வை பலவீனப்படுத்தி, போட்டிகளைத் தோற்றுவித்துவிடும் எனவும் அவர்கள் எச்சரித்தனர். எனவே, அவர்கள் நெசவு, மது ஒழிப்பு பிரச்சாரம், இந்து-முஸ்லீம் ஒற்றுமை, தீண்டாமை ஒழிப்பு, கிராமப்புற ஏழை மக்களிடத்தில் பணியாற்றுதல் போன்ற ஆக்கபூர்வ திட்டங்களைத் தொடர வேண்டுமென வலியுறுத்தினார். அது படிப்படியாக நாட்டை ஒரு புதிய கட்ட வெகுஜன போராட்டத்துக்குத் தயார்படுத்தும் என அவர்கள் குறிப்பிட்டனர்.

1922-டிசம்பரில் தாஸ், மோதிலால் நேரு ஆகியோர் இணைந்து காங்கிரசு-கிலாபத் விடுதலைக் கட்சியை நிறுவினர். தாஸ் தலைவராகவும் மோதிலால் நேரு செயலாளர்களின் ஒருவராகவும் தேர்ந்தெடுக்கப்பட்டனர். புதிய கட்சி காங்கிரசுக்குள் ஒரு குழுவாக செயல்பட்டது. தேர்தல்களில் பங்கேற்பதில்லை என்ற ஒரு அம்சத்தைத் தவிர, பிறவற்றில் காங்கிரசு திட்டத்தை இது ஏற்றுக்கொண்டது.

விடுதலைப் போராளிகளும் 'மாறுதல் எதிர்ப்பு' பிரிவினரும் தீவிர அரசியல் முரண்பாடுகளில் ஈடுபடலாயினர்.

1924-ம் ஆண்டு பிப்ரவரி 5-ம் தேதி உடல் நலன் குன்றிய காரணத்தினால் விடுதலை செய்யப்பட்ட காந்திஜியின் முயற்சியினாலும் அவர்களை ஒன்றுபடுத்த இயலவில்லை. ஆனால் 1907-ம் ஆண்டு சூரத்தில் ஏற்பட்ட பிளவின் நாசகரமான விளைவுகளைத் தவிர்க்க இரண்டு தரப்பினரும் உறுதியுடன் இருந்தனர். அவர்களை தனித்தனி வழிகளில் செயல்பட்ட போதிலும் காந்திஜியின் ஆலோசனையின் அடிப்படையில் இரண்டு குழுக்களாகக் காங்கிரசுக்குள் தொடர்ந்து இருக்க ஒப்புக்கொண்டனர்.

விடுதலைப் போராளிகள் தேர்தலுக்குத் தயாராவதற்கு போதுமான கால அவகாசம் இல்லாதபோதிலும் 1923-நவம்பரில் நடைபெற்ற தேர்தலில் அவர்கள் சிறப்பான வெற்றியினைப் பெற்றனர். மத்திய சட்டமன்றத்துக்கு தேர்ந்தெடுக்கப்படட 101 உறுப்பினர்களில் அவர்கள் 42 பேர் வெற்றி பெற்றனர். மற்ற இந்தியக் குழுக்களின் ஒத்துழைப்புடன் மத்திய சட்டமன்றத்திலும், பல்வேறு மாகாணக் கவுன்சில்களிலும் அவர்கள் தொடர்ந்து அரசாங்கத்தைத் தோற்கடித்தனர். சுயாட்சி, சிவில் உரிமைகள், தொழில் வளர்ச்சி போன்ற பிரச்சினைகளில் நிகழ்த்திய வலுவான உரையின் மூலம் அவர்கள் கிளர்ச்சியில் ஈடுபட்டனர். 1925- மார்ச் மாதம் மத்திய சட்டமன்றத்துக்கான சபாநாயகர் தேர்தலில் ஒரு முன்னணி தேசிய இயக்கத் தலைவரான வித்தல்பாய் ஜெ. பட்டேலைத் தேர்வு செய்வதில் அவர்கள் வெற்றி பெற்றனர். தேசிய இயக்கம் தனது பலத்தை மீட்டெடுத்து வந்தபொழுது ஏற்பட்ட அரசியல் வெற்றிடத்தை அவர்கள் பூர்த்தி செய்தனர். 1919-ம் ஆண்டின் சீர்திருத்தச் சட்டத்தில் இருந்த ஓட்டைகளையும் அவர்கள் அம்பலப்படுத்தினர். ஆனால் இந்திய அரசாங்கத்தின் எதேச்சதிகாரக் கொள்கைகளை மாற்ற அவர்களால் இயலவில்லை. முதலில் 1926-மார்ச்சிலும் பிறகு 1930 ஜனவரியிலும் மத்திய சட்டமன்றத்திலிருந்து வெளிநடப்பு செய்தபொழுது அதன் அவசியத்தை அவர்கள் உணர்ந்தனர்.

இடையில், 'மாறுதல் எதிர்ப்பு' பிரிவினர் அமைதியாக

ஆக்கபூர்வ பணிகளில் ஈடுபட்டு வந்தனர். இப்பணியின் அடையாளமாக நாடு முழுவதிலும் நூற்றுக்கணக்கான ஆசிரமங்கள் தொடங்கப்பட்டன. அங்கு இளைஞர்களும், பெண்களும் ராட்டையில் நூல் நூற்பது, காதி உடுத்துவதை ஊக்குவிப்பது போன்ற காரியங்களில் ஈடுபட்டு வந்தனர். தாழ்த்தப்பட்ட சாதியினர் மற்றும் பழங்குடிகளிடையே பணி யாற்றி வந்தனர். நூற்றுக்கணக்கான தேசியப் பள்ளிகளை யும் கல்லூரிகளும் தொடங்கப்பட்டு அங்கு காலனியத்துக்கு எதிரான சித்தாந்த வடிவத்துக்கேற்ப இளைஞர்களுக்குப் பயிற்சி அளிக்கப்பட்டது. மேலும் ஆக்கப்பூர்வப் பணியாளர் கள் சட்டமறுப்பு இயக்கத்தின் செயல்திறன் மிக்க அமைப் பாளர்களைப்போல அதன் முதுகெலும்பாகச் செயல்பட்டனர்.

சத்தியாகிரகிகளும், மாறுதல் எதிர்ப்பாளர்களும் தத்தமது சொந்த வழிகளில் செயல்பட்டாலும் அவர்களுக்கிடையில் அடிப்படையில் வேறுபாடு ஏதுமில்லை. ஏனெனில், அவர்கள் மிக இணக்கமான உறவு கொண்டிருந்தனர். ஒவ்வொருவரும் மற்றவர்களுடைய ஏகாதிபத்திய எதிர்ப்பு பண்பை அங்கீ கரித்தனர். புதிய தேசியப் போராட்டத்துக்கான காலம் கனியும்பொழுது இரு தரப்பினரும் ஒன்றுபடத் தயாராக இருந்தனர். இடையில் 1925 ஜூன் மாதம் தேசபந்து சித்த ரஞ்சன் தாஸ் காலமானதை ஒட்டி தேசிய இயக்கத்துக்கும் சுயராஜ்ஜியத்துக்கும் மற்றொரு இழப்பு ஏற்பட்டது.

ஒத்துழையாமை இயக்கம் வாபஸ் பெறப்பட்டதை அடுத்து மக்கள் விரக்திக்கு உள்ளானபொழுது, வகுப்புவாதம் தனது கோர முகத்தைக் காட்டியது. நிலைமையைப் பயன் படுத்தி வகுப்புவாத சக்திகள் தமது கண்ணோட்டத்தைப் பிரச்சாரம் செய்யத் தொடங்கினர். 1923-க்குப் பிறகு நாட்டில் வகுப்புவாத கலவரங்கள் தொடர்ந்து நிகழ்ந்து வந்தன. முஸ்லீம் லீக்கும், 1917-ம் ஆண்டு டிசம்பரில் நிறுவப்பட்ட இந்து மகாசபையும் மீண்டும் முனைப்பாகச் செயல்படத் தொடங்கின. இதன் விளைவாக அனைவரும் முதலில் இந்தியர்கள் என வளர்ந்து வந்த உணர்வு பின்னுக்குப் போனது. சுயராஜ்ஜியக் கட்சியும், உறுதிமிக்க தேசியவாதிகளான மோதிலால் நேரு,

தாஸ் போன்ற முன்னணித் தலைவர்களும் கூட வகுப்பு வாதத்தால் பிளவுபடுத்தப்பட்டனர். ‘பொறுப்புணர்வுவாதி கள்’ என்றழைக்கப்படட, மதன்மோகன் மாளவியா, லாலா லஜபதி ராய், என்.சி. கேல்கர் உள்ளிட்ட ஒரு குழு அரசாங் கத்துக்கு ஒத்துழைப்பு நல்கி வந்தது. அதன்மூலம் இந்து நலன் எனப்படுபவை பாதுகாக்கப்படும் என அவர்கள் கருதினர்.

மோதிலால் நேரு இந்துக்களைக் கைவிட்டவர், இந்துக் களின் எதிரி, பசுவதைக்கு ஆதரவானவர், பசு மாமிசம் உண்பவர் என அவர்கள் குற்றம் சாட்டினர். முஸ்லீம் வகுப்பு வாதிகளும் சில்லறைப் பதவிகளுக்காகச் சண்டையிட்டுக் கொண்டிருந்தனர். எல்லாக் காலங்களும் எல்லாச் சூழ்நிலை களிலும் இந்து முஸ்லீம் ஒற்றுமையே நம்முடைய கொள்கை என காந்திஜி வலியுறுத்தினார். நிலைமையில் மேம்பாட்டைக் கொண்டு வருவதற்காக அதில் தலையிட்டு வந்தார். வகுப்புக் கலவரங்களில் மனிதத் தன்மையற்ற செயல்களைத் தடுத்திட தவம் மேற்கொண்டு 1924-ம் ஆண்டு செப்டம்பரில் 21 நாட்கள் டெல்லியிலுள்ள மௌலானா முகமது அலியின் வீட்டில் உண்ணாவிரதம் இருந்தார். ஆனால், அவரது முயற்சிகளுக்குப் போதுமான பலன் கிட்டவில்லை.

உண்மையில் நாட்டில் மிகவும் இருண்ட சூழ்நிலை தென் பட்டது. பொதுவான அரசியல் மௌடீகம் நிலவியது. காந்திஜி ஓய்வில் இருந்தார். சுயராஜ்ஜியவாதிகள் பிளவு பட்டிருந்தனர். வகுப்புவாதம் கோலோச்சியது. பிரார்த்தனை யிலும் அதன்மூலம் கிடைக்கும் பதிலிலுமே எனது ஒரே நம்பிக்கை உள்ளது என 1927-ம் ஆண்டு மே மாதம் காந்திஜி எழுதினார். ஆனால் இத்தகைய காட்சிகளுக்குப் பின்னால் தேசிய சக்திகளின் எழுச்சி வளர்ச்சியுற்று வந்தது. 1927-ம் ஆண்டு நவம்பரில் சைமன் கமிஷன் வருகை அறிவிப்பை ஒட்டி இந்தியா இருட்டிலிருந்து மீண்டும் எழுச்சியுற்றது. அரசியல் போராட்டத்தில் புதிய யுகத்தினுள் நுழைந்தது.

13

விடுதலைப் போராட்டம் - இரண்டாம் கட்டம்! (1927-1947)

புதிய சக்திகளின் எழுச்சி :

1927-ம் ஆண்டு தேசிய மறுஎழுச்சிக்கும், புதிய சோசலிசப் போக்கின் தோற்றத்துக்கும் பல்வேறு அறிகுறிகள் தென்பட்டன. மார்க்சிசமும், மற்ற சோசலிசக் கருத்துகளும் வேகமாகப் பரவின. காங்கிரசுக்குள் ஜவஹர்லால் நேரு, சுபாஷ் சந்திரபோஸ் ஆகியோரின் தலைமையிலான புதிய இடது சாரிக் குழுவினரின் எழுச்சியில் இத்தகைய சக்திகளின் அரசியல் ரீதியான பிரதிபலிப்பு தென்பட்டது. இடதுசாரிக் குழுவினர் ஏகாதிபத்திய எதிர்ப்புப் போராட்டத்தோடு தங்களது கவனத்தைச் சுருக்கிக் கொள்ளவில்லை. அத்தோடு முதலாளிகளாலும், நிலபிரபுக்களாலும் உள்ளார்ந்த வகையில் வர்க்க ஒடுக்குமுறைக்கு உள்ளான பிரச்சினையையும் கிளப்பினர்.

இந்திய இளைஞர்களின் செயல்பாடு தீவிரமடைந்தது. நாடு முழுவதும் இளைஞர் கழகங்கள் உருவாக்கப்பட்டன. மாணவர்களின் மாநாடுகள் நடைபெற்றன. 1928-ம் ஆண்டு ஆகஸ்டில் முதலாவது அனைத்து வங்காள மாணவர் மாநாடு ஜவஹர்லால் நேரு தலைமையில் நடைபெற்றது. அதன்பிறகு, நாட்டில் மற்ற பல்வேறு மாணவர் சங்கங்கள் தொடங்கப்

பட்டன. நூற்றுக்கணக்கான மாணவர், இளைஞர் மாநாடுகள் நடைபெற்றன. இளம் இந்திய தேசியவாதிகள் படிப்படியாக சோசலிசத்தை நோக்கித் திரும்பினர். நாடு அனுபவித்து வரக்கூடிய அரசியல், பொருளாதார, சமூகத் தீமைகளுக்கு தீவிரமான தீர்வை முன்வைத்தனர். முழு விடுதலைக்கான திட்டத்தையும் அவர்கள் முன்வைத்து பிரச்சாரம் செய்தனர். 1920-களில் சோசலிஸ்ட் மற்றும் கம்யூனிஸ்ட் குழுக்கள் செயல்படத் தொடங்கின. ரஷ்யப் புரட்சியின் உதாரணம் பல்வேறு இளம் தேசியவாதிகளின் ஆர்வத்தைத் தூண்டியது. காந்திய சிந்தனைகளிலும், திட்டங்களிலும் அதிருப்தியுற்ற அவர்களில் பலர் சோசலிச சித்தாந்தத்தை தமது வழிகாட்டியாக ஏற்கத் தொடங்கினர். எம்.என். ராய் கம்யூனிஸ்டு அகிலத்தின் தலைமைக்குத் தேர்ந்தெடுக்கப்பட்ட முதலாவது இந்தியர் ஆவார். கம்யூனிஸ்டு கருத்துகளைப் பரப்புவதாகக் கூறி முசாபர் அகமதுவையும் எஸ்.ஏ. டாங்கேவையும் 1924-ம் ஆண்டு அரசாங்கம் கைது செய்தது. மற்றவர்களோடு சேர்த்து அவர்கள் மீது கான்பூர் சதி வழக்கு தொடுக்கப்பட்டது. 1925-ம் ஆண்டு இந்திய கம்யூனிஸ்ட் கட்சி தொடங்கப்பட்டது. நாட்டின் பல்வேறு பகுதிகளில் தொழிலாளர், விவசாயிகள், கட்சிகள் பல தொடங்கப்பட்டன. இக்கட்சிகளும் குழுக்களும் மார்க்சிஸ்ட் மற்றும் கம்யூனிஸ்ட் கருத்துகளைப் பிரச்சாரம் செய்து வந்தன. அதே சமயம் அவர்கள் தேசிய இயக்கம், தேசிய காங்கிரசு ஆகியவற்றின் ஒருங்கிணைந்த பகுதியினராகவே செயல்பட்டு வந்தனர்.

விவசாயிகளும், தொழிலாளர்களும் மீண்டும் செயலூக்கமடைந்தனர். குத்தகைச் சட்டங்களைத் திருத்த வலியுறுத்தி உத்தரப் பிரதேசத்தில் குத்தகை விவசாயிகளின் போராட்டம் பெரிய அளவில் நடைபெற்றது. குறைந்த குத்தகை, நில வெளியேற்றத்திலிருந்து பாதுகாப்பு, கடனிலிருந்து விடுதலை போன்றவற்றை குத்தகை விவசாயிகள் வலியுறுத்தினர். குஜராத்தில், நிலவரியை உயர்த்தும் அரசாங்க முயற்சிகளுக்கு எதிராக விவசாயிகள் போராடினர். புகழ்பெற்ற பர்தோலி சத்தியாகிரகம் அச்சமயத்தில் நடைபெற்றது. 1928-ம் ஆண்டு

சர்தார் வல்லபாய் படேல் தலைமையில் விவசாயிகள் வரி கொடா இயக்கத்தில் ஈடுபட்டு, இறுதியில் அக்கோரிக்கையை வென்றெடுத்தனர். அகில இந்திய தொழிற்சங்கக் காங்கிரசின் (ஏஐடியுசி) தலைமையில் தொழிற்சங்கவாதம் தீவிர வளர்ச்சி பெற்றது. 1928-ம் ஆண்டு பல்வேறு வேலைநிறுத்தங்கள் நடைபெற்றன. கரக்பூரிலுள்ள ரயில்வே பணிமனையில் இரண்டு மாதகாலம் நீடித்த வேலைநிறுத்தம் நடைபெற்றது. தென்னிந்திய ரயில்வேத் தொழிலாளர்கள் வேலை நிறுத்தத்தில் குதித்தனர். ஜாம்செட்பூரில் டாடா இரும்பு மற்றும் எஃகு தொழிற்சாலையில் மற்றொரு வேலைநிறுத்தம் நடைபெற்றது. இப்போராட்டத்தில் உடன்பாடு காண்பதில் சுபாஷ் சந்திரபோஸ் முக்கியப் பங்காற்றினார். பம்பாய் ஜவுளி ஆலைத் தொழிலாளர்களின் வேலைநிறுத்தம் அக்கால கட்டத்தில் மிகவும் முக்கியத்துவம் வாய்ந்ததாகும். சுமார் 1.50 லட்சம் தொழிலாளர்கள் ஐந்து மாத காலம் வேலைநிறுத்தத்தில் ஈடுபட்டனர். இத்தகைய வேலைநிறுத்தம் கம்யூனிஸ்டு களால் வழிநடத்தப்பட்டது. 1928-ம் ஆண்டுகளில் நடைபெற்ற வேலைநிறுத்தத்தில் சுமார் ஐந்து லட்சம் தொழிலாளர்கள் பங்கேற்றனர்.

புரட்சிகர இயக்கங்களின் நடவடிக்கைகள் வளர்ச்சியுற்ற வந்தது. புதிய மனோநிலையின் மற்றொரு பிரதிபலிப்பாகும். இவையும் சோசலிச திசை வழியையே மேற்கொண்டன. முதலாவது ஒத்துழையாமை இயக்கத்தில் ஏற்பட்ட தோல்வி, புரட்சிகர இயக்கத்தின் எழுச்சிக்கு இட்டுச் சென்றது. 1924-ம் ஆண்டு அக்டோபரில் நடைபெற்ற அகில இந்திய மாநாட்டில் இந்துஸ்தான் குடியரசு சங்கம் என்ற அமைப்பு ஆயுதப் புரட்சியை நடத்தும் இலட்சியத்துடன் தொடங்கப்பட்டது. அரசாங்கம் இதனைத் தடுக்கும் வகையில் ஏராளமான இளைஞர்களைக் கைது செய்து 1925-ம் ஆண்டு அவர்கள் மீது ககோரி சதி வழக்கு தொடுத்தது. பதினேழு பேருக்கு நீண்டகால சிறைத்தண்டனை விதிக்கப்பட்டது, நான்கு பேருக்கு ஆயுள் தண்டனையும், ராம்பிரசாத் பிஸ்மில், அஷ்பகுல்லா உள்ளிட்ட நான்கு பேருக்கு தூக்கு தண்டனையும் விதிக்கப்பட்டது.

புரட்சியாளர்கள் விரைவில் சோசலிசக் கருத்துகளின் செல்வாக்கின் கீழ் வந்தனர். 1928-ம் ஆண்டு சந்திரசேகர ஆசாத் தலைமையில் அவர்களது அமைப்பு இந்துஸ்தான் சோசலிஸ்ட் குடியரசு சங்கம் எனப்பெயர் மாற்றம் செய்யப்பட்டது.

தனிநபர் வீரசாகசங்களிலிருந்தும், வன்முறை நடவடிக்கைகளிலிருந்தும் அவர்கள் படிப்படியாக விடுபடத் தொடங்கினர். ஆனால் 1928-அக்டோபர் 30 அன்று நடைபெற்ற சைமன் குழு எதிர்ப்பு ஆர்ப்பாட்டத்தின் மீது தொடுக்கப்பட்ட மிருகத்தனமான தடியடித் தாக்குதலால் நிலைமையில் திடீர் மாற்றம் ஏற்பட்டது. தடியடித் தாக்குதலின் விளைவாக பஞ்சாப் சிங்கம் லாலா லஜபதிராய் மரணமடைந்தார். இந்நிகழ்வு இளைஞர்களை ஆத்திரம் கொள்ளச் செய்தது. 1928 - டிசம்பர் 17 அன்று பகத்சிங், ஆசாத், ராஜகுரு ஆகியோர் இத்தடியடிக்குக் காரணமான பிரிட்டீஷ் அதிகாரி சாண்டர்சைப் படுகொலை செய்தனர்.

இந்துஸ்தான் சோசலிஸ்ட்குடியரசு சங்கத் தலைமை, அவர்களது மாறிய அரசியல் குறிக்கோள்களை மக்களிடம் கொண்டு செல்லவும், வெகுஜனங்களால் புரட்சி நடத்தப்பட வேண்டியதன் அவசியத்தை வலியுறுத்தவும் முடிவெடுத்தது. ஆகையினால், 1929-ம் ஆண்டு ஏப்ரல் 8-ம் தேதி பகத்சிங், பூதகேஸ்வரதத் ஆகியோர் மத்திய சட்டமன்றத்தில் வெடிகுண்டு வீசினர். இந்த வெடிகுண்டின் நோக்கம் யாரையும் காயப்படுத்துவதல்ல. அதற்காகவே இது பாதகம் ஏற்படுத்தாத வகையில் தயாரிக்கப்பட்டதாகும். 'இதன் நோக்கம் யாரையும் கொலை செய்வதல்ல, செவிடர்களின் காதுகளுக்குக் கேட்கச் செய்வதே' என அவர்கள் வெளியிட்ட பிரசுரம் குறிப்பிட்டது. பகத்சிங்கும், பி.கே. தத்தும் குண்டுவீசிய பிறகு எளிதில் தப்பியிருக்க முடியும். ஆனால் அவர்கள் கைதாவதன் மூலம் நீதிமன்றத்தைப் புரட்சிகர பிரச்சாரக் களமாகப் பயன்படுத்த அவர்கள் விரும்பினர்.

வங்காளத்திலும் புரட்சிகர நடவடிக்கைகள் மறுஎழுச்சி கொண்டன. 1930-ம் ஆண்டு ஏப்ரலில் சிட்டகாங்கில் சூர்யாசென் தலைமையில், அரசாங்க ஆயுதக்கிடங்கின் மீது

நன்கு திட்டமிட்ட, பெரும் ஆயுதத்தாக்குதல் தொடுக்கப் பட்டது. இது எதேச்சதிகார அரசாங்க அதிகாரிகளுக்கு எதிராகத் தொடுக்கப்பட்ட முதலாவது தாக்குதலாகும். வங்காளத்தில் தீவிரவாத இயக்கத்தின் குறிப்பிடத்தக்க அம்சம் இளம்பெண்களின் பங்கேற்பு ஆகும். சிட்டகாங் புரட்சி யாளர்கள் பெருமளவில் முன்னேற்றத்தைக் காட்டினர். அவர் களுடையது தனிநபர் செயல்பாடல்ல, காலனிய அரசின் கருவிகளுக்கு எதிரான குழு நடவடிக்கையாகும்.

புரட்சியாளர்களுக்கு எதிராக அரசாங்கம் கடும் தாக்கு தலைத் தொடுத்தது. அவர்களில் பலர் கைது செய்யப்பட்டு, தொடர்ச்சியான வழக்குகள் தொடுக்கப்பட்டு விசாரணைகள் நடத்தப்பட்டன. சாண்டர்ஸ் படுகொலை செய்யப்பட்ட வழக்கில் பகத்சிங் மற்றும் சிலர் மீதும் வழக்கு விசாரணை நடைபெற்றது. நீதிமன்றங்களில் இளம் புரட்சியாளர்கள் அளித்த வாக்குமூலங்களும், அவர்களது அச்சமற்ற தீரமிக்க அணுகுமுறையும் மக்களின் அனுதாபத்தைப் பெற்றது. காங்கிரசு தலைவர்கள் அஹிம்சாவாதிகளாக இருந்தபோதிலும் புரட்சி யாளர்களைப் பாதுகாக்கும் பணியில் அவர்கள் ஈடுபட்டனர். குறிப்பாக சிறைகளில் இருந்த மோசமான நிலைமை களுக்கு எதிர்ப்பு தெரிவிக்கும் வகையில் அவர்கள் நடத்திய உண்ணாவிரதப் போராட்டம் எழுச்சியூட்டக் கூடியதாகும். அரசியல் கைதிகள் என்ற வகையில் சிறைச்சாலைகளில் கௌரவமாகவும், முறையாகவும் நடத்தப்பட வேண்டுமென அவர்கள் வலியுறுத்தினர். இத்தகைய உண்ணாவிரதப் போராட்டத்தின் பொழுது ஜதீன்தாஸ் என்ற இளைஞர் 63 நாட்கள் காவியப் புகழ்மிக்க உண்ணாவிரதத்தை மேற்கொண்டு உயிர் நீத்தார். மக்கள் எதிர்ப்புக்கு மத்தியில் 1931 மார்ச் 23 அன்று பகத்சிங், ராஜகுரு, சுகதேவ் ஆகியோர் தூக்கிலிடப்பட்டனர். ‘அதிவிரைவில் இறுதிக்கட்டப் போர் தொடங்கவிருக்கிறது, அதன் விளைவுகள் தீர்மானகரமான வையாக இருக்கும், நாங்கள் இப்போரில் பங்கெடுத்திருக் கிறோம், நாங்கள் அவ்வாறு செய்ததில் பெருமிதம் கொள் கிறோம்’ என அவர்கள் தூக்கிலேற்றப்படுவதற்கு சில தினங்

களுக்கு முன்பு சிறை அதிகாரிக்கு எழுதிய கடிதத்தில் குறிப்பிட்டிருந்தனர்.

23 வயதான பகத்சிங், தான் இறுதியாக எழுதிய இரண்டு கடிதங்களில் சோசலிசத்தின் மீதான தனது நம்பிக்கையை வலியுறுத்தி உள்ளார். 'விவசாயிகள் அன்னிய நுகத்தடியிலிருந்து மட்டுமல்லாமல், நிலபிரபுக்கள், முதலாளிகள் ஆகியோரின் நுகத்தடியிலிருந்தும் தங்களை விடுவித்துக்கொள்ள வேண்டுமென' அவர் எழுதினார். 'ஒரு சிறு சுரண்டும் கூட்டத்தினர் தங்களது சொந்த ஆதாயத்துக்காக சாதாரண மக்களின் உழைப்பைச் சுரண்டிக் கொண்டிருக்கும் வரை இந்தியாவில் போராட்டம் தொடரும். அத்தகைய சுரண்டலாளர்கள் முழுமையாக பிரிட்டீஷ்காரர்களா அல்லது பிரிட்டீசாரும், இந்தியர்களும் இணைந்த கூட்டாளிகளா அல்லது முழுமையாக இந்தியர்களா என்பது இதில் முக்கியமல்ல' என 1931-ம் ஆண்டு மார்ச் 3-ம் தேதி அவர் வெளியிட்ட தனது இறுதிச் செய்தியில் குறிப்பிட்டார். சோசலிசத்தை அறிவியல் ரீதியில் பகத்சிங் விளக்கினார். முதலாளித்துவத்தையும், வர்க்க மேலாதிக்கத்தையும் ஒழிப்பதே அது என அவர் விளக்கினார். 1930-க்கு முன்பே அவரும், அவரது தோழர்களும் பயங்கரவாத நடவடிக்கைகளைக் கைவிட்டுவிட்டதையும் அவர் தெளிவுபடுத்தினார். 'நான் ஒரு பயங்கரவாதியைப் போல செயல்பட்டேன். ஆனால் நான் ஒரு பயங்கரவாதியல்ல. எனது புரட்சிகர வாழ்க்கையின் ஆரம்ப கட்டத்தைத் தவிர நான் ஒருபோதும் ஒரு பயங்கரவாதியாக இருந்ததில்லை என்பதை நான் உறுதிபடக் கூறுகிறேன். இத்தகைய வழிமுறைகளால் நாம் எதனையும் சாதித்துவிட முடியாது என்பதில் நான் உறுதியாக உள்ளேன்' என 1931-ம் ஆண்டு பிப்ரவரி 2-ம் தேதி எழுதிய தனது இறுதி அரசியல் வாக்குமூலத்தில் பிரகடனப் படுத்தினார்.

பகத்சிங் முழுமையான, உணர்வுபூர்வமான மதச்சார்பின்மைவாதியும் ஆவார். காலனியத்தைப் போல வகுப்பு வாதமும் ஒரு பெரும் எதிரியே. அதனை உறுதியுடன் எதிர்க்க வேண்டும் என அவர் தனது தோழர்களிடத்தில் அடிக்கடி குறிப்பிட்டு வந்தார். 1926-ம் ஆண்டு பஞ்சாப் நவஜவான்

பாரத் சபாவை உருவாக்குவதற்காக உதவிய அவர், அதன் முதல் செயலாளராகவும் ஆனார். 'வகுப்புவாத அமைப்புகளுடன் அல்லது வகுப்புவாதக் கருத்துகளை பரப்புகின்ற பிற கட்சிகளுடன் தொடர்பு கொள்ளக்கூடாது', 'மதம் என்பது தனிநபர்களின் நம்பிக்கை, அதன் அடிப்படையில் அவர்கள் முழுமையாகச் செயல்படலாம் என்ற வகையில் மக்களிடையே பொதுவான சகிப்புணர்வை உருவாக்க வேண்டும்' என்ற சபாவின் இரண்டு விதிகளையும் பகத்சிங் உருவாக்கினார்.

மேலும் சில ஆண்டுகள் சிறுசிறு நடவடிக்கைகள் தொடர்ந்த போதிலும் புரட்சிகர பயங்கரவாத இயக்கம் விரைவில் செயலிழந்தது. 1931-ம் ஆண்டு பிப்ரவரியில் அலகாபாத்திலுள்ள ஒரு பொது பூங்காவில் நடைபெற்ற காவல்துறை துப்பாக்கிச் சூட்டில் சந்திரசேகர ஆசாத் கொல்லப்பட்டார். பிற்காலத்தில் அது ஆசாத் பூங்கா என்றழைக்கப்பட்டது. 1933-ம் ஆண்டு பிப்ரவரியில் கைது செய்யப்பட்ட சூரியாசென், அதைத் தொடர்ந்து விரைவில் தூக்கிலேற்றப்பட்டார். நூற்றுக்கணக்கான வேறு பல புரட்சியாளர்களும் கைது செய்யப்பட்டு, பலவகையான தண்டனைகளுக்கு ஆட்படுத்தப்பட்டனர். சிலர் அந்தமானிலுள்ள செல்லுலார் சிறைச்சாலைக்கு அனுப்பப்பட்டனர்.

இவ்வாறாக 1920-களின் இறுதியில் ஒரு புதிய அரசியல் சூழல் எழுச்சியுறத் தொடங்கியது. 'இந்தியாவைப் பற்றி 20, 30 ஆண்டுகளாக அறிந்திருந்தவர்கள்கூட, புதிய சக்திகளின் முக்கியத்துவத்தை முழுமையாக உணரவில்லை' என வைஸ்ராய் இர்வின் பிரபு பின்னாளில் எழுதுகையில் நினைவு கூர்ந்தார். இத்தகைய புதிய போக்கை ஒடுக்குவதில் அரசாங்கம் உறுதியுடன் இருந்தது. நாம் ஏற்கனவே கண்டதுபோல புரட்சியாளர்கள் குரூரமாக ஒடுக்கப்பட்டனர். வளர்ச்சியுற்று வந்த தொழிற்சங்க இயக்கத்தின் மீதும், கம்யூனிஸ்ட் இயக்கத்தின் மீதும் இதே நிலையைக் கையாண்டனர். 1929-ம் ஆண்டு மார்ச் மாதம் தொழிற்சங்க மற்றும் கம்யூனிஸ்ட் தலைவர்கள் 31 பேர் (அவர்களில் மூவர் ஆங்கிலேயர்கள்)

மீரத் சதி வழக்கின் கீழ் கைது செய்யப்பட்டு நான்காண்டு விசாரணைக்குப் பின்பு நீண்டகால சிறைத்தண்டனை விதிக்கப்பட்டனர்.

சைமன் கமிஷன் புறக்கணிப்பு :

1927-ம் ஆண்டு நவம்பரில் இந்தியாவில் மேற்கொள்ளப் பட வேண்டிய அரசியல் சாசன சீர்திருத்தப் பிரச்சினை குறித்து அறிய, பின்னாளில் அதன் தலைவரின் பெயரால் சைமன் கமிஷன் என்றழைக்கப்பட்ட இந்திய சட்டக்குழுவை பிரிட்டீஷ் அரசாங்கம் நியமித்தது. அது தேசிய இயக்கத்தின் புதிய கட்டத்துக்கு கிரியா ஊக்கியாக அமைந்தது. இக்குழு வில் இருந்த அனைவரும் ஆங்கிலேயர்கள். இத்தகைய அறிவிப்பை எதிர்த்து இந்தியர்கள் அனைவரும் ஒன்றுபட்டுக் குரல் எழுப்பினர். அக்குழுவில் இந்தியர்கள் ஒருவரும் இடம் பெறாததும், இந்தியாவில் சுயாட்சிக்கான பொருத்தத்தை அன்னியர்களே விவாதித்து முடிவெடுப்பதே, இவ்வாறு ஒதுக்குவதன் பின்னணியில் உள்ள அடிப்படைக் கருத்து என்பதுமே இந்தியர்களைப் பெரிதும் கோபம் கொள்ளச் செய்தது. வேறு வார்த்தைகளில் குறிப்பிட்டால் பிரிட்டீஷ் அரசின் செயல்பாடு சுய நிர்ணய உரிமைக் கோட்பாட்டை மீறுவதாகவும், இந்தியர்களின் சுயமரியாதையை இழிவுபடுத்து வதாகவும் தோன்றியது. 1927-ம் ஆண்டு சென்னையில் டாக்டர் அன்சாரி தலைமையில் நடைபெற்ற தேசியக் காங்கிரசு மாநாட்டில், சைமன் கமிஷனை 'ஒவ்வொரு கட்டத்திலும், ஒவ்வொரு வடிவிலும்' எதிர்ப்பது என முடிவெடுக்கப்பட்டது. முஸ்லீம் லீக்கும், இந்து மகாசபையும் காங்கிரஸ் முடிவை ஆதரிக்க முடிவு செய்தன. உண்மையில், நாட்டிலுள்ள பல் வேறு குழுக்களையும், கட்சிகளையும் சைமன் குழு தற்காலிக மாகவேனும் ஒன்றுபடுத்தியது. தேசியவாதிகளுடன் தாம் காட்டும் ஒருமைப்பாட்டின் அடையாளமாக, பொதுத் தொகுதி முறையின்கீழ் முஸ்லீம்களுக்குத் தனி இட ஒதுக்கீடு என்ற கோட்பாட்டையும் முஸ்லீம் லீக் ஏற்றுக்கொண்டது.

சைமன் கமிஷனின் சவாலை எதிர்கொள்ள இந்தியாவின்

அனைத்து முக்கியத் தலைவர்களும், கட்சிகளும் ஒன்றுபட்டு அரசியல் சாசன சீர்திருத்தங்களுக்கான மாற்று திட்டத்தை உருவாக்க முயற்சித்தனர். முன்னணி அரசியல் ஊழியர்களின் மாநாடுகளும், கூட்டுக் கூட்டங்களும் ஏராளமாக நடைபெற்றன. இறுதியில் 1928-ம் ஆண்டு ஆகஸ்டில், மாற்று திட்டத்தின் முதன்மைச் சிற்பியான மோதிலால் நேருவின் பெயரால் அழைக்கப்பட்ட நேரு அறிக்கை இறுதிப்படுத்தப்பட்டது. துரதிருஷ்டவசமாக 1928-ம் ஆண்டு டிசம்பரில் கல்கத்தாவில் நடைபெற்ற அனைத்துக் கட்சி மாநாட்டில் இந்த அறிக்கை நிறைவேற்றப்படவில்லை. முஸ்லீம் லீக், இந்து மகா சபா, சீக்கிய லீக் போன்ற அமைப்புகளைச் சேர்ந்த வகுப்புவாத நோக்கம் கொண்ட தலைவர்களில் சிலர் இதற்கு எதிர்ப்புக் காட்டினர். இவ்வாறு தேசிய ஒற்றுமைக்கான வாய்ப்புகள் வகுப்புவாதிகளால் சீர்குலைக்கப்பட்டது. அதைத் தொடர்ந்து வகுப்புவாதம் தொடர்ந்து வளர்ச்சி பெறத் தொடங்கியது.

தேசியவாதிகளின் அரசியலுக்கும், வகுப்புவாதிகளின் அரசியலுக்கும் இடையில் அடிப்படையில் வேறுபாடுகள் நிலவின என்பதும் குறிப்பிடத்தக்கது. நாட்டிற்கு அரசியல் உரிமைகளையும், சுதந்திரத்தையும் பெறுவதற்காக அன்னிய அரசாங்கத்தை எதிர்த்து தேசியவாதிகள் அரசியல் போராட்டத்தில் ஈடுபட்டு வந்தனர். இந்து அல்லது முஸ்லீம் வகுப்புவாதிகளின் நோக்கம் அதுவல்ல. அவர்களது கோரிக்கைகள் தேசியவாதிகளின் மீதானதாக இருந்தன. மறுபுறத்தில், அன்னிய அரசாங்கத்தை தமக்கு உதவி செய்யக்கூடிய ஆதரவு சக்தியாக பொதுவாக அவர்கள் பார்த்தனர். காங்கிரசுடன் அடிக்கடி மோதி வந்த அவர்கள், அரசாங்கத்துடன் ஒத்துழைத்து வந்தனர்.

அனைத்துக் கட்சிகளின் மாநாட்டு நடவடிக்கைகளைக் காட்டிலும் சைமன் கமிஷனுக்கு எதிராகக் கிளம்பிய வெகு ஜனக் கிளர்ச்சி மிகவும் முக்கியத்துவம் வாய்ந்ததாகும். கமிஷனின் இந்திய வருகையை ஒட்டி எழுந்த வலுவான எதிர்ப்பு இயக்கத்தில் தேசிய உற்சாகம் தென்பட்டது. ஒற்றுமை புதிய உயர்மட்டத்துக்குச் சென்றது.

கமிஷன் பம்பாயை வந்தடைந்த பிப்ரவரி 3-ம் தேதி அகில இந்திய கடையடைப்பு நடத்தப்பட்டது. கமிஷன் சென்ற இடங்களிலெல்லாம் கடையடைப்புகளுடனும், கறுப்புக் கொடிகளுடனும், ஆர்ப்பாட்டக்காரர்கள் 'சைமனே திரும்பிப் போ' என முழக்கமிட்டனர். அரசாங்கம் மிருகத்தனமான ஒடுக்குமுறையைக் கட்டவிழ்த்துவிட்டது. மக்கள் எதிர்ப்பை முறியடிக்க காவல்துறை தாக்குதலில் ஈடுபட்டது.

சைமன் எதிர்ப்பு இயக்கம் பரந்துபட்ட அரசியல் போராட்டமாக உடனடியாகக் கொண்டு செல்லப்படவில்லை. ஏனெனில், தேசிய இயக்கத்தின் மகத்தான, கேள்விக்கு அப்பாற்பட்ட தலைவரான காந்திஜி, போராட்டத்துக்கான காலம் கனியவில்லை எனக் கருதினார். ஆனால் நாடு மீண்டும் ஒருமுறை போராட்டத்துக்கு தயாரான நிலையில் மக்களின் உற்சாகத்தை வெகுகாலத்துக்குத் தள்ளிப்போட முடியாது என்ற நிலை ஏற்பட்டது.

பூரண விடுதலை :

மக்களின் இத்தகைய புதிய மனோநிலையை தேசிய காங்கிரஸ் விரைவில் பிரதிபலித்தது. காந்திஜி மீண்டும் தீவிர அரசியலுக்குள் நுழைந்து, 1928-ம் ஆண்டு டிசம்பரில் நடைபெற்ற கல்கத்தா மாநாட்டில் பங்கேற்றார். தற்பொழுது அவர் தேசிய அணிகளை ஒருங்கிணைக்கத் தொடங்கினார். காங்கிரசின் தீவிர இடதுசாரி அணியினரை ஒருங்கிணைப்பதே முதல் நடவடிக்கையாக இருந்தது. 1929-ம் ஆண்டு நடைபெற்ற வரலாற்றுப் புகழ்மிக்க லாகூர் மாநாட்டில் ஜவஹர்லால் நேரு காங்கிரசு தலைவரானார். இந்நிகழ்வில் ஒரு ஆர்வமூட்டும் அம்சமும் அடங்கியிருந்தது. தேசிய இயக்கத்தின் அதிகாரபூர்வ தலைமையாக, தந்தையை அடுத்து மகன் வந்தார். (1928-ம் ஆண்டில் காங்கிரஸ் தலைவராக மோதிலால் நேரு இருந்தார்) நவீன வரலாற்றின் காலச் சக்கரத்தில் ஒரு ஒப்பற்ற குடும்பத்தின் வெற்றியாக அமைந்தது.

லாகூர் மாநாடு ஒரு புதிய, தீவிர உத்வேகத்தைக்

கொடுத்தது. முழு விடுதலைதான் காங்கிரசின் இலட்சியம் எனப் பிரகடனப்படுத்தும் தீர்மானம் அம்மாநாட்டில் நிறைவேற்றப்பட்டது. 1929 - டிசம்பர்-31 அன்று புதிதாக ஏற்கப்பட்ட சுதந்திர மூவர்ணக் கொடி ஏற்றப்பட்டது. 1930-ம் ஆண்டு ஜனவரி 26 அன்று முதல் சுதந்திர தினமாக நிர்ணயிக்கப்பட்டது. 'பிரிட்டீஷ் ஆட்சிக்கு அடிபணிவது மனிதனுக்கும், கடவுளுக்கும் எதிராக இழைக்கப்படும் குற்றமாகும்' என்ற உறுதி ஏற்று மக்கள் ஆண்டுதோறும் இத்தினத்தைக் கொண்டாடினர். சட்டமறுப்பு இயக்கத்தைத் தொடங்குவதாகவும் காங்கிரஸ் மாநாடு அறிவித்தது. ஆனால் போராட்ட திட்டம் எதனையும் அது வகுக்கவில்லை. அது மகாத்மா காந்தியின் கையில் விடப்பட்டது. காங்கிரஸ் அமைப்பு அவரது வழிகாட்டுதலின்படி செயல்பட்டு வந்தது. மீண்டும் ஒருமுறை காந்திஜியின் தலைமையிலான தேசிய இயக்கம் அரசாங்கத்தை எதிர்கொண்டது. நாட்டின் விடுதலை குறித்த நம்பிக்கையும், உற்சாகமும் கரைபுரண்டோடின.

சிவில் சட்டமறுப்பு இயக்கம் :

1930-ம் ஆண்டு மார்ச் 12 அன்று காந்திஜியின் புகழ்பெற்ற தண்டி யாத்திரையின் மூலம் சிவில் சட்டமறுப்பு இயக்கம் தொடங்கியது. தேர்ந்தெடுக்கப்பட்ட 78 ஆதரவாளர்களுடன் காந்திஜி சபர்மதி ஆசிரமத்திலிருந்து குஜராத் கடற்கரையை ஒட்டியுள்ள கிராமமான தண்டிக்கு 375 கி.மீ. தூரம் பாதயாத்திரையாகச் சென்றார். ஒவ்வொரு நாளும் அவரது முன்னேற்றத்தையும் அவரது உரைகளையும் மக்களின் மீதான தாக்கத்தையும் பத்திரிகைகள் செய்திகளாக வெளியிட்டு வந்தன. அவர் சென்ற வழியில் பணியாற்றி வந்த நூற்றுக் கணக்கான கிராம அதிகாரிகள் அவர்களது பணிகளை ராஜினாமா செய்தனர். ஏப்ரல் 6-ம் தேதி தண்டியைச் சென்றடைந்த காந்திஜி, அங்கு உப்பை அள்ளும் காரியத்தில் ஈடுபட்டார். பிரிட்டீஷ் சட்டத்தின் கீழும், பிரிட்டீஷ் ஆட்சியின் கீழும் இந்திய மக்கள் வாழ மறுப்பதன் அடையாளமாக உப்புச் சட்டத்தை மீறினார்.

‘இந்தியாவில் பிரிட்டீஷ் ஆட்சியானது, இம்மகத்தான நாட்டில் அறநெறி, பொருளாதார, பண்பாட்டு, ஆன்மீக சீரழிவையே கொண்டு வந்தது. இந்த ஆட்சி ஒரு தீமையென நான் கருதுகின்றேன். இத்தகைய அரசாங்க முறையை நான் ஒழிக்க விரும்புகிறேன். ராஜாங்க எதிர்ப்பே எனது மதம். எங்களுடையது அஹிம்சைப் போராட்டம். நாங்கள் யாரையும் கொல்லப் போவதில்லை. மாறாக, இத்தகைய அரசாங்கத் தீமையை துடைத்தெறிவதையே எங்கள் தர்மமென நாங்கள் உணருகிறோம்’ என காந்திஜி பிரகடனப்படுத்தினார்.

இயக்கம் தற்போது வேகமாகப் பரவியது. நாடு முழுவதும் உப்புச் சட்டங்களை மீறியதைத் தொடர்ந்து மகாராஷ்டிரா, கர்நாடகா மற்றும் மத்திய மாகாணங்களில் வனச்சட்டங் களை மீறும் நடவடிக்கைகள் மேற்கொள்ளப்பட்டன. கிழக்கிந் தியாவில் கிராமப்புற சௌகிதாரி வரி செலுத்த மறுக்கும் போராட்டம் நடைபெற்றது. நாடு முழுவதும் மக்கள் கடை யடைப்புகள், ஆர்ப்பாட்டங்களிலும், அன்னியப் பொருள்கள், புறக்கணிப்பு இயக்கங்களிலும் பங்கேற்றனர். வரி செலுத்த மறுத்து வந்தனர். நாட்டின் பல பகுதிகளில் விவசாயிகள் நிலவரியும், வாடகையும் செலுத்த மறுத்ததால் அவர்களது நிலங்கள் பறிக்கப்பட்டன. இந்த இயக்கங்களில் பெண்கள் பெருமளவில் பங்கேற்றது குறிப்பிடத்தக்க அம்சமாகும். ஆயிரக்கணக்கானோர் குடும்ப சூழ்நிலைகளிலிருந்து விலகி தங்களைச் சத்தியாகிரகத்தில் ஈடுபடுத்திக் கொண்டனர். அன்னியத் துணிகள் அல்லது மது விற்பனை செய்யும் கடைகளை மறிக்கும் போராட்டங்களில் அவர்கள் ஆர்வமுடன் ஈடுபட்டனர். பேரணிகளில் ஆண்களுக்கு நிகராக தோளோடு தோள் நின்று பீடுநடை போட்டனர்.

இயக்கம் இந்தியாவின் வடமேற்கு எல்லை வரை விரிவடைந்து சென்றது. துணிவும், வல்லமையும் கொண்ட பதன்களை அது ஈர்த்தது. ‘எல்லை காந்தி’ என்றழைக்கப்பட்ட கான் அப்துல் கபார்கான் தலைமையில் பதன்கள், செஞ் சட்டையினர் என்றழைக்கப்பட்ட ‘கடவுள் ஊழியர்களின் சங்கம்’ என்ற சங்கத்தை நிறுவினர். அவர்கள் அஹிம்சை வழியில்

சுதந்திரத்துக்காகப் போராட சபதமேற்றனர். அச்சமயத்தில் பெஷாவரில் மற்றொரு குறிப்பிடத்தக்க சம்பவம் நடைபெற்றது. அஹிம்சை வழியில் போராட்டத்தில் ஈடுபட்ட மக்கள் மீது கார்வாலி படைவீரர்களின் இரண்டு படைப் பிரிவினர் துப்பாக்கிச்சூடு நடத்த மறுத்துவிட்டனர். இது இராணுவத் தண்டனைக்குரிய குற்றம், இதற்கு நீண்டகால சிறைத்தண்டனை கிடைக்கும் என்பதை அறிந்திருந்தும் அவர்கள் துப்பாக்கிச்சூடு நடத்த மறுத்துவிட்டனர். பிரிட்டீஷ் ஆட்சியின் முக்கியக் கருவியான இந்திய இராணுவத்துக்குள்ளும் தேசியம் ஊடுருவத் தொடங்கிவிட்டதை இந்நிகழ்வு காட்டியது.

அதேபோல, இந்தியாவின் மிகவும் கிழக்குப் பகுதியிலும் இந்த இயக்கம் எதிரொலித்தது. மணிப்பூர் மக்கள் தீரமுடன் இதில் பங்கேற்றனர். காந்திஜியின் அறைகூவலை ஏற்று, நாகாலாந்தைச் சேர்ந்த 13 வயதே நிரம்பிய துணிவுமிக்க வீராங்கனை ராணி காய்டிலியு போராட்டத்தில் குதித்தார். அன்னிய ஆட்சிக்கு எதிராக காங்கிரசு போர்க்கொடி உயர்த்தியது. 1932-ம் ஆண்டு இளம் வீராங்கனை ராணி கைது செய்யப்பட்டு, ஆயுள் தண்டனை விதிக்கப்பட்டார். தனது ஒளிமயமான இளமையை, அசாமின் இருண்ட சிறைகளில் தொலைத்த அவர், 1947-ம் ஆண்டு சுதந்திர இந்தியாவிலேயே விடுதலை செய்யப்பட்டார். 'அவரை நினைவு கூறுவதற்கும், சுவீகரித்துக் கொள்வதற்குமான ஒருநாள் இந்தியாவுக்கு வரும்' என 1937-ம் ஆண்டு அந்த இளம் வீராங்கனைக்கு எழுதிய கடிதத்தில் ஜவஹர்லால் நேரு குறிப்பிட்டிருந்தார்.

தேசியப் போராட்டத்துக்கு அரசாங்கத்தின் பதில் முன்பு போலவே, ஈவிரக்கமற்ற அடக்குமுறையின் மூலமாகவும், நிராயுதபாணிகளான ஆண்கள், பெண்கள் அனைவரின் மீதும் தடியடிகள், துப்பாக்கிச் சூடுகள் மூலமாகவும் ஒடுக்கும் முயற்சியாகவே இருந்தது. காந்திஜி மற்றும் பிற காங்கிரசு தலைவர்கள் உள்ளிட்ட 90 ஆயிரம் சத்தியாகிரகிகள் சிறையில் அடைக்கப்பட்டனர். காங்கிரசு சட்டவிரோத இயக்கம்

எனப் பிரகடனப்படுத்தப்பட்டது. செய்திகளை உறுதியாக தணிக்கை செய்வதன் மூலமாக தேசியப் பத்திரிகைகளின் குரல்வளைகள் நெறிக்கப்பட்டன. காவல்துறை துப்பாக்கிச் சூட்டில், அதிகாரபூர்வ மதிப்பீட்டின்படி 110 பேர் கொல்லப்பட்டனர், 300 பேர் காயமுற்றனர். இறந்தவர்களின் எண்ணிக்கை அதைக் காட்டிலும் மிக அதிகம் என அதிகார பூர்வமற்ற தகவல்கள் தெரிவிக்கின்றன. மேலும், தடியடித் தாக்குதலில் ஆயிரக்கணக்கானோருக்கு மண்டைகளும், எலும்பு களும் உடைந்தன. குறிப்பாக தென்னிந்தியாவில் மிகவும் கொடூரமான வகையில் ஒடுக்குமுறைகள் நடைபெற்றன. காதி அல்லது காந்தி குல்லாய் அணிந்ததற்காகவே காவல்துறை யினரால் மக்கள் அடிக்கடி தாக்குதலுக்கு உள்ளாயினர்.

இதற்கிடையில், இந்தியத் தலைவர்களும், பிரிட்டீஷ் அரசாங்க அதிகாரிகளும் சைமன் கமிஷன் அறிக்கை குறித்து விவாதிப்பதற்காக 1930-ம் ஆண்டு லண்டனில் முதலாவது வட்ட மேசை மாநாட்டுக்கு பிரிட்டீஷ் அரசாங்கம் அழைப்பு விடுத்தது. ஆனால் தேசியக் காங்கிரசு இம்மாநாட்டிலும் அதன் நடவடிக்கைகளிலும் பங்கேற்காததன் மூலம் அது அர்த்தமற்றது என்பது நிரூபணமானது. காங்கிரசு பங்கேற் காமல், இந்திய விவகாரங்கள் குறித்த மாநாட்டைக் கூட்டுவது என்பது ராமன் இல்லாமல் ராமாயண நாடகம் நடத்துவதைப் போன்றதாகும்.

அதைத் தொடர்ந்து காங்கிரசுடன் உடன்பாடு காண் பதற்கான பேச்சுவார்த்தை முயற்சிகளை அரசாங்கம் மேற் கொண்டு, அதன்மூலம் அது வட்ட மேசை மாநாட்டில் பங்கேற்கும் என்ற நிலை ஏற்பட்டது. இறுதியில் 1931 மார்ச்சில் காந்தி-இர்வின் ஒப்பந்தம் ஏற்பட்டது. அஹிம்சை வழியில் போராட்டத்தில் ஈடுபட்ட அரசியல் கைதிகளை விடுவிப்பது எனவும், நுகர்வுக்காக உப்பு தயாரிக்கும் உரிமையை அங்கீ கரிப்பது எனவும், மதுக்கடைகள் மற்றும் அன்னியத் துணிக் கடைகள் முன்பு அமைதியான முறையில் மறியலில் ஈடுபட அனுமதிப்பது எனவும் அரசாங்கம் ஒப்புக்கொண்டது. காங் கிரசு சட்டமறுப்பு இயக்கத்தைக் கைவிட்டு, இரண்டாவது

வட்ட மேசை மாநாட்டில் பங்கேற்க ஒப்புக்கொண்டது. அரசாங்கம் தேசியவாதிகளின் முக்கியக் கோரிக்கைகள் ஒன்றையும் ஏற்காத நிலையில் ஏற்பட்டுள்ள காந்தி-இர்வின் உடன்பாட்டை காங்கிரசு தலைவர்கள் சிலர், குறிப்பாக இளைஞர்களும், இடதுசாரிப் பிரிவினரும் கடுமையாக எதிர்த்தனர். பகத்சிங் மற்றும் அவருடைய இரண்டு தோழர்களின் தூக்குத் தண்டனையை, ஆயுள் தண்டனையாக மாற்றுவதற்குக் கூட பிரிட்டிசார் ஒப்புக்கொள்ளவில்லை. ஆனால், இந்தியர்களின் கோரிக்கைகளுக்காகப் பேச்சு வார்த்தை நடத்துவதில் இர்வின் பிரபுவும், பிரிட்டிசாரும் நேர்மையுடன் இருப்பதாக காந்திஜி கருதினார். எதிரிகளின் மனதை மாற்றுவதற்கு எல்லா வாய்ப்புகளும் அளிக்க வேண்டும் என்பது அவரது சத்தியாகிரகக் கோட்பாட்டில் உள்ளடங்கியுள்ள அம்சமாகும். மக்களின் தியாகம் செய்யும் திறன் எல்லையற்றது அல்ல என்பதால் வெகுஜன இயக்கங்களைக் குறுகிய காலத்துக்குள் முடிக்கவேண்டும், நீண்ட காலத்துக்கு நீட்டித்துச் செல்ல முடியாது என்ற புரிதலின் அடிப்படையில் அவரது யுக்தி அமைந்திருந்தது. சட்டத்துக்கு அப்பாற்பட்ட வெகு ஜனப் போராட்டத்தைத் தொடர்ந்து, சட்டத்தின் நான்குசுவர்களுக்குள் அரசியல் போராட்டம் மிகவும் நிதானமாக நடைபெற வேண்டும். காந்திஜி, வைஸ்ராயுடன் சம அந்தஸ்தில் பேச்சுவார்த்தையில் ஈடுபட்டார். இவ்வாறு அரசாங்கத்துக்கு நிகராகக் காங்கிரசின் மரியாதை ஒரேயடியாக உயர்ந்தது. கராச்சி காங்கிரசு மாநாட்டில் அவர் இந்த உடன்பாட்டை ஒப்புக்கொள்ள வைத்தார்.

1931-ம் ஆண்டு செப்டம்பரில் நடைபெற்ற இரண்டாவது வட்ட மேசை மாநாட்டில் பங்கேற்பதற்காக காந்திஜி இங்கிலாந்து சென்றார். அவர் வலுவுடன் வாதாடியபோதிலும், உடனடியாக டொமினியன் அந்தஸ்து வழங்குவது என்பதன் அடிப்படையிலான சுதந்திரத்துக்கான தேசியவாதிகளின் அடிப்படைக் கோரிக்கையை பிரிட்டிஷ் அரசாங்கம் நிராகரித்துவிட்டது.

இதற்கிடையில், உலகப் பொருளாதார மந்தநிலை காரணமாக வேளாண் விளைபொருட்களின் விலையில்

வீழ்ச்சி ஏற்பட்டதால் நிலவரிச் சுமை மற்றும் தாங்க முடியாத குத்தகை காரணமாக நாட்டின் பல்வேறு பகுதிகளில் விவசாயிகளின் பதட்டம் அதிகரித்து வந்தது. உத்தரப் பிரதேசத்தில் குத்தகையைக் குறைக்கவும், குத்தகைதாரர்களை நிலவெளியேற்றம் செய்வதை எதிர்த்தும் காங்கிரஸ் போராடியது. 1931-ம் ஆண்டு டிசம்பர் மாதம் வரிகொடா இயக்கத்தையும் குத்தகை மறுப்பு இயக்கத்தையும் காங்கிரசு தொடங்கியது. இதற்கு பதிலடியாக ஆங்கிலேய அரசு ஜவஹர்லால் நேருவை டிசம்பர் 26 அன்று கைது செய்தது. வடமேற்கு எல்லைப் பிரதேசத்தில் அரசாங்கத்தின் நிலவரிக் கொள்கைக்கு எதிராக ஒரு விவசாய இயக்கத்தை குடை கிட்மார்கர்ஸ் தலைமையேற்று நடத்தினர். அவர்களது தலைவர் கான் அப்துல் காபர்கான் டிசம்பர் - 24 அன்று கைது செய்யப்பட்டார். பீகார், ஆந்திரா, உத்திரப்பிரதேசம், வங்காளம் மற்றும் பஞ்சாபிலும் விவசாயக் கிளர்ச்சிகள் அதிகரித்து வந்தன. இங்கிலாந்திலிருந்து இந்தியாவுக்குத் திரும்பியதும் மீண்டும் சட்ட மறுப்பு இயக்கத்தைத் தொடங்குவதைத் தவிர வேறு வழியில்லை.

வெல்லிங்டன் பிரபு தலைமையிலான அரசாங்கம் முன்பு காங்கிரசுடன் சமாதான உடன்பாடு கண்டது ஒரு பெரும் தவறு என நம்பியதால் இம்முறை காங்கிரசை ஒழிக்க முழு உறுதியோடு தயாராக இருந்தது. உண்மையில் இந்தியாவிலிருந்து அதிகார வர்க்கம் எப்பொழுதும் வெறுமனே இருந்ததில்லை. காந்தி-இர்வின் ஒப்பந்தம் கையெழுத்தான அதே சமயத்தில் ஆந்திராவின் கிழக்கு கோதாவரியில் காந்திஜியின் உருவப்படத்தை வைத்த காரணத்துக்காகவே மக்கள் மீது துப்பாக்கிச் சூடு நடத்தப்பட்டு அதில் நான்கு பேர் மரண மடைந்தனர். 1932-ம் ஆண்டு ஜனவரி 4-ம் தேதி காந்திஜியும், மற்ற காங்கிரசு தலைவர்களும் மீண்டும் கைது செய்யப்பட்டனர். காங்கிரசு கட்சி சட்ட விரோதமெனப் பிரகடனப்படுத்தப்பட்டது. சாதாரணக் கால சட்டங்கள் ரத்து செய்யப்பட்டு நிர்வாகம் சிறப்புச் சட்டங்களின் மூலம் நடத்தப்பட்டது. காவல்துறை கொடும் அடக்குமுறையை கட்டவிழ்த்து விட்டது. விடுதலைப் போராட்ட வீரர்கள் மீது

எண்ணற்ற தாக்குதல்கள் தொடுத்தது. ஒரு லட்சத்துக்கும் அதிகமான சத்தியாகிரகிகள் கைது செய்யப்பட்டனர். ஆயிரக்கணக்கானோரின் நிலம், வீடு மற்றும் பிற சொத்துக்கள் பறிமுதல் செய்யப்பட்டன. தேசியப் பத்திரிகைகள் மீண்டும் தணிக்கை முறையின்கீழ் கொண்டு வரப்பட்டன. தேசிய இலக்கியம் தடை செய்யப்பட்டது.

வகுப்புவாதம் மற்றும் பிற பிரச்சினைகளின் மீது இந்தியத் தலைவர்களுக்கு இடையில் இருந்த வேறுபாடுகள் காரணமாகவும் அரசாங்கத்தின் ஒடுக்குமுறை இறுதியில் வெற்றி பெற்றது. சட்ட மறுப்பு இயக்கம் படிப்படியாக பலமிழந்தது. 1933-ம் ஆண்டு மே மாதம் காங்கிரசு அதிகாரபூர்வமாக இந்த இயக்கத்தை ரத்து செய்தது. 1934-ம் ஆண்டு மே மாதம் முழுமையாக விலக்கிக் கொண்டது. காந்திஜி மீண்டும் தீவிர அரசியலிலிருந்து ஒதுங்கினார். மீண்டும் அரசியல் ஊழியர்கள் பலர் விரக்திக்கு உள்ளாயினர். அரசியல் தலைவர் என்ற முறையில் மகாத்மா காந்தி தோற்றுவிட்டார் என சுபாஷ் சந்திரபோசும், வித்தல்பாய் பட்டேலும் 1933-ம் ஆண்டிலேயே அறிவித்தனர். 1930-களில் இருந்ததைக் காட்டிலும் காங்கிரசு சந்தேகத்துக்கு இடமில்லாமல் பலவீனமான நிலையில் உள்ளது. அது பொதுமக்களிடம் தனது பிடிப்பை இழந்து விட்டது என வைஸ்ராய் வெல்லிங்டன் பிரபுவும் குறிப்பிட்டார். ஆனால் உண்மை அவ்வாறு இல்லை. இந்த இயக்கம் சுதந்திரம் பெறுவதன் நோக்கத்தில் வெற்றியடையவில்லை. என்பது உண்மையே. அதே சமயம் இது மக்களை மேலும் அரசியல்படுத்துவதிலும், சுதந்திரப் போராட்டத்தின் சமூக வேர்களை மேலும் ஆழப்படுத்துவதிலும் வெற்றியடைந்தது ஆங்கிலேய பத்திரிகையாளர் ஹெச்.என். பிரைஸ்போர்டு கூறியதைப் போல, இந்த இயக்கத்தின் மூலம் இந்தியர்கள் தங்களது சொந்த மனங்களை விடுவித்துக் கொண்டனர். அவர்களுடைய இதயங்களில் அவர்கள் சுதந்திரம் பெற்றனர்.

அரசியல் கைதிகள் 1934-ம் ஆண்டு விடுதலை செய்யப் பட்ட பொழுது அவர்களுக்குக் கொடுக்கப்பட்ட வரவேற்பே இந்த இயக்கத்தின் உண்மையான வெளிப்பாடு உண்மையான தாக்கம் ஆகியவற்றுக்கான உண்மையான அளவுகோல் ஆகும்.

தேசிய அரசியல் 1935-1939

இந்திய அரசாங்க சட்டம், 1935 :

காங்கிரசு போராட்ட களத்தில் முனைப்புடன் இருந்த பொழுது மீண்டும் ஒருமுறை காங்கிரஸ் தலைவர்களின் பங்கேற்பு இன்றி 1932-ம் ஆண்டு நவம்பரில் லண்டனில் மூன்றாவது வட்டமேசை மாநாடு கூடியது. இதில் நடைபெற்ற விவாதங்கள் இறுதியில் 1935-ம் ஆண்டின் இந்திய அரசாங்க சட்ட நிறைவேற்றத்துக்கு இட்டுச் சென்றது. ஒரு அகில இந்திய அளவிலான கூட்டாட்சியையும், மாகாண சுயாட்சி அடிப்படையிலான புதிய மாகாண அரசாங்க முறையையும் நிறுவ இச்சட்டம் வகை செய்தது. இந்தக் கூட்டாட்சியானது பிரிட்டீஷ் இந்தியாவின் மாகாணங்களையும், சுதேச சமஸ் தானங்களையும் கொண்ட ஐக்கியத்தின் அடிப்படையில் அமைந்ததாக இருக்கும். கூட்டாட்சி சட்டமன்றங்களில் மாநிலங்களுக்கு உரிய அதிகாரம் வழங்கப்படும். மேலும், மாநிலங்களின் பிரதிநிதிகள் மக்களால் தேர்ந்தெடுக்கப்பட மாட்டார்கள். மாறாக, ஆட்சியாளர்களால் நேரடியாக நியமிக் கப்படுவர். பிரிட்டீஷ் இந்தியாவில் இருந்த மொத்த மக்கள் தொகையில் 14 சதவீதத்தினருக்கு மட்டுமே வாக்குரிமை அளிக்கப்பட்டிருந்தது. இத்தகைய சட்டமன்றங்களிலும், தேசிய சக்திகளின் செயல்பாட்டைத் தடுக்கவும், எதிர்க்கவும் மன்னர்கள் பயன்படுத்தப்பட்டதால் எத்தகைய உண்மையான அதிகாரமும் மறுக்கப்பட்டது. பாதுகாப்பும், வெளி விவகாரமும் அதன் கட்டுப்பாட்டில் இல்லை. மற்ற அம்சங் களில் கவர்னர் ஜெனரல் தனிக் கட்டுப்பாட்டைப் பராமரித்து வந்தார். கவர்னர் ஜெனரல் மற்றும் ஆளுநர்கள் பிரிட்டீஷ் அரசாங்கத்தால் நியமிக்கப்பட்டனர். அவர்கள் இதற்குப் பொறுப்பானவர்களாக இருக்க வேண்டியிருந்தது.

மாகாணங்களில் உள்ளூர் அதிகாரம் அதிகரிக்கப்பட்டது. மாகாண சட்டமன்றங்களுக்குப் பொறுப்பான அமைச்சர் கள் மாகாண நிர்வாகத்தின் அனைத்துத் துறைகளையும் கட்டுப் படுத்தி வந்தனர். ஆனால் ஆளுநர்களுக்கு சிறப்பு அதிகாரங்

கள் வழங்கப்பட்டிருந்தன. சட்டமன்ற செயல்பாட்டை அவர்களால் ரத்து செய்ய முடியும். சொந்தமாகச் சட்டமியற்ற முடியும். சிவில் பணிகள் மற்றும் காவல்துறையின் மீது அவர்கள் முழுக் கட்டுப்பாட்டைக் கொண்டிருந்தனர். அரசியல், பொருளாதார அதிகாரம் தொடர்ந்து பிரிட்டீஷ் அரசாங்கத்தின் கரங்களிலேயே குவிந்திருந்ததால் இச்சட்டத்தின் மூலம் தேசிய அபிலாசைகளைத் திருப்திபடுத்த இயலவில்லை. முன்பு போலவே அன்னிய ஆட்சி தொடர்ந்தது. இந்தியாவுக்குள் இருந்த பிரிட்டீஷ் நிர்வாகக் கட்டமைப்பில் மக்களால் தேர்ந்தெடுக்கப்பட்ட ஒரு சில அமைச்சர்களும் பங்கேற்றனர் என்பது மட்டுமே நிகழ்ந்தது. இச்சட்டம் முழுமையாக ஏமாற்றமளிக்கக் கூடியது எனக் காங்கிரசு கண்டனம் செய்தது.

சட்டத்தின் கூட்டாட்சி பகுதி ஒருபோதும் அறிமுகப் படுத்தப்படவில்லை. ஆனால் மாகாண பகுதி உடனடியாக செயல்பாட்டுக்கு வந்தது. காங்கிரஸ் இச்சட்டத்தைக் கடுமையாக எதிர்த்த போதிலும், 1935-ம் ஆண்டு சட்டத்தின் கீழ் தேர்தலில் போட்டியிட காங்கிரசு முடிவெடுத்தது. சட்டத்தின் எதேச்சதிகாரத் தன்மையை அம்பலப்படுத்துவதே நோக்கம் எனப் பிரகடனப்படுத்தப்பட்டது. காந்திஜி ஒரு தேர்தல் கூட்டத்திலும் உரையாற்றவில்லை. எனினும் காங்கிரசின் தீவிர தேர்தல் பிரச்சார இயக்கத்துக்கு மக்கள் பேராதரவு அளித்தனர். 1937-ம் ஆண்டு பிப்ரவரியில் நடைபெற்ற தேர்தலின் முடிவுகள் காங்கிரசுக்கு இந்திய மக்களில் பெருவாரியானோர் ஆதரவளித்ததையும பெரும்பாலான மாகாணங்களில் தேர்தலில் காங்கிரஸ் வெற்றி பெற்றதையும் எடுத்துக் காட்டின. பதினோரு மாகாணங்களில் ஏழில், 1937-ம் ஆண்டு ஜூலையில் காங்கிரஸ் அமைச்சரவைகள் ஏற்பட்டன. பிறகு, மற்ற இரண்டில் காங்கிரஸ் கூட்டணி அமைச்சரவை உருவானது. வங்காளத்திலும் பஞ்சாபிலும் மட்டுமே காங்கிரஸ் அல்லாத அமைச்சரவைகள் ஏற்பட்டன. பஞ்சாபில் ஐக்கிய கட்சியின் ஆட்சியும், வங்காளத்தில் கிரஷாக் பிரஜா கட்சி மற்றும் முஸ்லீம் லீக்கின் கூட்டணி ஆட்சியும் அமைந்தன.

காங்கிரஸ் அமைச்சரவைகள் :

காங்கிரஸ் அமைச்சரவைகளால் பிரிட்டீஷ் இந்திய நிர்வாகத்தின் ஏகாதிபத்திய தன்மையில் அடிப்படை மாற்றத்தைக் கொண்டுவர இயலவில்லை. ஒரு தீவிர மாறுதலைக் கொண்டுவர அவர்கள் தவறிவிட்டனர். ஆனால், 1935-ம் ஆண்டு சட்டத்தின் கீழ் அளிக்கப்பட்டுள்ள குறுகிய அதிகார எல்லைக்குட்பட்டு மக்களின் வாழ்நிலையை மேம்படுத்த அவர்கள் முயன்றனர். காங்கிரஸ் அமைச்சர்கள் தங்களது சம்பளங்களை மாதம் ரூ. 500 என அதிரடியாகக் குறைத்துக் கொண்டனர். அவர்களில் பெரும்பாலானோர் ரயில்களில் இரண்டாவது அல்லது மூன்றாவது வகுப்பு பெட்டிகளிலேயே பயணம் செய்தனர். நேர்மையிலும் பொதுச் சேவையிலும் புதிய தரங்களை அவர்கள் உருவாக்கிக் கொண்டனர். பல்வேறு துறைகளில் சாதகமான நடவடிக்கைகளை மேற்கொண்டனர். அவர்கள் சிவில் உரிமைகளை மேம்படுத்தினர். பத்திரிகைகள் மற்றும் தீவிரவாத அமைப்புகளின் மீதான தடைகளை வாபஸ் பெற்றனர். தொழிற்சங்கங்கள் மற்றும் விவசாயிகளின் அமைப்புகளைச் செயல்படவும், வளரவும் அனுமதித்தனர். காவல்துறை அதிகாரங்களைக் கட்டுப்படுத்தினர். பெரு மளவிலான புரட்சிகர பயங்கரவாதிகள் உள்ளிட்ட அரசியல் கைதிகளை விடுதலை செய்தனர்.

குத்தகை உரிமைகள், குத்தகைக் குறைப்பு, கடனாளி களாக உள்ள விவசாயிகளுக்கு நிவாரணம், பாதுகாப்பு உள்ளிட்ட வேளாண் சட்டங்களை அவர்கள் நிறைவேற்றினர். தொழிற்சங்கங்கள் சுதந்திர உணர்வை வெளிப்படுத்தினர். தொழிலாளர்களின் சம்பளங்களை அதிகரிப்பதற்கான சாத்தியக் கூறுகள் இருந்தன. சில குறிப்பிட்ட பிரதேசங்களில் மதுவிலக்கு, அரிசன மேம்பாடு, ஆரம்பக்கல்வி, நடுநிலை மற்றும் தொழில்நுட்பக் கல்விக்குக் கூடுதல் கவனம், பொதுச் சுகாதாரம் போன்ற காரியங்களிலும் காங்கிரசு அரசாங்கங்கள் ஈடுபட்டன. காதி மற்றும் பிற கிராமத் தொழில்களுக்கும் ஆதரவளிக்கப்பட்டன. நவீனத் தொழில்களும் ஊக்குவிக்கப் பட்டன. வகுப்புக் கலவரங்களை ஒடுக்குவதில் காட்டிய

உறுதிப்பாடு காங்கிரஸ் அமைச்சரவைகளின் சாதனைகளில் முக்கியமான ஒன்றாகும். மனோரீதியான பலன் அதிகமாக அதிகமாக இருந்தது. வெற்றி மற்றும் சுயாட்சிக்கான காற்றைச் சுவாசித்து வருவதாக மக்கள் உணர்ந்தனர். நேற்றுவரை சிறைச்சாலைகளில் வாடிய மனிதர்கள் இன்று தலைமைச் செயலகத்தில் ஆளும் நிலைக்கு வந்தது ஒரு பெரும் சாதனை அல்லவா?

1935-க்கும் 1939-க்கும் இடைப்பட்ட காலத்தில் வேறு பல முக்கியமான அரசியல் வளர்ச்சிப் போக்குகள் ஏற்பட்டன. அவை ஒரு வகையில் தேசிய இயக்கத்திலும், காங்கிரசிலும் ஒரு புதிய திருப்பம் ஏற்பட்டதைக் காட்டியது.

சோசலிசக் கருத்துகளின் வளர்ச்சி :

1930-களில் காங்கிரசுக்கு உள்ளும், வெளியிலும் சோசலிசக் கருத்துகளின் வேகமான வளர்ச்சி தென்பட்டது. 1929-களில் அமெரிக்காவில் ஏற்பட்ட பெரும் பொருளாதார நெருக்கடி உலகின் பிற பகுதிகளுக்கும் படிப்படியாக பரவியது. முதலாளித்துவ நாடுகளில் எங்கும் உற்பத்தியிலும், அன்னிய வர்த்தகத்திலும் பெரும் வீழ்ச்சி ஏற்பட்டது. பொருளாதாரத் துயரங்களும், பெருமளவில் வேலையின்மையும் அதிகரித்தன. பிரிட்டனில் 30 லட்சம் பேரும், ஜெர்மனியில் 60 லட்சம் பேரும், அமெரிக்காவில் 120 லட்சம் பேரும் வேலையின்மைக்கு ஆட்பட்டனர். அதேசமயம், சோவியத் யூனியனின் பொருளாதார நிலைமை அதற்கு நேரெதிராக இருந்தது. அங்கு வீழ்ச்சி ஏற்படாதது மட்டுமல்ல, 1929-1936-ம் ஆண்டுகளில் முதல் இரண்டு ஐந்தாண்டு திட்ட காலங்களின் இறுதியில் சோவியத் தொழில்துறை உற்பத்தி நான்கு மடங்குக்கு மேல் அதிகரித்தது. இவ்வாறு உலக நெருக்கடியானது, முதலாளித்துவ அமைப்பு முறையின் மீது அதிருப்தியையும் மார்க்சிசம், சோசலிசம் பொருளாதார திட்டமிடலின் மீதான ஈர்ப்பையும் உருவாக்கியது. அதேசமயம், சோசலிசக் கருத்துகள், மக்களைக் குறிப்பாக, இளைஞர்கள் தொழிலாளர்கள் விவசாயிகளை மேலும் மேலும் ஈர்க்கத் தொடங்கியது.

தேசிய இயக்கம் அதன் ஆரம்ப காலங்களிலிருந்தே ஏழை மக்கள் ஆதரவு திசைவழியைக் கொண்டிருந்தது. 1917-ம் ஆண்டில் ஏற்பட்ட ரஷ்யப் புரட்சியின் தாக்கத்தினாலும் காந்திஜி அரசியல் அரங்கினுள் அடியெடுத்து வைத்ததாலும், 1920-களிலும், 1930-களிலும் ஏற்பட்ட வலுவான இடது சாரிக் குழுவினரின் வளர்ச்சியினாலும் இத்தகைய திசைவழி பெரிதும் வலுப்படுத்தப்பட்டது. தேசிய இயக்கத்துக்குள்ளும், நாடு முழுமையிலும் சோசலிச இந்தியா குறித்த பார்வையைப் பிரபலப்படுத்துவதில் ஜவஹர்லால் நேரு மிகவும் முக்கியத் துவம் வாய்ந்த பங்காற்றினார். காங்கிரசுக்குள் இடதுசாரிப் பிரிவினரின் போக்கு, 1929, 1936, 1937-ம் ஆண்டுகளில் ஜவஹர் லால் நேருவும், 1938, 1939-ம் ஆண்டுகளில் சுபாஷ் சந்திர போசும் அதன் தலைவர்களைத் தேர்வு செய்யப்பட்டதில் பிரதிபலித்தது. அரசியல் விடுதலை என்பது வெகுஜனங் களின் பொருளாதார விடுதலையே குறிப்பாக நிலபிரபுத்துவ சுரண்டலிலிருந்து, அடித்தட்டு விவசாயிகள் விடுதலை பெறுவதே என நேரு வாதிட்டார்.

1936-ம் ஆண்டு லக்னோ காங்கிரசில் தலைமையுரை ஆற்றிய நேரு, காங்கிரசு தனது இலட்சியமாக சோசலிசத்தை ஏற்றுக்கொள்ள வேண்டுமெனவும், விவசாயிகள் மற்றும் உழைக்கும் வர்க்கத்தினரிடையே அதனை நெருக்கமாகக் கொண்டுவர வேண்டுமெனவும் வலியுறுத்தினார். பிற்போக்கு, வகுப்புவாதத் தலைவர்களின் செல்வாக்கிலிருந்து முஸ்லீம் மக்களைத் தடுத்து நிறுத்துவதற்கும் இதுவே சிறந்த வழி என அவர் கருதினார்.

'உலகப் பிரச்சினைகளுக்கும், இந்தியப் பிரச்சினை களுக்கும் ஒரே தீர்வு சோசலிசத்திலேயே இருப்பதாக நான் கருதுகிறேன். இந்த வார்த்தையை நான் பயன்படுத்தும் பொழுது, ஒரு பொதுவான மனிதாபிமான கண்ணோட்டத்தில் அல்லாமல் அறிவியல், பொருளாதார அர்த்தத்திலேயே குறிப்பிடுகின்றேன். அது நமது அரசியல், சமூகக் கட்டமைப் பில் பரந்த, புரட்சிகர மாற்றங்களை உள்ளடக்கியதும், நிலத்திலும், தொழிற்சாலையிலும் சுயநலனுக்கும் அதேபோல,

நிலபிரபுத்துவ மற்றும் எதேச்சதிகார இந்திய அரசு முறைக்கும் முடிவுகட்டக் கூடியதும் ஆகும். சில சிறிய விஷயங்களைத் தவிர மற்றவற்றில் தனிச்சொத்துரிமைக்கு முடிவு கட்டுவது, தற்போதைய லாப நோக்கிலான அமைப்பு முறைக்கு பதிலாக, உயர்ந்த இலட்சியத்தின் அடிப்படையிலான கூட்டுறவு சேவையை ஏற்படுத்துவது என்பது இதற்கு அர்த்தமாகும். இறுதியில் நமது உள்ளுணர்வுகள், பழக்கவழக்கங்கள், விருப் பங்கள் ஆகியவற்றில் மாற்றத்தைக் கொண்டு வருவது என்பது இதற்கு அர்த்தமாகும். சுருக்கமாகக் குறிப்பிட்டால், தற் போதைய முதலாளித்துவ முறையிலிருந்து முற்றிலும் மாறு பட்ட ஒரு புதிய நாகரிகம் என்பது இதற்கு அர்த்தமாகும்' என நேருஜி குறிப்பிட்டார்.

நாட்டில் ஏற்பட்டு வந்த தீவிரவாத சக்திகளின் வளர்ச்சி காங்கிரசின் திட்டத்திலும், கொள்கைகளிலும் பிரதிபலித்தது. ஜவஹர்லால் நேருவின் வலியுறுத்தலின் பேரில் கராச்சி காங்கிரஸ் மாநாட்டில் நிறைவேற்றப்பட்ட அடிப்படை உரிமைகள் மற்றும் பொருளாதாரக் கொள்கை குறித்த தீர்மானம் இதைப் பெரிதும் வெளிப்படுத்தியது. 'வெகுஜனங களின் மீதான சுரண்டலுக்கு முடிவு கட்டுவதற்காக அரசியல் சுதந்திரத்தோடு, பட்டினிச்சாவுக்கு உள்ளாகி வரும் இலட்ச சோப லட்சம் மக்களின் பொருளாதாரச் சுதந்திரத்தையும் உள்ளடக்க வேண்டியது அவசியம்' என அந்தத் தீர்மானம் பிரகடனப்படுத்தியது. மக்களின் அடிப்படை சிவில் உரிமை கள், சாதி, இன அல்லது பாலின வேறுபாடின்றி சட்டத்தின் முன் அனைவரும் சமம், வயது வந்த அனைவருக்கும் வாக் குரிமை என்பதன் அடிப்படையிலான தேர்தல்கள், கட்டாய, இலவச ஆரம்பக்கல்வி ஆகியவற்றை இத்தீர்மானம் உத்தர வாதப்படுத்தியது. குத்தகை மற்றும் வரியில் பெருமளவுக்குக் குறைப்பு, வருமான வாய்ப்பற்ற சொத்துக்களுக்கு வரிவிலக்கு, வேளாண் கடன் நிவாரணம், கந்து வட்டியைக் கட்டுப்படுத் துவது, வாழ்க்கைக்கு ஏற்ற கூலி, வேலைநேர வரையறை, பெண் தொழிலாளர்களின் பாதுகாப்பு உள்ளிட்ட தொழி லாளர்களின் நிலைமைகளில் மேம்பாடு, தொழிலாளர்களும்

விவசாயிகளும் அணி சேரவும், சங்கம் அமைப்பதற்குமான உரிமை, அரசுடமை முறை அல்லது முக்கியத் தொழிற்சாலைகள், சுரங்கங்கள், போக்குவரத்து ஆகியவற்றைக் கட்டுப்படுத்துவது போன்ற வாக்குறுதிகளை அத்தீர்மானம் அளித்தது.

காங்கிரசுக்குள் தீவிரவாதமானது பைஸ்பூர் காங்கிரசு தீர்மானங்களிலும் 1936-ம் ஆண்டுத் தேர்தல் அறிக்கையிலும் மேலும் பிரதிபலித்தது. வேளாண் முறையில் தீவிர மாற்றங்கள், குத்தகையிலும், வரியிலும் பெருமளவுக்குக் குறைப்பு, கிராமப்புற கடன்களைக் குறைப்பது, குறைந்த வட்டியில் கடன், நிலபிரபுத்துவ லெவியை ஒழிப்பது, குத்தகைதாரர் பாதுகாப்பு, வேளாண் தொழிலாளர்களுக்கு அடிப்படைக் கூலி, தொழிற் சங்கங்களையும், விவசாயிகள் சங்கங்களையும் அமைக்கும் உரிமை, வேலைநிறுத்த உரிமை ஆகிய வாக்குறுதிகளை தேர்தல் அறிக்கை வழங்கியது. நிலபிரபுத்துவத்தை ஒழிக்க பரிந்துரைக்கும் தீர்மானத்தை 1945-ம் ஆண்டின் காங்கிரசு செயல் கமிட்டி நிறைவேற்றியது.

1938-ம் ஆண்டு சுபாஷ் சந்திரபோஸ் தலைவராக இருந்த சமயத்தில், காங்கிரஸ் பொருளாதார திட்டமிடலுக்கு உறுதிபூண்டு ஜவஹர்லால் நேருவின் தலைமையில் திட்டக் குழுவை அமைத்தது. செல்வம் சிலரது கரங்களில் குவிவதைத் தடுப்பதற்காக பெரும் தொழிற்சாலைகளைப் பொதுத்துறையில் நிறுவ வேண்டுமென நேருவும், பிற இடதுசாரிகளும் காந்திஜியும் கூட வாதிட்டனர். உண்மையில் 1930-ம் ஆண்டுகளில் ஏற்பட்ட ஒரு முக்கிய வளர்ச்சிப் போக்கு காந்திஜியும் தீவிர பொருளாதாரக் கொள்கைகளை ஒப்புக் கொண்டதாகும். 'சுயநல சக்திகளிடத்தில் பொருளாயத மாற்றத்தை ஏற்படுத்தாமல் மக்களின் வாழ்நிலையில் எப்போதும் முன்னேற்றத்தைக் கொண்டுவர முடியாது' என்பதில் 1933-ம் ஆண்டு நேருஜியுடன் காந்திஜி உடன்பட்டார். உழுபவனுக்கே நிலம் என்பதில் அவர் ஒப்புக்கொண்டார். 'நிலத்தில் யார் வேலை செய்கிறார்களோ அவர்களுக்கே அது சொந்தமாகும். வேறு ஒருவருக்கும் அல்ல' என 1942-ம் ஆண்டு அவர் பிரகடனப்படுத்தினார்.

காங்கிரசுக்கு வெளியில் சோசலிசப் போக்கு, 1935-க்குப் பிறகு பி.சி. ஜோஷியின் தலைமையில் கம்யூனிஸ்ட் கட்சியின் வளர்ச்சிக்கும், 1934-ம் ஆண்டு ஆச்சார்ய நரேந்திர தேவ், ஜெயப்பிரகாஷ் நாராயணன் ஆகியோர் தலைமையில் காங்கிரசு சோசலிஸ்ட் கட்சி நிறுவப்படுவதற்கும் இட்டுச்சென்றது. காந்திஜி எதிர்ப்பு தெரிவித்தபோதிலும் 1939-ம் ஆண்டு சுபாஷ் சந்திரபோஸ் காங்கிரஸ் தலைவராக மீண்டும் தேர்ந் தெடுக்கப்பட்டார். ஆனால், காங்கிரஸ் செயல் கமிட்டியில் காந்திஜி மற்றும் அவரது ஆதரவாளர்கள் காட்டிய எதிர்ப்பின் விளைவாக 1939-ம் ஆண்டு ஏப்ரலில் காங்கிரஸ் தலைவர் பதவியிலிருந்து போஸ் விலகும் நிர்ப்பந்தம் ஏற்பட்டது. அதைத் தொடர்ந்து அவரும், அவரது ஆதரவாளர்களும் பார்வார்டு பிளாக் கட்சியை நிறுவினர். 1939-ம் ஆண்டில் காங்கிரசுக்குள் முக்கியப் பிரச்சினைகளில் மூன்றில் ஒரு பங்கு வாக்களிக்கும் அளவுக்கு இடது சாரிகள் செல்வாக் குடன் விளங்கினர். 1930, 40-களில் இந்தியாவில் அரசியல் ரீதியாக செயல்பட்ட இளைஞர்களின் ஒப்புக்கொள்ளப் பட்ட இலட்சியமாக சோசலிசம் மாறியது. 1936-ம் ஆண்டு அனைத்திந்திய மாணவர் பெருமன்றமும், அனைத்திந்திய முற்போக்கு எழுத்தாளர் சங்கமும் நிறுவப்பட்டது.

விவசாயிகள் மற்றும் தொழிலாளர்களின் இயக்கங்கள் :

1930-களில் நாடு முழுமையிலும் விவசாயிகள் மற்றும் தொழிலாளர்களின் அமைப்புகள் எழுச்சியுற்றன. 1920-22 மற்றும் 1930-34-களில் நடைபெற்ற இரண்டு தேசிய வெகுஜன இயக்கங்கள் விவசாயிகளையும், தொழிலாளர்களையும் பெருமளவில் அரசியல்படுத்தி இருந்தது. 1929-க்குப் பிறகு இந்தியாவையும் உலகையும் பாதித்த பொருளாதார நெருக் கடியும் இந்திய விவசாயிகள் மற்றும் தொழிலாளர்களின் வாழ்நிலையைப் பெரிதும பாதித்திருந்தது. 1932-ம் ஆண்டு இறுதியில் வேளாண் உற்பத்திப் பொருட்களின் விலைகள் 50 சதவீதம் வீழ்ச்சியுற்றன. நாடு முழுமையிலும் உள்ள விவசாயிகள் நிலச்சீர்திருத்தம், நிலவரியையும், குத்தகையையும்

குறைத்தல், கடன் நிவாரணம் ஆகிய கோரிக்கைகளை வலியுறுத்தத் தொடங்கினர். தொழிற்சாலைகளிலும், தோட்டங்களிலும் பணிபுரிந்த தொழிலாளர்கள் வேலை நிலைமைகளில் மேம்பாடு, தொழிற்சங்க உரிமைகளுக்கான அங்கீகாரம் ஆகிய கோரிக்கைகளை வலியுறுத்தி வந்தனர்.

சட்ட மறுப்பு இயக்கமும், இடதுசாரிக் கட்சிகளும் குழுக்களும் எழுச்சியுற்றதும புதிய தலைமுறை அரசியல் ஊழியர்களை உருவாக்கின. அவர்கள் விவசாயிகள், தொழிலாளர்களின் அமைப்புக்காகத் தம்மை அர்ப்பணித்துக் கொண்டனர். அதன் விளைவாக, நகர்ப்புறங்களில் தொழிற்சங்கங்களும், நாடு முழுவதும் குறிப்பாக, உத்தரப்பிரதேசம், பீகார், தமிழ்நாடு, ஆந்திரப் பிரதேசம், கேரளா, பஞ்சாப் ஆகிய பிரதேசங்களில் விவசாயிகள் சங்கங்களும் வேகமாக வளர்ச்சியுற்றன. விவசாயிகளின் முதலாவது அகில இந்திய அமைப்பான அகில இந்திய விவசாயிகள் சங்கம் 1936-ம் ஆண்டு சுவாமி சகஜானந்த சரஸ்வதியின் தலைமையில் தொடங்கப்பட்டது.

காங்கிரசும், உலக விவகாரங்களும் :

உலக விவகாரங்களில் காங்கிரசுக்கு அதிகரித்து வந்த ஆர்வம் 1935-39-களில் ஏற்பட்ட மூன்றாவது முக்கிய வளர்ச்சிப் போக்காகும். காங்கிரஸ் 1885-ம் ஆண்டு பிறப்பெடுத்ததிலிருந்தே இந்தியப் படைகளையும், இந்தியாவின் மூலவளங்களையும் ஆசியாவிலும் ஆப்பிரிக்காவிலும் பிரிட்டீசார் தமது நலனுக்குச் சேவை புரிய பயன்படுத்தியதை எதிர்த்து வந்துள்ளது. ஏகாதிபத்திய எதிர்ப்பு வெளியுறவுக் கொள்கையை அது படிப்படியாக வளர்த்துக் கொண்டது. தலை மறைவு அரசியல்வாதிகளும், பொருளாதார அல்லது அரசியல் ஏகாதிபத்தியத்தினால் பாதிப்புக்குள்ளான ஆசிய, ஆப்பிரிக்க, இலத்தீன் அமெரிக்க நாடுகளைச் சேர்ந்த புரட்சியாளர்களும் 1927-ம் ஆண்டு பிப்ரவரியில் பிரஸ்ஸல்ஸில் நடத்திய ஒடுக்கப்பட்ட தேசிய இனங்களுக்கான மாநாட்டில் ஜவஹர்லால் நேரு தேசியக் காங்கிரசின் சார்பில் பங்கேற்றார்.

ஏகாதிபத்தியத்துக்கு எதிரான அவர்களது பொதுவான போராட்டத்தில் ஒருங்கிணைந்து செயல்பட மாநாடு அறை கூவல் விடுத்தது. ஐரோப்பாவைச் சேர்ந்த இடதுசாரி அறிவுஜீவிகள் பலரும், அரசியல் தலைவர்களும் கூட இம்மாநாட்டில் பங்கேற்றனர். இம்மாநாட்டில் ஜவஹர்லால் நேரு பின்வருமாறு உரையாற்றினார் :

'பல்வேறு அம்சங்களிலும், ஒடுக்கப்பட்ட மக்கள் இன்றைய தினம் மேற்கொண்டு வருகிற சில அம்சங்களிலும் போராடுவதற்கான பொதுவான அம்சங்கள் பெருமளவில் உள்ளன என்பதை நாங்கள் உணருகிறோம். அவர்களது எதிரிகளும் ஒரே மாதிரியாகவே உள்ளனர். அவர்கள் பல்வேறு தோற்றங்களில் சில சமயங்களில் தென்பட்டாலும் அடிமைப்படுத்துவதற்கு அவர்கள் பயன்படுத்துகின்ற வழிமுறை ஒரே மாதிரியாகவே உள்ளன' எனக் குறிப்பிட்டார்.

அம்மாநாட்டில் உருவாக்கப்பட்ட ஏகாதிபத்திய எதிர்ப்புக் கழகத்தின் நிர்வாகக் குழுவுக்கு ஜவஹர்லால் நேரு தேர்ந்தெடுக்கப்பட்டார். பிரிட்டன் தனது ஏகாதிபத்திய நோக்கில் மேற்கொள்ளும் எந்தவொரு போரையும் இந்திய மக்கள் ஆதரிக்க மாட்டார்கள் என 1927-ம் ஆண்டு சென்னையில் நடைபெற்ற தேசிய காங்கிரஸ் மாநாடு அரசாங்கத்தை எச்சரித்தது.

1930-களில் உலகின் எந்தவொரு பகுதியிலும் உறுதியான ஏகாதிபத்திய எதிர்ப்பு நிலையைக் காங்கிரஸ் மேற்கொண்டது. ஆசியாவிலும், ஆப்பிரிக்காவிலும் நடைபெற்று வந்த தேசிய இயக்கங்களைக் காங்கிரசு ஆதரித்து நின்றது. ஏகாதிபத்தியம் மற்றும் இனவெறியின் அத்தீவிர வடிவில் அச்சமயத்தில் இத்தாலி, ஜெர்மனி மற்றும் ஜப்பானில் எழுச்சியுற்று வந்த பாசிசத்தை அது கண்டனம் செய்தது. எத்தியோப்பியா, ஸ்பெயின், செக்கோஸ்லோவேகியா, சீனா ஆகிய நாடுகள் மீது பாசிச சக்திகள் ஆக்கிரமிப்பில் ஈடுபட்டதை எதிர்த்து, அந்நாட்டு மக்களுக்குக் காங்கிரசு முழு ஆதரவளித்தது. 1937-ம் ஆண்டு சீனா மீது ஜப்பான் போர் தொடுத்தபொழுது, 'சீன மக்கள் மீதான நமது

அனுதாபத்தைக் காட்டும் வகையில் ஜப்பானியப் பொருட் களைப் பயன்படுத்துவதைத் தவிர்க்க வேண்டுமென' நாட்டு மக்களைக் கேட்டுக் கொள்ளும் தீர்மானத்தைக் காங்கிரசு நிறைவேற்றியது. சீனாவின் ஆயுதப் படையில் பணிபுரிவதற்காக டாக்டர் எம். அடல் தலைமையில் மருத்துவக்குழு ஒன்று 1938-ம் ஆண்டு அனுப்பி வைக்கப்பட்டது.

பாசிசத்துக்கும், சுதந்திரம், சோசலிசம், ஜனநாயக சக்தி களுக்கும் இடையிலான எதிர்வரும் போராட்டத்துடன் இந்தியாவின் எதிர்காலம் நெருக்கமாக பிணைந்துள்ளது என்பதை தேசியக் காங்கிரஸ் முழுமையாக உணர்ந்திருந்தது. உலகப் பிரச்சினைகள் பற்றி காங்கிரசில் உருப்பெற்று வந்த அணுகுமுறை, உலகில் இந்தியாவின் நிலை குறித்த விழிப் புணர்வு போன்றவை 1936-ம் ஆண்டு லக்னோ காங்கிரசில் ஜவஹர்லால் நேருவின் தலைமை உரையில் தெளிவாகக் குறிப்பிடப்பட்டிருந்தது.

'சுதந்திரத்துக்காகப் பரந்துபட்ட வகையில் நடைபெற்று வருகிற போராட்டத்தின் ஒரு பகுதியே நமது போராட்ட மாகும். நம்மை இயக்கிக் கொண்டிருக்கிற சக்தியே, உலகம் முழுவதிலும் உள்ள இலட்சோபலட்சம் மக்களை இயக்கிக் கொண்டிருக்கிறது. அவர்களைச் செயல்பாட்டில் இறக்கி யுள்ளது. முதலாளித்துவம் நெருக்கடிக்கு உள்ளாகும்போது பாசிச வடிவமெடுக்கிறது. முதலாளித்துவம் அவர்களது சொந்த நாட்டிலேயே பல ஆண்டுகாலமாக தங்களது காலனி ஆதிக்க நாடுகளில் செய்ததையே செய்து வருகிறது. பாசிசமும், ஏகாதிபத்தியமும் அழிந்து வரும் முதலாளித்துவத்தின் இரு முகங்களாகும். மேற்கத்திய நாடுகளில் சோசலிசமும் கிழக்கு மற்றும் அடிமை நாடுகளில் கிளர்ந்தெழும் தேசியமும் இந்த பாசிசத்துக்கும், ஏகாதிபத்தியத்துக்கும் எதிரான சக்திகளாகும்' என அவர் குறிப்பிட்டார்.

'ஏகாதிபத்திய வல்லரசுகளுக்கு இடையிலான போரில் இந்திய அரசாங்கத்தின் எத்தகைய பங்கேற்பையும் காங்கிரஸ் எதிர்க்கும் அதே சமயம், சுதந்திரத்துக்காகவும் அரசியல், சமூகத் தளைகளைத் தகர்க்கவும் போராடுகின்ற உலகம் முழுவதும்

உள்ள முற்போக்குச் சக்திகளுக்கு முழு ஆதரவு அளிப்பதாகவும் அவர் குறிப்பிட்டார். அதனால் ஏகாதிபத்தியத்துக்கும், பாசிச பிற்போக்கிற்கும் எதிரான போராட்டமும் நமது போராட்டமும் பொதுவான ஒன்றே என நாங்கள் உணர்ந்துள்ளோம்' என அவர் குறிப்பிட்டார்.

சமஸ்தான மக்களின் போராட்டம் :

சுதேச சமஸ்தானங்களில் தேசிய இயக்கம் பரவியதானது இக்கால கட்டத்தில் ஏற்பட்ட நான்காவது முக்கிய வளர்ச்சிப் போக்காகும். அம்மக்களின் அரசியல், பொருளாதார, சமூக நிலைமைகள், மிகவும் மோசமான நிலையில் இருந்தன. விவசாயிகள் ஒடுக்கப்பட்டனர். நிலவரியும், பிற வரியும் மிக அதிகமாகவும், தாங்க முடியாத அளவுக்கும் இருந்தன. கல்வி எட்டாக்கனியாக இருந்தது. சுகாதாரமும் பிற சமூகச் சேவைகளும் மிகவும் பின்தங்கிய நிலையில் இருந்தன. பத்திரிகைச் சுதந்திரமும், மற்ற சிவில் உரிமைகளும் கட்டுப்படுத்தப்பட்டிருந்தன. அரசின் வருவாயில் பெரும் பகுதி மன்னர்களின் ஆடம்பரங்களுக்கே செலவிடப்பட்டு வந்தது. பல சமஸ்தானங்களில் அடிமை முறையும், கட்டாய உழைப்புமே கோலோச்சி வந்தன. வரலாறு நெடுகிலும் ஊழல் மலிந்த சீரழிவுக்குள்ளான ஆட்சியாளர்கள் உள்நாட்டுக் கலகங்களால் அல்லது வெளிநாட்டினர் ஆக்கிரமிப்பால் ஓரளவுக்குக் கட்டுப்படுத்தப்பட்டனர். இவ்விரு ஆபத்துக்களிலிருந்தும் பிரிட்டீஷ் ஆட்சி மன்னர்களை விடுவித்து வந்தது. மொத்தத்தில் ஒழுங்கீனமான ஆட்சி நடத்துவதற்கு அவர்களுக்கு எவ்விதத் தடையும் இல்லை.

தேசிய ஒற்றுமை வளருவதைத் தடுக்கவும், எழுச்சியுற்று வந்த தேசிய உணர்வை எதிர்கொள்ளவும் பிரிட்டீஷ் அதிகாரிகள் சுதேச மன்னர்களைப் பயன்படுத்தத் தொடங்கினர். மறுபுறத்தில் மன்னர்கள், மக்கள் கலகத்திலிருந்து தம்மைத் தற்காத்துக் கொள்ள பிரிட்டீஷ் ஆட்சியைச் சார்ந்திருந்தனர். தேசிய இயக்கத்தின்மீது எதிர்மறையான

அணுகுமுறையை வெளிப்படுத்தி வந்தனர். 1921-ம் ஆண்டு பிரிட்டீஷ் வழிகாட்டுதலின்கீழ் பொதுநலன் சார்ந்த விவ காரங்களை மன்னர்கள் எதிர்கொள்ளவும் விவாதிக்கவும் சுதேச மன்னர்களின் கூட்டமைப்பை ஏற்படுத்தினர். 1935-ம் ஆண்டின் இந்திய அரசாங்கச் சட்டத்தில் முன்மொழியப்பட்ட கூட்டாட்சி கட்டமைப்பானது தேசிய சக்திகளின் செயல் பாட்டைத் தடுக்கும் நோக்கில் திட்டமிடப்பட்டதாகும். மன்னர்கள் மேல் சபையில் ஐந்தில் இரண்டு பங்கு இடங் களையும் கீழ்ச்சபையில் மூன்றிலொரு இடங்களையும் பெறு வதற்கு அது வழிவகை செய்தது.

பல்வேறு சுதேச சமஸ்தானங்களைச் சேர்ந்த மக்கள் ஜனநாயக உரிமைகளுக்காகவும், மக்கள் அரசாங்கங்களுக் காகவும் இயக்கங்களில் ஈடுபடத் தொடங்கினர். பல்வேறு சமஸ்தானங்களின் அரசியல் நடவடிக்கைகளை ஒருங்கிணைக்க ஏற்கெனவே 1927-ம் ஆண்டு டிசம்பரில் அகில இந்திய சமஸ்தான மக்களின் மாநாடு நிறுவப்பட்டிருந்தது. சட்ட மறுப்பு இயக்கமும் இந்த சமஸ்தான மக்களின் மனங்களில் ஆழமாக தாக்கத்தை ஏற்படுத்தி இருந்தது. அவர்களை அரசியல் நடவடிக்கையில் ஈர்த்திருந்தது. பல சமஸ்தானங்களில் குறிப்பாக, ராஜ்கோட், ஜெய்ப்பூர், காஷ்மீர், ஐதராபாத், திருவாங்கூர் ஆகியவற்றில் வெகுஜனப் போராட்டங்கள் நடைபெற்று வந்தன. சமஸ்தான மன்னர்கள் வன்முறையின் மூலம் இப்போராட்டங்களை ஒடுக்கினர். அவர்களில் சிலர் வகுப்புவாதத்தையும் கையில் எடுத்தனர். மக்கள் கிளர்ச்சி முஸ்லீம்களுக்கு எதிரானது என ஐதராபாத் நிஜாம் பிரகடனப் படுத்தினார். இது இந்து எதிர்ப்பு இயக்கம் என காஷ்மீர் மகாராஜா முத்திரை குத்தினார். மக்கள் கிளர்ச்சிக்குப் பின்புலத்தில் கிறிஸ்தவர்கள் இருப்பதாக திருவாங்கூர் மகாராஜா குறிப்பிட்டார்.

சமஸ்தான மக்களின் போராட்டத்தைக் காங்கிரஸ் ஆதரித்தது. சமஸ்தான மன்னர்கள் ஜனநாயக பிரதிநிதித்துவ அரசாங்கங்களை நடைமுறைப்படுத்த வேண்டுமெனவும், அடிப் படை சிவில் உரிமைகளை வழங்க வேண்டுமெனவும அது

வலியுறுத்தியது. 1938-ம் ஆண்டு காங்கிரஸ் விடுதலைக்கான தனது இலட்சியத்தை விளக்கியபொழுது, சுதேச சமஸ்தானங்களின் விடுதலையையும் உள்ளடக்கியதாக அது இருந்தது. அடுத்த ஆண்டு திரிபூரி மாநாட்டில், சமஸ்தான மக்களின் இயக்கங்களில் மேலும் தீவிரமாகப் பங்கேற்பதென அது முடிவு செய்தது. பிரிட்டீஷ் இந்தியாவிலும் சமஸ்தானங்களிலும் நடைபெற்று வந்த அரசியல் போராட்டங்களின் பொதுவான தேசிய நோக்கங்களை வலியுறுத்துவதற்காக ஜவஹர்லால் நேரு 1939-ம் ஆண்டு அகில இந்திய சமஸ்தான மக்களின் மாநாட்டுத் தலைவராக தேர்ந்தெடுக்கப்பட்டார். சமஸ்தான மக்களின் இயக்கமானது சமஸ்தான மக்களிடையே தேசிய உணர்வை எழுச்சியுறச் செய்தது. இந்தியா முழுமையிலும் புதிய ஒற்றுமை உணர்வையும் அது பரவச் செய்தது.

வகுப்புவாதத்தின் வளர்ச்சி :

வகுப்பு வாதத்தின் வளர்ச்சி ஐந்தாவது முக்கியமான வளர்ச்சிப் போக்காகும். மீண்டும் ஒருமுறை சட்டமன்றங்களுக்கு நடைபெற்ற தேர்தல் குறிப்பிட்ட சிலருக்கே வாக்குரிமை, தனி வாக்காளர்கள் ஆகியவற்றின் அடிப்படையில் நடத்தப்பட்டது. இது பிரிவினை வாத உணர்வுகளைத் தோற்றுவித்தது. மேலும், சிறுபான்மையினருக்கென ஒதுக்கப்பட்ட பல தொகுதிகளில் காங்கிரசு வெற்றி வாய்ப்பை இழந்தது. முஸ்லீம்களுக்கான இட ஒதுக்கீட்டின் அடிப்படையிலான 482 தொகுதிகளில் 26-ல் அது வெற்றி பெற்றது. அதிலும் 15 இடங்கள் வடமேற்கு எல்லை மாகாணங்களிலேயே வெற்றி கொள்ளப்பட்டன. இவ்விடங்களில் முஸ்லீம் லீக்கும பெரும் வெற்றியைப் பெற இயலவில்லை. இந்து மகாசபையும் பெரும் தோல்வியைத் தழுவியது. மேலும் நிலபிரபுக்கள் மற்றும் கந்துவட்டிப் பேர்வழிகளின் கட்சிகளும் மோசமான பாதிப்புக்குள்ளாயின. தீவிர வேளாண் திட்டங்களைக் காங்கிரஸ் ஏற்றுக்கொண்டு, விவசாயிகள் இயக்கங்கள் வளர்ச்சியுற்று வந்தபோதிலும், நிலபிரபுக்களும் கந்துவட்டிப் பேர்வழிகளும் தமது ஆதரவை வகுப்புவாதக் கட்சிகளுக்கு

அளிக்கத் தொடங்கினர். வெகுஜன அரசியல் யுகத்தில் தங்கள் நலன்களை வெளிப்படையாகப் பாதுகாப்பது சாத்திய மில்லை என அவர்கள் உணர்ந்தனர். இச்சூழ்நிலையில் வகுப்பு வாதக் கட்சிகள் தமது பலத்தைப் பெருக்கத் தொடங்கின. ஜின்னா தலைமையிலான முஸ்லீம் லீக், காங்கிரசுக்குக் கடும் எதிர்ப்பைக் காட்டியது. பெரும்பான்மை இந்துக்களால், முஸ்லீம் சிறுபான்மையினருக்கு ஆபத்து சூழ்ந்திருப்பதாக அது பிரச்சாரம் செய்யத் தொடங்கியது. இந்துக்களும், முஸ்லீம்களும் இரு தனித்தனி தேசங்களைச் சேர்ந்தவர்கள் எனவே அவர்கள் ஒருபோதும் ஒன்றுபட்டு வாழ முடியாது என்ற அறிவியலுக்கும், வரலாற்றுக்கும் புறம்பான கொள் கையை அது பிரச்சாரம் செய்து வந்தது. 1940-ம் ஆண்டு முஸ்லீம் லீக், நாட்டைப் பிரிவினை செய்யக் கோரும் தீர்மானத்தை நிறைவேற்றியது. விடுதலைக்குப் பின்னர் பாகிஸ்தான் எனப்படும் நாட்டை உருவாக்க வேண்டுமென அத்தீர்மானம் வலியுறுத்தியது.

முஸ்லீம் லீக்கின் பிரச்சாரத்தினால் இந்துக்களிடமிருந்த அதே போன்ற வகுப்புவாத அமைப்புகளான இந்து மகா சபா போன்றவை ஆதாயமடைந்தன. இந்துக்கள் ஒரு சிறந்த தேசத்தைச் சேர்ந்தவர்கள். இந்தியா இந்துக்களின் தேசம் எனப் பிரகடனப்படுத்துவதன் மூலம் முஸ்லீம வகுப்புவாதிகளின் கருத்தை இந்து வகுப்புவாதிகள் எதிரொலித்தனர். இவ்வாறாக அவர்களும் இது தேசக் கொள்கையை ஏற்றுக்கொண் டனர். பெரும்பான்மையினரின் ஆதிக்கம் குறித்த அவர்களது அச்சத்தைப் போக்கும் வகையில் சிறுபான்மையினருக்குப் போதுமான பாதுகாப்பு அளிக்கும் கொள்கையை அவர்கள் தீவிரமாக எதிர்த்து வந்தனர். ஒரு அம்சத்தில், இந்து வகுப்புவாதத்தின் கருத்தில் எவ்வித நியாயமும் இல்லை. மத அல்லது மொழி அல்லது தேசிய சிறுபான்மையினரைக் கொண்டுள்ள ஒவ்வொரு நாட்டிலும் ஒரு சமயம் இல்லா விட்டாலும் பிறிதொரு சமயத்தில் அவர்களது சமூக, பண்பாட்டு நலன்கள் பாதிக்கப்படுவதாக அவர்கள் உணருகின்றனர். ஆனால் இத்தகைய அச்சம் அர்த்தமற்றது என்பதை சொல்லிலும், செயலிலும் பெரும்பான்மையினர்

நிரூபிக்கும்பொழுது சிறுபான்மையினரின் அச்சம் அகன்று போகும். ஆனால், பெரும்பான்மையினரில் ஒரு குறிப்பிட்ட பிரிவினர் வகுப்புவாதிகளாகவோ அல்லது பிளவுவாதி களாகவோ மாறி, சிறுபான்மையினருக்கு எதிராகப் பேசவும், செயல்படவும் தொடங்கினால், சிறுபான்மையினர் பாது காப்பற்ற உணர்வையே வெளிப்படுத்துவர். அதைத் தொடர்ந்து சிறுபான்மையினரின் வகுப்புவாத அல்லது பிளவுவாதத் தலைமை வலுப்பெறும்.

உதாரணமாக, 1930-களில் முஸ்லீம்கள் சிறுபான்மை யினராக இருந்த பகுதிகளில் மட்டுமே முஸ்லீம் லீக் வலுவாக இருந்தது. மறுபுறத்தில் வடமேற்கு எல்லைப்புற மாகாணங் கள் பஞ்சாப், சிந்து, வங்காளம் போன்ற பிரதேசங்களில் முஸ்லீம்கள் பெருமபான்மையினராக இருந்தனர். ஆகவே அவர்கள் ஒப்பீட்டளவில் பாதுகாப்பு உணர்வுடன் இருந்த தால், அங்கு முஸ்லீம் லீக் பலவீனமாகவே இருந்தது. இந்து, முஸ்லீம் வகுப்புவாதிகள் காங்கிரசுக்கு எதிராகக் கரம் கோர்க்கத் தயங்கியதில்லை என்பது ஆர்வமூட்டும் ஒன்றாகும். வடமேற்கு எல்லைப்புற மாகாணங்களிலும் பஞ்சாப், சிந்து மற்றும் வங்காளத்திலும் காங்கிரசை எதிர்ப்பதற்காக முஸ்லீம் லீக் மற்றும் பிற வகுப்புவாதக் குழுவினர் அமைச்சரவை அமைக்க இந்து வகுப்புவாதிகள் ஆதரவளித்தனர். பல்வேறு வகுப்புவாதக் குழுவினரும் பகிர்ந்து கொண்ட மற்றொரு குணாம்சம் அவர்கள் பின்பற்றி வந்த அரசாங்க ஆதரவு அரசியல் அணுகுமுறையாகும். இந்து அல்லது முஸ்லீம் தேசியம் குறித்துப் பேசிவந்த எந்தவொரு வகுப்புவாதக் கட்சியும், குழுவும் அன்னிய ஆட்சிக்கு எதிரான போராட் டத்தில் பங்கேற்கவில்லை என்பது குறிப்பிடத்தக்கது. மற்ற மதங்களையும் தேசியத் தலைவர்களையுமே அவர்கள் தமது எதிரிகளாகக் கருதி வந்தனர்.

தேசிய இயக்கம் பெருமளவில் கையில் எடுத்து வந்த பொது மக்களின் சமூகப் பொருளாதாரக் கோரிக்கைகளை யும் வகுப்புவாதக் கட்சிகளும், குழுக்களும் கண்டுகொள்ள வில்லை. இந்த அம்சத்தில் அவர்கள் மேட்டுக்குடியினரின்

சுயநலனையே பிரதிநிதித்துவப்படுத்தி வந்தனர். 1933-ம் ஆண்டின் ஆரம்பத்தில் ஜவஹர்லால் நேரு இதைப்பற்றி பின்வருமாறு குறிப்பிட்டார் :

'வகுப்புவாதம் இன்றைய தினம் அரசியல் பிற்போக்கின் பிறப்பிடமாக உள்ளது. ஆகவே வகுப்புவாதத் தலைவர்கள் தவிர்க்கவியலாமல் அரசியல், பொருளாதார அம்சங்களில் பிற்போக்காளர்களாக மாறுகின்றனர். மேட்டுக்குடியினர் தமது சொந்த வர்க்க நலன் காப்பதற்காக மதச் சிறுபான்மை யினர் அல்லது பெரும்பான்மையினரின் வகுப்புவாதக் கோரிக் கைகளை ஆதரித்து நிற்பதாகத் தோற்றத்தை ஏற்படுத்து கின்றனர். இந்து, முஸ்லீம் அல்லது மற்றவர்களின் சார்பில் முன் வைக்கப்படும் பல்வேறு வகுப்புவாதக் கோரிக்கைகள், அவர்கள் மக்களுக்காக எதுவும் செய்ய முன்வரவில்லை என்பதையே காட்டுகின்றன என்றார்.

தேசிய இயக்கம் மதச்சார்பின்மையில் கொண்டிருந்த ஆழமான, முழுமையாக ஈடுபாடு காரணமாக வகுப்புவாதச் சக்திகளை உறுதியுடன் எதிர்த்து வந்தது. ஆயினும் அதனால் வகுப்புவாத சவாலை முழுமையாக எதிர்கொள்ள இயல வில்லை. இறுதியில் நாட்டைப் பிளவுபடுத்துவதில் வகுப்பு வாதம் வெற்றி பெற்றுவிட்டது. இத்தகைய தோல்வியை எவ்வாறு விளக்குவது? வகுப்புவாதத் தலைவர்களுடன் உடன்பாடு கொள்ளும் வகையில் பேச்சுவார்த்தைக்கு தேசியத் தலைவர்கள் போதுமான முயற்சிகளை மேற்கொள்ளவில்லை எனச் சிலர் அடிக்கடி குறிப்பிட்டு வருகின்றனர்.

நமது பார்வை அதற்கு நேர் எதிரானது. தொடக்கத்தி லிருந்ததே தேசியத் தலைவர்கள், வகுப்புவாதத் தலைவர் களுடன் மிகப் பெருமளவில் பேச்சுவார்த்தைகளில் ஈடுபட்டு வந்தனர். ஆனால், வகுப்புவாதிகளுடன் உடன்பாட்டுக்கு வருவதோ அல்லது அவர்களைத் திருப்திப்படுத்துவதோ சாத்தியப்படவில்லை. மேலும், ஒரு வகுப்புவாதத்தை திருப்தி படுத்த முயன்றால் அதன் விளைவாக மற்றொரு வகுப்பு வாதம் வளர்ச்சி பெறுகிறது. 1937-க்கும் 1939-க்கும் இடை யில் காங்கிரசு தலைவர்கள் தொடர்ந்து முகமது அலி

ஜின்னாவைச் சந்தித்து அவருடன் பேச்சுவார்த்தையில் ஈடு பட்டு வந்தனர். ஆனால், ஜின்னா துல்லியமான கோரிக்கைகள் எவற்றையும் முன்வைக்கவில்லை. மாறாக, காங்கிரசு ஒரு இந்து கட்சி, அது இந்துக்களை மட்டுமே பிரதிநிதித்துவப்படுத்து கிறது என்பதைக் காங்கிரசு ஒப்புக்கொண்டால்தான் அதனுடன் தான் பேச்சுவார்த்தையில் ஈடுபட முடியும் என்ற சாத்திய மில்லாதக் கோரிக்கையை முன்வைத்து வந்தார். காங்கிரசு இக்கோரிக்கையை ஏற்பது சாத்தியமில்லை. அதனை ஏற்றால் அது தனது அடிப்படையான மதச்சார்பற்ற தேசியப் பண்பை கைவிட்டுவிட்டதாக அர்த்தமாகிவிடும். வகுப்புவாதத்தைத் திருப்தி செய்ய முயலும்பொழுது அது மேலும் தீவிரமடையும் என்பதே உண்மை.

எனவே, மேலும் திருப்திபடுத்தும் காரியத்தில் ஈடுபடாமல் வகுப்புவாதத்துக்கு எதிராக எல்லாவகையிலும் சித்தாந்த, அரசியல் போராட்டத்தை நடத்துவதே அவசியமாக இருந்தது. வகுப்புவாதத்துக்கு எதிராக தீவிர இயக்கமும், 1880-களிலிருந்து காலனிய சித்தாந்தத்துக்கு எதிராக மேற்கொள்ளப்பட்டு வந்ததைப் போன்ற ஒரு தீவிர இயக்கமும், தேவையாக இருந்தது. ஆனால், ஆங்காங்கு சில இயக்கங்கள் நடத்தியதைத் தவிர தேசியவாதிகள் எதுவும் செய்யவில்லை. ஆயினும், மதச்சார்பற்ற தேசியத்தின் வெற்றியை எளிதில் குறைத்து மதிப்பிட்டுவிட இயலாது, 1946-47-களில் பிரிவினைக் கலகங் களும், வகுப்புவாத சக்திகளின் மறு எழுச்சியும் இருந்த போதிலும், விடுதலைக்குப் பின்னர் மதச்சார்பற்ற அரசியல் சாசனத்தை உருவாக்குவதிலும், அடிப்படையில் மதச்சார் பற்ற அரசியலையும் சமூகத்தையும் கட்டமைப்பதிலும் இந்தியா வெற்றி பெற்றது. சமுதாயத்திலும் தேசியவாத அணிகளுக்கு மத்தியிலும் கூட இந்து வகுப்புவாதம் ஆழமாக வேரொடி இருந்தது. ஆனால் அது இந்துக்கள் மத்தியில் ஒரு சிறு பான்மைச் சக்தியாகவே தொடர்ந்து இருந்து வந்தது. 1946-47-ம் ஆண்டுகளில் ஏற்பட்ட மதவெறி, வகுப்புவாத அலையில் முஸ்லீம்கள் பலர் அடித்துச் செல்லப்பட்டாலும் மற்றவர் கள் வகுப்புவாதத்துக்கு எதிராக பாறை போன்ற உறுதியுடன் நின்றிருந்தனர். அபுல்கலாம் ஆசாத், கான் அப்துல் காபர்கான்,

தீவிர சோசலிஸ்டான யூசுப் மெகராலி, எஸ்.ஏ. பிரெல்வி, தீரமிக்க பத்திரிகையாளர்களும், வரலாற்றாசிரியர்களுமான முகமது ஹபீப், கே.எம். அஸ்ரப், ஜோஸ் மாலிகாபதி, பைஸ் அகமது பைஸ் சர்தார் ஜாப்ரி, சாகிர் லூதியான்வி புகழ்பெற்ற உருதுக் கவிஞரான கைபி ஆஸ்மி மெள்லானா மதானி ஆகியோர் அத்தகைய வகுப்புவாத எதிர்ப்பு முன்னோடிகளாவர்.

இரண்டாம் உலகப் போர் கட்டத்தில் தேசிய இயக்கம் :

ஜெர்மானிய விரிவாக்கம் என்ற ஹிட்லரின் திட்டத்தின் அடிப்படையில் 1939-ம் ஆண்டு செப்டம்பரில் நாஜி ஜெர்மனி போலந்தின் மீது படையெடுத்ததைத் தொடர்ந்து இரண்டாம் உலகப் போர் வெடித்தது. ஏற்கெனவே 1938-ம் ஆண்டு மார்ச்சில் ஆஸ்திரியாவையும், 1939-ம் ஆண்டு மார்ச்சில் செக்கோஸ்லோவேக்கியாவையும் அவர்கள் கைப்பற்றி இருந் தனர். ஹிட்லரைத் தங்களால் இயன்றவரை சமாதானப்படுத்த முயன்ற பிரிட்டனும், பிரான்சும் இறுதியில் போலந்துக்கு உதவும் நிலைக்குத் தள்ளப்பட்டனர். தேசியக் காங்கிரசுடனோ அல்லது தேர்ந்தெடுக்கப்பட்ட மத்திய சட்டமன்ற உறுப்பினர் களுடனோ எவ்வித கலந்தாலோசனையும் செய்யாமல் இந்திய அரசாங்கம் உடனடியாக போரில் இணைந்தது.

பாசிச ஆக்கிரமிப்பினால் பாதிக்கப்பட்டவர்களுக்கு தேசிய காங்கிரசு முழு அனுதாபம் காட்டியது. பாசிசத்துக்கு எதிரான போராட்டத்தில் ஜனநாயக சக்திகளுக்கு ஆதர வளிக்கக் காங்கிரஸ் முன்வந்தது. ஆனால் ஒரு அடிமை தேசம், சுதந்திரத்துக்காக போராடுகின்ற பிறருக்கு எவ்வாறு உதவ முடியும்? எனக் காங்கிரஸ் தலைவர்கள் கேள்வி எழுப்பினர். எனவே, போரில் தீவிரமாகப் பங்கேற்பதற்கு முன்பு இந்தியா விடுதலை பெற வேண்டும் அல்லது இந்தியர்களின் கரங் களில் பெரும் அதிகாரம் கிடைக்க வேண்டும் என அவர்கள் வலியுறுத்தினர். இக்கோரிக்கையை ஏற்க மறுத்த பிரிட்டீஷ் அரசாங்கம், மதச்சிறுபான்மையினரையும் சமஸ்தான மன்னர்

களையும் காங்கிரசுக்கு எதிராகத் திருப்ப முயன்றது. எனவே, காங்கிரஸ் தனது அமைச்சர்களை ராஜினாமா செய்ய கேட்டுக் கொண்டது. 1940-ம் ஆண்டு சில தேர்ந்தெடுக்கப்பட்ட தனிநபர்களின் சத்தியாகிரகத்துக்கு காந்திஜி அறைகூவல் விடுத்தார். சத்தியாகிரகம் ஒரு குறுகிய அளவில் நடத்தப் பட்டது. இந்தியாவில் ஒரு பெரும் வெகுஜன எழுச்சியின் மூலம் பிரிட்டனின் போர் முயற்சியைப் பாதிக்கக் காங்கிரசு விரும்பவில்லை. இந்த இயக்கத்தின் நோக்கம் குறித்து காந்திஜி, வைஸ்ராய்க்கு எழுதிய கடிதத்தில் பின்வருமாறு குறிப் பிட்டிருந்தார் :

'பிரிட்டிசாரைக் காட்டிலும் காங்கிரசு நாசிசத்தின் வெற்றியைக் கடுமையாக எதிர்க்கிறது. ஆனால் அவர்களது எதிர்ப்பு போரில் ஈடுபடுவதன் மூலம் காட்ட முடியாது. நீங்களும், இந்தியாவுக்கான அரசுச் செயலாளரும், இந்தியா தாமாக முன்வந்து போர் முயற்சிக்கு உதவுவதாக பிரகடனப் படுத்தியுள்ள நிலையில், இந்தியாவின் பரந்துபட்ட பெரும் பான்மையான மக்கள் அதில் ஆர்வம் காட்டவில்லை என்பதைத் தெளிவுபடுத்த வேண்டியது அவசியமாகிவிட்டது. நாசிசத்துக்கும் இந்தியாவை ஆளும் இரட்டைச் சர்வாதி காரத்துக்கும் எவ்வித வேறுபாடும் அவர்கள் காணவில்லை எனக் குறிப்பிட்டார்.

வினோபா பாவேதான் முதலில் சத்தியாகிரகத்தில் ஈடுபட்டார். 1941-ம் ஆண்டு மே 15-ம் தேதி 25 ஆயிரத்துக்கும் மேற்பட்டோர் சத்தியாகிரகத்தில் ஈடுபட்டனர். 1941-ம் ஆண்டு உலக அரசியலில் இரண்டு பெரும் மாற்றங்கள் ஏற்பட்டன. மேற்கில் போலந்து, பெல்ஜியம், ஹாலந்து, நார்வே, பிரான்ஸ், அதேபோல கிழக்கு ஐரோப்பாவின் பெரும் பகுதியைக் கைப்பற்றிய நாஜி ஜெர்மனி, 1941-ம் ஆண்டு ஜூன் மாதம் 22-ம் தேதி சோவியத் யூனியனைத் தாக்கியது. டிசம்பர் 7-ம் தேதி அமெரிக்காவின் முத்துத் துறைமுகத்தில் கப்பற்படை மீது ஜப்பான் திடீர்த்தாக்குதல் தொடுத்து, ஜெர்மனி மற்றும் இத்தாலியுடன் போரில் இணைந்தது. அது விரைவில் பிலிப்பைன்ஸ், இந்தோ சீனா, இந்தோ

னேசியா, மலேசியா, பர்மா ஆகிய நாடுகளை முழுமையாக வெற்றி கொண்டது. 1942-ம் ஆண்டு அது ரங்கூனைக் கைப்பற்றியது. இது போரை இந்தியாவின் வாசற்படிக்குக் கொண்டு வந்தது. சமீபத்தில் விடுதலை பெற்ற காங்கிரஸ் தலைவர்கள் ஜப்பானிய ஆக்கிரமிப்பைக் கண்டித்தனர். பிரிட்டன் உடனடியாக அதிகாரத்தை இந்தியாவுக்கு மாற்றிக் கொடுத்து, போருக்குப் பின்னர் முழு விடுதலை அளிக்க வாக்குறுதி அளித்தால் அவர்கள் இந்தியாவின் பாதுகாப் புக்கும், நேச சக்திகளின் நலனுக்கும் மீண்டும் ஒருமுறை ஒத்துழைக்கத் தயார் என அறிவித்தனர்.

இந்தியர்கள் போரில் தீவிரமாக ஈடுபட வேண்டுமென தற்போது பிரிட்டீஷ் அரசாங்கம் வேண்டுகோள் விடுத்தது. இத்தகைய ஒத்துழைப்பைப் பெறுவதற்காக, முன்பு தொழி லாளர் கட்சியில் தீவிர உறுப்பினராகவும், இந்திய தேசிய இயக்கத்தின் வலுவான ஆதரவாளராகவும் செயல்பட்டு வந்த சர் ஸ்டாபோர்டு கிரிப்ஸ் என்ற கேபினட் அமைச்சரின் தலைமையில் தூதுக்குழு ஒன்றை அனுப்பியது. 'விரைவில் இந்தியாவில் சுயாட்சி ஏற்படுவதற்கான சாத்தியக் கூறுகள் இருப்பதாக' இந்தியாவில் பிரிட்டீஷ் கொள்கையின் நோக் கத்தைக் கிரிப்ஸ் பிரகடனப்படுத்திய போதிலும், அவருக்கும் காங்கிரசு தலைவர்களுக்கும் இடையிலான விரிவான பேச்சு வார்த்தை முடிவடைந்துவிட்டது. இந்தியர்களிடம் உடனடி யாக அதிகாரத்தை மாற்றிக் கொடுக்க வேண்டும் என்ற காங் கிரசின் கோரிக்கையை பிரிட்டீஷ் அரசாங்கம் ஏற்க மறுத்து விட்டது. மறுபுறத்தில் தற்போது வைஸ்ராய் எதேச்சதி காரத்தைக் கையில் வைத்துக் கொண்டு எதிர்காலத்தில் கோரிக்கைகள் தீர்க்கப்படும் என்ற வெற்று வாக்குறுதிகளால் இந்தியத் தலைவர்கள் திருப்தி அடையவில்லை. ஜப்பானியப் படை இந்திய எல்லைப் பகுதியில் ஆபத்தாக வந்தபொழுது போர் முயற்சிக்கு ஆதரவளிக்க அவர்கள் ஆர்வமாக இருந் தனர். ஆனால் அதனைச் செய்ய வேண்டுமெனில் இந்தியாவில் தேசிய அரசாங்கம் அமைக்கப்படும்பொழுது மட்டுமே அது சாத்தியம் என அவர்கள் கருதினர்.

கிரிப்ஸ் தூதுக்குழுவின் தோல்வியானது இந்திய மக்களிடையே வெறுமையைத் தோற்றுவித்தது. பாசிச எதிர்ப்பு சக்திகளுக்கு அவர்கள் முழு அனுதாபம் காட்டிய அதே சமயம், நாட்டிலுள்ள அரசியல் நிலைமைகள் சகிக்க முடியாத அளவுக்கு இருப்பதாக அவர்கள் கருதினர். போர்க்கால பற்றாக்குறையினாலும், விலைவாசி உயர்வினாலும் இத்தகைய அதிருப்தி மேலும் அதிகரித்தது. 1942-ம் ஆண்டு ஏப்ரல் முதல் ஆகஸ்டு வரையிலான கால கட்டத்தில் பதட்டம் அன்றாடம் அதிகரித்து வந்தது. இந்தியாவை நோக்கி ஜப்பானியப் படைகள் முன்னேறி வந்த நிலையில் காந்திஜி மேலும் மேலும் தீவிர செயல்பாட்டில் இறங்கினார். ஜப்பானியர்களின் வெற்றி பூதம் இந்திய மக்களையும், தலைவர்களையும் மிரட்டி வந்தது. இந்நிலையில் இந்தியர்களின் விடுதலைக்கான கோரிக்கையை பிரிட்டீஷ் அரசு ஏற்க நிர்ப்பந்திக்கும் வகையில் தீவிர செயல்பாட்டில் இறங்க காங்கிரசு முடிவு செய்தது. 1942-ம் ஆண்டு ஆகஸ்டு 8 அன்று பம்பாயில் அகில இந்திய காங்கிரஸ் கமிட்டி கூடியது. புகழ்பெற்ற 'வெள்ளையனே வெளியேறு' தீர்மானத்தை அக்கூட்டம் நிறைவேற்றியது. இந்த இலட்சியத்தை அடைய காந்திஜியின் தலைமையில் அகிம்சை வழியில் வெகுஜனப் போராட்டத்தைத் தொடங்க முடிவெடுக்கப்பட்டது.

'பிரிட்டீஷ் ஆட்சியை வெகு விரைவில் முடிவுக்குக் கொண்டு வரவேண்டியது இந்திய நலனுக்கும், ஐ.நா. நோக்கம் வெற்றி பெறவும் அவசர அவசியமாகும். நவீன ஏகாதிபத்தியத்தின் சிறந்த உதாரணமாக விளங்கும் இந்தியா இப்பிரச்சினையின் மையமாக உள்ளது. ஆகவே இந்திய சுதந்திரத்தை பிரிட்டனும், ஐ.நா.வும் முடிவு செய்ய வேண்டும். அதன்மூலம் ஆசிய, ஆப்பிரிக்க தேசங்களைச் சேர்ந்த மக்கள் நம்பிக்கையும் உற்சாகமும் பெறுவர். இவ்வாறு இந்நாட்டில் பிரிட்டீஷ் ஆட்சி முடிவுக்கு வருவது ஒரு முக்கிய, அவசர பிரச்சினையாக உள்ளது. போரில் எதிர்காலமும், சுதந்திரம் மற்றும் ஜனநாயகத்தின் வெற்றியும் இதனைச் சார்ந்துள்ளது. விடுதலை பெற்ற இந்தியாவே தனது மகத்தான வளங்களைக் கொண்டு சுதந்திரத்துக்காகவும் நாசிசம், பாசிசம் மற்றும்

ஏகாதிபத்தியத்தை எதிர்த்தும் போராடி இந்த வெற்றியை உத்தரவாதப்படுத்த முடியும் என அந்த தீர்மானம் பிரகடனப் படுத்தியது.

ஆகஸ்டு 8-ம் தேதி இரவு மாநாட்டுப் பிரதிநிதி களிடையே உரையாற்றிய காந்திஜி பின்வருமாறு குறிப் பிட்டார் :

'ஆகவே முடிந்தால் இன்று இரவே, விடிவதற்கு முன்னரே உடனடியாக சுதந்திரம் வேண்டுமென வலியுறுத்துகிறேன். மோசடிகளும், உண்மைக்குப் புறம்பான நிகழ்வுகளும் உலகை ஆட்டிப் படைத்துக் கொண்டிருக்கின்றன. அமைச்சர் பதவிகளுக்காகவோ, அதைப்போன்ற அம்சங்களுக்காகவோ நான் வைஸ்ராயுடன் பேரத்தில் ஈடுபடப் போவதில்லை. முழு விடுதலைத் தவிர வேறு எவ்வகையிலும் நான் திருப்தி யடையப் போவதில்லை. ஒரேயொரு மந்திரச் சொல்லை நான் உங்களிடம் அளிக்கின்றேன். இதனை நீங்கள் உங்கள் மனதில் பதிய வைத்துக்கொள்ள வேண்டும். உங்களது ஒவ்வொரு மூச்சுக்காற்றும், இதனையே வெளிப்படுத்த வேண்டும். 'செய் அல்லது செத்துமடி' என்பதே அந்த மந்திரமாகும். நாம் நாட்டை விடுதலை பெறச் செய்ய வேண்டும் அல்லது அதற் கான முயற்சியில் மடிய வேண்டும். அடிமைத் தனத்தோடு நாம் தொடர்ந்து வாழக்கூடாது' எனக் குறிப்பிட்டார்.

ஆனால், இந்த இயக்கத்தைக் காங்கிரஸ் தொடங்கு வதற்கு முன்பே அரசாங்கம் கடும் தாக்குதலைத் தொடுத்தது. ஆகஸ்டு 9-ம் தேதி அதிகாலையிலேயே காந்திஜியும், மற்ற காங்கிரஸ் தலைவர்களும் கைது செய்யப்பட்டு, அடையாளம் தெரியாத இடங்களுக்குக் கொண்டு செல்லப்பட்டனர். காங்கிரஸ் மீண்டும் ஒருமுறை சட்டவிரோத இயக்கமெனப் பிரகடனப்படுத்தப்பட்டது.

இத்தகைய கைது நடவடிக்கைகள் குறித்த செய்தி நாட்டில் பரவியதை அடுத்து, மக்களின் கோபத்தை வெளிப்படுத்தும் வகையில் தன்னிச்சையான எதிர்ப்பு இயக்கங்கள் எல்லா இடங்களிலும் கிளம்பின. தலைவர்கள் இல்லாத நிலையில், எத்தகைய அமைப்பும் இன்றி, தங்களுக்குத் தெரிந்த வழிகளில்

மக்கள் எதிர்ப்பு காட்டத் தொடங்கினர். நாடு முழுவதும் கடையடைப்புகள், தொழிற்சாலைகள், பள்ளி கல்லூரிகளில் வேலை நிறுத்தங்கள், ஆர்ப்பாட்டங்கள் வெடித்தன. அவர்கள் மீது தடியடித் தாக்குதல்களும், துப்பாக்கிச் சூடுகளும் நடத்தப்பட்டன. தொடர்ச்சியான துப்பாக்கிச் சூடுகளாலும், ஒடுக்குமுறையினாலும் ஆத்திரமுற்ற மக்கள் பல இடங்களில வன்முறை நடவடிக்கைகளில் இறங்கினர். பிரிட்டீஷ் அதிகாரத்தின் குறியீடுகளாக விளங்கிய காவல் நிலையங்கள், தபால் அலுவலகங்கள், ரயில்வே நிலையங்கள் போன்ற வற்றை அவர்கள் தாக்கினர். தபால், தந்தி ஒயர்களையும், இருப்புப் பாதைகளையும் துண்டித்தனர். அரசாங்கக் கட்டி டங்களைத் தீயிட்டுக் கொளுத்தினர். இதில் சென்னையும், வங்காளமும் தான் பெருமளவில் பாதிக்கப்பட்டன. பல இடங்களில் போராளிகள் நகரங்களையும் கிராமங்களையும் தற்காலிகமாகத் தமது கட்டுப்பாட்டின் கீழ் கொண்டு வந்தனர். உத்தரப்பிரதேசம், பீகார் மேற்கு வங்கம் ஒரிசா, ஆந்திரா, தமிழ்நாடு, மகாராஷ்டிரா ஆகியவற்றில் சில இடங்களில் பிரிட்டீஷ் நிர்வாகம் செயலிழந்தது.

கிழக்கு உத்தரப் பிரதேசத்தில் பாலியா, வங்காளத்தின் மித்னாபூர் மாவட்டத்தைச் சேர்ந்த தம்லுக், பம்பாயிலுள்ள சதாரா மாவட்டம் போன்ற சில இடங்களில் புரட்சியாளர் கள் 'இணை அரசாங்கங்களை' நிறுவினர். பொதுவில் மாண வர்கள், தொழிலாளர்கள், விவசாயிகள் ஆகியோர் 'புரட்சியின்' முதுகெலும்பாக இருந்த அதேசமயம் மேட்டுக்குடியினரும், அதிகார வர்க்கத்தினரும் அரசாங்க விசுவாசிகளாகவே தொடர்ந்தனர்.

1942-ம் ஆண்டின் இயக்கத்தை ஒடுக்க அரசாங்கம் தனது பங்குக்கு அனைத்து முயற்சிகளையும் மேற்கொண்டது. அதன் ஒடுக்குமுறைக்கு எல்லை கிடையாது என்பது நாம் அறிந்ததே. பத்திரிகைகள் முழுமையாகத் தடை செய்யப்பட்டன. ஆர்ப் பாட்டக்காரர்கள் மீது இயந்திரத் துப்பாக்கிச்சூடு நடத்தப் பட்டது. விமானங்களிலிருந்தும் குண்டுகள் பொழியப் பட்டன. கைதிகள் சித்திரவதைக்கு உள்ளாக்கப்பட்டனர்.

காவல்துறையினரும், ரகசியக் காவலர்களுமே ஆட்சி நடத்தினர். பல்வேறு நகரங்களை இராணுவம் தனது கட்டுப்பாட்டின் கீழ் கொண்டு வந்தது. காவல்துறையும், இராணுவத்தினரும் நடத்திய துப்பாக்கிச் சூடுகளில் பத்தாயிரம் பேர் மரணமடைந்தனர். கலகத்தில் ஈடுபட்ட கிராமங்கள் அபராதக் கட்டணமாக பெரும் தொகையைச் செலுத்த வேண்டியிருந்தது. 1857-ம் ஆண்டிலிருந்து இவ்வளவு கடும் தாக்குதலை இந்தியா சந்தித்ததில்லை.

இறுதியில் இயக்கத்தை ஒடுக்குவதில் அரசாங்கம் வெற்றி பெற்றது. உண்மையில் 1942-ம் ஆண்டின் ஆகஸ்டு புரட்சி குறுகிய காலமே உயிர் வாழ்ந்தது. தேசிய உணர்வுகள் நாடு முழுவதும் பரவியிருந்ததன் ஆபத்தையும், மக்களிடையே வளர்ந்து வந்துள்ள போராட்ட ஆற்றலையும், தியாகத்தையும் விளக்கியதில் அதன் முக்கியத்துவம் அடங்கியுள்ளது. மக்களின் விருப்பங்களுக்கு மாறாக, பிரிட்டீசாரால் நீண்டகாலத்துக்கு இந்தியாவை ஆள முடியாது என்பது வெளிப்படையானது.

1942-புரட்சி ஒடுக்கப்பட்ட பிறகு, 1945-ம் ஆண்டு போர் முடியும் வரை உள்நாட்டில் எத்தகைய அரசியல் நடவடிக்கையும் இல்லை. தேசிய இயக்கத்தின் முக்கியத் தலைவர்கள் சிறையில் இருந்த நிலையில், அவர்களது இடத்தில் புதிய தலைவர்கள் ஒருவரும் உருவாகவில்லை அல்லது நாட்டிற்கு புதிய தலைமையாக ஒருவரும் வரவில்லை. 1943-ம் ஆண்டு வங்காளத்தில் சமீபத்திய வரலாற்றிலேயே மிக மோசமான பஞ்சம் ஏற்பட்டது. சில மாதங்களுக்குள்ளாக 30 லட்சம் பேர் பட்டினியால் இறந்தனர். இவ்வளவு பெரும் உயிர்ச் சேதத்துக்குக் காரணமான பஞ்சத்தைத் தடுக்க நடவடிக்கை எடுக்காத அரசாங்கத்துக்கு எதிராக மக்கள் பெரும் கோபத்துக்கு உள்ளாயினர். ஆயினும் இக்கோபம் போதுமான அரசியல் வெளிப்பாடாக அமையவில்லை.

தேசிய இயக்கத்துக்கு நாட்டின் எல்லைக்கு அப்பால் புதிய ஆதரவு கிடைத்தது. 1941-ம் ஆண்டு மார்ச் மாதம் சுபாஷ் சந்திர போஸ் இந்தியாவிலிருந்து வெளியேறி, உதவி நாடி சோவியத் யூனியனுக்குச் சென்றார். ஆனால், 1941-ம் ஆண்டு

ஜுன் மாதம் சோவியத் யூனியன் நேச சக்தியுடன் இணைந்த பொழுது, அவர் ஜெர்மனிக்குச் சென்றார். 1943-ம் ஆண்டு பிப்ரவரியில் அவர் ஜப்பானுக்குச் சென்று, அந்நாட்டின் உதவியுடன் பிரிட்டீஷ் ஆட்சிக்கு எதிராக ஆயுதம் தாங்கிய போராட்டத்துக்குத் தயாரானார். இந்திய விடுதலைக்காக இராணுவப் போராட்டத்தை நடத்த சிங்கப்பூரில் அவர் இந்திய தேசிய இராணுவத்தை நிறுவினார். அவருக்கு ராஷ் பிகாரி போஸ் என்ற பழைய புரட்சிகர பயங்கரவாதி உதவிபுரிந்தார். சுபாஷ் சந்திரபோஸ் சென்று சேருவதற்கு முன்பே இந்திய தேசிய இராணுவத்தை நிறுவுவதற்கான பணிகளை, பிரிட்டீஷ் இந்திய இராணுவத்தில் தளபதியாக விளங்கிய ஜெனரல் மோகன்சிங் மேற்கொண்டிருந்தார். தென்கிழக்கு ஆசியாவிலிருந்த இந்தியர்களும், மலேசியா, சிங்கப்பூர், பர்மா ஆகிய நாடுகளில் ஜப்பானியப் படைகளால் கைது செய்யப்பட்ட இந்தியப் படை வீரர்களும், அதிகாரிகளும் பெரும் எண்ணிக்கையில் இந்திய தேசிய இராணுவத்தில் இணைந்தனர். ஐஎன்ஏ படைவீரர்களால் நேதாஜி என்றழைக்கப்பட்ட சுபாஷ் சந்திரபோஸ், 'ஜெய்ஹிந்த்' என்ற போர் முழக்கத்தை தனது ஆதரவாளர்களுக்கு அளித்தார். பர்மாவிலிருந்து இந்தியாவை நோக்கி ஜப்பானியப் படை முன்னேறியபொழுது, அத்துடன் ஐஎன்ஏ-வும் இணைந்து சென்றது. தாய்நாட்டை விடுவிக்கும் இலட்சிய வேட்கையுடன் ஐஎன்ஏ படைவீரர்களும், அதிகாரிகளும் விடுதலை பெற்ற இந்திய அரசாங்கத்தின் தலைவராக சுபாஷ் சந்திரபோஸ் இருப்பார் என்ற நம்பிக்கையில் நாட்டின் விடுதலையாளர்களாக இந்தியாவுக்குள் நுழைந்தனர்.

1944-45-ம் ஆண்டுகளில் நடைபெற்ற போரில் ஜப்பான் வீழ்ச்சியுற்ற நிலையில், ஐஎன்ஏ-வும் தோல்வியைச் சந்தித்தது. டோக்கியோவுக்குச் செல்லும் வழியில் விமான விபத்தில் சுபாஷ் சந்திரபோஸ் கொல்லப்பட்டார். பாசிச சக்திகளுடன் ஒத்துழைப்பு கொண்டு விடுதலைப் போராட்டத்தில் வெற்றி பெறுவது என்ற அவரது யுக்தியை அச்சமயத்தில் பெரும் பாலான தேசியவாதிகள் விமர்சித்த போதிலும், இந்திய தேசியப்

படையை நிறுவியதன் மூலம் இந்திய மக்களின் முன்பும், இந்திய இராணுவத்தின் முன்பும் தேசியபக்திக்கான உற்சாக மூட்டும் உதாரணத்தை ஏற்படுத்தினார். நாடு முழுவதும் அவர் நேதாஜி எனப் போற்றப்பட்டார்.

இரண்டாம் உலகப்போருக்குப் பிந்திய போராட்டம் :

1945-ம் ஆண்டு ஏப்ரலில் ஐரோப்பாவில் போர் முடிவுக்கு வந்ததை அடுத்து இந்தியாவின் சுதந்திரப் போராட்டம் ஒரு புதிய கட்டத்துக்குள் நுழைந்தது. 1942 புரட்சியும், ஐஎன்ஏ-வும் இந்திய மக்களின் போர்க் குணத்தையும் உறுதியையும் வெளிப்படுத்துவனவாக அமைந்திருந்தன. தேசியத் தலைவர்கள் சிறையிலிருந்து விடுதலை செய்யப்பட்டதைத் தொடர்ந்து, சுதந்திரத்துக்கான மற்றொரு இறுதிக்கட்ட போராட்டத்தை எதிர்நோக்கத் தொடங்கினர்.

ஐஎன்ஏ படைவீரர்களுக்கும், அதிகாரிகளுக்கும் மீதான வழக்கு விசாரணைக்கு எதிரானதாக இந்தப் புதிய போராட்டம் பெரும் இயக்க வடிவத்தை மேற்கொண்டது. முன்னர் பிரிட்டீஷ் இந்தியப் படையில் அதிகாரிகளாகப் பணியாற்றிய ஐஎன்ஏ அதிகாரிகளான ஷா நவாஸ்கான், குர்தியல் சிங் தில்லான், பிரேம் செகால் ஆகியோர் மீது டெல்லி செங்கோட்டையில் விசாரணை நடத்த அரசாங்கம் முடிவு செய்தது. பிரிட்டீஷ் மகாராணிக்கு விசுவாசம் காட்டும் சத்தியப் பிரமாணத்தை மீறி, 'துரோகிகளாக' மாறிவிட்டதாக அவர்கள் மீது குற்றம் சுமத்தப்பட்டது. மறுபுறத்தில், அவர்களை தேசிய வீரர்களாக மக்கள் வரவேற்றனர். அவர்களை விடுதலை செய்யக்கோரி நாடு முழுவதும் பிரம்மாண்டமான ஆர்ப்பாட்டங்கள் நடைபெற்றன. இம்முறை இப்போராட்டம் நிச்சயம் வெற்றி பெறும் என்ற தன்னம்பிக்கையும் எதிர்பார்ப்பும் நாடு முழுவதும் ஏற்பட்டிருந்தது. இந்த வீரர்கள் தண்டிக்கப்படுவதற்கு விட்டுவிட அவர்கள் தயாரில்லை. அச்சமயத்தில் இந்தியர்களின் கருத்தைப் புறக்கணிக்கும் நிலையில் பிரிட்டீஷ் அரசாங்கம் இல்லை. ஐஎன்ஏ கைதி

களைக் குற்றவாளிகள் என இராணுவ நீதிமன்றத்தின் மூலம் கைது செய்தபோதிலும், அரசாங்கம் அவர்களை விடுதலை செய்தது.

பிரிட்டீஷ் அரசாங்கத்தின் அணுகுமுறையில் ஏற்பட்ட மாறுதலுக்குப் பல்வேறு காரணங்கள் இருந்தன.

முதலாவதாக போரானது உலகச் சக்திகளின் பலா பலன்களில் மாறுதலை ஏற்படுத்தியது. போரின் மூலமாக அமெரிக்காவும் சோவியத் யூனியனுமே பெரும் வல்லரசு களாக உருப்பெற்றன. பிரிட்டன் அல்ல. அவை இரண்டுமே இந்திய சுதந்திரக் கோரிக்கைக்கு ஆதரவளித்தன.

இரண்டாவதாக, போரில் வெற்றி பெற்ற தரப்பில் பிரிட்டன் இருந்தபோதிலும் அதன் பொருளாதார, இராணுவ வல்லமை பாதிப்புக்கு உள்ளாகி இருந்தது. பிரிட்டன் தன்னை மறுநிர்மாணம் செய்து கொள்ள பல ஆண்டுகள் தேவைப் பட்டன. மேலும், பிரிட்டனில் ஆட்சி மாற்றம் ஏற்பட்டி ருந்தது. கன்செர்வேடிவ் கட்சி மாறி பொறுப்பு வந்த தொழிலாளர் கட்சி உறுப்பினர்களில் பெரும்பாலானோர் காங்கிரசின் கோரிக்கைகளை ஆதரித்தனர். பிரிட்டீஷ் படை வீரர்கள் போரினால் சோர்வுக்குள்ளாகி இருந்தனர். ஆறாண்டு காலம் போராடி இரத்தம் சிந்திய அவர்கள், தமது சொந்த நாட்டிலிருந்து வெகு தொலைவிலுள்ள இந்தியாவில், சுதந்தி ரத்துக்காகப் போராடிக் கொண்டிருக்கிற இந்திய மக்களை ஒடுக்கிக் கொண்டு மேலும் சில ஆண்டுகளைக் கழிக்க அவர்கள் விரும்பவில்லை.

மூன்றாவதாக பிரிட்டீஷ் இந்திய அரசாங்கமானது தனது சிவில் நிர்வாகத்துக்கும், தேசிய இயக்கத்தை ஒடுக்குவதற்கான ஆயுதப் படைக்கும் இந்திய அதிகாரிகளையே வெகுகாலத்துக்கு சார்ந்திருக்க முடியாது. இந்தியாவில் பிரிட்டீஷ் ஆட்சியின் முதன்மையான கருவியாக விளங்கிய இந்திய இராணுவத்தில் தேசபக்த கருத்துக்கள் பரவிவிட்டதை ஐஎன்ஏ எடுத்துக் காட்டியது. 1946-ம் ஆண்டு பிப்ரவரியில் பம்பாயில் நடை பெற்ற புகழ்மிக்க கப்பற்படை எழுச்சி மற்றொரு முக்கிய

அம்சமாகும். கப்பல் படை வீரர்கள் இராணுவத்துடனும், கப்பற்படையினருடனும் ஏழு மணி நேரம் போரிட்டனர். தேசியத் தலைவர்கள் கேட்டுக் கொண்ட பின்னரே அவர்கள் சரணடைந்தனர். இதற்கு ஆதரவு தெரிவித்து பல்வேறு இடங்களில் கப்பல் படை வீரர்கள் வேலைநிறுத்தங்களில் ஈடுபட்டனர். மேலும் இந்திய விமானப்படையிலும் பரந்துபட்ட அளவில் வேலைநிறுத்தங்கள் நடைபெற்றன. பிரிட்டீஷ் ஆட்சியின் மற்ற இரண்டு முக்கிய கருவிகளாக காவல்துறையும் அதிகார வர்க்கமும்கூட தேசிய உணர்வின் அடையாளங்களைக் காட்டின. தேசிய இயக்கத்தை ஒடுக்க அவர்களைப் பாதுகாக்கப் பயன்படுத்துவது இயலாததாயிற்று. உதாரணமாக, பீகாரிலும், டெல்லியிலும் காவல் துறையினர் வேலைநிறுத்தத்தில் ஈடுபடலாயினர்.

நான்காவதாக எல்லாவற்றுக்கும் மேலாக இந்திய மக்களின் தன்னம்பிக்கையும், உறுதியான மனோநிலையும் தற்போது வெளிப்படையாகத் தென்பட்டது. அன்னிய ஆட்சியின் இழிவை வெகுகாலத்துக்கு சகித்துக் கொண்டிருக்க அவர்கள் தயாரில்லை. நாடு சுதந்தரம் பெறும்வரை அவர்களுக்கு ஓய்வில்லை. கப்பற்படை எழுச்சியும், ஐஎன்ஏ கைதிகளை விடுதலை செய்யக் கோரும் போராட்டமும் நடைபெற்றன. அத்தோடு, 1945-46-ம் ஆண்டுகளில் ஏராளமான கிளர்ச்சிகள், வேலைநிறுத்தங்கள் கடையடைப்புகள் ஆர்ப்பாட்டங்கள் நாடு முழுவதும் ஐதராபாத், திருவாங்கூர், காஷ்மீர் போன்ற பல சுதேச சமஸ்தானங்களிலும்கூட இத்தகைய போராட்டங்கள் நடைபெற்றன. உதாரணமாக, ஐஎன்ஏ கைதிகளை விடுதலை செய்யக்கோரி 1945-ம் ஆண்டு நவம்பரில் கல்கத்தா நகரத் தெருக்களில் இலட்சோப லட்சம் மக்கள் ஆர்ப்பாட்டங்களில் ஈடுபட்டனர். நகரில் மூன்று நாட்கள் அரசாங்கம் செயலிழந்து கிடந்தது. மீண்டும் 1946-ம் ஆண்டு பிப்ரவரி 12 அன்று, ஐஎன்ஏ கைதிகளில் ஒருவரான அப்துல் ரஷீதை விடுவிக்கக் கோரி அந்நகரில் மற்றொரு பெரிய ஆர்ப்பாட்டம் நடைபெற்றது. பிப்ரவரி 22 அன்று கப்பல் படை எழுச்சிக்கு ஆதரவு தெரிவித்து பம்பாயில் முழுக் கடை

யடைப்பும், தொழிற்சாலைகளிலும் அலுவலகங்களிலும் பொது வேலைநிறுத்தமும் நடைபெற்றன. மக்கள் எழுச்சியை ஒடுக்க இராணுவம் வரவழைக்கப்பட்டது. 48 மணிநேரத் துக்குள் 250 பேர் தெருக்களில் சுட்டு வீழ்த்தப்பட்டனர்.

நாடு முழுவதும் பெருமளவில் தொழிலாளர் பதட்டங்கள் அதிகரித்தன. வேலைநிறுத்தம் நடைபெறாத தொழிற்சாலை ஏதுமில்லை. 1946-ம் ஆண்டு ஜூலையில் தபால், தந்தித் தொழிலாளர்களின் அகில இந்திய வேலைநிறுத்தம் நடைபெற்றது. 1946-ம் ஆண்டு ஆகஸ்டில் தென்னிந்திய ரயில்வேத் தொழிலாளர்கள் வேலைநிறுத்தத்தில் ஈடுபட்டனர். 1945-க்குப் பிறகு விவசாயிகள் இயக்கத்தில் சுதந்திரத் தாகம் அதிகரித்தது. வங்காளத்தில் குத்தகை விவசாயிகள் நடத்திய தெபாக போராட்டம் போருக்குப் பிந்திய போராட்டங்களில் மிகவும் தீவிரமானதாகும். தங்கள் அறுவடையில் சரிபாதிக்கு மாறாக, மூன்றில் ஒரு பங்கைத்தான் நிலபிரபுக்களுக்குத் தருவோம் என அவர்கள் பிரகடனப்படுத்தினர். ஐதராபாத், மலபார், வங்காளம், உத்திரப்பிரதேசம், பீகார், மகாராஷ்டிரா ஆகிய பிரதேசங்களில் நிலத்துக்காகவும் அதிக குத்தகையை எதிர்த்தும் போராட்டங்கள் நடைபெற்றன. வேலைநிறுத் தங்கள் கடையடைப்புகள், ஆர்ப்பாட்டங்களை நடத்துவதில் பள்ளி, கல்லூரி மாணவர்கள் முன்னணியில் நின்றனர். ஐதராபாத், திருவாங்கூர், காஷ்மீர், பாட்டியாலா உள்ளிட்ட பல சுதேச சமஸ்தானங்களில் மக்கள் எழுச்சிகளும் கலகங் களும் அதிகரித்தன. 1946-ம் ஆண்டு தொடக்கத்தில் மாகாண சட்டமன்றங்களுக்கு நடைபெற்ற தேர்தல்கள் மற்றொரு முக்கிய அரசியல் வளர்ச்சிப் போக்காகும். பொதுத் தொகுதி களில் காங்கிரசு மிகப்பெரும் வெற்றியினைப் பெற்றது. முஸ்லீம்களுக்கு ஒதுக்கப்பட்ட தனித் தொகுதிகளில் முஸ்லீம் லீக் அதே போல பெரும் வெற்றியினைப் பெற்றது.

ஆகவே, 1946-ம் ஆண்டு மார்ச்சில் இந்தியர்களிடத்தில் அதிகார மாற்றத்தை மேற்கொள்வதற்கான வழிமுறைகள் குறித்து இந்தியத் தலைவர்களிடம் பேச்சுவார்த்தை நடத்து வதற்காக பிரிட்டீஷ் அரசாங்கம் அமைச்சரவைத் தூதுக்

குழுவை இந்தியாவுக்கு அனுப்பி வைத்தது. அமைச்சரவைத் தூதுக்குழு இரண்டடுக்கு கூட்டாட்சி திட்டத்தை முன் மொழிந்தது. பிராந்திய சுயாட்சிக்கு பெரும் சலுகைகள் அளிப்பதன் மூலம் தேசிய ஒற்றுமை பராமரிக்கப்படும் என அதில் எதிர்பார்க்கப்பட்டது. மாகாணங்களையும் மாநிலங் களையும் உள்ளடக்கிய கூட்டாட்சி முறை இருக்கும். அதில் மத்திய ஆட்சி பாதுகாப்பு வெளி விவகாரம், தகவல் தொடர்பு ஆகியவற்றை மட்டுமே கட்டுப்படுத்தி வரும். அதே சமயம், தனிப்பட்ட மாகாணங்கள் பிரதேசக் கட்டமைப்பை உருவாக்கிக் கொண்டு அவர்களுக்குள் பரஸ்பர அதிகார மாற்றங்களைச் செய்து கொள்ள வாய்ப்பிருந்தது. காங்கிரசும், முஸ்லீம் லீகும் இத்திட்டத்தை ஏற்றுக்கொண்டன. ஆனால், சுதந்திர, கூட்டாட்சி இந்தியாவுக்கான அரசியல் சாசனத்தை உருவாக்குவதற்காக அரசியல் சாசன சபையைக் கூட்டும் இடைக்கால அரசாங்கம் அமைக்கும் திட்டத்தை அவ்விரு கட்சிகளும் ஒப்புக்கொள்ளவில்லை. முன்னர் ஒப்புக்கொண்ட அமைச்சரவைத் தூதுக்குழுவின் திட்டத்தை விளக்குவதிலும் இவ்விரு கட்சிகளுக்கும் இடையில் வேறுபாடுகள் நிலவின. இறுதியில் 1946-ம் ஆண்டு செப்டம்பரில் ஜவஹர்லால் நேரு தலைமையில் காங்கிரசு கட்சியினால் இடைக்கால அமைச் சரவை அமைக்கப்பட்டது. சிறிது தயக்கத்துக்குப் பின்னர் முஸ்லீம் லீக் அக்டோபரில் அமைச்சரவையில் புறக்கணிக்க முடிவு செய்தது. 1948-ம் ஆண்டு ஜுன் மாதத்தில் பிரிட்டன் இந்தியாவைவிட்டு வெளியேறும் என 1947-ம் ஆண்டு பிப்ரவரி 20 அன்று பிரிட்டீஷ் பிரதமர் கிளமண்ட் அட்லி பிரகடனப் படுத்தினார்.

ஆனால், 1946 - ஆகஸ்டு மாதத்திலும், அதற்குப் பின்னரும் நடைபெற்ற பெருமளவிலான வகுப்புக் கலவரங்களால் சுதந்திர அறிவிப்பினால் ஏற்பட்ட மகிழ்ச்சி சீர்குலைந்தது. மோசமான படுகொலைகளைத் தொடங்கியதற்கும், கொடூர மான வகையில் ஒருவரையொருவர் பரஸ்பரம் குற்றம் சுமத்தி வந்தனர். காட்டுமிராண்டித்தனமான தாக்குதல்களையும் உண்மையும் அகிம்சையும் காற்றில் பறப்பதையும் கண்ட

மகாத்மா காந்தி துக்கத்தில் ஆழ்ந்து இக்கலவரங்களைக் கட்டுப்படுத்த வலியுறுத்தி கிழக்கு வங்காளத்திலும், பீகாரிலும் பாதயாத்திரை மேற்கொண்டார். வகுப்புவாதத் தீயை அணைக்க முயன்ற வேறு பல இந்து, முஸ்லீம் தலைவர்கள் இறுதியில் தமது இன்னுயிரை ஈந்தனர். அன்னிய அரசாங் கத்தின் உதவியுடனும், ஆதரவுடனும் தூவப்பட்ட வகுப்புவாத விதைகள் மிகவும் ஆழமானவை. காந்திஜியும், மற்ற தேசிய வாதிகளும் வகுப்புவாத பாரபட்சங்களுக்கும், வெறுப்புக்கும் எதிராகப் போராடித் தோல்வியுற்றனர்.

இறுதியில், 1947-ம் ஆண்டு மார்ச் மாதம் வைஸ்ராய் ஆக இந்தியாவுக்கு வருகை புரிந்த மௌண்ட் பேட்டன், காங்கிரசு மற்றும் முஸ்லீம் லீக் தலைவர்களுடன் நீண்ட விவாதத்தை மேற்கொண்டு அனைவரும் ஒப்புக்கொள்ளும் வகையிலான திட்டம் ஒன்றை முன்வைத்தார். அதன்படி, நாடு விடுதலைப் பெறும் ஆனால் ஒன்றுபட்டிருக்காது. இந்திய நாடு பிரிவினை செய்யப்பட்டு சுதந்திர இந்தியா வுடன், பாகிஸ்தான் என்ற புதிய நாடு ஒன்று உருவாக்கப் படும் பெருமளவிலான இரத்தக் களறியையும், வகுப்புக் கலவர அச்சுறுத்தலையும் தவிர்த்திட வேண்டும் என்பதற்காக தேசியத் தலைவர்கள் இந்தியப் பிரிவினையை ஒப்புக் கொண் டனர். ஆனால், இரு தேசக் கொள்கையை அவர்கள் ஏற்க வில்லை. முஸ்லீம் லீக் வலியுறுத்தியவாறு இந்தியாவில் இருந்த முஸ்லீம் மக்கள் தொகைக்கு ஏற்ப மூன்றில் ஒரு பங்கு நாட்டை ஒப்படைக்க அவர்கள் ஒப்புக்கொள்ள வில்லை. முஸ்லீம் லீக் செல்வாக்குடன் விளங்கிய பகுதிகளை மட்டுமே பிரிக்க அவர்கள் ஒப்புக்கொண்டனர். இவ்வாறாக, பஞ்சாப், வங்காளம், அசாம் ஆகியன பிரிக்கப்பட வேண்டி யிருந்தது. வடமேற்கு எல்லைப்புற மாகாணத்திலும், அஸ்ஸாமில் சில்ஹெட் மாவட்டத்திலும் லீக்குக்கு போதிய செல்வாக்கு இல்லை. வேறு வார்த்தைகளில் குறிப்பிட்டால், நாடு பிளவுபட்டது. ஆனால், இந்து இஸ்லாம் அடிப்படை களின் மீது அல்ல.

இந்தியாவில் இந்து தேசம், முஸ்லீம் தேசம் என்ற

இரண்டு தேசங்கள் இருந்ததால் இந்திய தேசியவாதிகள் பிரிவினையை ஏற்றுக்கொள்ளவில்லை. மாறாக, கடந்த 70 ஆண்டுகளுக்கும் மேலாக இந்து, முஸ்லீம் வகுப்புவாதத்தின் வரலாற்று ரீதியான வளர்ச்சியினால், பிரிவினைக்கு மாறான தீர்வுகளால் சாதாரண அப்பாவி மக்கள் இலட்சக்கணக்கில் கொல்லப்படுவதும், காட்டுமிராண்டித்தனமான வகுப்புவாதக் கலவங்கள் உருவாவதுமான சூழ்நிலைகளைத் தோற்றுவித்துவிடும் என்பதாலேயே பிரிவினையை ஏற்க வேண்டியதாயிற்று. இத்தகைய கலகமானது நாட்டில் ஒரு தரப்பினரால் மட்டும் நடத்தப்படுவதாக இருந்தால், அவற்றை ஒடுக்கவும் பிரிவினைக்கு எதிரான வலுவான நிலையை மேற்கொள்ளவும் காங்கிரசு தலைவர்கள் முயன்றிருப்பார்கள். ஆனால் துரதிருஷ்டவசமாக இத்தகைய கலவரங்கள் எல்லா இடங்களிலும் நடைபெற்றன. இந்து, முஸ்லீம் ஆகிய இரு தரப்பினருமே இதில் தீவிரமாக ஈடுபட்டு வந்தனர். எல்லாவற்றிற்கும் மேலாக நாட்டை இதுநாள் வரையிலும் ஆட்சி புரிந்து வந்த அன்னியர்கள் கலவரங்களைத் தடுக்க எத்தகைய முயற்சியும் மேற்கொள்ளவில்லை. மறுபுறத்தில், புதிதாக விடுதலை பெற்ற இரு தேசங்களையும் ஒருவருக்கு எதிராக மற்றொருவரைத் தூண்டிவிடும் நம்பிக்கையில் அன்னிய அரசாங்கம் தனது பிளவுவாதக் கொள்கையின் மூலம் கலவரங்களை ஊக்குவித்து வந்தது. வகுப்புவாதத்தின் இருதயமாக இருந்த இரு தேசக் கொள்கையை மறுபரிசீலனை செய்யும் நிலைக்கு இறுதியில் ஜின்னாவும் தள்ளப்பட்டார். தாங்கள் எங்கு தங்குவது? என்ன செய்வது? என இந்தியாவிலிருந்து முஸ்லீம்கள் வினவியபொழுது, அவர்கள் இந்தியாவின் விசுவாசமான குடிமக்களாக வாழ வேண்டும் என அவர் கேட்டுக் கொண்டார். 1947 ஆகஸ்டு 11 அன்று பாகிஸ்தான் அரசியல் சாசன சபையில் அவர் பின்வருமாறு கூறினார் : 'நீங்கள் எந்த மதம் அல்லது சாதி அல்லது இனத்தையும் சேர்ந்தவராகவும் இருக்கலாம். அதற்கும் அரசு விவகாரங்களுக்கும் எத்தகைய சம்பந்தமும் இல்லையெனக் குறிப்பிட்டார். தான் வெளியே விட்ட வகுப்புவாதம் என்ற பூதத்தைப் புட்டிக்குள் அடக்க முயன்று தோற்றுப் போனார்.

1947-ம் ஆண்டு ஜுன் 3-ம் தேதி இந்தியாவும், பாகிஸ்தானும் சுதந்திர நாடுகள் எனப் பிரகடனப்படுத்தப்பட்டன. சுதேச சமஸ்தானங்கள் ஏதாவதொரு புதிய அரசில் இணையலாம் என வாய்ப்பளிக்கப்பட்டது. மக்கள் அரசுகளின் வெகுஜன இயக்கங்களின் நிர்ப்பந்தம், உள்துறை அமைச்சர் சர்தார் படேலின் சிறந்த ராஜதந்திர வழிகாட்டுதல் ஆகியவற்றினால் பெரும்பாலான சுதேச சமஸ்தானங்கள் இந்தியாவுடன் இணைய முன்வந்தன. ஜுனாகட் நவாபு, ஐதராபாத் நிஜாம், ஜம்முகாஷ்மீர் மகாராஜா ஆகியோர் சில காலம் தனித்திருக்க முயன்றனர். கத்தியவார் கடற்கரையின் மீது அமைந்துள்ள ஒரு சிறு நகரமான ஜுனாகட் மக்கள், தாம் இந்தியாவுடன் இணைய விரும்பிய போதிலும், அதன் நவாபு பாகிஸ்தானுடன் அதனை இணைப்பதாக அறிவித்தார். இறுதியில் இந்தியப் படைகள் அம்மாநிலத்தைக் கைப்பற்றின. அங்கு நடத்தப்பட்ட கருத்துக் கணிப்பு இந்தியாவுடன் இணைவதற்கு ஆதரவாக வந்தது. ஐதராபாத் நிஜாம் சுதந்திர அரசுப் பிரகடனம் செய்ய முயன்றார். ஆனால் தெலுங்கானா பகுதியில் உள்நாட்டுக் கலகம் வெடித்ததைத் தொடர்ந்து, இந்தியப் படைகள் ஐதராபாத்துக்குள் சென்றதை அடுத்து 1948-ம் ஆண்டு இந்தியாவுடன் இணையும் நிர்ப்பந்தம் ஏற்பட்டது. காஷ்மீரில் தேசிய மாநாட்டுக் கட்சியின் தலைமையிலான மக்கள் அம்மாநிலம் இந்தியாவுடன் இணைய வேண்டுமென விரும்பிய போதிலும், காஷ்மீர் மகாராஜா இந்தியாவுடனோ, பாகிஸ்தானுடனோ சேராமல் காலதாமதம் செய்து வந்தார். பதன்களும், பாகிஸ்தானின் கூலிப் படையினரும் காஷ்மீரின் மீது படையெடுத்து வந்ததை அடுத்து அவர் 1947-ம் ஆண்டு அக்டோபரில் இந்தியாவுடன் இணைந்தார்.

1947-ம் ஆண்டு ஆகஸ்டு 15 அன்று இந்தியா தனது முதலாவது சுதந்திரத் தினவிழாவை மகிழ்ச்சியுடன் கொண்டாடியது. பல தலைமுறையைச் சேர்ந்த தேசபக்தர்களின் தியாகங்களும் எண்ணற்றத் தியாகிகளின் இரத்தமும் உரிய பலனைத் தந்தன. அவர்களது கனவுகள் நனவாயின. ஆகஸ்டு 14-ம் தேதி இரவு அரசியல் சாசன அவையில் முக்கிய உரை

நிகழ்த்திய ஜவஹர்லால் நேரு மக்களின் உணர்வுகளை வெளிப்படுத்திப் பேசினார்.

'நெடுங்காலத்துக்கு முன்பு நாம் விதியோடு ஒரு சந்திப்பை ஏற்படுத்திக் கொண்டோம். அன்று செய்த உறுதியை நிறைவேற்றும் காலம் இப்பொழுது வந்துவிட்டது. அதை மொத்தமாகவோ அல்லது முழு அளவிலோ இல்லாவிட்டாலும் ஒரு குறிப்பிடத்தக்க அளவுக்கு நிறைவேற்ற வேண்டிய காலம் வந்துவிட்டது. நள்ளிரவு மணி ஒலிக்கும்பொழுது, உலகம் உறக்கத்தில் ஆழ்ந்திருக்கும்பொழுது இந்தியா புதிய வாழ்க்கையிலும் சுதந்திரத்திலும் கண்விழிக்கும். இந்தப் பெருமிதமான நேரத்தில் இந்தியாவுக்கும், இந்திய மக்களுக்கும், இன்னும் விரிந்த அளவில் மனிதகுலத்துக்கும் சேவை செய்வோம் என்று அர்ப்பணித்துக் கொள்கின்ற உறுதி மொழியைச் செய்வது பொருத்தமானதே.... தீய கால கட்டத்துக்கு இன்று நாம் முற்றுப்புள்ளி வைக்கிறோம். இந்தியா மீண்டும் ஒருமுறை தன்னைத் தரிசித்துக் கொண்டது. இன்று நாம் கொண்டாடிக் கொண்டிருக்கிற சாதனைகள் ஓரடி மட்டுமே, வாய்ப்புகளைத் திறந்துவிடுவது மட்டுமே, மகத்தான வெற்றிகளும், சாதனைகளும் நமக்காகக் காத்திருக்கின்றன எனக் குறிப்பிட்டார்.

ஆனால் மிகப் பெருமளவிலும், எல்லையற்றும் இருந்திருக்க வேண்டிய மகிழ்ச்சியில் வலிகளும், வருத்தங்களும் இரண்டறக் கலந்திருந்தன. இந்தியர்களின் ஒற்றுமை உணர்வு தகர்ந்து விட்டது. சகோதரர்களுக்கிடையில் மோதல்கள் நடக்கின்றன. நாடு விடுதலை பெறும் சமயத்தில் கூட, காட்டு மிராண்டித்தனமான வகையில் நடைபெற்ற வகுப்புக் கலவரத்தில், இந்தியா பாகிஸ்தான் ஆகிய இரண்டு தரப்பிலும் ஆயிரக்கணக்கானோரின் உயிரைக் குடித்தது மிகவும் மோசமான ஒன்றாகும். தமது முன்னோர்கள் வாழ்ந்த மண்ணைவிட்டு வெளியேற்றப்பட்ட இலட்சக்கணக்கான அகதிகள் இரண்டு புதிய தேசங்களிலும் குவிந்தனர். தேசம் வெற்றி பெற்ற சமயத்தில், அகிம்சை, உண்மை, அன்பு, துணிவு, இந்திய மக்களிடம் ஆண்மை ஆகியச் செய்திகளை அளித்த

மனிதன், இந்தியப் பண்பாட்டின் மிகச்சிறந்த கூறுகளின் அடையாளமாகத் திகழ்ந்த மனிதன் அந்த மகத்தான மனிதரான காந்திஜி சோகத்தில் ஆழ்ந்திருந்தார். நாட்டில் வெறுப்பு கள் பரவிய பிரதேசங்களுக்குச் சுற்றுப் பயணம் மேற் கொண்டார். சுதந்திரத்தை விலை கோரும் அர்த்தமற்ற வகுப்பு வாதப் படுகொலைகள் நடந்த சமயத்தில் கூட மக்களுக்கு நன்மை பயக்கும் காரியங்களில் ஈடுபட்டு வந்தார். பஞ்சாபி லிருந்து நவகாளி செல்லும் திட்டத்துடன் கல்கத்தா வந்த டைந்தார். அவர் கல்கத்தாவில் வகுப்புக் கலவரத்தால் மிகவும் மோசமாக பாதிக்கப்பட்ட ஒரு பகுதியில் தங்கினார். உண்ணாே நான்புடனும், நெசவில் ஈடுபட்டுக் கொண்டும் அவர் சுதந்திர தினத்தைக் கொண்டாடினார். 1948-ம் ஆண்டு ஜனவரி 30 அன்று நடைபெற்ற படுகொலையின் மூலம் கடந்த 70 ஆண்டு காலம் நமது மண்ணில் மிகவும் பிரகாசமாக ஒளிவீசிக் கொண்டிருந்த விளக்கு ஒரு இந்து மதவெறியனால் அணைக் கப்பட்டு விட்டது. இவ்வாறாக காந்திஜி, தன்னை முழுமை யாக அர்ப்பணித்துவந்த ஒற்றுமைக்காகவே தனது இன்னுயிரை ஈந்து தியாகியானார்.

ஒரு வகையில் இந்திய விடுதலை, நாடு எடுத்து வைத்துள்ள முதலாவது அடி மட்டுமே. அன்னிய ஆட்சியைத் தூக்கி எறிந்ததன் மூலம் தேசிய மறுமலர்ச்சிக்கான பாதையில் இருந்த முக்கியமான தடைகள் மட்டுமே அகற்றப்பட்டிருக்கின்றன. நூற்றாண்டுக்கணக்கான பின்தங்கிய நிலை, பாதகங்கள், அசமத்துவம், அறியாமை போன்ற சுமைகள் இன்னமும் நமது மண்ணை அழுத்திக் கொண்டிருக்கின்றன. அவற்றை மாற்றும் நீண்ட முயற்சி இப்பொழுதுதான் தொடங்கியுள்ளது. ரவீந்திரநாத் தாகூர் தான் இறப்பதற்கு மூன்று மாதங்களுக்கு முன்பு 1941-ம் ஆண்டு பின்வருமாறு குறிப்பிட்டார் :

‘காலச் சக்கரம் ஒருநாள் இந்தியப் பேரரசை விட்டு வெளியேற ஆங்கிலேயர்களை நிர்ப்பந்திக்கும். ஆனால் எத்தகைய இந்தியாவை எத்தகைய மோசமான துயரங்களை அவர்கள் விட்டுச் செல்லப் போகிறார்கள்? நூற்றாண்டுக் கணக்கான ஓட்டத்தில் அவர்களது நிர்வாகம் இறுதியில்

வறண்டு விட்டது. எத்தகைய சேற்றையும் சகதியையும் அவர்கள் விட்டுச் செல்லப் போகிறார்கள்?" எனக் கேள்வி எழுப்பினார்.

ஆயினும், விடுதலைப் போராட்டம் காலனிய ஆட்சியைத் தூக்கியெறிந்ததோடு மட்டுமல்லாமல், சுதந்திர இந்தியா எவ்வாறு இருக்க வேண்டும் என்ற பார்வையையும் உருவாக்கி இருந்தது. ஒரு ஜனநாயக, சிவில் விடுதலை மற்றும் மதச்சார் பற்ற இந்தியா, சுயச்சார்பு பொருளாதாரத்தின் அடிப்படை யிலான சுதந்திரப் பொருளாதாரத்துக்கான அடிப்படை களைக் கட்டமைப்பது, சமூகப் பொருளாதார சமத்துவம், அரசியல் ரீதியான விழிப்புணர்வும் அரசியல் ரீதியான செயல்பாடும் கொண்ட மக்கள் சுதந்திரமான வெளியுறவுக் கொள்கையின் அடிப்படையில் அண்டை நாடுகளுடனும் பிற உலக நாடுகளுடனும் சமாதானத்துடன் வாழக்கூடிய இந்தியா என்பதே அந்தப் பார்வையாகும்.

ஜவஹர்லால் நேரு, பி.ஆர். அம்பேத்கர் ஆகியோரின் வழிகாட்டுதலில் அரசியல் சாசன அவையில் சுதந்திர இந்தி யாவின் அரசியல் சாசனத்தை வடிவமைத்தபொழுது இந்தப் பார்வை முதலில் வெளிப்படுத்தப்பட்டது. 1950-ம் ஆண்டு ஜனவரி 26-அன்று நிறைவேற்றப்பட்ட அரசியல் சாசனம் சில அடிப்படைக் கோட்பாடுகளையும், மதிப்புகளையும் முன் வைத்தது. இந்தியா ஒரு மதச்சார்பற்ற, ஜனநாயகக் குடியரசாக இருக்கும். வயது வந்தோர் அனைவருக்கும் வாக்குரிமை, அதாவது வயது வந்த ஆண், பெண் அனைவருக்கும் வாக் களிக்கும் உரிமை என்பதன் அடிப்படையிலான நாடாளு மன்ற முறையைக் கொண்டதாக அது இருக்கும். மத்திய அரசுக்கும், மாநில அரசுகளுக்கும் இடையில் வரையறுக்கப் பட்டுள்ள செயல்பாடுகளைக் கொண்ட கூட்டாட்சியாக வும் அது திகழும். இந்தியக்குடிமக்கள் அனைவரது அடிப் படை உரிமைகளையும் அது உத்தரவாதப்படுத்துகிறது. பேச்சுரிமை, எழுத்துரிமை, அமைதியாகக் கூடுவதற்கும், சங்கங்களை அமைப்பதற்குமான உரிமை, சொத்து வாங்கவும், வைத்திருக்கவும் உரிமை போன்றவை உத்தரவாதப்படுத்தப் பட்டன. மதம், சாதி, பாலினம் அல்லது பிறப்பிடம்

ஆகியவற்றின் அடிப்படையில் எந்தவொரு குடிமகனுக்கும் எதிராக அரசு செயல்படாது. 'தீண்டாமை' ஒழிக்கப்பட்டு விட்டது. அதனை எவ்வகையில் கடைப்பிடிப்பதும் தடை செய்யப்பட்டுள்ளது. இந்தியர்கள் அனைவரும் எந்தவொரு மதத்தையும் தாராளமாகப் பின்பற்றவும், செயல்படுத்தவும், பிரச்சாரம் செய்யவும் உரிமை உண்டு. அதேசமயம், அரசு நிதியில் இயங்கும் எந்தவொரு கல்வி நிறுவனங்களிலும் மதக் கருத்துக்களை விதைப்பது தடை செய்யப்பட்டுள்ளது. 'அரசுக் கொள்கையின் மீதான சில வழிகாட்டும் நெறிகளையும்' அரசியல் சாசனம் உருவாக்கியுள்ளது. அவற்றை நீதிமன்றச் சட்டங்களின் மூலம் நிர்ப்பந்திக்க முடியாது. ஆனால் அரசு, சட்டங்களை உருவாக்கும்பொழுது இவற்றை வழிகாட்டி யாகக் கொள்ள வேண்டும். தேசிய வாழ்வின் அனைத்து அம்சங்களிலும் சமூகப் பொருளாதார, அரசியல் ரீதியின் அடிப்படையிலான சமூக முறைமையை உருவாக்குவது, செல்வமும் உற்பத்திச் சாதனங்களும் ஒரு சிலர் கைகளில் குவிவதைத் தடுப்பது, ஆணுக்கும் பெண்ணுக்கும் சம வேலைக்கு சம ஊதியம், கிராமப் பஞ்சாயத்து அமைப்புகள், கல்வி, வேலை பெறும் உரிமை, வேலையின்மை, முதுமை, நோய் வாய்ப்படுதல் போன்ற காலத்தில் அரசு உதவி. நாடு முழுவதும் பொது சிவில் சட்டம், அடித்தட்டு மக்களின் குறிப்பாக தாழ்த்தப்பட்ட, பழங்குடி இன மக்களின் கல்வி மற்றும் பொருளாதார நலன்களை மேம்படுத்துதல் ஆகியவற்றை உள்ளடக்கியதாக இது இருக்கும்.

வெற்றி பெறுவதற்கான திறனிலும், உறுதியிலும் தன்னம்பிக்கை கொண்டு இந்திய மக்கள் தமது நாட்டின் முகத்தை மாற்றி அமைக்கவும் ஒரு நீதியான, சிறந்த மதச் சார்பற்ற, ஜனநாயகச் சமத்துவ இந்தியாவைப் படைக்கவும் புறப்பட்டு விட்டனர்.